இந்திய கம்யூனிச இயக்கம்
ஒரு நூறாண்டுப் பயணம்

இந்திய கம்யூனிச இயக்கம் ஒரு நூறாண்டுப் பயணம்

(பீப்பிள்ஸ் டெமாக்ரசி வார இதழில் வெளிவந்த
தொடர்க் கட்டுரைகளின் தமிழாக்கம்)

தமிழில்: வீ. பா. கணேசன்

பாரதி புத்தகாலயம்

Indhiya Communisa Iyakkam - Oru Noorandu Payanam (in Tamil)
Translated by **V.B. Ganesan**
Originally Published in the weekly 'Peoples Democracy' as a serial
First Published: October 2021 | Second Print: December, 2021
Published by
BHARATHI PUTHAKALAYAM
7, Elango Salai, Teynampet, Chennai - 600 018
Email: bharathiputhakalayam@gmail.com / www.thamizhbooks.com

இந்திய கம்யூனிச இயக்கம் – ஒரு நூறாண்டுப் பயணம்:

தமிழில்: வீ.பா. கணேசன்
முதல் பதிப்பு: அக்டோபர், 2021 | இரண்டாம் அச்சு: டிசம்பர், 2021
வெளியீடு:

பாரதி புத்தகாலயம்

7, இளங்கோ சாலை, தேனாம்பேட்டை, சென்னை - 600 018.
தொலைபேசி : 044-24332424, 24330024 | விற்பனை: 24332924

விற்பனை நிலையங்கள்

மதுரை: *37A, பெரியார் பேருந்து நிலையம் - 045 22324674*
ஈரோடு: *39: 39 ஸ்டேட் பாங்க் சாலை - 9245448353*
திண்டுக்கல்: *பேருந்து நிலையம் - 9942331105, 9976053719*
பழனி: *பேருந்து நிலையம் அருகில் - 9442883696*
திருப்பூர்: *447, அவினாசி சாலை - 9486105018*
சேலம்: *பாலம் 35, அத்வைத ஆஸ்ரமம் சாலை 0427 2335952*
திருவல்லிக்கேணி: *48, தேரடி தெரு - 9444428358*
வடபழனி: *பேருந்து நிலையம் எதிரில் அடையார்*
ஆனந்தபவன் மாடியில் *- 9444476967*
பெரம்பூர்: *52, கூக்ஸ் ரோடு - 9444373716*
திருவாரூர்: *35, நேதாஜி சாலை - 9442540543*
சேலம்: *15, வித்யாலயா சாலை சாலை*
திருநெல்வேலி: *25A, ராஜேந்திரநகர் - 9442149981*
அருப்புக்கோட்டை: *31, அகமுடையார் மஹால் - 9994173551*
மதுரை: *சர்வோதயா மெயின்ரோடு*
குன்னூர்: N.K.N வணிக வளாகம் பெட்போர்ட்
செங்கல்பட்டு: *1 D ஜி.எஸ்.டி சாலை - 044 27426964*
விருதுநகர்: *131, கச்சேரி சாலை - 0456 2245300*
கும்பகோணம்: *352, ரயில் நிலையம் எதிரில் - 9443995061*
வேலூர்: *பேஸ் III, சத்துவாச்சாரி - 9442553893*
நெய்வேலி: *பேருந்து நிலையம் அருகில், - 9443659147*
தஞ்சாவூர்: *காந்திஜி வணிக வளாகம் காந்திஜி சாலை - 9655542400*
கோவை: *77, மசக்காளிபாளையம் ரோடு, பீளமேடு - 8903707294*
திருச்சி: *வெண்மணி இல்லம், கரூர் புறவழிச்சாலை - 9994289492*
திருவண்ணாமலை: *முத்தம்மாள் நகர்*
நாகர்கோவில்: *699 கே.பி.ரோடு R.V.புரம் - 9443450111*
சிதம்பரம்: *22A / 18B தேரடி கடைத் தெரு,*
கீழவீதி அருகில் *- 9994399347*
கரூர்: *நாரத கானசபா அருகில் (TNGEA OFFICE)- 9442706676*
காரைக்குடி : *12, 2 வது தெரு, கம்பன் மணிமண்டபம் பின்புறம் - 9443406150*
பாண்டிச்சேரி : *கிழக்கு கடற்கரைச் சாலை, இலாசுப்பேட்டை, 9486102777*
அருப்புப்கோட்டை : *கதவுஎண் 49A/4 ஐம்பதூர் தேவாங்கர் உறவின் முறை கட்டிடம் முதல் தளம்*

நினைத்த நூல்கள்... நினைத்த நேரத்தில்... BharathiTV | www.bookday.in

thamizhbooks.com 9498062424

ரூ.420/-
அச்சு : பிரிண்டெக், சென்னை - 600 005.

வரலாற்றை படிப்போம்!
வரலாற்றை படைப்போம்!

- கே. பாலகிருஷ்ணன்
செயலாளர், தமிழ்நாடு மாநிலக்குழு
இந்திய கம்யூனிஸ்ட் கட்சி (மார்க்சிஸ்ட்)

ஒன்றுபட்ட இந்திய கம்யூனிஸ்ட் கட்சியின் அகில இந்திய நான்காவது மாநாடு கேரள மாநிலம் பாலக்காடு நகரில் 1956ஆம் ஆண்டு ஏப்ரல் 19 முதல் 29 வரை நடைபெற்றது. அதில் 407 பிரதிநிதிகள் பங்கேற்றனர். இந்த மாநாட்டின் தகுதிகாண் குழுவின் அறிக்கையின்படி, இந்தப் பிரதிநிதிகள் அனைவரும் சிறையில் கழித்த ஒட்டு மொத்த காலம் 1344 ஆண்டுகள் ஆகும். அதாவது சராசரியாக ஒவ்வொருவரும் மூன்று ஆண்டுகளுக்கு மேல் சிறையில் கழித்துள்ளனர். இந்தப் பிரதிநிதிகள் தலைமறைவாக இருந்து செயல்பட்ட மொத்த காலம் 1021 ஆண்டுகள் ஆகும். அதாவது சராசரியாக ஒவ்வொருவரும் இரண்டரை ஆண்டுகளுக்கும் மேலாகத் தலைமறைவு வாழ்க்கையை மேற்கொண்டுள்ளனர். இத்தகைய வீரஞ்செறிந்த வீரர்களின் துடிப்பான செயல்பாடும், தன்னிகரில்லா தியாகங்களும் கொண்டதே இந்திய கம்யூனிஸ்ட் இயக்கம்.

இந்திய கம்யூனிச இயக்கத்தின் வரலாறு குறித்தும், அதன் தலைமையில் நடைபெற்ற எண்ணற்ற வீரஞ்செறிந்த போராட்டங்கள் குறித்தும் ஏராளமான நூல்களும், ஆய்வு ஆவணங்களும் இதுவரை வெளிவந்துள்ளன. இந்த இயக்கத்தின் நூறாண்டு நிறைவு நிகழ்வினை ஒட்டி கட்சியின் அதிகாரபூர்வ வார இதழான பீப்பிள்ஸ் டெமாக்ரசி அவற்றின் சாரத்தை வரலாற்று வரிசைக் கிரமமாக 2019 அக்டோபர் முதல் வாரந்தோறும் வெளியிட்டு வந்தது. 'குறுகத் தறித்த குறளாக' வெளிவந்த இந்திய கம்யூனிச இயக்கத்தின் வரலாற்றின் தமிழ் மொழி பெயர்ப்பு தற்போது நூலாக வெளிவந்துள்ளது.

இந்தியாவில் கம்யூனிச கருத்துக்கள் பரவத் தொடங்குகையில் அன்றைய மதராஸ் மாகாணத்தில் இந்தப் பணியை முதன்முதலில் முன்கையெடுத்துச் செயல்பட்டவர் சிந்தனைச் சிற்பி தோழர் ம.சிங்காரவேலர் ஆவார். 1925ஆம் ஆண்டில் இந்திய மண்ணில் (கான்பூரில்) இந்திய கம்யூனிஸ்ட் கட்சியின் உருவாக்க நிகழ்ச்சிக்குத் தலைமை தாங்கும் பேறு பெற்ற தோழர் சிங்காரவேலர் அன்றைய மதராஸ் மாகாணத்தில் தொழிற்சங்க இயக்கம், விவசாய இயக்கம், பகுத்தறிவு இயக்கம், அறிவியல் இயக்கம் ஆகிய அனைத்திற்கும் அடித்தளம் அமைத்தவர் என்ற பெருமையும் மிக்கவர். சிங்காரவேலரின் வழிகாட்டுதலில் 1923ஆம் ஆண்டில் மே தினம் இந்தியாவிலேயே முதன்முறையாக சென்னையில் கொண்டாடப்பட்டது மட்டுமின்றி, அதே நாளில் தொழிலாளர்- விவசாயிகள் கட்சியும் உருவாக்கப்பட்டது என்பதும் குறிப்பிடத்தக்கதாகும்.

தோழர்கள் சிங்காரவேலர், பி.ராமமூர்த்தி, ப.ஜீவானந்தம், ஏ.எஸ்.கே. அய்யங்கார், பி.சீனிவாச ராவ் போன்ற தலைவர்கள் தமிழ் மண்ணில் கம்யூனிச கருத்துக்கள் பரவுவதற்கு முன்னெடுத்த முயற்சிகள் என்றும் நம் நினைவை விட்டு நீங்காதவை. பின்னாளில் தெலுங்கானா ஆயுதப் போராட்டத் தளபதியாகவும், இந்திய கம்யூனிஸ்ட் கட்சி (மார்க்சிஸ்ட்) 1964இல் உருவான போது அதன் முதல் பொதுச் செயலாளராகவும் திகழ்ந்த தோழர் பி. சுந்தரய்யாவின் அரசியல் பயணமும் அன்றைய மதராஸ் நகரில் இருந்தே தொடங்கியது.

1920 அக்டோபர் 17ஆம் தேதி, முன்பிருந்த சோவியத் யூனியனின் தாஷ்கண்ட் நகரில் (இன்றைய உஸ்பெக்கிஸ்தான் தலைநகர்) இந்தியக் கம்யூனிஸ்டுகளின் ‘முதல் கிளை’ உருவானபோது அதில் சென்னையைச் சேர்ந்த மண்டயம் பிரதிவாதி பயங்கரம் திருமலாச்சாரியா எனும் எம்.பி.பி. ட்டி ஆச்சாரியா அவர்களும் ஓர் உறுப்பினர். அப்படி உருவான கிளை இந்தியாவில் சிறு அளவுகளில் இயங்கிக் கொண்டிருந்த கம்யூனிஸ்ட் குழுக்களை ஒருங்கிணைத்து, இந்திய நாடு தழுவிய, மையப்படுத்தப்பட்ட ஒரு கம்யூனிஸ்ட் கட்சியை கட்டியமைக்க முயற்சி எடுத்தது. அவ்வாறு அது தொடர்பு கொண்டு இணைக்க முயற்சித்த குழுக்களில் சென்னையில் இயங்கிக் கொண்டிருந்த குழுவும் ஒன்று. தென்னிந்தியாவின் முதல் கம்யூனிஸ்ட் என அறியப்படும் சிங்காரவேலர் தலைமையிலான குழுதான் அது.

சிங்காரவேலர் தலைமையிலான சென்னை குழு, எஸ். ஏ. டாங்கே தலைமையிலான பம்பாய் குழு, முசாபர் அகமது தலைமையிலான கல்கத்தா குழு ஆகியவற்றோடு பெஷாவர், லாகூர், ஜலந்தர், கான்பூர், காசி, அலகாபாத் ஆகிய மையங்களில் இயங்கிய சிறு குழுக்கள், தனிநபர்கள் ஆகியோரை ஒன்றிணைக்க எம்.என். ராயும் அவரது தோழர்களும் முயற்சித்தனர். ஆனால் இந்த முயற்சியைத் தடுப்பதற்கு பிரிட்டிஷ் இந்திய காலனி அரசு சகலவிதமான எதிர்நடவடிக்கைகளையும் எடுத்தது. அடுத்தடுத்து சதி வழக்குகளை தொடுத்தது. கம்யூனிஸ்ட் இயக்கத்தை முளையிலேயே கிள்ளியெறிய காலனியாதிக்க அரசு எடுத்த முயற்சிகளை முறியடித்து வெடித்து வெளிவந்தது இந்திய கம்யூனிஸ்ட் இயக்கம்.

செம்பூவாய் மலர்ந்த இயக்கத்தை காலனிய அரசு தனது ராணுவ, போலீஸ் பூட்சுக் கால்களால் மிதித்து நசுக்கி அழிக்க முயற்சித்தது. தாஷ்கண்டில் மார்க்சிய பாலபாடம் கற்றுத் திரும்பியவர்களை வளைத்துப் பிடித்து பெஷாவர் சதி வழக்கில் சிக்கவைத்து பல ஆண்டுகாலம் சிறையில் தள்ளியது. பின் மீண்டும் கான்பூர் சதி வழக்கில் எம்.என்.ராய், சிங்காரவேலர், எஸ்.ஏ. டாங்கே, முசாபர் அகமது, சௌகத் உஸ்மானி, நளினி குப்தா உள்ளிட்டோரை தண்டிக்க முயற்சித்தது. இவ்வழக்கில் கைது செய்யப்பட்ட ஏனைய நால்வரும் கடும் சிறைத் தண்டனைக்கு ஆளானார்கள். இதனையெல்லாம் மீறி 1925 டிசம்பர் 25 அன்று கான்பூரில் இந்திய கம்யூனிஸ்ட் கட்சி அமைப்பு ரீதியாகத் தோற்றுவிக்கப்பட்டது குறித்த விவரங்கள் இந்த நூலில் விரிவாக இடம்பெற்றுள்ளன.

கட்சியின் முடிவுப்படி நாட்டின் தென்பகுதிக்கு வந்து செயல்பட்ட தோழர் எஸ்.வி. காட்டே, அமீர் ஹைதர் கான் ஆகியோர் தோழர் சுந்தரய்யாவை கட்சிக்கு கொண்டுவந்தனர். பின்னர் எஸ்.வி.காட்டேயும் சுந்தரய்யாவும் தமிழகத்தின் முதல் கிளையாக தோழர்கள் ப.ஜீவானந்தம், பி. ராமமூர்த்தி, ஏ.எஸ். கே. அய்யங்கார், பி. சீனிவாச ராவ், சி.எஸ். சுப்பிரமணியம் உள்ளிட்டோர் கொண்ட கிளை உருவாக உதவினர். இவ்வாறு இந்த 100 ஆண்டு கால வரலாற்றில் தமிழகத்தின் பொதுவுடமை இயக்க வரலாறும் ஊடுபாவாக பின்னிப் பிணைந்து விளங்குவது பெருமைக்குரியது. தொடக்கத்தில் இருந்தே சர்வதேச இயக்கத்தின் ஒரு பகுதி, நாடு தழுவிய கட்சியின் ஒரு அங்கம் என்ற உணர்வோடு, இந்த மண்ணின் தன்மைக்கு ஏற்ப, மக்களின்

உடனடி பிரச்சனைகளுக்கான போராட்டத்தில் முன்னணியில் நின்று தோழர்கள் இயங்கி வந்துள்ளனர்.

ஏகாதிபத்திய எதிர்ப்புப் போராட்டத்தில் முன்னணிப் பங்கு என்பதோடு சுதந்திர இந்தியா எப்படி இருக்க வேண்டும் என்பது குறித்த போராட்டத்தை காங்கிரஸ் கட்சிக்கு உள்ளே இருந்தும், வெளியிலும் அவர்கள் தொடர்ந்து நடத்தி வந்தனர். இந்திய கம்யூனிச இயக்கமானது ஏகாதிபத்திய எதிர்ப்பு, காலனி ஆதிக்க எதிர்ப்பு விடுதலைப் போராட்டம் என்பதோடு நிலப்பிரபுத்துவத்திற்கு எதிராகவும் அமைந்தது. இதனை கூர்மைப்படுத்த அகில இந்திய விவசாயிகள் சங்கம் உருவாக்கப்பட்டது. தொழிலாளர்களை அணிதிரட்ட அகில இந்திய அளவிலான தொழிற்சங்கம், எழுத்தாளர்கள், பண்பாட்டு போராளிகளை அணிதிரட்ட அகில இந்திய முற்போக்கு எழுத்தாளர் சங்கம், இந்திய மக்கள் நாடக மன்றம் போன்ற அமைப்புகள் உருவாக்கப்பட்டன. அதைத்தொடர்ந்து மாணவர், மாதர், வாலிபர் அமைப்புகள் உருவாக்கப்பட்டதோடு பத்திரிகைகள், பதிப்பகங்களும் உருவாகின. இவ்வாறு ஆங்கில காலனிய அரசை எதிர்த்தும், பின்பு இங்கு அமைந்த பெரு முதலாளித்துவ - நிலப்பிரபுத்துவ கூட்டு அரசை எதிர்த்தும் வலுவான வலைபின்னல் உருவாக்கப்பட்டது.

இந்தியாவின் மூலை முடுக்கெங்கும் செயல்பட்டு வந்த நூற்பாலைகள், சணல் ஆலைகள், தோல் பதனிடும் ஆலைகள், இரும்பு உருக்காலைகள் ஆகியவற்றில் பணிபுரியும் தொழிலாளர்கள் தொடங்கி ரயில்வே, தபால்-தந்தி, போக்குவரத்து ஊழியர்கள் வரை கரத்தாலும், கருத்தாலும் உழைக்கும் மக்களை அணிதிரட்டியது கம்யூனிஸ்ட் இயக்கம். கம்யூனிஸ்ட்டுகள் முன்னின்று நடத்திய எண்ணற்ற போராட்டங்களும், அதில் அவர்கள் செய்த தியாகங்களுமே தொழில் தகராறு சட்டம், 8 மணி நேர வேலை, போனஸ் போன்ற பல்வேறு உரிமைகள் சலுகைகளுக்கான சட்டங்களை இயற்ற வழிவகுத்தன.

அதைப் போன்றே கிராமப்புறங்களில் விவசாயிகளை, விவசாயத் தொழிலாளர்களை, பண்ணை அடிமைகளை, பழங்குடிகளை நிலப்பிரபுத்துவத்திற்கு எதிராக நாடெங்கும் அணிதிரட்டிப் போராடியதன் விளைவாகவே நில உச்சவரம்புச் சட்டம், இனாம் ஒழிப்புச் சட்டம், ஜமீன்தாரி ஒழிப்புச் சட்டம், ஒப்பந்தமுறை ஒழிப்புச் சட்டம், கட்டாய இலவச உழைப்பு முறை

ஒழிப்புச் சட்டம் போன்ற பல்வேறு சட்டங்களை விவசாய சங்க இயக்கத்தால் நடைமுறைக்குக் கொண்டுவர முடிந்தது.

கடையரிலும் கடையராய், தீண்டத்தகாதவராய் சமூகத்தால் காலம் காலமாக ஒடுக்கப்பட்டு வந்த உழைப்பாளி மக்களை அணிதிரட்டி, சாணிப்பால், சவுக்கடியை ஒழித்துக் கட்டிய பெருமையும் இந்திய கம்யூனிஸ்ட் இயக்கத்திற்கே உரியது. அதன் வீச்சை கீழத் தஞ்சை மாவட்டத்திலும், கேரளாவில் தொடங்கி வடகிழக்கே அசாமில் சுர்மா பள்ளத்தாக்கு, திரிபுரா வரை நம்மால் இன்றைக்கும் காண முடியும்.

சாதிய பிளவுகளில் சிக்கியிருந்த தொழிலாளர்களை வர்க்க ரீதியாக அணிதிரட்டியது கம்யூனிஸ்ட் இயக்கம். கிராமப்புறங்களில் நிலவிய நிலப்பிரபுத்துவ ஒடுக்குமுறை உள்ளிட்ட அனைத்து வகையான சமூக ஒடுக்குமுறைகளுக்கு எதிராகவும் குரல் எழுப்பி, களத்தில் இறங்கி வெற்றி கண்ட ஒரே இயக்கம் இந்திய கம்யூனிஸ்ட் இயக்கம்தான் என்பதை இந்நூலில் இடம்பெற்றுள்ள நிகழ்வுகள் நமக்குத் தெளிவாக எடுத்துக் கூறுகின்றன. தேச விடுதலை போராட்டத்தின் ஒரு பகுதியாக நிலப்பிரபுத்துவ, முதலாளித்துவ எதிர்ப்புப் போராட்டத்தை ஒருங்கிணைத்தது இந்திய பொதுவுடைமை இயக்கம்.

நாட்டின் விடுதலைக்குப் பின்பு மொழிவாரியாக மாநிலங்கள் உருவாக்கப்பட வேண்டும் என்பதற்காக நாடு முழுவதிலும் போராட்டம் நடத்தி, உயிர்த்தியாகம் செய்தவர்கள் கம்யூனிஸ்டுகளே என்பதையும் இந்நூல் விரிவாக எடுத்துக் கூறுகிறது. கம்யூனிஸ்டுகள் நடத்திய போராட்டத்தின் விளைவாகவே மாநிலங்கள் சீரமைப்புக் குழு அமைக்கப்பட்டு அதன் சிபாரிசின் அடிப்படையில் சென்னை, கேரளம், கர்நாடகம் என்ற மாநிலங்கள் 1956 நவம்பர் 11இல் உருவாக்கப்பட்டன. இவ்வாறு உருவாக்கப்பட்ட சென்னை மாநிலத்திற்கு தமிழ்நாடு என பெயர்மாற்ற வேண்டும் என்ற வரைவு தீர்மானத்தை அன்றைய நாடாளுமன்றத்தில் முன்வைத்தவர் தோழர் பி. ராமமூர்த்தி ஆவார். ஒன்றுபட்ட மதராஸ் மாகாண சட்டமன்றத்தில் இடம் பெற்றிருந்த கம்யூனிஸ்ட்டுகள் தமிழ், மலையாளம், தெலுங்கு என அவரவர் தாய்மொழியில் பேசினர். அதுவரை ஆங்கிலமே சட்டமன்ற அலுவல் மொழியாக இருந்த நிலையில் தாய்மொழிக்காக குரல் எழுப்பியவர்கள் கம்யூனிஸ்ட்டுகள் என்பதும் வரலாறாகும்.

1947இல் பிரிட்டிஷ் ஆதிக்கத்திலிருந்து நம் நாடு விடுதலை பெற்றபிறகும் சில பகுதிகளில் காலனி ஆதிக்கம் நீடித்தது.

பிரெஞ்சு, போர்ச்சுக்கீசிய ஆட்சிப் பகுதிகளை விடுவித்து போராட்டத்திற்குத் தலைமையேற்று நடத்தி இன்றைய புதுச்சேரி, கோவா பகுதிகளை காலனி ஆதிக்கத்திலிருந்து விடுவித்தவர்களும் கம்யூனிஸ்டுகள்தான்.

தமிழ்நாட்டில் கம்யூனிஸ்டுகள் சந்தித்த அடக்குமுறைகள் ஏராளம். நெல்லை சதிவழக்கு தொடங்கி 16க்கும் மேற்பட்ட சதிவழக்குகள் பதிவு செய்யப்பட்டு கம்யூனிஸ்டுகள் வேட்டையாடப்பட்டனர். சேலம் சிறையில் துப்பாக்கிச் சூடு, கடலூர் சிறையில் துப்பாக்கிச் சூடு, சின்னியம்பாளையம் தியாகிகள், வீர வெண்மணி தியாகிகள் என தியாகிகள் பட்டியல் நீண்டு கொண்டே செல்லும். கம்யூனிஸ்டுகளின் அளப்பரிய தியாகத்தாலும் இவர்களின் தலைமையில் நடத்தப்பட்ட வீரஞ்செறிந்த போராட்டங்களின் விளைவாகவும், 1952இல் நடைபெற்ற முதல் பொதுத் தேர்தலில் சென்னை மாகாணத்தில் கம்யூனிஸ்டுகளின் தலைமையிலான கூட்டணி மகத்தான வெற்றி பெற்றது. ஆட்சிக் கட்டிலில் அமர மக்கள் அளித்த வாய்ப்பை காங்கிரஸ் கட்சியின் அரசியல் வியாபாரம் தட்டிப் பறித்து விட்டது.

அவசரநிலை பிரகடனத்தால் மக்களின் அடிப்படை ஜனநாயக உரிமைகளை காங்கிரஸ் அரசு தட்டிப் பறித்தபோதும், சாதி மோதல்களால் பட்டியலின மக்கள் கொடுந்தாக்குதல்களுக்கு உள்ளான போதும், மதவெறி அரசியலால் சிறுபான்மை மக்கள் தாக்கப்பட்ட போதும் தயக்கமின்றி இம்மக்களுக்குக் கேடயமாக செயல்பட்டவர்கள் கம்யூனிஸ்டுகள் என்பதை தமிழக நெடிய அரசியல் வரலாறு எடுத்துக் கூறும்.

இன்றைய தாராளமயப் பொருளாதார யுகத்தில் உழைக்கும் வர்க்கம் கடந்த நூறாண்டுகளாகப் போராடிப் பெற்ற உரிமைகள் தொடர்ச்சியாகப் பறிக்கப்பட்டு வருகின்றன. மதத்தின் பேரால் மக்களை, குறிப்பாக உழைக்கும் மக்களை, பிளவுபடுத்தி, வகுப்புவாத விஷத்தை ஊட்டி வருகின்ற, சுதந்திரப் போராட்டத்தில் எவ்வகையிலும் பங்கேற்காத ஆர்.எஸ்.எஸ். கருத்துக்களை அடியொற்றிச் செயல்பட்டு வரும் மோடி தலைமையிலான பாஜக அரசு நாட்டின் விடுதலைப் போராட்ட நாட்களில் முன்னெடுக்கப்பட்ட விழுமியங்கள், நாட்டின் விடுதலைக்குப் பின்னர் மக்களின் இடைவிடா உழைப்பினால் பேணி வளர்க்கப்பட்ட பொதுத்துறை அமைப்புகள் ஆகியவற்றை உள்நாட்டு, பன்னாட்டு கார்ப்பரேட் நிறுவனங்களின் அகோரப்

பசிக்கு இரையாகப் பலி கொடுப்பதில் மிகத் தீவிரமாக ஈடுபட்டு வருகிறது.

கடந்த ஏழு ஆண்டுகளாக மக்களை ஏமாற்றி, அவர்களின் கவனத்தைத் திசைதிருப்பி, கையளவு பணக்காரர்களின் நலனுக்காக நாட்டின் 130 கோடி மக்களுக்கும் துரோகம் இழைத்துவரும் பாஜகவின் மோடி அரசை எதிர்த்துப் போராட வேண்டிய மிகப்பெரும் வரலாற்றுக் கடமை இந்திய உழைப்பாளி வர்க்கத்திற்கு உரியது. அந்த வர்க்கத்தின் முன்னணிப் படையாகத் திகழும் மார்க்சிஸ்ட் கம்யூனிஸ்ட் கட்சியும் அதன் நேச சக்திகளும் ஒன்றிணைந்து இந்த மக்கள்விரோத அரசை தகர்த்தெறிய தீவிரமாக போராடுவோம்.

உலகளாவிய பொருளாதார நெருக்கடியில் சிக்கியுள்ள மக்களை வலதுசாரி சக்திகள் தங்களுக்கு சாதகமாக திரட்டும் போக்கு வலுவடைந்துள்ளது. மதவெறி, இனவெறி, நிறவெறி மற்றும் பிரிவினை கோஷங்களை முன்னிறுத்தி ஏகாதிபத்திய சக்திகள் வலதுசாரி திருப்பத்தை உருவாக்கி பல நாடுகளில் தேர்தல் வெற்றிகளை பெற்றுள்ள காலமாக இது உள்ளது. இதன் ஒரு பகுதியாக இந்தியாவிலும் வலதுசாரி சக்திகள் சாதி, மத மற்றும் பழமைவாத கருத்துக்களை முன்னிறுத்தி ஆட்சி அதிகாரத்தில் அமர்ந்துள்ளனர். இச்சவால்களை சந்திப்பதில் இடதுசாரிகளுக்கு பின்னடைவு ஏற்பட்டுள்ளது என்பது உண்மையே.

எனினும், இந்தியப் பொதுவுடமை இயக்கம் அதன் 100 ஆண்டு வரலாற்றில் வளர்ச்சியையும், வீழ்ச்சிகளையும் சந்தித்தே வந்துள்ளது. அத்தகைய அனுபவங்களின் வெளிச்சத்தில் இன்றைய நிலைமைகளை மதிப்பிட்டு, நாம் மேற்கொள்ள வேண்டிய பாதையை, நடைமுறை உத்திகளை சீரமைத்து முன்னேற மார்க்சிஸ்ட் கம்யூனிஸ்ட் கட்சி போராடி வருகின்றது.

இந்நூலை தோழர் வீ. பா. கணேசன் எளிய நடையில் மொழிபெயர்த்துள்ளார். இவர் 1978ஆம் ஆண்டிலிருந்து கட்சியின் பல்வேறு ஆவணங்களை மொழிபெயர்த்து வந்தவர் என்பது மட்டுமின்றி, இடதுசாரி சிந்தனையை பரப்ப உதவும் வகையில் சுமார் 60க்கும் மேற்பட்ட நூல்களை ஆங்கிலத்திலிருந்தும், வங்க மொழியிலிருந்தும் தமிழுக்குக் கொண்டு வந்தவர். தமிழில் ஆற்றொழுக்கான எழுத்துத் திறனும் கொண்டவர். அவ்வகையில் “இந்திய கம்யூனிச இயக்கம் ஒரு நூறாண்டுப் பயணம்” என்ற இந்த நூலையும் தெள்ளிய தமிழில் உருவாக்கித் தந்திருக்கிறார். அவருக்கு நமது இனிய தோழமை வாழ்த்துக்கள்.

இந்திய கம்யூனிஸ்ட் இயக்க வரலாறு என்பது வீரத்தாலும், தியாகத்தாலும் எழுதப்பட்ட ஒன்று. ஒன்றிய பாஜக அரசு மதவெறி நோக்கில் இந்திய அரசியல் வரலாற்றை திருத்தி எழுத முயலும் சூழலில் உண்மையான இந்திய வரலாற்றை மக்கள் முன் வைப்பது அவசியம். இந்திய கம்யூனிஸ்ட் இயக்க வரலாற்றை தவிர்த்துவிட்டு இந்திய வரலாற்றை எழுத முடியாது. விடுதலை போராட்டக் காலத்தில் துவங்கி நவீன இந்தியாவை உருவாக்குவது வரை கம்யூனிஸ்டுகளின் பங்கு பாத்திரம் அளவற்றது. அந்த வகையில் இந்திய வரலாற்றின் ஒருங்கிணைந்த பகுதி கம்யூனிஸ்ட் இயக்க வரலாறு.

இந்தப் போராட்ட வரலாற்றை, கட்சியின் இளம் தலைமுறைக்கு உத்வேகம் தரும் வரலாற்று நிகழ்வுகளாக இந்நூல் விரித்துரைக்கிறது. "ஆகாவென்றெழுந்தது பார் யுகப் புரட்சி!" என்று நவம்பர் புரட்சி பற்றி இங்கு முரசறைந்த மகாகவி பாரதியின் நினைவு நூற்றாண்டும், இந்தியர்களின் சுயமரியாதையை தூக்கிப் பிடித்த கப்பலோட்டிய தமிழர் வ.உ.சி.யின் 150ஆவது பிறந்த ஆண்டும், தமிழக கம்யூனிஸ்ட் முன்னோடிகளில் ஒருவரான தோழர் சங்கரய்யாவின் 100வது பிறந்த ஆண்டும் ஒன்று கூடியுள்ள இந்தத் தருணத்தில் வரலாற்றுச் சிறப்புமிக்க இந்த நூலை பாரதி புத்தகாலயம் வெளியிடுகிறது. மார்க்சிஸ்ட் கட்சியின் உறுப்பினர்கள் மட்டுமின்றி, வர்க்கச் சுரண்டலால் புரையோடிப் போயிருக்கும் இந்தச் சமூகத்தை மாற்றி அமைக்க நினைக்கின்ற, அதற்கு முன் வருகின்ற தோழர்களும், நண்பர்களும் இதனைப் படிப்பது நிச்சயம் பயனுள்ளதாக இருக்கும் என துணிந்து சொல்ல முடியும். அவ்வகையில் கட்சியின் இளந்தலைமுறையினரிடையே இந்த மதிப்பிற்குரிய ஆவணத்தைக் கொண்டு செல்வது நம் அனைவரது கடமையாகும்.

வாழ்த்துக்களுடன்

கே. பாலகிருஷ்ணன்

அணிந்துரை

மகத்தான போராட்டங்களும் பங்களிப்புகளும் நிரம்பியதொரு நூற்றாண்டு

– சீத்தாராம் யெச்சூரி

பொதுச்செயலாளர்

இந்திய கம்யூனிஸ்ட் கட்சி (மார்க்சிஸ்ட்)

இந்திய கம்யூனிஸ்ட் கட்சி உருவானதிலிருந்து தொடங்கும் இந்த நூற்றாண்டு, நவீன இந்தியாவின் வரலாற்றில் புகழ்பெற்றதோர் அத்தியாயமாக அமைகிறது. சுதந்திரப் போராட்டத்தின் போதும், அதற்குப் பின்னரும், எண்ணற்ற புரட்சியாளர்களின் மகத்தான தியாகங்கள், மக்கள் பிரச்சினைகளை தேசிய நிகழ்ச்சி நிரலுக்குக் கொண்டுவருவதில் குறிப்பிடத்தக்க பங்களிப்புகளை வழங்கிய கடுமையான போராட்டங்கள் ஆகியவற்றின் வரலாறாகவும் இது அமைகிறது. கட்சி தொடங்கிய காலத்திலிருந்தே கம்யூனிஸ்டுகள் சமகாலத்திய, உருவாகி வருகின்ற வளர்ச்சிப் போக்குகள் குறித்து அறிவியல்ரீதியான, பொருள்முதல்வாத அடிப்படையிலான ஆய்வினை வழங்கி வந்ததோடு, விடுதலைபெற்ற இந்தியாவில் மக்களின் வாழ்நிலை மற்றும் அரசியல் கட்டமைப்புகளை மேம்படுத்துவதற்குத் தேவையான தீர்வுகளையும் வழங்கி வந்துள்ளனர். நமது அரசியல் ரீதியான விடுதலையை, சோஷலிசத்தின் கீழ் மட்டுமே சாத்தியமாகக் கூடிய, நமது மக்கள் அனைவரின் பொருளாதார விடுதலையை நோக்கி நகர்த்தும் வகையில், மதசார்பற்ற ஜனநாயகக் குடியரசு ஒன்றுக்கான தொலைநோக்குப் பார்வையின் அடிப்படையில் அமைந்ததாகவும் இவை இருந்தன.

இந்த ஆண்டு முழுவதும் நடைபெறவுள்ள நூற்றாண்டுக் கொண்டாட்டத்தில் கட்சி நிறுவப்பட்டதிலிருந்து தொடங்கி கம்யூனிஸ்டுகளின் பங்களிப்புகள் குறித்த செறிவான விவரங்கள் வரும் வாரங்களில் இங்கு ஆவணப்படுத்தப்படவுள்ளன. எனவே, ஒரு சில குறிப்பிடத்தக்க விஷயங்களை மட்டுமே இங்கு சுட்டிக் காட்டுவது பொருத்தமாக இருக்கும்.

தொடக்கம்

முதல் உலகப் போர்க் காலமும் அதற்கு முந்தைய ஆண்டுகளும் நமது தேசிய இயக்கத்திற்குள் இருந்த மிதவாத தலைவர்களுக்கும் புரட்சிகர அணிகளுக்கும் இடையே நடைபெற்று வந்த ஒரு போராட்டத்தை கண்ணுற்று வந்தன. 1917ஆம் ஆண்டில் ருஷ்யப் புரட்சியின் வெற்றியைத் தொடர்ந்து இது மேலும் குவிமையப்பட்டது. உலகம் முழுவதிலுமிருந்த புரட்சியாளர்களை உத்வேகப்படுத்தியதைப் போலவே, அந்தப் புரட்சி இந்தியப் புரட்சியாளர்களுக்கும் உத்வேகமளித்தது. இந்த இரு அம்சங்களின் இணைவே இந்தியப் புரட்சியாளர்கள் பலரையும் கம்யூனிஸ்டுகளாக உருவெடுக்க ஊக்கமளித்தது.

இந்தியப் புரட்சியாளர்கள் சிலர் உலகின் முதலாவது பாட்டாளிவர்க்கப் புரட்சி வெற்றி பெற்ற பூமியைச் சென்றடைய மிகக் கடுமையான பயணத்தை மேற்கொள்ள வேண்டியிருந்தது. இந்தியாவிலிருந்து வந்து குடியேறியிருந்த புரட்சியாளர்கள் 1920 அக்டோபர் 17 அன்று தாஷ்கெண்ட் நகரில் இந்திய கம்யூனிஸ்ட் கட்சியை நிறுவுவதற்கான முன்முயற்சியை மேற்கொண்டனர். இந்த முயற்சி, இந்தியா முழுவதிலும் சிதறிக் கிடந்த பல்வேறு புரட்சியாளர் குழுக்களுக்கு முதல் முறையாக, மார்க்சிய-லெனினியத்தில் தத்துவார்த்த, நடைமுறைக் கல்வியை வழங்கியது எனலாம். 1925ஆம் ஆண்டில் கான்பூர் நகரில் ஒரு கம்யூனிஸ்ட் மாநாட்டினை நடத்துவதற்காக பம்பாய், கல்கத்தா, மதராஸ், உ.பி-பஞ்சாப் பகுதிகளில் இருந்த சிறு சிறு கம்யூனிஸ்ட் குழுக்கள் அனைத்தும் ஒன்று திரட்டப்பட்டன. இதைத் தொடர்ந்து இந்திய கம்யூனிஸ்ட் கட்சி இந்திய நாட்டிற்குள்ளும் செயல்படத் தொடங்கியது. எம்.என்.ராய், பிரிட்டிஷ் கம்யூனிஸ்ட் தலைவர்களில் ஒருவரான ரஜனி பாமிதத் ஆகியோர் வழங்கிய தத்துவார்த்த ரீதியான, கொள்கைரீதியான ஆலோசனைகள் இந்தியாவில் இருந்த பல கம்யூனிஸ்டுகளின் உணர்வு மட்டத்தை வளர்த்தெடுக்க உதவின.

கம்யூனிஸ்ட் கட்சி அது உருவாகிய தருணத்திலிருந்தே, தேசிய இயக்கத்தின் நிகழ்ச்சி நிரலின் மீது செல்வாக்கு செலுத்தத் தொடங்கியது எனலாம். 1921ஆம் ஆண்டு அகமதாபாத் நகரில் நடைபெற்ற அகில இந்திய காங்கிரஸ் கட்சி கூட்டத்திலேயே பிரிட்டிஷ் ஆட்சியிடமிருந்து முழுமையான விடுதலை தேவை என்ற கருத்தை முன்வைக்கும் தீர்மானம் ஒன்றை மவுலானா ஹஸ்ரத் மோஹானி, சுவாமி குமாரனந்தா ஆகியோர் முன்வைத்தனர்.

எனினும், இந்த தீர்மானத்தை காந்திஜி ஏற்கவில்லை. அதற்கடுத்து, 1922ஆம் ஆண்டு கயாவில் நடைபெற்ற அகில இந்திய காங்கிரஸ் கமிட்டி கூட்டத்திலும் இந்திய கம்யூனிஸ்ட் கட்சி தேசிய இயக்கத்தின் குறிக்கோள்களை எடுத்துரைக்கும் கோரிக்கை சாசனம் ஒன்றை வந்திருந்த பிரதிநிதிகள் இடையே விநியோகித்தது.

தீவிர ஒடுக்குமுறை

ஒழுங்கமைக்கப்பட்டதொரு கம்யூனிஸ்ட் கட்சியினால் இந்தியாவில் உருவாகக் கூடிய ஆபத்துக்களை நன்கு உணர்ந்திருந்த ஆங்கிலேயர்கள், தொடக்கத்திலிருந்தே சதி வழக்குகள் மூலம் கடுமையான அடக்குமுறையைத் தொடங்கினர். புலம்பெயர்ந்த புரட்சியாளர்களான, மாஸ்கோவை அடைய முயன்ற மொஹாஜிர்கள் மீது 1922 மே மாதம் தொடங்கி ஐந்து பெஷாவர் சதி வழக்குகள் தொடரப்பட்டன. பின்னர் கான்பூர் சதி வழக்கு 1923.24இல் தொடரப்பட்டது. இந்தியாவுக்கு வெளியே இருந்த புரட்சியாளர்கள் பலர் நாட்டிற்குத் திரும்பி வந்ததும் கைது செய்யப்பட்டனர்; உள்நாட்டு தலைவர்கள் கைது செய்யப்பட்டு கடுமையான சிறைத்தண்டனை விதிக்கப்பட்டனர். முன்னதாக, 1915 ஆம் ஆண்டில், கத்தார் கட்சி இயக்கத்தின் ஒரு பகுதியாக இருந்த புரட்சியாளர்கள், இந்தியா மற்றும் அண்டை தெற்காசிய நாடுகளுக்குச் சென்று திரும்பியபோது அவர்கள் மீது லாகூர் சதி வழக்கு போடப்பட்டது. தண்டனை பெற்ற 291 பேரில் 42 பேர் தூக்கிலிடப்பட்டனர்; 114 பேருக்கு ஆயுள் தண்டனை விதிக்கப்பட்டது. 1929 மார்ச் 20 அன்று கம்யூனிஸ்ட் கட்சியின் 31 முக்கிய தலைவர்களுக்கு எதிராக மீரட் சதி வழக்கு தொடங்கப்பட்டதன் மூலம் இன்னும் பெரிய அளவிலான அடக்குமுறை நடைமுறைக்கு வந்தது.

இந்த தலைவர்கள் தங்களது தண்டனைகளை அனுபவித்து, பொது வாழ்க்கைக்கு மீண்டும் திரும்பி வந்தபோதுதான் 1934 இல் இந்திய கம்யூனிஸ்ட் கட்சியின் அகில இந்திய மையம் உருவாக முடிந்தது. அன்றிலிருந்து இன்றுவரை அது தொடர்ந்து செயல்பட்டு வருகிறது.

தொலைநோக்குகளின் யுத்தம்

விடுதலைப் போராட்டத்தின்போது உருவான மூன்று கண்ணோட்டங்களுக்கு இடையிலான தொடர்ச்சியான போராட்டத்தின் விளைவாகவே அனைவரையும் உள்ளடக்கிய இந்தியா என்ற கருத்தாக்கம் உருவானது. சுதந்திர இந்தியா ஒரு

மதச்சார்பற்ற, ஜனநாயக குடியரசாக இருக்கக்கூடும் என்று விடுதலைப் போராட்டத்தின் முக்கிய சக்தியாக விளங்கிய காங்கிரஸின் கண்ணோட்டம் கற்பனை செய்திருந்தது. கம்யூனிஸ்டுகள், இதற்கு உடன்பட்ட அதேநேரத்தில், சுதந்திர இந்தியா முதலாளித்துவ வளர்ச்சிக்கான பாதையை பின்பற்றினால், அத்தகைய மதச்சார்பற்ற ஜனநாயக கட்டமைப்பை ஏற்றுக்கொள்ள முடியாது என்று மேலும் கூறினர். ஆகவே, நாம் பெறும் அரசியல் சுதந்திரத்தை, ஒவ்வொரு இந்தியரின் சமூக-பொருளாதார சுதந்திரத்தை சாத்தியமாக்கும் திறன்பெற்ற சோசலிசத்தை நோக்கி விரிவுபடுத்த வேண்டுவது அவசியம் என்பதாகவே கம்யூனிஸ்டுகளின் தொலைநோக்கு அமைந்திருந்தது.

மூன்றாவது கண்ணோட்டமானது இவை இரண்டிற்கும் முற்றிலும் விரோதமானதாக அமைந்ததாகும். இது சுதந்திர இந்தியாவின் தன்மையானது அதன் மக்களின் மதச் சார்பின் அடிப்படையில் தீர்மானிக்கப்பட வேண்டும் என்று வாதிட்டது. இந்தக் கண்ணோட்டத்திற்கு இரண்டு விதமான வெளிப்பாடுகள் இருந்தன-முஸ்லீம் லீக் ஒரு ‘இஸ்லாமிய அரசை’ கோரியது எனில், ஆர்.எஸ்.எஸ் ‘இந்து ராஷ்ட்ராவை’ கோரியது. பிரிட்டிஷாரின் உதவியுடன், அவர்களால் அருமையான வகையில் வடிவமைக்கப்பட்ட, துரதிர்ஷ்டவசமான, நாட்டுப் பிரிவினையின் மூலம் முந்தைய கோரிக்கை வெற்றிபெற்றது. அதன் மூலம் உருவான அனைத்து விளைவுகளும் இன்றுவரை தொடர்ந்து, நாட்டில் பதட்டங்களை உருவாக்கிக் கொண்டு வருகின்றன. பிந்தையவர்கள், சுதந்திரத்தின்போது தங்கள் நோக்கத்தை அடையத் தவறியதால், நவீன இந்தியாவை ஒரு தீவிரமான, சகிப்புத் தன்மையற்ற, பாசிச ‘இந்து ராஷ்ட்ரா’விற்கான திட்டமாக மாற்றுவதற்கான தங்களது முயற்சிகளைத் தொடர்ந்தனர். ஆர்.எஸ். எஸ். ஸின் கண்ணோட்டம் மற்றும் அரசியல் திட்டத்தை இந்திய விடுதலை இயக்கம் நிராகரித்தது குறித்த அவர்களின் ஏமாற்றத்தை பிரதிபலிப்பதாகவே மகாத்மா காந்தியின் படுகொலை அமைந்தது.

ஒரு வகையில் இந்த மூன்று தொலைநோக்குகளுக்கிடையேயான இந்த யுத்தத்தின் தொடர்ச்சியாகவே, இன்றைய கருத்தியல் போர்களும் அரசியல் மோதல்களும் உள்ளன என்பதும் இதிலிருந்து தெளிவாகும்.

இடதுசாரிகளின் பங்கு

தொடக்கத்திலிருந்தே, அது தொடர்ந்து நடத்தி வந்த போராட்டங்களின் மூலம், தேசிய இயக்கத்தின் நிகழ்ச்சி நிரலில்

மிக முக்கியமான பிரச்சனைகளை கொண்டு வந்ததன் விளைவாக, அனைவரையும் உள்ளடக்கிய இந்தியா என்ற கருத்தாக்கம் உருப்பெறுவதில் கம்யூனிஸ்ட் கட்சி மிக முக்கியமான பங்கினை வகித்தது. முதலாவதாக, நாட்டின் பல்வேறு பகுதிகளில் கம்யூனிஸ்டுகள் கட்டவிழ்த்துவிட்ட நில கோரிக்கைக்கான போராட்டங்கள் - கேரளாவில் புன்னபுரா- வயலார், வங்காளத்தில் தெபாகா இயக்கம், அசாமில் சுர்மா பள்ளத்தாக்கு போராட்டம், மகாராஷ்டிராவில் வார்லி எழுச்சி, தெலுங்கானாவில் ஆயுதப் போராட்டம் போன்ற இவற்றின் சிறப்பம்சம் நில சீர்திருத்தங்கள் தொடர்பான பிரச்சினையை மைய நிலைக்கு கொண்டு வந்ததாகும். இதன் விளைவாக ஜமீன்தாரி முறை மற்றும் அபரிமிதமான நிலக் குவிப்பு ஆகியவற்றின் நிலப்பிரபுத்துவ அடிமைத்தனத்திலிருந்து கோடிக்கணக்கான மக்களை விடுவித்து, கிராமப்புற இந்தியாவில் இருந்த சுரண்டப்பட்ட பிரிவினரை விடுதலை இயக்கத்திற்குள் ஈர்த்தது. இதற்கு நேர்மாறாக, கிராமப்புற இந்தியாவில் இருந்த சுரண்டும் வகுப்பினரை தங்களது கூட்டாளிகளாக இணைத்துக் கொள்ள காங்கிரஸ் தலைமை முயன்றது.

இரண்டாவதாக, சுதந்திர இந்தியாவில் மாநிலங்களின் மொழிவாரி மறுசீரமைப்பிற்கான மக்கள் போராட்டங்களுக்கு கம்யூனிஸ்ட் கட்சி தலைமை தாங்கியது. ஆகவே, ஓரளவிற்கு நியாயமான வகையிலும், அறிவியல் மற்றும் ஜனநாயக பூர்வமான வகையிலும், இன்றைய இந்தியாவின் அரசியல் ‘வரைபடத்தை’ உருவாக்குவதற்கு, அதுவே முக்கியமாக காரணமாக அமைந்திருந்தது. விசாலாந்திரா, ஐக்கிய கேரளா மற்றும் சம்யுக்தா மகாராஷ்டிராவுக்கான போராட்டங்கள், நாட்டில் உறுதியான கம்யூனிஸ்டுகளாக உருவெடுத்தவர்களால் வழிநடத்தப்பட்டன. சமத்துவத்தின் அடிப்படையில், இந்தியாவில் வசிக்கும் பல மொழிவாரி தேசிய இனங்களை ஒருங்கிணைக்க இது வழிவகுத்தது.

மூன்றாவதாக, மதச்சார்பின்மை குறித்த இடதுசாரிகளின் உறுதிப்பாடு இந்தியாவின் யதார்த்தத்தை அங்கீகரிப்பதை அடிப்படையாகக் கொண்டது. உண்மையில், 1920ஆம் ஆண்டின் முற்பகுதியில், இந்திய கம்யூனிஸ்ட் கட்சி உருவான உடனேயே, 1920களில் இனவாத கலவரங்கள் எழும்பிய பின்னணியில், வகுப்புவாத பிரிவுக்கு ஒரே மாற்று மருந்து ஏகாதிபத்தியத்திற்கும் சுரண்டல் வர்க்கங்களுக்கும் எதிரான, அனைத்து சாதிகள் மற்றும் சமூகங்களைச் சேர்ந்த உழைக்கும் வர்க்க ஒற்றுமையே என்று கட்சியின் சார்பாக எம்.என். ராய் எழுதினார்.

இந்தியாவின் அபரிமிதமான பன்முகத்தன்மை மட்டுமின்றி இந்த பன்முகத்தன்மைக்குள் நிலவும் பொதுவான பிணைப்புகளை வலுப்படுத்துவதன் மூலம் மட்டுமே இந்த ஒற்றுமையை பராமரிக்க முடியும்; மாறாக, இந்த பன்முகத்தன்மையின்மீது ஒரே மாதிரியான தன்மையை திணிப்பதன் மூலம் அல்ல. இவ்வாறு ஒரே மாதிரியான தன்மையை துல்லியமாகத் திணிப்பதை வகுப்புவாத சக்திகள் இன்றும் தீவிரமாகத் தொடர்கின்றன. பொதுவான தன்மையின் உறவுகளை வலுப்படுத்துவது என்பது இந்தியாவின் சமூக பன்முகத்தன்மையின் அனைத்து பண்புகளுக்கும் பொருந்துவது என்ற போதிலும், மதத்தைப் பொறுத்தவரையில் இது மிகுந்த முக்கியத்துவம் வாய்ந்தது. இந்தியாவின் பிரிவினை மற்றும் அதைத் தொடர்ந்த கொடூரமான வகுப்புவாத வெறித்தனத்திற்குப் பின், மதச்சார்பின்மை என்பது அனைவரையும் உள்ளடக்கிய இந்தியாவின் பிரிக்க முடியாத ஒரு அங்கமாக மாறியது. மதச்சார்பின்மை என்பதற்கு அரசியலில் இருந்து மதத்தைப் பிரிப்பது என்றுதான் பொருள். இதன் பொருள், தனிநபர் தனது மத நம்பிக்கையைத் தேர்ந்தெடுப்பதை அரசு எவ்வித தயக்கமுமின்றி பாதுகாக்கும் அதே நேரத்தில், அது எந்த ஒரு மதத்தின் மீதான சார்பையும் வெளிப்படுத்தவோ அல்லது விரும்பவோ கூடாது. சுதந்திரத்திற்குப் பின்பு, நடைமுறையில், மதச்சார்பின்மை என்பது அனைத்து மதங்களையும் சமமாகக் கருதுவது என்பதாக இது குறுக்கப்பட்டுள்ளது. பெரும்பான்மையினரின் மத நம்பிக்கையை நோக்கிய உள்ளார்ந்த சார்பு இதற்குள் பொதிந்துள்ளது. உண்மையில், இதுதான் இன்றைய வகுப்புவாத மற்றும் அடிப்படைவாத சக்திகளுக்குத் தீனி போடுவதாகவும் அமைகிறது.

மேலெழுந்து வந்த ஆளும் வர்க்கங்களும் வர்க்கப் போராட்டங்களும்

இந்திய முதலாளித்துவமானது அநேகமாக அன்றிருந்த காலனி நாடுகளிலேயே மிகவும் வளர்ச்சியடைந்த ஒன்றாக இருந்தது. சுதந்திரத்திற்குப் பிந்தைய காலத்தில் முதலாளித்துவ வளர்ச்சிப் பாதையைத் தொடர்ந்து மேற்கொள்வதிலும் அது மிகுந்த ஆர்வத்துடன் இருந்தது. ஆளும் வர்க்கம் என்ற பாத்திரத்தை ஏற்றுக்கொள்வதற்காக, அது நில உரிமையாளர்களுடன் ஒரு கூட்டணியை உருவாக்கிக் கொண்டு, அதிகாரப் பரிமாற்றத்திற்காக ஏகாதிபத்தியத்துடன் பேரம் பேசியது. ஆகவே, விடுதலைக்கான இயக்கம் ஏகாதிபத்தியம் மற்றும் நிலப்பிரபுத்துவம் ஆகிய இரண்டிலிருந்தும் இந்தியாவை விடுவிக்கும் பணியை

முடிக்காமலிருப்பதை அவர்கள் உறுதி செய்தனர். எனவே, கம்யூனிஸ்ட் கட்சி, இந்தியப் புரட்சியின் ஜனநாயக கட்டத்தை நிலப்பிரபுத்துவ எதிர்ப்பு, ஏகாதிபத்திய எதிர்ப்பு மற்றும் ஏகபோக மூலதன எதிர்ப்பு ஆகிய மூன்று கடமைகளையும் முடித்து வைக்கும் ஒன்று என வரையறுத்தது.

உள்நாட்டிலும் வெளிநாடுகளிலும் உள்ள, கம்யூனிஸ்ட் இயக்கத்தின் நலம் விரும்பிகள் பலரும், 1920 இல் நிறுவப்பட்ட கட்சி சோசலிசத்தை வென்றடைவது என்ற அதன் நோக்கத்தை ஏன் அடைய முடியவில்லை? என்ற கேள்வியை எழுப்புகின்றனர். அதே நேரத்தில் உருவான போதிலும், சீனா, வியட்நாம், கொரியாவில் உள்ள கம்யூனிஸ்ட் கட்சிகள் வெற்றிபெற முடியும்போது, இந்தியாவில் அது நடக்காததற்கு காரணம் என்ன? போதுமான அளவிற்கு அர்ப்பணிப்போ அல்லது தியாகங்களோ இல்லை என்பது இதற்கான பதில் இல்லை. இந்திய கம்யூனிஸ்டுகள் மிகப் பெரும் வர்க்கப் போர்களை வழிநடத்திய பெருமைமிக்க சாதனையைக் கொண்டவர்கள்; தேசிய விடுதலைக்காகவும், தொழிலாளி வர்க்கம், விவசாயிகள் மற்றும் பல லட்சக்கணக்கான ஒடுக்கப்பட்ட பிரிவினரின், சுரண்டப்பட்ட வர்க்கங்களின் பாதுகாப்பிற்காக மகத்தான தியாகங்களைச் செய்தவர்கள். இந்தியாவில் புரட்சிகர இயக்கத்தின் மிகச்சிறந்த மரபுகளை பிரதிநிதித்துவம் செய்பவர்களாகவும் அவர்கள் திகழ்கின்றனர்.

மார்க்சியம்-லெனினிசம் என்பது படைப்பூக்கம் மிக்கதொரு அறிவியல் ஆகும். ‘ஸ்தூலமான நிலைமைகள் குறித்த ஸ்தூலமான பகுப்பாய்வு’ என்பதே அதன் உயிரோட்டமான சாரம் ஆகும். ‘நிலைமைகள்’ சரியாக மதிப்பிடப்படாதபோதோ, அல்லது ‘பகுப்பாய்வு’ மாறிக் கொண்டேயிருக்கும் நிலைமைகளுடன் ஒத்துப்போகாதபோதோ, தவறுகள் நிகழ்கின்றன. இந்தியாவின் சுதந்திரப் போராட்டத்தில் கம்யூனிஸ்டுகள் ஒரு முக்கிய பங்கை வகித்த போதிலும், சீனா, வியட்நாம் அல்லது வட கொரியாவில் நடந்ததைப் போல விடுதலைப் போராட்டத்தின் தலைமைப் பொறுப்பை அவர்களால் ஏற்க முடியவில்லை.

இந்திய ஆளும் வர்க்கங்களின் வர்க்க தன்மை, இந்தியப் புரட்சி மேற்கொள்ள வேண்டிய பாதை போன்ற ஸ்தூலமான நிலைமைகள் குறித்து கம்யூனிஸ்டுகளிடையே கருத்து வேறுபாடுகள் நிலவியதன் விளைவாக பல தசாப்தங்களுக்கு பல்வேறு பிளவுகள் உருவாயின. இந்திய ஆளும் வர்க்கங்களின் தன்மை பற்றிய அதன் சரியான பகுப்பாய்வு, இந்திய மக்களில் பெரும்பகுதியை வர்க்கப்

போராட்டங்களில் அணிதிரட்ட முடிந்த அதன் திறன் ஆகியவற்றின் விளைவாக, சுதந்திர இந்தியாவில் மிகப்பெரும் கம்யூனிஸ்ட் சக்தியாக சிபிஐ (எம்) உருவெடுத்தது.

பாராளுமன்றத்திற்கு உள்ளேயும் பாராளுமன்றத்திற்கு வெளியேயும் நிகழும் போராட்டங்களை இணைத்ததன் மூலம், அரசியல் வளர்ச்சிப் போக்குகள், இந்தியாவில் அரசுகளை உருவாக்குவது ஆகியவற்றுக்கான போக்குகளில் சிபிஐ(எம்) கணிசமான செல்வாக்கினை செலுத்த முடிந்தது. கேரளாவில் 1957ஆம் ஆண்டில் உருவான முதல் கம்யூனிஸ்ட் அரசாங்கம், பின்னர் மேற்கு வங்கத்தில் உருவான இடது முன்னணி அரசுகள், திரிபுராவில் சிபிஐ (எம்) தலைமையிலான இடது முன்னணி அரசு ஆகியவற்றோடு இந்திய நாடாளுமன்றத்தில் அதன் பங்களிப்பு ஆகியவையும், நவீன இந்திய அரசியலின் பரிணாம வளர்ச்சியில் குறிப்பிடத்தக்க பங்களிப்பை வழங்கியது.

இருப்பினும், கடந்த பத்தாண்டு காலப்பகுதியில், சிபிஐ (எம்) இன் பாராளுமன்ற செல்வாக்கு கணிசமாகக் குறைந்துள்ளது. வலதுசாரி அரசியல் தாக்குதல் தனது அரசியல் திட்டம் குறித்து எவ்வித சமரசம் செய்யாத அரசியல் எதிரியாக, முக்கியமாக, கம்யூனிஸ்டுகளை குறிவைத்தது. உடல் ரீதியான தாக்குதல்கள், அடக்குமுறை, வன்முறையும் பயங்கரவாதமும் நிரம்பிய அரசியல் கலாச்சாரத்தை உருவாக்குவது ஆகியவற்றின் மூலம் இந்தத் தாக்குதல்கள் மேற்கொள்ளப்பட்டன. இது வங்காளத்திலும், அதன் பின்னர் திரிபுராவிலும் நடந்துள்ளது. இப்போது கேரளாவிலும் இடது ஜனநாயக முன்னணி அரசை நிலைகுலையச் செய்ய எடுக்கப்பட்டு வரும் முயற்சிகள் தோல்வியையே சந்தித்து வருகின்றன.

எனினும், இதே காலப்பகுதியில், சுரண்டப்படும் வர்க்கங்களின், குறிப்பாக தொழிலாளி வர்க்கம் மற்றும் விவசாயிகளின் போராட்டங்களை முன்நின்று நடத்தும் முக்கிய சக்தியாக சிபிஐ(எம்) இருந்து வருகிறது. இந்தப் போராட்டங்கள்தான் பொது விவாதத்திலிருந்து எவ்வகையிலும் அழித்துவிட முடியாத வகையில் முக்கியமான பல பிரச்சனைகளை தேசிய அளவிலான விவாதப் பொருளாக முன்னுக்குக் கொண்டு வந்தன; தொடர்ந்து அதைச் செய்தும் வருகின்றன.

இன்றைய சவால்கள்

ஒரு கார்ப்பரேட்-வகுப்புவாதக் கூட்டணி இப்போது மேலதிகாரத்திற்கு வந்துள்ளது. நாட்டையும் அதன் நலன்களையும் நாட்டு மக்களுக்கு மேலாக வைத்து, நாட்டின் பெயரால் தங்களது ஜனநாயக உரிமைகளை இழப்பது உள்ளிட்டு நாட்டு மக்களிடமிருந்து தியாகங்களைக் கோருகின்ற, மிக மோசமான வகுப்புவாத வெறிபிடித்த, தேசியவாதக் கருத்தாக்கத்தை அது தீவிரமாகப் பிரச்சாரம் செய்து வருகிறது. சமீபத்தில் தேசிய புலனாய்வு முகமை சட்டத்திற்கான திருத்தங்களை முன்வைக்கும் மசோதா மக்களவையில் உறுப்பினர்களின் விவாதத்திற்காக முன்வைக்கப்பட்டபோது, "இந்தத் திருத்தங்களை எதிர்ப்பவர்கள் பயங்கரவாதிகளின் ஆதரவாளர்கள்; அவர்களின் பாதுகாவலர்கள்" என உள்துறை அமைச்சர் மிகுந்த ஆவேசத்தோடு முழக்கமிட்டார். அரசு முன்வைத்துள்ள மிகக் கொடூரமான இந்தத் திருத்தங்கள் அனைத்து தனிநபர்களின் ஜனநாயக உரிமைகளையும், நாட்டின் குடிமக்கள் என்ற வகையிலான உரிமைகளையும் மிக மோசமான வகையில் பாதிப்பவைகளாக அமைந்துள்ளன. பாஜக அரசு, அதன் கொள்கைகளை எதிர்த்து எந்தவொரு மாற்றுக் கருத்தையும் வெளியிடுவது 'தேசவிரோதம்' என்ற வகையில் கைது செய்யப்படுவதற்கும், சிறையில் அடைக்கப்படுவதற்கும் வழிவகுக்கும். அதாவது 'காவல்துறையின் அதிகாரத்தை முழுமையாகப் பயன்படுத்தும் ஓர் அரசு' என்பது இவற்றின் மூலம் சட்டபூர்வமாக்கப்படுகிறது.

ஜம்மு-காஷ்மீரின் மாநில அந்தஸ்து சமீபத்தில் ரத்து செய்யப்பட்டது; அதைத் தொடர்ந்து அந்த மாநில மக்களின் மீது விதிக்கப்பட்டு வரும் அதீதமான கட்டுப்பாடுகள்; அசாம் மாநிலத்தில் நிலவி வரும் தேசிய குடிமக்கள் பதிவேடு குறித்த கிளர்ச்சிமிக்க சூழல்; அது இந்தியா முழுவதற்கும் விரிவுபடுத்தப்படும் என்ற அச்சுறுத்தல்; முஸ்லீம்களை ஒதுக்கி வைத்த வகையில், மதரீதியான சார்பின் அடிப்படையில் இந்திய குடியுரிமையை வரையறுக்கும் வகையில் உருவாக்கப்பட்டுள்ள குடியுரிமை திருத்த மசோதா ஆகிய இவை அனைத்துமே மதசார்பற்ற, ஜனநாயக ரீதியான அரசியல் அமைப்புச் சட்ட அமைப்பின் இருப்பையே அபாயத்திற்கு உள்ளாகியிருப்பதைத் தெளிவாகச் சுட்டிக் காட்டும் அறிகுறிகளாக அமைகின்றன.

இந்த வலதுசாரி அரசியல் ஒருங்கிணைப்புக்கான சவால் என்பது நிச்சயமாக இடதுசாரி மற்றும் இடது மைய அரசியல் ஒருங்கிணைப்பிலிருந்துதான் வரும்.

இந்த சவாலை எதிர்கொள்வதில் சிபிஐ (எம்) உறுதியோடு உள்ளது. இந்த நூற்றாண்டு விழாக் கொண்டாட்டங்கள் நமது குறைபாடுகளை களைவதற்கும் உத்வேகமூட்டுவதற்குமான வாய்ப்பாக விளங்கும். மேலும் நமது அரசியல் அமைப்பு ஒழுங்கைப் பாதுகாப்பது; சுரண்டலுக்கு முடிவு கட்டுவதை நோக்கி அதை எடுத்துச் செல்வது ஆகிய இரண்டு கடமைகளையும் நிறைவேற்றுவதற்கு அத்தியாவசியமான கம்யூனிஸ்ட் இயக்கத்தை வலுப்படுத்தவும் இது பயன்படும்.

மவுலானா ஹஸ்ரத் மோகானி உருவாக்கிய, அதை என்றும் அழியாததொரு முழக்கமாக பகத் சிங் மாற்றியமைத்த முழக்கமான இன்குலாப் ஜிந்தாபாத் என்ற முழக்கமானது தற்போதைய இனவாத, தேசியவாத வெறித்தனத்தின் தாக்குதலை எதிர்கொள்ளும் திறன்பெற்ற, தெளிவானதொரு அறைகூவலாகும். அனைவரையும் உள்ளடக்கிய இந்தியா இதில் நிச்சயமாக வெற்றி பெறும். இதற்கு, மக்கள் ஜனநாயகத்தை நிலைநாட்டுவதற்கான போராட்டங்கள், சோசலிசத்தை நோக்கி முன்னோக்கிய அணிவகுப்பு ஆகியவை மேலும் வலுப்படுத்தப்பட வேண்டியது அவசியமாகும்.

அக்டோபர் 13, 2019

உள்ளடக்கம்

1

தாஷ்கெண்ட் நகரில்
இந்திய கம்யூனிஸ்ட் கட்சியின் உருவாக்கம்

இந்திய கம்யூனிஸ்ட் இயக்கத்தின் புகழ்பெற்ற வரலாறு 1920 ஆம் ஆண்டு அக்டோபர் 17 ஆம் தேதி தாஷ்கண்டில் இந்திய கம்யூனிஸ்ட் கட்சி அமைக்கப்பட்டதன் மூலம் தொடங்குகிறது. இங்கே, இந்த பத்தியில், கடந்த 100 ஆண்டுகளில் கட்சி வரலாற்றின் முக்கிய நிகழ்வுகள், போராட்டங்கள், தியாகங்கள், முக்கியமான கொள்கை முடிவுகள் ஆகியவற்றை நினைவுகூர இருக்கிறோம்.

அக்டோபர் 17,1920 அன்று, சோவியத் ஒன்றியத்தின் அப்போதைய துர்க்கிஸ்தான் குடியரசின் தலைநகரான தாஷ்கண்டில் இந்திய கம்யூனிஸ்ட் கட்சி உருவானதை அறிவிக்கும் வகையில் ஒரு கூட்டம் நடைபெற்றது.

கூட்டத்தில் எம் என் ராய், ஈவ்லின் ட்ரெண்ட்-ராய், அபானி முகர்ஜி, ரோசா ஃபிடிங்கோவ், மொஹமத் அலி, மொஹமத் ஷஃபிக், எம்.பி.பி.டி ஆச்சார்யா ஆகியோர் கலந்து கொண்டனர். கட்சியின் செயலாளராக மொஹமத் ஷஃபிக் தேர்ந்தெடுக்கப்பட்டார். இந்தத் தொடக்கக் கூட்டம் கம்யூனிஸ்ட் அகிலத்தால் அறிவிக்கப்பட்ட கொள்கைகளை ஏற்றுக்கொண்டதோடு, ‘இந்தியாவின் நிலைமைகளுக்கு ஏற்ற வகையில்’ இந்திய கம்யூனிஸ்ட் கட்சியின் திட்டத்தை இறுதிப்படுத்துவது என்றும் முடிவு செய்தது.

எம் என் ராய் 1920 இல் மாஸ்கோவில் நடைபெற்ற கம்யூனிஸ்ட் அகிலத்தின் இரண்டாவது காங்கிரசில், மெக்சிகோ கம்யூனிஸ்ட் கட்சியின் பிரதிநிதியாக கலந்து கொண்டார். அபானி முகர்ஜி மற்றும் ஆச்சார்யா ஆகியோரும் ஆலோசகர்கள் என்ற வகையில் இந்த காங்கிரஸில் கலந்து கொண்டனர். மொஹமத் ஷஃபிக் இந்த காங்கிரஸில் ஒரு பார்வையாளராக இருந்தார்.

எம் என் ராயின் மனைவியான ஈவ்லின் ஒரு அமெரிக்க கம்யூனிஸ்ட் ஆவார். ரோசா ஃபிடிங்கோவ் அபானி முகர்ஜியை மணந்த ரஷ்ய கம்யூனிஸ்ட் ஆவார்.

இந்தக் குழுவில் இருந்த இந்தியர்கள் இந்தியாவில் அப்போதிருந்த பிரிட்டிஷ் ஆட்சியை தூக்கி எறிவதற்காக ஒரு புரட்சிகர இயக்கத்தையோ அல்லது ஆயுதந்தாங்கிய ஒரு போராட்டத்தையோ மேற்கொள்வதற்கான வழிகளைத் தேடி இந்தியாவை விட்டு

எம்.என். ராய்　　　அபானி முகர்ஜி

வெளியேறிய, தீவிர நாட்டுப்பற்று மிக்க இளைஞர்களாகவே இருந்தனர். எம்.என்.ராய், அபானி முகர்ஜி, எம்பிபிடி ஆச்சார்யா ஆகியோர் இந்த வகையைச் சேர்ந்தவர்களாவர். மொஹமத் ஷாஃபிக், மொஹமத் அலி ஆகியோர் பிரிட்டிஷாரை எதிர்த்துப் போராடுவதற்கான உதவியைக் கோரும் நோக்கத்துடன் தாஷ்கெண்ட் நகருக்கு வந்து சேர்ந்த முகாஜிர்கள் ஆவர். துடிதுடிப்பான இந்தப் புரட்சியாளர்களின் பயணங்கள், சாகசங்கள் மற்றொரு தருணத்தில் சொல்லியே ஆக வேண்டிய விஷயங்களாகும்.

இவ்வகையில், தாஷ்கெண்ட்டில் இந்திய கம்யூனிஸ்ட் கட்சி உருவானதன் பின்னணியில் உலகளாவிய பாட்டாளி வர்க்கப் புரட்சி, இந்திய தேசிய விடுதலைப் போராட்டம் ஆகிய நீரோட்டங்கள் பின்னிப் பிணைந்து நிற்கின்றன எனலாம்.

1917ஆம் ஆண்டில் ருஷ்யாவில் நிகழ்ந்தேறிய அக்டோபர் புரட்சி மிகப் பிரம்மாண்டமான வகையில் உலகளாவிய தாக்கத்தை ஏற்படுத்தியிருந்தது. இந்தப் புரட்சியின் தன்மை குறித்த தகவல்கள் அப்போது ஒரு பிரிட்டிஷ் காலனி நாடாக இருந்த இந்தியாவை வந்தடைவதற்கு முன்பாகவே, இந்தியாவிலிருந்து வெளிநாடுகளுக்குச் சென்று குடியேறியிருந்த இந்தியப் புரட்சியாளர்கள் இந்தப் புதுயுக சமூகப் புரட்சியினால் கவரப்பட்டிருந்தனர்.

பெர்லின் நகரில் இருந்த புரட்சியாளர்கள் குழு ஒன்று மாஸ்கோவில் போல்ஷ்விக்குகளுடன் தொடர்பு கொள்வதென முடிவு செய்திருந்தது. வீரேந்திரநாத் சட்டோபாத்யாயாவின் தலைமையிலான இந்தக் குழுவில் புபேந்திரநாத் தத்தா, முகமத் பரக்கத்துல்லா, நளினி குப்தா போன்ற பலரும் இருந்தனர்.

அமெரிக்காவில் இருந்த கத்தார் கட்சியைச் சேர்ந்த தலைவர்களும் ருஷ்யப் புரட்சியாளர்களுடன் தொடர்பு கொள்ள முயற்சித்து வந்தனர். பிரிட்டிஷாரை எதிர்த்துப் போராடுவதற்காக உருவாக்கப்பட்ட அந்த அமைப்பின் எழுச்சிக்கான முயற்சிகள் கோமகட்டா மாரு சம்பவத்தைத் தொடர்ந்து நசுக்கப்பட்டிருந்தன.

எவ்லின் ட்ரெண்ட் ராய்   எம்பிபிடி ஆச்சார்யா

1920-21ஆம் ஆண்டுகளில் இந்தியாவில் நடைபெற்ற ஒத்துழையாமை- கிலாஃபத் இயக்கங்களின்போது பிரிட்டிஷ் ஆட்சிக்கு எதிரான இந்தப் போராட்டத்தைத் தொடர்ந்து நடத்த விரும்பிய பெரும் எண்ணிக்கையிலான கிலாஃபத் இயக்கத்தொண்டர்கள் இந்தியாவிலிருந்து ஆப்கானிஸ்தானுக்குச் சென்றனர். அவர்களில் பலரும் அங்கிருந்து தாஷ்கெண்ட் நகருக்குச் சென்றனர். சோவியத் அதிகாரிகள் முகாஜிர்களை வரவேற்றதோடு, பிரிட்டிஷ் ஆட்சிக்கு எதிரான அவர்களது போராட்டத்திற்கு உதவி புரியவும் தயாராக இருந்தனர். இந்த முகாஜிர்களில் ஒரு சிலர் கம்யூனிஸ்ட் கட்சி, போல்ஷ்விக் புரட்சியாளர்களுடன் தொடர்பு ஏற்பட்ட பிறகு கம்யூனிசத்தை ஏற்றுக் கொண்டனர். 1921ஆம் ஆண்டில் மாஸ்கோவில் கீழைத் தேய உழைப்பாளிகளுக்கான கம்யூனிஸ்ட் பல்கலைக்கழகம் தொடங்கப்பட்டபோது, இந்த முகாஜிர்களில் 25 பேர் அங்கு கல்வி பயில அனுப்பிவைக்கப்பட்டனர்.

எம்.என். ராய் கம்யூனிஸ்ட் அகிலத்தின் நிர்வாகக் குழுவில் ஓர் உறுப்பினராகத் தேர்ந்தெடுக்கப்பட்டார். தாஷ்கெண்ட் நகரிலிருந்து செயல்பட்டு வந்த மத்திய ஆசிய நிலையத்திற்கு அவர் அனுப்பி வைக்கப்பட்டார். இந்தப் பொறுப்பில் செயல்படும்போதுதான் முகாஜிர்களுடன் இணைந்து செயல்படும் வாய்ப்பு அவருக்குக் கிடைத்தது. இந்த முகாஜிர்களில் பலரும் இந்தியாவிலிருந்த பிரிட்டிஷ் ஆட்சிக்கு எதிரான போராட்டத்தைத் தொடர்ந்து நடத்த கம்யூனிஸ்ட் கட்சி உருவாக்கப்படுவதில் ஆர்வம் காட்டினர்.

உலகம் முழுவதிலுமே கம்யூனிஸ்ட் கட்சிகள் தொடக்கத்தில் புரட்சியாளர்களின் சிறு குழுக்களால்தான் தொடங்கப்பட்டன. சீனாவில் 1921ஆம் ஆண்டில் ஷாங்காய் நகரில் நடைபெற்ற ஒரு கூட்டத்திற்குப் பிறகுதான் சீன கம்யூனிஸ்ட் கட்சி உருவானது. இந்தக் கூட்டத்தில் கலந்து கொண்டவர்கள் மொத்தம் 13

பிரதிநிதிகள்தான். (பின்னாளில் வியட்நாம், கம்போடியா, லாவோஸ் எனப் பிரிந்து போன) இந்தோனேஷியா கம்யூனிஸ்ட் கட்சியானது இந்தப் பகுதியை தனது ஆதிக்கத்தில் வைத்திருந்த ஏகாதிபத்திய சக்தியான பிரான்ஸ் நாட்டில் வசித்து வந்த, மார்க்சியத்தை ஏற்றுக் கொண்ட, புலம்பெயர்ந்தவர்களால் தொடங்கப்பட்டதாகும்.

தாஷ்கண்டில் இருந்த (இந்திய) கம்யூனிஸ்ட் குழு மேலும் இரண்டு கூட்டங்களை நடத்தியதற்கான பதிவுகள் உள்ளன. 1920 டிசம்பர் 15 அன்று நடைபெற்ற கூட்டத்தின் நிகழ்வுக் குறிப்புகள் மூன்று பேர் பரீட்சார்த்த உறுப்பினர்களாக சேர்க்கப்பட்டதைத் தெரிவிக்கிறது. அப்துல் ஆதர் ஷெராய், மசூத் அலி ஷா காஜி, அக்பர் ஷா (சலீம்) ஆகியோரே அந்த மூவர். கட்சியின் முழு உறுப்பினர் தகுதியை பெறுவதற்கு பரீட்சார்த்த உறுப்பினர்கள் மூன்று மாத கால தகுதிகாண் காலத்தினை முடித்திருக்க வேண்டும்.

தாஷ்கெண்ட் நகரில் அந்த நேரத்தில் ஒரு இந்திய புரட்சிக் குழுவும் இருந்தது. முகாஜிர்களும் அங்கு வந்து குடியேறியிருந்த புரட்சியாளர்களுமே இதில் நிரம்பியிருந்தனர். இந்த அணிகளில் இருந்துதான் கீழைத்தேய உழைப்பாளிகளுக்கான கம்யூனிஸ்ட் பல்கலைக்கழகத்தில் சேர்வதற்கு மாஸ்கோவிற்கு அனுப்புவதற்கான நபர்கள் தேர்வு செய்யப்பட்டனர்.

கம்யூனிஸ்ட் அகிலத்தின் தலைமையை சந்திப்பதற்கென வீரேந்திரநாத் சட்டோபாத்யாயா தலைமையில் பெர்லினில் இருந்த புரட்சியாளர்கள் குழு 1921ஆம் ஆண்டில் மாஸ்கோவிற்கு வந்து சேர்ந்தது என்பதும் இங்கு குறிப்பிடத்தக்கது. முதலில் பிரிட்டிஷ் ஆதிக்கத்திலிருந்து இந்தியாவை விடுவிக்க வேண்டும்; அதன் பிறகே கம்யூனிஸ்ட் கட்சியை உருவாக்க வேண்டும் என்பதே அவர்களது கருத்தாக இருந்தது. தேச விடுதலைப் போராட்டத்திற்கு கம்யூனிஸ்ட் அகிலம் உதவி செய்ய வேண்டுமென அவர்கள் விரும்பினர். எம் என் ராய் மற்றும் அவரது குழுவினர் இந்திய கம்யூனிஸ்ட் கட்சி என்ற வகையில் அங்கீகரிக்கப்படுவதையும் அவர்கள் விரும்பவில்லை. இந்தக் கருத்தோட்டங்கள் அனைத்தையும் கேட்டபிறகு, கம்யூனிஸ்ட் அகிலத்தின் ஒரு குழு தாஷ்கெண்ட் நகரில் உருவாக்கப்பட்ட கட்சியை இந்திய கம்யூனிஸ்ட் குழு என அங்கீகரிப்பது என்று முடிவு செய்தது.

தாஷ்கெண்ட் நகரிலிருந்து செயல்பட்ட கம்யூனிஸ்ட் கட்சியினால் ஒரு திட்டத்தை இறுதிப்படுத்த இயலவில்லை. ஒரு கட்சி என்ற வகையில் கம்யூனிஸ்ட் அகிலத்துடன் இணைக்கப்படுவதற்கு இது அத்தியாவசியமானதாகும். எனினும்

தாஷ்கெண்ட் குழு, குறிப்பாக எம் என் ராய், இந்தியாவின் பல்வேறு பகுதிகளிலும் உருவாக்கப்பட்டு செயல்படத் தொடங்கியிருந்த கம்யூனிஸ்ட் குழுக்களோடு கம்யூனிச கருத்துக்களை பகிர்ந்து கொள்வதில் மிக முக்கியமான பங்கினை வகித்தார்.

1921ஆம் ஆண்டு அகமதாபாத் நகரில் நடைபெற்ற இந்திய தேசிய காங்கிரஸின் அகில இந்திய காங்கிரஸ் கமிட்டி கூட்டத்திற்கு எம் என் ராய், அபானி முகர்ஜி ஆகியோர் வெளிப்படையான ஒரு கடிதத்தை அனுப்பி வைத்தனர்.

"தொழிற்சங்கங்களின் குறைந்தபட்ச கோரிக்கைகளை தனது சொந்த கோரிக்கைகளாகவும், விவசாயிகள் சங்கத்தின் திட்டத்தினை தனது சொந்த திட்டமாகவும் காங்கிரஸ் கட்சி ஏற்றுக் கொள்ள வேண்டும். அவ்வாறெனில், காங்கிரஸை எந்தவொரு தடையும் தடுத்து நிறுத்த முடியாது என்றதொரு நிலைமை விரைவிலேயே உருவாகும். தங்களது சொந்த நலனுக்காக உணர்வோடு போராடி வரும் மக்கள் அனைவரின் தங்குதடையற்ற சக்தி அதன் பின்னால் இருக்கும்." என அந்த அறிக்கை குறிப்பிட்டது.

முழுமையான விடுதலை என்ற கோஷத்தை இந்தியாவில் வேறெந்த அரசியல் கட்சியோ அல்லது குழுவோ எழுப்புவதற்கு முன்பாகவே, இந்திய கம்யூனிஸ்ட் கட்சி அது தொடங்கிய நாளிலிருந்தே எழுப்பி வந்தது. எம் என் ராயும், அபானி முகர்ஜியும் தங்கள் அறிக்கையை அகமதாபாத் காங்கிரஸிற்கு அனுப்பிய அதே நேரத்தில், காங்கிரஸ் கட்சிக்கு உள்ளேயே ஹஸ்ரத் மோகானி சுயராஜ்யம் என்பது அந்நிய ஆட்சியிடமிருந்து முழுமையான விடுதலை என்று பொருள்தரும் ஒரு தீர்மானத்தை முன்மொழிந்தார் என்பது இங்கு குறிப்பிடத்தக்கதாகும். கம்யூனிசத்தால் கவரப்பட்ட ஹஸ்ரத் மோகானி பின்னர் கட்சியில் ஓர் உறுப்பினராக ஆனார். எனினும் அவரது இந்த தீர்மானம் நடைமுறைக்கு ஒவ்வாதது என்று கூறி காந்தி அதை எதிர்த்தார்.

கம்யூனிஸ்ட் அகிலத்தின் உதவியுடன் எம் என் ராய் இந்தியாவின் பல்வேறு பகுதிகளிலும் உருவாகிக் கொண்டிருந்த பல்வேறு கம்யூனிஸ்ட் குழுக்களின் தலைவர்களையும் தொடர்பு கொள்ள முயற்சித்தார். (பம்பாயில்) எஸ் ஏ டாங்கே, (கல்கத்தாவில்) முசாஃபர் அகமது (மதராஸில்) சிங்காரவேலு செட்டியார் ஆகியோருக்கும், இன்னும் பலருக்கும், கட்சியை எவ்வாறு உருவாக்குவது? நடவடிக்கைகளை எவ்வாறு மேற்கொள்வது? என்பது குறித்த கடிதங்களையும் அவர் எழுதி வந்தார்.

1922 முதல் 1923 வரை பெர்லினில் இருந்து ராய் நடத்தி வந்த வேன்கார்ட் ஆஃப் இந்தியன் இண்டிபெண்டென்ஸ் (இந்திய விடுதலையின் முன்னணிப்படை) என்ற வெளியீடு இந்திய கம்யூனிஸ்ட் கட்சியின் அதிகாரபூர்வ இதழாக அறிவிக்கப்பட்டது. இந்தியாவில் கம்யூனிச பிரச்சாரம் மற்றும் கருத்துக்களை பரப்புவதற்கு இந்த இதழ் உதவி செய்தது. இத்தகைய பிரச்சாரம் எத்தகைய அச்சுறுத்தலை உருவாக்கும் என்பதை நன்குணர்ந்த பிரிட்டிஷ் அரசு வேன்கார்ட் இதழ் இந்தியாவிற்குள் வருவதற்குத் தடை விதித்தது.

மற்றொரு வகையிலும் 1920ஆம் ஆண்டு குறிப்பிடத்தக்கதொரு ஆண்டாகும். அகில இந்திய தொழிற்சங்க காங்கிரஸ் அதே ஆண்டில்தான் நிறுவப்பட்டது. சீர்திருத்தவாத நோக்குடன் அது தொடங்கப்பட்ட போதிலும், ஒரு சில ஆண்டுகளிலேயே கம்யூனிஸ்டுகளின் பங்கேற்புடன் இந்த தொழிற்சங்க மையமானது தொழிலாளி வர்க்கத்தின் தீவிரமான போராட்ட மேடையாக உருவெடுத்தது.

எனவே 1920ஆம் ஆண்டில் தாஷ்கெண்ட் நகரில் இந்திய கம்யூனிஸ்ட் கட்சியின் உருவாக்கத்தினை இந்தியாவில் கம்யூனிஸ்ட் கட்சியை கட்டுவதற்கான முதல் அடிவைப்பு என்பதாகவே நாம் பார்க்க வேண்டும்.

1920 அக்டோபர் 17 அன்று நடைபெற்ற கூட்டத்தின் விவரக்குறிப்புகள்

இந்திய கம்யூனிஸ்ட் கட்சி கீழ்க்கண்டவர்களை உறுப்பினர்களாகக் கொண்டு 1920அக்டோபர் 17 அன்று தாஷ்கெண்ட் நகரில் உருவாக்கப்பட்டது. (1) எம்.என்.ராய் (2) எவ்லின் ட்ரெண்ட் ராய் (3) அபானி முகர்ஜி (4) ரோசா ஃபிட்டிங்கோவ் (5) முகமது அலி (அகமது ஹசன்) (6)முகமது ஷாஃபிக் சித்திக் (7) ஆச்சார்யா (எம். பிரதிவாதி பயங்கர்)

இந்தக் கட்சியில் சேர விரும்புவர்கள் முதல் மூன்று மாதம் (பரீட்சார்த்த உறுப்பினர்களாக) தகுதிகாண் காலத்தை முடித்திருக்க வேண்டும் என்ற நிபந்தனையை விதிப்பது என்ற தீர்மானம் ஒன்றையும் இக்கூட்டம் நிறைவேற்றியது. தோழர் ஷாஃபிக் செயலாளராக தேர்ந்தெடுக்கப்பட்டார்.

மூன்றாவது அகிலம் அறிவித்துள்ள குறிக்கோள்களை இந்திய கம்யூனிஸ்ட் கட்சி ஏற்றுக் கொள்வதோடு, இந்தியாவில் நிலவும் சூழ்நிலைகளுக்கு உகந்த வகையிலான ஒரு திட்டத்தை உருவாக்கும் பணியையும் மேற்கொள்கிறது.

கூட்டத் தலைவர்: எம். ஆச்சார்யா

அக்டோபர் 13, 2019

2

விரிவடைந்து வந்த கம்யூனிஸ்டுகளின் செயல்பாடுகள் (1921-24)

மகத்தான சோஷலிசப் புரட்சியிலிருந்து மக்கள் கற்றுக் கொண்ட மிக முக்கியமான படிப்பினை என்பது வெகுஜன நடவடிக்கைகளின் வலிமையும், அதன் மூலம் அவர்களால் பெற முடிந்த பயன்களுமே ஆகும். ரஷ்ய மக்களால் ஜார் மன்னரை தோற்கடித்து, ஒரு மக்கள் அரசை கொண்டுவர முடியுமானால், பிரிட்டிஷ் காலனியாதிக்கத்தில் இருந்து விடுதலை பெறவும் அதே ஆயுதத்தை இந்திய மக்களாலும் பயன்படுத்திக் கொள்ள முடியும் என்ற எண்ணம் அவர்களுக்கு ஊக்கமளித்தது. பிரிட்டிஷ் ஆட்சிக்கு எதிராக அதிகரித்துக் கொண்டே வந்த அதிருப்தி, ஒத்துழையாமை இயக்கத்தை திடீரென திரும்பப் பெற்றது, அக்காலப் பகுதியில் இந்தியாவில் இருந்த பல்வேறு புரட்சிகர குழுக்களின் வரம்புகள் ஆகியவை மக்களை மாற்றுவழிகளைத் தேடத் தூண்டியது. இத்தகையதொரு பின்னணியில்தான் அக்டோபர் சோஷலிசப் புரட்சி முன்வைத்த கருத்துக்கள் அவர்களை கவர்ந்திழுத்தன.

இந்தியாவில் கம்யூனிச கருத்துக்கள் பரவி வருவதைக் கண்டு பிரிட்டிஷார் அதிர்ச்சி அடைந்தனர். இந்திய கம்யூனிஸ்ட் கட்சி உருவாக்கப்பட்டுள்ள செய்தி அவர்களின் அச்சத்தை மேலும் அதிகரித்தது. சோவியத் யூனியனிலிருந்து திரும்பி இந்தியாவிற்குள் நுழைந்து கொண்டிருந்த கம்யூனிஸ்ட் புரட்சியாளர்களை கைது செய்து பெஷாவர் சிறையில் அடைத்தனர். இந்தப் புரட்சியாளர்களின் மீது தேசத் துரோக வழக்கு போடப்பட்டது. 1923ஆம் ஆண்டில் அவர்களுக்கு தண்டனை விதிக்கப்பட்டது. அவர்களில் பெரும்பாலானோருக்கு ஒன்று முதல் பத்து ஆண்டுகள் வரை கடுங்காவல் தண்டனை விதிக்கப்பட்டது. இவ்வாறு தண்டிக்கப்பட்டவர்களில் ஒருவர் முகமது ஷஃபி தாஷ்கெண்டில் தொடங்கப்பட்ட இந்திய கம்யூனிஸ்ட் கட்சியின் செயலாளராகத் தேர்ந்தெடுக்கப்பட்டவர் ஆவார். மொத்தம் ஐந்து வழக்குகளை உள்ளடக்கிய பெஷாவர் சதிவழக்கு உண்மையில் இந்தியாவில் போடப்பட்ட முதல் கம்யூனிஸ்ட் சதி வழக்கு ஆகும்.

உள்துறை அமைச்சகம் அனைத்து அரசு அலுவலர்களுக்கும் ஓர் எச்சரிக்கையை அனுப்பி வைத்து, கம்யூனிச அபாயத்தைத் தடுக்க

உடனடியாக நடவடிக்கை எடுக்க வேண்டும் என்றும் அவர்களை கேட்டுக் கொண்டது: "எங்கெங்கெல்லாம் கம்யூனிசம் தலைதூக்குகிறதோ, அங்கெல்லாம் உடனடியாக அதை எதிர்கொண்டு, பிளேக் நோயை நசுக்கி அழித்ததைப் போல முற்றிலுமாக அகற்ற வேண்டும். ஒரு குறிப்பிட்ட 'பார்வை'யிலிருந்து காணக்கூடிய பிரச்சனைகளில் ஒன்றாக இந்தியாவில் கம்யூனிசம் பரவுவதை பார்க்கக் கூடாது. அதை நேருக்கு நேராக எதிர்கொண்டு இடைவிடாது எதிர்த்துப் போராட வேண்டும்."

அரசின் இந்த முயற்சிகள் இந்த அளவிற்குத் தீவிரமாக இருந்தபோதிலும், கம்யூனிச கருத்துகள் நாடு முழுவதிலும் பரவுவதை பிரிட்டிஷாரால் தடுத்து நிறுத்த முடியவில்லை. பல குழுக்களும் தனித்தனியாகச் செயல்படத் தொடங்கியதோடு, நகரங்களிலும் தொழில் மையங்களிலும் சோஷலிசம் குறித்த கருத்துக்களை அவை பரப்பி வந்தன. மாஸ்கோவில் இருந்து திரும்பியிருந்த சவுகத் உஸ்மானி வாரணாசியிலும், முசாஃபர் அகமது கல்கத்தாவிலும், டாங்கே பம்பாயிலும், சிங்காரவேலு செட்டியார் மதராஸிலும், குலாம் ஹுசைன் லாகூரிலும் இத்தகைய குழுக்களை உருவாக்கி செயல்படத் தொடங்கினர்.

எம்.என். ராயின் முயற்சியில் வெளிவந்து கொண்டிருந்த வேன்கார்ட் (முன்னணிப்படை) என்ற இதழை பிரிட்டிஷ் ஆட்சி தடை செய்திருந்த போதிலும், அது ரகசியமாக நாட்டிற்குள் கடத்தி வரப்பட்டு வாசகர்களை சென்றடைந்தது. இந்த இதழில் வெளிவந்த கட்டுரைகள் மட்டுமின்றி, சோவியத் யூனியன் பற்றிய செய்தி அறிக்கைகள், சோஷலிசம் குறித்த பல்வேறு நூல்கள் ஆகியவற்றைப் படித்ததன் மூலம் கம்யூனிச இயக்கத்தின் முன்னோடிகள் இந்தக் கருத்துக்களை மேலும் பரவலாக மக்கள் மத்தியில் கொண்டு சென்றனர்.

புகழ்பெற்ற வங்காளி மொழிக் கவிஞரான காஜி நஸ்ருல் இஸ்லாமுடன் இணைந்துகொண்டு முசாஃபர் அகமது நவயுக் (புதுயுகம்) என்ற மாலை நாளிதழை நடத்தி வந்தார். இந்த நாளிதழின் தனிச்சிறப்பு என்னவெனில் தொழிலாளர்கள்-விவசாயிகளின் நிலைமைகள் பற்றிய பல செய்திகளையும் அறிக்கைகளையும் அது தொடர்ந்து வெளியிட்டு வந்ததாகும். இந்த நாளிதழை வெளியிட்டு, அதற்கான தலையங்கங்களை எழுதும்போதுதான் முசாஃபர் அகமது மூன்றாவது அகிலத்தை நோக்கிக் கவர்ந்திழுக்கப்பட்டார். அப்துல் ரசாக் கான், அப்துல் ஹலீம் ஆகியோரும் அவருடன் இணைந்தனர். கல்கத்தாவில்

கம்யூனிச கருத்துக்களை பரப்புவதில் இந்தக் குழு மிக முக்கியமான பங்கினை வகித்தது.

ஸ்ரீபாத் அம்ரித் டாங்கே மாணவர் இயக்கத்திலும், ஒத்துழையாமை இயக்கத்திலும் பங்கேற்றதற்காக கல்லூரியிலிருந்து வெளியேற்றப்பட்டார். அவரால் காந்தியின் கருத்துக்களை ஏற்றுக் கொள்ள முடியவில்லை. இதை ஒட்டியே 1921ஆம் ஆண்டில் காந்தியும் லெனினும் என்ற நூலையும் அவர் எழுதினார். சோஷலிஸ்ட் என்ற ஆங்கில வார இதழையும் அவர் வெளியிடத் தொடங்கினார். நம் நாட்டின் வரலாற்றிலேயே முதன் முதலாக அந்தப் பெயரில் வெளிவந்த இதழ் அதுவே. பம்பாயில் இருந்த தொழிலாளர்களிடையே டாங்கே செயல்பட்டு அவர்களை அணிதிரட்டத் தொடங்கினார்.

அதைப் போன்றே பெஷாவரில் ஓர் அரசுக் கல்லூரியில் விரிவுரையாளராக இருந்த குலாம் ஹுசைன் மாஸ்கோவிலிருந்து திரும்பியிருந்த ஒரு சில புரட்சியாளர்களை சந்திக்க நேர்ந்தது. அவர்களுடன் விவாதித்த பிறகு, அவர் தனது வேலையை விட்டுவிட்டு, லாகூரில் மக்களை அணிதிரட்டத் தொடங்கினார். ஷம்சுதீன் ஹசனுடன் இணைந்து 'இன்குலாப்' என்ற உருது மாத இதழையும் அவர் கொண்டு வந்ததோடு, வடமேற்கு ரயில்வே தொழிலாளர் சங்கத்தில் செயலாளர் ஆகவும் செயல்பட்டு வந்தார். லாகூர் தேசிய கல்லூரியையே தங்களது நடவடிக்கைகளுக்கான மையமாகக் கொண்டு இவர்கள் செயல்பட்டு வந்தனர். பஞ்சாபின் மற்ற பகுதிகளில் கத்தார் இயக்கத்துடன் தொடர்பு வைத்திருந்த தோழர்கள் பலரும் இதுபோன்ற குழுக்களை உருவாக்கினர். மாஸ்கோவிலிருந்து திரும்பியிருந்த சவுகத் உஸ்மானி வாரணாசிக்கு சென்று குடியேறி அங்கிருந்த மாணவர்களிடையே செயல்படத் தொடங்கினார். கான்பூர் மற்றும் அதைச் சுற்றியுள்ள பகுதிகளிலும் அவர் தீவிரமாகச் செயல்பட்டு வந்தார்.

மதராஸில் வழக்கறிஞராக இருந்து செயல்பாட்டாளராக மாறிய சிங்காரவேலு செட்டியார் (சிங்காரவேலர்) தொழிலாளர்களையும் விவசாயிகளையும் அணிதிரட்டுவதில் ஈடுபட்டு வந்தார். லேபர் கிசான் கெசட் என்ற இருவார இதழை ஆங்கிலத்திலும் தொழிலாளன் என்ற வார இதழை தமிழிலும் அவர் வெளியிட்டு வந்தார். (1921ஆம் ஆண்டில்) 'மகாத்மா காந்திக்கு ஒரு வெளிப்படையான கடிதம்' எழுதிய சிங்காரவேலர் அதில் இவ்வாறு குறிப்பிட்டிருந்தார்: "கம்யூனிசம் மட்டுமே, அதாவது நிலம், முக்கியமான தொழில்கள் ஆகியவற்றை மக்களின்

பயன்பாட்டிற்காகவும், நாட்டிலுள்ள தொழிலாளர்கள் அனைவரின் நலன்களுக்காகவும் பயன்படுத்திக் கொள்வதன் மூலமே, நமது மக்களிடையே உண்மையான திருப்தியையும் விடுதலை உணர்வையும் கொண்டுவர முடியும்... அரசியல் ரீதியாக எதேச்சாதிகாரத்திற்கு எதிராக வன்முறையற்ற ஒத்துழையாமை முறையை நாம் பயன்படுத்த முடியும்போது, முதலாளித்துவ எதேச்சாதிகாரத்திற்கு எதிராக நாம் ஏன் அதைப் பயன்படுத்தக்கூடாது? இதை என்னால் புரிந்து கொள்ள முடியவில்லை. இவற்றில் ஒன்றை எதிர்த்துப் போராடாமல் மற்றொன்றை எதிர்த்து நம்மால் போராட முடியாது.” அரசியல் விடுதலையோடு கூடவே, பொருளாதார விடுதலையும் தொழிலாளர்களுக்குத் தேவைப்படுகிறது என்று மிகத் தெளிவாகக் குறிப்பிட்ட அவர், தொழிலாளர்களுக்கும் விவசாயிகளுக்குமான ஓர் அமைப்பினை உருவாக்க வேண்டும் என்றும் வலியுறுத்தினார். அவரது கருத்துப்படி இத்தகைய ஓர் அமைப்பு ‘இந்திய நிலைமைகளுக்கு ஏற்ற வகையில் திருத்தி அமைக்கப்பட்ட’ மாஸ்கோவின் சர்வதேச உழைப்பாளிகள் கழகத்தின் (கம்யூனிஸ்ட் அகிலம்) விதிகள், ஒழுங்குமுறைகள் ஆகியவற்றை ஏற்றுக் கொண்டதாக இருக்க வேண்டும். இந்தியாவிலேயே முதன்முறையாக 1923ஆம் ஆண்டில் மே முதல் நாளன்று மதராஸில் மே தினத்தைக் கொண்டாடிய சிங்காரவேலர், அதே நாளில் லேபர் கிசான் பார்ட்டி (தொழிலாளர்-விவசாயிகள் கட்சி) என்ற அமைப்பையும் தொடங்கினார்.

1922ஆம் ஆண்டு இலையுதிர்கால வாக்கில் பிரிட்டிஷ் ஆட்சியின் உள்துறை அமைச்சகம் கீழ்க்கண்ட கம்யூனிஸ்ட் வெளியீடுகள் செயல்பட்டு வருவதைக் கண்டறிந்தது: “ஆத்மசக்தி, தூமகேது, தேஷேர்வாணி, நவயுக் (வங்காளம்), சோஷலிஸ்ட் (பம்பாய்), லேபர் கெசட், நவயுகம் (மதராஸ்), இன்குலாப், கீர்த்தி (பஞ்சாப்). இந்த வெளியீடுகள் தவிர்த்து இந்திய வெகுஜன ஊடகங்களில் பலவும் ‘கம்யூனிசத்தின் செல்வாக்கின் கீழ்’ இருந்து வருவதாகவும் அந்த அறிக்கை குறிப்பிட்டது. இந்த வகையில் அமிர்த பஜார் பத்ரிகா(கல்கத்தா), செர்வெண்ட்(பம்பாய்), வந்தேமாதரம் (லாகூர்) ஆகிய பத்திரிக்கைகளை அந்த அறிக்கை குறிப்பாகச் சுட்டிக் காட்டியிருந்தது.

நாட்டில் செயல்பட்டுவந்த இந்தப் பல்வேறு குழுக்களின் தலைவர்களும் பல்வேறு காரணங்களால் நேருக்கு நேர் சந்திக்க முடியவில்லை என்ற போதிலும், ஒருவரோடு ஒருவர் கடிதப்

போக்குவரத்தின் மூலம் தொடர்பில் இருந்தனர். அவர்களின் சிந்தனையிலும் ஒருமித்த தன்மை நிலவியது. அவர்களது நடவடிக்கைகளை ஒருங்கிணைப்பதில் எம் என் ராய் மிக முக்கியமான பங்கினை வகித்தார்.

இந்திய தேசிய காங்கிரஸின் கயா மாநாட்டில் (1922) சிங்காரவேலு டாங்கேயை சந்தித்தார். இந்த மாநாட்டிலும் அவர் உரையாற்றினார். வரலாற்றுச் சிறப்பு மிக்க இந்த நிகழ்வினை எம் என் ராய் கீழ்க்கண்டவாறு சித்தரித்திருந்தார்: “அரசாங்கம் தன்னை கைது செய்துவிடுமோ, ‘மரியாதைக்குரிய தேசியவாதம்’ தன்னை ஒதுக்கி வைத்துவிடுமோ என்று இளைஞர்கள் பயத்தில் அஞ்சி நடுங்கிக் கொண்டிருந்த அந்த நாட்களில், (அறுபது வயதுக்கும் மேலான) நரைத்த தாடியுடன் கூடிய ஒரு மனிதர் தன்னை ஒரு கம்யூனிஸ்ட் என வெளிப்படையாக அறிவித்துக் கொண்டார்.”

கம்யூனிஸ்ட் இயக்கம் மெதுவாக, அதே நேரத்தில் உறுதியோடு நாட்டில் பரவி வந்ததைக் கண்ட பிரிட்டிஷ் ஆட்சி மிகுந்த கவலையுற்றது. “இந்தியாவின் அமைதிக்கும் வளத்திற்கும் அதன் (கம்யூனிஸ்ட் கட்சியின்) அச்சுறுத்தல் கணிசமான அளவிற்கு அபாயகரமானதன் விளைவாக முதலாவது முக்கிய கம்யூனிஸ்ட் சதி வழக்கை போட வேண்டிய கட்டாயம் உருவானது” என்று பிரிட்டிஷ் ஆட்சியின் உள்துறை அமைச்சகம் குறிப்பிட்டது. 1923ஆம் ஆண்டு மே மாதத்தில் சவுகத் உஸ்மானி கான்பூரிலும், முசாஃபர் அகமத் கல்கத்தாவிலும் கைது செய்யப்பட்டனர். சில நாட்களுக்குப் பிறகு குலாம் உசேன் லாகூரில் கைது செய்யப்பட்டார். இந்த மூன்று பேருமே முறையான விசாரணை ஏதுமின்றி 1818ஆம் ஆண்டு விதிமுறை 3இன் கீழ் பல்வேறு சிறைகளில் அடைத்து வைக்கப்பட்டனர். 1923 டிசம்பரில் இதே விதிமுறையின்கீழ் நளினி குப்தாவும் கைது செய்யப்பட்டு சிறையில் அடைக்கப்பட்டார். அவர் எந்தவொரு அரசியல் கட்சியிலும் உறுப்பினராக இல்லை என்ற போதிலும் தன்னை ஒரு தேசியவாத புரட்சியாளர் என்றே அறிவித்துக் கொண்டார்.

1924ஆம் ஆண்டு மார்ச் மாதத்தில் இ.பி.கோ. சட்டம் 121-ஏ பிரிவின் கீழ் (1) எஸ்.ஏ. டாங்கே (2) சவுகத் உஸ்மானி (3) முசாஃபர் அகமத் (4) நளினி குப்தா (5) குலாம் உசேன் (6) சிங்காரவேலு செட்டியார் (7) ராம் சரண் லால் சர்மா (8) மனபேந்திர நாத் ராய் (எம் என் ராய்) ஆகியோருக்கு எதிராக கான்பூர் மாவட்ட நீதிபதியின் நீதிமன்றத்தில் ஒரு குற்றச்சாட்டு பதிவு செய்யப்பட்டது. இவர்களில் முதல் நான்கு பேர் மட்டும்

நீதிமன்றத்தின் முன்பு நிறுத்தப்பட்டனர். சிங்காரவேலு செட்டியார் உடல்நலமின்மையால் படுத்த படுக்கையாக இருந்த நிலையில் அவர் நீதிமன்றத்தின் முன்பு கொண்டுவரப்படவில்லை. மேலும் நீதிமன்றம் அவரை பிணையில் விடுவித்தது.

காவல் துறையின் முன்பாக வாக்குமூலம் கொடுத்து, தன் மீது கருணை காட்டுமாறு வேண்டிக் கொண்டதன் மூலம் குலாம் உசேன் இந்த வழக்கிலிருந்து விடுதலை பெற்றுக் கொண்டார். புதுச்சேரியிலிருந்து பிரெஞ்சு அரசின் பாதுகாப்பை கோரியதன் விளைவாக ராம் சரண் லால் சர்மாவை கைது செய்ய இயலவில்லை. எம் என் ராய் அந்த நேரத்தில் ஐரோப்பாவில் இருந்ததால் அவரையும் கைது செய்ய இயலவில்லை. இந்நிலையில் முசாஃபர் அகமத், டாங்கே, சவுகத் உஸ்மானி, நளினி குப்தா ஆகிய நான்கு பேருக்கு எதிராக மட்டுமே நீதிமன்ற நடவடிக்கைகள் தொடர்ந்தன. இதனை 'கான்பூர் போல்ஷ்விக் சதி வழக்கு' என அரசு குறிப்பிட்டது. "பிரிட்டிஷ் ஆட்சியாளர்களின் திட்டம் எதுவாக இருந்தபோதிலும், நாங்கள் எவ்வளவுதான் துன்பப்பட்டிருந்தாலும் கான்பூர் போல்ஷ்விக் சதி வழக்கு நமது இயக்கத்திற்கு பெரும் உத்வேகத்தை அளித்தது. ஓரளவிற்கு 1928ஆம் ஆண்டு வரை நமது இயக்கம் தொடர்ந்து செயல்படுவதற்குத் தேவையான ஊக்கத்தை இந்தச் சதி வழக்கு வழங்கியது." என முசாஃபர் அகமத் தனது நினைவலைகளில் குறிப்பிட்டிருந்தார்.

பெஷாவர் சதி வழக்குகளைப் போல் அல்லாமல், நாளிதழ்கள் பலவும் கான்பூர் சதி வழக்கு குறித்த செய்திகளை தொடர்ந்து வெளியிட்டு வந்தன. அவற்றில் ஒரு சில நாளிதழ்கள் கம்யூனிஸ்டுகளை ஆதரிக்கவும் செய்தன. இவ்வகையில் கம்யூனிஸ்டுகளின் செல்வாக்கு பரவுவதை இந்த அடக்குமுறை நடவடிக்கையினால் தடுக்க முடியவில்லை என்பதும் தெளிவானது. 'கம்யூனிசம் இங்கே தொடர்ந்து இருக்கப் போகிறது' என்ற உண்மையை பிரிட்டிஷ் ஆட்சியும் வேண்டா வெறுப்புடன் ஏற்றுக் கொண்டதோடு, "கம்யூனிசத்திற்கு எதிரான சட்டம் குறித்த அச்சம் இந்த வழக்கின் மூலம் நீக்கப்பட்டுவிட்டது" என்ற கருத்தை கல்கத்தாவிலிருந்து வெளிவந்த ஒரு நாளிதழ் குறிப்பிட்டிருந்ததையும் அது சுட்டிக் காட்டியது.

அக்டோபர் 27, 2019

3

எம் என் ராய் : முன்னோடி கம்யூனிஸ்ட்

எம் என் ராய் என்று பொதுவாக பலராலும் அறியப்பட்ட மனபேந்திரநாத் ராய் இந்தியாவில் கம்யூனிஸ்ட் இயக்கத்தின் தொடக்க நாட்களில் மிக முக்கியமானதொரு நபராகத் திகழ்ந்தவர். 1920ஆம் ஆண்டு அக்டோபரில் தாஷ்கெண்ட் நகரில் கம்யூனிஸ்ட் கட்சியை உருவாக்குவதற்கான முன்முயற்சியை ராய்தான் எடுத்தார். 1921ஆம் ஆண்டிலிருந்து இந்தியாவில் முகிழ்க்கத் தொடங்கியிருந்த கம்யூனிஸ்ட் குழுக்களிடையே மார்க்சிய கருத்துக்களையும், ஒரு கம்யூனிஸ்ட் கட்சியின் பங்கினையும் பரப்புவதில் அவர் மிக முன்னோடியான பங்கினை வகித்தவர்.

எம் என் ராயின் புரட்சிகர வாழ்க்கை வண்ணமயமான ஒன்று. கம்யூனிஸ்ட் அகிலத்தில் முக்கியமானதொரு நபராக மாறுவதற்கு முன்பு, அவரது காலம் சாகசங்கள் நிரம்பியவையாக இருந்தன.

வங்காளத்தின் 24 பர்காணா மாவட்டத்திலுள்ள அர்பேலியா என்ற கிராமத்தில் ராய் பிறந்தார். பதின்பருவத்திலேயே புரட்சியாளர் குழு ஒன்றின் உறுப்பினர் என்ற வகையில் பிரிட்டிஷாருக்கு எதிரான போராட்டத்தில் ராய் பங்கேற்றார். ஹவுரா சதி வழக்கு தொடர்பாக முதலில் கைது செய்யப்பட்ட அவர், 1911இல் விடுதலை செய்யப்பட்டார். அதைத் தொடர்ந்து ஜதீந்திரநாத் முகர்ஜியின் தலைமையில் இயங்கி வந்த யுகாந்தர் குழுவில் உறுப்பினர் ஆனார். இந்தக் குழு பிரிட்டிஷாரை எதிர்த்துப் போராட ஜெர்மனியின் உதவியை கோருவதென முடிவு செய்தது. 1915 ஏப்ரலில் நெதர்லாந்து இந்தியத் தீவுகள் என்று அப்போது அழைக்கப்பட்டு வந்த இந்தோனேசியாவில் இருந்த ஜெர்மன் தூதரகத்தை அணுகுவதற்காக ராய் அனுப்பி வைக்கப்பட்டார். கல்கத்தாவிற்கு ஆயுதங்களை அனுப்பி வைக்க வேண்டுமென்ற அவரது முயற்சி வெற்றி பெறவில்லை. இதற்கிடையே இந்தத் திட்டத்தினை பிரிட்டிஷ் அதிகாரிகள் கண்டுபிடித்து விட, தொடர்ந்து நடந்த ஆயுதந்தாங்கிய மோதலில் ஜதீந்திரநாத் கொல்லப்பட்டார்.

இதற்கிடையே ராய் ஜாவாவிற்குத் திரும்பியிருந்தார். மேற்கூறிய நிகழ்வுகளுக்குப் பிறகு இந்தியாவிற்குத் திரும்பிச் செல்வதில்லை என்று அவர் முடிவு செய்தார். ஷாங்காய் வழியாக ஜப்பானுக்கும், பின்பு அங்கிருந்து அமெரிக்காவில் உள்ள சான்ஃப்ரான்சிஸ்கோ நகருக்கும் சென்று சேர்ந்தார். அங்கு கத்தார் கட்சியினருடன்

தொடர்புகளை ஏற்படுத்திக் கொண்டார். அங்கிருந்து இந்தியப் புரட்சியாளர்களுடன் தொடர்பு கொள்வதற்கென நியூயார்க் நகருக்குச் சென்றார். நியூயார்க் நகரத்தின் பொது நூலகத்தில்தான் கார்ல் மார்க்ஸின் எழுத்துக்களை முதன்முதலாக ராய் எதிர்கொண்டார். ஸ்டான்ஃபோர்டில் அவர் சந்தித்த ஓர் அமெரிக்க பட்டதாரி மாணவியான எவ்லின் ட்ரெண்ட்டின் தீவிரமான கருத்துக்கள் அவர் மீது செல்வாக்கு செலுத்தின. பின்னர் அவரையே மணந்து கொண்டார்.

அமெரிக்காவிற்குள் சட்டவிரோதமாக நுழைந்தமைக்காக அவருக்கு எதிராக பிறப்பிக்கப்பட்டிருந்த கைது வாரண்ட் காரணமாக ராய் அமெரிக்காவை விட்டு வெளியேற நேர்ந்தது. அவர் தனது மனைவியான எவ்லினுடன் மெக்சிகோ சென்றார். இதுநாள் வரையில் ராயின் நடவடிக்கைகள் இந்தியாவில் ஆயுதக் கிளர்ச்சியை எவ்வாறு ஒழுங்கமைப்பது, அதற்கு எவ்வாறு நிதி திரட்டுவது என்பதில்தான் கவனம் பெற்றிருந்தன. மெக்சிகோ சென்றபிறகு அங்கிருந்த சிறியதொரு குழுவான மெக்சிகன் சோஷலிஸ்ட் கட்சியில் இணைந்தார். அப்போதுதான் பின்னாளில் கம்யூனிஸ்ட் அகிலத்தின் முன்னணி செயல்பாட்டாளரான மைக்கேல் பொரோடினுடன் தொடர்பு ஏற்பட்டது. மிகக் குறைந்த அளவிற்கே முறையான கல்வியைப் பெற்றிருந்த ராய்க்கு பொரோடின் தான் மார்க்சியத்தை அறிமுகப்படுத்தியவர். அபரிமிதமான புத்திக் கூர்மை மிக்க ராய் அதுவரையில் சுயமாகவே கற்றுக் கொண்டவர். மெக்சிகோ சென்றடைந்த ஒரு சில மாதங்களிலேயே ஸ்பானிஷ் மொழியில் தேர்ச்சி பெற்ற அவர் துண்டுப் பிரசுரங்களை எழுதவும் பொது மேடைகளில் பேசவும் நன்கு தேர்ச்சி பெற்றவரானார். விரைவிலேயே மெக்சிகோ சோஷலிஸ்ட் கட்சியின் தலைவரும் ஆனார். மிக விரைவிலேயே 1919இல் தனது கட்சியை மெக்சிகோ கம்யூனிஸ்ட் கட்சியாக மாற்றினார். கம்யூனிஸ்ட் அகிலத்தின் இரண்டாவது காங்கிரஸில் மெக்சிகோ கம்யூனிஸ்ட் கட்சியின் பிரதிநிதியாக பங்கேற்க 1920 ஜூலை-ஆகஸ்ட் மாத வாக்கில் ராய் தனது மனைவியுடன் மாஸ்கோவிற்குச் சென்றார்.

என் எம் ராய் கம்யூனிசக் கொள்கைக்குப் புதியவராக இருந்தபோதிலும், இரண்டாவது காங்கிரஸில் விவாதத்திற்கு முன்வைக்கப்பட்ட தேசிய, காலனியப் பிரச்சனையின் மீது ஒரு துணை ஆய்வறிக்கையை முன்வைத்ததன் மூலம் அகிலத்தில் முக்கியத்துவம் பெற்றார். லெனின் ஏற்கனவே தேசிய, காலனிய

பிரச்சனை குறித்த ஒரு வரைவறிக்கையை பிரதிநிதிகளின் விவாதத்திற்கென முன் வைத்திருந்தார். இது பிரதிநிதிகளின் மத்தியில் வழங்கப்பட்டிருந்தது. தேசிய, காலனிய பிரச்சனை குறித்த லெனின் மற்றும் ராயின் ஆய்வறிக்கைகள் இரண்டுமே காங்கிரஸில் விவாதிக்கப்பட்டன. ராய் தனது துணை ஆய்வறிக்கையில் இந்தியாவில் உள்ள முதலாளித்துவம் பிரிட்டிஷ் ஏகாதிபத்தியத்திற்கு எதிராக வலுவானதொரு போராட்டத்தை நடத்தும் திறன் பெற்றதல்ல என்றும், அடிப்படையில் அது ஏகாதிபத்தியத்துடன் சமரசம் செய்து கொள்ளும் தன்மை கொண்டது என்றும் வாதிட்டிருந்தார். தேச விடுதலை இயக்கங்களுக்கு கம்யூனிஸ்டுகளின் ஆதரவைக் கோரும் ஐக்கிய முன்னணி கொள்கைகள் இந்தியாவிற்குப் பொருத்தமற்றவை என்றும் அவர் வாதிட்டார். எனினும் ராயின் இந்த அறிக்கை பிரதிநிதிகளால் நிராகரிக்கப்பட்டதோடு, ராயின் துணை ஆய்வறிக்கையில் பல்வேறு திருத்தங்களும் முன்வைக்கப்பட்டன. இறுதியில் தேசிய, காலனிய பிரச்சனை மீதான லெனினின் ஆய்வறிக்கை ஒரு சில திருத்தங்களுடன் ஏற்றுக் கொள்ளப்பட்டது.

கம்யூனிஸ்ட் அகிலத்தின் இரண்டாவது காங்கிரஸ் எம் என் ராயை நிர்வாகக் குழு உறுப்பினராக தேர்வு செய்தது. அதன் பின்னர் மத்திய ஆசிய நிலையத்தின் தலைவராகவும் நியமிக்கப்பட்டார். இதன் பொருட்டே அவர் தாஷ்கெண்ட் நகருக்குச் சென்றார். அங்கு இந்தியாவில் இருந்து வந்த ஏராளமான முகாஜிர்களுடன் அவருக்குத் தொடர்பு ஏற்பட்டது. இந்தியாவில் இருந்த பிரிட்டிஷ் ஆட்சியை எதிர்த்துப் போராடுவதற்கான அவர்களின் இலக்கைத் தொடர உதவி செய்யும் அதே நேரத்தில் அவர்களை கம்யூனிச இயக்கத்தில் கவர்ந்திழுக்கும் வகையில் செயல்பட்டார். இந்த வகையில்தான் 1920 அக்டோபர் 17 அன்று முதல் இந்திய கம்யூனிஸ்ட் குழுவை உருவாக்குவதற்கு ராய் முன்முயற்சி எடுத்தார்.

பின்னர் மாஸ்கோவிற்குத் திரும்பிய ராய் கம்யூனிஸ்ட் அகிலத்துடன் கலந்து ஆலோசித்த பிறகு, இந்தியாவில் மேற்கொள்ளப்படும் அனைத்து கம்யூனிஸ்ட் நடவடிக்கைகளும் ராயின் தலைமையிலான குழுவின் மூலமாகவே மேற்கொள்ளப்படும் என முடிவு செய்யப்பட்டது. அகிலத்தில் அவரது செயல்பாடு மிகவும் குறிப்பிடத்தக்க ஒன்றாக அமைந்திருந்தது. 1926இல் கம்யூனிஸ்ட் அகிலத்தின் தலைமைக்குழுவிற்கும் அவர் தேர்ந்தெடுக்கப்பட்டார். அகிலத்தின் அரசியல் செயற்குழு,

நிர்வாகக் குழு, உலக காங்கிரஸ் ஆகியவற்றிலும் அவர் முக்கிய பொறுப்புகளை மேற்கொண்டார்.

1921ஆம் ஆண்டிலிருந்தே இந்தியாவில் மெதுவாகத் தலைதூக்கத் தொடங்கியிருந்த கம்யூனிஸ்ட் குழுக்கள், அதன் தலைவர்களுக்கு தொடர்ச்சியாக கடிதங்களையும் வெளியீடுகளையும் ராய் அனுப்பிக் கொண்டேயிருந்தார். 1922ஆம் ஆண்டு மே மாதத்தில் வேன்கார்ட் ஆஃப் இண்டியன் இண்டிபெண்டென்ஸ் (இந்திய விடுதலைக்கான முன்னணிப் படை) என்ற இதழையும் அவர் வெளியிடத் தொடங்கினார். 1925ஆம் ஆண்டு வரை அட்வான்ஸ் கார்ட், மாசஸ் ஆஃப் இந்தியா என்று பல்வேறு பெயர்களில் இந்த இதழ் தொடர்ந்து வெளியானது. பிரிட்டிஷ் ஆட்சி இந்த இதழை தடை செய்ததோடு, அதன் பிரதிகள் இந்தியாவிற்கு வந்தவுடனேயே பெரும்பாலான பிரதிகளையும் கைப்பற்றியது.

இந்தக் காலப்பகுதியில்தான் அவர் தனது முதல் நூலான இந்தியா இன் ட்ரான்சிஷன் (மாற்றத்தை நோக்கி இந்தியா) என்ற நூலை எழுதினார். பிரிட்டிஷ் ஆட்சியின் கீழ் இருந்த இந்தியாவில் பொருளாதாரம், அரசியல், தத்துவம் ஆகியவை குறித்து மார்க்சிய வகைப்பட்ட ஓர் ஆய்வை மேற்கொள்ள இந்த நூல் முயற்சி செய்திருந்தது. இந்தியாவில் கம்யூனிசத்தை நோக்கிக் கவரப்பட்டோரின் மீது இந்த நூல் மிகப்பெரும் தாக்கத்தையும் ஏற்படுத்தியது. அதைப் போன்றே இண்டெர்நேஷனல் ப்ரெஸ் கரெஸ்பாண்டென்ஸ் (சுருக்கமாக இம்ப்ரெகார்) என்ற கம்யூனிஸ்ட் அகிலத்தின் அதிகாரபூர்வ இதழிலும் எம் என் ராய் இந்தியாவைப் பற்றிய கட்டுரைகளை தொடர்ந்து எழுதி வந்தார்.

இந்திய தேசிய காங்கிரஸின் வருடாந்திர மாநாடுகள் நடைபெறும்போதெல்லாம் ராய் அறிக்கைகளையும், அறிவிப்புகளையும் தொடர்ந்து அனுப்பிக் கொண்டேயிருந்தார். அவரது அறிக்கை முதலில் 1921ஆம் ஆண்டு நடைபெற்ற அகமதாபாத் காங்கிரஸ், தொடர்ந்து 1922ஆம் ஆண்டு நடைபெற்ற கயா காங்கிரஸ் என 1923, 1924ஆம் ஆண்டுகளிலும் அனுப்பி வைத்திருந்தார்.

1922 ஏப்ரலில் அவர் பெர்லினுக்கு இடம்பெயர்ந்தார். மத்திய ஆசியப் பகுதியில் இருந்தபடி இந்தியாவின் வடபகுதியை மட்டுமே அவரால் தொடர்பு கொள்ள முடிந்ததே தவிர, நாட்டின் இதர பகுதிகளை தொடர்பு கொள்வது கடினமாக இருந்த நிலையிலேயே ராய் இந்த முடிவை எடுத்தார். மேலும் இந்தியாவில் அப்போது உருப்பெற்று வந்த கம்யூனிஸ்ட்

குழுக்களுடன் தொடர்புகளை ஏற்படுத்திக் கொள்வதற்கென தனது பிரதிநிதியாக நளினி தாஸ்குப்தாவை 1921, 1923ஆம் ஆண்டுகளில் அவர் இந்தியாவிற்கு அனுப்பி வைத்தார்.

இந்தியாவில் கம்யூனிஸ்ட் நடவடிக்கைகள் அதிகரிக்கத் தொடங்கிய நிலையில், இந்தியாவின் விவகாரங்களை கவனிப்பதற்கென கம்யூனிஸ்ட் அகிலம் இந்திய கம்யூனிஸ்ட் கட்சியில் வெளிநாட்டு விவகாரங்களுக்கான குழுவை உருவாக்கியது. எம் என் ராய் தலைமையிலான இந்தக் குழுவில் சிபாஸி, க்ளெமென்ஸ் தத் ஆகியோர் உறுப்பினர்கள். புதிதாக முளைத்த கம்யூனிஸ்ட் குழுக்களுக்கு எதிராக பிரிட்டிஷ் அரசின் அடக்குமுறை கொள்கை, சதிவழக்குகள், விசாரணை, செயல்பாட்டாளர்களின் சிறைவாசம் ஆகியவற்றை கருத்தில் கொண்ட ராய் தேசிய வாத காங்கிரஸ் இயக்கத்துடன் இணைந்து செயல்படக் கூடிய வகையில் தொழிலாளர்-விவசாயிகள் கட்சிகளை உருவாக்குவதென திட்டமிட்டார். இதன்படி வங்காளம், பம்பாய், பஞ்சாப் ஆகிய பகுதிகளிலும், பின்னர் உத்திரப் பிரதேசத்திலும் தொழிலாளர்-விவசாயிகள் கட்சி உருவானது.

1924 ஆம் ஆண்டு கான்பூர் சதி வழக்கில் குற்றம் சாட்டப்பட்டவர்களில் ஒருவராக ராயும் இருந்தார். அதன் பிறகு, "தேச விடுதலை, நிலப்பிரபுத்துவ ஒழிப்பு, நிலம், சுரங்கங்கள், பொதுப் பயன்பாட்டுக்கானவை ஆகியவற்றை தேசியமயமக்கல், மதம் மற்றும் வழிபாட்டிற்கான சுதந்திரம்" ஆகியவற்றை உள்ளடக்கிய திட்டம் ஒன்றுடன் 'புரட்சிகர தேசிய கட்சி' ஒன்றை உருவாக்க வேண்டும் என்றும் அவர் அறைகூவல் விடுத்தார்.

1926 ஆம் ஆண்டு வரை, இந்தியாவுக்குள் கம்யூனிஸ்ட் கட்சி மற்றும் தொழிலாளர்- விவசாயிகள் கட்சிகளை வளர்ப்பதற்கான பல்வேறு முயற்சிகளில் ராய் மிகநெருக்கமான வகையில் தொடர்ந்து செயல்பட்டார். 1927 ஆம் ஆண்டில், புரட்சிகர இயக்கம் உருவாகி வந்த சீனாவிற்கு எம் என் ராயை அதன் பிரதிநிதிகளில் ஒருவராக கம்யூனிஸ்ட் அகிலம் அனுப்பி வைத்தது. கம்யூனிஸ்டுகளுடன் ஓர் ஐக்கிய முன்னணியை வைத்திருந்த கோமிண்டாங் கட்சி ஷாங்காய் மற்றும் கேன்டனில் கம்யூனிஸ்டுகளை மிருகத்தனமாக அடக்கியது. இது கம்யூனிஸ்ட் அகிலத்தில் மிகப் பெரும் சர்ச்சைக்கு வழிவகுத்தது.

1927 செப்டம்பரில் ராய் மாஸ்கோவுக்குத் திரும்பினார். எனினும் மிக விரைவிலேயே கம்யூனிஸ்ட் அகிலத்தின் தலைமையிடம் அவருக்குக் கிடைத்து வந்த ஆதரவினை இழந்தார். 1929 இல் அவர்

பெர்லினுக்குப் புறப்பட்டுச் சென்று ஜெர்மனியில் எதிர்க்கட்சியாக இருந்த கம்யூனிஸ்டுகளுடன் தொடர்பு கொண்டார். இறுதியில் 1929 டிசம்பரில் அவர் கம்யூனிஸ்ட் அகிலத்தில் இருந்து வெளியேற்றப்பட்டார்.

ராய் 1930 இல் இந்தியாவிற்குத் திரும்பினார். 'ராயிஸ்டுகள்' என்று அழைக்கப்பட்டு வந்த தனது விசுவாசிகள் குழுவோடு சேர்ந்து காங்கிரஸ் கட்சியுடன் இணைந்து பணியாற்றத் தொடங்கினார். அவர் மீது ஏற்கனவே நிலுவையில் இருந்த பழைய வழக்குகள் தொடர்பாக பிரிட்டிஷ் அதிகாரிகள் அவரை கைது செய்தனர். விசாரணையில், அவருக்கு 12 ஆண்டுகள் கடுங்காவல் தண்டனை விதிக்கப்பட்டது. மேல்முறையீட்டில் இது ஆறு ஆண்டுகளாக குறைக்கப்பட்டது. சிறையில் இருந்து 1936 இல் அவர் வெளியே வந்தார்.

தொழிற்சங்கங்கள் மற்றும் பிற அரசியல் நடவடிக்கைகளில் பணியாற்றி வந்த ராயிஸ்டுகள் கடுமையான கம்யூனிச எதிர்ப்பாளர்களாக இருந்தனர். எம் என் ராய் இந்திய கம்யூனிஸ்ட் கட்சியை எதிர்த்து நின்றார். இருப்பினும் அவர் சோவியத் யூனியனை ஒருபோதும் கண்டிக்கவில்லை; உண்மையில் பாசிசத்தை தோற்கடிக்க ஸ்டாலின் தலைமையிலான போர் முயற்சிகளை அவர் ஆதரித்தார். 1943 ஆம் ஆண்டில், அவர் மார்க்சியத்தை கைவிட்டு, 'தீவிர மனிதநேயம்' என்ற புதிய பாதையை ஏற்றுக்கொண்டார். எம் என் ராய் தனது 66 வது வயதில் டெஹ்ராடூனில் 1954 ஜனவரி 25 அன்று உயிர் நீத்தார்.

இறுதியில் அவர் மார்க்சியத்தை கைவிட்ட போதிலும், 1921 முதல் 1926 வரை இந்தியாவில் கம்யூனிஸ்ட் இயக்கத்தை வளர்த்தெடுப்பதில் எம் என் ராயின் முன்னோடியான பங்களிப்புகளை நாம் எளிதில் மறந்து விட முடியாது.

நவம்பர் 10, 2019

4

கான்பூர் கம்யூனிஸ்ட் மாநாடு - 1925

கான்பூர் கம்யூனிஸ்ட் மாநாடு 1925 டிசம்பர் 26 முதல் 28 வரை கான்பூர் நகரில் நடைபெற்றது. இந்திய மண்ணில் நடைபெற்ற இந்த முதல் மாநாட்டில் இந்தியாவில் அப்போது செயல்பட்டு வந்த கிட்டத்தட்ட அனைத்து கம்யூனிஸ்டு குழுக்களும் பிரிவுகளும் கலந்து கொண்டன. கான்பூரில் இந்திய தேசிய காங்கிரஸின் மாநாடு நடைபெறும்போதே பல்வேறு கம்யூனிஸ்ட் குழுக்களையும் இணைத்து இத்தகைய ஒரு மாநாட்டை நடத்த வேண்டுமென்ற கருத்தை முதலில் வெளியிட்டவர் சத்யபக்தா. அந்த காலத்தில் இருந்த கம்யூனிஸ்ட் குழுக்கள் எதிலுமே உறுப்பினராக இல்லாத அவர் 1925 ஜூன் 18 அன்று வெளியிட்ட ஒரு பிரசுரத்தில்தான் இந்தக் கருத்தை முதலில் தெரிவித்திருந்தார். இந்த மாநாட்டிற்கான வரவேற்புக் குழுவின் தலைவராக மவுலானா ஹஸ்ரத் மோகானி இருந்தார். பிரிட்டிஷ் நாடாளுமன்றத்தில் (பிரிட்டிஷ்) கம்யூனிஸ்ட் கட்சியின் சார்பில் உறுப்பினராக இருந்த சபூர்ஜி சக்லத்வாலாவை இந்த மாநாட்டிற்குத் தலைமையேற்குமாறு கோரப்பட்டிருந்தது. எனினும் அவர் வர இயலாத நிலையில் சிங்காரவேலு செட்டியார் இந்த மாநாட்டிற்குத் தலைமை வகித்தார்.

இத்தகையதொரு அகில இந்திய மேடையை சத்யபக்தா கைப்பற்றிக் கொள்வதை அதிகாரபூர்வமான கம்யூனிஸ்ட் குழுக்களின் தலைவர்கள் விரும்பவில்லை. எனவே இந்த மாநாட்டில் பங்கேற்பது என்று அவர்கள் முடிவு செய்தனர். அதன்படி பம்பாயிலிருந்து ஆர் எஸ் நிம்ப்கர், ஜே.பி. பாகர்கட்டா, கே என் ஜோக்லேகர், எஸ்.வி.காட்டே, ஜான்சியிலிருந்து அயோத்தியா பிரசாத், பஞ்சாபிலிருந்து சந்தோக் சிங், லாகூரிலிருந்து எஸ். டி. ஹசன், ராம் சந்திரா, மதராஸிலிருந்து காமேஷ்வர் ராவ், கிருஷ்ணசாமி அய்யங்கார், சிங்காரவேலு செட்டியார் ஆகியோர் இந்த மாநாட்டில் பங்கேற்றனர். கல்கத்தாவிலிருந்து ராதாமோகன் கோகுல்ஜி ஒரு பிரதிநிதியாகப் பங்கேற்றார். கான்பூர் சதிவழக்கில் அவருக்கு விதிக்கப்பட்ட தண்டனைக் காலம் முடிவதற்கு முன்பாகவே உடல்நிலை மோசமானதன் விளைவாக சிறையிலிருந்து விடுதலை செய்யப்பட்டிருந்த முசாஃபர் அகமத் இந்த மாநாட்டில் பங்கேற்றார். அப்போது அவர் ஓய்வெடுத்து வந்த

அல்மோராவிலிருந்து நேரடியாக அவர் கான்பூருக்கு வந்து சேர்ந்தார். ஆஜ்மீரில் இருந்து அர்ஜுன்லால் சேத்தியும் இந்த மாநாட்டில் பங்கெடுத்தார்.

காங்கிரஸ் மாநாட்டில் பங்கெடுப்பதற்காக கான்பூர் வந்திருந்த தீவிர தொழிற்சங்க தலைவர்கள் பலரும் இந்த மாநாட்டிற்கும் வருகை தந்தனர். பிரிட்டிஷ் உளவுத் துறையின் மதிப்பீட்டின்படி கிட்டத்தட்ட 500 பேர் இந்த மாநாட்டில் பங்கேற்றனர். அவர்களில் பெரும்பாலோர் தொழிலாளிகளும் விவசாயிகளும் ஆவர்.

முதல் அரங்கில் சக்லத்வாலாவின் வாழ்த்துச் செய்தி பிரதிநிதிகளிடையே படிக்கப்பட்டது. இதைத் தொடர்ந்து வரவேற்புக் குழுவின் தலைவரான ஹஸ்ரத் மோகானி உரையாற்றினார். அதைத் தொடர்ந்து சிங்காரவேலு செட்டியார் தலைமையுரை ஆற்றினார். டிசம்பர் 26 மாலை நடைபெற்ற இரண்டாவது அரங்கு பல்வேறு தீர்மானங்களை நிறைவேற்றுவதில் கவனம் செலுத்தியது. 27ஆம் தேதி நடைபெற்ற மூன்றாவது அரங்கு அமைப்புச் சட்டத்தை நிறைவேற்றுவது, மத்திய நிர்வாகக் குழுவை தேர்வு செய்வது ஆகியவற்றில் கவனம் செலுத்தியது. 1925 டிசம்பர் 28 அன்று மத்திய நிர்வாகக் குழு கூடியது. இதில் நிர்வாகிகள், தலைவர், உதவித் தலைவர், பொதுச்செயலாளர்கள், பல்வேறு பகுதிகளுக்கும் பொறுப்பாளர்களாக மத்திய நிர்வாகக் குழு உறுப்பினர்களை நியமிப்பதற்கான தேர்வு செய்வது ஆகிய நடவடிக்கைகள் மேற்கொள்ளப்பட்டன.

வரவேற்புரை ஆற்றிய மோகானி அனைத்து நியாயமான வழிகளின் மூலம் முழுமையான விடுதலை பெறுவதும், அதன் பிறகு சோவியத் குடியரசு வடிவத்தில் ஓர் அமைப்பை நிறுவுவதுமே கட்சியின் நோக்கமாகவும் குறிக்கோளாகவும் அமைகிறது என்று விளக்கினார்.

சிங்காரவேலு செட்டியார் மிக நீண்டதொரு தலைமையுரையை நிகழ்த்தினார். அவர் தனது உரையில் ரோசா லக்சம்பர்க், கார்ல் லீஃப்னெட், மேலும் குறிப்பாக லெனின் ஆகியோருக்கும் திலகர், தேசபந்து சித்தரஞ்சன் தாஸ் ஆகியோருக்கும் தனது அஞ்சலியை செலுத்தினார். பிரிட்டிஷ் ஆட்சியிலிருந்து விடுதலை பெறுவதற்காக போராடுவதன் அவசியம் குறித்து மட்டுமின்றி, நமது நாட்டில் உள்ள தொழிலாளர்கள், விவசாயிகள் எதிர்கொள்ளும் பொருளாதார ரீதியான புறக்கணிப்புகள் குறித்தும் அவர் பேசினார். மேலும் அவர்களின் மேன்மைக்காகப் போராடுவதன் அவசியம் குறித்தும் வலியுறுத்தினார்.

மேலும் குறிப்பாக சாதியவாதம், வகுப்புவாதம் ஆகிய பிரச்சனைகள் குறித்தும் சிங்காரவேலு தனது உரையில் சுட்டிக் காட்டினார். நம் 'முன்னால் உள்ள அபாயங்கள்' அவை என்று குறிப்பிட்ட அவர், அவற்றை எதிர்த்துப் போராட வேண்டியதன் அவசியத்தையும் வலியுறுத்தினார். "நீண்ட நெடிய வரலாற்றுக் காலத்திலிருந்தே, மதம், சாதி ஆகியவை நமது அரசியல் ரீதியான ஒற்றுமையை விழுங்கிக் கொண்டிருக்கும் பூதங்களாக நீடித்து வருகின்றன. இத்தகைய மதரீதியான, வகுப்புவாத ரீதியான வேறுபாடுகளினால் நமது நாடு இன்று மீண்டும் சீர்குலைந்து வருகிறது. இத்தகைய வெற்று கோஷங்களை நம்முன்னால் எடுத்துக் கொண்டு வரும் தலைவர்கள் நமது நாட்டிற்கும் நமது நோக்கத்திற்கும் துரோகமிழைப்பவர்களன்றி வேறல்லர்."

தீண்டாமை மற்றும் அதன் பரவல் குறித்த பிரச்சனையை சுட்டிக்காட்டிய சிங்காரவேலு "தீண்டாமைக் கொடுமை என்பது அடிப்படையில் ஒரு விவசாயப் பிரச்சனையே ஆகும். பொருளாதார ரீதியாக அது சார்ந்திருப்பதை அகற்றாமல் தீண்டாமையை அகற்றுவது பற்றிப் பேசுவதென்பது அடிப்படையில் நேர்மையற்றதொரு செயலே ஆகும். மாற்றத்தை விரும்பாதவர்கள் (இங்கு தீண்டாமை ஒழிப்புத் திட்டத்தை முன்வைத்த மகாத்மா காந்தியையே அவர் குறிப்பிடுகிறார்) நமது சக மனிதர்களை தீண்டத்தகாதவர்களாக நடத்துவது பற்றிய அநீதியைப் பற்றியும், மனிதத் தன்மையற்ற நடத்தையைப் பற்றியும், பெரிதாகப் பேசிய போதிலும், பட்டினியால் இளைத்துப் போயிருக்கும் அவர்களின் குடும்பங்களைப் பற்றிய எந்தவித கருத்தையும் தெரிவிப்பதை கவனத்தோடு அவர் தவிர்த்து விடுகிறார்... அந்த வகையில் தீண்டாமையை அகற்றுவதைப் பற்றிப் பேசுவதென்பதே நேர்மையற்றதாகவும் விகாரமானதாகவும் ஆகிவிடுகிறது. எனவே வாழ்க்கைக்குத் தேவையான ஊதியம் அவர்களுக்கு வழங்கப்பட வேண்டும்; அதன் மூலம் அவர்கள் தங்களின் வாழ்க்கையை ஓரளவிற்காவது தாங்கக் கூடிய ஒன்றாக மாற்றிக் கொள்ள முடியும் என்ற வகையில்தான் ஒடுக்கப்பட்ட வர்க்கங்களின் பொருளாதாரக் கோரிக்கைகளுக்கு கம்யூனிஸ்டுகளாகிய நாம் அழுத்தம் தர வேண்டியது அவசியம்."

இத்தகைய முற்போக்கான கருத்துக்கள் அவர்களிடமிருந்து வெளிப்பட்ட போதிலும், இந்தத் தலைவர்களின் பேச்சுக்களில் சில வரம்புகளையும் நம்மால் காண முடிகிறது. சோஷலிசம், சோவியத் யூனியன் போன்ற கருத்துக்களால் அவர்கள்

ஈர்க்கப்பட்டிருந்த போதிலும், இவை கம்யூனிச கோட்பாடுகளை அடித்தளமாகக் கொண்டதாக அமைந்திருக்கவில்லை. சமூக மாற்றத்தை உருவாக்குவதில் வர்க்கப் போராட்டத்தின் மையத் தன்மையை இவை அங்கீகரிப்பதாக இல்லை. கம்யூனிசத்தை 'பொருட்களின் விநியோகத்தில் ஏற்படும் தீவிர ஏற்றத்தாழ்வுகளை சரிசெய்தல் மற்றும் அது அனைவருக்கும் பயனளிப்பதை உறுதி செய்தல்' ஆகியவற்றுக்கான ஓர் அமைப்பாகவே சிங்காரவேலு கருதுகிறார். அவரைப் பொறுத்தவரையில் கம்யூனிசம் என்பது "உலகின் தற்போதைய சமூக, அரசியல் அமைப்புகளில் மேலோங்கியுள்ள அப்பட்டமான அத்துமீறல்களை சரிசெய்வதற்கான நிச்சயமானதொரு வழி" மட்டுமேயாகும். இத்தகைய வரம்புகள்தான் கட்சிக்கான பெயரை தேர்ந்தெடுப்பது, அதன் நோக்கங்களும் குறிக்கோள்களும், போராட்ட வழிமுறைகள் மற்றும் சர்வதேச கண்ணோட்டம் ஆகியவை குறித்த விவாதங்களிலும் பிரதிபலித்தன.

உலகெங்கிலும் உள்ள கம்யூனிஸ்டுகளுடனான கருத்தொற்றுமையை வெளிப்படுத்திய தீர்மானங்களை மாநாடு நிறைவேற்றியது. மேலும் பிரிட்டனில் கம்யூனிஸ்ட் தோழர்களை சிறையில் அடைப்பதற்கு மறுப்பு தெரிவித்தது; பெஷாவர், கான்பூர் சதி வழக்குகளில் தண்டிக்கப்பட்ட கம்யூனிஸ்டுகளுக்கு தனது ஆதரவை தெரிவித்தது; சிங்காரவேலு தொடங்கி நடத்தி வந்த இந்துஸ்தான் தொழிலாளர்-விவசாயிகள் கட்சியை கலைக்க முடிவு செய்தது; அவர் தொடங்கிய லேபர் அண்ட் கிசான் கெசட் என்ற இதழ், புதிதாக உருப்பெற்றுள்ள இந்திய கம்யூனிஸ்ட் கட்சியின் அதிகாரபூர்வ இதழாக இருக்கும் என்றும் முடிவெடுக்கப்பட்டது. கட்சியின் தலைமை அலுவலகம் பம்பாயிலிருந்து செயல்படும் என்றும் தீர்மானிக்கப்பட்டது.

மாநாட்டில் நடைபெற்ற விவாதங்களின்போது கட்சியின் பெயர் மற்றும் அதன் செயல்பாடுகள் குறித்து சத்யபக்தா முன்வைத்த பரிந்துரைகள் ஏற்கப்படவில்லை. கட்சிக்கு இந்திய கம்யூனிஸ்ட் கட்சி என்று பெயரிட வேண்டும் என்றும், கம்யூனிஸ்ட் அகிலத்துடன் அது இணைக்கப்படக் கூடாது என்றும் அவர் கருத்து தெரிவித்திருந்தார். எந்தவொரு கம்யூனிஸ்ட் கட்சிக்கும் அடிப்படையான அம்சமான சர்வதேச உணர்வை அவர் ஏற்றுக் கொள்ளவில்லை. அவ்வகையில் பெரும்பாலான மாநாட்டுப் பிரதிநிதிகளால் அவரது தீர்மானங்கள் நிராகரிக்கப்பட்டன.

இந்த மாநாடு இந்திய கம்யூனிஸ்ட் கட்சி என்ற பெயரை ஏற்றுக் கொண்டதோடு, கட்சியில் சேர விரும்பும் அனைவரும்

ஏற்றுக் கொண்டு கையெழுத்திட வேண்டிய அறிவிப்புப் படிவத்தையும் இறுதிப்படுத்தியது. இந்தப் படிவம் பின்வருமாறு கூறியது: "கீழே கையொப்பமிட்டுள்ள .... வயதான நான் இந்தியாவில் தொழிலாளர் – விவசாயிகளுக்கான ஒரு குடியரசை உருவாக்குவதை நோக்கமாகக் கொண்ட இந்திய கம்யூனிஸ்ட் கட்சியின் பாதையை இதன் மூலம் ஏற்றுக் கொண்டு கையெழுத்திடுகிறேன். கம்யூனிஸ்ட் கட்சியின் முதல் மாநாட்டு தீர்மானங்களை நான் கவனமாக அறிந்து கொண்டேன். நிலங்கள், சுரங்கங்கள், தொழிற்சாலைகள், வீடுகள், தந்தி, தொலைபேசி, ரயில்வே மற்றும் இதுபோன்ற பொது உரிமை தேவைப்படுகின்ற இதர பொதுச் சேவைகளை தேசிய மயமாக்குவதன் மூலம் தொழிலாளர்கள், விவசாயிகள் ஆகியோருக்கு வாழ்க்கைக்குத் தேவையான ஊதியத்தைப் பெற்றுத் தருவது என்ற கட்சியின் உடனடி நோக்கத்துடன் நான் முழுமையாக உடன்படுகிறேன்."

சிந்தனை சிற்பி ம. சிங்காரவேலர்

இந்த மாநாடு 30 உறுப்பினர்களைக் கொண்ட ஒரு மத்திய செயற்குழுவை தேர்ந்தெடுப்பதை நோக்கமாகக் கொண்டிருந்த போதிலும் மாநாட்டில் 16 பேர் மட்டுமே தேர்ந்தெடுக்கப்பட்டனர். மீதமுள்ள 14 பேரை மற்ற மாநிலங்களிலிருந்து சேர்த்துக் கொள்வது என முடிவு செய்யப்பட்டது. டிசம்பர் 28 அன்று மத்திய செயற்குழு கூடி நிர்வாகிகளையும் அமைப்பாளர்களையும் தேர்ந்தெடுத்தது. கட்சியின் தலைவராக சிங்காரவேலு, துணைத்தலைவராக ஆசாத் சோபானி, பொதுச்செயலாளர்களாக எஸ் வி காட்டே, ஜானகி பிரசாத் பாகர்ஹட்டே ஆகியோர் தேர்ந்தெடுக்கப்பட்டனர். தோழர்கள் கிருஷ்ணசாமி அய்யங்கார், சத்யபக்தா, எஸ் டி ஹாசன் மற்றும் முசாஃபர் அகமத் ஆகியோர் முறையே மதராஸ், கான்பூர், லாகூர், கல்கத்தா ஆகிய நான்கு மாநிலங்களுக்கான செயலாளர்களாக தேர்ந்தெடுக்கப்பட்டனர்.

இவ்வாறு இந்தியாவில் கட்சி உருவாவதற்கு வழிவகுத்த சூழல் பற்றிப் பேசுகையில், கான்பூர் மாநாட்டில் தேர்ந்தெடுக்கப்பட்ட மத்திய செயற்குழு தனது வருடாந்திர அறிக்கையில் கீழ்க்கண்டவாறு எழுதியது. இது 1927 மே மாதம் பம்பாயில் நடைபெற்ற

கூட்டத்தில் ஏற்றுக் கொள்ளப்பட்டது. "கம்யூனிஸ்டுகள் விசாரணைக்கு உட்படுத்தப்பட்டு, தண்டிக்கப்பட்ட இடமாக கான்பூர் இருந்த நிலையில், நீதிமன்றத்தில் வெளிவந்த திட்டத்துடன் கூடிய ஒரு கட்சியை தொடங்குவதற்கான உத்வேகம் ஒப்பீட்டளவில் மற்ற இடங்களை விட கான்பூரில் அதிகமாகவே இருந்தது. சத்யபக்தா இந்த வாய்ப்பைப் பயன்படுத்திக் கொண்டு, இந்திய கம்யூனிஸ்ட் கட்சி என்ற பெயரில் ஒரு கட்சியைத் தொடங்கினார். இந்தக் கட்சி பலரையும் கவர்ந்தது. பலரும் இதில் உறுப்பினராக சேர முன்வந்தனர். இவை அனைத்தும் நடந்தபோதிலும் இந்த வேலையில் மார்க்சிய வழிப்பட்ட எதுவும் இல்லை என்பதும் தென்பட்டது. மாறாக, கம்யூனிசம் என்பது பொதுவாகப் புரிந்து கொள்ளப்படாத இந்தியாவைப் போன்ற ஒரு நாட்டில், கம்யூனிஸ தத்துவத்திற்கு அவப்பெயரை கொண்டுவரும் வகையிலான ஒரு சில விஷயங்கள் நடத்தப்பட்டன. அவற்றை இங்கே குறிப்பிடுவது தேவையற்றதும் ஆகும்....இந்த அமைப்பைக் கைப்பற்றுவதில் நாம் வெற்றி பெற்றுள்ளோம் என்றபோதிலும் கட்சி தற்காலிகமானதொரு வடிவத்தில்தான் வைக்கப்பட்டுள்ளது. கட்சிக்கான உறுதியான ஓர் அமைப்புச் சட்டமோ அல்லது திட்டமோ இன்னமும் வடிவமைக்கப்பட இயலவில்லை."

இந்திய கம்யூனிஸ்ட் கட்சியை உருவாக்குவதற்கான முதல் அடிவைப்பாக தாஷ்கெண்ட் கூட்டம் இருந்தது எனில், இந்திய மண்ணில் ஓர் அகில இந்திய கட்சியை உருவாக்கும் திசைவழியில் எடுக்கப்பட்ட முதல் முயற்சியாக கான்பூர் கம்யூனிஸ்ட் மாநாடு திகழ்ந்தது.

நவம்பர் 27, 2019

5

மீண்டும் இந்திய கம்யூனிஸ்ட் கட்சி உருவாக்கம் பற்றி

1920ஆம் ஆண்டு அக்டோபர் 17அன்று தாஷ்கெண்ட் நகரில் இந்திய கம்யூனிஸ்ட் கட்சி உருவாக்கப்பட்ட நூற்றாண்டு விழாவை ஓராண்டு காலத்திற்கு மார்க்சிஸ்ட் கட்சி கொண்டாடத் தொடங்கியதை அடுத்து, கட்சி தொடங்கப்பட்ட சரியான தேதி குறித்த சர்ச்சை மீண்டும் தலையெடுத்துள்ளது. கான்பூர் கம்யூனிஸ்டு மாநாடு நடைபெற்ற 1925 டிசம்பர் 26 என்ற நாளையே இந்திய கம்யூனிஸ்ட் கட்சியின் தொடக்க தினமாக சிபிஐ கருதுகிறது என்பது அனைவரும் அறிந்த ஒன்றுதான்.

இந்தக் கட்டுரைத் தொடரில் தாஷ்கெண்ட் நகரில் 1920 அக்டோபர் 17 அன்று நடைபெற்ற கூட்டம் பற்றி நாம் குறிப்பிட்டிருந்தோம். அதன் பிறகு இந்தியாவிற்குள் கம்யூனிஸ்ட் குழுக்கள் உருவான வளர்ச்சிப் போக்குகள் பற்றியும், அவை இரண்டிற்கும் இடையிலான தொடர்பு குறித்தும், கடந்த வாரம் 1925ஆம் ஆண்டு கான்பூரில் நடைபெற்ற கம்யூனிஸ்ட் மாநாடு பற்றியும் விவரித்திருந்தோம்.

இதன் மூலம் இந்திய கம்யூனிஸ்ட் கட்சியின் ஆரம்ப நாட்களைப் பற்றி சுருக்கமானதொரு சித்திரத்தை வாசகர்கள் பெற்றிருப்பார்கள். 1920ஆம் ஆண்டில் இந்திய கம்யூனிஸ்ட் கட்சி தொடங்கப்பட்ட 100வது ஆண்டு தினத்தை மார்க்சிஸ்ட் கட்சி கொண்டாடுவதைத் தொடர்ந்து, ஏன் 1925ஆம் ஆண்டை இந்திய கம்யூனிஸ்ட் கட்சியின் தொடக்க ஆண்டாக கருதப்பட வேண்டும் என்ற தனது நிலைபாட்டை சிபிஐ மீண்டும் வலியுறுத்தியுள்ளது.

சிபிஐயின் அதிகாரபூர்வ வார இதழான நியூ ஏஜ் இதழில் அதன் ஆசிரியரும் சிபிஐயின் செயலாளருமான பினய் விஸ்வம் இது குறித்த தனது வாதத்தை ஒரு கட்டுரையின் மூலம் முன்வைத்துள்ளார். கட்சியின் தொடக்க தினம் குறித்த முடிவுக்கு ஒன்றுபட்ட கட்சி எவ்வாறு வந்தது என்பது குறித்த வரலாற்றை அவர் விவரித்திருந்தார். 1959 ஆகஸ்ட் மாதத்தில் கட்சியின் செயற்குழு கூடி 1925 டிசம்பர் -26ஐ இந்திய கம்யூனிஸ்ட் கட்சியின் தொடக்க தினம் என முடிவு செய்தது. அதைத் தொடர்ந்து இந்த விஷயம் குறித்து கேள்விகள் எழும்போதெல்லாம் இந்த தொடக்க தினமே கட்சியின் தலைமையினால் வலியுறுத்தப்பட்டு வந்துள்ளது.

1925 டிசம்பரில் கான்பூரில் நடைபெற்ற மாநாடுதான் கட்சியின் தொடக்க தினம் என ஒன்றுபட்ட கட்சி முடிவு செய்திருந்தது என்பது உண்மைதான். எனினும் 1964ஆம் ஆண்டில் மார்க்சிஸ்ட் கட்சி தொடங்கப்பட்ட பிறகு, அப்போது பொருத்தமானதாக இருந்த அரசியல், தத்துவார்த்தப் பிரச்சனைகளைப் போலவே, இந்த முடிவும் மறுபரிசீலனை செய்யப்பட்டு இறுதிப்படுத்தப்பட்டது. உதாரணமாக, கட்சியின் வரலாற்றிலேயே முதன்முறையாக 1964ஆம் ஆண்டில் நடைபெற்ற 7வது காங்கிரஸில்தான் மார்க்சிஸ்ட் கட்சி உறுதியானதொரு கட்சித் திட்டத்தை ஏற்றுக் கொண்டது. சிபிஐயும் கூட அதே ஆண்டு நடைபெற்ற தனது 7வது காங்கிரஸில் தனக்கேயுரிய கட்சித் திட்டத்தை ஏற்றுக் கொண்டது.

அடிப்படையில், கட்சியின் நிறுவனர்களில் ஒருவரும், மார்க்சிஸ்ட் கட்சியின் முதல் மத்தியக் குழுவின் உறுப்பினராக தேர்ந்தெடுக்கப்பட்டவருமான தோழர் முசாஃபர் அகமத் எடுத்த முயற்சிகளின் விளைவாகவே, இந்திய கம்யூனிஸ்ட் கட்சியின் உருவாக்கம் பற்றிய கேள்வியானது, மீண்டும் பரிசீலனைக்கு எடுத்துக் கொள்ளப்பட்டது.

இந்தப் பரிசீலனை குறித்த வரலாற்றினை ஆழமாக விவரிப்பதற்கு மாறாக, இங்கு ஒரு விஷயத்தைக் குறிப்பிட்டே ஆக வேண்டும். தாஷ்கெண்ட் நகரில் நடைபெற்ற கூட்டம் பற்றிய ஆவணங்கள் கண்டுபிடிக்கப்பட்டதே, இந்த தேதியை மறுபரிசீலனை செய்வதற்கான ஊக்கத்தை வழங்கியது. குருஷேத்ரா பல்கலைக்கழகத்தின் வரலாற்றுத் துறையில் ரீடராக இருந்த டாக்டர் தேவேந்திர கவுஷிக் தனது ஆய்வினை தொடர்வதற்காக தாஷ்கெண்ட் நகரில் மூன்று ஆண்டுகள் தங்கியிருந்தார். அவரது ஆராய்ச்சியின்போது உஸ்பெஸ்கிஸ்தானின் தலைநகரான தாஷ்கெண்ட் நகரில் இருந்த உஸ்பெஸ்கிஸ்தான் கம்யூனிஸ்ட் கட்சியின் ஆவணங்களில் இந்திய கம்யூனிஸ்ட் கட்சியின் தொடக்கம் பற்றிய ஆவணங்களும் இருந்ததை அவர் கண்டறிந்தார்.

அதுவரையில் தாஷ்கெண்ட் நகரில் ஒரு கூட்டம் நடைபெற்றது என்பது மட்டுமே அனைவருக்கும் தெரிந்திருந்த விஷயமாக இருந்தது. எம் என் ராயும் கூட தனது நினைவலைகளில் இந்தக் கூட்டம் பற்றிய குறிப்பிட்ட தேதி எதையும் குறிப்பிடவில்லை. எனினும், இந்த தாஷ்கெண்ட் கூட்டம் பற்றிய பதிவும், அக்கூட்டத்தின் விவரக் குறிப்புகளும், இந்திய கம்யூனிஸ்ட் கட்சியின் முதல் கிளை எவ்வாறு உருவாக்கப்பட்டது என்பது குறித்த தெளிவானதொரு சித்திரத்தை வழங்கின. இக்கூட்டத்தில்

பங்கேற்ற குழுவினரின் கம்யூனிஸ்ட் தன்மையின் உண்மைத் தன்மையும் கேள்விக்கு அப்பாற்பட்டதாகும். இந்தக் கிளையைத் தொடங்க முன்முயற்சி எடுத்த எம் என் ராய் மெக்சிகோ கம்யூனிஸ்ட் கட்சியின் ஒரு பிரதிநிதியாகவே கம்யூனிஸ்ட் அகிலத்தின் இரண்டாவது காங்கிரஸில் பங்கேற்றார். எனினும், தேசிய, காலனிய பிரச்சனைகள் மீதான விவாதத்தில் அவரது முக்கிய பங்களிப்பிற்குப் பிறகு, காங்கிரஸிற்குப் பிறகு, மத்திய ஆசிய நிலையத்தின் ஓர் உறுப்பினராக அவர் நியமிக்கப்பட்டார். இந்த நிலையம் தாஷ்கெண்டில் இருந்தது. இந்தப் பொறுப்பினை ஏற்கவே, அவர் தனது மனைவி எவ்லின் ட்ரெண்ட் ராய் உடன் தாஷ்கெண்ட் நகருக்குச் சென்றார். தனிப்பட்ட வகையில் எவ்லினும் ஒரு கம்யூனிஸ்ட் தான். இதைத் தொடர்ந்து கம்யூனிஸ்ட் அகிலத்தின் நிர்வாகக் குழு உறுப்பினராகவும் எம் என் ராய் தேர்ந்தெடுக்கப்பட்டார். அகிலத்தின் இரண்டு காங்கிரஸ்களுக்கு இடையே அனைத்து பணிகளையும் மேற்பார்வையிடும் பொறுப்பு இந்த நிர்வாகக் குழுவிற்கே இருந்தது. கம்யூனிஸ்ட் அகிலத்தில் இத்தகையதொரு அதிகாரமிக்க நபர்தான் தாஷ்கெண்ட் நகரில் இருந்த முகாஜிர்களிடையே பணிபுரியத் தொடங்கி அவர்களை கம்யூனிஸ்ட் கட்சிக்குள் கொண்டு வந்தவர் ஆவார்.

1921ஆம் ஆண்டில் பெர்லின் நகரில் இருந்த இந்திய புரட்சியாளர்கள் குழு ஒன்று மாஸ்கோவிற்கு வந்தது. புகழ்பெற்ற சுதந்திரப் போராட்ட வீரரான சரோஜினி நாயுடுவின் சகோதரரான விரேந்திர நாத் சட்டோபாத்யாயாவின் தலைமையிலான குழு இது. அவரும் அவரது குழுவினரும் இந்தியா விடுதலை பெறுவதற்கு முன்பாக கம்யூனிஸ்ட் கட்சி ஒன்றை உருவாக்குவதை எதிர்த்தனர். அதற்குப் பதிலாக ஒரு இந்திய புரட்சிக் கழகத்திற்கு கம்யூனிஸ்ட் அகிலம் உதவி புரிய வேண்டும் என்றே அவர்கள் விரும்பினர். தாஷ்கெண்ட் கட்சியை கலைக்க வேண்டும் என்று அவர்கள் கோரியதோடு, கம்யூனிஸ்ட் அகிலத்தின் பட்டியலில் இருந்தே அதை நீக்கிவிட வேண்டும் என்றும் அவர்கள் கோரினர்.

கம்யூனிஸ்ட் அகிலத்தின் ஓர் ஆணையம் அவர்களின் கருத்துக்களையும், எம் என் ராயின் கருத்துக்களையும் கேட்டறிந்தது. கம்யூனிஸ்ட் அகிலத்தின் ஆணையம் பெர்லின் குழுவின் கோரிக்கையை ஏற்றுக் கொள்ளவில்லை. ஏனெனில், காலனி ஆதிக்கத்திற்கு ஆட்பட்டுள்ள நாடுகளில் தேசிய விடுதலைக்காக ஐக்கிய முன்னணியில் இணைந்து கொள்ளும் அதே நேரத்தில் அந்தந்த நாடுகளில் கம்யூனிஸ்ட் கட்சிகள் சுயேச்சையாகவும்

செயல்பட வேண்டும் என்பதே கம்யூனிஸ்ட் அகிலத்தின் முடிவாக இருந்தது. (பின்னாளில் விரிவடைந்த) தாஷ்கெண்ட் குழுவை "இந்திய கம்யூனிஸ்ட் குழு" அல்லது வெளிநாட்டிலிருந்து கொண்டு செயல்படும் இந்திய கம்யூனிஸ்ட் கட்சி என்பதாகவே கம்யூனிஸ்ட் அகிலம் தொடர்ந்து அங்கீகரித்து வந்தது.

தாஷ்கெண்ட் நகரில் உருவாக்கப்பட்ட இந்தக் குழு இந்தியாவிற்கு வெளியே உருவாக்கப்பட்டது. எனவே இந்திய கம்யூனிஸ்ட் கட்சியின் தொடக்கம் என அதைக் கருத முடியாது என்ற வாதமானது ஏற்றுக் கொள்ள முடியாத ஒன்று என்பது மட்டுமின்றி, மிகக் குறுகிய கண்ணோட்டம் உடையதும் ஆகும். 1920ஆம் ஆண்டில் தாஷ்கெண்ட் நகரில் இந்தக் கிளை தொடங்கப்பட்டபோது இந்தியாவில் எந்தவொரு இடத்திலும் கம்யூனிஸ்ட் குழுக்கள் எதுவும் இருக்கவில்லை. 1922ஆம் ஆண்டில்தான் ஒரு சில குழுக்கள் ஆங்காங்கே செயல்படத் தொடங்கியிருந்தன. எனினும் அவையும் கூட ஒரு கம்யூனிஸ்ட் கட்சி எவ்வாறு செயல்பட வேண்டும் என்பது குறித்த அரசியல் ரீதியான அல்லது அமைப்பு ரீதியான தெளிவு எதுவும் அற்றதாகவே இருந்தன. இந்தியாவில் மெல்ல மெல்ல உருவாகிக் கொண்டிருந்த கம்யூனிஸ்ட் குழுக்கள், அவற்றின் தலைவர்களோடு தொடர்புகளை ஏற்படுத்திக் கொடுத்தது தாஷ்கெண்ட் கிளைதான். 1921, 1922 ஆண்டுகளில் எஸ் ஏ டாங்கே(பம்பாய்) முசாஃபர் அகமத் (கல்கத்தா) சிங்காரவேலு செட்டியார் (மதராஸ்) ஆகியோருக்கு தொடர்ச்சியாக கடிதங்களும் தகவல்களும் அனுப்பப்பட்டு வந்தன.

1922ஆம் ஆண்டில் எம் என் ராயும் தாஷ்கெண்ட் கிளையும் பெர்லினுக்கு இடம்பெயர்ந்து அங்கிருந்து செயல்படத் தொடங்கினர். ஏனெனில் தாஷ்கெண்ட் போன்ற தொலைதூரப் பகுதியில் இருந்து இந்தியாவின் பல்வேறு பகுதிகளிலும் இருந்த தொடக்ககால கம்யூனிஸ்டுகளுடன் தொடர்பு வைத்துக் கொள்வது அவர்களுக்குக் கடினமாக இருந்ததே இதற்குக் காரணமாகும். 1922 மே மாதத்தில் இந்திய கம்யூனிஸ்ட் கட்சியின் முதலாவது இதழான வேன்கார்ட் ஆஃப் இண்டியன் இண்டிபெண்டென்ஸ் (இந்திய விடுதலையின் முன்னணிப்படை) பெர்லின் நகரில் இருந்து வெளிவரத் தொடங்கியது. பிரிட்டிஷ் அதிகாரிகளின் கண்களில் இருந்து தப்பிப்பதற்காகவே அதன் முகப்பில் இந்திய கம்யூனிஸ்ட் கட்சியுடனான அதன் தொடர்பு பற்றிய அறிவிப்பு எதுவும் வெளியிடப்படவில்லை. பிரிட்டிஷ் ஆட்சி இந்த இதழை தடை செய்திருந்தபோதிலும், இந்த இதழின் பிரதிகள் இந்தியாவை

வந்தடைந்தன. இது இந்தியாவில் இருந்த கம்யூனிஸ்ட் குழுக்கள் கம்யூனிச நோக்கத்திற்காக தங்களை அரசியல் ரீதியாகவும் தத்துவார்த்த ரீதியாகவும் மேம்படுத்திக் கொள்ள உதவியது. சிறிது காலத்திற்குப் பிறகு அட்வான்ஸ் கார்ட் என தனது பெயரை மாற்றிக் கொண்டது. ஓராண்டிற்குப் பிறகு வேன்கார்ட் என்ற பெயரில் மீண்டும் வெளிவரத் தொடங்கியது. இதில் குறிப்பிடத்தக்க விஷயம் என்னவெனில், இவ்வாறு மீண்டும் வெளிவரத் தொடங்கிய இந்த இதழிலிருந்தே அது தன்னை இந்திய கம்யூனிஸ்ட் கட்சியின் அதிகாரபூர்வ இதழ் என்று அறிவித்துக் கொண்டதாகும்.

எனவேதான் தனது முதல் ஆண்டு நிறைவு இதழை பெர்லினில் இருந்து வெளிவந்த வேன்கார்ட் இதழில் கம்யூனிஸ்ட் அகிலத்தின் நிர்வாகக் குழுவிலிருந்து அனுப்பப்பட்டிருந்த வாழ்த்துச் செய்தி கீழ்க்கண்ட கோஷத்துடன் நிறைவடைந்திருந்தது: “விடுதலை பெற்ற இந்தியா நீடுழி வாழ்க! இந்திய கம்யூனிஸ்ட் கட்சி நீடூழி வாழ்க! வேன்கார்ட் நீடூழி வாழ்க!”

தாஷ்கெண்ட் குழுவின் தலைவர்கள் மேற்கொண்ட தத்துவார்த்த பணிகளை குறைத்து மதிப்பிட்டுவிட முடியாது. தோழர் இ.எம்.எஸ். நம்பூதிரிபாடின் கருத்துப்படி “எம்.என். ராயின் இண்டியா இன் ட்ரான்சிஷன் (மாற்றத்தை நோக்கிய இந்தியா) என்ற நூல் பிரிட்டிஷ் ஆட்சியின் கீழ் இந்தியாவின் பொருளாதாரம், அரசியல், தத்துவம் குறித்த மார்க்சிய-லெனினிய வகைப்பட்ட ஆய்வின் முதல் தொடக்கமாக இருந்தது.” இத்தகைய தத்துவார்த்தப் பணிகள், இந்திய நிலைமைகளுக்கு ஏற்ப மார்க்சிய-லெனினிய கொள்கைகளைப் பொருத்துவது என்ற இந்த பாரம்பரியத்தை 1934ஆம் ஆண்டில் உருவான மத்தியப்படுத்தப்பட்ட தலைமையுடன் ஒழுங்கமைக்கப்பட்ட இந்திய கம்யூனிஸ்ட் கட்சி முன்னெடுத்துச் சென்றது. 1921ஆம் ஆண்டில் அகமதாபாத் நகரில் நடைபெற்ற இந்திய தேசிய காங்கிரஸின் வருடாந்திர மாநாட்டிற்கு தாஷ்கெண்ட் குழு அனுப்பி வைத்த அறிக்கைதான் முதன்முறையாக ‘முழுமையான விடுதலை’ என்ற கோஷத்தை எழுப்பியது. ஹஸ்ரத் மோகானியும் இதே கோரிக்கையை இந்த மாநாட்டில் எதிரொலித்தார்.

கம்யூனிஸ்ட் அகிலம் 1919 மார்ச் மாதம் தொடங்கப்பட்டது. கம்யூனிஸ்ட் அகிலத்தின் வழிகாட்டுதலின் கீழ்தான் உலகின் பல்வேறு நாடுகளிலும் கம்யூனிஸ்ட் கட்சிகள் நிறுவப்பட்டன. இது கம்யூனிச இயக்கத்தின் உந்து சக்தியாக பாட்டாளி வர்க்க

சர்வதேச உணர்வு நிரம்பிய காலமும் ஆகும். சர்வதேச உழைக்கும் வர்க்க இயக்கத்தை வளர்த்தெடுக்க கம்யூனிஸ்டுகள் தேச எல்லைகளைக் கடந்து நின்ற காலமும் ஆகும். எனவே தாஷ்கெண்ட் நகரில் இந்திய கம்யூனிஸ்ட் கட்சியின் உருவாக்கத்தை 'அந்நிய' நாட்டில் நடைபெற்ற ஒரு நிகழ்வாகக் கருதுவது தவறான ஒன்றாகும். எனவே 1925இன் கான்பூர் மாநாடு போன்ற தேச எல்லைகளுக்குள் நடைபெற்ற ஒரு கட்சிக் கிளையின் தோற்றத்தை மட்டுமே உண்மையானது எனக் கருதுவது குறுகிய தேசியவாதக் கண்ணோட்டமே ஆகும்.

இந்த விஷயத்தில் பினய் விஸ்வம் தேவையற்ற மற்றொரு அம்சத்தையும் முன்னெடுத்திருக்கிறார். அவர் இவ்வாறு குறிப்பிட்டிருந்தார்: "(கம்யூனிஸ்ட் கட்சிகளின் மீது) அந்நிய அடையாளத்தைச் சுமத்துவது என்ற வர்க்க எதிரிகளின் விஷமத்தனமான முயற்சிகளையும் நாம் மனதில் கொள்ள வேண்டும். தாஷ்கெண்ட் கூட்டத்தில் பங்கேற்ற ஏழு பேரில் இருவர் வெளிநாட்டவர்கள் என்ற அடிப்படையில் நமது எதிரிகள் தங்களது தாக்குதலை மேலும் தீவிரப்படுத்தக் கூடும்."

உலகம் முழுவதிலுமுள்ள ஆளும் வர்க்கங்கள் கம்யூனிஸ்டுகளையும் போல்ஷ்விக்குகளையும் அந்நிய நாடுகளின் ஏஜெண்டுகள் என்பதாகவே கருதுகின்றனர் என்ற உண்மையை கருத்தில் கொண்டு பார்க்கும்போது, இந்த வாதம் மிகவும் வியப்பானதொரு அணுகுமுறையே ஆகும். மார்க்சியத்திற்கு 'தேச' அளவிலான தத்துவம் இல்லை என்ற நிலையில், அது எப்போதுமே 'அந்நிய' தன்மை என்ற அடையாளம் திணிக்கப்பட்டதாகவே இருந்துவருகிறது. கம்யூனிஸ்டுகள் தங்களது தொழிலாளி வர்க்க சர்வதேச கண்ணோட்டம் குறித்து பெருமை கொள்கின்றனர். தாஷ்கெண்ட் கூட்டத்தில் பங்கேற்ற இரு 'வெளிநாட்டவர்கள்' எவ்லின் ட்ரெண்ட் ராய் மற்றும் ரோசா ஃபிட்டிங்காஃப் ஆகியோர் ஆவர். இவர்கள் இருவருமே கம்யூனிஸ்டுகள். ஒருவர் அமெரிக்க வம்சாவளியினர். மற்றொருவர் ரஷ்யர். எவ்லின் ட்ரெண்ட் ராய் எம் என் ராயின் மனைவியாக இருந்தபோதிலும், அவரது பங்களிப்பை நம்மால் மறுக்க முடியாது. கட்டுரைகள் எழுதுவது, இந்திய நிலைமைகளை பகுப்பாய்வு செய்வது ஆகியவற்றில் அவர் முக்கிய பங்கு வகித்தார். கட்சியின் அமைப்புரீதியான நடவடிக்கைகளையும் அவர் தாஷ்கெண்டிலும் பின்னர் பெர்லினிலும் மேற்கொண்டார். உண்மையில், இந்திய கம்யூனிஸ்ட் கட்சியின் துவக்க கிளையின் ஏழு உறுப்பினர்களில் இருவர்

பெண்கள் என்பதில் இந்திய கம்யூனிஸ்டுகள் பெருமை கொள்ள வேண்டும்.

இந்தியாவில் கம்யூனிஸ்ட் இயக்கத்தின் வளர்ச்சியில் வெளிநாட்டு கம்யூனிஸ்டுகளின் பங்களிப்பினை அழிக்கும் வகையில் வரலாற்றில் எவ்வித திருத்தமும் மேற்கொள்ளலாகாது. மீரட் சதி வழக்கில் குற்றம் சாட்டப்பட்ட 33 பேரில் மூவர் பென் ப்ராட்லி, பிலிப் ஸ்ப்ராட், எச் எல் ஹட்சின்சன் ஆகிய பிரிட்டிஷ் கம்யூனிஸ்டுகள் ஆவர். இந்தியாவில் கம்யூனிஸ்ட் கட்சியின் வளர்ச்சிக்கு உதவியதில் பிரிட்டிஷ் கம்யூனிஸ்ட் கட்சித் தலைவர்களான ரஜனி பாமி தத், பென் ப்ராட்லி ஆகியோரின் பங்களிப்பை இந்திய கம்யூனிஸ்டுகள் என்றும் மறக்க முடியாது.

தாஷ்கெண்ட் கம்யூனிஸ்ட் கிளை, கான்பூர் கம்யூனிஸ்ட் மாநாடு ஆகிய இரண்டுமே கட்சிக்கான ஒரு திட்டத்தை உருவாக்கவில்லை. கம்யூனிஸ்ட் அகிலத்துடன் ஒரு முழு கம்யூனிஸ்ட் கட்சியாக இணைவதற்கான அடிப்படையை ஒரு கட்சித் திட்டம் மட்டுமே வழங்க முடியும். எனவே கட்சியின் உண்மையான உருவாக்கத்தை தீர்மானிப்பதற்கான அளவுகோலாக இது இருக்க இயலாது. கான்பூர் மாநாட்டிற்குப் பிறகும் கூட, அங்கு அமைக்கப்பட்ட பிரிவு கம்யூனிஸ்ட் அகிலத்துடன் இணைவதற்கு விண்ணப்பிக்கவில்லை என்பதையும் நாம் கவனத்தில் கொள்ள வேண்டும்.

வெளிநாட்டில் இருந்து கொண்டு செயல்பட்ட இந்திய கம்யூனிஸ்ட் கட்சி தனது உறுப்பினர்கள் பலரையும் இந்தியாவிற்குத் திருப்பி அனுப்பியது. அவர்களில் பலரும் பெஷாவர், கான்பூர் சதி வழக்குகளில் கைது செய்யப்பட்டு சிறையில் அடைக்கப்பட்டனர். தாஷ்கெண்ட், மாஸ்கோவில் கம்யூனிஸ்டுகளாக மாறிய ஃபெரோசுதீன் மன்சூர், எம் ஏ மஜீத் போன்ற சில முகாஜிர்கள் இந்தியாவில் கட்சியின் வளர்ச்சியில் முக்கிய பங்கு வகித்தனர் என்பதும் இங்கு குறிப்பிடத்தக்கது.

தாஷ்கெண்ட்டில் உருவான இந்திய கம்யூனிஸ்ட் கட்சி 1925இல் கான்பூரில் நடைபெற்ற மாநாட்டிற்குப் பிறகு இயங்கியல் ரீதியாக அதனுடன் இணைக்கப்பட்டது. இந்திய கம்யூனிஸ்ட் கட்சி உருவாக தாஷ்கெண்ட் கிளை முதல் படி எனில், கட்சியின் வளர்ச்சியில் கான்பூர் மாநாடு அதன் அடுத்த அடிவைப்பாகத் திகழ்ந்தது என்று கூறுவதே பொருந்தும்.

டிசம்பர் 01,2019

6

தாதா அமீர் ஹைதர் கான்: துடிப்புமிக்கதொரு புரட்சியாளர்

இந்திய துணைக்கண்டத்தில் தொழிலாளர் வர்க்கத்திலிருந்து உதித்த புகழ்பெற்ற பல்துறை வித்தகப் புரட்சியாளர்களில் ஒருவர் தாதா அமீர் ஹைதர் கான். அந்நிய ஆதிக்கத்திலிருந்து நம் நாட்டை விடுவிக்க பிரிட்டிஷ் ஆட்சிக்கு எதிராக அவர் போராடினார். தொழிலாளிகள், விவசாயிகளின் உரிமைகளுக்காகவும் வர்க்கமற்றதொரு சமூகத்தை உருவாக்கும் நோக்கத்துடனும் அவர்களை அணிதிரட்டினார். இந்திய மண்ணில் கம்யூனிச இயக்கத்தை வளர்த்தெடுக்க தன் வாழ்க்கை முழுவதையும் அர்ப்பணித்தவர் அவர். அடக்குமுறை, சிறைவாசம், எண்ணற்ற சொல்லொணாத் துன்பங்களுக்கு மத்தியிலும் ஏழரை தசாப்தங்களுக்கும் மேலாக பாட்டாளி வர்க்கப் புரட்சிக்கான அவரது அர்ப்பணிப்பு, மக்களுக்குச் சேவை செய்வதில் அவருக்கிருந்த உறுதிப்பாடு ஆகியவை ஈடு இணையற்றவை ஆகும். சர்வதேச புரட்சிகர சோஷலிசம், வரலாற்றின் போக்கை மாற்றுவதற்கான போராட்டம் ஆகிய கருத்துக்களின் மீது அவருக்கிருந்த பற்றுறுதி அனைவருக்கும் முன்மாதிரியான ஒன்றாகும். அவரது வாழ்க்கையின் எளியதொரு சம்பவம் கூட இருபதாம் நூற்றாண்டின் முதல் பாதியில் நிலவிய உலக வரலாற்றை விவரிப்பதாக அமையும்.

காலனியாதிக்க எதிர்ப்புப் போராட்டங்கள் சமூகத்தின் அனைத்துப் பிரிவுகளிலிருந்தும் வீரஞ்செறிந்த கம்யூனிஸ்ட் விடுதலைப் போராளிகள் பலரையும் உருவாக்கின. கம்யூனிஸ்ட் இயக்கத்தின் இத்தகைய முன்னோடிகளில் பலரும் முஸ்லீம் சமூகத்திலிருந்து வந்தவர்கள் ஆவர். அத்தகைய உறுதிமிக்க போராளிகளில் ஒருவர்தான் அமீர் ஹைதர் கான்.

தாதா அமீர் ஹைதர் கான் 1900ஆம் ஆண்டில் வடக்கு பஞ்சாப் மாகாணத்தின் குஜ்ஜார்கான் பகுதியிலுள்ள தொலைதூர கிராமமான கலியன் சியாலியனில் சிறியதொரு விவசாயக் குடும்பத்தில் பிறந்தார். இப்பகுதி இப்போது பாகிஸ்தானில் உள்ளது. பஞ்சாபில் பொருளாதார ரீதியாகவும், அரசியல் ரீதியாகவும் மிகவும் பின் தங்கியதாக இருந்த அந்தப் பகுதி அக்கால கட்டத்தில் புதியதொரு தேசிய விழிப்புணர்வின் மையமாகவும் மாறியது. பல தேச பக்தர்களையும் புரட்சியாளர்களையும் உருவாக்கியது. இந்தப்

பகுதியைச் சேர்ந்த ஏராளமான இளைஞர்கள் நேதாஜி உருவாக்கிய இந்திய தேசிய ராணுவத்தில் இணைந்தனர். இத்தகைய தொலைதூரப் பகுதியைச் சேர்ந்த அமீர் ஹைதர் கான் இந்திய கம்யூனிஸ்ட் இயக்கத்தின் முன்னோடிகளில் ஒருவராக உருவெடுத்ததில் எவ்வித வியப்புமில்லை.

குழந்தைப் பருவத்திலிருந்தே தாதா மிகக் கடினமானதொரு வாழ்க்கையை எதிர்கொண்டார். அவரது தந்தை இறந்தபோது அவருக்கு ஐந்து அல்லது ஆறு வயது இருக்கும். கிராமத்தில் பள்ளி எதுவும் இல்லாதால் அவரால் முறையான கல்வியைப் பெற இயலவில்லை. அவரது சித்தப்பாவும் உதவி செய்யத் தயங்கினார். அவரது குடும்பத்தில் நிலவிய சகிக்க இயலாத சூழலின் விளைவாக அவரது பதினான்கு வயதிலேயே விரிந்து பரந்த உலகத்திற்குள் புக வேண்டிய கட்டாயம் உருவானது. வாழ்க்கையை நடத்துவதற்காக உலகம் முழுவதிலும் பயணம் செய்து, பல்வேறு வகையான வேலைகளையும் செய்து வந்த அவர், வெகுவிரைவிலேயே வாழ்க்கை தன்னை நோக்கி எறிந்த பல சவால்களையும் எதிர்கொள்ள கற்றுக் கொண்டார்.

1914ஆம் ஆண்டு பம்பாய்க்குச் சென்ற அவர் லண்டனுக்குச் செல்லும் ஒரு கப்பலில் தொழிலாளியாகச் சேர்ந்தார். இயற்கையாகவே கலகக் குணம் மிக்க அவர், சக ஊழியர்களுக்கு இழைக்கப்பட்ட அநீதிகளுக்கு எதிராக நிர்வாகத்துடன் போராட்டம் செய்து அவர்களது குறைகளைத் தீர்க்க உதவினார். 1918ஆம் ஆண்டில் ஒரு அமெரிக்க வணிகக் கப்பலில் வேலைக்கு சேர்ந்தார். இந்த வேலைகள் தாதாவை ஐரோப்பா, அமெரிக்கா மற்றும் தூரக்கிழக்கு நாடுகள் உள்ளிட்டு உலகின் பல நாடுகளுக்கு பயணம் செய்ய வாய்ப்பளித்தன. கூடவே சர்வதேச விவகாரங்கள், காலனி நாடுகளின் நிலை, தொழிலாளி வர்க்கத்தின் அவல நிலை ஆகியவற்றையும் அவருக்குக் கற்பித்தது. இந்த நேரத்தில் அவர் சந்தித்த ஐரிஷ் தேசியவாதியான ஜோசப் முல்கான் பிரிட்டிஷ் எதிர்ப்பு அரசியல் கருத்துக்களை அறிமுகப்படுத்தி வைத்தார். 1920ஆம் ஆண்டில் நியூயார்க் நகரில் இந்திய தேசியவாதிகள், கத்தார் கட்சி உறுப்பினர்களை சந்தித்த அவர் தடை செய்யப்பட்ட கத்தார் கட்சி இலக்கியங்களை உலகம் முழுவதிலும் இருந்த இந்தியர்களுக்கு விநியோகிக்கத் தொடங்கினார்.

முதல் உலகப் பெரும்போருக்குப் பிந்தைய எழுச்சியின் ஒரு பகுதியாக 1922ஆம் ஆண்டில் வெடித்த தொழிலாளி வர்க்கப் போராட்டமாக நடைபெற்ற வேலைநிறுத்தத்தில் தீவிரமாகப்

பங்கேற்றதற்காக அவர் கப்பல் வேலையிலிருந்து நீக்கப்பட்டார். அதன் பிறகு கொதிகலன் பொறியாளர், விமான ஓட்டி, ஆட்டோ தொழிலாளி என பல்வேறு பணிகளிலும் ஈடுபட்டார். அமெரிக்காவின் பல்வேறு பகுதிகளிலும் பயணம் செய்தார். இக்காலகட்டத்தில் அவர் அரசியல் ஆர்வலராக, ஏகாதிபத்திய எதிர்ப்பு லீக், அமெரிக்க தொழிலாளர் கட்சி ஆகிய அமைப்புகளுடனும் இணைந்து பணியாற்றினார்.

கம்யூனிஸ்ட் அகிலம் அனைத்து காலனி நாடுகளையும் சேர்ந்த தொழிலாளர்களைக் கொண்டு கம்யூனிஸ்ட் கட்சிகளை உருவாக்குவதற்கு உதவ முயன்றது. இந்த நோக்கத்துடன் அந்தந்த நாடுகளைச் சேர்ந்த சில புரட்சிகர தொழிலாளர்களுக்கு கட்சி அமைப்பாளர்கள், அரசியல் செயல்பாட்டாளர்களாக மாற்றுவதற்கான பயிற்சியை அளிக்கவும் அது முன்வந்தது. இத்திட்டத்திற்கு எம் என் ராய் சில இந்திய வம்சாவளி கம்யூனிஸ்டுகளை அனுப்புமாறு அமெரிக்க கம்யூனிஸ்ட் கட்சியிடம் உதவி கேட்டார். அக்கட்சி கத்தார் கட்சியை தொடர்பு கொண்டது. கத்தார் கட்சி ஐந்து பேரை இதற்கென தேர்ந்தெடுத்தது. அவர்களில் தாதாவும் ஒருவர். 1926ஆம் ஆண்டில் சோவியத் யூனியனில் இருந்த கீழைத்தேய உழைப்பாளர் பல்கலைக்கழகத்தில் பயில அவர் அனுப்பி வைக்கப்பட்டார். அங்கு சகரோவ் என்ற பெயரில் அவர் இரண்டு ஆண்டுகள் மார்க்சியம்-லெனினியத்தைப் பயின்றார். அந்நாளில் காலனி நாடுகளை சேர்ந்த மாணவர்கள் தங்களது ரகசியத்தை பாதுகாத்துக் கொள்ள கற்பனையான பெயர்களை பயன்படுத்துவது வழக்கமாக இருந்தது.

1928ஆம் ஆண்டில் மாஸ்கோவில் பல்கலைக்கழகப் படிப்பு முடிந்ததும், இந்தியாவிற்கு வந்து ஆங்கிலேயருக்கு எதிரான விடுதலைப் போராட்டத்தில் அவர் ஈடுபட்டார். எஸ் வி காட்டே, எஸ் ஏ டாங்கே, பி சி ஜோஷி, பி டி ரணதிவே, ப்ராட்லி போன்ற பம்பாயில் இருந்த மூத்த கம்யூனிஸ்டுகளுடன் தொடர்புகளை ஏற்படுத்திக் கொண்டார். ஜெனரல் மோட்டார்ஸ் நிறுவனத்தில் ஒரு தொழிலாளியாகச் சேர்ந்த அவர், மிக விரைவிலேயே ஜெனரல் மோட்டார்ஸ் நிறுவனம் மட்டுமின்றி, அருகிலிருந்த ஜவுளி தொழிற்சாலை தொழிலாளர்களையும் அணிதிரட்டத் தொடங்கினார். இவ்வாறு வளர்ந்து கொண்டே வந்த கம்யூனிச நடவடிக்கைகளால் அச்சமுற்ற பிரிட்டிஷ் அதிகாரிகள் அமீர் ஹைதர் கான் உள்ளிட்ட முக்கிய கம்யூனிஸ்ட் தலைவர்களுக்கு எதிராக 1929ஆம் ஆண்டில் மீரட் சதி வழக்கை போட்டனர்.

கைதாவதை தவிர்க்க முயன்ற தாதா ஒரு போலி பாஸ்போர்ட் மூலம் கடல்வழியாக மாஸ்கோ சென்று, சர்வதேச தொழிற்சங்க காங்கிரஸின் தலைமைக்குழுவில் ஓர் உறுப்பினராக பங்கேற்றார். 1930இல் நடைபெற்ற சோவியத் யூனியன் கம்யூனிஸ்ட் கட்சியின் 16வது காங்கிரசிலும் பங்கேற்றார்.

தாதா அமீர் ஹைதர் கான்

1931இல் அவர் பம்பாய்க்குத் திரும்பியபோது, மீரட் சதிவழக்கிற்காக காவல் துறை அவரை இன்னமும் தேடிக் கொண்டிருந்தது. கைதாவதை தவிர்க்கும் வகையில் கட்சியின் மத்தியக் குழு அவரை மதராஸிற்கு அனுப்பி வைத்தது. ஷங்கர் என்ற பெயரில் தென்னிந்தியா முழுவதிலும் அவர் அரசியல் பணிகளை மேற்கொண்டார். தொழிலாளர் -விவசாயிகள் மத்தியில் செயல்படத் தொடங்கினார். 1932இல் மதராஸில் யங் ஒர்க்கர்ஸ் லீக் என்ற தொழிற்சங்க அமைப்பைத் தொடங்கினார். தஞ்சை டெல்டா பகுதியில் விவசாயிகளை அணிதிரட்டுவதற்கான வலுவான முழக்கத்தை வகுத்தெடுப்பதிலும் அவர் விவசாய சங்கத்திற்கு உதவினார். அந்த நேரத்தில் நம்பிக்கைக்குரிய இளைஞர்கள் பலருடன் தொடர்புகளை ஏற்படுத்திக் கொண்டு அவர்களை கம்யூனிச இயக்கத்தை நோக்கி கவர்ந்திழுத்து வந்தார். அப்போது மதராஸ் லயோலா கல்லூரியில் படித்து வந்த மாணவரான புச்சலபள்ளி சுந்தரய்யாவும் அவர்களில் ஒருவர். இதற்கிடையில் பகத் சிங் மற்றும் அவரது தோழர்களைப் பாராட்டும் வகையில் ஒரு துண்டுப் பிரசுரத்தை வெளியிட்டதற்காக அரசு 1932 மே மாதம் அவரை கைது செய்தது.

சிறையிலிருந்து விடுதலையான ஒரு வருடத்திற்குள்ளேயே, 1939ஆம் ஆண்டில் பம்பாயில் இந்திய பாதுகாப்பு விதிகளின் கீழ் கைது செய்யப்பட்டு, இரண்டு ஆண்டுகள் சிறைத்தண்டனை விதிக்கப்பட்டார். அப்போது கடும் உழைப்பு நிரம்பிய தனது வாழ்க்கைக் கதையை அவர் எழுதினார். அதுவே பின்னர் “இழப்பதற்கோ சங்கிலிகள் - ஒரு புரட்சியாளரின் வாழ்க்கைப் போராட்டங்கள் - தாதா அமீர் ஹைதர் கானின் நினைவலைகள்” என்ற பெயரில் நூலாக வெளியானது.

மக்கள் யுத்தம் என்ற கொள்கை அறிவிப்பிற்குப் பின்னர் 1942இல் விடுவிக்கப்பட்ட கம்யூனிஸ்டுகளில் அவரே கடைசியாக விடுதலை ஆனார். சில காலம் தொழிற்சங்கங்களிலும் விவசாய சங்கத்திலும் பணியாற்றிய பிறகு அவரது சொந்த பகுதியில் புரட்சிகர இயக்கத்தைக் கட்டுவதற்கென 1945இல் அனுப்பி வைக்கப்பட்டார். அங்கு ராவல்பிண்டி மாவட்டக்குழு உறுப்பினர் ஆனார். பாகிஸ்தான் முழுவதிலும் தலைமறைவு வாழ்க்கைக்கான மறைவிடங்களின் வலைப்பின்னலையும் அவர் உருவாக்கினார். நாடு இரண்டாகப் பிளவுண்டபோது உருவான மதக் கலவரங்களில் தலையிட்டு, இந்துக் குடும்பங்களை பாதுகாப்பாக இந்தியாவிற்குத் திருப்பி அனுப்ப உதவினார்.

பாகிஸ்தான் உருவான பிறகு, பாகிஸ்தான் கம்யூனிஸ்ட் கட்சியின் பணிகளில் தீவிரமாகப் பங்கேற்றார். மதசார்பற்ற, ஜனநாயக விழுமியங்களை நிலைநாட்டுவதில் உறுதியோடு செயல்பட்டார். பாகிஸ்தான் அரசால் தொடர்ந்து பலமுறை வேட்டையாடப்பட்டு சிறையில் அடைக்கப்பட்டார். 1949இல் வகுப்புவாத சட்டத்தின்கீழ் கைது செய்யப்பட்டு 15 மாதங்களுக்குப் பிறகே விடுவிக்கப்பட்டார். சில மாதங்களுக்குப் பிறகு ராவல்பிண்டி சதி வழக்கில் குற்றம் சாட்டப்பட்டவர்கள் எதிர்வழக்காடுவதற்கு உதவி செய்தமைக்காக மீண்டும் கைது செய்யப்பட்டார். மீண்டும் 1958ஆம் ஆண்டில் ஜெனரல் அயூப்கான் பாகிஸ்தானில் ராணுவ சட்டத்தைக் கொண்டுவந்தபோது தாதா கைது செய்யப்பட்டு, ராவல்பிண்டி சிறையில் மற்ற தோழர்களுடன் அடைத்து வைக்கப்பட்டார்.

தாதா தனது இறுதி ஆண்டுகளை - 1970கள் மற்றும் 1980கள் - ராவல்பிண்டியிலேயே கழித்து வந்தார். நாடு விடுதலை பெற்ற பிறகு அவர் இந்தியாவிற்கு மேற்கொண்ட முதல் பயணம் 1988இல்தான். இத்தருணத்தில் தனது கம்யூனிஸ்ட் தோழர்கள் பலரையும் கடைசி முறையாகச் சந்தித்துப் பேசினார். வாழ்நாள் முழுவதும் உழைப்பாளிகளின் மேன்மைக்காகவே அயராது பாடுபட்ட அவர் தனது 89வது வயதில் டிசம்பர் 27,1989 அன்று உயிர்நீத்தார்.

தனிப்பட்ட வாழ்க்கையில் அவர் எப்போதும் தன்னை ஒரு ஃபக்கீர் (நாடற்றவர்) என்றே அழைத்து வந்தார். மதிப்புமிக்க உடமைகள் என்று எதுவும் அவரிடம் இல்லை. தனது மூதாதையர் கிராமத்தில் இருந்த தனது பரம்பரை நிலத்தின் பங்கை நன்கொடையாக வழங்கி ஓர் அறிவியல் ஆய்வகத்துடன் கூடிய

1988இல் தாதா அமீர் ஹைதர் கான் புதுதில்லியில் உரையாற்றுகிறார். அருகில் மார்க்சிஸ்ட் கட்சித் தலைவர்கள்

சிறுவர் - பெண்கள் பள்ளியை மிகுந்த ஆர்வத்துடன் உருவாக்கி வளர்த்தார். தலைசிறந்த பாட்டாளி வர்க்க சர்வதேசவாதியாகவே அவர் வாழ்ந்து மறைந்தார்.

அவர் மிகுந்த திறமையுடனும் உறுதியுடனும் பிரிட்டிஷ் ஏகாதிபத்தியத்தை எதிர்த்துப் போராடினார். பிரிட்டிஷ் அதிகாரிகள் அவரை 'மிகவும் ஆபத்தான நபர்' என்றே முத்திரை குத்தியிருந்தனர். பலமுறை பிரிட்டிஷ் உளவாளிகளை ஏமாற்றிவிட்டு, ஒரு கப்பல் தொழிலாளியாக தனக்கிருந்த தொடர்புகளைப் பயன்படுத்திக் கொண்டு கம்யூனிஸ்ட் அகிலத்தின் ஒருங்கிணைப்பு வேலைகளை மேற்கொள்ள வெளிநாடுகளுக்குச் சென்று வந்தார்.

இன்றைய உலகை மிகச் சிறந்த ஒன்றாக மாற்றியமைக்க வேண்டும் என்ற மார்க்சிய இலக்கே அவரது வாழ்க்கைக்கு அர்த்தமாக இருந்தது. சமூகத்தை சோஷலிச மயமாக்குவதில்தான் தொழிலாளி வர்க்கத்தின் உண்மையான விடுதலை அடங்கியிருக்கிறது. இந்த நம்பிக்கையை நடைமுறைக்குக் கொண்டு வருவதில்தான் ஒருவரது வாழ்க்கையின் அடிப்படையான மதிப்பு அடங்கியிருக்கிறது. அவ்வகையில் இந்த மகத்தான புரட்சியாளரின் பாரம்பரியம் இன்றுள்ள, எதிர்காலத்தில் வரப்போகின்ற தீவிரமான, முற்போக்கான தலைமுறையினருக்கு தொடர்ந்து உத்வேகம் தந்து கொண்டேயிருக்கும்.

டிசம்பர் 08, 2019

7

தொழிலாளர்-விவசாயிகள் கட்சியின் உருவாக்கம்

கான்பூர் கம்யூனிஸ்ட் மாநாட்டைத் தொடர்ந்து வந்த காலத்தில் இந்தியாவின் பல்வேறு மாநிலங்களில் தொழிலாளர்-விவசாயிகள் கட்சிகள் நிறுவப்பட்டன. இது 1928ஆம் ஆண்டின் இறுதியில் உச்சகட்டத்தை அடைந்து அகில இந்திய தொழிலாளர்-விவசாயிகள் கட்சி (தொவிக) உருவானது. இந்தக் கட்சிகளை பல்வேறு மாநிலங்களிலும் கம்யூனிஸ்டுகள் வழிநடத்திய போதிலும் தொவிக ஒரு கம்யூனிஸ்ட் கட்சி அல்ல; அல்லது திரைமறைவு கம்யூனிஸ்ட் கட்சி அல்ல. தேசிய ஜனநாயகப் புரட்சியை முன்னெடுத்துச் செல்வதற்கான ஒரு நிறுவன வடிவமாக, தொழிலாளி, விவசாயிகள், சிறு முதலாளிகள் ஆகியோரின் ஐக்கிய முன்னணியாகவே தொவிக இருந்தது.

1926ஆம் ஆண்டில் தொழிலாளர் விடுதலைக் கட்சியானது வங்காள விவசாயிகள் தொழிலாளர் கட்சியாக மாற்றப்பட்டதன் மூலம் வங்கத்தின் தொவிக உருவாக்கப்பட்டது. குறைபாடுகள் அதில் இருந்த போதிலும் தீவிர எண்ணங்கொண்ட வங்க அரசியல் ஆர்வலர்களின் மையமாக அது மாறியது. புகழ்பெற்ற வங்காளி கவிஞரான காஜி நஸ்ருல் இஸ்லாம் வங்காளத்தில் கம்யூனிஸ்ட் கட்சியை உருவாக்க முசாஃபர் அகமதின் அழைப்பினை ஏற்று லங்கல் என்ற இதழை மாற்றி அமைத்து இதில் பங்கேற்றார். 1926 பிப்ரவரியில் நடைபெற்ற ஒரு மாநாட்டில் புதியதொரு திட்டத்தை ஏற்றுக் கொள்வதன் மூலம் தொவிக உருவானது முறையாக அறிவிக்கப்பட்டது. தொடக்கத்திலிருந்தே இந்திய தேசிய காங்கிரஸ், புரட்சிகர தேசியவாதிகள் ஆகியோரிடமிருந்து தன்னை வேறுபடுத்திக் காட்டி வந்த தொவிக சீராகவும் வலிமையோடும் வளர்ந்தது. விரைவிலேயே அதன் அதிகாரபூர்வ இதழாக கணவாணி வெளிவரத் தொடங்கியது.

1927 ஜனவரி 16 முதல் 18 வரை பம்பாயில் நடைபெற்ற சிபிஐயின் செயற்குழு கூட்டம் பம்பாய் மாகாணத்தில் தொவிகவை உருவாக்குவது; மராத்தி வார இதழ் ஒன்றைக் கொண்டு வருவது என முடிவு செய்தது. வங்கத்திற்கு வெளியே இதுபோன்று உருவான முதல் அமைப்பு இதுதான். இக்கூட்டத்தில் முசாஃபர் அகமத் கலந்து கொண்டார். அதைத் தொடர்ந்து 1927 பிப்ரவரி 13

அன்று கல்கத்தாவில் நடைபெற்ற தொவிகவின் இரண்டாவது மாநாட்டிற்கு ஆறு நாட்களுக்கு முன்பாக பம்பாயில் தொவிக உருவாக்கப்பட்டது. கிரந்தி என்ற மராத்தி வார இதழும் வெளியானது.

பம்பாயில் தொவிக வின் தோற்றம் வங்காளத்தை ஒத்ததாக இருந்தது. கட்சியின் மையப் புள்ளி என்பது தீவிர இடதுசாரிகள், கம்யூனிஸ்டுகளைக் கொண்ட ஒரு சிறிய குழுவாகும். இவர்கள் 1926 நவம்பரில் காங்கிரஸ் தொழிலாளர் கட்சியை உருவாக்கினர். ஜனவரி 1927இல் சிபிஐ எடுத்த முடிவின்படி இது தொவிக ஆக மாற்றப்பட்டது. பம்பாயின் தொவிக இந்திய தேசிய காங்கிரஸுக்குள் பணியாற்றவும், அதற்குள் இடதுசாரிகளை வளர்த்தெடுக்கவும் உதவும்படியான சுயேச்சையான ஒரு கட்சியாக உருவாக்கப்பட்டது. முழுமையான விடுதலைக்கான போராட்டத்திற்கான ஒரு பரந்த ஏகாதிபத்திய எதிர்ப்பு முன்னணியை உருவாக்க அது முயன்றது. “உற்பத்தி, விநியோகம், பரிமாற்றம் ஆகியவை பொதுவானவையாகவும், சமூக கட்டுப்பாடு கொண்டதாகவும் உள்ள, முழுமையானதொரு தேச விடுதலையை நிறுவுதல்” என்பதே அதன் குறிக்கோளாக இருந்தது.

வங்காளம், பம்பாயில் தொவிக தோன்றியது தொழிலாளி வர்க்க இயக்கத்திற்கு ஒரு திருப்புமுனையாக அமைந்தது. தொழிலாளர்களை அணிதிரட்டுவதில் கம்யூனிஸ்டுகளின் சுறுசுறுப்பான பங்களிப்பின் விளைவாக எஸ் வி காட்டே ஏஐடியுசியின் நிர்வாகிகளில் ஒருவராகத் தேர்ந்தெடுக்கப்பட்ட முதல் கம்யூனிஸ்ட் ஆனார். மே 1927க்கு முன்பாக அர்ஜுன்லால் சேத்தியின் தலைமையில் ராஜபுதனாவிலும் தொவிக தோன்றியது. அவர் 1925இல் நடைபெற்ற கம்யூனிஸ்ட் மாநாட்டில் கலந்து கொண்டவர். 1927 மே 31 அன்று நடைபெற்ற சிபிஐயின் மத்திய நிர்வாகக் குழு கூட்டத்திற்கு முன்பாக வங்காளம், பம்பாய், ராஜபுதனா ஆகிய மூன்று மாநிலங்களில் தொவிக உருவாக்கப்படிருந்தது. மத்திய நிர்வாகக் குழுவின் நீட்டிக்கப்பட்ட கூட்டம் இந்த மூன்று மாநிலங்களின் தொவிக வகுத்த திட்டங்களுக்கு ஒப்புதல் அளித்தது. சிபிஐ உறுப்பினர்கள் இதுபோன்ற அமைப்புகளை உருவாக்க முயற்சிக்க வேண்டும் என்றும் அது தீர்மானித்தது.

இந்த முடிவுகளின் அடிப்படையில், சோஹன்சிங் ஜோஷின் முயற்சியால் ஹோஷியார்பூரில் 1928 ஏப்ரலில் பஞ்சாப் மாநிலத்தின் தொவிக உருவானது. பின்னர் அவர் அகில இந்திய தொவிக

தலைவர் ஆனார். பஞ்சாபில் தொவிக உருவானதைத் தொடர்ந்து ஐக்கிய மாகாணத்தில் கட்சி உருவாவது எளிதானது. 1928 அக்டோபரில் மீரட்டில் நடைபெற்ற ஒரு மாநாட்டில் ஐக்கிய மாகாணத்தில் தொவிக வை உருவாக்க முடிவு செய்யப்பட்டது. வங்காளம், பம்பாய், பஞ்சாப், ஐக்கிய மாகாணம் ஆகிய நான்கு முக்கிய மாநிலங்களில் தொவிகவின் உருவாக்கம் தொழிலாளி வர்க்கம், விவசாயிகள், நடுத்தர வர்க்கத்தினரிடையே கம்யூனிச கருத்துக்களை பரப்புவதில் பெரும் பங்களிப்பை செய்தது.

1927 டிசம்பர் 26 முதல் 28 வரை மதராஸில் நடைபெற்ற இந்திய தேசிய காங்கிரஸின் வருடாந்திர மாநாட்டில் தொவிகவின் அறிக்கை விநியோகிக்கப்பட்டது. பிலிப் ஸ்ப்ராட்டுடன் கலந்தாலோசித்து முசாஃபர் அகமத் இந்த அறிக்கையை உருவாக்கியிருந்தார். காங்கிரஸ் கட்சியுடனான தொவிகவின் அணுகுமுறை, சுதந்திர இந்தியாவிற்கான அரசியல் அமைப்புச் சட்டத்தை வடிவமைக்கும் விஷயத்தில் தொவிகவின் நிலைபாடு ஆகியவற்றை இந்த அறிக்கை தெரிவித்திருந்தது. வயது வந்த அனைவருக்கும் வாக்குரிமை என்ற அடிப்படையில் மக்களின் விருப்பத்தை வெளிப்படுத்துவதற்கான உயரிய அமைப்பாக விளங்கும் தேசிய அரசியல் நிர்ணய சபைக்கு தேர்தல் நடத்தப்பட வேண்டும் என்றும் அது கோரியது. இந்த காங்கிரஸ் மாநாட்டில் பங்கேற்பதற்காக வந்திருந்த சிபிஐயின் மத்திய நிர்வாகக் குழு உறுப்பினர்கள் சிங்காரவேலு செட்டியாரின் இல்லத்தில் ரகசியமாக சந்தித்தனர். ஓர் அகில இந்திய தொவிக வை உருவாக்குவதற்கென கல்கத்தாவில் ஒரு மாநாட்டை நடத்துவதென தலைவர்களின் இந்த சந்திப்பு முடிவு செய்தது.திட்டமிடப்பட்ட இந்த மாநாட்டை நடத்துவதற்கான பொறுப்பு முசாஃபர் அகமத் அவர்களுக்கு வழங்கப்பட்டது.

முழுமையான விடுதலைக்கான போராட்டத்தில் மிகப்பெருமளவில் தொழிலாளர்களையும் விவசாயிகளையும் அணிதிரட்டும் நோக்கத்துடன் சைமன் கமிஷனை புறக்கணிக்கும் இயக்கத்தை நடத்துவதில் தொவிக கட்சிகள் முன்னணி பங்கினை வகித்தன. இது தொடர்பாக 1929 ஜனவரியில் கல்கத்தாவில் பிரம்மாண்டமான கண்டனப் பேரணி நடத்தப்பட்டது. இந்த கல்கத்தா பேரணியில்தான் முதன்முதலாக ‘இன்குலாப் ஜிந்தாபாத்!’ (புரட்சி ஓங்குக!) என்ற முழக்கம் ஒலித்தது.

1928 மார்ச்/ஏப்ரலில் நடைபெற்ற வங்காள தொவிகவின் மூன்றாவது மாநாட்டில் ஏற்றுக் கொள்ளப்பட்ட ‘செயலுக்கான

அறைகூவல்' என்ற ஆவணம் அன்று நிலவிய அரசியல் சூழலில் மிகவும் குறிப்பிடத்தக்கதாகும். இந்த மாநாட்டில் எடுக்கப்பட்ட முடிவுகள், 'காங்கிரஸ் மற்றும் தற்போதைய தொழிலாளர் தலைமை குறித்த நமது அணுகுமுறை' என்ற தலைப்பிலான ஆவணம் ஆகியவையே 'செயலுக்கான அறைகூவல்' ஆவணத்திற்கான அடிப்படையாக இருந்தன.

முசாஃபர் அகமது

சைமன் கமிஷனுக்கு எதிரான இயக்கம், இந்தியாவிற்கான அரசியல் அமைப்புச் சட்ட வரைவு குறித்த பிரச்சனையில் இந்திய தேசிய காங்கிரஸ் தலைமையின் ஊசலாட்டமான போக்கு ஆகியவற்றின் பின்னணியில் 'செயலுக்கான அறைகூவல்' ஆவணம் கம்யூனிஸ்டுகளின் உணர்வில் ஏற்பட்டிருந்த மாற்றத்தைக் குறிப்பதாக இருந்தது. அந்த ஆவணம் இவ்வாறு குறிப்பிட்டிருந்தது: "இனிமேலும் தேசிய இயக்கத்தின் தலைமைப் பொறுப்பில் ஒட்டுமொத்தமாக முதலாளித்துவத்தை காண முடியாது... உணர்வுபூர்வமான, நன்கு ஒழுங்கமைக்கப்பட்ட தொழிலாளர் –விவசாயிகள் கட்சிதான் இப்போது மிகவும் அவசியமானதாக இருக்கிறது... காங்கிரஸ் ஏகாதிபத்தியத்தை எதிர்த்துப் போராடும்போது நாம் அதை ஆதரிக்க வேண்டும். எனினும், காங்கிரஸ் தலைவர்களின், அவர்கள் எவ்வளவு முக்கியமானவர்களாக இருந்தாலும் சரி, சமரசப் போக்கினை விமர்சிக்க நாம் தயங்கக் கூடாது. சமரசம் செய்துகொள்கின்ற முதலாளித்துவ தலைமைக்குப் பதிலாக, முழுமையான விடுதலைக்கான நேரடி நடவடிக்கை என்ற அடிப்படையில் காங்கிரஸில் உள்ள குட்டிமுதலாளித்துவ இடதுசாரிகளுடன் கட்சி கூட்டணி வைத்துக் கொள்ள வேண்டும்."

குறிப்பாக, வங்காளம், பஞ்சாப், பம்பாய் போன்ற அவர்கள் வளர்ந்து வந்த மாநிலங்களில் கம்யூனிஸ்டுகள் மற்றும் தொவிகவின் குறிப்பிடத்தக்க நடவடிக்கை என்பது ஒழுங்கமைக்கப்பட்ட இளைஞர்களின் இயக்கத்தில் அவர்களின் தலையீடு ஆகும். சைமன் கமிஷனுக்கு எதிரான புறக்கணிப்பு இயக்கத்தின் பின்னணியில், 1928 ஜனவரியில் பம்பாயில் நடைபெற்ற தொவிகவின் விரிவடைந்த செயற்குழு கூட்டத்தில் இளைஞர்

பிரிவுகளை ஒழுங்கமைப்பதற்கான முடிவு முதன்முறையாக எடுக்கப்பட்டது. 1928 மார்ச் மாதத்தில் பம்பாய் மற்றும் வங்காளத்தில் நடந்த மாநில மாநாடுகளில் இந்த முடிவுக்கு ஒப்புதல் வழங்கப்பட்டது. கட்சியினால் ஏற்கனவே ஏற்றுக் கொள்ளப்பட்ட 'செயலுக்கான அறைகூவல்' ஆவணம் இந்த விஷயத்தை விரிவாக அலசியது. "புதிதாக ஒழுங்கமைக்கப்பட்ட இளைஞர் சக்திகளை தனது பதாகையின் கீழ் கட்சி கவர்ந்திழுக்க வேண்டும். பாரம்பரியமான இளைஞர் அமைப்பின் 'சமூக அடித்தளத்தை விரிவுபடுத்த' தொழிலாளி வர்க்க, விவசாய பிரிவுகளைச் சேர்ந்த இளைஞர்களை சேர்த்துக் கொள்வதன் மூலம் சுயேச்சையானதொரு இளைஞர் அமைப்பை நிறுவ வேண்டும் என்றும், அந்த ஆவணம் தீர்மானித்தது. இத்தகையதோர் இளைஞர் அமைப்பிற்காக ஆறு அம்ச செயல்திட்டத்தையும் அது வரையறுத்திருந்தது.

வங்காளத்தில், தொவிகவின் நேரடி முயற்சியின் மூலம் 1928 ஜூலை இறுதிக்குள் இளம் தோழர்கள் லீக் உருவாக்கப்பட்டது. மேலும் இந்த லீகிற்கான 'திட்டம் மற்றும் கொள்கை அறிக்கை'யும் ஏற்றுக் கொள்ளப்பட்டது. பம்பாய் பிரதேச இளைஞர் லீக் தனது முதல் மாநாட்டை 1928 ஜனவரிக்குள் நடத்தியது. பஞ்சாபில் நவஜூவான் பாரத் சபாவில் இளைஞர்களை அணிதிரட்டுவதில் தொவிகவின் அமைப்பாளர்கள் முக்கிய பங்கினை வகித்தனர். (அதன் உருவாக்கத்தில் பகத் சிங் முக்கிய பங்கினை வகித்தார்) எனினும், இத்தகைய முயற்சிகள் மேற்கொள்ளப்பட்ட போதிலும் இளைஞர் அணி அமைப்பில் தொவிகவின் அகில இந்திய மாநாடு போதிய கவனம் செலுத்தவில்லை என்பதும் இங்கே குறிப்பிடப்பட வேண்டும்.

தற்போது செயல்பட்டு வரும் அனைத்து மாநில அமைப்புகளும் பங்கேற்ற தொவிகவின் அகில இந்திய மாநாடு கல்கத்தாவில் 1928 டிசம்பர் 21 முதல் 24 வரை நடைபெற்றது. பம்பாய், பஞ்சாப், ஐக்கிய மாகாணம், வங்காளம் ஆகிய மாநிலங்களின் பிரதிநிதிகள் இதில் கலந்து கொண்டனர். பகத்சிங்கும் இந்த மாநாட்டில் ரகசியமாகக் கலந்து கொண்டார். கட்சிக்கான ஓர் அமைப்புச் சட்ட வரைவுக்கும் மாநாடு ஒப்புதல் அளித்தது. "பொதுவாக ஏகாதிபத்தியத்திடமிருந்து, குறிப்பாக பிரிட்டிஷ் ஏகாதிபத்தியத்திடமிருந்து முழுமையான விடுதலை பெறுவது; மக்களின் பொருளாதார, சமூக, அரசியல் விடுதலை என்ற அடிப்படையில் இந்தியாவை முழுமையாக ஜனநாயகப்படுத்துவது"

புரட்சிக் கவி காஜி நஸ்ருல் இஸ்லாம்

என்பதே கட்சியின் நோக்கம் என அது பதிவு செய்தது. "விவசாயிகளின் அமைப்பு ஒன்றை உருவாக்குவது; அதியர்/பர்கா முறைகளை ஒழிப்பது; எந்தவொரு இழப்பீடும் இன்றி நிலவுடைமையை அழித்தொழிப்பது" என்றும் மாநாடு உறுதிபூண்டது. கட்சி உறுப்பினர்கள் எந்தவிதமான வகுப்புவாத அமைப்பிலோ, வகுப்புவாத ரீதியான பிரச்சாரத்திலோ ஈடுபடுவதையும் இந்த அமைப்புச் சட்டம் தடை செய்தது.

மூன்றாண்டுகளுக்கும் மேலாக கம்யூனிஸ்டுகளின் அமைப்புரீதியான பணிகளின் மூலம் தொவிக அமைப்புகள் உருவாக்கப்பட்டன. மக்களின் பார்வையில் ஒரு கம்யூனிஸ்ட் கட்சியாக, ஆனால் வேறொரு பெயரில் தொவிக செயல்பட்டது. தொவிக அகில இந்திய மாநாடு முடிந்த உடனேயே பிரிட்டிஷ் அரசு முக்கியமான கம்யூனிஸ்ட் தலைவர்கள் அனைவரையும் கைது செய்தது. இது தொவிகவின் செயல்பாட்டை மிகக்கடுமையாக பாதித்தது. கைது செய்யப்பட்ட தலைவர்கள் புகழ்பெற்ற மீரட் சதிவழக்கில் விசாரணைக்கு உட்படுத்தப்பட்டனர்.

டிசம்பர் 15, 2019

8

குற்றவாளிக் கூண்டிலிருந்து ஏகாதிபத்தியத்திற்கு விடுத்த சவால் – மீரட் சதி வழக்கு

இந்திய தேசிய விடுதலைப் போராட்ட வரலாற்றில் மீரட் சதிவழக்கு தனித்துவமிக்கதொரு அடையாளமாகும். முதலாளித்துவ உலகம் முழுவதும் பெரும் மந்தநிலையில் தத்தளித்துக் கொண்டு வந்த சூழலில்தான் இந்த வழக்கு வந்தது. அதே சமயத்தில் சோவியத் ரஷ்யா மிகப்பெரும் முன்னேற்றங்களை அடைந்து கொண்டிருந்தது. இக்காலப்பகுதியில் போர்க்குணம் மிக்க தொழிலாளி வர்க்கப் போராட்டங்கள் புதியதொரு உச்சத்தைத் தொட்டன. அவற்றில் பெரும்பாலானவை கம்யூனிஸ்டுகளாலும் புரட்சியாளர்களாலும் வழிநடத்தப்பட்டன.

1921 ஆம் ஆண்டில் (கிலாஃபத்-ஒத்துழையாமை இயக்கத்தின் காலத்தில்) உயரத்தை எட்டிய தொழிலாளர் வேலைநிறுத்தங்களின் எண்ணிக்கை, ஒத்துழையாமை இயக்கம் திரும்பப் பெற்றதையடுத்து குறைந்தது. எனினும் 1920 களின் இரண்டாம் பாதியில் இருந்து, வேலைநிறுத்தங்கள் காரணமாக இழந்த மனித நாட்களின் எண்ணிக்கை மீண்டும் அதிகரிப்பதைக் காண்கிறோம். இது 1928-29இல் பிரதிபலித்தது. அப்போது மொத்தம் 203 வேலைநிறுத்தங்கள் நடைபெற்றன. இழந்த மனித நாட்கள் 3,16,47,404 ஆகும்.

1929 இன் பிற்பகுதியில் இருந்து ஏற்பட்ட பெரும் மந்தநிலை இந்தியாவை பல வழிகளிலும் பாதித்தது. மேலும் தொழிலாளி வர்க்கம் மற்றும் விவசாயிகள் மீது அதன் தாக்கம் கடுமையாக இருந்தது. இதனால் அவர்கள் எதிர்ப்புணர்வோடு மேலும் அதிக எண்ணிக்கையில் வெளியே வர வேண்டிய கட்டாயம் ஏற்பட்டது. இந்தப் போக்கு 1930 களின் தொடக்க ஆண்டுகளிலும் தொடர்ந்தது. தொழிலாளர் போராட்டங்கள் தீவிரமடைவது தொழிலாளி வர்க்க இயக்கத்துடன் சேர்ந்து வளரத் தொடங்கியிருந்த அரசியல் உணர்விற்கான வெளிப்பாடே ஆகும்.

தொழிலாளர் மற்றும் விவசாயிகள் கட்சி (WPP) என்ற பதாகையின் கீழ் பெரும்பான்மையான தொழிலாளி வர்க்க, விவசாயிகள் போராட்டங்களை கம்யூனிஸ்டுகள் வழிநடத்தினர். 1928 ஆம் ஆண்டில் நடைபெற்ற பர்தோலி கிளர்ச்சி, மிகவும் வெற்றிகரமான விவசாயிகள் அணிதிரட்டல்களில் ஒன்றாகும். அதே நேரத்தில் பம்பாயில் கிர்னி காம்கர் வேலைநிறுத்தம்

நடந்தது. இந்த இரு பிரிவினரும் நேரடியாகத் தொடர்பில்லாதவர்கள் என்பதோடு நிறுவனரீதியான எந்தவித தொடர்பும் கொண்டிருக்கவில்லை என்றாலும், இருவருக்கும் இடையிலான தொடர்பு குறித்து ஆங்கிலேயர்கள் அஞ்சினர். மேலும் 'அங்கு அரசாங்கம் நடவடிக்கை எடுத்தால் கம்யூனிஸ்டுகள் பர்தோலி நிலைமையைப் பயன்படுத்துவார்கள் என்று அவர்கள் நிச்சயமாக நம்பினார்கள்.' ஆங்கிலேயர்களிடையே கம்யூனிஸ்டுகள் மீதான பயம் இவ்வாறுதான் இருந்தது.

கம்யூனிஸ்டுகள் மற்றும் தொவிகவின் நடவடிக்கைகள் பொது மக்களது உணர்வின் வளர்ச்சிக்கு பங்களித்தன. அவர்கள் இப்போது உலகெங்கிலும் உள்ள ஏகாதிபத்திய எதிர்ப்பு போராட்டத்தின் ஒரு பகுதியாக சுதந்திரப் போராட்டத்தை கண்டறிய முடியும். காங்கிரசும் இந்த உண்மையை ஏற்க வேண்டிய கட்டாயம் ஏற்பட்டது. இந்த காலகட்டத்தில் தொவிகவின் பணிகள் ஏற்படுத்திய மற்றொரு பெரிய தாக்கம் புரட்சிகர தேசியவாதிகள் மீது இருந்தது. அவர்களில் பலர் கம்யூனிச கருத்துக்களின் செல்வாக்கின் கீழ் வந்தனர். இந்த பிரிவினரின் பொதுவான பார்வையில் ஏற்பட்ட கணிசமான மாற்றத்தின் முதல் அறிகுறியே கம்யூனிச இயக்கத்தின் வளர்ச்சியாகும். இத்தகைய மாற்றத்திற்கான தெளிவான சான்று பகத்சிங் தலைமையில் இந்துஸ்தான் சோசலிச குடியரசுக் கழகம் உருவாக்கப்பட்டதாகும். பொதுவாக மக்கள் 'வெடிகுண்டு அரசியல்' அல்லது காந்திய அகிம்சை அடிப்படையில் சிந்தித்துக் கொண்டிருந்த அந்த நாட்களில், தொவிக மற்றும் கம்யூனிஸ்ட் கட்சி நடத்திய பிரச்சாரம் 'தொழிலாளி வர்க்க அரசியலை' முன்னுக்குக் கொண்டு வந்தது. நேரடி நடவடிக்கை என்ற கருத்தாக்கத்தின் மீது இளைஞர்கள் ஈர்க்கப்பட்டனர். கம்யூனிஸ்டுகள் பிரச்சாரம் செய்தபடி, முழு உழைப்புக்காக உழைக்கும் மக்கள் அனைவரும் இதன் மூலம் அணிதிரண்டனர்.

இவ்வகையில் கம்யூனிச செல்வாக்கு மக்களிடையே பரவுவதைக் கண்டு ஆங்கிலேயர்கள் குறிப்பாக அஞ்சினர். கம்யூனிச நடவடிக்கைகளைத் தடுப்பதற்கான நடவடிக்கைகளை உடனடியாகத் தொடங்கினர். 'முன்மொழியப்பட்ட சதி வழக்கு' தொடர்பாக அரசாங்கம் தகவல்களை சேகரித்து வருவதாக, 1928 டிசம்பரில், பிரிட்டிஷ் வெளியுறவு செயலாளர் வைஸ்ராயிடம் தெரிவித்தார். வைஸ்ராய் இர்வின் வங்காள ஆளுநருக்கு (ஜனவரி 18, 1929) எழுதினார்: "இவர்களுக்கு எதிராக விரிவான ஒரு சதி வழக்கை

நடத்த முடியும் என்ற நியாயமான, நல்ல நம்பிக்கையை நாங்கள் கொண்டிருக்கிறோம். எங்களால் இதைச் செய்ய முடிந்தால், அது வேறு எதையும் விட இந்திய கம்யூனிஸ்ட் இயக்கத்திற்கு கடுமையான அடியைக் கொடுக்கும் என்பதே எங்கள் கருத்து.''

இவ்வாறு தொடங்கப்பட்ட மீரட் சதி வழக்கு 1929 மார்ச் 15 அன்று தொடங்கியது, மீரட் மாவட்ட நீதிபதி குற்றம் சாட்டப்பட்டவர்களுக்கு எதிராக கைது வாரண்ட் பிறப்பித்தார். இதற்கு முந்தைய நாள்தான் இந்திய கவர்னர் ஜெனரல் இர்வின் பிரபு, இந்திய தண்டனைச் சட்டத்தின் -121ஏ பிரிவின் கீழ் வழக்குத் தொடர அனுமதி அளித்திருந்தார்.

1929 மார்ச் 20 அன்று, இந்தியாவின் பல்வேறு பகுதிகளில் முப்பத்தொரு கம்யூனிஸ்ட் / தொழிலாளர் தலைவர்கள் கைது செய்யப்பட்டனர். அவர்களில் பெரும்பாலோர் தொழிற்சங்கத்திலும், தொழிலாளி வர்க்க இயக்கத்திலும் நன்கு அறியப்பட்ட நபர்கள். அவர்களில் பதின்மூன்று பேர் பம்பாயைச் சேர்ந்தவர்கள்; பத்து பேர் வங்காளத்தைச் சேர்ந்தவர்கள்; ஐந்து பேர் ஐக்கிய மாகாணத்தைச் சேர்ந்தவர்கள்; மூன்று பேர் பஞ்சாபிலிருந்து வந்தவர்கள்; மூன்று பேர் ஆங்கிலேயர்கள். கைது செய்யப்பட்டவர்களில் அகில இந்திய காங்கிரஸ் கமிட்டியின் எட்டு உறுப்பினர்களும், சமீபத்தில் நிறுவப்பட்ட தொவிகவின் நிர்வாகக் குழு உறுப்பினர்கள் ஒவ்வொருவரும் அடங்குவர். அவர்கள் கைது செய்யப்பட்டது மட்டுமின்றி முழுமையான சோதனைகள்; வீடுகளில் சோதனைகள் ஆகியவையும் மேற்கொள்ளப்பட்டன.

இந்த வழக்கிற்கான விசாரணை மையமாக மீரட்டைத் தேர்ந்தெடுத்தது நன்கு திட்டமிடப்பட்ட ஒன்றாகும். முக்கியமாக, அதிகாரிகள் நடுவர் மன்றத்தின் மூலமான விசாரணையைத் தவிர்க்க விரும்பினர். அப்போது கம்யூனிச நடவடிக்கைகளின் இரண்டு முக்கிய மையங்களாகத் திகழ்ந்த பம்பாய் மற்றும் கல்கத்தாவில் மேற்கொண்டிருந்தால் இந்த வழக்கை உயர்நீதிமன்றம் நடுவர் மன்றத்துடன் இணைந்து விசாரித்திருக்கும். உள்துறை துறையின் 'மிக ரகசியமான' ஆவணம் ஆங்கிலேயர்களின் உண்மையான நோக்கத்தை அம்பலப்படுத்தியது: "வழக்கை நடுவர் மன்றத்தில் சமர்ப்பிக்கும் வாய்ப்பை நாம் ஒருபோதும் பயன்படுத்திக் கொள்ள முடியாது. எவ்வளவு நல்ல வழக்கு என்றாலும், ஒரு நடுவர் குற்றவாளி என்று அறிவிப்பதற்கு எந்த உத்தரவாதமும் கிடையாது. மேலும் இது தண்டனைக்கு

வழிவகுக்கும் என்று நாங்கள் உறுதியாக நம்பாமல் வழக்கை நீதிமன்றத்தின் முன் வைக்க முடியாது". அதே ஆவணம் மேலும் கூறுகிறது: "பம்பாய் மற்றும் கல்கத்தாவில் உழைக்கும் மக்களிடையே தற்போது நிலவுகின்ற ஆபத்தான சூழ்நிலையில், இந்த இரு இடங்களிலும் விசாரணையை நடத்துவது நிச்சயமாக விரும்பத்தக்க ஒன்றல்ல".

அலகாபாத் உயர்நீதிமன்றத்தின் இறுதித் தீர்ப்பை மேற்கோள் காட்டுவோமெனில், இந்த வழக்கு 'பிரம்மாண்டமான அளவில்' நடத்தப்பட்டது. இந்த நீதிமன்ற நடவடிக்கைகள் கிட்டத்தட்ட நான்கரை ஆண்டுகள் நீடித்தன. இந்த வழக்கில் முன்வைக்கப்பட்ட சான்றுகள் ஃபோலியோ அளவில் இருபத்தைந்து அச்சிடப்பட்ட தொகுதிகளைக் கொண்டதாக இருந்தன. ஒட்டுமொத்தமாக, 3,500 அரசுத் தரப்பு ஆதாரங்கள், 1,500 க்கும் மேற்பட்ட குற்றம் சாட்டப்பட்டவர்கள் தரப்பு ஆதாரங்கள், 320 க்கும் குறைவில்லாத வகையில் சாட்சிகள் விசாரிக்கப்பட்டனர். இந்த வழக்கின் தீர்ப்பு 676 பக்க ஃபோலியோ அளவை உள்ளடக்கிய அச்சிடப்பட்ட இரண்டு தொகுதிகளாக இருந்தது. இந்த வழக்கை உயர்நீதிமன்றத்திற்கு பரிந்துரைப்பதற்கு முன்பே அரசாங்கம் தனது பொதுக் கருவூலத்தில் இருந்து பதினாறு லட்சம் ரூபாயை செலவிட்டிருந்தது.

முந்தைய 'கம்யூனிச சதி' வழக்குகளைப் போலல்லாமல், மீரட் சதிவழக்கு கைதிகள் தங்களது திட்டத்தை முடிந்தவரை பரப்புவதற்கு நீதிமன்றத்தை ஒரு மேடையாகப் பயன்படுத்திக் கொள்வது என்று முடிவு செய்தனர். அரசியல் அறிக்கைகளை விடுவதன் மூலம் நாம் விசாரணை நீதிமன்றத்தை ஒரு பிரச்சார மேடையாக மாற்ற வேண்டும் என்று முசாஃபர் அகமத் ஜி. அதிகாரியிடம் கூறினார்.இதற்கென முழுமையான ஆய்வு மூலம் தங்களை தயார்ப்படுத்திக் கொள்ளவும் அவர்கள் முடிவு செய்தனர். குற்றம் சாட்டப்பட்ட அனைவரின் சார்பிலும் ஒரு பொதுவான அறிக்கையை ஆர்.எஸ். நிம்ப்கர் முறையாக அறிமுகப்படுத்தினார்.

கூடுதல் அமர்வு நீதிபதி, தனது தீர்ப்பில், "தொழிலாளர்கள் மற்றும் விவசாயிகள் கட்சிகளை நிறுவுதல்" மற்றும் "பம்பாயில் நெசவாலைத் தொழிலாளர்கள் மீது பம்பாய் கட்சியின் உறுப்பினர்கள் பெற்றுள்ள பிடிப்பு", மேலும் 1928 வேலைநிறுத்தத்தின்போது பம்பாய் நெசவாலை தொழிலில் தங்களது கட்டுப்பாட்டின் அளவைக் காட்டிய வேலைநிறுத்தம் முடிவுக்கு வந்த பின்னர், கிர்னி காம்கர் யூனியனில் ஒரு

முழுமையான புரட்சிகர கொள்கையை முன்னெடுப்பதில் அவர்கள் அடைந்த வெற்றி ஆகியவை குற்றம் சாட்டப்பட்டவர்களின் 'முக்கியமான சாதனைகள்' என்று கூறினார்.

குற்றம் சாட்டப்பட்டவர்களில் மொத்தம் இருபத்தேழு பேர் குற்றவாளிகள் என அறிவிக்கப்பட்டனர். முசாஃபர் அகமத்– வாழ்நாள் முழுவதற்குமான நாடுகடத்தல்; எஸ்.ஏ. டாங்கே, பிலிப் ஸ்ப்ராட், எஸ்.வி.காட்டே, கே.என். ஜோக்லேகர், ஆர்.எஸ். நிம்ப்கர்- இருபது வருட காலத்திற்கு நாடுகடத்தல்; பி.எஃப். பிராட்லி, எஸ்.எஸ். மிராஜ்கர், ஷவுகத் உஸ்மானி - பத்து வருடத்திற்கு நாடு கடத்தல்; மிர் அப்துல் மஜித், சோஹன் சிங் ஜோஷ், தரணிகாந்தா கோஸ்வாமி- ஏழு வருட நாடுகடத்தல்; அயோத்தி பிரசாத், கங்காதர் அதிகாரி, பி சி ஜோஷி, எம்.ஜி. தேசாய் - ஐந்து வருட நாடுகடத்தல்; கோபன் சக்ரவர்த்தி, கோபால் சந்திர பாசக், ஹட்சின்சன், ராதாராமன் மித்ரா, எஸ். எச். ஜப்வாலா, கே.என்.செகால் - நான்கு ஆண்டுகள் கடுங்காவல் சிறைத்தண்டனை; ஷம்சுல் ஹுதா, அர்ஜுன் ஆத்மாராம் ஆல்வே, ஜி.ஆர். காஸ்லே, கவுரி சங்கர் மற்றும் எல்.ஆர்.காதம் - மூன்று ஆண்டுகள் கடுங்காவல் சிறைத்தண்டனை.

விசாரணை நீதிமன்றத்தின் இந்தத் தீர்ப்பைத் தொடர்ந்து, 27 குற்றவாளிகளும் அலகாபாத் உயர்நீதிமன்றத்தில் மேல்முறையீடு செய்தனர். இந்த நீதிமன்றம்1933 ஆகஸ்டில் தனது தீர்ப்பை வழங்கியது. ஒன்பது பேருக்கு எதிரான அனைத்து குற்றச்சாட்டுகளையும் உயர் நீதிமன்றம் தள்ளுபடி செய்தது. மற்றவர்களுக்கான தண்டனையை கடுங்காவல் சிறைவாசமாகக் குறைத்தது. அவர்கள் ஏற்கனவே சிறையில் இருந்த காலம் முழுவதும் கணக்கில் எடுத்துக் கொள்ளப்பட்டு அவர்கள் அனைவருமே நவம்பர் 1933 இல் விடுதலை செய்யப்பட்டனர்.

இந்த வழக்கு விசாரணை முழுவதும் பரவலான விளம்பரத்தைப் பெற்றது. மேலும், உலகம் முழுவதிலும் இருந்த தொழிலாளி வர்க்கத்தின் ஆதரவையும் பெற்றது. இந்தியாவிலும் வெளிநாட்டிலும், குறிப்பாக பிரிட்டனில், ஒரு ஒழுங்கமைக்கப்பட்ட இயக்கத்தின் வடிவத்தில் வலுவான ஒற்றுமைக்கான முயற்சிக்கு, மீரட் சதிவழக்கு விசாரணை தனித்துவமான ஒன்றாகும். இவர்கள் கைது செய்யப்பட்டதை கம்யூனிஸ்ட் அகிலம் கண்டித்தது. பிரிட்டிஷ் தொழிலாளர்களும், கம்யூனிஸ்டுகளும் உறுதியானதொரு ஒற்றுமை இயக்கத்தை உருவாக்கினர். அவர்கள் கைதிகளுக்காக நிதி சேகரித்தனர். தீவிரமான பிரிட்டிஷ் பத்திரிகைகளும் இந்த

மீரட் சதிவழக்கில் குற்றம் சாட்டப்பட்டவர்கள்

பிரச்சினையை முன்னிலைப்படுத்தியதுடன், விசாரணை நடைபெற்ற பல ஆண்டுகள் முழுவதும் கைதிகளுக்கு அனுதாபம் தெரிவித்தன. 1929 முதல் 1933 இறுதி வரை, மீரட் கைதிகளுக்கான ஒற்றுமை இயக்கம் ஒரு போர்க்குணமிக்க அரசியல் இயக்கமாக மாறியது. இது இந்தியாவின் விடுதலைப் போராட்டத்திற்கு ஆதரவாக, சாதகமானதொரு பொதுக் கருத்தை உருவாக்கவும் உதவியது.

(லாகூர் சதி வழக்கு) விசாரணையின் கீழ் சிறையில் இருந்த பகத் சிங் மற்றும் அவரது தோழர்கள் மீரட் கைதிகளுக்கு தங்கள் ஒற்றுமையை வெளிப்படுத்தினர். மதராஸ் ராஜதானியில் சுயமரியாதை இயக்கத்தின் தலைவர் பெரியார் ஈ.வே.ராமசாமி, மீரட் கைதிகளுக்கு பகிரங்கமாக ஆதரவு தெரிவித்தார். காந்தி உட்பட பல காங்கிரஸ் தலைவர்கள் ஆங்கிலேயர்களைக் கண்டித்ததோடு மீரட் கைதிகளுக்கும் தங்களது ஆதரவை தெரிவித்தனர்.

தொழிலாளர்கள், குறிப்பாக கல்கத்தா, பம்பாய் மற்றும் பிற தொழிலாளி வர்க்க கோட்டைகளில் இருந்த தொழிலாளர்கள், தங்கள் தலைவர்களை சிறையில் அடைத்து வைத்திருப்பதை எதிர்த்து வேலைநிறுத்தத்தில் ஈடுபட்டனர். ஏஐடியுசி இந்த விசாரணையை பகிரங்கமாக கண்டித்தது. பல நகரங்களில் நடந்த ஆதரவுப் போராட்டங்களில் மாணவர்களும் இளைஞர்களும் இணைந்தனர்.

மீரட் சதிவழக்கில் குற்றம் சாட்டப்பட்டவர்களுக்கான ஆதரவு இயக்கம் தொழிலாளி வர்க்கத்தின் சாத்தியமான வலிமையை

ஜி. அதிகாரி எஸ்.வி. காட்டே

எடுத்துக் காட்டியது. இந்தியாவில், இந்த விசாரணை உத்திகள் மற்றும் தந்திரோபாயங்களைப் பற்றிய பொதுவான புரிதலுக்கு வருவதற்கும், அவற்றை விரிவான வழிகளின் மூலம் பரப்புவதற்கும் கம்யூனிஸ்டுகளுக்கு சிறந்ததொரு தளத்தை வழங்கின. 1933இன் பிற்பகுதியில் கம்யூனிஸ்ட் கைதிகள் விடுவிக்கப்பட்டதைத் தொடர்ந்து, தனது நடவடிக்கைகளை பரப்புவதற்கு ஒரு வலுவான அரசியல் மற்றும் நிறுவன அடித்தளத்தைக் கட்சியினால் கண்டுபிடிக்க முடிந்தது. தேசிய விடுதலைக்கான மாற்று பாதையைத் தேடும் புரட்சிகர தேசியவாதிகள் மத்தியில் தனது ஆதரவு தளத்தை விரிவுபடுத்துவதிலும் இது வெற்றிகரமாக நடந்தது.

ஒரே நேரத்தில் நடந்து கொண்டிருந்த மீரட் சதி வழக்கு மற்றும் லாகூர் சதி வழக்கு ஆகியவற்றின் உண்மைகள் மற்றும் வாதங்கள், நாட்டிலிருந்த பல லட்சக்கணக்கான இளைஞர்களுக்கு வெகுஜன, புரட்சிகர போராட்டப் பாதையைத் தேர்வு செய்ய உதவின.

டிசம்பர் 22, 2019

9

மீரட் சதிவழக்கில் குற்றம் சாட்டப்பட்டவர்களின் பொது அறிக்கை

மீரட் சதி வழக்கில் குற்றம் சாட்டப்பட்டவர்களில் பதினெட்டு கம்யூனிஸ்டுகள் தாங்கள் போராடும் கொள்கைகளை விரிவாக எடுத்துக் கூறி, நீதிமன்றத்தில் ஒரு பொது அறிக்கையை முன்வைத்து உரையாற்ற முடிவு செய்தனர். பொது அறிக்கை முதலில் 400 பக்கங்களுக்கு மேல் இருக்கும் ஒரு ஆவணத்தை ஆர்.எஸ். நிம்ப்கர் 1931 டிசம்பர் 2 அன்று முறையாக விசாரணை நீதிமன்றத்தில் அறிமுகப்படுத்தி 1932 ஜனவரி 18இல் அதை நிறைவு செய்தார். எஸ்.ஏ. டாங்கே, அந்த நேரத்தில் கம்யூனிஸ்ட் கட்சியில் உறுப்பினராக இல்லாததால் ஒரு தனி அறிக்கையை வழங்கினார் (ஒழுங்கு நடவடிக்கையாக கட்சியிலிருந்து அவர் அப்போது இடைநீக்கம் செய்யப்பட்டிருந்தார்). குற்றம் சாட்டப்பட்டவரின் பொதுவான அறிக்கை, நாட்டில் கம்யூனிஸ்ட் கட்சியின் கருத்துக்களின் முதல் விரிவான வெளிப்பாடு மற்றும் அவர்களின் சிந்தனை எவ்வளவு தொலைநோக்குடையது என்பதை எடுத்துக் காட்டுவதாக இருந்தது. பொது அறிக்கையின் சில பகுதிகள் கீழே தரப்பட்டுள்ளன:

“பிரிட்டிஷ் முதலாளித்துவம் இந்தியாவுக்கு வந்தபோது, அந்த நேரத்தில் இந்தியாவில் நிலவும் நிலப்பிரபுத்துவ முறைக்கு அடுத்த நிலையிலான ஒரு சமூக அமைப்பை அது பிரதிநிதித்துவப்படுத்தியது. இதன் விளைவாக இந்தியாவில் அதன் பணிகள் சில முற்போக்கான அம்சங்களை உள்ளடக்கியதாக இருந்தன. இது முதலாளித்துவ ஜனநாயக புரட்சியின் சிறப்பியல்பு. ஆக்கபூர்வமான மற்றும் உடனடியாக அழிவுகரமான சில நடவடிக்கைகளும் இருந்தன. எனினும் அந்த நேரத்தில் கூட அதில் சில பிற்போக்கு அம்சங்களும் இருந்தன.... இது ஏற்கனவே காலாவதியான நிலப்பிரபுத்துவ முறையின் பெரும்பகுதியை நாட்டில் கண்டறிந்து பலப்படுத்தியுள்ளது. இது சமூக மற்றும் கலாச்சார முன்னேற்றத்திற்கு பெரும் தடையாக அமைந்தது. இதன் விளைவு என்னவென்றால், அதன் கொள்கை இப்போது முற்றிலும் பிற்போக்குத்தனமான ஒன்றாகும்.... இது தொழில் மற்றும் வேளாண்மை ஆகியவற்றுடன் தொடர்புடையது. உற்பத்தி சக்திகளின் முன்னேற்றத்தின் மீது ஒரு திட்டவட்டமான ஊடுருவல்,

அதே நேரத்தில் மக்களின் சமூக மற்றும் கலாச்சார தளங்களைப் பொறுத்தவரை, அதன் கொள்கையை நிச்சயமாக, ஓரளவு உணர்வுபூர்வமாக கூறுவதெனில், தடைசெய்கின்ற, பிற்போக்குத்தனமான ஒன்றே ஆகும்.

“எனவே புரட்சி என்பது இந்தியாவுக்கு முன்னால் இருக்கும் வாய்ப்பு - விரைவிலோ அல்லது அதைவிடக் குறைவான விரைவிலோ, எனினும் தவிர்க்க முடியாமல் ஏதோ ஒரு நேரத்தில், நடக்கவே செய்யும். இந்த புரட்சியின் தன்மை என்னவாக இருக்கும் என்பதைப் புரிந்து கொள்ள பின்வரும் முக்கிய கூறுகள் உதவும்:

1. “இதில் மிகத்தெளிவான விஷயம் என்னவெனில், இது தேசத்தின் விடுதலையைப் பெற்றுத் தரும். பிரிட்டிஷ் ஆட்சியை தூக்கியெறிந்து அரசியல் விடுதலையைப் பெற்றுத் தரும். முற்றிலும் சுயேச்சையான தேசிய அரசை நிறுவும். பொருளாதார விடுதலையையும் பெற்றுத் தரும். இதன் பொருள் என்னவெனில், அந்நியக் கடன்கள் போன்ற அனைத்தையும் கைப்பற்றும். இவ்வகையில்தான் அழிவுதரத்தக்க இந்தச் சுரண்டலை தடுத்து நிறுத்த முடியும். இதுவே உற்பத்தி சக்திகளின் முன்னேற்றத்திற்கான வழியை உருவாக்கும்.

2. “நில அமைப்பிலும் (நில உடைமை) அரசிலும் (இந்திய மாநிலங்களிலும்) நீடித்து வரும் அனைத்து நிலப்பிரபுத்துவ, அரை நிலப்பிரபுத்துவ நிறுவனங்களும் முற்றிலுமாக அழித்தொழிக்கப்படும். ஏகாதிபத்திய சுரண்டல் அமைப்பின் ஒரு பகுதியாக அவை இருப்பதை நாம் பார்த்து வந்துள்ள நிலையில், அந்த அமைப்பு அகற்றப்படும்போது இவையும் கூட அகற்றப்பட வேண்டும். மேலும் வேளாண் பணிகள், கிராமப்புற மக்கள் ஆகியோரின் முன்னேற்றத்திற்கு மிகப்பெரும் தடையாக இருந்து வரும் நிலையில் அவை முற்றிலுமாக அழித்தொழிக்கப்பட வேண்டியது அவசியமாகும்.

3. “புரட்சியானது அனைத்து மக்களின் ஆதரவைப் பெற்ற ஒன்றாக இருக்க வேண்டும் என்பது தெளிவு. இந்தியாவில் தற்போது நிலவி வருகின்ற சூழ்நிலைகளில் அது சுரண்டும் ஆளும் வர்க்கம் ஒன்றினை அகற்றி விட்டு அதனிடத்தில் மற்றொன்றை வைப்பதாக இருந்துவிடக் கூடாது. அது மக்களின் ஆதரவு பெற்ற, ஏதாவது ஒரு வடிவத்திலான ஜனநாயக ஆட்சியை வென்றெடுப்பதாக இருக்க வேண்டும். பொதுவாக, சுற்றுப்புற சுகாதாரம், உடல்நலம், வீட்டுவசதி, கல்வி, சமூக, கலாச்சார முன்னேற்றம் போன்ற

விஷயங்களில் உடனடியான முன்னேற்றத்திற்கான வாய்ப்புகளை மக்களுக்கு வழங்குவதாகவும் இருக்க வேண்டும்.

4. "சுருக்கமாகச் சொல்லவேண்டுமெனில், இந்தியாவில் உருவாகக் கூடிய புரட்சியானது காலனி ஆதிக்கத்தின்கீழ் இருந்த ஒரு நாட்டின் நிலைமைகளை மாற்றியமைத்த முதலாளித்துவ ஜனநாயகப் புரட்சி என்ற தன்மை கொண்டதாகவே இருக்கும்.

புரட்சியை யார் வழிநடத்துவார்கள் என்பதை விளக்கியும் இந்த அறிக்கை கூறியது: "தொழிலாளி வர்க்கம் மற்றும் விவசாயிகள் ஆகியவையே புரட்சியை முன்னெடுக்கும் வர்க்கங்களாக இருக்கும். இது குட்டி முதலாளித்துவத்தால் ஆதரிக்கப்படும். எனினும் தவிர்க்க முடியாத வகையில் முதலாளித்துவம் இந்தப் புரட்சியை எதிர்க்கும்".

தற்போதைய கட்டத்தை ஏன் முதலாளித்துவ ஜனநாயக புரட்சி என்றும், இது ஒரு சோஷலிசப் புரட்சி அல்ல என்றும் அவர்கள் கருதுகிறார்கள் என்பதையும் அந்த அறிக்கை மேலும் விளக்கியது.

புரட்சியின் முதலாளித்துவ ஜனநாயக கட்டத்தில் கம்யூனிஸ்டுகள் எதை அடைய விரும்புகிறார்கள் என்பது குறித்தும் அவர்கள் கூறினர்:

"சாராம்சத்தில் இது முதலாளித்துவ ஜனநாயகப் புரட்சி என்பதாகவே இருக்கும். அதே நேரத்தில் ஏகாதிபத்திய ஆட்சியிலிருந்து விடுதலை பெற்றதாக இருக்கும். இது முதலாளிகளின் சர்வாதிகாரமாக இல்லாமல் மக்களின் ஆட்சியாக இருக்கும். பொருளாதார வலிமைக்கான கருவிகள், ரயில்வே, துறைமுகம் போன்ற போக்குவரத்து அமைப்பு, வங்கிகள், நிதி நிறுவனங்கள் போன்றவை தற்போது ஏகாதிபத்திய முதலாளித்துவத்திடம் உள்ளன. இவை அனைத்தும் தேசியமயமாக்கப்படும். வெளிநாட்டுக் கடன்கள், இதர பொறுப்புகள் முற்றிலுமாக மறுதலிக்கப்படும். தவிர்க்க இயலாத வகையில் முதலாளிகளின் மோதல் போக்கை கணக்கில் கொண்டு, தற்போது முதலாளித்துவத்தின் கட்டுப்பாட்டிலுள்ள - அவை அந்நியருக்குச் சொந்தமாக இருந்தாலும் சரி, இந்தியர்களுக்குச் சொந்தமாக இருந்தாலும் சரி - முக்கிய தொழில்கள் அனைத்தும் எவ்வித நஷ்டஈடுமின்றி தேசியமயமாக்கப்படும். அதைப் போன்றே வெளிநாட்டு வர்த்தகம் அனைத்தும் தேசியமயமாக்கப்படும். சிறுதொழில், வர்த்தக அமைப்புகள், கைத்தொழில், சில்லறை வணிகங்கள் போன்றவை தற்போதைய உரிமையாளர்களிடமே செயல்பட அனுமதிக்கப்படும்.

அதே நேரத்தில் தொழிலாளர்களை அதீதமாகச் சுரண்டுவது; பொதுமக்களை ஏமாற்றுவது போன்றவற்றுக்கு எதிரான கடுமையான கட்டுப்பாடுகளுடன் அவை செயல்பட அனுமதிக்கப்படும். சட்டபூர்வமான குறைந்தபட்ச ஊதியம், எட்டுமணிநேர வேலை, வாரத்திற்கு ஐந்தரை நாள் வேலைநாட்கள், வேலைவாய்ப்பு, முதுமை, நோய்வாய்ப்படுதல் போன்றவற்றை எதிர்கொள்ளும் வகையில் சிறப்பு காப்பீட்டு வசதி, முறையான இழப்பீடு, தொழிலாளர்களைப் பாதுகாக்கும் வகையிலான சட்டங்கள் போன்ற தொழிலாளர்களின் அடிப்படை கோரிக்கைகள் அமலாக்கப்படும்.

நிலம் தேசிய மயமாக்கப்படும். எவ்வித இழப்பீடுமின்றி நிலவுடமையாளர்களிடமிருந்து நிலங்கள் கைப்பற்றப்படும். அனைத்து குத்தகைதாரர்களுக்கும் குத்தகை நிலத்தின் மீதான பாதுகாப்பு வழங்கப்படும். உற்பத்தியின் அடிப்படையில் படிமுறையாக நில வருவாய் மதிப்பீடு செய்யப்படும். அனைத்து பெரு வருவாய்ப் பிரிவினர் மீதான வருமான வரி படிமுறை அடிப்படையில் அமலாக்கப்படும். விவசாயக் கடன் ரத்து செய்யப்படும்; அல்லது குறைக்கப்படும். நியாயமான வகையில் வட்டி விகிதம் சட்டபூர்வமாக மட்டுப்படுத்தப்படும். அரசின் உதவியுடன் கூடிய கடன் ஆதாரங்களுக்கு ஏற்பாடு செய்யப்படும்.

இவை அனைத்துமே கிராம, மாவட்ட விவசாயிகள் கவுன்சிலின் அதிகாரங்களைக் கொண்டு செயல்படுத்தப்படும். இந்தப் புரட்சியானது பொதுவாக முதலாளித்துவ ஜனநாயக வகைப்பட்டது என்ற நிலையில் இத்தருணத்தில் விவசாயப் புரட்சியானது தனது முதல் அடியை மட்டுமே எடுத்து வைக்கும். அதன் இரண்டாவது அடிவைப்பின்போது ஏழைவிவசாயிகளும் விவசாயத் தொழிலாளர்களும் நிலவுடமையின் தலைமையைத் தூக்கியெறிந்து, பணக்கார விவசாயிகள், முதலாளித்துவ விவசாயிகள் ஆகியோரின் நிலங்களை பங்கு போட்டுக் கொள்வர். இது பொதுவாக தற்போது நடைபெறாது என்றபோதிலும், குறிப்பிட்ட சூழ்நிலைமைகளில்,வர்க்க சக்திகளின் பலாபலன்கள் அடுத்த கட்டத்திற்கு உடனடியாக எடுத்துச் செல்வதற்கான வாய்ப்புள்ள இடங்களில் இந்த நடவடிக்கைகள் மேற்கொள்ளப்படலாம்.

"ஒரு வெகுஜன, தொழிலாளர்-விவசாயிகளின் ராணுவம் உருவாக்கப்படும். மக்கள் ஆயுதங்களை வைத்துக் கொள்வதற்கு விதிக்கப்பட்டிருந்த தடை நீக்கப்படும். கல்வியில் துரிதமாக முன்னேறவும், சுற்றுப்புற சுகாதாரத்தின் பொதுவான நிலையை

மேம்படுத்தவும், பெண்களின் மேம்பாட்டிற்கும், மக்களில் 'ஒடுக்கப்பட்ட' பிரிவினரின் மேம்பாட்டிற்காகவும், மக்களின் இதர குறைந்தபட்ச சமூக தேவைகளை நிறைவேற்றவும் உரிய நடவடிக்கைகள் எடுக்கப்படும். நாட்டிலுள்ள பல்வேறு இனங்கள், இனக்குழுக்கள் ஆகியவற்றுக்கு இடையில் கூட்டாட்சி அமைப்பின் மூலம் நல்லிணக்கம் உருவாக்கப்படும். நாட்டின் அனைத்துப் பகுதிகளுக்கும் கலாச்சார, நிர்வாக சுயாட்சி உரிமை வழங்கப்படும். இதே போன்ற உரிமைகள் கணிசமான சிறுபான்மையினருக்கும் வழங்கப்படும். தொழில்துறையை முன்னேற்றுவதற்கான கொள்கை பொதுவாக பின்பற்றப்படும். நாட்டின் தகவல் தொடர்பு, அதன் இயற்கை வளங்களை மேம்படுத்துவது ஆகியவை அரசின் கட்டுப்பாட்டின் கீழ் இருக்கும். மக்களின் வாழ்க்கைத் தரத்தை உறுதிப்படுத்துவதற்கான ஒரே வழியாக இவை அமலாக்கப்படும்.

"உருவாக்கப்படவுள்ள அரசானது, ஜனநாயகபூர்வமானதாக, எதிர்ப்புரட்சியை ஆதரிப்பவர்கள் என்று உறுதியாகத் தென்படுபவர்களைத் தவிர, மற்ற அனைவரின் பங்கேற்புடன் செயல்படுவதாக, இருக்கும். நாட்டின் வரலாற்றிலேயே முதல்முறையாக, விவாதிக்கவும் ஒன்று சேர்வதற்குமான சுதந்திரம் மக்களுக்கு வழங்கப்படும். இயற்கையாகவே, இந்தப் புரட்சியினை தலைமையேற்று நடத்தும் வர்க்கங்கள் என்ற வகையில், தொழிலாளர்களும் விவசாயிகளும் கொள்கை, வளர்ச்சி ஆகியவை குறித்த விஷயங்களில் தீர்மானகரமான செல்வாக்கு செலுத்துவார்கள். ஒருவகையில் இது 'தொழிலாளர்-விவசாயிகளின் ஜனநாயக ரீதியான சர்வாதிகாரமாக' இருக்கும். அரசின் வடிவமானது வழக்கமான வகையில் நாடாளுமன்ற வகைப்பட்டதாக இருக்காது. இத்தகைய பிரதிநிதித்துவ வகைப்பட்ட அரசு இயந்திரமானது முதலாளிகளின் நலன்களை வலியுறுத்துவதற்கே கொண்டு செல்லும். இதன் முழுமையான எதிர்ப்புரட்சியாக அது அமைந்து விடும். அரசின் அமைப்பானது மக்களின் அமைப்புகள், தொழிற்சாலைகள், துறைமுகங்கள், சுரங்கங்கள், ரயில்வே மையங்கள் போன்ற தொழிலாளர்களின் கவுன்சில்கள், கிராமங்களில் உள்ள விவசாயிகள், உழைப்பாளி வர்க்க இல்லத்தரசிகள், சிறுவியாபாரிகள், கைவினை கலைஞர்கள் போன்ற, தாங்கள் வாழும் பகுதிகளில் சொந்தமாகத் தொழில் செய்யும் குழுக்கள் ஆகிய பிரிவினருக்கான அமைப்புகளின் அடிப்படையில் அமைந்ததாக இருக்க வேண்டும்.

பிலிப் ஸ்ப்ராட்

பெண்களைப் பொறுத்தவரையில் இந்த அறிக்கை கீழ்க்கண்டவாறு குறிப்பிட்டது: "பெண்களை அடிமைப்படுத்தல், சுரண்டுதல் ஆகியவை மனித இனத்தின் மிகப் பெரும்பான்மையான பிரிவினரின் அடிமைப்படுத்தல், சுரண்டல் ஆகியவற்றின் ஒரு பகுதியே ஆகும். பாலின அடிப்படையில் அல்லாமல் வர்க்க அடிப்படையிலேயே இந்தப் பிரச்சனை தீர்க்கப்பட வேண்டும். இவ்வகையில், கட்சி கீழ்க்கண்டவற்றைத் தனது பணியாக மேற்கொள்ள இருக்கிறது: (1) தொழிலாளி வர்க்க இயக்கத்திற்குள் பாலினங்களுக்கு இடையே முழுமையான சமத்துவத்தை நிறுவுவது; தொழிலாளி வர்க்கத்தினரிடையே இது குறித்து நிலவும் மூடக் கருத்துகளை அகற்றுவது; (2) மனித இனத்தின் உற்பத்தியாளர்கள் என்ற வகையில் இல்லத்தரசிகளை தொழிலாளர்களில் ஒரு பிரிவினராக அங்கீகரித்து, அதிகபட்ச முக்கியத்துவம் கொடுத்து, அவர்கள் தங்களது நிலைமையை மேம்படுத்திக் கொள்வதற்கான போராட்டத்திற்கு ஊக்கமளிப்பது; (3) குறிப்பாக, ஆண் தொழிலாளர்களுக்குப் பின்னால் அவர்கள் நிற்பதற்குப் பதிலாக, முதலாளித்துவத்திற்கு எதிரான தொழிலாளி வர்க்கப் போராட்டத்திற்குள் உழைக்கும் பெண்களைக் கொண்டு வருவது.

இந்தக் கடமைகளை நிறைவேற்ற, வலுவான, பற்றுறுதி மிக்கதொரு கம்யூனிஸ்ட் கட்சியை வளர்த்தெடுக்க வேண்டுமென்று இந்த அறிக்கை அறைகூவல் விடுத்தது.

டிசம்பர் 29, 2019

10

ஒரு முன்னோடி கம்யூனிஸ்ட் – காகா பாபு – (முசாஃபர் அகமத்)

தோழர் முசாஃபர் அகமத் இன்றைய வங்கதேசத்தில் இருக்கும் நவகாளி மாவட்டத்தில் உள்ள சந்த்வீப் என்ற இடத்தில் 1889 ஆகஸ்ட் 5 அன்று பிறந்தார். அவரது பெற்றோரின் கடைசி குழந்தை அவர். முதலில் ஒரு மதராஸாவில் கல்வி பெற்ற அவர், பின்னர் 1906இல் சந்த்வீப்பில் இருந்த கார்கில் உயர்நிலைப்பள்ளியில் கீழ்நிலை வகுப்பில் சேர்ந்தார். 1910இல் கார்கில் உயர்நிலைப்பள்ளியிலிருந்து வெளியேறிய முசாஃபர் அகமத் நவகாளி மாவட்டப் பள்ளியில் சேர்ந்தார். 1913ஆம் ஆண்டில் மெட்ரிக் தேர்ச்சி பெற்ற அவர் கல்கத்தாவிற்குச் சென்று ஹூக்ளியில் இருந்த மோசின் கல்லூரியில் சேர்ந்தார்.

அவரைச் சுற்றியிருந்த முஸ்லீம், தொழிலாளி வர்க்க பின்னணியானது அவரது அரசியல் கருத்துக்களை வடிவமைப்பதில் முக்கிய பங்கு வகித்தது. 1910களின் இறுதிப் பகுதியிலும் 1920களின் துவக்க நாட்களிலும் நகர்ப்புற ஏழைகளுடன் கலந்து உறவாடியதே முசாஃபர் அகமதின் அரசியல் மாற்றத்திற்கான காரணமாக அமைந்தது. அறிவுஜீவித்தனமான சூழல், வெகுஜன எழுச்சி ஆகியவற்றுக்கிடையே அவர் எதிர்கொண்ட அனுபவங்கள் அவரை இடதுசாரி அரசியலை நோக்கி உந்தித் தள்ளின. ஒரு எழுத்தாளராக ஆக வேண்டும் என்ற நோக்கத்துடன் தொடக்கத்தில் கல்கத்தா வந்த அவரை அந்தப் பெருநகரின் பின்னணி, அவரது சொந்தப் போராட்டங்கள் ஆகியவை ஓர் அரசியல் செயல்பாட்டாளராக மாற்றின.

1917ஆம் ஆண்டில் நிகழ்ந்த மகத்தான அக்டோபர் சோஷலிசப் புரட்சி, முதல் உலகப் போருக்குப் பிந்தைய காலத்தின் கிலாஃபத்-ஒத்துழையாமை இயக்கம் ஆகியவையும் அவரது இந்த மாற்றத்தில் மிகப்பெரும் பங்கினை ஆற்றின.

புகழ்பெற்ற வங்காளி கவிஞர் காஜி நஸ்ருல் இஸ்லாம் உடன் இணைந்து நவயுக் என்ற வங்காளி தினசரியை முசாஃபர் நடத்தி வந்தார். அக்காலப்பகுதியில் தொழிலாளர்களின் பிரச்சனைகளின்மீது அவர் கவனம் செலுத்தி வந்தார். அதே நேரத்தில் மார்க்சிய

இலக்கியத்தின் மீதும் அவரது கவனம் சென்றது. இந்தியாவின் உழைப்பாளி மக்களின் வாழ்க்கை பற்றி பல கட்டுரைகளை எழுதினார். குறிப்பாக, கப்பல் மாலுமிகளின் வாழ்க்கை பற்றியும், தொழிலாளி வர்க்கத்தின் அரசியல், பொருளாதார கோரிக்கைகள் பற்றியும் எழுதினார். 1922இல் நஸ்ருல் இஸ்லாம் தூமகேது என்ற வாரம் இருமுறை வெளிவரும் இதழைக் கொண்டு வந்தார். இதிலும்கூட இந்தியாவின் பல்வேறு அரசியல் பிரச்சனைகள் குறித்து முசாஃபர் பல கட்டுரைகள் எழுதினார். அவரது அரசியல் வாழ்க்கையின் தொடக்கத்திலேயே தொழிலாளர்களை அணிதிரட்டுவது; அவர்களிடையே கம்யூனிச தத்துவத்தை தொடர்ந்து பிரச்சாரம் செய்வது போன்றவற்றில் அவர் கவனம் செலுத்தி வந்தார்.

1918இல் ஒரு முழுநேர ஊழியராக வாழ்க்கையைத் தொடங்கிய முசாஃபர் அகமத் 1973 டிசம்பர் 18 அன்று உயிர் நீங்கும் வரை முழுநேர ஊழியராகவே தொடர்ந்து இருந்து வந்தார். அவரது முழுநேரப் பணி முதலில் வங்காள முஸ்லீம் இலக்கியக் கழகம் என்ற அமைப்பிலிருந்துதான் தொடங்கியது. அரசியல் நோக்கித் திரும்ப வேண்டும் என்று அவர் முடிவெடுத்த ஒன்றரை ஆண்டுகளுக்குப் பிறகு, 1921 நவம்பரில் மார்க்சிய இலக்கியத்துடன் அவருக்கு தொடர்பு ஏற்படுகிறது. சட்டவிரோதமாக அவர் வாங்கிப் படித்த மார்க்சிய நூல்கள் "அரசு அதிகாரத்தை போல்ஷ்விக்குகளால் தக்கவைத்துக் கொள்ள முடியுமா?", "இடதுசாரி கம்யூனிசம் – ஓர் இளம்பிள்ளை வாதம்", "மக்களுக்கான மார்க்ஸ்", "மூலதனம் – ஒரு சுருக்கமான பதிப்பு" ஆகியவையே ஆகும். இவையே மார்க்சிய-லெனினியத்தை அவருக்கு அறிமுகப்படுத்தியவை ஆகும்.

தேச விடுதலைக்கான இயக்கத்தின் விருப்பங்கள் இந்து மீட்சி வடிவத்தில் வெளிப்பட்டதானது முஸ்லீம் இளைஞர்கள் பொதுத்தளத்தில் பெரும் எண்ணிக்கையில் வந்து இணைவதற்குத் தடையாக இருந்தது. இத்தகையதொரு சூழ்நிலையில் முஸ்லீம் மக்களிடையே மத சார்பின்மையைப் பற்றிப் பேசுவதென்பது தகாத ஒன்றாக இருந்தது மட்டுமின்றி, கிட்டத்தட்ட இறைவிரோதப் போக்காகவும் கருதப்பட்டது. இந்தச் சூழலில் வரலாற்றுப் பொருள்முதல் வாதத்தையும், கம்யூனிசத்தையும் நோக்கி முன்னுக்கு நகர்ந்து, வாழ்நாள் முழுவதும் அவற்றுக்கு விசுவாசமாக இருப்பது என்ற சாதனையை நிகழ்த்திக் காட்டியவர் முசாஃபர் அகமத் மட்டுமே.

காலனியமும் நிலப்பிரபுத்துவமும் தழைத்தோங்கிய இந்தியாவில்தான் கம்யூனிஸ்ட் கட்சியை கட்டும் பணியை முசாஃபர் மேற்கொண்டார். இந்தப் பணி அதீதமான ஒரு முயற்சி என்று மட்டுமே சொல்வது அதைக் குறைத்து மதிப்பிடுவது ஆகும். அபாயங்கள் எப்போதுமே அவரைப் பின் தொடர்ந்து வந்து கொண்டே இருந்தன. பிரிட்டிஷ் இந்தியாவிலும், விடுதலை பெற்ற இந்தியாவிலும் 20 ஆண்டுகளுக்கு மேலான காலத்தை அவர் சிறைகளில் கழித்திருந்தார். அதைப் போன்றே மிகவும் சிக்கலான சூழ்நிலைகளுடன், 8 ஆண்டுக் கால தலைமறைவு வாழ்க்கையையும் அவர் நடத்தியுள்ளார். பிரிட்டிஷ் ஆட்சியின் 1818ஆம் ஆண்டு சட்டத்தின் 3வது விதிமுறையின் கீழ் கைது செய்யப்பட்ட முதல் நபர் அவரே. பின்னர், கான்பூர் போல்ஷ்விக் சதி வழக்கிலும் அவர் கைது செய்யப்பட்டார். மிக மோசமான உடல்நிலை காரணமாக விடுதலை செய்யப்பட்ட உடனேயே கான்பூரில் நடைபெற்ற கம்யூனிஸ்ட் மாநாட்டில் அவர் பங்கேற்றார். கான்பூரிலிருந்து திரும்பியதுமே, கம்யூனிஸ்ட் கட்சியை கட்டும் பொறுப்பையும் முசாஃபர் அகமத் ஏற்றுக் கொண்டார். லங்கால் என்ற நாளிதழின் ஆசிரியர் பொறுப்பையும் அவர் ஏற்றுக் கொண்டார். (பின்னாளில் இது கணவாணி என பெயர் மாற்றம் பெற்றது) மார்க்சிய தத்துவம், சர்வதேச கம்யூனிச இயக்கம், புரட்சிகர தொழிலாளி வர்க்க இயக்கம் ஆகியவை எதிர்கொண்ட பிரச்சனைகளை விவாதிப்பதற்கும் இந்த நாளிதழில் அவர் முக்கியத்துவம் அளித்தார்.

1927 மே மாதம் பம்பாயில் நடைபெற்ற கம்யூனிஸ்டுகளின் கூட்டத்திலும் முசாஃபர் பங்கேற்றார். நிர்வாகக் குழு உறுப்பினராகவும் தேர்ந்தெடுக்கப்பட்டார். 1927 மார்ச் மாதம் கான்பூரில் நடைபெற்ற ஏஐடியுசி மாநாட்டிலும் அவர் பங்கேற்றார். 1928ஆம் ஆண்டில் நடைபெற்ற வங்காள தொ வி க வின் 3வது மாநாட்டில் அவர் பொதுச் செயலாளராகத் தேர்ந்தெடுக்கப்பட்டார். 1929 ஜனவரியில் கல்கத்தாவில் ரகசியமாக நடைபெற்ற கம்யூனிஸ்டுகளின் கூட்டத்தில் கம்யூனிஸ்ட் அகிலத்தின் ஆறாவது காங்கிரஸின் தீர்மானங்கள், முடிவுகள் பற்றி விவாதிக்கப்பட்டது. இந்தக் கூட்டத்தை நடத்த முன்நின்ற தோழர்களில் முசாஃபர் அகமதும் ஒருவர்.

மீரட் சதி வழக்கில் முசாஃபர் அகமத் தான் முக்கிய குற்றவாளி. இந்த வழக்கில் தரப்பட்ட தண்டனையை அவர் முதலில் ஐக்கிய மாகாணத்திலிருந்த நைனி மத்திய சிறையிலும் பின்னர் டார்ஜிலிங்,

அப்துல் ஹலீம், முசாஃபர் அகமத், காஜி நஸ்ருல் இஸ்லாம்

பர்துவான், ஃபரித்பூர் ஆகிய சிறைகளில் தனிமைச் சிறையிலும் கழித்தார். சிறைகளிலும் கூட பத்திரிக்கை, இதழ்கள், கடிதம் எழுதுவது ஆகியவற்றுக்கான வசதிகள் போன்ற அரசியல் கைதிகளுக்கான உரிமைகள் வழங்கப்பட வேண்டும் என இரண்டு முறை உண்ணாவிரதப் போராட்டம் மேற்கொண்டார். சிறைத் தண்டனைக் காலம் முடிந்த பிறகு ஃபரித்பூர் சிறையிலிருந்து அவர் விடுவிக்கப்பட்டார். சிறையிலிருந்து விடுதலையான பிறகு அவரது பிறந்த ஊரான சந்த்வீப் தீவில் அடைத்து வைக்கப்பட்டார். அதன்பிறகு மிதுனபூர் மாவட்டத்தில் தனியாக அடைத்து வைக்கப்பட்டார். இறுதியில் 1936 ஜூன் 24 அன்று முழுவதுமாக விடுதலை செய்யப்பட்டார்.

விடுதலைக்குப் பிறகு, விவசாய சங்கத்தைக் கட்டுவதில் அவர் குறிப்பாக கவனம் செலுத்தினார். அகில இந்திய விவசாயிகள் சங்கத்தை உருவாக்கவும் அவர் முன்முயற்சி எடுத்தார். அகில இந்திய விவசாயிகள் சங்கத்தின் முதல் மாநாட்டில் அவர் அகில இந்திய துணைத் தலைவராகத் தேர்ந்தெடுக்கப்பட்டார். 1936ஆம் ஆண்டில் வங்காளத்தில் இருந்த சிறைகளில் இருந்து நூற்றுக்கணக்கான தோழர்கள் விடுதலை செய்யப்பட்டபோது அவர்களோடு தொடர்பு கொண்டு மாவட்டங்களில் கட்சியைக் கட்டுவதற்கான உறுதியான பொறுப்புகளையும் அவர்களிடையே விநியோகித்தார்.

1937ஆம் ஆண்டில் அரசியல் கைதிகளை விடுதலை செய்யவும், அந்தமான் கொடுஞ்சிறையில் அடைத்து வைக்கப்பட்டிருந்த தேசிய புரட்சியாளர்களை மீண்டும் நாட்டிற்கு கொண்டுவர வேண்டும் என்று கோரியும், நடைபெற்ற இயக்கத்தில் முசாஃபர் பங்கேற்றார். 1937 முதல் 1943 வரை நாடு முழுவதிலும் கட்சியைக் கட்டும் பணியில் அவர் ஈடுபட்டு வந்தார். இந்தியாவில் மட்டுமின்றி, அண்டைப் பகுதிகளான நேபாளம், பர்மா ஆகியவற்றிலும் கம்யூனிஸ்ட் கட்சிகளை உருவாக்குவதற்காக தனிப்பட்ட முயற்சிகளையும் சிறப்பான வகையில் அவர் மேற்கொண்டார்.

நாடு விடுதலை பெற்ற பிறகு, 1948ஆம் ஆண்டில் கம்யூனிஸ்ட் கட்சி சட்டவிரோதமானதாக அறிவிக்கப்பட்டது. இந்திய பாதுகாப்பு சட்டத்தின் கீழ் முசாஃபர் அகமத் கைது செய்யப்பட்டார். ஆறு மாதங்களுக்குப் பிறகு அவர் விடுவிக்கப்பட்டார். விடுதலை பெற்றவுடனேயே மீண்டும் தடுப்புக் காவல் சட்டத்தின்கீழ் கைது செய்யப்பட்டார். அலிப்பூர் சிறையிலிருந்து விடுவிக்கப்பட்டு அவர் வெளியே வந்தபோது, கல்கத்தா நகருக்குள் அவர் நுழையக் கூடாது என தடை உத்தரவு அவரிடம் வழங்கப்பட்டது. பின்னர் அவர் நவத்வீப் என்ற சிறு நகருக்குச் சென்று வசித்து தலைமறைவாகச் செயல்பட்டு வந்தார். 1940ஆம் ஆண்டில் கட்சியின் தலைமறைவு அலுவலகத்திலிருந்து அவர் செயல்பட்டு வந்தபோது தன்னுடன் பணியாற்றும் இளம் தோழர்களை அவர் தனது 'மருமகன்கள்' என்று குறிப்பிடுவது வழக்கம். இதன் விளைவாகவே அவருக்கு காகா (மாமா) பாபு என்ற அடைமொழி நிலைத்தது. கட்சி வட்டாரத்திலும் வெளியுலகிலும் காகா பாபு என்றே அன்புடனும் மரியாதையுடனும் அவர் அழைக்கப்பட்டு வந்தார்.

முசாஃபர் அகமத் எப்போதும் அதீதமான முன்னுரிமை கொடுத்து வந்த இரண்டு பணிகள் இவைதான்: புத்தகங்கள், இதழ்கள், பருவ இதழ்கள், நாளிதழ்கள் ஆகியவற்றின் மூலம் மார்க்சிய சிந்தனையை தொடர்ந்து பரப்புவது; மக்களுடன் எப்போதும் நெருங்கிய தொடர்பில் இருப்பதோடு, விரிவான மக்கள் பிரிவினரிடையே பணிபுரிவது. (1935இல்) கணவாணியில் அவர் இளைஞர்களுக்கு விடுத்த அறைகூவல் இதுதான்: "செல்வம், அறிவு, நிலவுடைமை, சாதி ஆகிய மேலாதிக்க குணங்களை புறந்தள்ளிவிட்டு, விவசாயிகளிடையேயும் தொழிலாளர்களிடையேயும் இளைஞர்கள் பணிபுரிய வேண்டும். இளைஞர்கள் விடுதலையை விரும்புகின்றனர் எனில் அவர்களில்

ஒருவராக நீங்களும் இருக்க வேண்டும்.” இதுவே அவர் தொழிலாளர்களிடம், குறிப்பாக இளம் தொழிலாளர்களிடம், தொடர்ந்து கூறிக் கொண்டிருந்த விஷயமாகும். புரட்சியை நடத்தி முடிக்கும் திறமை பெற்ற ஒரு கம்யூனிஸ்ட் கட்சியை உருவாக்குவதற்கு மக்களிடையே நீடித்து பணிபுரிவதே அத்தியாவசியமான முன் நிபந்தனை என்றும் அவர் தொடர்ந்து வலியுறுத்தி வந்தார்.

கட்சி தொடங்கியதிலிருந்து நடைபெற்ற அனைத்து கட்சி காங்கிரஸ்களிலும் முசாஃபர் பங்கேற்றார். இவற்றில் விதிவிலக்காக இருந்தவை 1964இல் நடைபெற்ற கல்கத்தா காங்கிரஸ் (அப்போது அவர் சிறையில் இருந்தார்) மற்றும் 1972இல் நடைபெற்ற மதுரை கட்சி காங்கிரஸ் (அப்போது அவர் உடல்நலம் குன்றி இருந்தார்). மீரட் சதி வழக்கில் கைது செய்யப்பட்டு சிறையில் இருந்தபோதே 1933இல் கட்சியின் மத்தியக் குழு உறுப்பினராகத் தேர்ந்தெடுக்கப்பட்டார். 1948இல் நடைபெற்ற கட்சி காங்கிரஸ் நீங்கலாக மற்ற அனைத்து கட்சி காங்கிரஸ்களிலும், அவர் உயிர்நீத்த காலம் வரை, மத்தியக் குழு உறுப்பினராக தொடர்ந்து தேர்ந்தெடுக்கப்பட்டு வந்தார்.

கட்சி நாளிதழ்கள், புத்தகங்கள் வெளியீட்டிற்கு வழிகாட்டுவதில் முசாஃபர் அகமத் மிக முக்கியமான பங்கினை வகித்தார். தனக்கென்று சொந்தமாக ஒரு பத்திரிக்கை இல்லாமல் கம்யூனிஸ்ட் கட்சி வளர முடியாது என்றும் அவர் தொடர்ந்து வலியுறுத்தி வந்தார். கணசக்தி நாளிதழின் அச்சகத்தை வளர்த்தெடுப்பதற்கான வழிகாட்டும் சக்தியாக அவர் இருந்தார். நேஷனல் புக் ஏஜென்சி நிறுவனத்தின் நிறுவனர்களில் அவரும் ஒருவர். ஜனஜுத்தா (மக்கள் யுத்தம்), டெய்லி ஸ்வாதினதா (விடுதலை), கணசக்தி (மாலைப் பதிப்பு), தேஷ் ஹிதேஷி வார இதழ், நந்தன் மாத இதழ், ஏக் சாத்தி (பெண்கள் அமைப்பின் அதிகாரபூர்வ இதழ்) என பல்வேறு கட்சி நாளிதழ்களையும் இதழ்களையும் நடத்துவதில் வழிகாட்டுதலையும் ஆலோசனைகளையும் அவர் தொடர்ந்து வழங்கி வந்தார்.

இடைவெளியில்லாது படிப்பவராகவும், முசாஃபர் அகமத் இருந்தார். தன்னிடம் வரும் அனைவரையுமே, மேலும் மேலும் படிக்குமாறு அவர் தூண்டிக் கொண்டேயிருந்தார். மிகவும் கடுமையான பணிச் சூழலுக்கு மத்தியிலும் கூட தோழர்களின் தனிப்பட்ட பிரச்சனைகளை பொறுமையுடன் காதுகொடுத்துக் கேட்க நேரம் ஒதுக்குவார். உடல்நலம் குன்றியிருக்கும்

முசாஃபர் அகமத் புத்தக வெளியீடு: சரோஜ் முகர்ஜி, எம். பசவபுன்னையா, பினய் சவுதுரி, அனில் பிஸ்வாஸ்

தோழர்களின் நலன் குறித்து தொடர்ந்து விசாரிப்பது; அவர்களுக்கு முறையான சிகிச்சை பெறுவதற்கான ஏற்பாடுகளை செய்வது; மாவட்ட அமைப்புகளில் நிலவும் பிரச்சனைகளை சரிசெய்ய உதவுவது; கட்சிப் போராட்டங்களில் உயிர்த்தியாகம் செய்த தோழர்களின் குடும்பத்திற்கு ஆறுதல் கூறி உதவி செய்வது என பலவகைப்பட்ட பணிகளை அவர் இறுதிவரை நிறைவேற்றி வந்தார்.

முசாஃபர் அகமத் அவரது வாழ்நாள் முழுவதுமே மிகவும் எளிமையானவராகவும், மார்க்சிய- லெனினிய தத்துவத்திற்கு உண்மையானவராகவும் இருந்தார். எளிமையானவராக இருந்தபோதிலும், வலதுசாரி சந்தர்ப்பவாதம், இடதுசாரி அதிதீவிரவாதம் ஆகிய இரண்டு போக்குகளுக்கு எதிரான போராட்டத்தில் அதே அளவிற்கு உறுதியோடும் இருந்தார். கட்சிக் கட்டுப்பாடு என்ற விஷயத்தில் முசாஃபர் அகமத் மிகவும் பிடிவாதமானவராக இருந்தார். அதைச் செயல்படுத்துவதில் எவ்வித இரக்கமும் இல்லாத பிடிவாதக்காரராகவும் இருந்தார். அவருக்குள் பொதிந்து போன லெனினியமாகவே இது இருந்தது. வரலாறு என்ன என்பதை முசாஃபர் அகமத் நன்கு அறிந்திருந்தார். அந்த வரலாற்றை உருவாக்குவதற்கும் அவர் உதவி செய்தார். அவர் உருவாக்கி நடத்திய இடதுசாரி வரலாறு தொடர்ந்து வலுப்பெற்று வருகிறது.

ஜனவரி 05, 2020

11

செயலுக்கான மேடை வரைவுத் திட்டம் – 1931

மீரட் சதிவழக்கு நடைபெற்றுக் கொண்டிருந்தபோது, இந்த வழக்கில் குற்றம் சாட்டப்பட்டவர்கள் ஒருமித்த வகையில் தங்களது பொது அறிவிப்பை நீதிமன்றத்தில் வெளியிடுவதற்கு முன்பாக, இந்திய கம்யூனிஸ்ட் கட்சி தனது செயல் மேடைக்கான வரைவு திட்டத்தைக் கொண்டு வந்தது. இந்த வரைவு திட்டத்தின் பிரதிகள் 1931 மார்ச் மாதம் கராச்சி நகரில் நடைபெற்ற இந்திய தேசிய காங்கிரஸின் வருடாந்திர மாநாட்டில் பிரதிநிதிகளிடையே விநியோகிக்கப்பட்டது. இந்த வரைவு முழுவதுமாக கம்யூனிஸ்ட் அகிலத்தின் அதிகாரபூர்வ இதழான இம்ப்ரெகாரில் வெளியானது. மார்க்சிய-லெனினியத்தை அடிப்படையாகக் கொண்டிருந்த இந்த வரைவு திட்டம் விவசாயப் புரட்சி மற்றும் அனைத்து சமூக அசமத்துவங்களையும் முற்றிலுமாக ஒழிப்பது ஆகிய இரண்டையும் ஏகாதிபத்திய எதிர்ப்புப் போராட்டத்தின் வெற்றியோடு இணைத்தது. ஏகாதிபத்தியத்திற்கு எதிரான இந்த யுத்தத்தில் அனைத்துப் பிரிவினரும் விடுதலைப் போராட்டத்தில் இணைய வேண்டுமென அது அறைகூவல் விடுத்தது. செயல்மேடைக்கான வரைவு திட்டத்தின் சில பகுதிகள் கீழே தரப்பட்டுள்ளன:

“பிரிட்டிஷ் முதலாளித்துவத்திற்கு எதிரான விவசாயப் புரட்சியே இந்தியாவில் புரட்சிகர விடுதலைக்கான அடிப்படையாக இருக்க வேண்டும்.

“தேசிய சீர்திருத்தவாதத்தின் பிடியிலிருந்து தொழிலாளி வர்க்கத்தையும், விவசாயிகளையும், நகர்ப்புற ஏழைகளையும் விடுவித்து, அவர்களது புரட்சிகர போராட்டத்தை ஏகாதிபத்தியத்திற்கு எதிரான, நிலப்பிரபுத்துவத்திற்கு எதிரான ஒன்றாக மாற்ற வேண்டுமெனில், தொழிலாளி வர்க்கத்திற்கு அதற்கென்றே சொந்தமான பாட்டாளி வர்க்க கம்யூனிஸ்ட் கட்சி தேவைப்படுகிறது. இந்திய கம்யூனிஸ்ட் கட்சி தொழிலாளி வர்க்கத்தின் கட்சியாகும். அதன் இறுதி இலக்கு என்பது சோஷலிசத்தை சென்றடைவதும், இறுதியில் முழுமையான கம்யூனிச சமூகத்தை வென்றடைவதுமே ஆகும். இந்திய கம்யூனிஸ்ட் கட்சியின் திட்டம் என்பது முதலாளித்துவ வர்க்கத்தின், குட்டி முதலாளித்துவ வர்க்கத்தின் சார்பான மற்ற

கட்சிகள், குழுக்கள் ஆகியவற்றின் திட்டங்கள், கருத்துகள் ஆகியவற்றிலிருந்து முற்றிலும் வேறுபட்டவை ஆகும். பின்கூறிய சக்திகள் இந்தியாவில் முதலாளித்துவத்தின் வளர்ச்சிக்காகப் பாடுபட்டு வரும் அதே நேரத்தில், ஒரு சோஷலிச பாதையிலான வளர்ச்சிக்காக நீடித்த வகையிலும் உறுதியோடும் போராடி வரும் கட்சியாக கம்யூனிஸ்ட் கட்சி இருக்கிறது.

"இந்த வழிகாட்டும் குறிக்கோள்களை மேற்கொண்டு இந்திய புரட்சியின் தற்போதைய கட்டத்திற்கான கீழ்க்கண்ட முக்கிய நோக்கங்களை இந்திய கம்யூனிஸ்ட் கட்சி முன்வைக்கிறது:

பிரிட்டிஷ் ஆட்சியை பலவந்தமாகத் தூக்கியெறிவதன் மூலம் இந்தியாவை முழுமையாக விடுதலை அடையச் செய்வது. அனைத்துக் கடன்களையும் ரத்து செய்வது. பிரிட்டிஷாருக்குச் சொந்தமான தொழிற்சாலைகள், வங்கிகள், ரயில்வே, கடல் மற்றும் ஆற்று போக்குவரத்து சாதனங்கள், தேயிலைத் தோட்டங்கள் அனைத்தையும் கைப்பற்றி தேசியமயமாக்குவது.

ஒரு சோவியத் அரசை நிறுவுவது. பிரிந்து போவதற்கான உரிமை உள்ளிட்டு சுய நிர்ணய உரிமையை தேசிய சிறுபான்மையினருக்கு வழங்குதல். உள்நாட்டில் இருந்து வரும் அரசு அமைப்புகள் அனைத்தையும் முற்றிலுமாக ரத்து செய்தல். இந்திய தொழிலாளர்-விவசாயிகள் கூட்டமைப்பின் சோவியத் குடியரசு ஒன்றை உருவாக்குதல்.

நிலப்பிரபுக்கள், இதுவரை ஆட்சி செய்து வந்த சிற்றரசர்கள், தேவாலயங்கள், பிரிட்டிஷ் அரசு, அதிகாரிகள், கந்து வட்டிக்காரர்கள் ஆகியோருக்குச் சொந்தமாக இருந்த நிலங்கள், காடுகள் மற்றும் இதர சொத்துக்கள் அனைத்தையும் எவ்வித நஷ்ட ஈடுமின்றி கைப்பற்றி அவற்றை உழைக்கும் விவசாயிகளின் பயன்பாட்டிற்காக வழங்குதல். அடிமை ஒப்பந்தங்கள் அனைத்தையும் முற்றாக ரத்து செய்தல். கந்து வட்டிக்காரர்களுக்கும் வங்கிகளுக்கும் விவசாயிகள் தரவேண்டிய அனைத்துக் கடன்களையும் ரத்து செய்தல்.

எட்டு மணி நேர வேலை மட்டுமின்றி தொழிலாளர்களின் நிலைமைகளில் தீவிரமான மேம்பாட்டைக் கொண்டுவருவது. ஊதிய அதிகரிப்பு. வேலையில்லாதோருக்கு பராமரிப்புக்கான அரசு உதவி வழங்குவது.

"பெருந்திரளான மக்களின் நலன்களை வெளிப்படுத்தும் இந்த முக்கிய கோரிக்கைகளை வென்றடைவதற்காக இந்திய கம்யூனிஸ்ட் கட்சி போராடும். இவற்றை அடைவதென்பது இந்தியாவில் ஒரு சோஷலிச அரசை நிறுவும் திசைவழியினை வளர்த்தெடுப்பதற்கான

அனைத்து வாய்ப்புகளையும், நிலைமைகளையும் உருவாக்கும்.

"ஏகாதிபத்தியவாதிகள், நிலப்பிரபுக்கள், கந்துவட்டிக்காரர்கள், முதலாளிகள் ஆகியோருக்கு எதிராக ஓர் ஐக்கிய முன்னணியை உருவாக்குமாறு உழைப்பாளிகள் அனைவருக்கும் இந்திய கம்யூனிஸ்ட் கட்சி அறைகூவல் விடுக்கிறது. பல்வேறு தேசிய இனங்கள் மற்றும் மத ரீதியான நம்பிக்கைகளை கொண்ட உழைப்பாளி மக்களிடையே மோதலைத் தூண்டவும், அவர்களை ஒருவருக்கு எதிராக மற்றவரை நிறுத்தி வைக்கவும், பிரிட்டிஷ் அரசும், உள்நாட்டு சுரண்டல்காரர்களும் மேற்கொண்டுவரும் தந்திரமான தூண்டுதல் நடவடிக்கைகளில் ஏமாற வேண்டாம் என முஸ்லீம்களையும் இந்திய தொழிலாளி-விவசாயிகளையும் இந்திய கம்யூனிஸ்ட் கட்சி கேட்டுக் கொள்கிறது. சொந்த நாட்டவரின், பிரிட்டிஷாரின் சுரண்டலால் சமமான வகையில் துன்புற்று வரும் ஒடுக்கப்பட்டவர்களின், ஒன்றுபட்ட புரட்சிகர முன்னணியை பிளவுபடுத்தும் இத்தகைய சீர்குலைவு நடவடிக்கைகளை அனுமதிக்கக் கூடாது என்றும், தீண்டத்தகாதவர்கள் உள்ளிட்ட அனைத்து உழைக்கும் மக்களுக்கும் இந்திய கம்யூனிஸ்ட் கட்சி அறைகூவல் விடுக்கிறது.

"தங்களது அரசியல், பொருளாதார கோரிக்கைகளுக்காக தொழிலாளி வர்க்கத்தின் போராட்டத்தையும் வெகுஜன புரட்சி நடவடிக்கைகளையும் வளர்த்தெடுக்க வேண்டுமென தனது ஆதரவாளர்களுக்கும் அமைப்புகளுக்கும் இந்திய கம்யூனிஸ்ட் கட்சி அறைகூவல் விடுக்கிறது. விவசாயிகள் செலுத்த வேண்டிய வரிகள், தீர்வைகள், குத்தகை கடன்கள் ஆகியவற்றை, குறிப்பாக மிகப் பெருமளவில் நிலங்கள் தனியார் கைகளில் குவிக்கப்பட்டுள்ள மாவட்டங்களில், ஒட்டுமொத்தமாக செலுத்த மறுக்க வேண்டும் என்றும், இதன் மூலம் ஏகாதிபத்தியத்திற்கு எதிரான புரட்சிகர போராட்டத்தை முன்னெடுத்துச் செல்வதற்கென உழைப்பாளி மக்கள் திரளை தயார்ப்படுத்தி அவர்களை அணிதிரட்ட வேண்டுமெனவும் இந்திய கம்யூனிஸ்ட் கட்சி அறைகூவல் விடுக்கிறது. பெருந்திரளான மக்களின் விடுதலைக்கான புரட்சிகர போராட்டத்தை உருவாக்க உறுதியானதொரு நடவடிக்கையாக தொழிலாளர்களின் தனிப்பட்ட வேலைநிறுத்தங்களை பொதுவான அரசியல் வேலைநிறுத்தமாக மாற்றியமைக்க உதவ வேண்டுமென வர்க்க உணர்வுமிக்க தொழிலாளர்களுக்கும் புரட்சியாளர்களுக்கும் இந்திய கம்யூனிஸ்ட் கட்சி அறைகூவல் விடுக்கிறது.

பொதுவான கோரிக்கைகள்

“வெகுஜன புரட்சிகர போராட்டத்தை வளர்த்தெடுக்கவும் மக்களுக்குத் தேவையான அரசியல் பயிற்சியை அளிக்கவும் இந்திய கம்யூனிஸ்ட் கட்சி கீழ்க்கண்ட கோரிக்கைகளை முன்வைப்பதோடு, அவற்றுக்காகப் போராடவும் செய்கிறது.

பிரிட்டிஷ் படைகளை நாட்டை விட்டு வெளியேற்றுவது.

அனைத்து அரசியல் கைதிகளையும் உடனடியாக விடுதலை செய்வது.

ஐக்கிய மாகாணம் எட்டாவாவில் நெசவாளர் பேரணி

பேச்சு, நம்பிக்கை, பத்திரிக்கை, கூட்டங்கள், வேலைநிறுத்தங்கள், உழைப்பாளிகளுக்கான சங்கங்கள் ஆகியவற்றுக்கான தங்குதடையற்ற சுதந்திரம். தொழில் தகராறு சட்டம், மறியல் தடைச் சட்டம், புரட்சிகர தொழிலாளர்களை நாட்டை விட்டு வெளியேற்றுவதற்கான விதிமுறைகள், பத்திரிக்கை சட்டம் போன்ற, மக்கள் விரோத, தொழிலாளர் விரோத சட்டங்கள் அனைத்தையும் ரத்து செய்வது.

பதவி, சாதி ஆகியவற்றில் தேசிய அளவிலான வகுப்புவாரி சலுகைகள் அனைத்தையும் ரத்து செய்வது. பாலினம், மதம், இனம் போன்ற வேறுபாடுகள் ஏதுமற்ற வகையில் நாட்டின் அனைத்து குடிமக்களுக்கும் முழுமையான சமத்துவத்தை உறுதி செய்வது.

அரசின் அமைப்புகளிலிருந்து மதத்தை முற்றிலுமாகப் பிரித்து வைப்பது.

நீதிபதிகள், அரசு அதிகாரிகளை மக்களே தேர்தலின் மூலம் தேர்வு செய்வது. பெரும்பாலான வாக்காளர்கள் கோரினால் அவர்களை எந்த நேரத்திலும் பதவியிலிருந்து அகற்றும் நிபந்தனையுடன் இத் தேர்வை நடத்துவது.

கீழ்க்கண்டவற்றுக்காக இந்திய கம்யூனிஸ்ட் கட்சி போராடுகிறது:

வேலை நாளை வயது வந்தவர்களுக்கு 8 மணி நேரமாகவும், 16 முதல் 20 வயது வரையுள்ள இளைஞர்களுக்கு 6 மணி நேரமாகவும் கட்டுப்படுத்துவது. நிலக்கரி சுரங்கங்கள் உள்ளிட்டு

அனைத்து அபாயகரமான தொழில்களிலும் வேலை நாளை 6 மணி நேரம் என அறிமுகப்படுத்துவது. இந்தத் தொழில்களில் வேலை செய்யும் தொழிலாளர்களுக்கு பால், வெண்ணெய் ஆகியவற்றை இலவசமாக வழங்குவது.

தொழிற்சங்கங்கள் அமைப்பது, ஆர்ப்பாட்டங்கள், மறியல்கள், வேலைநிறுத்தங்கள் ஆகிய நடவடிக்கைகளுக்கு முழுமையான சுதந்திரம் அளிப்பது.

பெண்கள், இளைஞர்கள், ஆண்களுக்கு சமமான வேலைக்கு சமமான ஊதியம் வழங்குவது.

கட்டாய ஒப்பந்த தொழிலாளர் முறை, தொழிலாளர்களை சட்டபூர்வமாக அடிமைத்தனத்தில் வைத்திருக்கும் முறை ஆகியவற்றை முழுமையாக ரத்து செய்வது.

முழுமையான ஊதியத்தோடு கட்டாய வாராந்திர ஓய்வு நாளை அளிப்பது. வயது வந்தோருக்கு நான்கு வாரங்கள், இளைஞர்களுக்கு ஆறு வாரங்கள் என ஊதியத்துடன் கூடிய வருடாந்திர விடுமுறையை வழங்குவது.

வேலையின்மை, உடல்நலமின்மை, விபத்து, தொழில் தொடர்பான நோய்கள், முதுமை, வேலை செய்வதற்கான திறன் இழப்பு, அநாதையான நிலைமை ஆகியவற்றுக்கான அரசுக் காப்பீட்டு வசதி மற்றும் உடல் உறுப்பு இழப்பிற்கான இழப்பீடு ஆகியவற்றை வழங்குவது.

நம் நாட்டில் உள்ள பிரிட்டிஷ் ஏகாதிபத்திய ஆட்சியின் விளைவாக அனைத்து வகையான உரிமைகளும் பறிக்கப்பட்டுள்ள பல லட்சக்கணக்கான அடிமைகள், சமூக ரீதியாக ஒதுக்கி வைக்கப்பட்டுள்ள (தீண்டத்தகாதவர்கள் என்றழைக்கப்படும்) கோடிக்கணக்கான உழைப்பாளிகள் இப்போதும் இந்நாட்டில் இருந்து வருகின்றனர். பிரிட்டிஷ் ஆட்சி, நிலப்பிரபுத்துவ அமைப்பு, பிற்போக்குத் தனமான சாதி அமைப்பு, மத ரீதியான ஏமாற்றுவேலைகள், கடந்த காலத்திய அடிமைத்தன, பண்ணையடிமைத் தனங்கள் ஆகிய இவை அனைத்துமே இந்திய மக்களின் குரல்வளையை நெறித்து, அவர்களின் விடுதலைக்குத் தடையாக நிற்கின்றன. 20ஆம் நூற்றாண்டிலும் கூட சக மனிதனை நேருக்கு நேராகச் சந்திக்க, பொதுக் கிணறுகளில் நீரெடுத்துக் குடிக்க, பொதுப் பள்ளிகளில் சமமாக அமர்ந்து படிக்க உரிமைகளற்று ஒதுக்கப்படும் நிலை நீடித்து நிற்பதற்கும் அவை வழிவகுத்துள்ளன.

"சாதி அமைப்பை எவ்வித இரக்கமுமின்றி முற்றிலுமாக அழித்தொழிப்பது மட்டுமே, விவசாயப் புரட்சி மட்டுமே, பிரிட்டிஷ் ஆட்சியை பலவந்தமாக தூக்கியெறிவது மட்டுமே, தீண்டத்தகாத அடிமைகளான உழைக்கும் மக்களின் முழுமையான சமூக, பொருளாதார, கலாச்சார, சட்டரீதியான விடுதலைக்கு வழிவகுக்கும்.

"பிரிட்டிஷ் ஆட்சிக்கும் நிலப்பிரபுத்துவத்திற்கும் எதிரான ஒன்றுபட்ட புரட்சிகர முன்னணி நாட்டின் அனைத்து தொழிலாளிகளோடு இணைந்து நிற்க முன்வருமாறு தீண்டத்தகாதவர்கள் என்று முத்திரை குத்தப்பட்டுள்ள அனைவரையும் இந்திய கம்யூனிஸ்ட் கட்சி அறைகூவி அழைக்கிறது.

"அடிமைத்தனம், சாதி அமைப்பு, (சமூக, கலாச்சாரம் போன்ற) அனைத்து வடிவங்களிலும் நிலவி வரும் சாதிய ஏற்றத்தாழ்வினை முழுமையாக அழித்தொழிக்கவே இந்திய கம்யூனிஸ்ட் கட்சி போராடி வருகிறது. உழைத்துச் சிவந்த தீண்டத்தகாதவர்கள், நம் நாட்டின் அனைத்து உழைப்பாளி மக்கள் ஆகியோருக்கு இடையே முழுமையான சமத்துவத்தை உருவாக்கவே இந்திய கம்யூனிஸ்ட் கட்சி போராடி வருகிறது.

"நிலப்பிரபுத்துவத்தின் நீடிப்பு, பொருளாதார, கலாச்சார, சட்டரீதியான ஏற்றத்தாழ்வு என்ற இரட்டிப்பான சுமையின்கீழ் இந்தியாவிலுள்ள பெண்கள் அரை அடிமை நிலையில் இருந்து வருகின்றனர். உழைக்கும் பெண்களுக்கு தங்களது எதிர்காலத்தினை தீர்மானிப்பதற்கான எந்தவிதமான உரிமையும் இல்லை. நாட்டின் பல மாவட்டங்களிலும் முகத்திரைக்குப் பின்னால்தான் அவர்கள் தங்கள் வாழ்க்கையை நடத்துமாறு கட்டாயப்படுத்தப்பட்டுள்ளனர். பொதுவிவகாரங்களில் பங்கேற்கும் உரிமையும் அவர்களுக்கு இல்லை. தங்களது சக மனிதர்களை சுதந்திரமாகவும், வெளிப்படையாகவும் சந்திக்கவோ, தெருக்களில் சுதந்திரமாக நடமாடவோ அவர்களுக்கு உரிமை இல்லை.

"இந்நிலையில் பெண்களின் சமூக ரீதியான, பொருளாதார ரீதியான, சட்டரீதியான சமத்துவத்திற்காகவே இந்திய கம்யூனிஸ்ட் கட்சி போராடி வருகிறது. பெண்கள் இரவு நேரங்களில் வேலை செய்வதை முழுமையாக ரத்து செய்ய வேண்டும் என்றும், (நிலக்கரி சுரங்கங்களில்) பூமிக்குக் கீழே பெண்கள் வேலை செய்வதற்கு தடை விதிக்க வேண்டும் என்றும், ஊறுவிளைவிக்கக் கூடிய அனைத்துவிதமான தொழில் துறைகளிலும் பெண்கள்

பணியாற்றத் தடை விதிக்க வேண்டும் என்றும் இந்திய கம்யூனிஸ்ட் கட்சி போராடி வருகிறது.

“பிரசவத்திற்கு முன்பாக இரண்டு மாதங்கள், பின்பு இரண்டு மாதங்கள் முழு ஊதியத்துடன் வேலையில் இருந்து பெண்களுக்கு விடுப்பு அளிக்க வேண்டும் எனவும் இந்திய கம்யூனிஸ்ட் கட்சி போராடி வருகிறது. அவர்களுக்கு இலவச மருத்துவ உதவி, அனைத்துத் தொழிற்சாலைகளிலும் குழந்தைக் காப்பகங்களை நிறுவுதல் ஆகியவற்றையும் தொழிற்சாலை உரிமையாளர்கள் தங்கள் சொந்த செலவில் செய்து தர வேண்டும்.

“மாணவர்களின் 16 வயது வரையில் அவரவரது மொழியில் அனைவருக்குமான, இலவச, கட்டாயக் கல்வி தரப்பட வேண்டுமெனவும் இந்திய கம்யூனிஸ்ட் கட்சி போராடி வருகிறது. அரசு செலவில் இலவச உணவு, சீருடை, பாடப் புத்தகங்களும் மாணவர்களுக்கு வழங்கப்பட வேண்டும். அரசு மற்றும் உரிமையாளரின் செலவில் இளைஞர்களுக்கு தொழிற்கல்வி அறிமுகப்படுத்தப்பட வேண்டும்.

சரியானதொரு திட்டத்தை மக்கள் முன் வைத்த அதே நேரத்தில் இந்த செயல்மேடைக்கான வரைவு திட்டத்தில் சில தவறுகளும், தவறான கருத்தோட்டங்களும் அடங்கியிருந்தன. ஏகாதிபத்தியம், நிலப்பிரபுக்கள், கந்துவட்டிக்காரர்கள், முதலாளிகள் ஆகியோருக்கு எதிராக ஐக்கிய முன்னணி ஒன்றை உருவாக்க முன்வருமாறு அது உழைப்பாளர்களுக்கு அறைகூவல் விடுத்தது. எனவே ஏகாதிபத்திய எதிர்ப்பிற்கான ஐக்கிய முன்னணி என்பதிலிருந்து ஏகாதிபத்தியம், நிலப்பிரபுத்துவம், முதலாளித்துவம் ஆகியவற்றுக்கு எதிரான ஓர் அணியை உருவாக்க வேண்டும் என்பதாக அது நகர்ந்து சென்றது. இந்தப் புரிதலின் விளைவாக சோவியத் அதிகாரத்தை உருவாக்க வேண்டும் என்று இந்த மேடை அறைகூவல் விடுத்திருந்தது. பின்னர் 1934ஆம் ஆண்டில் திட்ட வழிப்பட்ட ஆவணம் ஒன்றை கட்சி மேற்கொண்டபோது இந்தத் தவறுகள் அனைத்தும் திருத்தப்பட்டன.

எனினும் பி டி ரணதிவே இத்திட்டம் பற்றி இவ்வாறு குறிப்பிட்டிருந்தார்: “இதுபோன்று இந்திய மக்களில் அனைத்துப் பிரிவினரின் பிரச்சனைகளை முன்வைத்தும், புரட்சிகர போராட்டத்தின் உடனடித் தேவைகளை முன்வைத்தும் பேசக் கூடியதொரு புரட்சிகர ஆவணத்தை இந்தியா அதற்கு முன்பு எப்போதும் கண்டதில்லை.”

ஜனவரி 12, 2020

12

அகில இந்திய மையம் உருவாக்கம்

1920களின் இறுதிப் பகுதியிலும் 1930களின் தொடக்க காலத்திலும் இந்தியாவில் நிலவிய உள்நாட்டு நிலைமை மிகவும் சிக்கலான ஒன்றாகவே இருந்தது. முதலாளித்துவ உலகம் முழுவதையும் சூழ்ந்து கொண்ட மாபெரும் மந்த நிலையின் பின்விளைவுகள் இந்திய மக்களுக்கு பெரிதும் ஊறுவிளைவிப்பதாகவே இருந்தன. தங்களது சொந்த நாடு எதிர்கொண்டுவந்த நெருக்கடியை தீர்ப்பதற்கு இந்திய மக்களை பலிகடாவாக்க பிரிட்டிஷ் ஏகாதிபத்திய வாதிகள் முயற்சி செய்ததே அதற்குக் காரணமாகும். இதன் விளைவாக பிரிட்டிஷ் ஆட்சிக்கு எதிரான கிளர்ச்சிகளும் கோபமும் மேலும் தீவிரமாயின. இவை மேலும் விரிவாகப் பரவவும் செய்தது. பம்பாய், ஷோலாப்பூர் நெசவாலைகளிலும், கல்கத்தாவின் சணல் ஆலைகளிலும் வெடித்தெழுந்த வேலைநிறுத்தங்கள் இவற்றுக்கு உதாரணமாகத் திகழ்ந்தன. தொழிலாளி வர்க்கத்தின் வேலை நிறுத்தங்களின், வேலைநாள் இழப்பின் எண்ணிக்கை 1930-31 காலப்பகுதியில் உச்சத்தைத் தொட்டது. கட்சியின் மேல்மட்டத் தலைவர்கள் அனைவரும் கைது செய்யப்பட்டு மீரட் சதிவழக்கில் விசாரணைக்கு ஆளாகியிருந்த நிலையில், இந்த சாதகமான சூழ்நிலைகளை அப்போதுதான் தலையெடுத்துக் கொண்டிருந்த கம்யூனிஸ்ட் கட்சியினால் தனக்கு சாதகமாகப் பயன்படுத்திக் கொள்ள முடியவில்லை. அதற்கும் மேலாக, ஏகாதிபத்திய எதிர்ப்புப் போராட்டத்தில் முதலாளிகளின் பங்கு குறித்த தத்துவார்த்த ரீதியான தெளிவையும் கட்சி இன்னமும் பெறாத நிலையில்தான் இருந்தது.

இந்திய கம்யூனிஸ்ட் இயக்கத்தின் தொடக்க காலத்தில் எம் என் ராய் மிகவும் உதவிகரமான பங்கினை வகித்தார். எனினும் கம்யூனிஸ்ட் அகிலத்திலிருந்து அவர் வெளியேற்றப்பட்ட பிறகு, இந்தியாவில் எம் என் ராய், ட்ராட்ஸ்கி ஆகியோரைப் பின்பற்றும் ஒரு சில குழுக்கள் தோன்றியதோடு கம்யூனிஸ்ட் அகிலத்தின் தலைமைக்கு எதிராகவும் செயல்பட்டு வந்தன. இத்தகைய பல அமைப்புகளும் கட்சிக்கு சில பிரச்சனைகளை ஏற்படுத்தின.

இந்த நிலையில் அடிப்படையானதொரு மாற்றத்தினை கொண்டுவர கம்யூனிஸ்ட் அகிலத்தின் தலைமை முயற்சித்தது. இந்தியாவில் ஒன்றுபட்ட கம்யூனிஸ்ட் தலைமை உருவாகவும்,

நாட்டில் நடைபெற்று வந்த ஏகாதிபத்திய எதிர்ப்புப் போராட்டத்திற்கு தலைமை தாங்கும் தகுதி மிக்கதாக அதை மாற்றுவதற்குமான முயற்சிகளை அது மேற்கொண்டது. அகிலத்தின் பிரதிநிதிகள் பலமுறை இந்தியாவிற்கு வந்து பல்வேறு கம்யூனிஸ்ட் குழுக்களுடன் தொடர்புகளை ஏற்படுத்தி, அப்போது நிலவிய அரசியல் சூழல் குறித்த தங்களது புரிதலின் அடிப்படையில் ஆலோசனைகளையும் வழங்கினர். மீரட் சதி வழக்கும், அதைத் தொடர்ந்து குற்றம் சாட்டப்பட்டவர்களுக்கு வழங்கப்பட்ட தண்டனையும், கட்சி ஸ்தாபனத்தை மிக மோசமாக பாதித்தன. மிக வேகமாக மாறிக் கொண்டிருந்த சர்வதேச, தேச நிலைமைகளைப் புரிந்து கொள்ள முடியாத நிலை ஏற்பட்டதோடு, சரியான நேரத்தில், பொருத்தமான தலைமைப் பங்கினையும் அதனால் வழங்க இயலவில்லை.

1920ஆம் ஆண்டில் கம்யூனிஸ்ட் கட்சி தொடங்கப்பட்டபோதிலும், அந்த தசாப்தம் முழுவதுமே தொடர்ந்து செயல்படும் வகையில் மத்திய தலைமை என்ற ஒன்று இல்லாமலேயே தனது பணிகளை அது செய்ய வேண்டியிருந்தது. ஒரு கம்யூனிஸ்ட் கட்சி இருந்தது என்பதும், கட்சியின் ஒவ்வொரு உறுப்பினரும் அரசியல், ஸ்தாபன நடவடிக்கைகளில் ஈடுபட்டு வந்தனர் என்பதும் உண்மைதான். எனினும் அவர்களது நடவடிக்கைகளின் முக்கிய களம் என்பது, குறிப்பாக 1920களின் பின்பகுதியில் தொ வி க வின் மூலமாகவே இருந்தது. ஒரு வெகுஜன புரட்சிகர கட்சியை கட்டுவதில்தான் அவர்களது கவனம் முழுவதும் இருந்தது. இவற்றில் கம்யூனிஸ்டுகளாக இல்லாதவர்களும் முக்கிய பங்கினை வகிக்க வேண்டியிருந்தது. எந்த நேரத்திலும் கட்சியின் மீது தாக்குதல் எழக்கூடும். எனவே சட்டத்தை மீறிய வழிகளில் கட்சி அணிதிரட்டப்பட வேண்டும் என்ற உண்மையை உணராத வகையில்தான் கட்சியின் தலைமை இருந்தது. இதன் விளைவாக, கம்யூனிஸ்டுகளும், அவர்களோடு சேர்ந்து தொ வி க வில் இருந்த அவர்களது தோழர்களும் தாக்குதலுக்கு ஆளானபோது, நடைமுறையில் கட்சி ஸ்தாபனம் என்பது இல்லாமலே போனது.

வெளிப்படையான, மையப்படுத்தப்பட்ட ஒரு கம்யூனிஸ்ட் கட்சியை உருவாக்குவதற்கான வாய்ப்புகளை பரிசோதிக்கத் தொடங்கியிருந்த நேரத்தில்தான் இந்திய கம்யூனிஸ்டுகளின் மீது மீரட் சதிவழக்கு திணிக்கப்பட்டது. 1928 டிசம்பர் 27 முதல் 29 வரை கல்கத்தாவில் ரகசியமாக நடைபெற்ற இந்திய கம்யூனிஸ்ட் கட்சியின் நிர்வாகக் குழு கூட்டத்தில் இது குறித்து

விவாதிக்கப்பட்டது. இது குறித்த எந்தவொரு நடவடிக்கையையும் எடுப்பதற்கு முன்பாகவே, இந்த விஷயத்தில் உறுதியானதொரு முடிவுக்கு வரும் முன்பாகவே, கிட்டத்தட்ட மேல்மட்டத் தலைவர்கள் அனைவருமே கைது செய்யப்பட்டனர். கம்யூனிஸ்டுகள் செயல்பட்டு வந்த முக்கிய மையங்கள் அனைத்திலும் ஸ்தாபன ரீதியான இடைவெளிக்கு இது வழிவகுத்தது.

வங்காளத்தில் அப்துல் ஹலீம் ஒருவர் மட்டும்தான் கைது செய்யப்படவில்லை. மதராஸில் சிங்காரவேலு செட்டியார் 18 மாதங்கள் சிறைவாசத்திற்குப் பிறகு 1930 ஆகஸ்ட் மாதம் விடுதலையானார். பெரியாரின் சுயமரியாதை இயக்கத்தில் இணைந்து அதற்குள் இடதுசாரிகளின் செல்வாக்கை அதிகரிக்க அவர் உதவி செய்தார். அமீர் ஹைதர் கானுடனும் அவர் தொடர்பில் இருந்தார். 1932இல் அமீர் ஹைதர் கான் கைதாவதற்கு முன்பு கம்யூனிஸ்ட் ஸ்தாபனத்திற்கு, குறிப்பாக தென் இந்தியாவில், உயிரூட்டுவதற்கு முக்கிய காரணமாக இருந்தார். கான்பூரில் அங்கிருந்த இடத்தை நிரப்புவதற்கு யாருமே இல்லை. பம்பாயில் எஸ் வி தேஷ்பாண்டேவும் பி டி ரணதிவேயும் தொழிற்சங்க செயல்பாடுகளில் ஈடுபடுவதன் மூலம் இந்த இடைவெளியை நிரப்பினர்.

தனித்தனியான கம்யூனிஸ்ட் குழுக்கள் தங்களது நடவடிக்கைகளை தொடர்ந்து நடத்தி வந்த போதிலும், அவர்களிடையே தத்துவார்த்த, ஸ்தாபன விஷயங்களில் ஒருமித்த தன்மை நிலவவில்லை. இந்த நடவடிக்கைகளுக்கு தலைமை வகிக்கும் திறமை மிக்க மத்திய அமைப்பு எதுவும் இருக்கவில்லை. பல்வேறு கம்யூனிஸ்ட் குழுக்களும் ஒன்றிலிருந்து மற்றொன்று பிரிந்தே இருந்தன. மீரட் சதிவழக்கின் தொடக்கத்தில் இருந்து அடுத்த நான்கரை ஆண்டுகள் சிறைக் கம்பிகளுக்கு வெளியே இருந்த கம்யூனிஸ்டுகளிடையே கருத்து வேறுபாடுகள், குழுச் சண்டைகள் நிரம்பியதாகவே இருந்தன.

மீரட் சதிவழக்கு தொடர்பான கைதுகளுக்குப் பிறகு தோன்றிய முதல் சவால் என்பது ஓர் அகில இந்திய மையத்தை உருவாக்குவதே ஆகும். 1933ஆம் ஆண்டு இறுதி வாக்கில் மீரட் சதிவழக்கில் குற்றம் சாட்டப்பட்டவர்கள் தண்டனை முடிந்து வெளியே வரும்வரை இத்தகைய முயற்சிகளுக்கு எவ்வித பலனும் கிடைக்கவில்லை. இதற்கிடையே 1933 தொடக்கத்தில் பிணையில் விடுதலை செய்யப்பட்ட டாக்டர் அதிகாரி இந்தியாவின் பல்வேறு பகுதிகளிலும் செயல்பட்டு வந்த பல்வேறு மார்க்சிய, இடதுசாரி

குழுக்களை ஒன்றுதிரட்டுவதிலும், ஒன்றுபட்டதொரு கட்சியை மீண்டும் உருவாக்குவதிலும் முக்கிய பங்காற்றினார்.

மீரட் சதிவழக்கில் சிறையில் அடைக்கப்பட்டவர்கள் விடுவிக்கப்பட்டவுடன் அவர்கள் சிறையில் அடைக்கப்பட்டபோது உடைந்து போயிருந்த பழைய தொடர்புகள் மீண்டும் புதுப்பிக்கப்பட்டது மட்டுமின்றி, தனிநபர்களும் குழுக்களுமாக புதியவர்கள் பலரும் கட்சியை நோக்கி கவர்ந்திழுக்கப்பட்டனர். பெருமளவில் புரட்சிகர தேசியவாதிகள், கணிசமான அளவில் சாதாரண காங்கிரஸ் கட்சியினரும் காந்திய வழிப்பட்ட போராட்டத்தின் செல்லாத் தன்மையையும், சோஷலிசம், கம்யூனிசத்தை நோக்கி விடுதலைப் போராட்டத்தை நடத்திச் செல்ல வேண்டியதன் அவசியத்தையும் நன்கு உணர்ந்தவர்களாக சிறையை விட்டு வெளியே வந்தனர். சோவியத் யூனியனின் எழுச்சியும், பாசிசத்தின் வளர்ச்சியும் காங்கிரஸ் தலைவர்களின் கவனத்தையும் சாதாரண மக்கள் அணிகளின் கவனத்தையும் கவர்ந்தன. இத்தகையதொரு சோஷலிச, கம்யூனிச தத்துவங்களின் வளர்ச்சிக்கான சாதகமான சூழ்நிலை நிலவி வந்த சூழ்நிலையில்தான் நிரந்தரமாகச் செயல்படக் கூடிய மத்திய தலைமையுடன் இந்திய கம்யூனிஸ்ட் கட்சி வெளிப்பட்டது.

1933 டிசம்பரில் வங்காளத்தில் இருந்த கம்யூனிஸ்டுகளின் அழைப்பின் பேரில் கல்கத்தாவில் ஓர் அகில இந்திய மாநாடு நடத்தப்பட்டது. டாக்டர் அதிகாரி, அப்துல் ஹலீம், சோம்நாத் லாஹிரி, டாக்டர் ரானேன் சென் (வங்காளம்), பி சி ஜோஷி (கான்பூர்), எஸ் ஜி படாகா மற்றும் குர்தீப் சிங் (பஞ்சாப்) ஆகியோர் இந்த மாநாட்டு விவாதங்களில் பங்கேற்றனர். மூன்று அம்சங்களில் இந்தக் கூட்டம் மிக முக்கியமானதாகும். (1) இந்திய கம்யூனிஸ்ட் கட்சியின் தற்காலிக மத்தியக் குழு தேர்ந்தெடுக்கப்பட்டது. (2) தற்காலிக அமைப்பு விதிகளுக்கான நகல் ஏற்றுக் கொள்ளப்பட்டது. (3) அரசியல் ஆய்வுகள் குறித்த நகல் ஏற்றுக் கொள்ளப்பட்டது. செயலாளராக டாக்டர் அதிகாரி தேர்ந்தெடுக்கப்பட்டார். மாநில குழுக்களை எவ்வளவு விரைவில் முடியுமோ அவ்வளவு விரைவில் சீரமைப்பது எனவும் முடிவு செய்யப்பட்டது.

கம்யூனிஸ்டுகளுக்கும் இடதுசாரிகளுக்கும் கம்யூனிஸ்ட் அகிலத்தின் ஆவணங்கள் கிடைக்கச் செய்வது; இந்திய அரசியல் நிலைமை குறித்து கம்யூனிஸ்ட் கட்சியின் கருத்துக்கள், கொள்கைகள் ஆகியவற்றை விளக்கும் வகையில் ஆவணங்களை

தயாரிப்பது; தொழிற்சங்க நடவடிக்கைகளை மேற்கொள்வது; இடதுசாரி அரசியல்வாதிகளுடன் தொடர்புகளை உருவாக்கிக் கொள்வது போன்ற நடவடிக்கைகளை சுட்டிக் காட்டும் தொடக்கமாகவே மத்தியக் குழு, அரசியல் தலைமைக் குழு ஆகியவற்றின் உருவாக்கம் அமைந்திருந்தது.

இந்திய கம்யூனிஸ்ட் கட்சியின் தற்காலிக மத்தியக் குழு ஏற்றுக் கொண்ட அரசியல் ஆய்வு நகல் மையப்படுத்தப்பட்ட, ஒழுங்கமைந்த, ஒன்றுபட்ட, வெகுஜன, தலைமறைவான கம்யூனிஸ்ட் கட்சியை கட்டுவதன் அவசியத்தை, அதனது முதன்மையான, அடிப்படைக் கடமை என்பதை வலியுறுத்திக் கூறியது. முன்னேறிய தொழிலாளர்கள், புரட்சியாளர்கள் அனைவரும் தொழிலாளி வர்க்கத்தின் நோக்கத்திற்காக தங்களை அர்ப்பணிக்க வேண்டும் என்றும், இந்திய புரட்சியின் வரலாற்றுச் சிறப்பு மிக்க கடமைகளை மேற்கொள்ள அப்போது உருவாக்கப்பட்டு வரும் கம்யூனிஸ்ட் கட்சியின் அணிகளில் இணைய வேண்டும் என்றும் அது அறைகூவல் விடுத்தது. இந்த ஆய்வு நகலுக்கு ஒப்புதல் அளிக்கப்பட்டதைத் தொடர்ந்து இந்திய கம்யூனிஸ்ட் கட்சி கம்யூனிஸ்ட் அகிலத்துடன் முறைப்படி இணைந்தது. இதன் மூலம் இந்திய கம்யூனிஸ்ட் இயக்கம் புதியதொரு பாதையில் நடைபோடத் தொடங்கியது.

கல்கத்தா கூட்டத்தில் தேர்ந்தெடுக்கப்பட்ட தலைமை, எடுக்கப்பட்ட முடிவுகள் ஆகியவற்றை கம்யூனிஸ்ட் அகிலம் அங்கீகரித்தது. 1934ஆம் ஆண்டில் கம்யூனிஸ்ட் அகிலம் தனது அதிகாரபூர்வ இதழான இம்ப்ரெகாரில் தற்காலிக அமைப்பு விதிகளுக்கான நகல், அரசியல் ஆய்வு நகல் ஆகிய இரண்டு ஆவணங்களையும் வெளியிட்டது. புதிதாக தேர்ந்தெடுக்கப்பட்ட மத்திய தலைமை கம்யூனிஸ்ட் அகிலம் அறிவுறுத்திய கட்டமைப்பிற்குள் செயல்படத் தொடங்கியதோடு இந்திய அரசியல் சூழ்நிலையில் ஏற்பட்டு வந்த மாற்றங்களையும் மதிப்பீடு செய்தது. தேசிய, சர்வதேச நிலைமைகள் மிக வேகமாக மாறிக் கொண்டு வந்த நிலையில் இவை அவ்வளவு எளிதான கடமைகளாக இருக்கவில்லை.

1964ஆம் ஆண்டில் கட்சி பிளவுபடும் வரையில் தேர்ந்தெடுக்கப்பட்ட மத்திய தலைமை (அவ்வப்போது அதில் இடம்பெற்றிருந்த தனிநபர்கள் மாறிவந்தனர்) தொடர்ந்து செயல்பட்டது. அதற்கு முன்பு பலனில்லாத முயற்சிகள் எடுக்கப்பட்ட போதிலும் கட்சி மையத்தை வெற்றிகரமாக

உருவாக்கும் பணி 1933-34ஆம் ஆண்டுகளில்தான் நடந்தேறியது என ஒரே வார்த்தையில் கூறிவிடலாம். அதற்கு முந்தைய பத்து ஆண்டுகளில் எதிர்கொண்ட அடக்குமுறை நடவடிக்கைகள் அனைத்தையும் மீறி 1934ஆம் ஆண்டில் இந்திய கம்யூனிஸ்ட் கட்சி முறையாகச் செயல்படத் தொடங்கியது. கம்யூனிஸ்ட் நடவடிக்கைகள் அதிகரித்து வந்ததன் அடையாளங்களில் ஒன்றாக, 1934ஆம் ஆண்டில் வேலைநிறுத்தங்கள், வேலை நாள் இழப்புகள் அதிகரித்ததைக் குறிப்பிடலாம். (அதற்கு முந்தைய 1932,1933ஆம் ஆண்டுகளை ஒப்பிடுகையில் இந்த எண்ணிக்கை இரு மடங்காக உயர்ந்திருந்தது) மேலும் இது மக்கள் மத்தியில் கலக்கம் அதிகரித்து வந்ததையும் குறிப்பிடுவதாக அமைகிறது.

ஏகாதிபத்திய ஆட்சிக்கும், அதே நேரத்தில் ஏகாதிபத்திய எதிர்ப்புப் போராட்ட முன்னணியில் இருந்த முதலாளித்துவத் தலைமைக்கும் எதிராக எழுந்து கொண்டிருந்த இந்த சவாலை முளையிலேயே கிள்ளி எறிய வேண்டும் என்ற முடிவுக்கு ஆட்சியாளர்கள் வந்தனர். எனவேதான் காங்கிரஸ் கட்சி மீது விதிக்கப்பட்டிருந்த தடையை நீக்கிய அதே ஏகாதிபத்திய பிரிட்டிஷ் அரசு கம்யூனிஸ்ட் கட்சிக்குத் தடை விதிப்பது என்ற முடிவை எடுத்தது.

ஜனவரி 19, 2020

13

குறிப்பிட்ட சில தத்துவார்த்த கேள்விகளை எதிர்கொள்வது (1928–1935)

1928ஆம் ஆண்டில் நடைபெற்ற கம்யூனிஸ்ட் அகிலத்தின் ஆறாவது காங்கிரஸ் இந்தியாவில் கம்யூனிஸ்ட் இயக்கத்தின்மீது ஆழமான தாக்கத்தை ஏற்படுத்தியது. ஆறாவது காங்கிரஸின் காலனிகள் தொடர்பான ஆய்வறிக்கை லெனினின் வழிகாட்டுதலின்படி 1920ஆம் ஆண்டில் நடைபெற்ற கம்யூனிஸ்ட் அகிலத்தின் இரண்டாவது காங்கிரஸில் ஏற்றுக் கொள்ளப்பட்டிருந்த ஆய்வுரையின் முடிவை மாற்றி அமைப்பதாக இருந்தது. கம்யூனிஸ்ட் அகிலத்தின் ஐந்தாவது – ஆறாவது காங்கிரஸ்களுக்கு இடைப்பட்ட காலத்தில் பல்வேறு நாடுகளிலும் கம்யூனிஸ்ட் கட்சிகளில் இருந்தும், கம்யூனிஸ்ட் அகிலத்திலிருந்தும் பல வலதுசாரி சந்தர்ப்பவாத குழுக்கள் வெளியேற்றப்பட்டன. ட்ராட்ஸ்கியிசத்திற்கு எதிரான போராட்டத்திற்கும் கூட கம்யூனிஸ்ட் அகிலம் தனிப்பட்ட முக்கியத்துவத்தை கொடுக்க வேண்டியிருந்தது. மேலும் ஆறாவது காங்கிரஸின் காலனிகள் தொடர்பான ஆய்வறிக்கை பெருமளவிற்கு சீனாவில் நடந்த சம்பவங்களால் தூண்டப்பட்டதாகவும் இருந்தது. இந்த வளர்ச்சிப் போக்குகள் அனைத்துமே கம்யூனிஸ்ட் அகிலத்தின் நிலைபாடுகளை வடிவமைத்தன.

கம்யூனிஸ்டுகள் பின்பற்ற வேண்டிய நடைமுறை உத்திகள் பற்றிக் குறிப்பிடுகையில் அரசியல் ரீதியாகவும், ஸ்தாபன ரீதியாகவும் அனைத்து குட்டி முதலாளித்துவ குழுக்கள் மற்றும் கட்சிகளிடமிருந்து தங்களை தனித்துக் காட்டிக் கொள்ள வேண்டும் என்று கம்யூனிஸ்ட் கட்சிகளுக்கு இந்த ஆய்வறிக்கை வழிகாட்டியது. “புரட்சிகர போராட்டத்தின் தேவைகளுக்கு ஏற்ப தற்காலிகமான ஒத்துழைப்பு அனுமதிக்கத்தக்கது. குறிப்பிட்ட சில சூழ்நிலைகளில் கம்யூனிஸ்ட் கட்சிக்கும் தேசிய புரட்சிகர இயக்கத்திற்கும் இடையே, அதாவது உண்மையிலேயே புரட்சிகரமானதொரு இயக்கமாக இருக்குமெனில், ஆளும் சக்திகளுக்கு எதிராக அது உண்மையிலேயே போராடி வருகிறது எனில், விவசாயிகள் இடையேயும், சுரண்டப்பட்டு வருகின்ற விரிவான மக்கள் திரள் இடையேயும், புரட்சிகர உணர்வை ஊட்டி அவர்களுக்கு கல்வி புகட்டுகிற கம்யூனிஸ்டுகளின் வளர்ச்சிப் பாதையில் அதன்

பிரதிநிதிகள் முட்டுக்கட்டைகளை போடுவதில்லை எனில், அதனுடன் தற்காலிகமான இணைப்பும் கூட அனுமதிக்கத் தக்கதாகும்.

இந்தியா குறித்து இந்த ஆய்வு குறிப்பிட்ட மிக முக்கியமான கருத்து தொ வி க வை உருவாக்கியதற்கு எதிரான ஒன்றாகும். ஏனெனில் “இவையும் கூட ஒரு குறிப்பிட்ட காலப்பகுதியில் சாதாரண, சிறு முதலாளித்துவ கட்சிகளாக மாறும் திறன் கொண்டவை” என்பதுதான். பிரிட்டிஷ் ஏகாதிபத்தியத்திற்கு எதிரான போராட்டத்தில் இந்திய கம்யூனிஸ்டுகளின் அடிப்படையான கடமை என்பது நாட்டின் விடுதலை; நிலப்பிரபுத்துவத்தின் அனைத்து மிச்ச சொச்சங்களையும் அழித்தொழிப்பது; விவசாயப் புரட்சியை மேற்கொள்வது; ஒரு சோவியத் குடியரசு என்ற வடிவத்தில் பாட்டாளிகள் மற்றும் விவசாயிகளின் சர்வாதிகாரத்தை நிறுவுவது என்பதே ஆகும். வலுவானதொரு கம்யூனிஸ்ட் கட்சியை உருவாக்குவதன் மூலமே இந்தக் கடமைகளை வெற்றிகரமாக நிறைவேற்ற முடியும். அதன் மூலமே தொழிலாளி வர்க்கம், விவசாயிகள், அனைத்து உழைப்பாளிகள் ஆகிய விரிவான வெகுஜனங்களின் தலைமைப் பொறுப்பில் அது தன்னை நிலைநிறுத்திக் கொள்ள முடியும். நிலப்பிரபுத்துவ- ஏகாதிபத்திய முகாமிற்கு எதிரான போராட்டத்தில் அவர்களை தலைமை தாங்கி நடத்திச் செல்ல முடியும். நாடு முழுவதிலும் சிதறிக் கிடக்கும் அனைத்து கம்யூனிஸ்ட் குழுக்கள், தனிநபர் கம்யூனிஸ்டுகள் ஆகியோரை தனித்ததொரு, மையப்படுத்தப்பட்ட கட்சியாக மாற்றுவதே இந்திய கம்யூனிஸ்டுகளின் முதல் கடமையாக அமைகிறது.

தேசிய விடுதலை இயக்கத்தில் முதலாளிகளின் பங்கு என்பது கம்யூனிஸ்ட் அகிலத்தின் ஆறாவது காங்கிரஸின் விவாதங்களில் மிக முக்கியமான ஒன்றாக இருந்தது. இந்தக் காங்கிரஸில் ஏற்றுக் கொள்ளப்பட்ட காலனிகளைப் பற்றிய ஆய்வு, தேசிய விடுதலைப் போராட்டங்களில் தொலைதூர, நடைமுறை உத்திகளைப் பொறுத்தவரையிலும், தேசிய முதலாளிகளின் பங்கினைப் பொறுத்தவரையிலும், ஒரு சில தவறான, முரண்பாடான கருத்துரைகளைக் கொண்டதாக இருந்தது. உதாரணமாக, ஏகாதிபத்தியத்திற்கு எதிரான போராட்டத்தில் தேசிய முதலாளிகள் குறிப்பிடத்தக்க சக்தி அல்ல என்று அது கூறியது. சோவியத் கம்யூனிஸ்ட் கட்சியின் 20 வது காங்கிரஸில் கம்யூனிஸ்ட் அகிலத்தின் தலைவரான கூசினென் கம்யூனிஸ்ட் அகிலத்தின்

ஆறாவது காங்கிரஸின் இந்த மதிப்பீடு 'நிச்சயமாக ஒரு வித செக்டேரியன் (குழுவாதம்) தன்மை கொண்டதாக இருந்தது' என்பதை ஒப்புக் கொண்டார்.

தொழிலாளி வர்க்கத்தின் தன்மை, விடுதலை போராட்டத்தில் விவசாயப் புரட்சியின் முக்கியத்துவம் ஆகியவற்றை ஆறாவது காங்கிரஸ் மிகச் சரியாகவே ஆய்வு செய்திருந்தது. அதே நேரத்தில் ஏகாதிபத்திய எதிர்ப்பு முன்னணி என்ற முந்தைய நடைமுறை உத்தியிலிருந்து குறிப்பிடத்தக்க மாற்றத்தையும் அது முன்வைத்திருந்தது. காலனி நாடுகளில் இருந்த கம்யூனிஸ்ட் கட்சிகளின் வலிமையையும், இந்நாடுகளில் நடைபெற்று வந்த தேச விடுதலைக்கான இயக்கங்களுக்கு தொழிலாளி வர்க்கத் தலைமை குறித்தும் இந்த ஆய்வு அதீதமாகவே மதிப்பீடு செய்திருந்தது. இந்தியாவில் அதே நேரத்தில் நிலவிய யதார்த்தம் என்னவெனில், நாட்டின் அமைப்பு 'சரிந்துவிழும் நிலையில்' இல்லை என்பதோடு, காலனி நாடுகளில் நடைபெற்று வந்த காலனிய ஆதிக்க எதிர்ப்பு இயக்கங்களுக்கு தலைமை தாங்கும் நிலையிலும் கம்யூனிஸ்ட் கட்சிகள் இல்லை. இவ்வாறு இருந்தபோதிலும் கூட, காலனிய நாடுகள் குறித்த இந்த ஆய்வினை இந்திய பிரதிநிதிகள் ஆதரித்தனர். எனினும் சவும்யேந்திரநாத் தாகூர் தொ வி க விற்கு ஆதரவாக பேசினார்.

கம்யூனிஸ்ட் அகிலத்தின் இத்தகைய வழிகாட்டுதல்கள் இந்திய கம்யூனிஸ்டுகளுக்கு முன்பாக ஸ்தாபன ரீதியாகவும், அரசியல் ரீதியாகவும் மிகவும் தீவிரமான ஊசலாட்டத்தை ஏற்படுத்தின. கம்யூனிஸ்ட் அகிலத்தின் வழிகாட்டுதலின் பேரில், 1928 டிசம்பரில் கல்கத்தாவில் நடைபெற்ற தொ வி க வின் அகில இந்திய மாநாட்டிற்குப் பிறகு கம்யூனிஸ்ட் தலைவர்கள் ஒரு கூட்டத்தை கூட்டினர். காலனிய பிரச்சனை தொடர்பான கம்யூனிஸ்ட் அகிலத்தின் ஆய்வை 'தமது வேலைக்கான அடிப்படையாக' ஏற்றுக் கொள்வது என்றும், வெளிப்படையானதொரு இந்திய கம்யூனிஸ்ட் கட்சியை உருவாக்குவதற்கான வாய்ப்பினை 'சோதித்துப் பார்ப்பது' என்றும் முடிவு செய்யப்பட்டது. எனினும் தொ வி க வை கலைத்துவிட வேண்டும் என்ற கம்யூனிஸ்ட் அகிலத்தின் வழிகாட்டுதலின்மீது இந்தக் கூட்டம் எந்தவொரு முடிவையும் எடுக்கவில்லை.

'அனைத்துத் தொழிலாளர்களுக்குமான இந்திய கம்யூனிஸ்ட் கட்சியின் அறிக்கை'யில் கம்யூனிஸ்ட் அகிலத்தின் வழிகாட்டுதல் பிரதிபலித்திருந்தது. தொ வி க வோடு கூடவே இந்திய

கம்யூனிஸ்ட் கட்சிக்கு புத்துயிர் ஊட்டுவதன் அவசியத்தையும் இந்த ஆவணம் நியாயப்படுத்தியது. 'அவசியமானதொரு கட்டம்' என்று இந்த அறிக்கை தொ வி க குறித்து விவரித்திருந்தது. தொ வி க வை ஆதரிக்க வேண்டும் என்றும், இப்போது 'அவர்கள் வெற்றிபெற வேண்டுமெனில்... அவர்களின் முன்னணிப் படையான' கம்யூனிஸ்ட் கட்சியை ஒழுங்கமைக்க முன்வர வேண்டுமென்றும் இந்த அறிக்கை தொழிலாளர்களுக்கும் தொழிற்சங்கங்களுக்கும் அறைகூவல் விடுத்தது. இந்தியாவில் இருந்த கம்யூனிஸ்டுகளைப் பொறுத்தவரையில் இந்த அறிக்கையானது கம்யூனிஸ்ட் அகிலத்தின் வழிகாட்டுதலுடன் ஒத்துப் போவதற்கான ஒரு முயற்சியாகவே இருந்தது. இவ்வகையில் உறுதியானதொரு பாதையினை அவர்கள் வடிவமைப்பதற்கு முன்பாக 1929 மார்ச் மாதத்தில் மீரட் சதி வழக்கு இந்திய கம்யூனிஸ்டுகளின் மீது ஒரு பேரிடியாக வந்திறங்கியது.

1930ஆம் ஆண்டில் கட்சியினால் ஏற்றுக் கொள்ளப்பட்ட 'செயலுக்கான மேடை' குறித்த ஆவணம் கம்யூனிஸ்ட் அகிலத்தில் ஆறாவது காங்கிரஸ் பரிந்துரைத்திருந்த சில வழிமுறைகளையும் உள்ளடக்கியிருந்தது. 'புரட்சிகரமான கோஷங்கள் என்ற முகமூடியின் கீழ் ஜவகர்லால் நேரு, (நேதாஜி) சுபாஷ் சந்திர போஸ், ஜின்வாலா ஆகியோரின் தலைமையிலான தேசிய காங்கிரஸில் இருந்த இடதுசாரி சக்திகள் மேற்கொண்ட கிளர்ச்சி இந்தியப் புரட்சியின் வெற்றிக்கு பெரிதும் ஊறு விளைவிப்பதாகவும் அபாயகரமான தடையாகவும் இருந்தது.' இத்தகைய புரிதலானது 1930-32 காலப்பகுதியில் கட்சியின் நற்பெயருக்கு பெரும் ஊறு விளைவித்தது. குறுங்குழு வாதப் போக்கிற்கும் இது வழிவகுத்தது.

1930ஆம் ஆண்டில் உலகம் முழுவதிலும் வெடித்தெழுந்த மாபெரும் மந்தநிலை கண்ணில் தென்படுவதற்கு முன்பாகவே, கம்யூனிஸ்ட் அகிலம் உலகளாவியதொரு பொருளாதார நெருக்கடி குறித்து முன்னறிவித்தது. ஏகாதிபத்தியத்தின் முரண்பாடுகளை இது மேலும் கூர்மையடையச் செய்யும் என்றும், புரட்சிகர நடவடிக்கைக்கான புதியதொரு எழுச்சியை தூண்டிவிடும் என்றும் அது கம்யூனிஸ்ட் கட்சிகளை எச்சரித்திருந்தது. வர்க்கப் போராட்டம் இவ்வாறு தீவிரமாவது அரசுகள் ஒடுக்குமுறைகளை கட்டவிழ்த்து விடுவதை அதிகரிப்பதோடு பாசிஸ போக்கிற்கும் இட்டுச் செல்லும் என்றும் அது எச்சரித்திருந்தது. நெருக்கடியால் உந்தித் தள்ளப்படும் முதலாளித்துவத்தின் தாக்குதல்கள்; அதிகரித்துக் கொண்டே வரும் ஆக்ரோஷமான பாசிச சதிகள்

ஆகியவற்றை எதிர்கொள்ள வெகுமக்களை அணிதிரட்ட வேண்டியதன் அவசியத்தை கம்யூனிஸ்ட் அகிலம் 1932இல் நடைபெற்ற அதன் 12வது பிளீனத்தில்தான் கவனம் மேற்கொண்டது. ஐக்கிய முன்னணிக்கான கொள்கையை நோக்கிய கம்யூனிஸ்ட் அகிலத்தின் பயணத்தின் தொடக்கமாகவே இந்த பிளீனம் அமைந்தது. இறுதியில் 1935இல் கம்யூனிஸ்ட் அகிலத்தின் ஏழாவது காங்கிரஸ் ஐக்கிய முன்னணி கொள்கையை ஏற்றுக் கொண்டது.

1932 மே மாதத்தில் கம்யூனிஸ்ட் அகிலத்தின் முழுமையான ஒப்புதலுடன் சீனா, கிரேட் பிரிட்டன், ஜெர்மனி ஆகிய நாடுகளின் கம்யூனிஸ்ட் கட்சிகள் கூட்டாக எழுதியிருந்த ‘வெளிப்படையான கடிதம்’ ஒன்றை அகிலத்தின் அதிகாரபூர்வ இதழான இம்ப்ரெகார் வெளியிட்டது. முதலாளித்துவ காங்கிரஸ் தலைமைக்கும், காங்கிரஸின் ‘துரோக குணத்தை’ பற்றிய முறையான புரிதல் இல்லாததால் அக்கட்சியைப் பின்பற்றி வரும் தொழிலாளர்கள், விவசாயிகள், நகர்ப்புற சிறுமுதலாளிகளில் இருந்து வெளிப்படும் புரட்சிகர சக்திகள் ஆகிய பிரிவினருக்கும் இடையிலான ‘வேறுபாட்டை’ இந்தக் கடிதம் சுட்டிக் காட்டியது. காங்கிரஸ் கட்சியினால் நடத்தப்படும் அனைத்து வெகுஜன கிளர்ச்சிகளிலும் இந்தியாவில் உள்ள கம்யூனிஸ்டுகள் பங்கேற்பதும், தங்களுக்கே உரிய கம்யூனிஸ்ட் கோஷங்களுடனும் கிளர்ச்சிகளுடனும் அவர்கள் முன் நிற்பதும் அவசியம் என்றும் இக்கடிதம் ஆலோசனை கூறியிருந்தது. காங்கிரஸ் கட்சி நடத்தும் வெகுஜன நடவடிக்கைகள் அனைத்திலும் பங்கேற்க வேண்டும் என்றும், பொதுத்தளத்திலிருந்து கம்யூனிஸ்ட் கட்சி தன்னை தனிமைப்படுத்திக் கொள்ள அனுமதிக்கக் கூடாது என்றும் இக்கடிதம் வழிகாட்டியிருந்தது. 1933ஆம் ஆண்டில் சீன கம்யூனிஸ்ட் கட்சி மீண்டும் ஒரு வெளிப்படையான கடிதத்தை இந்திய கம்யூனிஸ்ட் கட்சிக்கு எழுதியிருந்தது.

எனினும் இந்த வெளிப்படையான கடிதங்கள் கட்சியின் தவறுகளையும் குறுங்குழுவாத நிலைபாட்டையும் சரிசெய்வதற்கு போதுமானதாக இருக்கவில்லை. கட்சியை மீட்டெடுப்பதற்கான அதன் முயற்சிகள் இருந்தபோதிலும் விடுதலைக்கான போராட்டத்தில் தேசிய முதலாளிகளின் பங்கு குறித்த எதிர்மறையான கருத்தோட்டங்களை அது கைவிடவில்லை. முதலாளிகளை அம்பலப்படுத்துவது என்பதே கம்யூனிஸ்டுகளின் முக்கிய நோக்கமாக இருந்தது. சர்வதேச நிலைமைகளில் ஏற்பட்ட மாற்றமும், அதைத் தொடர்ந்து கம்யூனிஸ்ட் அகிலத்தில் ஏற்பட்ட

மாற்றங்களும், பின்னாளில் கம்யூனிஸ்டுகள் மேற்கொண்ட நடைமுறை உத்தி தொடர்பான நிலைபாடுகளை திருத்திக் கொள்ள உதவின.

பாசிசத்திற்கு எதிரான, யுத்தத்திற்கு எதிரான போராட்டத்துடன் காலனிகளிலும் அரைக் காலனிகளிலும் நடைபெற்ற தேச விடுதலைப் போராட்டத்துடன் நெருக்கமான தொடர்புடையதாக கம்யூனிஸ்ட் அகிலத்தின் ஏழாவது காங்கிரஸ் அமைந்தது. இந்த நாடுகளுக்கான ஐக்கிய முன்னணி என்பது ஒன்றுபட்ட ஏகாதிபத்திய முன்னணி என்ற கோஷமாக முன்வைக்கப்பட்டது. ஏகாதிபத்திய எதிர்ப்பு இயக்கத்தின் நலன்களுக்கு தேசிய முதலாளிகள் முழுமையாக துரோகம் செய்தனர் என்ற குழுவாதக் கருத்தாக்கத்தை அது மறுதலித்தது. தேசிய சீர்திருத்த வாதிகளின் தலைமையில் நடைபெற்று வரும் வெகுஜன ஆதரவு மிக்க ஏகாதிபத்திய எதிர்ப்பு இயக்கத்தில் தீவிரமாகப் பங்கெடுத்து, இணைந்து செயல்பட வேண்டுமென்றும் கம்யூனிஸ்டுகளை அது கேட்டுக் கொண்டது.

இந்த காங்கிரஸில் உரையாற்றிய டிமிட்ரோவ் அப்போதிருந்த சர்வதேச நிலைமையில் இந்திய கம்யூனிஸ்டுகளின் பங்கு பற்றிக் குறிப்பிட்டார். “இந்தியாவில் ஏகாதிபத்தியத்திற்கு எதிரான வெகுஜன நடவடிக்கைகளை கம்யூனிஸ்டுகள் தேசிய சீர்திருத்தவாத தலைமை முன்னெடுப்பனவற்றையும் தவிர்க்காமல் ஆதரித்து அவற்றை விரிவுபடுத்துவதோடு, அவற்றில் பங்கேற்கவும் வேண்டும். அரசியல், ஸ்தாபன ரீதியான தங்களது தனித்துவத்தை நிலைநாட்டிக் கொள்ளும் அதே நேரத்தில் இந்திய தேசிய காங்கிரஸில் பங்கேற்கும் அமைப்புகளுக்கு உள்ளேயும் அவர்கள் தீவிரமாக தொடர்ந்து செயல்பட வேண்டும்.”

இந்தப் புரிதலை மேலும் முன்னெடுத்துச் செல்லும் வகையில் 1936ஆம் ஆண்டில் பிரிட்டிஷ் கம்யூனிஸ்ட் கட்சியை சேர்ந்த ரஜனி பாமி தத், பென் ப்ராட்லி ஆகிய இருவரும் இந்தியாவில் ஏகாதிபத்தியத்திற்கு எதிரான மக்கள் முன்னணிக்கான ‘தத்-ப்ராட்லி ஆய்வறிக்கை’யை பதிப்பித்தனர். இந்த ஆய்வறிக்கை இந்திய கம்யூனிச இயக்கத்தின் மீது மிக ஆழமான தாக்கத்தை ஏற்படுத்தியது.

ஜனவரி 26, 2020

14

தத்-ப்ராட்லி ஆய்வறிக்கை

1936 பிப்ரவரி 29 அன்று கம்யூனிஸ்ட் அகிலத்தின் அதிகாரபூர்வ இதழான இம்ப்ரெகாரில் தத்-ப்ராட்லி ஆய்வறிக்கை வெளியானது. ஏகாதிபத்திய எதிர்ப்பு மக்கள் முன்னணிக்கான ஆய்வறிக்கை என்றும் இந்தியாவில் அது அழைக்கப்பட்டது. சர்வதேச அளவிலும் தேசிய அளவிலும் ஏற்பட்ட குறிப்பிடத்தக்க வளர்ச்சிகளின் பின்னணியில்தான் இந்த ஆய்வறிக்கை வெளியிடப்பட்டது. சர்வதேச அளவில் பாசிசம் வலுப்பெற்று வந்த அதே நேரத்தில் தேசிய அளவில் ஒத்துழையாமை இயக்கம் விலக்கிக் கொள்ளப்பட்டிருந்த காலம் ஆகும். தேசிய இயக்கத்தில் இருந்த இளைஞர்களிடையே மிகப்பெரும் அதிருப்தி நிலவி வந்தது. 1934 இறுதியில் உருவாக்கப்பட்ட காங்கிரஸ் சோஷலிஸ்ட் கட்சி காலனிய பிரச்சனை குறித்த மார்க்சிய அணுகுமுறையின் செல்வாக்கிற்கு ஆட்பட்டதாக இருந்தது. காங்கிரஸ் சோஷலிஸ்ட் கட்சி தோன்றியதை தொடர்ந்து குழுவாதப் போக்கு இல்லாத ஒரு சிந்தனைப் போக்கு உருவாகியிருந்தது.

காங்கிரஸ் சோஷலிஸ்ட் கட்சியில் இருந்த கணிசமான பிரிவினர் சோஷலிசத்திற்கான போராட்டத்திற்கான ஒரு கருவியாக இந்திய தேசிய காங்கிரஸ் தன்னை மாற்றிக் கொள்ளும் என்று எதிர்பார்த்தனர். போராட்டங்களில் இணைந்து கொள்வதன் மூலமும் ஏகாதிபத்திய எதிர்ப்பு சக்திகளை அணிதிரட்டுவதன் மூலமும் முதலாளிகளை அம்பலப்படுத்துவதன் மூலமும் காங்கிரஸின் ஊசலாட்டங்களையும் ஏமாற்றுத் தனத்தையும் திறமையோடு எதிர்ப்பதுதான் கம்யூனிஸ்டுகள், சோஷலிஸ்டுகளின் வேலை என்று கம்யூனிஸ்டுகள் சுட்டிக் காட்டினர். இத்தகைய செயல்பாட்டின் மூலம் காங்கிரஸின் முதலாளித்துவ தலைமைக்கும் அதன் அணிகளுக்கும் இடையே எந்தவித வேறுபாட்டையும் காணாமல் காங்கிரஸ் கட்சி முழுவதையுமே எதிர்த்து வந்த கம்யூனிஸ்ட் கட்சி தனது தவறுகளை திருத்திக் கொள்ளத் தொடங்கியிருந்தது. ஏகாதிபத்திய எதிர்ப்பு அணி என்ற கருத்தாக்கமே தவறுகளை திருத்திக் கொள்ளும் இத்தகைய செயலின் விளைவாக ஏற்பட்டதே ஆகும்.

தத்-ப்ராட்லி ஆய்வறிக்கை கீழ்க்கண்ட முக்கியமான கேள்விகளுக்கு விடையளிக்க முயற்சித்தது: (அன்றிருந்த)

நிலைமையை எவ்வாறு மாற்றி அமைப்பது? பிரிட்டிஷ் ஏகாதிபத்தியத்தை எதிர்க்கவும் மக்களின் தேவைக்காகவும் வலுவானதொரு இயக்கத்தை நாம் எவ்வாறு ஒன்று சேர்ந்து கட்டுவது? தேர்ந்தெடுக்கப்பட்ட தேசியவாதப் பிரதிநிதிகளின் கொள்கை எத்தகையதாக இருக்க வேண்டும்? ஏகாதிபத்தியத்தினை முறியடிப்பதற்கான தேசிய போராட்டத்தின் திசைவழி எதிர்காலத்தில் எவ்வாறு இருக்க வேண்டும்?

"தற்போதைய நிலைமையின் முக்கிய தேவை என்பது பொதுவான போராட்டத்தில் ஏகாதிபத்திய எதிர்ப்பு சக்திகள் அனைவரின் ஒற்றுமையே ஆகும். தற்போதுள்ள, தொடர்ந்து கூர்மைப்பட்டு வரும் பிற்போக்குவாதம், ஒடுக்குமுறை ஆகியவற்றுக்கு எதிரான வெற்றிகரமான போராட்டத்திற்கு இது தவிர்க்க இயலாத நிபந்தனை ஆகும். ஆனால் ஒற்றுமை என்பது என்ன? ஒற்றுமை, ஐக்கிய முன்னணி ஆகியவை இன்று அனைவராலும் உச்சரிக்கப்படுகின்றன. எனினும் அதன் பெயரால் பல்வேறு வகையான கருத்துக்களும் முன்வைக்கப்படுகின்றன.

"பிரிட்டிஷ் ஆட்சியின் நண்பர்களான, ஏகாதிபத்தியத்துடன் ஒத்துழைத்து அதிகாரத்திற்குள் நுழைய வேண்டும் என்பதையே தங்கள் திட்டமாக வைத்துள்ள வலதுசாரி சக்திகள் ஏகாதிபத்தியத்திற்கு சேவை செய்வதைத் தொடர முடியுமானால், இத்தகைய ஒற்றுமை குறித்த கருத்துரைகளை மிகுந்த மகிழ்ச்சியோடு வரவேற்பார்கள். ஏனெனில் அவர்களைப் பின்பற்றுவர்கள் என்று பெரிதாக யாரும் கிடையாது. எனவே இப்படியாவது வெற்றி பெற்று பதவிக்கு வந்து தங்களது திட்டத்தை நிறைவேற்றலாம் என்று அவர்கள் நம்புகின்றனர். ஏகாதிபத்தியத்திற்கு எதிரான போராட்டத்தினை சரணடையச் செய்து விட்டு பிரிட்டிஷாரின் நண்பர்களுடன் ஒற்றுமையை ஏற்படுத்திக் கொள்வது ஏகாதிபத்தியத்திற்கு எதிரான ஐக்கிய முன்னணியை பலவீனப்படுத்துமே தவிர அதை வலுப்படுத்துவதாக இருக்காது.

"ஒற்றுமை என்பதை மேலோட்டமான ஒன்றாக கருதாமல், ஏகாதிபத்திய எதிர்ப்புப் போராட்டத்தின் அடிப்படையிலானதாகவே கருத வேண்டும் என்பதே இதிலிருந்து வெளிப்படும் உண்மையாகும். அந்நிய ஆட்சிக்கு எதிராக இந்திய மக்கள் அனைவரது ஒற்றுமையையும் காண வேண்டும் என்று நாம் விரும்பினாலும் கூட, பிரிட்டிஷ் ஆட்சிக்கு எதிராக அனைத்துப் பிரிவினர், அனைத்து வர்க்கங்கள் என நூறு சதவீதம் இந்திய மக்கள் முழுவதினரின் ஒற்றுமை என்பது மேலோட்டமான கருத்து

என்பதையும் நாம் அங்கீகரித்தே ஆக வேண்டும். உதாரணமாக, சிற்றரசர்கள், நிலப்பிரபுக்கள், கந்துவட்டிக்காரர்கள், பிற்போக்குத் தனமான, மதரீதியான, அரசியல் ரீதியான சக்திகள் என வகுப்புரீதியான வேறுபாடுகளைப் பயன்படுத்தியே வாழ்கின்ற சக்திகள், வர்த்தகம் மற்றும் பணக்கார வர்க்கங்களிடையே உள்ள ஏகாதிபத்தியத்தோடு ஒத்துழைக்க விரும்பும் சக்திகள் சமூகத்தில் ஒரு சில பிரிவினர் தங்களது நலன்களை ஏகாதிபத்தியத்தோடு பிணைத்துக் கொண்டவர்களாக இருக்கின்றனர். எனவே தேசிய போராட்டத்திற்கான சக்திகளை நாம் மதிப்பிடும்போது ஏகாதிபத்தியத்தின் கீழுள்ள நிலைமைகளில் மக்களிடையே நிலவும் வர்க்க கட்டமைப்பு என்ற யதார்த்தத்தையும் நாம் கணக்கில் எடுத்துக் கொள்ள வேண்டும்.

“எனினும் ஏகாதிபத்தியத்திற்கு எதிரான பெரும்பாலான மக்களின் ஒற்றுமையை நம்மால் உருவாக்க முடியும். அதாவது ஏகாதிபத்திய ஆட்சியின்கீழ் துன்பப்படுகின்ற பெருமளவிலான மக்கள் அனைவரையும், தேச விடுதலைக்கான பொதுவான போராட்டத்தில் தங்களை இணைத்துக் கொள்ளத் தயாராக உள்ள இதர வர்க்கங்களை சேர்ந்த அனைத்து சக்திகளையும் கொண்டதாக இந்த ஒற்றுமை அமையும்.

“இத்தகைய குழுக்களை ஏற்படுத்திக் கொள்வதற்கான குறைந்தபட்ச அடிப்படை தேவைகள் உள்ளன என்பது தெளிவு. அவையாவன: (அ) இந்தியாவின் முழுமையான விடுதலைக்காக தற்போதுள்ள அடிமைத்தனம் மிக்க அரசியல் அமைப்புச் சட்டத்திற்கு எதிரான, ஏகாதிபத்தியத்திற்கு எதிரான நீடித்த போராட்டத்தை மேற்கொள்வதற்கான வழியை கடைப்பிடிப்பது; (ஆ) உழைக்கும் மக்களின் அத்தியாவசிய தேவைகளுக்கான தீவிரமான போராட்டத்தை மேற்கொள்வது. இதுதான் ஏகாதிபத்தியத்திற்கு எதிரான போராட்டத்திற்கான, ஏகாதிபத்திய எதிர்ப்பு மக்கள் முன்னணிக்கான நாம் விரும்புகின்ற இந்திய மக்களின் ஒற்றுமை ஆகும்.

“இடதுசாரிகளாகிய நாம் தேசிய காங்கிரஸின் தற்போதைய தலைமை மற்றும் அதன் நடைமுறை தந்திரம் ஆகியவற்றை பல முறை கடுமையாக விமர்சித்து வந்துள்ளோம். அவர்கள் மேற்கொண்ட பல முடிவுகளும் கொள்கைகளும் தேசிய போராட்டத்தின் உண்மையான நலனுக்கு ஊறு விளைவிப்பதாகவும், அவை ஏகாதிபத்தியத்திடம் சரணாகதி அடைவதற்கு ஒப்பானதாக இருந்ததையும் நாம் கண்ணுற்றோம்.

“இடதுசாரிகளான நாங்கள் காங்கிரஸின் தலைமை மற்றும் அதன் நடைமுறை தந்திரங்கள் பற்றி பலமுறை கடுமையாக விமர்சித்துள்ளோம். அதன் பல முடிவுகளும் கொள்கைகளும் தேசிய போராட்டத்தின் உண்மையான நலன்களுக்கு பேரழிவு ஏற்படுத்துவதாகவும், ஏகாதிபத்தியத்திடம் சரண் அடைந்துவிடுவதற்கு இணையாக ஒன்றாகவுமே நாங்கள் கருதி வந்துள்ளோம். இந்த முடிவுகளும் கொள்கைகளும் தற்போது மேலாதிக்கம் செலுத்தி வரும் முதலாளித்துவ தலைமையிடமிருந்துதான் வருகிறது என்பதையும், இவை மக்களின் நலன்களுடனும் தேசிய போராட்டத்தின் நலன்களுடனும் முரண்பட்டதாக இருப்பதையும் நாங்கள் கண்டறிந்தோம். குறிப்பிட்ட கொள்கைகளுக்கு எதிரான இந்த விமர்சனம் எந்த வகையிலும் காங்கிரஸில் இருந்த மக்களுக்கு எதிரானது அல்ல. நமது எதிர்ப்பு என்பது குறிப்பிட்ட தலைமை அல்லது குறிப்பிட்ட கொள்கைக்கு எதிரானது மட்டுமே. காங்கிரஸ் பிரதிநிதித்துவப் படுத்தும் தேசிய போராட்டத்தில் இணைந்துள்ள பெருந்திரளான மக்களுக்கு உதவி செய்வதும், தேசிய போராட்டத்தினை மேலும் வலுப்படுத்துவதுமே இதன் நோக்கமாக இருந்தது.

“தேவைப்படுவது என்னவெனில் தேசிய காங்கிரஸின் மூலம் கிடைக்கப்பெற்றுள்ள ஒற்றுமைக்கு எந்தவகையிலும் ஊறு செய்யாமல், அந்த ஒற்றுமையை வலுப்படுத்தி, விரிவானதொரு முன்னணியை நோக்கி விரிவுபடுத்தி, ஏகாதிபத்தியத்திற்கு எதிரான வெகுஜன போராட்டத்திற்கான ஸ்தாபனம் மற்றும் தலைமை என்ற புதியதொரு கட்டத்தினை வலுப்படுத்துவதே ஆகும்.

“எனவே முதல் இலக்கு என்பது தற்போதுள்ள தொழிற்சங்கங்கள், விவசாய சங்கங்கள், இளைஞர் அமைப்புகள் அல்லது இதர ஏகாதிபத்திய எதிர்ப்பு வெகுஜன அமைப்புகள் ஆகியவற்றுடன் தேசிய காங்கிரஸ் இணைந்த வகையில், ஏகாதிபத்தியம் மற்றும் அதன் அரசியல் அமைப்புச்சட்டம் ஆகியவற்றுக்கு எதிரான போராட்டத்தின் அடிப்படையில், ஏகாதிபத்திய எதிர்ப்பு மக்கள் முன்னணியையும், தங்களது உடனடிக் கோரிக்கைகளுக்கான மக்களின் போராட்டத்தை உருவாக்கவும், ஒன்றுபட்டதொரு ஐக்கிய முன்னணியை உருவாக்குவதே ஆகும்.

“சந்தேகத்திற்கு இடமில்லாத வகையில் இந்திய தேசிய போராட்டத்தின் மாற்றவொண்ணாத நோக்கம் என்பது இந்தியாவின் முழுமையான விடுதலை என்ற இலக்குதான் என்பதை நிறுவுவது மிகவும் அவசியமாகும். அதனோடு கூடவே, அனைத்து வகையான

சமரசங்களையும், அரைகுறை நடவடிக்கைகளுக்காக ஏகாதிபத்தியத்துடன் பேரம் பேசுவது, அரசியல் அமைப்புச் சட்டம் குறித்த வேலைகளில் ஒத்துழைப்பது போன்றவற்றை மறுதலிப்பதும் ஆகும்.

“மேலும் விடுதலைக்கான போராட்டம் என்ற திட்டத்துடன் ஏகாதிபத்தியத்திற்கு எதிரான போராட்டத்தின் உடனடி அரசியல் கோரிக்கைகளையும், தங்களது அத்தியாவசிய தேவைகளுக்காக தொழிலாளர்களும் விவசாயிகளும் எழுப்பி வரும் உடனடி கோரிக்கைகளையும் இணைப்பதும் அவசியமாகும்.

உதாரணமாக, இத்தகையதொரு திட்டம் கீழ்க்கண்டவற்றை உள்ளடக்கியதாக இருக்க வேண்டும்:

இந்தியாவிற்கு முழுமையான விடுதலை என்ற இலக்குடனும்

பேச்சு, பத்திரிக்கை, அமைப்பு, கூட்டம், வேலைநிறுத்தம், மறியல் ஆகியவற்றுக்கான சுதந்திரம் கோரியும்

விதிவிலக்கான, அடக்குமுறை தன்மை நிரம்பிய, (குற்றங்களுக்கான திருத்தச் சட்டம், பத்திரிக்கை சட்டம் போன்ற) தொழிலாளர்களுக்கு விரோதமான சட்டங்கள் அனைத்தையும் திரும்பப் பெறவும்

அரசியல் கைதிகள், தடுப்பு நடவடிக்கையாக சிறையில் அடைத்து வைக்கப்பட்டவர்கள், விசாரணை கைதிகள் ஆகிய அனைவரையும் விடுதலை செய்யவும்

ஊதியக் குறைப்பு, தொழிலாளர்களை வேலையிலிருந்து நீக்குதல் ஆகியவற்றுக்கு எதிராகவும், போதுமான குறைந்தபட்ச ஊதியத்திற்காகவும், எட்டுமணி நேர வேலைக்காகவும், குத்தகையை பாதியாக குறைக்கவும், ஏகாதிபத்தியவாதிகளும், உள்நாட்டு சிற்றரசர்களும், ஜமீன்தாரர்களும், கந்துவட்டிக்காரர்களும் கடனுக்காக குத்தகைதாரர்களிடமிருந்து நிலத்தை பறிப்பதை எதிர்த்தும் என இத்திட்டம் அமைய வேண்டும்.

“ஏகாதிபத்திய எதிர்ப்பு மக்கள் முன்னணியை உருவாக்கவும், இவற்றை உடனடியாக நடைமுறைப்படுத்தவும், தேசிய காங்கிரஸின் அரசியல் அமைப்பு, ஸ்தாபனம், கொள்கை, வேலைகள் ஆகியவற்றில் தேவையான மாற்றங்களை கொண்டுவரவும் காங்கிரஸில் உள்ள அனைத்து இடதுசாரி சக்திகளும் இந்த உயிரோட்டமான தேவைகளுக்காக பொதுவான ஒரு மேடையிலிருந்து ஒன்றுபட்டுப் போராட வேண்டியது அவசியமாகும்... தற்போதுள்ள காங்கிரஸில் உள்ள அனைத்து தீவிர சக்திகளின் குழு என்ற வகையில் இந்த விஷயத்தில்

ரஜினி பாமி தத்

காங்கிரஸ் சோஷலிஸ்ட் கட்சி குறிப்பாக மிக முக்கியமானதொரு பங்கினை வகிக்க முடியும். எனவே காங்கிரஸ் சோஷலிஸ்ட் கட்சியின் திட்டம் மற்றும் நடைமுறை தந்திரம் குறித்த பிரச்சனைகளை தெளிவுபடுத்துவதற்கான அனைத்து விதமான முயற்சிகளையும் மேற்கொள்வது மிகுந்த முக்கியத்துவம் பெறுகிறது.

"இவ்வகையில்தான் ஏகாதிபத்திய எதிர்ப்புக்கான மக்கள் முன்னணியின் முதல் கட்டத்தை வளர்த்தெடுக்க முடியும். ஏற்கனவே குறிப்பாக உள்ளூர், மாவட்ட, பிரதேச அளவில் இந்த பொது போராட்டம் நடைபெற்று வருகிறது.

"தேர்தல் குறித்த பிரச்சனை இந்த வகையில் ஏகாதிபத்திய எதிர்ப்பு முன்னணிக்கு தலையாய முக்கியத்துவம் பெறுகிறது. ஒருபுறத்தில் முழுமையான விடுதலைக்கான நீடித்த போராட்டத்திற்கு உகந்த வகையிலும், ஏகாதிபத்தியம் மற்றும் அதன் அரசியல் அமைப்புச் சட்டம் ஆகியவற்றுக்கு எதிரான அனைத்து வகையான ஒத்துழைப்பிற்கு எதிராகவும், மக்களின் கோரிக்கைகளுக்காகவும் ஏகாதிபத்திய எதிர்ப்பு முன்னணியின் தெளிவான பாதையானது தேர்தல்களில் தெளிவாக எதிரொலிக்க வேண்டியது அத்தியாவசியமான ஒன்றாகும். தேசிய இயக்கத்தின் விரிவான இப்பிரிவினரின் கண்ணோட்டம் எவ்வகையிலும் நசுக்கப்படக் கூடாது... தேர்தல்களில் தேசிய முன்னணியின் பிளவை தடுப்பதற்கு அனைத்து வகையான முயற்சிகளும்

தேவைப்படுகின்றன. எனினும் இத்தகைய ஒற்றுமையானது ஏகாதிபத்திய எதிர்ப்பு முகாமில் உள்ள இடதுசாரி சக்திகளை நசுக்குவதற்குப் பயன்படுத்தலாகாது.

“இயக்கத்தின் தற்போதைய நிலைக்கு உகந்தவகையில், அனைவரும் பங்கேற்கும்படியான, சம வாக்குரிமையுள்ள, நேரடியான, ரகசிய வாக்கு என்ற அடிப்படையில் அமைந்த ஓர் அரசியல் நிர்ணய சபையை உருவாக்குவதற்கான கோரிக்கை என்ற நமது மையமான கோஷத்தை முன்வைப்பதற்கு சந்தேகத்திற்கு இடமின்றி இதுவே சரியான தருணமாகும்.

“பரந்த தன்மை கொண்ட, அனைவரையும் உள்ளடக்கிய, வலுவானதொரு ஏகாதிபத்திய எதிர்ப்பு மக்கள் முன்னணியை உருவாக்குவதன் மூலம் இந்திய தேசிய இயக்கத்திற்கான புதிய கண்ணோட்டங்களுக்கான வழியை துரிதமாகத் திறக்க வேண்டியது அவசியமாகும்.”

இவ்வகையில் தத்-ப்ராட்லி ஆய்வறிக்கை கம்யூனிஸ்ட் இயக்கத்திற்கு மிகப்பெருமளவிற்கு உதவியது. இக்காலப்பகுதியில் கம்யூனிஸ்டுகளின் தலையீட்டின் விளைவாகவே நாட்டில் கம்யூனிஸ்ட் இயக்கத்தை கட்டமைத்து வளர்ப்பதில் மிகப்பெரும் பங்களிப்பை வழங்கிய ஏராளமான தொண்டர்களும் புதிய தலைமுறையைச் சேர்ந்த தலைவர்களும் உருவாயினர்.

பிப்ரவரி 02, 2020

15

அகில இந்திய அளவிலான வெகுஜன அமைப்புகளின் உருவாக்கம்

சமூக மாற்றத்திற்காக மக்களில் பெரும்பகுதியினரை அணிதிரட்டுவதற்கான தங்களது முயற்சிகளின் ஒரு பகுதியாக பல்வேறு வர்க்க, வெகுஜன அமைப்புகளை உருவாக்குவதற்கான முன்முயற்சியை கம்யூனிஸ்டுகள் மேற்கொண்டனர். 1936ஆம் ஆண்டில் மட்டுமே அகில இந்திய விவசாயிகள் சங்கம் (அ இ வி ச), அகில இந்திய மாணவர் கூட்டமைப்பு (அ இ மா கூ), முற்போக்கு எழுத்தாளர் சங்கம் (மு எ ச) ஆகிய மூன்று அகில இந்திய அளவிலான அமைப்புகள் உருவாக்கப்பட்டன. இவற்றை உருவாக்குவதில் காங்கிரஸில் இருந்த இடதுசாரி, முற்போக்கு பிரிவினருடன் இணைந்து கம்யூனிஸ்டுகளும் முக்கிய பங்கு வகித்தனர்.

அ இ வி ச: கம்யூனிஸ்டுகளின் செயல்பாடுகள், குறிப்பாக அகில இந்திய தொழிலாளர் விவசாயிகள் கட்சி, மீரட் சதிவழக்கில் குற்றம் சாட்டப்பட்டவர்களின் பொது அறிக்கை ஆகியவற்றில் முன்வைக்கப்பட்ட கருத்துக்கள் இடதுசாரிகளின் விரிவாக்கத்திற்கு பங்களிப்பு செய்தன. மேலும் விவசாயிகளிடையே கணிசமான அளவிற்கு செல்வாக்கையும் உருவாக்கின. தங்களுக்கென்று சுயேச்சையானதொரு வர்க்க அமைப்பை உருவாக்குவது; பிரிட்டிஷ் ஏகாதிபத்தியத்தை எதிர்த்துப் போராடுவது என்ற நோக்கத்துடன் அவர்கள் பணியைத் தொடங்கினர். விவசாய சங்கங்களில் அவர்களை அணிதிரட்டுவதன் மூலம் விவசாயிகளின் பிரச்சனைகளை கையிலெடுப்பதில் கம்யூனிஸ்டுகள் முன்னணியில் இருந்தனர்.

இக்காலப்பகுதியில் கொடூரமான வரிவிதிப்பு, சுரண்டல் ஆகியவற்றிற்கு எதிராக விவசாயிகளின் பிரம்மாண்டமான போராட்டங்கள் நடைபெற்றன. நாட்டின் பல்வேறு பகுதிகளிலும் 1920களிலும் 1930களிலும் நடைபெற்ற விவசாயிகளின் வலுவான போராட்டங்கள் நிலப்பிரபுக்களின் தாக்குதல்களிலிருந்து விவசாயிகளை காப்பாற்றுவதாகவும், கட்டாய உழைப்பு, பல்வேறு வகையான சுரண்டல் ஆகியவற்றிற்கு எதிரானதாகவுமே இருந்தன. 1930களில் நிலவிய கடுமையான பொருளாதார நெருக்கடி

சுர்ஜித்

இ.எம்.எஸ்.

விவசாயிகளின் மீது மேலும் கூடுதலான சுமையை சுமத்தின. 1936ஆம் ஆண்டில் அகில இந்திய விவசாயிகள் சங்கம் உருவாக்கப்படுவதற்கு முன்பாக பல்வேறு மாநிலங்களிலும் மாநில அளவிலான அமைப்புகள் உருவாக்கப்பட்டன. இவை விவசாயிகளுக்கு உடனடி நிவாரணத்தைப் பெற்றுத் தருவதற்கு மட்டுமின்றி, நிலப்பிரபுத்துவ அமைப்பிற்கு எதிரான தெளிவான திட்டங்களை கொண்டதாகவும் இருந்தன. விவசாயிகளை அணிதிரட்டுவதில் கம்யூனிஸ்ட் தலைவர்கள் காங்கிரஸ் சோஷலிஸ்டுகளோடு கைகோர்த்து நின்றதோடு, அவர்களின் பல்வேறு போராட்டங்களுக்கும் தலைமை வகித்தனர்.

1936ஆம் ஆண்டில் லக்னோவில் நடைபெற்ற விவசாய சங்க அமைப்பு மாநாடு இந்திய தேசிய காங்கிரஸின் வருடாந்திர கூட்டத்தை ஒட்டிய வகையிலேயே ஏற்பாடு செய்யப்பட்டிருந்தது. ஒரு வர்க்க அமைப்பு என்ற வகையில் தனியாகச் செயல்பட்ட போதிலும்கூட, தேச விடுதலை இயக்கத்தின் ஒரு பகுதியாகவே விவசாய இயக்கம் உள்ளது என்பதை எடுத்துச் சொல்வதே இதன் பின்னால் இருந்த கருத்தாகும். பிந்தைய தலைமுறையைச் சேர்ந்த கம்யூனிஸ்ட் தலைவர்களான இஎம்எஸ் நம்பூதிரிபாட், ஹர்கிஷன்சிங் சுர்ஜித் ஆகியோர் இந்த அமைப்பு மாநாட்டில் பங்கேற்றனர்.

விவசாய சங்கத்தின் நிறுவன மாநாடு ‘பொருளாதார சுரண்டலில் இருந்து விவசாயிகளை முழுமையாக விடுவிப்பது; விவசாயிகளுக்கும் தொழிலாளர்களுக்கும் இதர சுரண்டப்படும் வர்க்கத்தினருக்கும் பொருளாதார, அரசியல் அதிகாரத்தைப் பெற்றுத் தருவது’ என்பதையே தனது குறிக்கோளாக நிறுவிக்

கொண்டது. இந்த மாநாடு இரண்டு முக்கியமான தீர்மானங்களை நிறைவேற்றியது. முதலாவது தீர்மானம் பல்வேறு வடிவங்களிலும் நிலவி வரும் நிலப்பிரபுத்துவத்தை ஒழித்துக் கட்டி, நிலத்தில் விவசாயம் செய்யும் விவசாயிகளுக்கே நிலத்தின் உரிமையை வழங்க வேண்டும் என்று கோரியது. இரண்டாவது தீர்மானம் ரயத்துவாரி முறை நிலவும் பகுதிகளில் நிலவரி அமைப்பில் தீவிரமான மாற்றம் கொண்டுவரப்பட வேண்டும் எனவும், படிப்படியான வரியை அறிமுகப்படுத்த வேண்டும் எனவும், நிலவரியிலிருந்து ஏழை விவசாயிகளுக்கு விலக்கு அளிக்க வேண்டும் எனவும் கோரியது. இடுபொருட்களின் விலைகள், விற்பனைக்கான விவசாய உற்பத்திப் பொருட்களின் விலைகள், கடன் சுமை, கட்டாய உழைப்பு, நிலப்பிரபுக்கள் சட்டவிரோதமாக குத்தகைதாரர்களை நிலங்களிலிருந்து கட்டாயமாக வெளியேற்றுவது, நிலப்பிரபுக்களின் நிலங்களை நிலமற்ற ஏழை விவசாயிகளுக்கு பகிர்ந்தளிப்பது, தரிசு நிலங்கள், மேய்ச்சல் நிலங்கள் ஆகியவற்றை கிராம அளவிலான பஞ்சாயத்துகளின் பொறுப்பில் விடுவது போன்றவையும் இத்தீர்மானத்தில் அடங்கியிருந்தன. விவசாயத் தொழிலாளிகளுக்கு குறைந்தபட்ச ஊதிய நிர்ணயம், இதனை சட்டபூர்வமாக்க மத்திய சட்டம், அவர்களது சங்க நடவடிக்கைகளின் ஒழுங்கமைப்பு ஆகியவற்றையும் அ இ வி ச கோரியது.

கம்யூனிஸ்டுகள், சோஷலிஸ்டுகள் ஆகியோரது கருத்துக்களின் செல்வாக்கே இத்தகைய குறிக்கோள்கள், தீர்மானங்கள் ஆகியவற்றை இந்த மாநாடு ஏற்றுக் கொள்வதற்கு வழிவகுத்திருக்கும் என்பது தெளிவு. விவசாயிகளுக்குத் தலைமைதாங்கி நடத்திச் செல்வதன் மூலம் ஏகாதிபத்திய எதிர்ப்பு இயக்கத்தை வலுப்படுத்தும் திறன்மிக்கதொரு வர்க்கமாக தொழிலாளி வர்க்கம் எழுவதற்கான நடைமுறைத் தந்திரங்கள் கம்யூனிஸ்டுகளுக்கு வழிகாட்டின.

மாணவர் கூட்டமைப்பு

ருஷ்யப் புரட்சி பற்றிய இலக்கியங்கள், சோஷலிசத்தினால் ஏற்பட்டுள்ள முன்னேற்றங்கள், பகத்சிங் போன்ற இந்திய புரட்சியாளர்களின் நடவடிக்கைகள் ஆகியவை இளைஞர்களிடையே மிகப் பெரும் செல்வாக்கை உருவாக்கியிருந்தன. உண்மையில், தங்களிடையே கம்யூனிஸ்டுகளுக்கு இருந்த செல்வாக்கை காங்கிரஸ் கட்சியும் அரைகுறை மனதுடனேயே ஏற்றுக் கொண்டது. பிரிட்டிஷாரும் மிகுந்த கவலையுடன் அதை ஒப்புக் கொண்டனர்.

பகத்சிங்கும் அவரது தோழர்களும் உருவாக்கிய நவஜுவான் பாரத் சபா அமைப்பு பஞ்சாப் பகுதியில் பெரும் எண்ணிக்கையிலான இளைஞர்களையும் மாணவர்களையும் கவர்ந்திழுத்தது. பம்பாய் மாகாண இளைஞர் லீக், அகில வங்காள மாணவர் சங்கம் (பின்னர் இது பிளவுண்டு வங்காள மாகாண மாணவர் சங்கத்தை உருவாக்கியது) ஆகியவை இக்காலப் பகுதியில் உருவாக்கப்பட்ட அமைப்புகளாகும். இந்த அமைப்புகளின் மாநாடுகள் முழுமையான விடுதலை கோரியும், மிக முக்கியமாக வகுப்புவாதத்திற்கு எதிராகவும் தீர்மானங்களை நிறைவேற்றின. ருஷ்யப் புரட்சியின் சாதனைகளும் முன்னேற்றமும் இந்த மாநாடுகள் அனைத்திலும் சுட்டிக் காட்டப்பட்டன.

(கம்யூனிஸ்டுகள் மீதான) மீரட் சதிவழக்கு, (பகத்சிங் மற்றும் அவரது தோழர்கள் மீதான) லாகூர் சதிவழக்கு ஆகியவை மாணவர்களிடையேயும், இளைஞர்களிடையேயும் மகத்தான செல்வாக்கு செலுத்தின. நாட்டின் பல்வேறு பகுதிகளிலும், குறிப்பாக, மீரட், பஞ்சாப், பம்பாய் ஆகிய பகுதிகளில் செயல்பட்டு வந்த மாணவர் அமைப்புகள் இந்த சதிவழக்குகளை கண்டித்ததோடு இந்த வழக்கிற்கான பாதுகாப்புக் குழுக்களையும் அமைத்தன. மீரட் கல்லூரி மாணவர்கள் இதற்கென மீரட் கம்யூனிஸ்ட் சேவா சங்கம் என்ற ஓர் அமைப்பையும் தொடங்கினர்.

இக்காலப்பகுதியில் சந்திர ராஜேஸ்வர ராவ் போன்ற தலைவர்கள் தங்களது தோழர்களுடன் இணைந்து 1931ஆம் ஆண்டில் வாரணாசி பல்கலைக்கழகத்தில் இளம் கம்யூனிஸ்ட் லீக் –ஐ உருவாக்கினர். அந்தப் பல்கலைக்கழகத்தில் தொடர்ந்து வாசிப்பு கழகத்தையும், அதேபோல் உடற்பயிற்சி வகுப்புகளையும் அவர்கள் நடத்துவது வழக்கம். இதன் விளைவாக பல நேரங்களில் அவர்கள் ஆர் எஸ் எஸ் மற்றும் அதன் மதவெறி அரசியலை எதிர்கொள்ள வேண்டிய கட்டாயமும் ஏற்பட்டுள்ளது.

மதராஸ் ராஜதானியில் முழுமையான விடுதலை என்ற நோக்கத்துடன் 1935ஆம் ஆண்டில் தீவிர இளைஞர் மாநாடு நடைபெற்றது. ஆந்திரா, கர்நாடகா, கேரளா, தமிழ்நாடு, மதராஸ் பெருநகர் ஆகிய பகுதிகளில் இளைஞர் லீக் அமைப்புகள் உருவாக்கப்பட்டன. இந்த அம்சத்தை கணக்கில் எடுத்துக் கொண்ட உள்துறை தனது காவல் படைகள் அனைத்திற்கும் எச்சரிக்கை விடுத்ததோடு 'மதராஸ் ராஜதானிப் பகுதியில் இருந்த பல்வேறு மாணவர்களிடமிருந்து கணிசமான அளவிற்கு கம்யூனிஸ்ட் இலக்கியங்கள் கைப்பற்றப்பட்டதாகவும்' தெரிவித்தது.

கனக் முகர்ஜி

இந்தப் பின்னணியில்தான் மாகாண அளவில் செயல்பட்டு வரும் மாணவர் அமைப்புகள் அனைத்தையும் ஒன்றிணைத்து ஓர் அகில இந்திய அமைப்பினை உருவாக்குவதற்கான முயற்சிகள் மேற்கொள்ளப்பட்டன. 1936ஆம் ஆண்டில் ஐக்கிய மாகாண மாணவர்கள் இதற்கென ஒரு மாநாட்டை நடத்தும் பொறுப்பினை ஏற்று அதை நடத்தியதன் மூலம் 1936இல் இந்த முயற்சி வெற்றிபெற்றது. இந்த மாநாட்டிற்கு எம் ஏ ஜின்னா தலைமை வகித்தார். ஜவகர்லால் நேரு தொடக்கவுரை ஆற்றினார். இந்த மாநாட்டில் மாணவர்களின் பிரச்சனைகள் குறித்து பல தீர்மானங்கள் நிறைவேற்றப்பட்ட போதிலும், அவற்றில் தனித்து நின்ற ஒரு தீர்மானம் என்பது வகுப்புவாதத்திற்கு எதிராக நிறைவேற்றப்பட்ட தீர்மானம் ஆகும். அனைத்து அரசியல் கட்சிகளையும் பின்பற்றி வரும் மாணவர்களும் இந்த அகில இந்திய மாணவர் கூட்டமைப்பில் இணைய ஊக்குவிக்கப்பட்டனர். இதன் விளைவாக, காந்திய வழிப்பட்ட மாணவர்கள், முஸ்லீம் லீகின் கருத்துக்களை பின்பற்றும் மாணவர்கள் என பல தரப்பினரும் இந்தக் கூட்டமைப்பில் அங்கம் வகித்தனர். இவர்களோடு கூடவே கம்யூனிஸ்ட் மற்றும் சோஷலிஸ்ட் சிந்தனை கொண்ட மாணவர்களும் இந்த அமைப்பில் தலைமைப் பாத்திரம் வகித்தனர்.

கம்யூனிஸ்டுகளின் செல்வாக்கினால் இலவசக் கல்வி, விடுதிகள், பள்ளிகள், வீட்டுவசதி, கூட்டுறவு கடன் கழகங்கள் போன்ற பிரச்சனைகளையும் மாணவர் இயக்கம் எழுப்பியது. குறிப்பாக, தீண்டாமைப் பிரச்சனையை மாணவர் அமைப்பு கையிலெடுத்ததோடு, தலித்துகளை அணிதிரட்டுவதற்கான முயற்சிகளையும் மேற்கொண்டது. மாணவர்களில் பல்வேறு சாதிகளுக்கு என தனித்தனியான உணவுக் கூடங்கள் போன்ற பல்வேறு பாரபட்சமான நடைமுறைகளுக்கு எதிராகவும் போராட்டங்கள் மேற்கொள்ளப்பட்டு வெற்றிகளைப் பெற்றன.

அதே போன்று பெண்களை சீண்டும் நடவடிக்கைகளை தடுக்கவும் அவர்கள் கோரினர். கூடவே இந்த தொந்திரவில் இருந்து மாணவிகளை பாதுகாப்பதற்காக குழுக்களையும்

ப்ரேம் சந்த்

அமைத்தனர். மற்றொரு முக்கியமான அடிவைப்பு என்பது 1939ஆம் ஆண்டில் மாணவிகளை திரட்டுவதற்கான குழு ஒன்றை தனியாக உருவாக்கியதன் மூலம் மாணவிகளை அணிதிரட்ட முயற்சி மேற்கொள்ளப்பட்டது. இந்தக் குழுவின் முதல் அமைப்பாளராக வங்காளத்தின் கனக் முகர்ஜி இருந்தார்.

முற்போக்கு எழுத்தாளர் சங்கம்

முற்போக்கு எழுத்தாளர் சங்கத்தின் நிறுவன மாநாடும் கூட 1936ஆம் ஆண்டில் இந்திய தேசிய காங்கிரஸின் வருடாந்திர மாநாடு லக்னோவில் நடைபெற்ற அதே நேரத்தில் நடந்தது. ஐரோப்பாவின் முற்போக்கு எழுத்தாளர்களைக் கொண்டு மாக்சிம் கார்க்கியின் தலைமையில் பாசிச எதிர்ப்பு எழுத்தாளர்களின் அமைப்பு உருவானதில் இருந்து உத்வேகம் பெற்றே அகில இந்திய முற்போக்கு எழுத்தாளர் சங்கம் உருவானது. கம்யூனிஸ்டுகளின் முன்முயற்சியில் தொடங்கப்பட்ட இந்த அமைப்பிற்கு ரவீந்திரநாத் தாகூர், சரோஜினி நாயுடு, முன்ஷி பிரேம் சந்த், முல்க் ராஜ் ஆனந்த் மற்றும் நாட்டிலுள்ள இதர முன்னணி எழுத்தாளர்களின் ஆசியும் கிடைத்தது.

உண்மையில் இந்திய எழுத்தாளர்களின் லக்னோ மாநாட்டிற்கு பிரேம் சந்த் தலைமை வகித்தார். அவர் தனது தலைமையுரையில் மொழியின் நோக்கம் "நமது எண்ணங்களையும் உணர்ச்சிகளையும் வடிவமைத்து அவற்றுக்கு சரியான திசைவழி கொடுப்பதே ஆகும்" என்று குறிப்பிட்டார். மனித நேயத்தை முன்னெடுத்துச் செல்பவர்களாக மாறவேண்டும் என்று எழுத்தாளர்களுக்கு அறைகூவல் விடுத்த அவர் "அடித்தட்டில் உள்ள, ஒடுக்கப்பட்ட, சுரண்டப்பட்டவர்கள் மற்றும் அத்தகைய குழுக்களுக்கு உதவி செய்வதோடு, அவர்களின் நலன்களுக்காகவும் குரல் கொடுப்பது" என்ற கடமையையும் அவர்கள் மேற்கொள்ள வேண்டும் என்றும் வலியுறுத்தினார்.

அவரது இந்தக் கவலைகளை பிரதிபலிக்கும் வகையில் முற்போக்கு எழுத்தாளர் சங்கத்தின் தொடக்க மாநாட்டில் நிறைவேற்றப்பட்ட அறிக்கை கீழ்க்கண்டவாறு குறிப்பிட்டது:

“இந்திய நாகரீகத்தின் மிகச் சிறந்த வாரிசுகள் நாம் என்று கூறிக் கொள்ளும் அதே நேரத்தில், நம் நாட்டில் இன்றும் நீடித்து வரும் பிற்போக்கு உணர்வின் அனைத்து அம்சங்களையும் நாம் விமர்சிக்க வேண்டும். (இந்திய, வெளிநாட்டு ஆதாரங்களின் உதவியுடன்) நாம் விழைகின்ற புதியதொரு வாழ்க்கையை நோக்கி நம் நாட்டை அழைத்துச் செல்கின்ற அனைத்தையும் நாம் கைக்கொள்ள வேண்டும். பசி, வறுமை, பின்தங்கிய சமூக நிலை, அரசியல் ரீதியான அடிமைத்தனம் ஆகிய நமது வாழ்வில் இன்று நிலவி வரும் அடிப்படை பிரச்சனைகளையும் புதிய இலக்கியங்கள் கையில் எடுக்க வேண்டும் என்றும் நாங்கள் விழைகிறோம். அசைவற்றவர்களாக, செயலற்றவர்களாக, நியாயமற்றவர்களாக நம்மைத் தாழ்த்த விழைகின்ற அனைத்தையுமே நாம் பிற்போக்குத் தனமானவை என மறுதலிக்கிறோம். நாம் செயல்படுவதற்கும், நம்மை ஒழுங்குபடுத்திக் கொள்வதற்கும், நம்மை மாற்றிக் கொள்வதற்கும் உதவுகின்ற, நியாயத்தின் ஒளியில் நிறுவனங்களையும் பழக்க வழக்கங்களையும் ஆராய நம்முள் கிளர்ந்தெழும் விமர்சன உணர்வையே நாம் முற்போக்கானது என ஏற்றுக் கொள்கிறோம். “வகுப்புவாதம், இனவெறியுடன் கூடிய வெறுப்புணர்வு, மனிதரை மனிதர் சுரண்டுவது ஆகியவற்றை பிரதிபலிக்கும் இலக்கியப் போக்குகளை” எதிர்த்துப் போராட முன்வருமாறு மாநாட்டு அறிக்கை எழுத்தாளர்களை கேட்டுக் கொண்டது.

அறிவுஜீவிகள் மத்தியில் ஏகாதிபத்திய எதிர்ப்பு, பாசிச எதிர்ப்புக் கருத்துக்கள் ஏற்படுத்தியிருந்த தாக்கத்தை தெளிவாக எடுத்துக் காட்டுவதாகவே இந்த அமைப்பின் உருவாக்கம் அமைந்திருந்தது.

புனரமைக்கப்பட்டதொரு அமைப்பாக இந்திய கம்யூனிஸ்ட் கட்சி வெளிப்பட்டதும், அது காங்கிரஸ் சோஷலிஸ்ட் கட்சியுடன் இணைந்து செயல்பட்டதும், நாட்டின் சமூக-அரசியல் ரீதியான வாழ்க்கையின் மீது மிகப்பெரும் செல்வாக்கினை செலுத்தியது. இடதுசாரிகளின் கருத்துக்கள் இந்திய தேசிய காங்கிரசின் வருடாந்திர மாநாட்டின் தலைமையுரையிலும், அங்கு நிறைவேற்றப்பட்ட தீர்மானங்களிலும் எதிரொலித்தன. இந்தப் புதிய இடதுசாரிப் போக்கு அரசியல்-பொருளாதாரத் தளங்களில் மட்டுமின்றி, கலாச்சார இயக்கத்திலும் கூட தனது இருப்பை நிலைநாட்டிக் கொள்ளத் தொடங்கியது.

பிப்ரவரி 09, 2020

16

முன்னேறிச் சென்ற செங்கொடி (1937-39)

ஐக்கிய முன்னணி தந்திரத்தின் ஒரு பகுதியாக, காங்கிரஸிற்குள் கம்யூனிஸ்டுகள் வேலை செய்யத் தொடங்கியதோடு, பல்வேறு வெகுஜன, வர்க்க அமைப்புகளை வளர்த்தெடுப்பதிலும் ஆழ்ந்த கவனம் செலுத்தி வந்தனர். செங்கொடி முன்னேறிச் சென்று கொண்டிருந்தது. தொழிலாளர்கள், விவசாயிகள், அறிவுஜீவிகள் ஆகிய பிரிவினரின் தீவிர பங்கேற்புடன் ஏகாதிபத்தியத்திற்கு எதிரான ஐக்கிய முன்னணி வலுவானதொரு சக்தியாக எழுந்து கொண்டிருந்தது. தொழிற்சங்க, விவசாய சங்க நடவடிக்கைகளின் வளர்ந்து வந்த தாக்கத்தின் விளைவாக தொழிலாளி வர்க்கம், விவசாயிகளின் பல கோரிக்கைகளையும், 1937ஆம் ஆண்டு தேர்தலின்போது காங்கிரஸ் தனது தேர்தல் அறிக்கையில் இணைத்துக் கொள்ள வேண்டிய கட்டாயத்தை ஏற்படுத்தியது.

கம்யூனிஸ்ட் கட்சியும் காங்கிரஸ் சோஷலிஸ்ட் கட்சியும் தேர்தல்கால நடவடிக்கைகளை ஏகாதிபத்திய எதிர்ப்புப் போராட்டத்தினை வலுப்படுத்துவதற்கான முக்கியமானதொரு வழியாக கருதின. சட்டமன்றத்தில் பெரும்பான்மை பெறுவதன் மூலமும், சட்டமன்றத்திற்கு வெளியே மக்கள் இயக்கங்களின் மூலமும், புரட்சிகரமானதொரு வெகுஜன இயக்கத்தை உருவாக்க அவர்கள் விரும்பினர். வெகுஜன சக்தியைக் கொண்டு அரசியல் அமைப்புச் சட்டத்தை உடைத்தெறிவது, மக்களால் உருவாக்கப்படவுள்ள அரசியல் நிர்ணய சபையின் மூலம் இந்தியாவிற்கான புதிய அரசியல் அமைப்புச் சட்டத்தை வடிவமைப்பது என்றதொரு அணுகுமுறையையும் அவர்கள் மேற்கொண்டனர்.

கம்யூனிஸ்டுகளின் முன்முயற்சியின் விளைவாக தொழிலாளி வர்க்க நடவடிக்கைகள் 1937இல் புதிய உச்சத்தைத் தொட்டன. 1921க்குப் பிறகு மிக அதிகமான அளவில் 6,06,000 தொழிலாளர்கள் பங்கேற்ற 397 வேலைநிறுத்தங்கள் இந்த ஆண்டில் நடைபெற்றன. வங்காளத்தில் நடைபெற்ற மிகப்பெரும் பொதுவேலைநிறுத்தத்தில் 2,25,000 தொழிலாளர்கள் பங்கேற்றனர். கான்பூரில் 40,000 தொழிலாளர்கள் பங்கேற்ற நெசவாலை வேலைநிறுத்தம் நடைபெற்றது. இது தொழிலாளர்களுக்கு ஆதரவான விரிவானதொரு

ஒற்றுமையையும் கொண்டு வந்தது. சுமார் 55 நாட்கள் நடைபெற்ற இந்த வேலைநிறுத்தம் குறிப்பிடத்தக்க வெற்றியையும் ஈட்டியது. கான்பூர் வேலைநிறுத்தமானது நாடு முழுவதிலும் தொழிலாளிகளின் நடவடிக்கைகளுக்கான முன்மாதிரியாக மாறியது. நாட்டிலிருந்த ஏகாதிபத்திய எதிர்ப்புணர்வு கொண்ட அனைவருக்கும் கம்யூனிஸ்டுகள், சோஷலிஸ்டுகள், சாதாரண காங்கிரஸ்காரர்கள் ஆகியோரின் ஒற்றுமையின் வலிமையை நிரூபிப்பதாக இது இருந்ததோடு, இத்தகைய ஒற்றுமையின் மூலம் எதையும் சாதிக்க முடியும் என்பதையும் நிரூபித்தது. இதைத் தொடர்ந்து நாடு முழுவதிலும் வேலைநிறுத்த அலை வீசியது.

இடதுசாரிகளின் வளர்ந்துவரும் வலிமையைக் குறிக்கும் வகையில் பல விவசாயிகளின் பேரணிகளும் நடத்தப்பட்டன. இதே காலப்பகுதியில்தான் சிற்றரசர்களின் ஆட்சிப் பகுதிகளில் எதேச்சாதிகார ஆட்சிக்கு எதிராகவும், மக்களின் பிரதிநிதிகளைக் கொண்ட அரசை உருவாக்கக் கோரியும், மக்கள் போராட்டங்கள் வெடித்தெழத் தொடங்கின. திருவிதாங்கூர், கொச்சி, ஹைதராபாத் மற்றும் இது போன்ற இதர பகுதிகளில் இத்தகைய புதிய இயக்கங்களின் வளர்ச்சிக்கு கம்யூனிஸ்டுகள் குறிப்பிடத்தக்க பங்காற்றினர். இத்தகைய இயக்கங்களிலிருந்து பெற்ற அனுபவத்தின் விளைவாக ஜனநாயக எண்ணங்கொண்ட மக்கள் இடதுசாரிகளாக மாறினர். இவ்வாறு வலதுசாரி காங்கிரஸ் தேர்தலில் வெற்றி பெறுவதற்காக வேட்பாளர்கள் தேர்வு மற்றும் இதர நடவடிக்கைகளில் ஈடுபட்டு வந்த அதே நேரத்தில், இடதுசாரிகள் இந்த தேர்தல் பிரச்சாரத்தை ஏகாதிபத்தியத்திற்கு எதிரான மக்கள் இயக்கத்தை வலுப்படுத்துவதற்குப் பயன்படுத்திக் கொண்டனர்.

1936ஆம் ஆண்டு ஃபெய்ஸ்பூரில் நடைபெற்ற காங்கிரஸின் வருடாந்திர மாநாட்டிற்கு வெளியே கம்யூனிஸ்டுகளும், சோஷலிஸ்டுகளும் இதர இடதுசாரி பிரிவினரும் மேற்கொண்ட நடவடிக்கைகள், இந்த காங்கிரஸ் மாநாட்டில் நிறைவேற்றப்பட்ட தீர்மானங்களை விட விரிவானதாகவும், மேலும் வெற்றிகரமானதாகவும் இருந்தன. இந்த மாநாட்டின்போது நிலவிய சூழ்நிலை சோஷலிச கோஷங்களோடு தொழிலாளர்-விவசாயிகளின் உரிமைகளை வலியுறுத்துவதாகவும், ஏகாதிபத்தியத்திற்கும் பாசிசத்திற்கும் எதிரானதாகவும் இருந்தன.

தேர்தலுக்குப் பிறகு 1937ஆம் ஆண்டு உருவாக்கப்பட்ட காங்கிரஸ் அரசுகள் மக்களின் விருப்பங்களுக்கு உகந்தவகையில் செயல்படவில்லை. மாறாக அவற்றுக்கு நேர் எதிராகவே

செயல்பட்டன என்றே கூறலாம். தொழிலாளர்- விவசாயிகளின் போராட்டங்கள் மீதான மாநில காங்கிரஸ் அமைச்சரவைகளின் அணுகுமுறை, சிற்றரசர்களின் ஆட்சிக்குட்பட்ட பகுதிகளில் மக்கள் மேற்கொண்ட ஜனநாயகத்திற்கான போராட்டங்கள் குறித்து காந்தியும் இதர வலதுசாரி தலைவர்களும் கொண்டிருந்த எதிர்மறைப் போக்கு ஆகியவை இடதுசாரிகளை அதிருப்திக்கு ஆளாக்கியது மட்டுமின்றி, அவர்களை நிலைகுலையவும் செய்தது. இந்த கண்டனப் போராட்டங்களில் சாதாரண காங்கிரஸ்காரர்கள் கம்யூனிஸ்டுகளுடனும் காங்கிரஸ் சோஷலிஸ்டுகளுடனும் இணைந்து கரம் கோர்த்தனர். சாதாரண மக்களின் மனவேதனையை வெளிப்படுத்துவதாகவே இவை இருந்தன.

காங்கிரஸ் அரசு மேற்கொண்ட அடக்குமுறை நடவடிக்கைகள் எந்தவகையிலும் காங்கிரஸ் அல்லாத அரசுகளின் நடவடிக்கைகளில் இருந்து வேறுபட்டதாக இருக்கவில்லை. பம்பாய் மாநில உள்துறை அமைச்சரான கே எம் முன்ஷி ராஜாவை மிஞ்சிய ராஜ விசுவாசியாக நடந்து கொண்டார். கம்யூனிஸ்டுகளையும் இதர இடதுசாரி தலைவர்களையும் அவர் சிறையில் அடைத்தார். பம்பாயிலும் அதைச் சுற்றியுள்ள பகுதிகளிலும் கம்யூனிஸ்டுகளை 'கவனித்துக் கொள்ள' உளவு அதிகாரிகளை பயன்படுத்திக் கொள்ள வேண்டும் என்று அவர் வைஸ்ராயை கேட்டுக் கொண்டார். அவரது இந்தக் கோரிக்கை வைஸ்ராயை வியப்பில் ஆழ்த்தியது.

காங்கிரஸ் அமைச்சரவைகளும் இடதுசாரி இயக்கமும் நேருக்கு நேராக மோதிக்கொண்ட முதல் பிரச்சனை அரசியல் கைதிகளின் விடுதலை மற்றும் அடக்குமுறை சட்டங்களை செயல்படுத்தாமல் இருப்பது என்பதே ஆகும். பம்பாய், மதராஸ் உள்ளிட்டு பல பகுதிகளிலும் அரசியல் தொண்டர்களுக்கு எதிராக அடக்குமுறை நடவடிக்கைகள் எவ்வித தயக்கமுமின்றி மீண்டும் தொடங்கின. இடதுசாரி பத்திரிக்கைகள், அவற்றின் அச்சகங்கள் ஆகியவற்றை நசுக்குவதிலும் காங்கிரஸ் அரசுகள் களமிறங்கின.

இத்தகைய அடக்குமுறை நடவடிக்கைகள் இருந்தபோதிலும், தொழிலாளர்கள், விவசாயிகள், மாணவர்களின் கிளர்ச்சிகளும் போராட்டங்களும் மேலும் மேலும் முன்னேறிக் கொண்டே இருந்தன. இந்தப் போராட்டங்களுக்கு ஒழுங்கமைக்கப்பட்டதொரு வடிவத்தைக் கொடுக்க கம்யூனிஸ்டுகளும், சோஷலிஸ்டுகளும் முயற்சித்து வந்தனர். இதன்மூலம் ஏகாதிபத்திய எதிர்ப்பு முன்னணியை மேலும் வலுப்படுத்துவதே அவர்களின்

நோக்கமாகும். இந்தப் போராட்டங்கள் தந்த நெருக்கடியின் விளைவாக, பல மாநிலங்களிலும் காங்கிரஸ் அரசுகள் தொழிலாளர்-விவசாயிகள் பிரச்சனைகள் குறித்து விசாரிக்கவும், அவர்களின் கோரிக்கையை புரிந்து கொள்ளவும், சிறப்புக் குழுக்களை நியமித்தன. சில தருணங்களில் தொழிலாளர்களின் சில கோரிக்கைகளை ஏற்க வேண்டிய, நடவடிக்கை எடுக்க வேண்டிய, கட்டாயத்திற்கும் காங்கிரஸ் அரசுகள் ஆளாயின.

1937-39 காலப்பகுதியில் நடைபெற்ற வேலைநிறுத்தங்களில் பாதிக்கும் மேற்பட்டவை ஓரளவிற்கோ அல்லது முழுமையாகவோ வெற்றி பெற்றன. இந்தக் காலப்பகுதியில் வேலைநிறுத்தங்களின் எண்ணிக்கையும், தொழிற்சங்கங்களின் உறுப்பினர் எண்ணிக்கையும் பெருமளவிற்கு அதிகரித்தன. 1936ஆம் ஆண்டில் 241 ஆக இருந்த தொழிற்சங்கங்களின் எண்ணிக்கை 562ஆகவும், அவற்றில் இருந்த உறுப்பினர்களின் எண்ணிக்கை 2,68,000லிருந்து 3,90,000 ஆகவும் அதிகரித்தன. தொழிற்சங்கங்களில் இடதுசாரிகளின் தலைமையில் செயல்பட்டு வந்த ஏஐடியுசி மிகப்பெரும் முன்னேற்றம் கண்டது. தொழிலாளி வர்க்கத்திடமிருந்து தனிமைப்படுத்தப்படுவோம் என்ற அச்சத்தில், தாராளவாதிகளின் தலைமையில் செயல்பட்டு வந்த தேசிய தொழிற்சங்க கூட்டமைப்பும், அதனோடு இணைக்கப்பட்ட சங்கங்களும், தமது அமைப்புகளை ஏஐடியுசியுடன் இணைத்துவிடுவது என முடிவு செய்தன.

விவசாயிகளின் கிளர்ச்சிகள், போராட்டங்கள் நிரம்பிய காலமாகவும் இது இருந்தது. 1938 மே மாதத்தில் 6,00,000 ஆக இருந்த விவசாய சங்க உறுப்பினர்களின் எண்ணிக்கை 1939இல் 8,00,000 ஆக உயர்ந்தது. காங்கிரஸ் அமைச்சரவைகள் இருந்த பகுதிகளில் விவசாய சங்கத்தின் இத்தகைய வளர்ச்சியானது காங்கிரஸ் அமைச்சர்களையும் வலதுசாரி காங்கிரஸ் தலைமையையும் உலுக்கின. ஒரு சில கோரிக்கைகளை ஏற்றுக் கொள்வதன் மூலம் விவசாயிகளை சமாதானம் செய்ய அவர்கள் முயற்சித்தனர். இவ்வகையில் தேவையான சட்டங்களை இயற்றுவதற்கான தயாரிப்புகளை செய்துவந்த அதே நேரத்தில் விவசாயிகளுக்கு எதிரான அடக்குமுறை நடவடிக்கைகளும் தொடர்ந்தன.

வலதுசாரி காங்கிரஸ் தலைமையின் விருப்பத்திற்கு மாறாகவும், அதன் எதிர்ப்பிற்கு இடையிலும் அகில இந்திய மாணவர் கூட்டமைப்பும் இதே போன்ற முன்னேற்றத்தை எட்டியது. 1938இல் 40,000 ஆக இருந்த அதன் உறுப்பினர் எண்ணிக்கை 1939இல் 1,00,000 ஆக அதிகரித்தது.

தொண்டர் அணியின் அணிவகுப்பு

1938ஆம் ஆண்டில் காங்கிரஸ் மாநாடு கூடியபோது சிற்றரசர்களின் ஆட்சிப் பகுதிகளில் நடைபெற்று வந்த மக்கள் இயக்கத்திற்கு எதிரான அதன் நிலைபாட்டினை விமர்சித்து இந்திய கம்யூனிஸ்ட் கட்சி ஓர் அறிக்கையை வெளியிட்டது. மக்களின் இயக்கத்திற்கு எதிராக அடக்குமுறை சட்டங்களை பயன்படுத்துவதை அமைச்சர்கள் நிறுத்த வேண்டும் என்று கோரியும், மீதமுள்ள அரசியல் கைதிகள் அனைவரையும் விடுவிக்க வேண்டும் என்று கோரியும் மக்களை அணிதிரட்டிய பிரச்சாரத்தை மேற்கொள்ள வேண்டுமென கட்சி அறைகூவல் விடுத்தது. மேலும் விவசாய சங்கம் குறித்து சந்தேகத்திற்கு இடமில்லாத ஒரு நிலைபாட்டை மேற்கொள்ள வேண்டும் என்றும் அது காங்கிரஸை கேட்டுக் கொண்டது. தொழிற்சங்கங்கள் மற்றும் மாநில மக்களின் இயக்கத்திற்கு ஆதரவு அளிக்க வேண்டும் என்றும் அது கோரியது.

மக்களிடையே சோஷலிச, கம்யூனிச தத்துவங்களை பரப்புவதற்கு விவசாய சங்கத்தை பயன்படுத்தி வந்த, காங்கிரஸிலிருந்து தனித்த வகையில் விவசாயிகளை அமைப்புகளில் அணிதிரட்டி வந்த, கம்யூனிஸ்டுகள் குறித்து காங்கிரஸில் இருந்த வலதுசாரி தலைமை எச்சரிக்கை அடைந்தது. விவசாய சங்கம் மட்டுமின்றி, தொழிற்சங்கங்கள், மாணவர் அமைப்புகள் ஆகியவற்றின் விஷயத்திலும் இதே நிலைதான் நீடித்தது. இந்தத் தத்துவங்களின்

அடிப்படையில் அவர்களால் நடத்தப்பட்ட கிளர்ச்சிகள், போராட்டங்கள் ஆகியவை பெரும் நிலப்பிரபுக்கள் மற்றும் பிரிட்டிஷ் ஆட்சியாளர்கள் மட்டுமின்றி, காங்கிரஸ் அமைச்சர்கள் இடையேயும் எரிச்சலை தூண்டியது. இக்காலப் பகுதியில் சோஷலிசம், கம்யூனிசம் குறித்த செய்திகள் விரிவாக பரவியதோடு, கம்யூனிஸ்ட், சோஷலிஸ்ட் கட்சிகளின் வலிமையும், அதிகரித்து வந்த போராட்டங்களை தலைமையேற்று நடத்தும் வகையில் அதிகரித்தது.

கம்யூனிஸ்ட் கட்சி, காங்கிரஸ் சோஷலிஸ்ட் கட்சி, இடதுசாரி காங்கிரஸ்காரர்கள் ஆகியோர் விவசாயிகள், தொழிலாளர்கள், இதர உழைக்கும் மக்களிடையே எழுந்து வரும் எதிர்பார்ப்புகளுக்கு ஒழுங்கமைக்கப்பட்ட ஒரு வடிவத்தை வழங்க முயற்சித்தனர். சமூக மாற்றத்திற்கான ஒரு திட்டத்தை அமலாக்கவும், அதன் தேர்தல் அறிக்கையிலும் இதர அதிகாரபூர்வ ஆவணங்களிலும் கூறப்பட்டிருந்த வாக்குறுதிகளை காங்கிரஸ் நிறைவேற்ற வைக்க முயற்சிகள் எடுக்கப்பட்டன. காங்கிரஸ் அமைச்சரவைகள் உருவாக்கப்பட்டதைத் தொடர்ந்து கிடைத்த சிறிதளவு சுதந்திரத்தையும் கூட கிளர்ச்சிகளை நடத்துவது, தொழிற்சங்கங்களை உருவாக்குவது, இடதுசாரி இயக்கத்தின் வளர்ச்சிக்குப் பயன்படுத்திக் கொள்வது என அவர்கள் தீவிரமாகச் செயல்பட்டு வந்தனர்.

கம்யூனிஸ்ட் கட்சி, காங்கிரஸ் சோஷலிஸ்ட் கட்சி, சுபாஷ் சந்திர போஸ் சமீபத்தில் தொடங்கியிருந்த ஃபார்வார்ட் ப்ளாக் கட்சி, ராயிஸ்டுகள், அகில இந்திய விவசாயிகள் சங்கம் ஆகியவற்றை உள்ளடக்கி ஓர் இடதுசாரி ஒருங்கிணைப்புக் குழுவை உருவாக்குவதற்கான முன்முயற்சியை கம்யூனிஸ்டுகள் மேற்கொண்டனர். காங்கிரஸில் இருந்த வலதுசாரி பிரிவினை எதிர்த்து பல்வேறு கண்டன ஆர்ப்பாட்டங்களை நடத்துமாறு அவர்கள் ஒன்றிணைந்து மக்களை கேட்டுக் கொண்டனர்.

தொழிலாளி வர்க்கத்தின் தலைமையில் மக்கள் அனைவரையும் அணிதிரட்டி புரட்சிகரமானதொரு இயக்கத்தை உருவாக்க கம்யூனிஸ்ட் கட்சி முயற்சி செய்து வந்தது. ஏகாதிபத்திய எதிர்ப்பு இயக்கத்தில் தொழிலாளி வர்க்கத் தலைமையை நிலைநிறுத்தவும் முதலாளித்துவ தலைமையின் கொள்கைகளுக்கு எதிராக விவசாயிகள் மற்றும் இதர உழைக்கும் மக்களுக்குத் தலைமை தாங்கி நடத்தவும் அது முயற்சி செய்து வந்தது. இதுவே இதர இடதுசாரி கட்சிகள் அனைத்திலிருந்தும் கம்யூனிஸ்ட் கட்சியை வேறுபடுத்திக் காட்டியது.

வெடிகுண்டு அரசியல் மீது நம்பிக்கை வைத்திருந்த பழைய புரட்சியாளர்களுக்கும் இதர சிறைவாசிகளுக்கும் கம்யூனிஸ்டு, சோஷலிஸ்ட் இலக்கியங்களோடு பரிச்சயம் ஏற்பட்டது. இதன் விளைவாக அவர்கள் சிறையிலிருந்து விடுதலையான பிறகு கம்யூனிச தத்துவத்தை ஏற்றுக் கொண்டதோடு, முக்கிய கம்யூனிஸ்ட் தலைவர்களாகவும் மாறினர். இது சோஷலிசம், கம்யூனிசம் ஆகியவற்றுக்குக் கிடைத்த வெற்றியாகும். ஏனெனில் காங்கிரஸிற்கு உள்ளேயும் வெளியேயும் இருந்த புரட்சிகர சக்திகள், தொழிலாளிவர்க்கம், விவசாயிகள் மற்றும் இதர உழைக்கும் மக்களின் அணிதிரட்டப்பட்ட புரட்சிகர வலிமையின் அடிப்படையில் பணியாற்றுவது என்ற கண்ணோட்டத்தை ஏற்றுக் கொள்ளத் தொடங்கியதை அது நிரூபித்தது.

கம்யூனிஸ்ட் கட்சியுடன் ஒன்றுபட்ட நடவடிக்கையானது காங்கிரஸ் சோஷலிஸ்ட் கட்சியில் மாற்றங்களைக் கொண்டு வந்தது. அக்கட்சியில் இருந்த ஒரு பிரிவினர் தங்களது கம்யூனிச விரோத, சோவியத் அமைப்பிற்கு விரோதமான கருத்துக்களை கைவிட்டனர். வர்க்க அடிப்படையில் வலதுசாரி தலைமையை பரிசீலித்து அதன் முதலாளித்துவ தன்மையையும் அவர்கள் உணரத் தொடங்கினர். படிப்படியாக அவர்கள் தங்களை கம்யூனிஸ்டுகளாக மாற்றிக் கொண்டனர். கேரளாவிலிருந்த காங்கிரஸ் சோஷலிஸ்ட் கட்சியின் பிரிவு தன்னை முற்றிலுமாக கம்யூனிஸ்ட் கட்சியாக மாற்றிக் கொண்டது. நாட்டின் பல்வேறு பகுதிகளிலும் நிலைமைகள் இத்தகைய வழியிலேயே மாறின.

இவ்வாறு காங்கிரஸ் சோஷலிஸ்டுகளுக்கும் கம்யூனிஸ்ட் கட்சிக்கும் இடையிலான ஒத்துழைப்பு கம்யூனிஸ்ட் கட்சியின் வளர்ச்சிக்கு வழிவகுத்தது. சுயேச்சையானதொரு ஸ்தாபன அடிப்படையுடன், தேசிய இயக்கத்தில் குறிப்பிடத்தக்கதொரு சக்தியாக கட்சி வளர்ந்தது.

பிப்ரவரி 16, 2020

17

கம்யூனிஸ்ட் முன்னோடிகள் – சமூக சீர்திருத்த இயக்கத்தின் தலைவர்கள்

கம்யூனிஸ்ட் முன்னோடிகள் பலரும் சமூக சீர்திருத்த இயக்கங்களின் தலைவர்களாகவும் விளங்கினர். அதன் தொடக்க நாட்களில் இருந்தே கம்யூனிஸ்ட் கட்சி சாதி, மத அடிப்படையிலான பாரபட்சம், ஒடுக்குமுறை ஆகியவற்றுக்கு எதிராக உறுதியாக இருந்து வந்துள்ளது என்பதை அது ஏற்றுக் கொண்ட ஆவணங்களில் இருந்து நம்மால் காண முடியும். அதைப் போன்றே பெண்களுக்கு சம அந்தஸ்தையும் அவர்கள் முன்வைத்தனர். இத்தகைய நோக்கங்களின் விளைவாகவே பல இளைஞர்களும் விடுதலைப் போராட்ட வீரர்களும் கட்சியை நோக்கி கவர்ந்திழுக்கப்பட்டனர். கம்யூனிஸ்டுகள் மக்களிடையே மேற்கொண்ட நடைமுறை வேலைகளும் அவர்களை கவர்ந்திழுத்தன. அடித்தட்டு மக்களிடையே கம்யூனிஸ்டுகள் வேரூன்றுவதையும் இது மேலும் வலுப்படுத்தியது.

தொழிலாளர்கள், விவசாயத் தொழிலாளர்களின் உரிமைகளுக்காக கம்யூனிஸ்டுகள் எப்போதெல்லாம் போராட்டங்களை நடத்துகிறார்களோ அப்போதெல்லாம் இந்த வர்க்கங்களிடையே தலித்துகளின் கோரிக்கைகளையும் அவர்கள் உணர்வுபூர்வமாக எழுப்பி வந்தனர். உதாரணமாக, 1928ஆம் ஆண்டு பம்பாய் நகரில் நடந்த தொழிலாளிவர்க்கப் போராட்டத்தின்போது துணி நெய்யும் பிரிவில் பணிபுரிய தலித்துகள் அனுமதிக்கப்பட வேண்டும் என்ற கோரிக்கையை கம்யூனிஸ்டுகள் எழுப்பினர். இப்பிரிவில் நூல் சுற்றும் கருவியை இயக்கும்போது அதில் பணிபுரியும் தொழிலாளி தனது எச்சிலைத் தொட்டுதான் நூலை ஈரப்படுத்த வேண்டியிருக்கும். இந்தக் கோரிக்கையை எழுப்பியதானது தலித்துகள் பலரையும் கம்யூனிஸ்ட் இயக்கத்திற்குள் கவர்ந்திழுத்தது. கம்யூனிஸ்டுகளின் இத்தகைய நடவடிக்கைகளை நேரடியாகப் பார்த்தபிறகே டாக்டர் பி ஆர் அம்பேத்கரின் மிக நெருங்கிய சகாவான ஆர் பி மோரே கம்யூனிஸ்ட் இயக்கத்தை நோக்கி கவரப்பட்டார். மகத் தலித் மாநாடு, அதைத் தொடர்ந்த சத்தியாகிரகம் ஆகியவற்றை நடத்தியவர் அவரே. இந்த மாநாடு நடைபெற்ற தருணத்தில்தான் அம்பேத்கர் தலைமையில் தலித்துகள் சவ்டர் ஏரி நீரை அருந்தும் போராட்டம் நடைபெற்றது.

உண்மையில் தலித் பிரிவிலிருந்து கட்சியில் சேர்ந்த முதல் நபர் மோரே ஆவார். அம்பேத்கர் இயக்கத்தின் முன்னணித் தலைவராக இருந்த அவர் மார்க்சிய-லெனினியம் குறித்த புரிதலைப் பெற்ற பிறகு உணர்வுபூர்வமாக கட்சியில் இணைந்தார். தொழிலாளிவர்க்கப் போராட்டங்களின்போது எழுப்பப்பட்ட கோரிக்கைகளை பார்த்தபிறகே சமூக பிரச்சனைகள் குறித்தும் கம்யூனிஸ்டுகள் நன்கு அறிந்தவர்களாக இருப்பதை மோரே உணர்ந்தார். தலித்-தலித் அல்லாத தொழிலாளர்களும், முஸ்லீம்களும் இந்துக்களும், தங்களது சாதி, மத வேறுபாடுகளை மறந்து விட்டு தங்கள் உரிமைகளுக்காகப் போராடுவதை அவர் நேருக்கு நேராகப் பார்த்ததைத் தொடர்ந்தே அவர் கட்சியை நோக்கி கவரப்பட்டார். இத்தகைய போராட்டங்கள் தலித்துகள் கம்யூனிஸ்ட் இயக்கத்தில் இணைவதை மேலும் தூண்டின. இந்தியாவில் கம்யூனிஸ்ட் இயக்கத்தை வளர்த்தெடுத்த முதல் தலைமுறை கம்யூனிஸ்டுகளில் மோரேயும் ஒருவர். 1930ஆம் ஆண்டில் அவர் கம்யூனிஸ்ட் கட்சியின் உறுப்பினர் ஆனார். மாநகராட்சி தொழிலாளர்களில் இருந்து ஆசிரியர்கள் வரை, கலாச்சாரக் குழுக்கள் உள்ளிட்டு தொழிலாளி வர்க்கத்தின் பல்வேறு பிரிவினரையும் அணிதிரட்டுவதற்கு மோரே காரணமாக இருந்தார். இத்தகைய அமைப்புகளின் மூலம் தலித் தொழிலாளர்கள் பலரையும் கம்யூனிஸ்ட் கட்சிக்குள் கவர்ந்திழுப்பதில் அவர் வெற்றி பெற்றார். மேலும் கொங்கண் பகுதியில் விவசாயத் தொழிலாளர்களையும் விவசாயிகளையும் மோசமான நிலப்பிரபுத்துவத்திற்கு எதிராக அவர் அணிதிரட்டினார். தனது குடும்பம் முழுவதும் கட்சி நடவடிக்கைகளில் ஈடுபடுவதை மோரே உறுதிப்படுத்தினார். 1943ஆம் ஆண்டு பம்பாயில் நடைபெற்ற கம்யூனிஸ்ட் கட்சியின் முதல் அகில இந்திய காங்கிரஸில் 'சிவப்புக் குடும்பம்' என அவரது குடும்பம் பாராட்டப்பெற்றது.

சமூக சீர்திருத்த இயக்கத்தில் தீவிரமாக செயல்பட்ட மற்றொரு இளம் கம்யூனிஸ்ட் தலைவர் பி டி ரணதிவே ஆவார். தனது பள்ளி நாட்களில் இருந்தே (1910களில்) தீவிர கருத்துக்களின் செல்வாக்கிற்கு ஆட்பட்ட ரணதிவே தலித்துகள் மற்றும் பெண்களின் உரிமைகளுக்காக தொடர்ந்து போராடினார். தலித் மாணவர்களுக்கு கற்பிப்பது மட்டுமின்றி தனது பெற்றோர், உறவினர்களிடமிருந்து கிடைக்கும் பணத்தைக் கொண்டு அவர்களுக்கான புத்தகங்களையும் அவர் வாங்கி வழங்குவது

வழக்கம். இத்தகைய செயல்களுக்காக உயர்சாதி குடும்பங்களை சேர்ந்த விஷமக்கார மாணவர்களும் பெற்றோரும் ரணதிவேயின் மீது கற்களை எறிவதும் வழக்கமாக இருந்தது. எனினும் இவை எதுவும் அவரை தடுத்து நிறுத்தி விடவில்லை. சாதிக்கு எதிரான அவரது புரிதல், சமூக சீர்திருத்த கண்ணோட்டம் ஆகியவற்றின் விளைவாக காந்தி குறித்தும், வர்ணாசிரம தர்மத்திற்கு அவர் தரும் ஆதரவு குறித்தும் ரணதிவே முழுமையாக அதிருப்தி அடைந்திருந்தார். காங்கிரஸ் கட்சிக்கு தீவிர மாற்றுக்கான அவரது தேடல்தான் அவரை கம்யூனிசத்தை நோக்கியும் தொழிலாளி வர்க்க இயக்கத்தை நோக்கியும் கவர்ந்திழுத்தது.

தொழிற்சங்கங்களில் ஆழ்மன உணர்வோடு செயல்பட்டுக் கொண்டிருந்த சாதிய ரீதியான பாரபட்சத்திற்கு முடிவு கட்டுவதை உறுதிப்படுத்த மோரேயுடன் இணைந்து ரணதிவே செயல்பட்டார். சங்க அலுவலகத்தில் மேல்சாதியை சேர்ந்தவர்களுக்கென ஒன்றும் தலித்துகளுக்கென ஒன்றும் என இரண்டு குடிநீர் பானைகள் இருந்து வந்ததை அவர்கள் தடுத்து நிறுத்தினர். சாதியின் காரணமாக தீட்டு பட்டுவிடும் என்று நினைப்பவர்கள் வேறு எங்காவது போய் தண்ணீர் குடித்துக் கொள்ளட்டும் என்று அவர்கள் அறிவித்தனர். இவ்வாறுதான் சாதி குறித்த விஷயங்களில் கம்யூனிஸ்டுகளின் தலைமையிலான சங்கங்கள் கண்டிப்பாக இருக்க வேண்டும் என்பதை நடைமுறையில் அவர்கள் எடுத்துக் காட்டினர்.

பள்ளி நாட்களிலிருந்தே விடுதலைப் போராட்ட இயக்கத்தில் தீவிரமாக ஈடுபட்டு வந்த பி.ராமமூர்த்திக்கு வாரணாசியில் இருந்தபோது பகத்சிங் மற்றும் அவரது தோழர்கள் தொடங்கிய நவஜுவான் பாரத் சபாவுடன் தொடர்பு ஏற்பட்டது. சாதிய அமைப்பிற்கு எதிராக இந்த அமைப்பினால் தொடங்கப்பட்டிருந்த ஜட் பட் தோடக் சமாஜிலும் அவர் இணைந்தார். சாதிய அமைப்பிற்கு எதிரான, அதை ஒழிப்பதற்கான நடவடிக்கைகளில் அவர் தீவிரமாக தன்னை ஈடுபடுத்திக் கொண்டார்.

தலித்துகள் கோயில்களில் நுழைவதை தடுப்பதையும் ராமமூர்த்தி எதிர்த்தார். செருப்பு தைக்கும் தலித்துகளுக்கு அவர் ஒரு சில பக்தி பாடல்களையும் பொதுவான சில மந்திரங்களையும் கற்றுக் கொடுத்தார். அந்தப் பகுதியில் இருந்த வைணவக் கோயில் ஒன்றில் அறங்காவலர்களுக்கான தேர்தல் நடக்கவிருப்பதை அறிந்த அவர் சுமார் 200 தலித்துகளை ஒன்றுதிரட்டி அவர்களுக்கு சங்கு சக்கர இலச்சினையை கைகளில் பொறித்து அவர்களையும்

ஆர். பி. மோரே

கோயிலில் நடக்கவிருக்கும் தேர்தலில் வாக்காளர்களாக பதிவு செய்ய வேண்டும் என்று கோரிக்கை விடுத்தார். இது அங்கிருந்த பிராமணர்களை கோபமுறச் செய்தது. அவர்கள் நீதிமன்றத்திற்குச் சென்றனர். இந்த வழக்கை நடத்துவதற்கு ராமமூர்த்தி தலித்துகளுக்கு உதவி செய்தார். வழக்கு உயர்நீதிமன்றத்திற்கும் சென்றது. ராமமூர்த்தி தலித்துகளுக்கு அளித்த பயிற்சியின் விளைவாக அவர்கள் தங்கள் தரப்பு நியாயத்தை நீதிபதிகளுக்கு புரியவைக்க முடிந்தது. தீர்ப்பும் அவர்களுக்கு சாதகமாகவே வந்தது. இது மிகவும் விசித்திரமான வழக்காகவும் மாறியது. பிராமணர்களின் விருப்பத்திற்கு மாறாக கோயில்களில் தலித்துகள் நுழைவதற்கான உரிமை நீதிமன்றத்தின் மூலம் நிலைநாட்டப்பட்டது. இந்த விஷயத்தில் ‘மன மாற்ற’ கொள்கையை வலியுறுத்தி வந்த காந்தி வழக்கின் முடிவை அங்கீகரிக்க வேண்டிய கட்டாயத்திற்கு ஆளானார்.

இதற்குள் சோஷலிச கருத்துக்களோடு ஏற்கனவே அறிமுகம் ஆகியிருந்த ராமமூர்த்தி காங்கிரஸ் சோஷலிஸ்ட் கட்சியின் நிறுவன மாநாட்டில் பங்கேற்றார். தனது சமூக சீர்திருத்த நடவடிக்கைகளோடு கூடவே தொழிலாளர்களை அணிதிரட்டுவதிலும் மாநிலத்தில் தொழிற்சங்க இயக்கத்தை கட்டுவதிலும் முக்கிய பங்கு வகித்தார்.

ராமமூர்த்தியுடன் இணைந்து ப. ஜீவானந்தம், பி.சீனிவாசராவ் ஆகியோரும் சமூக சீர்திருத்த இயக்கத்தில் முக்கிய பங்கினை வகித்தனர். தந்தை பெரியாரின் சுயமரியாதை இயக்கத்தில் தீவிரமாக செயல்பட்டு வந்த ஜீவா பின்னாளில் கம்யூனிஸ்ட் இயக்கத்தின் புகழ்பெற்ற தலைவராக மாறினார். நிலப்பிரபுத்துவ சுரண்டல், சாதிய ஒடுக்குமுறை ஆகியவற்றுக்கு எதிரான விவசாய தொழிலாளர் போராட்டம் சீனிவாச ராவின் தலைமையில் வெற்றிகரமாக நடைபெற்றது.

கேரளாவில் மக்கள் தலைவரான ஏ கே கோபாலனும் (ஏகேஜி) இதே போன்ற வழியில்தான் செயல்பட்டு வந்தார். அப்போது

வகுப்பு எடுக்கும் தோழர் பி. ராமமூர்த்தி

நிலவி வந்த பாரபட்சமான செயல்முறைகளை அவர் ஏற்றுக் கொள்ள மறுத்ததோடு, அவற்றுக்கு எதிராக பல போராட்டங்களையும் நடத்தினார். இத்தகைய போராட்டங்களில் ஒன்றுதான் குருவாயூர் கிருஷ்ணன் கோயிலில் தலித்துகள் நுழைவதற்கு அனுமதிக்க வேண்டும் என்று கோரி அவர் நடத்திய சத்தியாகிரகப் போராட்டம் ஆகும். இந்தப் போராட்டத்தின்போது உயர்சாதி இந்துக்கள் அவரை கடுமையாகத் தாக்கியது மட்டுமின்றி, அவரை கைது செய்யவும் வைத்தனர். அங்கும் காவல்துறையினரால் அவர் சித்தரவதை செய்யப்பட்டார். இத்தகைய துன்புறுத்தல்களுக்கு மத்தியிலும் அவர் இயக்கத்தைத் தொடர்ந்து நடத்தினார். இது நாடு தழுவிய அளவில் கவனத்தை ஈர்த்தது. கேரளாவில் கம்யூனிஸ்ட் கட்சியின் மற்றொரு நிறுவனரான பி கிருஷ்ணபிள்ளையும் இந்த குருவாயூர் கோயில் நுழைவு இயக்கத்தில் ஈடுபட்ட முக்கிய தலைவர் ஆவார். ஏகேஜி காங்கிரஸ் சோஷலிஸ்ட் கட்சியிலும் பின்னர் கம்யூனிஸ்ட் கட்சியிலும் சேர முடிவெடுப்பதற்கு இ எம் எஸ் நம்பூதிரிபாட், பி கிருஷ்ணப்பிள்ளை ஆகியோர் உதவினர்.

மாணவப் பருவத்திலிருந்தே இ எம் எஸ் நம்பூதிரிபாட் விடுதலை இயக்கத்தில் பங்கேற்றது மட்டுமின்றி நம்பூதிரி வகுப்பிற்குள் சமூக சீர்திருத்தம் மேற்கொள்ளப்பட வேண்டும் என்று தொடர்ந்து எழுதிக் கொண்டு வந்தார். பழமைவாதம் நிறைந்த நம்பூதிரி குடும்பத்திலிருந்து வந்த அவர், அந்த

வகுப்பிற்குள் இருந்த பெண்களின் மோசமான நிலைமை பற்றியும், முகம் சுளிக்க வைக்கும் பழக்க வழக்கங்கள் பற்றியும் நன்கு அறிந்தவராக இருந்தார். விதவைகளின் மறுமணத்திற்கு ஆதரவாகவும் பல தார மணத்திற்கு எதிராகவும் அவர் தீவிரமாகப் பிரச்சாரம் செய்து வந்தார். நம்பூதிரி பெண்களிடையே நிலவி வந்த முகத்திரை வழக்கத்திற்கு எதிராகவும், தங்களது உடலின் மேல் பகுதியை மூடிக் கொள்வதற்கான உரிமைக்காகவும் அவர் போராடினார். அவரது சிறைவாசத்திற்குப் பிறகு, இ எம் எஸ்ஸின் அண்ணன் அவருடனான உறவினை முறித்துக் கொண்டார். ஏனெனில் அந்த நேரத்தில் சிறைக்குச் சென்று வந்த எவரையும் சாதியில் இருந்து வெளியேற்றுவது என்பது வழக்கமாக இருந்ததே இதற்குக் காரணமாகும். எனினும் இத்தகைய முயற்சிகள் சமூக-பொருளாதார விடுதலைக்காக அவர் தேர்ந்தெடுத்திருந்த போராட்டப் பாதையிலிருந்து அவரை விலக்கி வைக்க முடியவில்லை. இந்தப் பாதையில் தொடர்ந்து செயல்பட்ட அவர் சோஷலிச கருத்துக்களை நோக்கி நகர்ந்து காங்கிரஸ் சோஷலிஸ்ட் கட்சியில் இணைந்து அதன் அகில இந்திய இணைச் செயலாளராகவும் ஆனார். பின்னர் கேரளாவில் செயல்பட்டு வந்த காங்கிரஸ் சோஷலிஸ்ட் கட்சி முழுவதுமாக தங்களை கம்யூனிஸ்ட் கட்சியில் சேருவதை உறுதிப்படுத்துவதிலும் அவர் மிக முக்கியமான பங்கினை வகித்தார்.

கம்யூனிஸ்ட் கட்சிதான் உண்மையான மாற்று என்பதை கண்டறிய உதவியதில் பி. சுந்தரய்யாவின் பங்களிப்பினை பி ராமமூர்த்தி, இ எம் எஸ், ஏ கே ஜி ஆகிய மூவருமே அங்கீகரித்தனர். விவசாயத் தொழிலாளர்களை அணிதிரட்டியதன் மூலம்தான் சுந்தரய்யா தனது அரசியல் வாழ்க்கையைத் தொடங்கினார். அவர்களில் பெரும்பாலோர் தலித்துகள் என்பது குறிப்பிடத்தக்கது. மேல்சாதியினரின் வீடுகளுக்குள் நுழைய அனுமதி மறுக்கப்பட்டு வந்த தலித்துகளுக்கு எதிரான பாரபட்சத்தையும் தீண்டாமைக் கொடுமையையும் அவர் தீவிரமாக எதிர்த்து வந்தார். விவசாய தொழிலாளர்களுக்கான முதல் சங்கத்தை அவர்தான் தொடங்கினார். தலித்துகள், உயர்சாதியினர் ஆகியோர் ஒன்றாக அமர்ந்து உணவு உண்ணும் நிகழ்ச்சிகளையும் அவர் நடத்தினார். தனது சொந்த வீட்டிலேயே தீண்டாமை கடைப்பிடிக்கப்படுவதை எதிர்த்து அவர் கலகம் செய்தது மட்டுமின்றி, அதற்கு எதிர்ப்பு தெரிவிக்கும் வகையில் தலித்துகளோடு தோளோடு தோள் உரசியபடி வயலில் வேலை

செய்வது; அவர்களோடு சேர்ந்து உண்பது; அவர்களது பொதுவான நோய்களுக்கு சிகிச்சை அளிப்பது; அவர்களின் நலனுக்காக நியாய விலைக் கடைகளை நடத்துவது போன்றவற்றையும் மேற்கொண்டார். இவ்வகையில் சாதிய ஏற்றத்தாழ்வுகளுக்கு எதிராகப் போராடியது மட்டுமின்றி, தனது பொதுநல நடவடிக்கைகளின் மூலம் மாற்றுப் பாதையையும் அவர்களுக்கு சுட்டிக் காட்டினார். இத்தகைய செயல்முறையின்போதுதான் அவரும் தனது பெயருடன் ஒட்டியிருந்த சாதிப் பெயரை நீக்கினார்.

மக்கள் நலனுக்கான கருத்துகளால் வழிநடத்தப்பட்ட கம்யூனிஸ்டுகள் தலித்துகளிடையே பிரச்சாரம் செய்யவும், அவர்களது சமூக ரீதியான ஒடுக்குமுறை, பொருளாதார சுரண்டல் ஆகியவற்றுக்கான காரணங்களை விளக்கவும், கம்யூனிஸ்ட் கட்சியின் கொடியின்கீழ் அவர்களை அணிதிரட்டவும் முயற்சிகளை மேற்கொண்டனர். சுந்தரய்யா, எம் பசவபுன்னையா போன்ற தலைவர்களால் விவசாய தொழிலாளர்களிடையே மேற்கொள்ளப்பட்ட இத்தகைய முன்னோடியான பணிகளின் காரணமாக ஆந்திரப் பிரதேசத்தில் இருந்த கம்யூனிஸ்ட் கட்சி அந்த நாட்களில் ‘தலித் கட்சி’ என்றே அழைக்கப்பட்டு வந்தது.

கம்யூனிஸ்ட் முன்னோடிகள் தங்களது செயல்பாடுகளின் மூலமே அனைத்து மக்கள் நலனுக்கான ஒரு சமூகத்தை நிறுவுவதற்கான போராட்டத்திற்கு வழிகாட்டக் கூடிய ஒரே சக்தி கம்யூனிஸ்ட் கட்சி; ஒரே தத்துவம் மார்க்சியம்-லெனினியம் என்பதைக் கண்டறிந்தனர். பல்வேறு வர்க்க, வெகுஜன அமைப்புகளை அவர்கள் உருவாக்கியதோடு, இத்தகையதொரு சமூகத்தை உருவாக்குவதற்கான தங்களது போராட்டத்தின் ஒரு பகுதியாகவே, சமூக ஒடுக்குமுறை பிரச்சனைகளை கையிலெடுத்தனர். இத்தகைய முயற்சிகள் கம்யூனிஸ்ட் கட்சிக்கான வலுவானதொரு அடித்தளத்தை உருவாக்கியதோடு, பிரிட்டிஷ் அரசும், உள்நாட்டு நிலப்பிரபுத்துவமும் கட்டவிழ்த்து விடும் ஒடுக்குமுறைகளை எதிர்த்து நிற்கவும், அவர்களுக்கு உதவின. குறிப்பாக 1930களின் பிற்பகுதியில் இருந்து கம்யூனிஸ்ட் இயக்கம் துரிதமாக முன்னேற இவையே வழிவகுத்தன.

பிப்ரவரி 23, 2020

18

ஏகாதிபத்திய எதிர்ப்பு யுத்தம்

1939ஆம் ஆண்டில் தொடங்கிய இரண்டாவது உலகப் பெரும்போர் இந்தியாவில் அரசியல் வளர்ச்சிப் போக்குகளின் மீது மிகப்பெரும் தாக்கத்தை ஏற்படுத்தியது. இந்திய பிரதிநிதிகள் எவரையுமே கலந்து ஆலோசிக்காமல் பிரிட்டிஷ் வைஸ்ராய் இந்தப் போரில் இந்தியாவும் பங்கேற்பதாக அறிவித்தார். இந்தப் பெரும்போர் அறிவிப்பைத் தொடர்ந்து அத்தியாவசியப் பொருட்களின் விலைகள் கடுமையாக உயர்ந்தன. வாழ்க்கைக்கான செலவு அதிகரித்துக் கொண்டே போவது குறித்து மக்கள் கடும் அதிருப்தி அடைந்தனர். உடனடியாக இந்தப் போரை எதிர்ப்பதாக அறிவித்து கம்யூனிஸ்ட் கட்சி களத்தில் இறங்கியது. கட்சியின் அதிகாரபூர்வ இதழான ‘கம்யூனிஸ்ட்’ இதழில் வெளியிட்ட ஓர் அறிக்கையில் ‘இந்த மோசமான தேசிய நெருக்கடி’ நேரத்தில் ‘முன்முயற்சி எடுத்து செயல்பட’ வேண்டும் என அது மக்களைக் கேட்டுக் கொண்டது.

கம்யூனிஸ்ட் கட்சியின் முன்முயற்சியில் 90,000 தொழிலாளர்கள் பங்கேற்ற யுத்த எதிர்ப்பு வேலைநிறுத்தத்தை பம்பாய் நகர தொழிலாளி வர்க்கம் நடத்தியது. இரண்டாவது உலகப் பெரும்போரின்போது அதற்கெதிராக உலகத்திலேயே முதன்முறையாக நடைபெற்ற போராட்டம் இதுவே ஆகும். இதன் தொடர்ச்சியாக அகவிலைப்படி கோரி பம்பாயைச் சேர்ந்த 1,75,000 பஞ்சாலை தொழிலாளர்கள் வேலைநிறுத்தம் செய்தனர். கடுமையான அடக்குமுறைக்கு இடையிலும் 40 நாட்கள் நீடித்த இந்த வேலைநிறுத்தத்தில் தலைவர்கள் ஒட்டுமொத்தமாக கைது செய்யப்பட்டனர். இதற்கு ஆதரவு தெரிவிக்கும் வகையில் இதர பிரிவுகளைச் சேர்ந்த தொழிலாளர்கள் ஒரு நாள் ஆதரவு வேலைநிறுத்தம் மேற்கொண்டனர். பம்பாயில் நடைபெற்ற இந்த வேலைநிறுத்தத்தை தொடர்ந்து நாடுமுழுவதிலும் வேலைநிறுத்த அலை வீசத் தொடங்கியது.

‘யுத்த காலத்தில் இந்திய கம்யூனிஸ்ட் கட்சியின் கொள்கை மற்றும் கடமைகள் குறித்து’ என்ற தலைப்பில் ஓர் அறிக்கையை கட்சியின் அரசியல் தலைமைக் குழு வெளியிட்டது. இக்காலப் பகுதியில் கட்சி மேற்கொள்ள வேண்டியிருந்த நடைமுறை

உத்திகளை இது விவரித்தது. “தனது சொந்த விடுதலையை வென்றடைவது; உலகப் பிற்போக்கு முகாமின் தலைமைப் பீடமான பிரிட்டிஷ் ஏகாதிபத்தியத்தை பலவீனமடையச் செய்வது; இதன் மூலம் உலகளாவிய அளவில் புரட்சிகர சக்திகளை வலுப்படுத்துவது” ஆகியவையே இந்திய மக்களின் கடமை என அந்த அறிக்கை மிகத் தெளிவாக குறிப்பிட்டது.

முக்கியமான பல நகரங்களிலும் தொழில்மையங்களிலும் தொழிலாளர்கள் வேலையை நிறுத்தி விட்டு, கண்டனப் பேரணிகளை நடத்தினர். இவற்றில் லட்சக்கணக்கான தொழிலாளர்களும் இதர ஏழை மற்றும் நடுத்தர வர்க்க மக்களும் பங்கேற்றனர். யுத்தத்திற்கு எதிரான பிரச்சாரம் மற்றும் இத்தகைய வெகுஜன போராட்டங்களுக்கு ஒழுங்கமைந்த தலைமையை வழங்குவதன் மூலம் கம்யூனிஸ்ட் கட்சி மற்றும் இடதுசாரி அமைப்புகள் முன்னணியில் இருந்தன. இந்த நடவடிக்கைகளில் சாதாரண காங்கிரஸ்காரர்கள், காங்கிரஸ் கமிட்டிகள் ஆகியவற்றில் ஒரு பிரிவினர் அவர்களோடு ஒத்துழைத்தனர்.

கம்யூனிஸ்ட் கட்சி நடத்திய வலுவான கிளர்ச்சிகளும் போராட்டங்களும் இந்த நெருக்கடியான நேரத்தில் பிரிட்டிஷ் ஏகாதிபத்தியத்திடமிருந்து ஒரு சில சலுகைகளை பெற்றுவிடலாம் என்று எதிர்பார்த்துக் கொண்டிருந்த வலதுசாரி காங்கிரஸ்காரர்கள் மீது நெருக்கடியைக் கொண்டு வந்தது. கம்யூனிஸ்டுகளின் தொடர்ச்சியான நிர்ப்பந்தங்களின் விளைவாக காங்கிரஸ் அரசுகள் பதவியை விட்டு விலக வேண்டிய கட்டாயம் ஏற்பட்டது. த கம்யூனிஸ்ட் இதழில் (1939 நவம்பர்) வெளியிட்ட ஒரு கட்டுரையில் “ஏகாதிபத்தியம் எந்தவொரு சலுகையையும் தருவதற்குத் தயாராக இல்லை” என்று தெளிவாகக் குறிப்பிட்டிருந்தது. மேலும் பிரிட்டிஷார் இந்த நிலையை எவ்வாறு பயன்படுத்திக் கொள்ள முயற்சிப்பார்கள் என்பதையும் அது மிகச் சரியாகவே விளக்கியிருந்தது. “அரசு அடிக்கடி வெளியிட்டு வரும் தடையுத்தரவுகள் மூலமும், பெரும்பாலான காங்கிரஸ்காரர்கள், சோஷலிஸ்டுகள், கம்யூனிஸ்டுகள், விவசாயிகள் சங்க, தொழிற்சங்க தொண்டர்கள் ஆகியோரை கைது செய்வதன் மூலமும், தீவிரமான கருத்துக்களை வெளியிடும் பத்திரிக்கைகள், இதழ்கள் ஆகியவற்றை நசுக்குவதன் மூலமும், தேச விடுதலை இயக்கத்தின் புரட்சிகரமான மையப்பகுதியை அழித்தொழித்துவிட அது முயற்சிக்கும். வகுப்புவாத சீர்குலைவு சக்திகளுக்கு ஊக்கமளிப்பதன் மூலம் காங்கிரஸை பயமுறுத்த அது முயற்சிப்பதோடு,

யுத்தத்திற்கு எதிரான பெண்கள் பேரணி

நம்பிக்கையின்மையையும் பரப்பும். இதன் மூலம் சிறுகச் சிறுக தேசியவாத சக்திகள் உடைந்து சிதறும். போராட்டங்களை கட்டுப்படுத்தி, சட்டத்தின் வரம்புகளுக்குள் அவற்றை மட்டுப்படுத்தி வைக்க தேசிய தலைமை மேற்கொள்ளும் ஒவ்வொரு முயற்சியுமே தவிர்க்கவியலாத வகையில் தேசிய முன்னணிக்குள் முரண்பாடுகளை மேலும் கூர்மைப்படுத்தி தேசிய சக்திகளை பலவீனப்படுத்தும்."

பெருமளவிலான மக்கள் பங்கேற்புடன் யுத்தத்திற்கு எதிரான வேலைநிறுத்தங்கள், பேரணிகள் மற்றும் இதர வகைப்பட்ட கண்டனங்களின் மூலமும், தெருமுனைக்கூட்டங்கள், துண்டுப் பிரசுரங்கள், கல்விக்குழுக்கள் ஆகியவற்றின் மூலமும், யுத்தத்தின் தன்மையை அம்பலப்படுத்தவும், தொழிலாளி வர்க்கம் தனது பங்கினையும் கடமைகளையும் உணரச் செய்வதன் மூலமும், மக்களிடையே விரிவான கிளர்ச்சிப் பிரச்சாரத்தை மேற்கொள்வதென கட்சி முடிவு செய்தது. தொழிலாளி வர்க்கம் அதிக ஊதியம், அதிகரித்துக் கொண்டே போகும் விலைவாசி போன்ற தங்களது பொருளாதார கோரிக்கைகளின்மீது மட்டுமே போராட்டங்களை குறுக்கிக் கொண்டுவிடக் கூடாது. அத்தகைய போக்கு 'தனக்கு முன்னால் உள்ள அரசியல் போராட்டத்தில் பாட்டாளிவர்க்கத் தலைமைக்கான உறுதியான முயற்சியை மேற்கொள்வது என்ற தனது கடமையை கைவிடுவதாக' ஆகிவிடும் என்றும் கட்சி

முடிவு செய்தது. இத்தகைய புரிதலுடன் தொழிலாளிகளை அணிதிரட்டவும், யுத்தத்தின் ஏகாதிபத்திய தன்மை குறித்து அவர்களுக்கு புரிய வைக்கவும் தங்களது அன்றாட கோரிக்கைகளுடன் யுத்தத்திற்கு எதிரான பிரச்சாரத்தை இணைப்பதன் மூலம் அவர்களின் உணர்வு நிலையை தட்டியெழுப்பவும் அவர்கள் இடைவிடாது செயல்பட்டு வந்தனர்.

உதாரணமாக, சணல் ஆலைகள், ரயில்வே, இரும்புத் தொழிற்சாலைகள் போன்ற பிரிவுகளை சேர்ந்த தொழிலாளர்களுக்கான அறிக்கையில் (1940) யுத்தத்திற்கு நிதி வழங்க வேண்டும் என்ற அரசின் கோரிக்கையுடன் அதிகரித்து வரும் விலைவாசி, மிகக் குறைவான ஊதியம் ஆகியவற்றை இணைத்து தொழிலாளர் போராட்டங்களில் இறங்க வேண்டுமென அறைகூவல் விடுத்தது. கம்யூனிஸ்டுகளின் நடவடிக்கைகள் பற்றிய தனது ரகசிய அறிக்கையில், அவர்களது இந்த போர்த்தந்திர உத்தி மிகச் சிறப்பாகச் செயல்படுகிறது என்று உள்துறை அங்கீகரித்திருந்தது. “கம்யூனிஸ்டுகள், சோஷலிஸ்டுகள், தொழிலாளர்கள், விவசாயிகள் ஆகிய பிரிவினருக்கான பொதுவானதொரு திட்டமானது 25 சதவீத ஊதிய உயர்வு, அரிதான உணவுப் பொருட்களுக்கான படிகள் போன்ற கோரிக்கைகளை முன்வைப்பதன் மூலம் தொழிலாளர்களையும், குத்தகையை ரத்து செய்வது, வரிகளைக் குறைப்பது போன்ற கோரிக்கைகளின் மூலம் விவசாயிகளையும் உத்வேகம் அடையச் செய்வது. இந்தக் கருத்துரைகளோடு கூடவே ‘இந்த கோரிக்கைகளுடன் யுத்தத்திற்கு எதிரான பிரச்சாரத்தையும் கலப்பது தொழிலாளர்களையும் விவசாயிகளையும் ஒட்டுமொத்தமாக அணிதிரட்ட நமக்கு உதவி செய்யும்’ என்ற விளக்கத்துடன் நாட்டின் பல்வேறு மையங்களுக்கும் அரசியல் ரீதியான வழிகாட்டுதல்கள் வழங்கப்பட்டன. இந்த வழிகாட்டுதல்கள், திட்டமிடுதலில் கம்யூனிஸ்டுகளுக்கு உள்ள தனித்திறமையை இவை வெளிப்படுத்தின.”

யுத்தத்திற்கு எதிரான நாடு தழுவியதொரு இயக்கத்திற்கான அடித்தளத்தை விரிவுபடுத்தும் ஒரு வழியாக இத்தகைய யுத்தத்திற்கு எதிரான ஆர்ப்பாட்டங்களில் தொழிலாளி வர்க்கத்தோடு கூடவே விவசாயிகள், மாணவர்கள் ஆகியோரையும் அணிதிரட்டுவதில் கம்யூனிஸ்டுகள் அதிக கவனம் செலுத்தினர். தீவிரமான செயல்வடிவங்களை பரவலாக அறிமுகப்படுத்துவது; அத்தகைய வெகுஜன நடவடிக்கையானது ‘முடிந்தவரையில் விரிவான அளவில் தேசிய இயக்கத்தின் மேலாதிக்கமான ஓர்

அம்சமாக மாறுவதை உறுதிப்படுத்துவதே இத்தகைய முயற்சிகளுக்குப் பின்னால் இருந்த முக்கியமான நோக்கம் ஆகும். இத்தகைய முயற்சிகளின் விளைவாக அகில இந்திய மாணவர் கூட்டமைப்பு மிகுந்த வலுவுள்ளதோர் அமைப்பாகவும், முன்னோடியான மாணவர் அமைப்பாகவும் மாறியது. இது ஏகாதிபத்திய எதிர்ப்பு உணர்வு கொண்ட மாணவர்களிடையே போராட்ட உணர்வு மிக்க தீவிரமான பிரிவினரை ஒன்றுதிரட்டியது; அவர்களுக்கு உதவியது.

இக்காலப்பகுதியில் கம்யூனிஸ்ட் கட்சியின் மற்றொரு முக்கிய முயற்சி என்பது வகுப்புவாதத்திற்கு எதிரான அதன் போராட்டமாகும். பிரிட்டிஷ் ஏகாதிபத்தியம் “தேசிய விடுதலை இயக்கத்தினை வகுப்புவாதக் கலவரங்களுக்குள் மூழ்கடிக்க, அச்சுறுத்தும் வகையில் வகுப்புவாத சீர்குலைவு சக்திகளை ஊக்குவிக்கும்” என்று யுத்தம் தொடங்கிய நாட்களிலேயே கட்சி மிகத் தெளிவாக எச்சரித்திருந்தது. “மக்களிடையே வகுப்புவாத விஷத்தைப் பரப்புவதன் மூலம் அவர்களை பிளவுபடுத்த பிரிட்டிஷ் ஏகாதிபத்தியத்தின் ஆதரவுடன் செயல்பட்டு வரும் முஸ்லீம் லீக், இந்து மகாசபா போன்ற வகுப்புவாத அமைப்புகள் எடுத்துவரும் முயற்சிகளுக்கு எதிராக வலுவானதொரு கிளர்ச்சியை நடத்துவதன் மூலம் மக்களை விழிப்படையச் செய்ய வேண்டியது அவசியமாகும். வர்க்க ரீதியான யுத்தம் பற்றிய புரட்சிகரமான பிரச்சாரத்தை மக்களிடையே எடுத்துச் செல்வதன் மூலமே வகுப்புரீதியான வெறுப்புணர்வைப் பரப்பி வரும் விஷச் செடிகளை அடியோடு அழிக்க முடியும்” என்று தெளிவானதொரு வர்க்கக் கண்ணோட்டத்துடன் கட்சி முடிவு செய்தது.

கம்யூனிஸ்டுகளின் இத்தகைய முயற்சிகள் கடுமையான தாக்குதலை எதிர்கொண்டன. அரசு தனது கொடுங்கரங்களை வீசியது; இந்திய பாதுகாப்புச் சட்டத்தை அமல்படுத்தியது; கம்யூனிஸ்டுகளை சுற்றி வளைத்து கைது செய்தது. மேலும் பொதுக்கூட்டங்களுக்கு தடைவிதித்தது. பத்திரிக்கைகள் மற்றும் இதர ஊடகங்களின் சுதந்திரத்தை மட்டுப்படுத்தியது. தன்னார்வ அமைப்புகளை தடை செய்யும் வகையில் ஓர் அவசர சட்டத்தையும் பிறப்பித்தது. 1941 ஜூன் மாதம் கட்சியின் அதிகாரபூர்வ நாளிதழ் தடை செய்யப்பட்டது. இக்காலப் பகுதியில் கைது செய்யப்பட்ட 700 பேரில் 480 பேர் கம்யூனிஸ்டுகள் ஆவர்.

கட்சி உறுப்பினர்களிடையே ‘யார் கைதாவது; யார் கைதாவதில் இருந்து தப்பிப்பது’ போன்ற கவனமான வழிமுறைகளின் மூலம்

தலைமறைவு மற்றும் வெளிப்படையான கட்சிப் பணிகளை கம்யூனிஸ்டுகள் தொடர்ந்து மேற்கொண்டு வந்தனர். 1934ஆம் ஆண்டில் இருந்தே கட்சி தடை செய்யப்பட்டு இருந்த போதிலும், காங்கிரஸ் சோஷலிஸ்ட் கட்சியின் மேடையையும் இதர வெகுஜன அமைப்புகளையும் பயன்படுத்தி, கம்யூனிஸ்டுகள் தங்களது பணியை தொடர்ந்து செய்து வந்தனர். இவ்வகையில் ஐக்கிய முன்னணி தந்திரமானது கம்யூனிஸ்ட் நடவடிக்கைகளை விரிவுபடுத்த பெரிதும் பயனுள்ளதாக இருந்தது.

பிரிட்டிஷாரை எதிர்த்துப் போராடுகின்ற அனைத்து சக்திகளிடையே ஒற்றுமையை பராமரிப்பதன் முக்கியத்துவத்தை கம்யூனிஸ்ட் கட்சி நன்கு உணர்ந்திருந்தது. ஏகாதிபத்தியத்திற்கும் யுத்தத்திற்கும் எதிராக மக்களை அணிதிரட்டுவதில் காங்கிரஸ் கட்சிதான் தீர்மானகரமான ஒரு பங்கினை வகிக்க வேண்டும் என்றும் அது கருதியது. எனினும் யுத்தம் நடைபெற்று வரும் காலத்தில் பின்பற்ற வேண்டிய நடைமுறை தந்திரம் குறித்து காங்கிரஸ் கட்சியில் இருந்த வலதுசாரி-இடதுசாரி பிரிவினர், காங்கிரஸ் சோஷலிஸ்ட் கட்சி, ஃபார்வார்ட் ப்ளாக், கம்யூனிஸ்ட் கட்சி ஆகிய பல்வேறு கட்சியினரிடையே மிகப் பெரும் அளவிலான கருத்து வேறுபாடுகள் நிலவி வந்தன.

யுத்தம் வெடித்தெழுந்த சர்வதேச பின்னணி குறித்த வெளிப்படையான மதிப்பீட்டினை செய்வதன் மூலம், இந்த யுத்தத்தின் தன்மை குறித்தும், அதில் பிரிட்டனின் பங்கு குறித்தும், இதில் ஈடுபட்டுள்ள வர்க்க சக்திகள் மற்றும் அவற்றுக்கு இடையேயான பரஸ்பர உறவுகள் குறித்தும், கம்யூனிஸ்ட் கட்சி ஆய்வு செய்தது. இதன் அடிப்படையில் பாசிசத்திற்கு எதிராக குரலெழுப்பும் அதே நேரத்தில், பிரிட்டனுடன் பேரம் பேசுவதற்கு முயற்சித்து வந்த காங்கிரஸ் தலைமை; காங்கிரஸை எதிர்ப்பதாக கூறிக் கொள்ளும் அதே நேரத்தில், நடைமுறையில் அதன் கொள்கைகளை ஏற்றுக் கொண்ட காங்கிரஸ் சோஷலிஸ்ட் கட்சி; பிரிட்டிஷ் ஆட்சியாளர்களின் பாசிச எதிர்ப்பு முகமூடியை கிழித்தெறிவதன் மூலம் அவர்களின் உண்மையான குணத்தை அம்பலப்படுத்த முயற்சித்து வந்த கம்யூனிஸ்ட் கட்சி; பாசிச சக்திகளின் உதவியுடன் இந்தியாவில் ஒரு புரட்சியை அணிதிரட்ட முயற்சித்து வந்த ஃபார்வார்ட் ப்ளாக் என, வலதுசாரி காங்கிரஸ் தலைமை, காங்கிரஸ் சோஷலிஸ்ட் கட்சி, ஃபார்வார்ட் ப்ளாக் ஆகிய கட்சிகளின் அரசியல் மற்றும் அணுகுமுறைகளை விமர்சன பூர்வமாக கட்சி ஆய்வு செய்தது.

இத்தகைய வேறுபாடுகளின் விளைவாக கடுமையான முயற்சிகளின் மூலம் உருவாக்கப்பட்டிருந்த இடதுசாரி ஒற்றுமை சரிந்து விழும் நிலையை எட்டியிருந்தது. *1940* மார்ச் மாதத்தில் தனது கட்சியில் இருந்து கம்யூனிஸ்டுகளை வெளியேற்றுவதாக காங்கிரஸ் சோஷலிஸ்ட் கட்சி அறிவித்தது.

தீவிரமான வெகுஜன போராட்டங்களுக்கான திட்டம் ஒன்றை சித்தரிக்கும் ‘பாட்டாளிவர்க்கப் பாதை’ மற்றும் காங்கிரஸ், காங்கிரஸ் சோஷலிஸ்ட் கட்சி, ஃபார்வார்ட் ப்ளாக் ஆகிய கட்சிகளின் கொள்கைகள் குறித்த கூர்மையான விமர்சனத்தை முன்வைத்த ‘கட்சிகளும் அரசியலும்’ ஆகிய கம்யூனிஸ்ட் கட்சி வெளியிட்ட இரண்டு வெளியீடுகள் நாடு முழுவதிலும் இருந்த கம்யூனிஸ்டுகளுக்கு தத்துவார்த்த ஆயுதங்களை வழங்கின. மேலும் தீவிரமான தேசியவாதம், பாட்டாளிவர்க்க சர்வதேசியவாதம் ஆகிய உணர்வுடனும் அவர்களை பயிற்றுவித்தது. இந்த இரண்டு ஆவணங்களுமே மொழிபெயர்க்கப்பட்டு விரிவான அளவில் விநியோகிக்கப்பட்டது. கட்சித் தோழர்களை பயிற்றுவிப்பதற்கென ஒவ்வொரு வாரம் தொடர்ந்து வெளியிடப்பட்டு வந்த கட்சிக் கடிதம் இந்த வகையில் முழுமையாகப் பயன்படுத்திக் கொள்ளப்பட்டது.

1941 ஜூன் *21* அன்று சோவியத் யூனியன் மீதான நாஜி ராணுவப் படைகளின் தாக்குதல் தொடங்கியது. இது யுத்தத்தின் அடிப்படைத் தன்மையையும் உலக அரசியலையும் தலைகீழாக மாற்றி அமைத்தது. இது கட்சியின் அரசியல் நிலைபாட்டிலும் தீவிர மாற்றத்தைக் கொண்டு வந்தது.

மார்ச் 01, 2020

19

மக்கள் யுத்தமும் வெள்ளையனே வெளியேறு இயக்கமும்

1939 செப்டெம்பரில் தொடங்கிய இரண்டாவது உலகப் பெரும்போருக்கு எதிராக கம்யூனிஸ்ட் கட்சி களமிறங்கியது. இந்த யுத்தத்தை எதிர்க்குமாறு இந்திய மக்களுக்கு கட்சி அறைகூவல் விடுத்ததோடு, இந்த யுத்தத்தின் விளைவாக ஏற்பட்ட மோசமான பொருளாதார நிலைமைகளுக்கு எதிராக போராட்டங்களை தொடங்குவதிலும் முன்னணியில் இருந்தது. நூற்றுக்கணக்கில் அதன் தொண்டர்கள் கைது; கட்சி மற்றும் அதன் வெளியீடுகளின் மீதான தடை ஆகிய கடுமையான அடக்குமுறையை எதிர்கொண்ட போதிலும், கட்சியும் அதன் உறுப்பினர்களும் விலைவாசி உயர்விற்கு எதிராகவும், உணவுத் தட்டுப்பாடு ஆகியவற்றுக்கு எதிராகவும், நடைபெற்ற பல போராட்டங்களுக்கு தலைமை வகித்ததோடு, தொழிலாளி வர்க்கத்தால் நடத்தப்பட்ட பல வேலைநிறுத்தங்களுக்கும் தலைமை தாங்கினர்.

1941 ஜூனில் ஹிட்லர் சோவியத் யூனியன் மீது படையெடுத்தபிறகு யுத்தத்தின் அடிப்படைத் தன்மை மாறிப் போனது. சோஷலிசத்தின் தாயகமாகத் திகழ்ந்த சோவியத் யூனியன் மீது பாசிச சக்திகள் தாக்குதல் தொடுத்தன. அதன்பிறகு ஜெர்மனி, இத்தாலி, ஜப்பான் ஆகிய மூன்று நாடுகளை பிரதிநிதித்துவப்படுத்திய பாசிஸத்திற்கு எதிரான உலகளாவிய போராட்டமாக அது மாறிப் போனது.

யுத்தத்தின் தன்மையில் ஏற்பட்ட இந்த மாற்றத்தை இந்திய கம்யூனிஸ்ட் கட்சி அப்போது ஒப்புக் கொள்ளவில்லை. 1941 ஜூலை வரையிலும் கூட அது ஏகாதிபத்திய யுத்தத்தை தொடர்ந்து எதிர்த்து வந்தது. அரசியல் குழுவின் தீர்மானம் இந்த யுத்தத்தை புரட்சிகரமானதொரு யுத்தமாக மாற்ற வேண்டும் என்று கோரியிருந்தது.

இதற்கிடையே யுத்தம் குறித்த கட்சியின் நிலைபாடு குறித்து தியோலி தடுப்புக்காவல் முகாமில் அடைக்கப்பட்டிருந்த கம்யூனிஸ்ட் கைதிகள் கேள்வி எழுப்பினர். பி டி ரணதிவேயின் தலைமையிலான இந்தக் குழு, யுத்தம் குறித்த மதிப்பீட்டையும் கட்சி பின்பற்ற வேண்டிய நடைமுறைத் தந்திரத்தையும் மாற்ற வேண்டும் என்று கோரி, அரசியல் தலைமைக்குழுவிற்கு ஓர்

இ.எம்.எஸ். – ஏ.கே.ஜி. ஊர்வலம்

ஆவணத்தை அனுப்பி வைத்தது. சோவியத் யூனியனின் மீது நாஜிகள் படையெடுத்ததைத் தொடர்ந்து இந்த யுத்தம் பாசிஸத்திற்கு எதிரான மக்கள் யுத்தம் என்ற தன்மையைப் பெற்றது.

இந்திய கம்யூனிஸ்ட் கட்சியின் தலைவர்களால் தியோலி முகாமிலிருந்து அனுப்பி வைக்கப்பட்ட இந்த ஆவணம் சிறை ஆவணம் என்பதாக அறியப்பட்டது. “பாட்டாளிகளின் அரசு மீது கொலைவெறித் தாக்குதல் தொடுத்ததன் மூலம் சர்வதேச பாட்டாளி வர்க்கத்தின், காலனி நாடுகளில் உள்ள பாட்டாளிகளின், முக்கிய எதிரியாக நாஜிசம் தன்னை மீண்டும் மாற்றிக் கொண்டது. எனவே, இந்திய பாட்டாளிகளின் கட்சி இந்த யுத்தத்தில் தலையிட வேண்டும்; அதனை ஒரு மக்கள் யுத்தமாக அறிவிக்க வேண்டும்; அதில் எவ்வளவு விரைவாக வெற்றி பெற முடியுமோ, அந்த அளவிற்கு தீவிரமாக பாடுபட வேண்டும்” என்று அந்த ஆவணம் குறிப்பிட்டது.

இந்த யுத்தத்தின் அடிப்படைத் தன்மை மாறியுள்ளது குறித்த ஓர் ஆவணத்தை பிரிட்டன் கம்யூனிஸ்ட் கட்சியும் இந்திய கம்யூனிஸ்ட் கட்சியின் தலைமைக்கு அனுப்பி வைத்திருந்தது.

இத்தகைய விவாதங்களின் விளைவாக 1941 டிசம்பரில் அரசியல் தலைமைக் குழு ஒரு தீர்மானத்தை நிறைவேற்றியது. சோவியத் யூனியன் மீது ஹிட்லரின் படையெடுப்பிற்குப் பிறகு யுத்தத்தின் தன்மையானது அடிப்படையிலேயே தலைகீழாக மாறியுள்ளது

என்பதை இந்தத் தீர்மானம் அங்கீகரித்தது. ஏகாதிபத்திய யுத்தம் என்பதற்கு பதிலாக, அது இப்போது ஒரு மக்கள் யுத்தமாக மாறியுள்ளது. நாட்டில் 'மக்கள் யுத்தத்திற்கான இயக்கம்' ஒன்றை வளர்த்தெடுக்க வேண்டும் என்றும் அது அறைகூவல் விடுத்தது. பாசிஸத்திற்கு எதிரான மக்கள் யுத்தத்தின் வெற்றி இந்திய மக்களின் விடுதலைக்கான போராட்டத்திற்கு உதவி செய்யும் என்றும் அந்த தீர்மானம் கூறியது.

1942 ஜூலையில் கட்சியின் மீதான தடை நீக்கப்பட்டது. சிறையில் அடைபட்டிருந்த தலைவர்களை விடுவிக்கும் வேலையை அரசு அதிகாரிகள் தொடங்கினர். எனினும் மக்கள் யுத்தம் என்ற கோஷமும், பாசிஸத்திற்கு எதிரான உலகளாவிய போராட்டத்துடன் இந்தியாவின் விடுதலைக்கான போராட்டத்தை ஒன்றிணைப்பது என்ற நிலைபாடும் தேசியவாத, இடதுசாரி தேசியவாத பிரிவினரிடையே ஆதரவைப் பெறவில்லை. எனினும், அறிவுஜீவி பிரிவினரிடையே இந்தக் கருத்துக்கு ஆதரவு கிடைத்தது.

யுத்த முயற்சிகளுக்கு ஒத்துழைப்பு தருவதற்குப் பதிலாக காங்கிரஸின் கோரிக்கைகளின்மீது பேச்சுவார்த்தை நடத்த பிரிட்டிஷ் அரசு மறுத்துவிட்ட பிறகு, காந்திஜியின் தலைமையிலான காங்கிரஸ் 1940 அக்டோபரில் தனிநபர் சத்தியாக்கிரக போராட்டத்தை தொடங்கியது. இந்தியாவிற்கு டொமினியன் அந்தஸ்தைப் போன்ற ஒன்றை தரக் கூடியதாக அமைப்பதற்கு திட்டமிட்டிருந்த மத்திய அரசு அமைப்பில் எந்தவித மாற்றத்தையும் செய்வதற்கு பிரிட்டிஷ் அரசு மறுத்துவிட்டது.

ஓராண்டு காலம் நடந்த தனிநபர் சத்தியாக்கிரகத்திற்குப் பிறகு யுத்தகால அமைச்சரவையில் ஓர் உறுப்பினரான சர் ஸ்டாஃபோர்ட் கிரிப்ஸ்-ஐ இந்திய தலைவர்களுடன் பேச்சுவார்த்தை நடத்த பிரிட்டிஷ் அரசு இந்தியாவிற்கு அனுப்பி வைத்தது. நாட்டின் விடுதலையை எட்டிப் பிடிக்கும் வகையில் கணிசமான வாக்குறுதி எதையும் தருவதற்கு கிரிப்ஸ் தூதுக்குழு தவறியது. இந்த முயற்சியின் மூலம் வெற்றிகரமான விளைவு ஏதும் இல்லாத நிலையில், பேச்சு வார்த்தை நடத்தி இந்திய தேசிய காங்கிரசுடன் ஓர் ஒப்பந்தத்திற்கு வருவதற்கு பிரிட்டிஷாரை வற்புறுத்தும் வகையில் ஒரு வெகுஜன இயக்கத்தை தொடங்குவது என காந்திஜி முடிவு செய்தார். 1942 ஆகஸ்ட் 8 அன்று பம்பாயில் கூடிய அகில இந்திய காங்கிரஸ் கமிட்டி 1942 ஆகஸ்ட் 9 முதல் வெள்ளையனே வெளியேறு இயக்கத்தை நடத்த நாட்டு மக்களுக்கு அறைகூவல் விடுத்தது. இதற்கு பதிலடி கொடுக்கும் வகையில் பிரிட்டிஷ் அரசு

பெரும்பாலான காங்கிரஸ் தலைவர்களை சுற்றி வளைத்து சிறையில் அடைத்தது. காந்திஜியின் எதிர்பார்ப்பிற்கு மாறாக, பிரிட்டிஷார் தங்கள் நிலைபாட்டிலிருந்து இறங்கிவர மறுத்ததோடு, கிளர்ச்சியாளர்கள் மீது மிகக் கடுமையான அடக்குமுறையையும் கட்டவிழ்த்து விட்டனர். இதற்குப் பதிலடியாக ரயில்வே, தொலைபேசி தொடர்புக்கான கம்பிகள் அறுத்து எறியப்பட்டன. தபால் நிலையங்கள், உள்ளூர் அரசு அலுவலகங்கள் ஆகியவற்றின் மீதும் தாக்குதல் தொடுக்கப்பட்டது. தீவிரமாக நடைபெற்ற இந்தக் கிளர்ச்சிப் போராட்டங்களில் பல்லாயிரக்கணக்கான மக்கள் இணைந்தனர்.

தனது மக்கள் யுத்த நிலைபாட்டை அமலாக்கிய இந்திய கம்யூனிஸ்ட் கட்சி பாசிஸத்திற்கு எதிரான யுத்த முயற்சிகள் வெற்றி பெறவும், அந்த யுத்த முயற்சிகளை வலுப்படுத்த உற்பத்தியை அதிகரிப்பதை வலுப்படுத்த வேண்டும் என்றும் வலியுறுத்தியது. அரசியல் ரீதியாக காங்கிரஸ் கட்சித் தலைவர்களை விடுவிக்க வேண்டும் என்றும், காங்கிரஸ்-முஸ்லீம் லீக் ஒற்றுமையின் மூலம் நாடுதழுவிய ஒற்றுமையை உருவாக்க வேண்டும் என்றும், ஒரு தேசிய அரசை ஏற்படுத்த வேண்டும் என்றும் அது கோரி வந்தது.

அதே நேரத்தில் யுத்த முயற்சியை சீர்குலைக்க வழிவகுக்கும் எந்த வகையான போராட்டத்தையும் இந்திய கம்யூனிஸ்ட் கட்சி எதிர்த்தது. அதிலும் குறிப்பாக, பர்மாவை கைப்பற்றி விட்டு இந்தியாவின் எல்லையை நோக்கி ஜப்பானிய ராணுவம் நடைபோட்டு வந்த நேரத்தில், இத்தகைய போராட்டங்களை தவிர்க்க வேண்டும் என்றும் அது கோரியது. ஜப்பானின் முன் நோக்கிய அடிவைப்பை தடுப்பதற்கு அவசியமான ஒன்றுபட்ட முயற்சிகளை சீர்குலைப்பதாக காங்கிரஸின் வெள்ளையனே வெளியேறு இயக்கம் இருக்கும் என்ற அச்சத்துடனேயே, அந்தப் போராட்டத்தை கட்சி எதிர்த்தது.

எனினும் விடுதலைப் போராட்ட வீரர்கள் மீதான அடக்குமுறையை கட்சி கண்டித்ததோடு, தேசிய தலைவர்களை உடனடியாக விடுவிக்க வேண்டும் என்றும் அது கோரியது.

கட்சியின் இத்தகைய நிலைபாடு மக்களிடையே உருவாகியிருந்த ஏகாதிபத்திய எதிர்ப்பு உணர்வுக்கு நேர் எதிரானதாக இருந்தது. வெள்ளையனே வெளியேறு இயக்கம் குறித்த அதன் எதிர்ப்பு தேசிய உணர்வு மிக்க அரசியல் போராட்டங்களிலிருந்து கட்சியை தனிமைப்படுத்தியது.

நாடு விடுதலை பெற்ற பின்பு, இக்காலப்பகுதியில் கட்சி மேற்கொண்ட நிலைபாட்டினை பரிசீலனை செய்து கீழ்க்கண்ட முடிவுகளுக்கு வந்தது: மக்கள் யுத்தம் குறித்த அரசியல் நிலைபாடு பொதுவாக சரியானதே. எனினும் மிக மோசமான தவறுகளையும் கட்சி செய்தது. அதற்குப் பெரும் விலையையும் கட்சி கொடுக்க வேண்டியதாயிற்று. சரியான வகையில் மக்கள் யுத்தத்தை ஆதரிக்க கட்சி சர்வதேச அளவில் நிலவிய முரண்பாடுகளை தேசிய அளவிலான முரண்பாடுகளுடன் ஒன்றிணைக்க தவறியது. சர்வதேச அளவில் பாசிஸத்திற்கு எதிரான போராட்டம் என்பது முக்கியமானதாக இருந்தது எனில், தேசிய அளவில் பிரிட்டிஷ் ஏகாதிபத்தியத்திற்கும் இந்திய மக்களுக்கும் இடையிலான முரண்பாடு மேலாதிக்கம் வகித்தது. எனவே யுத்த முயற்சிகளுக்கு ஊறு விளைவிக்கும் என்ற வாதத்தின் அடிப்படையில் வெகுஜன போராட்டங்களை தவிர்ப்பது என்ற நிலைபாட்டை கட்சி மேற்கொண்டு வெள்ளையனே வெளியேறு இயக்கத்தை எதிர்ப்பது என்று கட்சி எடுத்த முடிவு தவறானது.

இக்காலப் பகுதியில் உழைக்கும் மக்களின் போராட்ட அமைப்புகளுக்கு, குறிப்பாக, தொழிற்சங்கங்கள், விவசாய சங்கங்கள் ஆகியவற்றுக்கு, கட்சியினால் வழங்கப்பட்ட வழிகாட்டுதலும் கூட ஒரு சீர்திருத்தவாத திரிபினால் பாதிக்கப்பட்டதாகவே இருந்தது. யுத்த முயற்சிகளுக்கு உதவுவதற்காக, தொழில் மற்றும் விவசாய உற்பத்தியை அதிகரிப்பது என்ற வகையில் மேற்கொள்ளப்பட்ட கடமையானது, உழைக்கும் மக்களின் தீவிரமான போராட்டங்களை ஊக்கமிழக்கச் செய்வதாக ஆனது. தொழிற்சங்கங்கள், விவசாய சங்கங்கள், இதர வெகுஜன அமைப்புகள் ஆகியவற்றின் ஒற்றுமையை சீர்குலைக்க கட்சியின் எதிரிகளுக்கு இது வாய்ப்பினை ஏற்படுத்தித் தந்தது. இதன் விளைவாக முதன்முறையாக அனைத்து மட்டங்களிலும் அனைத்து வகையான வெகுஜன அமைப்புகளிலும் கட்சி-அரசியல் சார்ந்த நிலைபாட்டின் அடிப்படையில் பிளவுகள் ஏற்பட்டன.

மேலும் ஸ்டாலின்க்ராடில் செஞ்சேனை அடைந்த வரலாற்றுச் சிறப்புமிக்க வெற்றியின் மூலம் யுத்தத்தில் ஒரு திருப்புமுனை ஏற்பட்டது என்பதை கட்சி புரிந்துகொள்ளத் தவறியது. மாறாக, இந்த நிகழ்விற்குப் பிறகும் கூட இந்தியாவிற்கு எதிரான பாசிஸ அபாயம் அதிகரித்து வருகிறது என்ற புரிதலிலேயே, அது தொடர்ந்து இருந்து வந்தது. ஸ்டாலின்க்ராட் வெற்றிக்குப் பிந்தைய காலத்தில் பிரிட்டிஷ் ஆட்சிக்கு எதிரான போராட்டத்தை மேலும்

முன்னெடுத்துச் செல்ல மேலும் நெகிழ்வான நடைமுறை உத்திகளை மேற்கொள்ள அதனால் முடிந்திருக்க வேண்டும்.

1945ஆம் ஆண்டில் இரண்டாம் உலகப் பெரும்போர் முடிவுக்கு வந்தபிறகு யுத்தத்திற்குப் பிந்தைய எழுச்சிக் காலத்தில் நடைபெற்ற தீவிரமான வெகுஜனப் போராட்டங்கள் பலவற்றிலும் கட்சி தலைமையேற்றுச் செயல்பட்டது.

இக்காலப்பகுதியில் தீவிரமான ஏகாதிபத்திய எதிர்ப்பு உணர்வு கொண்ட தேசியவாத வட்டத்தில் இருந்து கட்சி ஓரளவிற்கு தனிமைப்பட்டிருந்த அதே நேரத்தில், யுத்த நிலைமைகளின் விளைவாக துன்பங்களை எதிர்கொண்டு வந்த மக்களிடையே அதன் செயல்பாடு புதிய மக்கள் பிரிவினரோடும், புதிய பகுதிகளிலும் உறவை வளர்த்துக் கொள்ள கட்சிக்கு உதவியது. விலைவாசி உயர்வு, உணவுப் பொருட்களின்மீதான கட்டுப்பாடு (ரேஷன்) ஆகியவற்றுக்கு எதிராகவும், கருப்புச் சந்தை, பதுக்கல் ஆகியவற்றுக்கு எதிராகவும், அத்தியாவசியப் பொருட்களின் பற்றாக்குறை நிலைமைகளுக்கு எதிராகவும் என, கட்சிக் கிளைகள் தொடர்ந்து நடவடிக்கைகளில் ஈடுபட்டு வந்தன. இதற்கான மிகச் சிறந்த உதாரணம் கேரளாவில் மலபார் பகுதி ஆகும். வங்காளத்திலும் 1943இல் உருவான கடும் பஞ்சத்தின்போது கம்யூனிஸ்டுகள் மேற்கொண்ட நிவாரணப் பணிகள் மக்களில் பல்வேறு பிரிவினரையும் அணுகுவதற்கு கட்சிக்கு உதவின.

வெள்ளையனே வெளியேறு இயக்கம்

மக்களிடையே கம்யூனிஸ்ட் கட்சியின் பணி, அதன் உறுதியான ஏகாதிபத்திய எதிர்ப்பு நிலைபாடு ஆகியவை வெள்ளையனே வெளியேறு இயக்கத்தில் பங்குபெற்ற, அதற்குத் தலைமை

அருணா ஆசஃப் அலி

தாங்கிய பலரையும் கவர்ந்திழுத்தன. அருணா ஆசஃப் அலி போன்ற தலைவர்கள் கம்யூனிஸ்ட் கட்சியில் சேர்ந்தனர்.

கட்சி தவறான நிலைபாட்டினை கொண்டிருந்த போதிலும் எந்தவொரு தருணத்திலும் பிரிட்டிஷ் ஆட்சியாளர்களுடன் இணைந்து செயல்பட்டதில்லை. லண்டனில் இருந்த இந்தியாவிற்கான அரசு செயலாளருக்கு 1942 செப்டெம்பர் 2 அன்று உள்துறை அமைச்சகம் அனுப்பி வைத்த செய்தி கீழ்க்கண்டவாறு இருந்தது: "பிரிட்டிஷ் ஆட்சிக்கு எதிரான புரட்சியாளர்களை கொண்டதுதான் இந்திய கம்யூனிஸ்ட் கட்சி என்ற, நமக்கு நன்கு தெரிந்த உண்மையை நிரூபிப்பதாகவே, அதன் உறுப்பினர்கள் பலரின் நடவடிக்கைகள் உள்ளன." 1943 செப்டெம்பர் 20இல் அன்றைய பிரிட்டிஷ் அரசு மேற்கொண்ட மற்றொரு ரகசிய மதிப்பீடு இவ்வாறு குறிப்பிட்டிருந்தது: "சர்வதேச வாதத்தை அது தொடர்ந்து உச்சரித்து வந்தபோதிலும், அடிப்படையில் இக்கட்சி (இந்திய கம்யூனிஸ்ட் கட்சி) ஒரு தேசியவாதக் கட்சியே ஆகும். பிரிட்டிஷ் ஆட்சியை தூக்கி எறிவதில் அது முனைப்பாக உள்ளது என்பதாலேயே அக்கட்சியில் இப்போதுள்ள பெரும்பகுதியான உறுப்பினர்களை அதனால் தன்னை நோக்கி கவர்ந்திழுக்க முடிந்தது."

மார்ச் 08, 2020

20

முதல் கட்சி காங்கிரஸ் – 1943

இந்திய கம்யூனிஸ்ட் கட்சியின் முதல் காங்கிரஸ் 1943ஆம் ஆண்டில் பம்பாய் நகரில் நடைபெற்றது. அந்த ஆண்டு மே 23 முதல் ஜூன் 1 வரை எட்டு நாட்கள் நடைபெற்ற இந்த காங்கிரஸில் கட்சியின் 15,563 உறுப்பினர்களின் சார்பில் 139 பிரதிநிதிகள் பங்கேற்றனர். இந்த நேரத்தில் கட்சியின் அதிகாரபூர்வ இதழ்கள் 11 மொழிகளில் வெளிவந்து கொண்டிருந்தன. இவற்றின் மொத்த விற்பனை எண்ணிக்கை 60,000 பிரதிகள் ஆகும். கட்சியினால் வெளியிடப்பட்டு வந்த இந்த இதழ்கள், துண்டுப் பிரசுரங்கள், சிறு நூல்கள் ஆகியவை குறைந்தது 60,000 பேர் படித்து வந்தனர் என மதிப்பிடப்பட்டது. கட்சி, தொழிற்சங்கங்கள், விவசாய சங்கம் மற்றும் இதர வெகுஜன அமைப்புகள் ஆகியவற்றின் உறுப்பினர் எண்ணிக்கை ஒட்டுமொத்தத்தில் அதிகரித்துக் கொண்டுவந்த பின்னணியில்தான் இந்த காங்கிரஸ் நடைபெற்றது.

நாட்டிற்குள் செயல்பட்டு வந்த கம்யூனிஸ்ட் குழுக்கள் அனைத்தையும் ஒன்றிணைத்து, வலுவான ஒரே கம்யூனிஸ்ட் கட்சியாக மாற்றிய பிறகே இந்த காங்கிரஸ் நடைபெற்றது. இதற்கு முன்பாக 1941ஆம் ஆண்டில் கத்தார்- கீர்த்தி குழுவினர் கட்சியோடு இணைந்தனர். அதன் தலைவர்களான பாபா சோஹன் சிங் பாக்னா போன்றவர்கள் இந்த காங்கிரஸில் பிரதிநிதிகளாகப் பங்கேற்றனர்.

1933ஆம் ஆண்டு இறுதியில் 150 ஆக இருந்த கட்சியின் உறுப்பினர் எண்ணிக்கை 1942இல் 4,400 ஆகவும், 1943 மே தினத்தன்று 15,563ஆகவும் வளர்ந்திருந்தது என காங்கிரஸில் முன்வைக்கப்பட்ட அறிக்கை குறிப்பிட்டது. அதே போன்று மொத்தம் 2,367 முழுநேர ஊழியர்கள் கட்சிக்காக செயல்பட்டு வந்தனர். கட்சிக்கென மொத்தம் 32,166 தொண்டர்கள் இருந்தனர். குழந்தைகள் அணியில் 9,000 உறுப்பினர்களும், மாதர் அமைப்பில் 41,000 உறுப்பினர்களும் இருந்தனர். (இவர்களில் 700 பேர் கட்சி உறுப்பினர்கள் ஆவர். தனது உறுப்பினர்களில் 5 சதவீதம் பேர் பெண்கள் என்ற நிலையை பெற்றிருந்த ஒரே கட்சியாகவும் கம்யூனிஸ்ட் கட்சி இருந்தது) மாணவர் அமைப்பில் 39,155 உறுப்பினர்களும், விவசாய சங்கத்தில் 3,85,370 உறுப்பினர்களும் (இவர்களில் 5,500 பேர் கட்சி உறுப்பினர்கள்), தொழிற்சங்கங்களில் 3,01,400 பேரும் (இவர்களில் 4,000 பேர் கட்சி உறுப்பினர்கள்)

உறுப்பினர்களாக இருந்தனர். எஸ் ஏ டாங்கே, பங்கிம் முகர்ஜி ஆகிய இரண்டு கம்யூனிஸ்ட் தலைவர்கள் முறையே தொழிற்சங்க, விவசாயிகள் சங்கங்களின் தலைவர்களாக தேர்ந்தெடுக்கப்பட்டிருந்தனர். இந்த வர்க்கங்களிடையே கம்யூனிஸ்டுகள் ஆற்றி வந்த பணியை பிரதிபலிப்பதாகவே இவர்களின் தேர்வு இருந்தது.

சமூகத்தின் அனைத்துப் பிரிவினரிடையேயும் கட்சியின் செல்வாக்கு பரவியிருந்ததை கட்சி காங்கிரஸில் பங்கேற்ற பிரதிநிதிகளின் பல்வேறுபட்ட அம்சங்களில் இருந்து தெரிந்து கொள்ள முடிகிறது. காங்கிரஸின் தகுதி அறிக்கையின்படி பங்கேற்ற 139 பிரதிநிதிகளில் 22 பேர் தொழிலாளர்கள், 25 பேர் விவசாயிகள், 86 பேர் அறிவுத் துறையைச் சார்ந்த அறிவுஜீவிகள் (இவர்கள் அனைவரும் வெகுஜன இயக்கங்களில் பங்கெடுத்தது மட்டுமின்றி, உழைப்பாளி மக்களிடையே விரிவான அளவில் மார்க்சியம் சென்றடைவதை உறுதிப்படுத்தியவர்களும் ஆவர். மேலும் தொழிலாளிகளிடையே பணியாற்றி வந்த மார்க்சிஸ்டுகளின் ஒரு குழு என்பதில் இருந்து முக்கியமானதொரு அரசியல் கட்சி என்பதாக கட்சியை மாற்றி அமைப்பதில் இவர்களே முக்கிய பங்கு வகித்தனர்), மூன்று ஜமீன்தார்கள், இரண்டு சிறு விவசாயிகள், ஒரு வியாபாரி ஆகியோர் இருந்தனர். மொத்த பிரதிநிதிகளில் 13 பேர் பெண்கள். மூன்று பேர் தலித்துகள். 13 பேர் முஸ்லீம்கள். எட்டுபேர் சீக்கியர்கள். இரண்டு பார்சிகள் மற்றும் ஒரு ஜெயின் ஆகியோர் இருந்தனர்.

கட்சியின் மீதான தடை நீக்கப்பட்டிருந்த போதிலும் கட்சி காங்கிரஸின்போது 695 கட்சி உறுப்பினர்கள் தொடர்ந்து சிறையில் வாடிக் கொண்டிருந்தனர். அவர்களில் 105 பேர் ஆயுள் தண்டனையை அனுபவித்து வந்தவர்கள். பிரதிநிதிகளில் 70 சதவீதம் பேர் ஒன்றுக்கு மேற்பட்ட தடவை சிறைத் தண்டனையை அனுபவித்தவர்கள். இந்த காங்கிரஸில் பங்கேற்ற பிரதிநிதிகள் சிறையில் கழித்த காலத்தின் ஒட்டுமொத்த கூட்டுத்தொகை 411 ஆண்டுகள் ஆகும். வேறு வகையில் கூறுவதெனில் கட்சித் தலைவர்களின் அரசியல் வாழ்க்கையில் கிட்டத்தட்ட பாதி காலத்தை சிறைக்குள்ளேயே கழித்திருந்தனர். இவர்களில் கல்பனா தத், கமலா சாட்டர்ஜி ஆகிய இரு பெண்கள் ஏழரை ஆண்டுகளை சிறையில் கழித்திருந்தனர். 53 சதவீத பிரதிநிதிகள் தலைமறைவு வாழ்க்கையில் அனுபவம் பெற்றவர்கள். பிரதிநிதிகளின் ஒட்டுமொத்த தலைமறைவு வாழ்க்கைக் காலம் என்பது 54 ஆண்டுகளாக இருந்தது.

இந்த காங்கிரஸில் பங்கேற்ற பிரதிநிதிகளில் 1929க்கு முன்பு கட்சியில்சேர்ந்த முன்னோடிகள் எட்டு பேர் பிரதிநிதிகளாக இருந்தபோதிலும், இதில் பங்கேற்ற பிரதிநிதிகளில் 68 சதவீதம் பேர் 35 வயதிற்கும் குறைவானவர்கள் என்பது குறிப்பிடத்தக்கது. மற்றொரு வியக்கத்தக்க அம்சம் என்னவெனில் இந்தப் பிரதிநிதிகளில் ஒருவர் கூட கல்வியறிவு இல்லாதவர் இல்லை. தொழிலாளர், விவசாயிகள் அமைப்பின் பிரதிநிதிகளாக இருந்த பலரும் சுயமாகவே ஆங்கிலம் கற்றுக் கொண்டவர்களாக இருந்தனர். மார்க்சிய-லெனினிய கொள்கையைப் புரிந்து கொண்டு அதை நாட்டில் பொருத்துவதற்கும், மார்க்ஸ், எங்கெல்ஸ், லெனின், ஸ்டாலின் ஆகியோரின் எழுத்துக்களை படிப்பதற்கும் உதவியாகவே இவ்வாறு அவர்கள் ஆங்கில மொழியில் தேர்ச்சி பெற்றிருந்தனர் என்பதும் குறிப்பிடத்தக்கது.

சுமார் 25,000 பேர் பங்கேற்ற ஒரு பொதுக்கூட்டத்துடன் காங்கிரஸ் தொடங்கியது. தோழர்கள் முசாஃபர் அகமத், டாங்கே, முதுபெரும் தொண்டரும் பம்பாய் பிரதேச செயலாளருமான பய்யாஜி குல்கர்னி,கேரளாவில் இருந்து கிருஷ்ணப்பிள்ளை, கல்கத்தாவில் இருந்து மாதர் இயக்கத் தலைவர் மணிகுந்தளா சென், ரயில்வே தொழிலாளியும் பம்பாய் கமிட்டியின் செயலாளருமான டி எஸ் வைத்யா, மாணவர் தலைவரான நெர்கிஸ் பத்லிவாலா ஆகியோர் தலைமைக் குழுவாக இருந்து காங்கிரஸை நடத்தினர். பங்கிம் முகர்ஜி செங்கொடியை ஏற்றினார். பாபா சோஹன் சிங் பக்னா தியாகிகள் குறித்த தீர்மானத்தை முன்மொழிந்தார்.

கட்சியின் பொதுச்செயலாளர் பி சி ஜோஷி இந்த காங்கிரஸின் அரசியல் தீர்மானத்தை அறிமுகப்படுத்த ஒன்பது மணிநேரம் எடுத்துக் கொண்டார். “தொழிலாளி வர்க்கத்தின் கடமைகளும் தேசிய பாதுகாப்பும்” என்பது குறித்த அறிக்கையை பி டி ரணதிவே அறிமுகம் செய்தார். ஒவ்வொரு நாளும் காலை 6 மணியில் இருந்து இரவு 11 மணி வரை நடைபெற்ற இந்த காங்கிரஸில் முன்வைக்கப்படும் அறிக்கைகளை கேட்பது, குழுக்களிடையே விவாதங்கள் செய்வது, விவாதங்கள் குறித்து தெரிவிப்பது எனத் தொடர்ந்த இந்த காங்கிரஸில் மதிய, இரவு உணவுக்கான இடைவேளை மிகவும் குறைவான நேரமே இருந்தது. பிரிட்டன், தென் ஆப்ரிக்க, அமெரிக்கா, சிலி, கியூபா, கனடா ஆகிய ஆறு சகோதர கட்சிகளிடமிருந்து வாழ்த்துச் செய்திகள் அனுப்பப்பட்டிருந்தன. இலங்கை, பர்மா ஆகிய நாடுகளைச் சேர்ந்த கம்யூனிஸ்ட் கட்சிகள் தங்களது பிரதிநிதிகளை

அனுப்பியிருந்தன. சிட்டகாங்கில் இருந்தும் இதர பகுதிகளில் இருந்தும், பிரிட்டிஷ் ஆட்சிக்கு எதிரான போராட்டத்தில் தங்கள் குழந்தைகளை பறிகொடுத்த வீரத் தாய்மார்கள், வயது முதிர்ந்த கட்சித் தலைவர்கள் ஆகியோர் காங்கிரஸுக்கு வாழ்த்துச் செய்திகளை அனுப்பியிருந்ததோடு, கம்யூனிஸ்ட் கட்சிக்காக தொடர்ந்து செயல்படுவோம் என்றும் உறுதி கூறியிருந்தனர்.

வங்காளத்தைச் சேர்ந்த பிரபல ஓவியரான சித்த பிரசாத் மேடையில் மார்க்ஸ், எங்கெல்ஸ், லெனின், ஸ்டாலின் ஆகியோரின் சித்திரங்களை வரைந்திருந்தார். இவற்றோடு காந்தி, நேரு, ஜின்னா ஆகியோரின் படங்களும் மேடையை அலங்கரித்தன. மேடையின் பின்னணியில் காங்கிரஸ், முஸ்லீம் லீக் ஆகிய கட்சிகளின் கொடிகளும் பறந்தன. மேடையில் தென்பட்ட தலைவர்களின் படங்கள், கட்சிகளின் கொடிகள் ஆகியவை பாசிஸத்திற்கு எதிரான போராட்டத்தில் ஓர் ஐக்கிய முன்னணியை வளர்த்தெடுப்பது; காங்கிரஸ்-முஸ்லீம் லீக் ஒற்றுமையை வலியுறுத்துவது என்ற கட்சியின் அரசியல் ரீதியான, நடைமுறைத் தந்திர ரீதியான புரிதலை பிரதிபலிப்பதாக அமைந்திருந்தன.

பி சி ஜோஷி அறிமுகப்படுத்திய அரசியல் தீர்மானம், சர்வதேச, தேசிய பின்னணியையும் கம்யூனிஸ்ட் கட்சி மேற்கொண்ட நடைமுறை உத்தியையும், தொழிற்சாலை மற்றும் உணவு உற்பத்தியை அதிகரிப்பதற்காக பாடுபட வேண்டியதன் அவசியத்தையும், அனைத்துப் பகுதி மக்களின் ஒற்றுமையை வளர்த்தெடுப்பது குறித்தும் விளக்கிக் கூறியது. அதைத் தொடர்ந்து தங்களது மாநிலங்களில் மேற்கொள்ளப்பட்ட பணிகள் குறித்தும், அடைந்த அனுபவங்கள் குறித்தும் பல்வேறு மாநிலச் செயலாளர்கள் அறிக்கைகளை முன்வைத்தனர். இந்த அறிக்கைகளை தொடர்ந்து நாட்டின் உணவு நிலை குறித்த அறிக்கையை சர்தேசாய் அறிமுகம் செய்தார்.மேலும் அதிகமான உணவு தானியங்களை உற்பத்தி செய்ய வேண்டியதன் அவசியம் குறித்து நம்பூதிரிபாடும், மாணவர்கள் குறித்து அருணும், பாலர் சங்கம் குறித்து குஞ்ஞானந்தனும், பெண்கள் குறித்து கனக், யசோதா, அன்னபூர்ணம்மா, பூரண் மேத்தா ஆகியோரும் அறிக்கைகளை முன்வைத்தனர். இந்த தோழர்கள் குறிப்பிட்ட அரங்கங்களில் உள்ள நிலைமைகள் பற்றி மட்டுமின்றி, இந்த அரங்கங்களில் கட்சியின் கொள்கைகளை அமலாக்கியதில் பெற்ற வெற்றிகள் குறித்தும் தெரிவித்தனர். மாறியுள்ள நிலைமைகளின் பின்னணியில் கட்சியின் அமைப்புச் சட்டத்தை அதிகாரி அறிமுகம் செய்தார்.

இந்த காங்கிரஸில் ஏற்றுக் கொள்ளப்பட்ட அரசியல் தீர்மானம் 'தேசிய அரசை வென்றடைவதற்கான தேசிய பாதுகாப்பிற்கான தேச ஒற்றுமை என்பதே இன்றைய முக்கிய கடமையாகும்' என்று குறிப்பிட்டது. இந்தக் கடமையை அமல்படுத்துவதற்கான பிரச்சாரத்தையும், அதனோடு கூடவே 'அனைத்து தேசிய தலைவர்களையும் விடுதலை செய்வது', 'உணவு நிலைமையில் தலையீடு செய்வது', 'பதுக்கலுக்கு எதிராகவும், உணவுக்கான கலவரங்களை தடுப்பது' மற்றும் 'காட்டிக் கொடுப்பவர்களை தனிமைப்படுத்துவது' ஆகிய கோரிக்கைகளையும் முன்னெடுத்துச் செல்லுமாறு கட்சி அணிகள் முழுவதற்கும் அது அறைகூவல் விடுத்தது.

பாசிஸத்தை தோற்கடிப்பதை உறுதிப்படுத்தும் வகையில் தொழிற்சாலை மற்றும் உணவு தானிய உற்பத்தியை அதிகரிப்பதற்காக தொழிலாளர்கள், விவசாயிகள் அனைவரும் ஒன்றிணைந்து பாடுபட வேண்டும் என்றும் காங்கிரஸ் அறைகூவல் விடுத்தது. இந்த நோக்கத்திற்காக அவர்கள் ஒன்றிணைய வில்லையெனில், அவர்களது அமைப்புகளை வலுப்படுத்தவோ, அல்லது 'போதுமான அகவிலைப்படி, ஊதிய உயர்வு, போனஸ், சங்கங்களுக்கான அங்கீகாரம், தரிசு நிலங்களை பகிர்ந்தளிப்பது, பாசன வசதி, விதைகள், குத்தகை மற்றும் வட்டியிலிருந்து நிவாரணம் அல்லது தள்ளுபடி' போன்ற கோரிக்கைகளில் அவர்களால் வெற்றி பெற இயலாது என்றும் அது குறிப்பிட்டது. மாணவர்களின் ஒற்றுமைக்காக அது குரல் கொடுத்ததோடு, தங்களது கல்வி சார்ந்த உரிமைகள், கல்வி நிறுவனங்களில் சுதந்திரம் ஆகியவற்றுக்காக குரல்கொடுக்க முன்வர வேண்டும் என்றும் அது அவர்களை கேட்டுக் கொண்டது.

கம்யூனிஸ்டுகளின் தொடர்ச்சியான பணிகளின் விளைவாக ஏற்பட்ட 'வெகுஜன விழிப்புணர்வின் வியக்கத்தக்க அம்சங்களில்' ஒன்றாக 'பெண்களது இயக்கத்தின் எழுச்சி' குறிப்பாக வங்காளம், ஆந்திரா, மலபார் ஆகிய பகுதிகளில் உருவாகியுள்ளதை அங்கீகரித்த காங்கிரஸ் பெண்களுக்கான, குறிப்பாக உழைக்கும் பெண்களுக்கான, அமைப்பிற்கு சிறப்பு கவனம் செலுத்துவது எனவும் காங்கிரஸ் முடிவு செய்தது. மேற்கூறிய பிரச்சாரங்களின் அடிப்படையில் 'வெகுஜன அமைப்புகளை வளர்த்தெடுப்பதற்கான திட்டங்களை' வகுக்குமாறும் அதன் மூலம் ஒரு 'வெகுஜன கம்யூனிஸ்ட் கட்சி'யை வளர்த்தெடுப்பதற்கான அடித்தளத்தை உருவாக்குமாறும் தனது கிளைகள் அனைத்தையும் கட்சி காங்கிரஸ் கேட்டுக் கொண்டது.

'வெகுஜனங்களின் ஆதரவு பெற்றதோர் அரசியல் சக்தி என்பதிலிருந்து வெகுஜன ஆதரவு பெற்ற ஓர் அரசியல் அமைப்பு' என்பதாக கட்சியை மாற்றியமைப்பது எனவும், 'பல லட்சக்கணக்கான உழைக்கும் மக்களின் மீது மட்டுமின்றி, ஒட்டுமொத்த இந்திய மக்களின் மீதும்' அரசியல் ரீதியான செல்வாக்கினை வென்றெடுப்பது எனவும் காங்கிரஸ் உறுதி பூண்டது. கட்சி உறுப்பினர்கள், முழுநேர ஊழியர்கள், தன்னார்வத் தொண்டர்கள், நிதி ஆகியவற்றின் எண்ணிக்கையையும், அதே நேரத்தில் தொழிற்சங்கங்கள், விவசாய சங்கம், மாணவர்கள், பெண்கள் மற்றும் சிறுவர் அமைப்புகளின் உறுப்பினர் எண்ணிக்கையை அதிகரிக்கும் கடமையையும் அது மேற்கொண்டது.

அரசியல் சூழ்நிலையை புரிந்து கொள்வதிலும் நடைமுறை உத்திகள் குறித்து முடிவெடுப்பதிலும் அவர்களுக்கிருந்த குறைவான வாய்ப்புகளுக்கு இடையிலும் அனைத்து தீர்மானங்களும் அறிக்கைகளும் காங்கிரஸில் ஏகமனதாக ஏற்றுக் கொள்ளப்பட்டன. மத்தியக் குழு மற்றும் கட்சியின் பொதுச் செயலாளரையும் அது ஏகமனதாக தேர்வு செய்தது. இந்த காங்கிரஸ் பற்றி குறிப்பிடுகையில் 'காங்கிரஸில் மேற்கொள்ளப்பட்ட சுயவிமர்சன ரீதியான விவாதங்களில் இருந்து தாங்கள் பெருமளவிற்கு கற்றுக் கொண்டதாக' பிரதிநிதிகள் ஏகமனதாக கருதினர் என்றும் அவர் குறிப்பிட்டார். 'பொதுவான இலக்கு, பொதுவான திட்டம், பல ஆண்டுகால பொதுவான செயல்முறையினால் உருவான முதிர்ச்சி' ஆகியவற்றை வென்றடைவது என்ற நோக்கத்தில் இருந்துதான் காங்கிரஸில் வெளிப்பட்ட இந்த ஒற்றுமை வந்தது எனவும் அவர் கருத்து தெரிவித்தார்.

காங்கிரஸில் தலைமைக் குழுவின் சார்பில் கட்சியின் நிறுவன உறுப்பினரான முசாஃபர் அகமத் காங்கிரஸில் நிறைவுரை நிகழ்த்தினார். "கட்சியின் முதல் காங்கிரஸ் நிறைவடைந்தது. தனது வாழ்நாளிலேயே மிகப்பெரும் பணியை கட்சி இப்போது மேற்கொண்டுள்ளது. அந்தப் பணியை நிறைவேற்ற நாம் அனைவரும் முன்னே அடியெடுத்து வைப்போம்" என தனது நிறைவுரையில் அவர் குறிப்பிட்டார்.

மார்ச் 15, 2020

21

கையூர் தியாகிகள் – ஒளிவீசும் விண்மீன்கள்

கையூர் தியாகிகளின் வீரஞ்செறிந்த வரலாறு கம்யூனிஸ்டுகளின் தலைமையிலான புரட்சிகரமான ஏகாதிபத்திய எதிர்ப்பு இயக்கத்தோடு பின்னிப் பிணைந்ததாகும். அப்போதைய கண்ணூர் மாவட்டத்தை ஒட்டியிருந்த அன்றைய மலபார் பகுதியின், சென்னை மாகாணத்தில் ஒரு பகுதியாக இருந்த தெற்கு கனராவின் ஹோஸ்துர்க் துணை தாலுக்காவில் இருந்த ஒரு கிராமம்தான் கையூர். இப்போது கையூர் கேரளாவின் காசர்கோடு மாவட்டத்தைச் சேர்ந்ததாகும்.

கம்யூனிஸ்ட் விடுதலைப் போராட்ட வீரர்களான மடத்தில் அப்பு, குஞ்ஞம்பு நாயர், சிறுகண்டன், அபுபக்கர் ஆகிய நால்வரும் கையூர் கம்யூனிஸ்டுகள் என்ற வகையில் மிகவும் புகழ்பெற்றவர்கள் ஆனார்கள். இவர்கள் நால்வரும் 1943 மார்ச் 29 அன்று தூக்கிலிடப்பட்டனர். இவர்கள் நால்வருமே 25 வயதைக் கூட எட்டாதவர்கள். எனினும் அவர்களது கிராமத்தில் அனைவராலும் விரும்பப்பட்ட தலைவர்களாக இருந்தவர்கள். 1938-41 காலப்பகுதியில் விவசாய சங்க அமைப்பை உருவாக்குவதில் முன்னோடியான பங்கினை அவர்கள் வகித்ததோடு, அந்த மாவட்டத்தில் வீரஞ்செறிந்ததொரு விவசாயிகள் இயக்கத்தையும் கட்டியமைத்தனர். ஜென்மிகள் என்று அழைக்கப்பட்டுவந்த நிலப்பிரபுக்கள், அவர்களுக்கு ஆதரவான பிரிட்டிஷ் அரசு ஆகியவற்றின் ஒடுக்குமுறையை எதிர்த்தே இந்தப் பணியை அவர்கள் நிறைவேற்றினர். அவர்களது நாட்டுப் பற்றைக் கண்டு காவல்துறை அவர்களை வெறுத்தனர் எனில், விவசாயிகளை கிளர்ந்தெழச் செய்து அவர்களை களத்தில் இறக்கியதற்காக நிலப்பிரபுக்கள் கடுமையாக வெறுத்தனர்.

இந்த தாலுக்காவில் இருந்த விவசாயிகளுக்கு குத்தகை உரிமை ஏதுமில்லை என்பதோடு மிக மோசமான வகையில் அவர்கள் ஒடுக்கவும் பட்டார்கள். இரண்டாம் உலகப்பெரும்போர் தொடங்கியதும், கம்யூனிஸ்டுகள் அதை எதிர்த்து குரல் கொடுக்கத் தொடங்கியபோது பிரிட்டிஷாரின் ஒடுக்குமுறை மேலும் அதிகரித்தது. அடக்குமுறைக்குப் பெயர்போன மலபார் சிறப்பு காவல் படையின் ஒரு பிரிவு அந்தப் பகுதியில் முகாமிட்டிருந்தது.

வீடுகளை சோதிக்கிறோம் என்ற பெயரில் காவலர்கள் அவற்றை கொள்ளையடித்தனர். விசாரிக்கிறோம் என்ற பெயரில் அவர்கள் விவசாய சங்கத்தின் தொண்டர்களை பிடித்து வந்து கடுமையாக தாக்கினர். காவல்துறையின் இந்த அட்டூழியத்தைக் கண்டித்து 1941 மார்ச் 29 அன்று கையூர் கிராமத்தில் ஒரு ஆர்ப்பாட்டம் நடத்துவதென முடிவு செய்யப்பட்டிருந்தது. அந்த கிராமத்திற்கென நியமிக்கப்பட்டிருந்த ஒரு காவலர் ஊர்வலத்திற்கு குறுக்கே வந்தது மட்டுமின்றி, ஒரு முஸ்லீம் விவசாயப் பெண்ணிடம் தவறாக நடக்க முயற்சித்ததும் கண்டுபிடிக்கப்பட்டது. அங்கு கூடியிருந்த விவசாயிகள் அந்தக் காவலர் மீது கற்களை எறிந்ததாகவும், அவரை துரத்திச் சென்றபோது அவர் ஆற்றில் விழுந்து இறந்து போனதாகவும் கூறப்படுகிறது.

இத்தகையதொரு சம்பவத்தில் குற்றவாளி யார் என்பதை கண்டுபிடிப்பது மிகவும் கடினம் என்று விசாரணை நீதிமன்றத்தின் நீதிபதியே ஒப்புக் கொண்டார். ஒரு மாதத்திற்கு மேலாக காவல்துறையினரால் பயிற்சி அளிக்கப்பட்ட சாட்சிகளும் கூட முறையாக வாக்குமூலம் தரத் தவறினார்கள். அவர்களது சாட்சியமும் கூட முன்னுக்குப் பின் முரணாக இருந்தன. இந்த வழக்கு நிலைத்து நிற்காது என்றுதான் பலரும் நினைத்தனர். இத்தகைய உண்மைகளையும் மீறி, குற்றம் சாட்டப்பட்டவர்கள் மீதான குற்றத்தை உறுதிப்படுத்தி, அவர்கள் நால்வருக்குமே நீதிபதி தூக்கு தண்டனை விதித்தார். மேல்மட்ட நீதிமன்றங்களில் செய்யப்பட்ட மேல்முறையீடுகள் அனைத்தும், கட்சியினால் மிகச் சிறப்பான முயற்சிகள் மேற்கொள்ளப்பட்ட போதிலும், மறுதலிக்கப்பட்டன.

அரசியல் முதிர்ச்சி, துணிவு ஆகியவற்றில் கையூர் நால்வர் தனித்தன்மை மிக்கவர்களாக இருந்தனர். கட்சி, தாய்நாட்டின் விடுதலைக்கான போராட்டம் ஆகியவற்றின் மீதான தங்களது தங்குதடையில்லாத விசுவாசத்தை அறிவித்து பல கடிதங்களையும் அவர்கள் கட்சிக்கு எழுதினர். தூக்கிலிடப்படுவதற்கு சில நாட்களுக்கு முன்பு கூட மக்களை தட்டியெழுப்பும் வகையிலான ஒரு கடிதத்தை அவர்கள் எழுதியிருந்தனர்:

“இந்தியாவின் வைஸ்ராயும் எமது கருணை மனுவை நிராகரித்து விட்டார் என்ற செய்தியை இந்நேரம் நீங்கள் அறிந்திருப்பீர்கள். இந்த மறுப்புச் செய்தியை அறிந்து நாங்கள் மிகுந்த மகிழ்ச்சி அடைந்தோம். மற்றவர்களுக்கு வேண்டுமானால் இது வரவேற்கத் தகுதியில்லாத ஒன்றாக இருக்கக் கூடும். இன்னும் மீதமிருக்கும்

ஒரே மேல் முறையீடு பிரிவி கவுன்சில்தான். இந்த மேல் முறையீட்டின் இறுதி முடிவு குறித்தும் கூட நாங்கள் கவலைப்படவில்லை. எங்களது உயிர்ப்பு எங்களுக்கு சொந்தமானதல்ல. இது உலக மக்களுக்கு சொந்தமானது என்றுதான் நாங்கள் நம்புகிறோம். நமது நாட்டின் நலனுக்காக உயிர் நீப்பது குறித்து நாங்கள் மிகுந்த பெருமை கொள்கிறோம். நாங்கள் கோழைகள் என்று சற்றும் எண்ணி விடாதீர்கள். உண்மையான தேசபக்தர்களாகவும், தியாகிகளாகவும் சாவை துணிவோடு எதிர்கொள்ள நாங்கள் முழுமையாக தயாராக உள்ளோம். இப்போது நாங்கள் தூக்குமேடையை தழுவினோமெனில் எங்களது தியாகம் காலம் காலமாக போற்றப்படும். இது எங்களுக்குக் கிடைத்த மிகச் சிறந்த வாய்ப்பும் சலுகையும் ஆகும் என்றே நாங்கள் கருதுகிறோம். நமது நாட்டின் விடுதலைக்காக மரணத்தையும் எதிர்கொள்வதற்கான வாய்ப்பு எங்களுக்குக் கிடைத்தது குறித்து நாங்கள் பெருமைப்படுகிறோம். சிறைக்கம்பிகளுக்குப் பின்னால் இருக்கும் ஒவ்வொரு நிமிடத்தையும் நாங்கள் சந்தோஷமாக பாடிக் கொண்டே, நமது புனிதமான தாய்நாட்டின் புகழ் பரப்பும் பாடல்களை பாடிக் கொண்டே கழிக்கிறோம். பகத்சிங் போன்ற தேசபக்தர்களின் வீரஞ்செறிந்த முடிவு எங்களுக்கு உத்வேகம் ஊட்டுகிறது. உலகப் பாட்டாளிகளின் தலைவரான லெனினின் வெற்றிகரமானதொரு புரட்சியின் மூலம் ஜாராட்சியை உடைத்து நொறுக்குவதற்கு முன்பாக எதிர்கொள்ள வேண்டியிருந்த எண்ணற்ற துன்பங்களையும் நாங்கள் நினைவு கூருகிறோம்.

“பிரிவி கவுன்சிலில் எங்களது மேல்முறையீடு பதிவு செய்யப்பட்டுள்ளதை தெரிவித்து தோழர் குமாரமங்கலம் எழுதியிருந்த கடிதமும் எங்களுக்கு வந்தது. எங்களது உயிரைக் காப்பாற்ற பொதுவாக மக்களும், குறிப்பாக நமது கம்யூனிஸ்ட் கட்சியும் தங்களால் முடிந்த அனைத்தையும் செய்து வந்துள்ளனர். எங்களை பேட்டி காண அடிக்கடி வரும் கேரளா தோழர்களிடமிருந்தும் இதே செய்தியை நாங்கள் கேள்விப்பட்டோம்.

“வெளியே உள்ள தோழர்கள் பாசிஸத்தை நசுக்குவதற்காகவும் வலிமையானவர்கள் நலிந்தவர்கள் மீது ஆக்கிரமித்து, ஆதிக்கம் செலுத்துவதிலிருந்து எதிர்கால உலகத்தைக் காப்பாற்றுவதற்காகவும் ஐக்கிய நாடுகளில் உள்ள மக்களுடன் சேர்ந்து இந்திய மக்களை அணிதிரட்டுவதற்காக தங்களால் ஆன அனைத்தையும் செய்து வருகின்றனர் என்பதை அறிந்து நாங்கள் மிகவும் மகிழ்ச்சி

அடைந்தோம். நமது தாய்நாட்டின் விடுதலைக்காகவும், ஜப்பானிய போர்வீரர்களுக்கு எதிரான போராட்டத்தில் எங்கள் பங்கிற்கு பணி செய்து பங்களிக்க இயலவில்லை என்பதை நினைத்து நாங்கள் மிகவும் வருந்துகிறோம்.

“சிறைக் கம்பிகளுக்கு பின்னால் இருந்து எமது தோழர்களுக்கு நாங்கள் முன்வைக்கும் பணிவான கோரிக்கை இதுதான்: கடுமையான, நேர்மையான தங்கள் பணிகளின் மூலம் மக்களுக்கு முன் உதாரணமாகத் திகழ்ந்தது. நாட்டின் நலனுக்காக தங்களிடம் உள்ள அனைத்தையும் தியாகம் செய்யும் வகையில் துணிவுடனும் உற்சாகத்துடனும் ஒரே நபராக மாறுவதற்கான ஊக்கத்தை அவர்களிடையே ஏற்படுத்த வேண்டும். எங்களுக்கு எவ்வித கவலையும் இல்லை; நாங்கள் மனம் தளர்ந்து போகவில்லை. நமது நாட்டின் நலன் என்ற புனிதமான நோக்கத்திற்காக மரணத்தையும் துணிவோடு எதிர்கொள்ளும் வகையில் நமது நாட்டின் தீரமிக்க தியாகிகள் பலரின் வரலாறும் எங்களுக்கு போதுமான உத்வேகத்தை அளித்துள்ளன. இறுதியில் உலக மக்கள் வெற்றி பெறுவார்கள் என்றும், உலகின் எதிர்காலம் ஒளிமிக்கதாக, புகழ் மிக்கதாக விளங்கும் என்றும், நாங்கள் உறுதியாக நம்புகிறோம். அனைத்து வழிகளிலும் நாட்டின் ஒற்றுமையை வலுப்படுத்துங்கள். அதுவே நமது நாட்டின் விடுதலைக்கான ஒரே வழியாகும். கம்யூனிஸ்ட் கட்சி நீடூழி வாழ்க! இன்குலாப் ஜிந்தாபாத்!”

கையூர் தியாகிகள் தூக்கிலிடப்படுவதற்கு ஒரு சில நாட்களுக்கு முன்பாக அவர்கள் நால்வரையும் கட்சியின் சார்பில் சந்தித்து வாழ்த்துக்களை தெரிவிக்குமாறு கட்சியின் பொதுச்செயலாளர் பி சி ஜோஷிக்கு அறிவுறுத்தப்பட்டிருந்தது. தோழர்கள் பி சுந்தரய்யா, பி கிருஷ்ணப்பிள்ளை ஆகியோரும் அவருடன் சென்றிருந்தனர். கையூர் தியாகிகளான நான்கு தோழர்களையும் சந்திக்க சென்றிருந்தபோது நாடு முழுவதிலுமிருந்த தொழிலாளர்களும் விவசாயிகளும் அவர்களுக்கு எழுதியிருந்த கடிதங்கள் அடங்கிய மிகப் பெரியதொரு மூட்டையினையும் அவர்கள் எடுத்துச் சென்றனர்.

அவர்களோடு உரையாடியதை நினைவு கூர்ந்த பி சி ஜோஷி இவ்வாறு விவரித்திருந்தார்: “கட்சியின் சார்பில் நான் அவர்களிடம் இதைத்தான் கூறினேன். கட்சி தனது உறுப்பினர்கள் அனைவரையும் விட உங்கள் நால்வரை நினைத்தே மிகுந்த பெருமை கொள்கிறது. நீங்கள் உயர்த்திப் பிடித்த செங்கொடியை நாங்கள் இடைவிடாது

கையூர் தியாகிகள்

உயர்த்திப் பிடிப்போம் என்றும், நீங்கள் வீரத்துடன் மேற்கொண்ட வர்க்கப் போரினை தொடர்ந்து நடத்துவோம் என்றும், கட்சி உறுப்பினர்களான 17,000 பேரும் இத்தருணத்தில் உறுதியேற்கின்றனர். கட்சி உங்களை இழந்து விடவில்லை. மாறாக, நான்கு தியாகிகளைப் பெறுவதில் கட்சி பெருமை கொள்கிறது. உங்கள் நால்வரையும் அவர்கள் தூக்குமேடைக்கு அழைத்துச் செல்லலாம். இன்று எங்களால் அதைத் தடுக்க முடியாமல் இருக்கலாம். ஆனால் உங்கள் நால்வரால் உத்வேகம் பெற்றுள்ள நாங்கள் நானூறு, நாலாயிரம் புதிய கட்சி உறுப்பினர்களை கண்டடைவோம். இதை அவர்களால் தடுக்க முடியாது. இதற்காகவே நாங்கள் பாடுபடுவோம். சற்றும் கவலைப்படாதீர்கள் தோழர்களே... நாம் நிச்சயமாக வெற்றி பெறுவோம். நமது நோக்கம் என்றும் நீடித்திருப்பது. அதைப் போன்றுதான் அதற்கான கருவியான கட்சியும்... மக்களை பெற்றோராக நீங்கள் ஏற்றுக் கொண்டீர்கள். நீங்கள் அனுபவித்த துயரத்தை இந்தியாவில் உள்ள எந்தவொரு தந்தையும் தாயும் அனுபவிக்கக் கூடாது என்பதற்காக நீங்கள் பாடுபட்டீர்கள். கட்சிதான் அவர்களது குடும்பம் என்பதையும், ஒவ்வொரு கட்சி உறுப்பினரும் அவர்களது மகன்கள் என்றும், உங்களின் பெற்றோர் உணரும் வகையில் நாங்கள் அனைத்தையும் மேற்கொள்வோம். உங்களை சந்திக்க கிடைத்த இந்த வாய்ப்பு என் வாழ்நாளிலேயே மிகச் சிறந்த நாளாகும்..."

இதற்குப் பதிலளிக்கும் வகையில் குஞ்ஞம்பு சொன்னார்: "மக்களுக்காக நான் எதையெல்லாம் செய்தேனோ அவற்றை செய்வதற்கான தகுதியை எனக்குக் கொடுத்தது கட்சிதான். எனது கடமையை நான் ஒழுங்காக நிறைவேற்றியிருக்கிறேன் என்று நினைத்தால் அதுவே எனக்குப் போதுமானது."

சிறுகண்டன்: " நான்கு விவசாயிகளின் புதல்வர்கள்தான் நாங்கள். ஆனால் இந்தியாவில் பல லட்சக்கணக்கான விவசாயிகள் இருக்கின்றனர். எங்களை தூக்கில் போட்டுவிடலாம். ஆனால் அவர்களை எப்போதும் அழித்து விட முடியாது."

அப்பு: "கட்சி வலிமையோடு வளர்ந்து வரும் செய்தியை நீங்கள் கொண்டு வந்துள்ளீர்கள். இப்போது நாங்கள் மேலும் வலிமையோடு தூக்கு மேடையில் ஏறுவோம்."

அபுபக்கர்: "நமது தியாகிகளின் வாழ்க்கையிலிருந்துதான் நாங்கள் உத்வேகம் பெற்றோம். அவர்களில் ஒருவராக இருப்பதற்கான பெருமை எங்களுக்குக் கிடைக்கும் என்று நாங்கள் கனவு கூட கண்டதில்லை. எவ்வித அச்சமுமின்றி தூக்குமேடை ஏறுவோம் என்று நமது தோழர்கள் அனைவரிடமும் கூறுங்கள்... எனது சகோதரர்கள் வயதில் மிகச் சிறியவர்கள். கட்சிப் பணியில் ஈடுபடும் வகையில் அவர்களுக்கு கல்வியை வழங்குங்கள்."

இதைக் கேட்டு கண்களில் நீர் ததும்ப அவர்கள் நால்வருடனும் கைகுலுக்கி விட்டு அவர்களுக்கு வீர வணக்கம் செலுத்தினார் ஜோஷி. பின்பு சிறையில் வளர்ந்து கொண்டிருந்த பூக்களை சுட்டிக் காட்டி அவர் கூறினார்: "இந்தப் பூக்கள் சில நாட்களில் வாடி உதிர்ந்துவிடும். ஆனால் மனித குலத்தில் பூத்த மலர்களான உங்களுக்கு என்றும் அழிவில்லை."

இந்தியாவின் வரலாற்றிலேயே முதன்முறையாக, ஏழைவிவசாயக் குடும்பங்களில் பிறந்து கம்யூனிஸ்டுகளாக உருவெடுத்த அந்த நான்கு பேரும் 1943 மார்ச் 29 அன்று தூக்கிலிடப்பட்டனர். வயதில் மிகவும் இளையவர்களான அவர்கள், நாட்டின் விடுதலைக்காக, கம்யூனிஸ்ட் கட்சிக்காக போராடிய, தோற்கடிக்கப்பட முடியாத வீரர்களின் படையில் இணைந்தனர். உண்மையான தேசபக்தர்களாக அவர்கள் வாழ்ந்தனர். புனிதமான தியாகிகளாக அவர்கள் மடிந்தனர். அதுவும் தங்கள் உதடுகளில் 'இன்குலாப் ஜிந்தாபாத்!' என்ற முழக்கத்தை உரக்க ஒலித்தபடியே அவர்கள் தங்களது இன்னுயிரை ஈந்தனர்.

மக்களின் கோபத்திற்கு அஞ்சிய பிரிட்டிஷ் அரசு கண்ணூர் மத்திய சிறையின் முன்னால் கூடியிருந்த மக்களிடம் இந்த தியாகிகளின் உடலைக் கூட கொடுக்க மறுத்துவிட்டது.

இந்தப் பகுதியில் வளர்ந்து கொண்டு வந்த கம்யூனிஸ்ட் இயக்கத்தை நசுக்க பிரிட்டிஷார் எடுத்த முயற்சிகள் அனைத்துமே தோற்றுப் போயின. அதற்கு முற்றிலும் மாறாக, ஏகாதிபத்தியத்திற்கும் நிலப்பிரபுத்துவத்திற்கும் எதிராக உறுதியோடு போராடும் சக்தியாக கம்யூனிஸ்ட் கட்சி உருவெடுத்தது. இக்காலப் பகுதியில் மொராழா, கரிவெள்ளூர், கையூர் ஆகிய பகுதிகளில் நடைபெற்ற தீவிரமான போராட்டங்கள் அதைத்தான் உறுதி செய்தன.

மார்ச் 22, 2020

22

வங்கப் பஞ்சம்: மக்களின், நாட்டின் சேவையில்

1943ஆம் ஆண்டில் இந்திய வரலாற்றிலேயே மிக மோசமான பஞ்சங்களில் ஒன்றை வங்காளம் எதிர்கொண்டது. வங்காளம், ஒரிசா, பீகார், அசாம் ஆகிய பகுதிகளில் மிக மோசமான நிலைமை நிலவியது. பட்டினிச் சாவுகள், பற்றாக்குறை, அரசு இயந்திரத்தின் தோல்வி ஆகியவற்றை வெளிப்படுத்துவதாக இந்தக் காலப்பகுதி இருந்தது. உணவுப் பொருட்களின் விலைகள் வழக்கமான விலையைப் போல் 3 முதல் 12 மடங்கு அதிகரித்தன. பொதுமக்களால் எளிதில் பெற முடியாத ஒன்றாக உணவு மாறியது. உணவுக்கான நீண்ட வரிசை என்பதும் வழக்கமான ஒன்றாக மாறியது. அப்போதைய செய்தி அறிக்கைகளின்படி 12 ½ கோடி பேர் பட்டினியால் வாடினர். பறப்பன, ஊர்வனவற்றையும், இலைதழைகளையும் உண்டு பலரும் உயிர்பிழைத்து வந்தனர். மனதை நோகச் செய்யும் இத்தகைய சூழ்நிலையில், கம்யூனிஸ்ட் கட்சி ஆற்றிய பங்கு குறிப்பிடத்தக்க ஒன்றாகும்.

(ஒவ்வோர் ஆண்டும் ஜனவரி 26 அன்று நாட்டில் கொண்டாடப்பட்டு வந்த) 1943ஆம் ஆண்டின் சுதந்திர தினத்தை ஒட்டி கம்யூனிஸ்ட் கட்சி வெளியிட்டிருந்த அறிக்கையில், இந்தப் பஞ்சம் நாட்டிற்குள் நிலவிவரும் மிக மோசமான அபாயம் என்றும், அதன் நிழல் நாடு முழுவதிலும் பரவி கொண்டிருக்கிறது என்றும் கூறப்பட்டிருந்தது. “ஏற்கனவே 50 லட்சம் பேர் வங்காளத்தில் உணவில்லாத நிலையில் உயிரிழந்துள்ளனர். காங்கிரஸ்காரர்கள் நமது மக்களை ஒன்றுதிரட்டாவிடில், ஒவ்வொரு இந்து-முஸ்லீம் குடும்பமும் தங்கள் குடும்பத்திற்கான ரொட்டியையும், தங்கள் குழந்தைகளுக்கான பாலையும் பாதுகாத்துக் கொள்ள வேண்டும் என்று அறைகூவல் விடவில்லையெனில், இந்தியா முழுவதிலும் ஒவ்வொரு பகுதியும் இதே நிலையைத் தான் எதிர்கொள்ள நேரிடும். ஒன்றுபட்டதொரு முன்னணியாக காங்கிரஸ்-முஸ்லீம்லீக் கட்சிகளின் ஒற்றுமைக்கான அறைகூவல், கட்சியின் பிரச்சாரத்தில் மிக முக்கியமானதொரு அம்சமாக விளங்கியது. இந்தக் கூட்டு முயற்சி இக்காலப்பகுதியில் சிக்கலில் இருந்த இந்து-முஸ்லீம் ஒற்றுமையைக் கட்டமைக்க ஒரு பாலமாகவே கருதப்பட்டது.

"உணவுக்கான போராட்டத்தில் முன்னால் இருந்து செயல்படும் காங்கிரஸ்காரர்கள் தான் தேசிய தலைவர்களை விடுதலை செய்வதற்கான ஆதரவை முஸ்லீம் பிரிவினரிடமிருந்து பெற இயலும் என்பது நம்பத்தகுந்த ஒரு வாதமாக இருக்கும். நம் நாட்டு மக்கள் சேவையில் கூட்டான பணி என்பது முஸ்லீம் லீக் மற்றும் அதன் கோரிக்கைகள் பற்றிய காங்கிரஸின் தவறான புரிதலை அகற்றிவிடும். உணவுக்கான யுத்தமானது உண்மையில் அதிகாரத்திற்கும் சுதந்திரத்திற்குமான யுத்தமாக மாறிவிடும்." கீழ்க்கண்ட அறைகூவலுடன் அந்த வேண்டுகோள் முடிவடைந்திருந்தது. "உணவுக்காகவும் பாதுகாப்பிற்காகவும் தேசிய தலைவர்களின் விடுதலைக்காகவும் நமது மக்களின், காங்கிரஸ்-முஸ்லீம் லீகின் தவிர்க்க முடியாத ஒற்றுமையை நோக்கி முன்னேறுவோம்!"

உணவுப் பிரச்சனை, அதைப் போன்றே உலகப் பெரும்போர், அந்த போரின் விளைவாக எழுந்த பிரச்சனைகள் ஆகியவை குறித்த கட்சியின் அணுகுமுறையானது அரசு மற்றும் இதர அரசியல் கட்சிகளின் அணுகுமுறையிலிருந்து முற்றிலும் வேறுபட்டதாகவே இருந்தது. தொழிலாளர், விவசாயிகள் மற்றும் பொதுமக்களில் இதர பிரிவினரின் அன்றாட வாழ்க்கைப் பிரச்சனைகளுக்கான தீர்வோடு அது இணைந்திருந்தது.

விலைவாசியை கட்டுப்படுத்துவது, உணவு தானியங்கள் மற்றும் இதர அத்தியாவசியப் பொருட்களின் விநியோகம் ஆகியவை தொடர்பான விஷயங்களில் கட்சி அரசுக்கு ஒத்துழைப்பை வழங்கிய போதிலும் திட்டமிட்ட அழிப்புக்கு எதிராக அது பிரச்சாரம் செய்ததோடு, அதற்கெதிராக மக்களையும் அணிதிரட்டியது. இந்த நோக்கத்திற்காக தனியான அமைப்புகளை நிறுவியதன் மூலம் அத்தியாவசியப் பொருட்களின் கொள்முதல், விநியோகம் ஆகிய பணிகளில் கட்சி தீவிரமாக ஈடுபட்டது. தொழில் மற்றும் விவசாய உற்பத்தியை அதிகரிக்க வேண்டும் என்ற அதன் கோஷத்தை தொடர்ந்து எழுப்பி வந்தது.

பெருநிலப் பிரபுக்கள், மொத்த வியாபாரிகள், மற்றும் இதில் ஈடுபட்டு வரும் மற்ற பிரிவினர் அதீத லாபம் ஈட்ட முயல்வதைத் தடுக்காமல் விலைவாசி உயர்வையோ, உணவுப் பொருள் பற்றாக்குறையையோ தடுப்பது இயலாத செயல் என கம்யூனிஸ்ட் கட்சி உறுதிபடக் கூறியது. பெருநிலப்பிரபுக்களிடமும் மற்றவர்களிடமும் உள்ள கையிருப்புகளை கைப்பற்றி, அவற்றை மக்களிடையே விநியோகிக்க வேண்டுமென்ற நடைமுறை

சாத்தியமான யோசனைகளை அது முன்வைத்தது. பஞ்சத்தினால் பாதிக்கப்பட்டுள்ள பகுதிகளில் இருந்து உணவு தானியங்களை வெளியே கொண்டு செல்வதை தடுக்க, உறுதியான நடவடிக்கைகள் எடுக்கப்படுவது மட்டுமின்றி, அரசாங்க அதிகாரிகள் இதைச் செய்வதற்குத் தயாராக இல்லாத இடங்களில், இந்த பணியை மேற்கொள்ள தன்னார்வ அமைப்புகளையும் அது உருவாக்கியது. வியாபாரிகள், நிலப்பிரபுக்களில் ஒரு பிரிவினரால் உணவு தானியங்கள் மற்றும் இதர அத்தியாவசிய பொருட்களை பதுக்குவதற்கான முயற்சிகள் மேற்கொள்ளப்படும்போது, அவற்றை எதிர்த்தும் இந்த தன்னார்வ அமைப்புகள் செயல்பட்டன. நிலப்பிரபுக்கள், மொத்த வியாபாரிகள் ஆகியோரின் சுரண்டலுக்கு எதிராகவும், இவர்களுக்கு துணைபோகும் பிரிட்டிஷ் ஆட்சியாளர்களின் மக்கள் விரோத தன்மைக்கு எதிராகவும், ஓர் இயக்கத்தை வளர்த்தெடுப்பதிலும் கட்சி தீவிரமாக ஈடுபட்டு வந்தது.

வங்காள பஞ்சம் குறித்து அகில இந்திய அளவில் கட்சியினால் ஏற்பாடு செய்யப்பட்ட பிரச்சார இயக்கங்கள், நிவாரணப் பணிகள் ஆகியவை இந்திய அரசியலில் பெரும் தாக்கத்தை ஏற்படுத்தின. வங்காள பஞ்சம் தொடர்பான பிரச்சாரத்தின்போது கட்சியின் அணுகுமுறை என்பது எந்தவொரு சூழ்நிலையிலும் எந்தவொரு நிலையிலும் மக்களுக்கு சேவை செய்வது என்பதாகவே இருந்தது.

வங்காளத்தில் நிவாரண முகாம்களை நடத்துவதற்கென கட்சி நாடு முழுவதிலிருந்தும் உணவுப் பொருட்களை, நிதியை, அத்தியாவசியப் பொருட்களை திரட்டியது. வங்காளத்தில் இத்தகைய நிவாரண நடவடிக்கைகளை மேற்கொள்வதற்கென தன்னார்வத் தொண்டர்கள் மட்டுமின்றி மருத்துவர்களும் கூட அணிதிரட்டப்பட்டனர். இத்தகைய நிவாரண நடவடிக்கைகளில் கட்சி ஈடுபட்டதானது மக்களுடன் தொடர்புகளை ஏற்படுத்திக் கொள்ள உதவியதோடு அவர்களது நம்பிக்கையையும் பெற உதவியது. பஞ்சத்தில் பாதிக்கப்பட்டவர்கள், விலைவாசி உயர்வு, பட்டினி ஆகியவற்றுக்கான அனைத்து விதமான உதவிகளையும் மேற்கொண்ட அதே நேரத்தில் நிலப்பிரபுக்கள், பதுக்கல்காரர்கள், இவர்களுக்கு துணை போகும் ஆட்சியாளர்களின் வர்க்க நலன்களை அம்பலப்படுத்துவதே உடனடிக் கடமை என கம்யூனிஸ்ட் கட்சி கருதியது.

பஞ்சம், விலைவாசி உயர்வு, பட்டினிச் சாவுகள் ஆகியவை வங்காளத்தில் தீவிரமாக இருந்தபோதிலும் இந்தியா முழுவதற்கும்

பொதுவானதாகவும் இவை இருந்தன என்று கூறுவதே பொருத்தமானது. நாட்டின் ஒவ்வொரு பகுதியிலும் அந்தப் பகுதிக்கேயுரிய தன்மையுடன் அவை வெளிப்பட்டன. சமூக-பொருளாதார அமைப்பின் நெருக்கடி நாடு முழுவதிலும் தன்னை வெளிப்படுத்திக் கொண்டது. பிரிட்டிஷ் ஆட்சியை முடிவுக்குக் கொண்டுவந்த பிறகு தற்போது உள்ள சமூக-பொருளாதார அமைப்பினை மாற்றுவதே இந்தப் பிரச்சனைக்கான தீர்வு என்பதை முற்போக்கு, ஏகாதிபத்திய எதிர்ப்பு உணர்வு கொண்டவர்கள் உறுதியாக நம்பினர். எவ்வளவு விரைவில் முடியுமோ அவ்வளவு விரைவில் இந்தக் கடமையை நிறைவேற்ற வேண்டும் என்பதில் பல்வேறு பிரிவுகளைச் சேர்ந்த மக்களிடையே எவ்வித கருத்து வேறுபாடும் இருக்கவில்லை.

இரண்டாம் உலகப் பெரும்போரின்போதும் அதற்குப் பிறகும் வெடித்தெழுந்த பஞ்சம், அத்தியாவசிய பொருட்களின் விலை உயர்வு, மாத ஊதியர்களின் உண்மையான ஊதியத்தில் சரிவு மற்றும் இதே போன்ற துயரங்கள் தொழிலாளிகள் மற்றும் நடுத்தர வர்க்க ஊழியர்களிடையே ஒழுங்கமைந்த போராட்டங்களை மேற்கொள்வதற்கான உத்வேகத்தைக் கொடுத்தன. இரண்டாம் உலகப் பெரும்போரின்போது நிலவிய உணவுப் பொருள் பற்றாக்குறை 1945இல் மேலும் மோசமானதாக மாறியது. அன்றைய பிரிட்டிஷ் வைஸ்ராய் வாவெல் பிரபுவின் மதிப்பீட்டின்படி இந்தப் பற்றாக்குறையினால் 10 கோடி மக்கள் கடுமையாக பாதிக்கப்பட்டிருந்தனர்.

இரண்டாம் உலகப் பெரும்போரின் முடிவுக்குப் பிறகு பிரம்மாண்டமான அளவில் தொழிலாளிகளின் வேலைநிறுத்தங்களும் மக்கள் போராட்டங்களும் வெடித்தெழுந்தன. இவை மக்களுக்கும் காவல் மற்றும் ராணுவப் படையினருக்கும் இடையே மோதல்கள் அடிக்கடி உருவாக வழிவகுத்தன. 1945 ஆகஸ்ட் மாதம் வாரணாசியில் 17 ஆர்ப்பாட்டக்காரர்கள் கொல்லப்பட்டனர்; சுமார் 2,000 பேர் கைது செய்யப்பட்டனர். பம்பாயில் ஒரு வேலைநிறுத்தத்தைத் தொடர்ந்து கிளர்ச்சியானதொரு சூழ்நிலை செப்டெம்பரில் நிலவியது. எனினும் இதனை இந்துக்களுக்கும் முஸ்லீம்களுக்கும் இடையிலான மோதலாக மாற்றுவதற்கான பிற்போக்குவாதிகள், ஆட்சியாளர்களின் முயற்சிகள் ஓரளவிற்கு வெற்றி பெற்றன என்றே கூற வேண்டும். இதைத் தொடர்ந்த கலவரங்களில் பல நூற்றுக் கணக்கானோர் காயமுற்றனர்.

வங்கப் பஞ்சம் – கஞ்சி ஊட்டும் தாய்

இதற்கு முன்பு நடைபெற்ற ஏகாதிபத்திய எதிர்ப்பு வெகுஜன கிளர்ச்சிகளிலிருந்து முற்றிலும் வேறுபட்ட வகையில் இப்போது இத்தகைய கிளர்ச்சிகளில் பங்கேற்போர் தொழிலாளர்கள், இதர உழைப்பாளி வர்க்கங்கள் ஆகியவற்றின் போராட்ட அமைப்புகளால் கணிசமான செல்வாக்கிற்கு ஆட்பட்டவர்களாக இருந்தனர். மேலும் இடதுசாரி சக்திகள் அவர்களுக்கு புரட்சிகரமான கண்ணோட்டத்தையும் வழங்கின. இரண்டாம் உலகப் பெரும்போரின்போதும் வெள்ளையனே வெளியேறு இயக்கத்தின்போதும் காங்கிரஸ் தலைமைக்கு எதிராக நின்று ஒரு வெகுஜன ஆதரவு கட்சியைக் கட்டியமைத்த கம்யூனிஸ்ட் கட்சியும் வெள்ளையனே வெளியேறு இயக்கத்திற்கு ஒழுங்கமைந்த தலைமையை வழங்கிய சோஷலிஸ்டுகளும் இதர இடதுசாரிகளும் போருக்குப் பிந்தைய ஏகாதிபத்திய எதிர்ப்பு மக்கள் எழுச்சிகளில் கணிசமான பங்கு வகிக்க முடிந்தது.

கம்யூனிஸ்ட் கட்சியின் வளர்ந்து வரும் செல்வாக்கைத் தடுப்பதற்கென நேருவும் இதர மேல்மட்ட காங்கிரஸ் தலைவர்களும் கம்யூனிச எதிர்ப்பு அரசியல் பிரச்சாரங்களில் வலுவாக ஈடுபட்டனர். சோஷலிஸ்டுகளின் உதவியுடன் வெகுஜன அமைப்புகளை பிளவுபடுத்தவும் திட்டமிட்டு கம்யூனிஸ்டுகளுக்கு இடையூறுகளை உருவாக்கினர். மக்களில் கணிசமான பிரிவினர் காங்கிரஸ் கட்சியினால் தலைமை தாங்கப்பட்டு வந்த நிலையில், அப்போது நிலவி வந்த ஏகாதிபத்திய எதிர்ப்பு உணர்விற்கு எதிராக நகர்ந்து செல்ல வேண்டிய ஒரு சூழலை கம்யூனிஸ்ட் கட்சி மீண்டும் சந்திக்க நேர்ந்தது.

இந்த சோஷலிஸ்டுகள், இடதுசாரிகளில் பலரும் காங்கிரஸின் வலதுசாரி தலைமையின் தத்துவார்த்த ரீதியான செல்வாக்கிற்கு ஆட்பட்டிருந்தனர். 'வெள்ளையனே வெளியேறு இயக்கத்திற்கு

துரோகம் செய்தவர்கள்' என்ற அவதூறு பிரச்சாரத்தின் மூலம் கம்யூனிஸ்டுகளை தனிமைப்படுத்துவதற்கான அவர்களது முயற்சிகளில் காங்கிரஸ் தலைமையுடன் முழுமையாக அடையாளப்படுத்திக் கொண்ட போதிலும், பேரலையாக எழுந்து வந்த வேலைநிறுத்தங்கள், ஏகாதிபத்திய எதிர்ப்பு ஆர்ப்பாட்டங்கள் ஆகியவற்றிடையே சிக்கிக் கொண்ட இந்த சக்திகள் இந்த இயக்கங்களுக்கு மேலும் வலுவும் தீவிரமும் வழங்குவதற்கென கம்யூனிஸ்டுகளுடன் ஒத்துழைக்கத் தொடங்கின.

இரண்டாம் உலகப் பெரும்போர், வெள்ளையனே வெளியேறு இயக்கம் ஆகியவற்றின் முடிவில் தனது சுயேச்சையான தொழிலாளிவர்க்க கண்ணோட்டம் மற்றும் செயல்திட்டம் ஆகியவற்றின் மூலம் காங்கிரஸின் அரசியல் தலைமைக்கு சவாலாக இருந்த கம்யூனிஸ்ட் கட்சி நாடு முழுவதிலும் பரவியதோடு கட்சி கணிசமாக செல்வாக்கு செலுத்தும் வகையில் பல வெகுஜன அமைப்புகளையும் வளர்த்தெடுத்தது.

கேரளா, ஆந்திரா, வங்காளம் ஆகிய பகுதிகளில் மக்களின் பரவலான ஆதரவைப் பெற்ற ஒரு கட்சி என்ற அந்தஸ்தையும், இதர பகுதிகளில் உள்ளூர் அளவில் ஆதரவு பெற்ற கட்சியாகவும் கம்யூனிஸ்ட் கட்சி உருவெடுத்திருந்தது. எதிர்காலத்தில் காங்கிரஸிற்கு சவால் விடக்கூடிய ஒரு கட்சியாகவும், ஓர் அரசியல் சக்தியாகவும், அது உருப்பெற்றது. தொழிலாளர்கள், விவசாயிகள், மாணவர்கள் என, மக்களில் பல்வேறு பிரிவினரிடையே கணிசமான செல்வாக்கு பெற்றதாக கட்சி வளர்ந்து வந்தது. இது காங்கிரஸுக்கு நிரந்தரமானதொரு அச்சுறுத்தலாக இருந்தது.

இத்தகைய வளர்ச்சிப் போக்குகளின் அரசியல் ரீதியான பின்னணியையும் குறிப்பிட வேண்டியது அவசியமாகும். இரண்டாவது உலகப் பெரும்போரில் சோவியத் யூனியனின் வரலாற்றுச் சிறப்புமிக்க பங்கு சோஷலிச கருத்துக்கள் மேலும் பரவுவதற்கு உதவியது. வெள்ளையனே வெளியேறு இயக்கத்தின்போது பொது நடவடிக்கைக்குள் நுழைந்த இளம் தலைமுறையினர் பெருமளவிற்கு கம்யூனிசத்திற்கு ஆதரவானவர்களாகவே இருந்தனர். மக்களிடையே கம்யூனிஸ்டுகள் தீவிரமாகப் பணியாற்றிக் கொண்டிருந்த நிலையில் இத்தகைய உணர்வு கொண்டிருந்த காங்கிரஸ்காரர்கள் காங்கிரஸ் தலைமையின் அணுகுமுறையினை உணர்வுபூர்வமாக ஏற்க இயலாதவர்களாக இருந்தனர்.

மார்ச் 29, 2020

23

கம்யூனிஸ்டுகளும் தேசிய இனப் பிரச்சனையும்

இந்தியா என்பது இந்துக்கள், முஸ்லீம்கள் என மக்களின் மதரீதியான நம்பிக்கைகளின் அடிப்படையில் பிளவுபட்டிருந்த இரண்டு நாடுகளைக் கொண்டது என்றே இந்து,முஸ்லீம் வகுப்புவாதிகள் கருதி வந்தனர். இதன் விளைவாகவே சவார்க்கர், ஜின்னா ஆகிய இருவருமே மற்றவர் முன்வைத்த இரு நாடுகள் என்ற கொள்கை குறித்து எவ்வித சச்சரவையும் எழுப்பவில்லை. 1942ஆம் ஆண்டில் ‘வெள்ளையனே வெளியேறு’ என்ற முழக்கத்தை காங்கிரஸ் முன்வைத்தபோது, ‘இந்தியாவை பிரித்துவிட்டு வெளியே போ’ என்று முஸ்லீம் லீக் அறைகூவல் விடுத்தது. மறுபுறத்திலோ, இந்து மகாசபாவும் ஆர் எஸ் எஸ்ஸும் இந்தியா இந்துக்களுக்கு மட்டுமேயானது; மற்ற மத நம்பிக்கைகளை உடையவர்கள் இரண்டாம் தர குடிமக்களாக மட்டுமே இந்தியாவில் தொடர்ந்து குடியிருக்க முடியும் என்றும் பிரச்சாரம் செய்து வந்தன.

கம்யூனிஸ்டுகள் இந்தியாவின் எதிர்காலத்தை இந்து-முஸ்லீம் பிரச்சனையின் குறுகிய வரம்புகளுக்குள் நின்று ஆய்வு செய்யவில்லை. இந்திய மக்கள் பல்வேறு மதங்களை சேர்ந்தவர்கள் என்பது இந்தியாவின் அரசியல் யதார்த்தத்தின் ஒரே ஒரு அம்சம் மட்டுமே என்ற உண்மையை அவர்கள் நன்கு உணர்ந்திருந்தனர். அதே அளவிற்கு முக்கியமான மற்றோர் அம்சம் குறித்தும் அவர்கள் மக்களின் கவனத்தை திருப்பினர். அதாவது இந்திய மக்கள் தொகை என்பது பல்வேறு மொழிகளை பேசுகின்ற, ஒவ்வொன்றுமே தங்களுக்கேயுரிய குறிப்பிட்ட வகையிலான சமூக- கலாச்சார வாழ்க்கையை கொண்ட, பல்வேறு தேசிய இனங்களை உள்ளடக்கியது என்பதே அந்த உண்மையாகும். இத்தகைய ஒவ்வொரு தேசிய இனமுமே பல்வேறுபட்ட மதங்களால், சாதிகளால் மேலும் பிளவுபட்டுள்ளது. இதுதான் கம்யூனிஸ்ட் கட்சி சுட்டிக் காட்டிய அரசியல் யதார்த்தமாகும்.

அதன் முழுமையான பொருளில், மொழிவாரியான மாநிலங்கள் என்ற கருத்தோட்டத்தை அமலாக்க வேண்டும் என்று கம்யூனிஸ்டுகள் கோரினர். இந்த விஷயத்தில் தேசிய இனங்கள் குறித்த லெனினிய கண்ணோட்டம்தான் அவர்களுக்கு வழிகாட்டியாக இருந்தது. லெனின், ஸ்டாலின் ஆகிய இருவரும்

விளக்கியதைப் போல, முதலாளித்துவத்தின் வளர்ச்சியானது ஒரே மாதிரியான மொழி, கலாச்சாரம், பொருளாதார, அரசியல் அடையாளம் ஆகியவற்றுடன் கூடிய தேசிய இனங்களின் வளர்ச்சிக்கு வழிவகுக்கிறது.

இந்தியாவில் முதலாளித்துவ ஜனநாயக தேசிய இயக்கத்தின் பிரிக்கமுடியாத ஒரு பகுதியாக மொழிவாரி மாநிலங்களை உருவாக்க வேண்டும் என்ற உந்துதலும் காங்கிரஸ் கட்சியிடமிருந்து அது பெற்ற ஊக்கமும், இந்த வரலாற்று ரீதியான யதார்த்தத்தின் ஒரு வெளிப்பாடு என்றே கம்யூனிஸ்டுகள் கருதினர்.

இந்தியாவில் பல்வேறு வகையான தேசிய இனங்கள் உள்ளன. அவை ஒவ்வொன்றும் மத ரீதியாக பிரிந்திருந்தாலும், மொழி மற்றும் சமூக வாழ்வில் ஒன்றுபட்டவையாக உள்ளன. எனவே இந்தியாவின் எதிர்கால நிர்வாக அமைப்பு என்பது இந்த தேசிய இனங்கள் ஒவ்வொன்றின் சுதந்திரமான வளர்ச்சிக்கான வாய்ப்புகளை வழங்குவதன் மூலம் வடிவமைக்கப்பட வேண்டும். இந்த அடிப்படை உண்மையை ஏற்றுக் கொண்டால் மட்டுமே, இந்திய விடுதலை என்ற கருத்தாக்கம், முழுமையானதாகவும் தெளிவானதாகவும் இருக்கும் என்று கம்யூனிஸ்டுகள் சுட்டிக் காட்டினர். பல்வேறு தேசிய இனங்களாக உள்ள இந்திய மக்கள் வரலாற்று ரீதியான காரணங்களாலேயே அரசியல் ரீதியாக ஒன்றுபட்டவர்களாக உள்ளனர் என்பதையும், அவர்கள் சுட்டிக் காட்டினர். பிரிட்டிஷ் ஆட்சியின் கீழ் செயற்கையான வகையில் அவர்கள் ஒன்றுபட்டிருந்த போதிலும், பிரிட்டிஷ் ஆட்சிக்கு எதிரான போராட்டம் இந்திய மக்களின் தேசிய இன ரீதியான ஒற்றுமையை வலுப்படுத்தியது. ஏகாதிபத்திய எதிர்ப்புப் போராட்டத்தின் மூலம் உருவான தேச ஒற்றுமையின் தொடர்ச்சி விடுதலைக்குப் பிறகு மக்களின் தொடர்ந்த முன்னேற்றத்திற்கு உதவும். இந்த தேசிய இனங்கள் ஒவ்வொன்றின் வளர்ச்சி என்பது விடுதலைக்குப் பிந்தைய தேசிய மறுகட்டமைப்பிலும், புதியதொரு ஜனநாயக, முற்போக்கு தன்மையுள்ள இந்தியாவை வளர்த்தெடுப்பதிலும் ஒன்றுபட்டு நிற்பதன் மூலமே இயலும்.

ஜின்னாவின் 'இருநாடுகள் கொள்கை', முஸ்லீம் அல்லாத தேசியவாதிகளின் 'ஒருநாட்டுக் கொள்கை' ஆகியவற்றுக்கிடையே மோதல் நடைபெற்றுக் கொண்டிருந்தபோது, இந்தக் கண்ணோட்டத்திலிருந்துதான் இந்தியாவின் அரசியல் எதிர்காலம் குறித்து கம்யூனிஸ்டுகள் ஆய்வு செய்தனர். இந்த மோதலின் விளைவாக உருவான பிரச்சனைகளுக்கான ஒரு தீர்வாக தங்களது

கருத்துக்களையும் அவர்கள் முன்வைத்தனர். எனவே பாகிஸ்தானுக்கான கோரிக்கையை அது ஆதரிக்கிறது என்று மக்கள் இயற்கையாகவே நினைத்தனர்.

உண்மையில் கம்யூனிஸ்டுகள் மனதில் வடிவமைத்திருந்த அரசியல் அமைப்பு என்பது பாகிஸ்தான் என்ற கருத்திலிருந்து அடிப்படையிலேயே வேறுபட்டதாகும். மதத்தின் அடிப்படையில் ‘இந்து இந்தியா’, ‘முஸ்லீம் இந்தியா’ என்று வேறுபடுத்திப் பார்க்க அவர்கள் மறுத்தனர். முஸ்லீம் லீக் கோரியது போல இந்தியா இரண்டாகப் பிரிக்கப்பட்டாலும், அதிலிருந்து உருவாகும் இரு நாடுகளுமே, சிக்கலான தேசிய இனப் பிரச்சனைகளை தொடர்ந்து சந்திக்க வேண்டியிருக்கும் என்ற உண்மையையும் அவர்கள் சுட்டிக் காட்டினர்.

பாகிஸ்தான் குறித்த கம்யூனிஸ்ட் கட்சியின் அணுகுமுறை பிழைகள் அற்றதாக இருந்தது என்று இதற்குப் பொருளல்ல. 1945ஆம் ஆண்டில் வெளியான ஓர் ஆய்வு, நாட்டின் வடமேற்குப் பகுதியில் இருந்த முஸ்லீம் தேசிய இனங்களை அங்கீகரித்தது. இந்த தவறான புரிதல் பின்னர் திருத்திக் கொள்ளப்பட்டது. இரு நாடுகளுக்கும் இடையிலான எல்லைப்பகுதிகள் மதத்தின் அடிப்படையில் தீர்மானிக்கப்பட வேண்டும் என்ற முஸ்லீம் லீகின் நிலைபாட்டின் பொய்த் தன்மையை போதுமான அளவிற்கு வலுவாகவும் சமரசமின்றியும் அம்பலப்படுத்துவதற்கான முயற்சிகளை கட்சி எடுக்கவில்லை. இது பாகிஸ்தானுக்கான லீகின் கோரிக்கைக்கும் அதைத் தொடர்ந்து நிகழ்ந்த இந்தியாவின் பிரிவினைக்கும் உதவியது என்ற பிரச்சாரத்தை கட்சியின் எதிரிகள் தொடர்ந்து மேற்கொள்ள வழியேற்படுத்தித் தந்தது.

மற்றொரு மோசமான பலவீனத்தினாலும் கட்சியின் அணுகுமுறை பாதிக்கப்பட்டிருந்தது. காந்தி-ஜின்னா பேச்சுவார்த்தைக்கான அடித்தளத்தை ராஜகோபாலாச்சாரி உருவாக்கியது; அவரது கருத்துரைகளின் அடிப்படையில் காந்தி பேச்சுவார்த்தையை தொடங்கியது; இந்தப் பேச்சு வார்த்தைகளை ஜின்னா திறமையுடன் தனக்குச் சாதகமாகப் பயன்படுத்திக் கொண்டது; அதைத் தொடர்ந்து வரிசையாக நிகழ்ந்த சம்பவங்கள் ஆகிய இவை அனைத்துமே தங்களது சொந்த வர்க்க நலன்களை பாதுகாத்துக் கொள்ள பிரிட்டிஷ் ஆட்சியாளர்களுடன் பேரம் பேசுவதற்காக அரசியல் தலைவர்கள் எடுத்த முயற்சிகளே ஆகும். இந்த உண்மையை உள்வாங்கிக் கொள்ள கட்சி தவறியது. இந்தக் கோரிக்கையின் முழுமையான உள்ளார்ந்த விளைவுகளை

போதுமான அளவிற்கு புரிந்து கொள்ளாமல், சமரச நோக்கம் கொண்ட அரசியல்வாதிகளின் அணுகுமுறையை அது ஆதரிக்க முற்பட்டதே கம்யூனிஸ்ட் கட்சியின் அணுகுமுறையின் முக்கிய பலவீனமாகும். ராஜகோபாலாச்சாரியும் இதர தேசிய தலைவர்களும் செய்ததைப் போலவே, இந்தியாவை பாதித்திருந்த நோய்க்கான நிச்சயமான மருந்து என காந்தி-ஜின்னா பேச்சுவார்த்தைகள் என்ற வகையில்தான் கட்சியின் பிரச்சாரமும் அதன் இதழ்களும் முன்வைக்க முயன்றன. விடுதலை இயக்கத்தில் சமரசத்திற்கு எதிராக இருந்த அணிகளிடையே அவர்களின் மன உறுதியை வலுப்படுத்தி, அவர்களை ஒன்றுதிரட்டுவதன் மூலம், காங்கிரஸ்-லீக் ஆகிய இரண்டு கட்சிகளின் தலைமை செயல்படுத்தி வந்த பேர அரசியலை அம்பலப்படுத்தவும் கட்சி தவறியது. இந்த ஆண்டுகளில் நடைபெற்ற வளர்ச்சிப் போக்குகள் குறித்து மக்களுக்கு போதுமான அளவிற்கு எச்சரிக்கை செய்யவும் கட்சி தவறியது.

இருந்தபோதிலும் இந்தியா பல தேசிய இனங்களைக் கொண்ட நாடு; அனைத்து தேசிய இனங்களின் சுதந்திரமான வளர்ச்சி என்ற நிலைமையின் கீழ்தான் இந்தியாவின் ஒற்றுமையை நிலைநிறுத்த முடியும் என்ற கருத்தை மக்களிடையே பிரச்சாரம் செய்ததன் மூலம் கம்யூனிஸ்ட் கட்சி இந்திய அரசியலுக்கு விலைமதிக்க இயலாத பங்களிப்பை செய்திருந்தது. இக்காலப் பகுதியில் கம்யூனிஸ்டுகள் மேற்கொண்ட செயல்பாடுகள்தான் பின்னாளில் நாட்டின் பல்வேறு மாநிலங்கள் மற்றும் சிற்றரசர்களின் ஆளுகைக்கு உட்பட்ட பகுதிகள் ஆகியவற்றை மொழியின் அடிப்படையில் மறுபங்கீடு செய்வதற்கான ‘ஐக்கிய கேரளா’, ‘விசால ஆந்திரா’, ‘சம்யுக்த மகாராஷ்ட்ரா’, ‘மகா குஜராத்’ ஆகிய கோரிக்கைகளுடன் வலுவான இயக்கங்கள் தோன்றுவதற்கு வழிவகுத்தது.

ஏகாதிபத்தியம், நிலப்பிரபுத்துவம் ஆகியவற்றுக்கு எதிரான, ஜனநாயகத்திற்கான போராட்டங்களின் மூலமாக இந்திய தேசிய இனங்களின் பிரச்சனைகள் குறித்து ஆய்வு செய்ய 1944-45லிருந்தே கம்யூனிஸ்டுகள் முயற்சித்து வந்தனர். இவ்வகையில் எடுக்கப்பட்ட முயற்சிகளின் விளைவே பவானி சென் எழுதிய நூதன் பங்க்ளா (புதிய வங்கம்), பி.சுந்தரய்யா எழுதிய விசால ஆந்த்ரா லோ ப்ரஜா ராஜ்யம் (விரிந்த ஆந்திராவில் மக்கள் அரசு), இ எம் எஸ் நம்பூதிரிபாட் எழுதிய ஒண்ணேகால் கோடி மலையாளிகள் ஆகிய மூன்று சிறுநூல்கள் வெளியிடப்பட்டதாகும். இந்த மூன்றும்

தேசிய இனங்களின் வரலாறு மற்றும் அதன் சமகால பிரச்சனைகளை மார்க்சிய-லெனினிய கண்ணோட்டத்தில் ஆராய்ந்தன. அந்த நாட்களில் கட்சியினால் மேற்கொள்ளப்பட்ட தத்துவார்த்த, நடைமுறை பணிகள்தான் பிந்தைய ஆண்டுகளில் வங்காளத்தில் தேபகா இயக்கம், ஆந்திராவில் தெலுங்கானா போராட்டம், கேரளாவில் புன்னப்புரா-வயலார் போராட்டம் போன்ற எண்ணற்ற இயக்கங்களுக்கான விதைகளை விதைத்தன.

பேர அரசியலோடு தங்களை உணர்வுபூர்வமாக இணைத்துக் கொள்ள இயலாத சோஷலிஸ்டுகள், சுபாஷ் சந்திர போஸின் ஆதரவாளர்கள் ஆகியோருக்கும் காந்தி-நேரு குழுவிற்கும் இடையிலான அடிப்படை முரண்பாடுகள் வெகுவிரைவிலேயே வெளிப்பட்டன. இந்த இரு முகாம்களோடு சேராமல், அவர்களிடமிருந்து தனித்து நின்ற வகையில் உண்மையான ஜனநாயகம் என்ற கோஷத்தை உயர்த்திப் பிடித்து உழைக்கும் மக்களின் நலன்களை பாதுகாக்க கம்யூனிஸ்ட் கட்சி மக்களை அணுக முன்வந்தது. மறுபுறத்தில் எழும்பி வந்த வெகுஜன எழுச்சியில் தங்களை முழுமையாக ஈடுபடுத்திக் கொள்ள கம்யூனிஸ்டுகளால் முடிந்தது.

1945ஆம் ஆண்டு இறுதியில் நிகழ்ந்த இரண்டு சம்பவங்கள் இரண்டாம் உலகப் பெரும்போருக்குப் பிந்தைய ஏகாதிபத்திய எதிர்ப்புச் சூறாவளியை எழுப்புவதில் குறிப்பிடத்தக்க பங்கினை வகித்தன. ஐ என் ஏ விசாரணை என அழைக்கப்படும் நேதாஜியின் இந்திய தேசிய ராணுவ வீரர்களுக்கு எதிராக தொடுக்கப்பட்ட தேசத் துரோக வழக்கு; இந்தோனேஷியா, இந்தோசீனா மற்றும் இதர தெற்காசிய, தென்கிழக்கு ஆசிய நாடுகளுக்கு இந்திய வீரர்களை அனுப்புவது என்ற அரசின் முடிவு ஆகியவையே இந்த இரண்டு முடிவுகள். இந்த நடவடிக்கைகளுக்கு எதிராக பிரம்மாண்டமான ஆர்ப்பாட்டங்களை நடத்துவதில் கம்யூனிஸ்டுகள், சோஷலிஸ்டுகள் ஆகியோரோடு காங்கிரஸ்-முஸ்லீம் லீகின் அணிகளும் தீவிரமான பங்கினை வகித்தன. இந்திய தேசிய ராணுவத் தலைவர்களை விடுவிக்க வேண்டுமெனக் கோரி கல்கத்தா, பம்பாய், மதுரா, டெல்லி, மீரட், பெஷாவர் போன்ற பல இடங்களிலும் ஏகாதிபத்திய எதிர்ப்பு ஆர்ப்பாட்டங்களும் நடைபெற்றன. ஒடுக்குமுறை நடவடிக்கைகளையும் எதிர்கொண்டபடி மக்கள் முன்னேறிச் சென்றனர். இந்த கண்டன நடவடிக்கைகள் கல்கத்தாவில் மிக உயரிய வடிவத்தைக் கொண்டிருந்தன. இங்கு தொடர்ந்து பல

நாட்களுக்கு தொழிலாளர்கள் வேலைநிறுத்தத்தில் ஈடுபட்டு மின் உற்பத்தி நிலையங்கள், போக்குவரத்து, குடிநீர் சப்ளை போன்ற வசதிகளை நிலைகுலையச் செய்தனர். கல்கத்தாவின் தென்பகுதியில் மக்கள் தடுப்பு அரண்களை அமைத்ததோடு, ராணுவ வண்டிகளுக்கும் தீ வைத்தனர். நிலைமையை கட்டுக்குள் கொண்டுவர வங்காள கவர்னர் ராணுவத்தை களமிறக்கினார்.

இத்தகைய பின்னணியில் தனது சொந்த திட்டம், கோரிக்கைகளின் அடிப்படையில் கட்சி முதன்முறையாக விரிவான அளவில் தேர்தலில் போட்டியிட்டது. எனினும் காங்கிரஸ், முஸ்லீம் லீக் ஆகிய இரு கட்சிகள்தான் தேர்தல் களத்தில் முக்கிய சக்திகளாக இருந்தன. காங்கிரஸ்-லீக் கட்சிகளுக்கு இடையிலான போட்டிக்கு மேலாக கம்யூனிஸ்ட் கட்சியின் திட்டங்களும் கோஷங்களும் நாடுதழுவிய அளவில் அங்கீகாரத்தைப் பெற இயலவில்லை. இதன் விளைவாக, வெகுஜன போராட்டங்களுக்கு தலைமையேற்பதில் அது தொடர்ந்து தீவிரமான பங்கினை வகித்து வந்தபோதிலும், அரசியல் அமைப்புச் சட்டத்தை உருவாக்குவதற்கான செயல்பாட்டில் சிறப்பானதொரு பங்கினை வகிக்கும் அளவிற்கு ஒரு சக்தியாக கம்யூனிஸ்ட் கட்சி உருப்பெறவில்லை.

ஏப்ரல் 05, 2020

24

கம்யூனிஸ்டுகளும் கப்பற்படை எழுச்சியும்

இந்திய தேசிய ராணுவ வீரர்களுக்கு எதிரான விசாரணையின்போது உச்சத்தைத் தொட்டு வளர்ந்து வந்த தேசியவாத உணர்வு 1945-46 குளிர்காலத்தில் பிரிட்டிஷ் ஏகாதிபத்தியத்துடன் வன்முறை நிரம்பிய மோதலாக உருவெடுத்தது. இந்தியாவில் பிரிட்டிஷ் ராணுவப் படைகளில் பணியாற்றி வந்த இந்திய படைவீரர்களும் இளம் அதிகாரிகளும் இத்தகைய வெகுஜன கிளர்ச்சிகளின் செல்வாக்கிற்கு ஆட்பட்டனர். இவர்களில் ஒரு பிரிவினர் தனித்திறன் பெற்ற நிபுணர்களாகவும் இருந்தனர். இவ்வகையில் பிரிட்டிஷ் ராணுவப் படைகளில் பணிபுரிந்து வந்த முந்தைய தலைமுறையைச் சேர்ந்த இந்தியர்களிலிருந்து அவர்கள் வேறுபட்டவர்களாக இருந்தனர். மேலும் இரண்டாம் உலகப் பெரும்போரின்போது நேசநாட்டு ராணுவத்தினருடன், குறிப்பாக சோவியத் யூனியனின் செஞ்சேனையுடன் இணைந்து இவர்கள் போரிட்டனர். இத்தகைய நேரடித் தொடர்பின் விளைவாக பாசிஸ எதிர்ப்பு, சுதந்திரம், ஜனநாயகம், சோஷலிசம் ஆகிய கருத்துகளும் அவர்களின் மீது தாக்கத்தை ஏற்படுத்தியிருந்தன.

கப்பற்படையில் பணிபுரிந்து வந்த இந்தியர்களில் ஒரு பிரிவினர் தேசிய விடுதலை இயக்கம், இந்திய தேசிய ராணுவம் ஆகியவற்றால் உத்வேகம் பெற்று ஆசாத் ஹிந்த் (இந்திய விடுதலை) என்ற ஒரு ரகசிய அமைப்பை தொடங்கினர். கப்பற்படை மாலுமிகளை கலகம் செய்ய கிளர்ந்தெழச் செய்வதில் இந்த அமைப்பு மிக முக்கியமான பங்கினை வகித்தது. பிரிட்டிஷ் இந்திய கப்பற்படை மாலுமிகள் வேலைநிறுத்தத்தில் இறங்கியபோது பம்பாயில் மிகப்பெரும் எழுச்சி உருவானது.

பிரிட்டிஷ் இந்திய கப்பற்படையைச் சேர்ந்த தல்வார் என்ற கப்பலின் ஊழியர்கள் 1,100 பேர் 1946 பிப்ரவரி 18 அன்று வேலைநிறுத்தத்தில் இறங்கினர். பம்பாயில் இந்திய கப்பற்படையில் வேலை செய்து வந்த மேலும் 5,000 பேரும் அவர்களோடு சேர்ந்து கொண்டு கப்பற்படையில் தாங்கள் நடத்தப்படும் விதத்தைக் கண்டித்து கிளர்ச்சி செய்தனர். தல்வார் கப்பலின் ஊழியர்கள்

அந்தக் கப்பலின் கொடிமரத்தில் பறந்து கொண்டிருந்த யூனியன் ஜாக் என்றழைக்கப்படும் பிரிட்டிஷ் கொடியை அகற்றிவிட்டு அதற்குப் பதிலாக காங்கிரஸ், முஸ்லீம் லீக் மற்றும் கம்யூனிஸ்ட் கட்சிகளின் கொடிகளை ஏற்றினர். ஆயுதங்களை ஏந்திய அவர்கள் தங்களது மேலதிகாரிகளையும் கைது செய்தனர். அதற்கு அடுத்த நாள் கேசில், ஃபோர்ட் ஆகிய படை முகாம்களில் இருந்த கப்பற்படை வீரர்களும் வேலைநிறுத்தத்தில் இறங்கியதோடு பம்பாய் நகரில் நடைபெற்ற ஆர்ப்பாட்டங்களில் காங்கிரஸ், முஸ்லீம் லீக், கம்யூனிஸ்ட் கொடிகளை ஏந்தியபடி பங்கேற்றனர். இந்தப் படை வீரர்கள் இந்துக்கள், முஸ்லீம்கள், கிறித்துவர்களாக இருந்தது மட்டுமின்றி, நாட்டின் அனைத்துப் பகுதிகளையும் சேர்ந்தவர்களாகவும், அனைத்து மொழிகளையும் பேசுபவர்களாகவும் இருந்தனர்.

அரசின் எந்தவொரு பிரிவிலும் பணியாற்றி வந்த ஊழியர்கள் இனரீதியாக பாரபட்சத்தோடு நடத்தப்பட்டு வந்தனர். அவர்களது ஊதியமும் மிகவும் குறைவாகவும், வழங்கப்படும் உணவும் கூட சாப்பிட முடியாததாகவே இருந்தது. இவ்வாறு மோசமாக நடத்தப்பட்டு வந்ததன் விளைவாக இவர்களில் பலர் தற்கொலை செய்து கொண்ட சம்பவங்களும் நிகழ்ந்தன. இவற்றைத் தாங்கிக் கொள்ள இயலாத பலரும் ராணுவப் படைகளை விட்டு வெளியேறினர். தல்வார் கப்பலில் 'இந்தியாவை விட்டு வெளியேறு!', 'ஏகாதிபத்தியம் ஒழிக!' போன்ற கோஷங்களை எழுதியதற்காக ஒரு மாலுமியான பி சி தத் கைது செய்யப்பட்டதை பலரும் பெரிதும் வெறுத்தனர். நாகரீகமான உணவு; போதுமான அளவிற்கு ரேஷன் பொருட்கள்; இந்திய ஊழியர்களை அவதூறாகப் பேசி வந்த தல்வார் கப்பலின் தலைமை அதிகாரிக்கு எதிராக நடவடிக்கை; அதிகாரிகள் ஊழியர்களை தரக்குறைவாக நடத்துவதற்கு முடிவு கட்டுவது; பணியிலிருந்து விலகும் செயல்முறையை விரைவாக முடிப்பது; அவர்களின் மறுவாழ்விற்கான ஏற்பாடுகள்; ஓய்வூதியப் பயன்கள்; இந்திய தேசிய ராணுவத்தை சேர்ந்த கைதிகள் உள்ளிட்டு அனைத்து அரசியல் கைதிகளையும் உடனடியாக விடுதலை செய்வது; இந்தோனேஷியாவிலிருந்து அனைத்து இந்தியப் படைகளையும் உடனடியாகத் திரும்பப் பெறுவது; இந்தியா முழுவதிலும் நடைபெற்ற போலீஸ் துப்பாக்கி சூடுகள் பற்றி பாரபட்சமற்ற நீதி விசாரணை ஆகியவையே கப்பற்படை ஊழியர்களின் முக்கிய கோரிக்கைகளாக இருந்தன.

பம்பாய் நகரைத் தவிர கராச்சியும் கப்பற்படை வீரர்கள் எழுச்சியின் முக்கிய மையமாக இருந்தது. இது பற்றிய செய்தி பிப்ரவரி 19 அன்று கராச்சியை அடைந்ததும் இந்துஸ்தான் கப்பலும் (இது பின்னர் ஆயுதந்தாங்கிய தாக்குதலிலும் ஈடுபட்டது) மற்றொரு கப்பலும் தரைப்பகுதியில் இருந்த மூன்று படைமுகாம்களும் திடீர் வேலைநிறுத்தத்தில் இறங்கின. இந்த இரு கப்பற்படை மையங்கள் மட்டுமின்றி மதராஸ், கராச்சி, விசாகப்பட்டினம், கல்கத்தா, டெல்லி, கொச்சின், ஜாம்நகர், அந்தமான், பஹ்ரைன், ஏடன் ஆகிய இடங்களில் இருந்த படைவீரர்களும் வேலைநிறுத்தம் செய்து வந்த கப்பற்படை வீரர்களுக்கு ஆதரவாக களமிறங்கினர். இதைக் கண்ட பிரிட்டிஷ் ராணுவ தலைமைத் தளபதி அட்மிரல் காட்ஃப்ரே இந்திய கப்பற்படையின் அனைத்துக் கப்பல்களையும் குண்டுவீசித் தகர்ப்போம் என எச்சரிக்கை விடுத்தார். இந்த எழுச்சியில் 78 கப்பல்கள், 28 தரைப்பகுதி படைமுகாம்களில் இருந்த 20,000 வீரர்கள் ஈடுபட்டு வந்தனர். பம்பாயின் மரைன் ட்ரைவ், அந்தேரி, சியான், பூனே, கல்கத்தா, ஜெஸ்ஸூர், அம்பாலா ஆகிய பகுதிகளில் இருந்த இந்திய விமானப்படை வீரர்களும் இவர்களுக்கு ஆதரவாக வேலைநிறுத்தத்தில் இறங்கினர். ஜபல்பூரில் இருந்த ராணுவ வீரர்களும் வேலைநிறுத்தத்தில் குதித்தனர். பம்பாயின் கொலாபா பகுதியில் இருந்த ராணுவ குடியிருப்பு பகுதி ‘அச்சுறுத்தும் வகையிலான சலசலப்புடன்’ இருந்தது.

கம்யூனிஸ்ட் கட்சியின் பங்கு

வேலைநிறுத்தத்தில் ஈடுபட்ட கப்பற்படை வீரர்கள் மற்றும் அவர்களது நியாயமான கோரிக்கைகளுக்கு கம்யூனிஸ்ட் கட்சி உடனடியாக ஆதரவு தெரிவித்தது. பிப்ரவரி 19 அன்று கட்சி வெளியிட்ட துண்டுப் பிரசுரத்தில் இந்த வேலைநிறுத்தத்தை ஆதரிக்குமாறு மக்களை கேட்டுக் கொண்டது. இந்திய கப்பற்படையை அழிக்கப் போவதாகவும், அவற்றிலிருந்த இந்தியர்களை கொல்லப்போவதாகவும் அச்சுறுத்திய அட்மிரல் காட்ஃப்ரேவுக்கு பதிலடியாக பிப்ரவரி 22 அன்று நடத்த திட்டமிட்டிருந்த பொதுவேலைநிறுத்தத்தில் திரளாகப் பங்கேற்குமாறு மீண்டும் தனது செய்தித்தாளின் மூலம் அது மக்களை கேட்டுக் கொண்டது. நாடு முழுவதிலும் மாணவர்கள் வகுப்புகளை புறக்கணித்தனர். வீரர்களுக்கு ஆதரவு தெரிவித்தும்

அதிகார வர்க்கத்தின் அடக்குமுறையை கண்டித்தும் முழு அடைப்புகள், ஊர்வலங்கள் நடத்தப்பட்டன. பொதுவான விடுதலைப் போராட்டத்தின் ஒரு பகுதியாக நடைபெற்ற இந்த கப்பற்படை கலகத்தை நாட்டிலுள்ள ஒவ்வொருவருமே ஆதரித்தனர்.

அனைத்துக் கட்சிகளும் தங்களது வேறுபாடுகளை ஒதுக்கிவிட்டு கப்பற்படை வீரர்களின் கோரிக்கைகளை ஆதரிக்க வேண்டுமெனவும் கம்யூனிஸ்ட் கட்சி அறைகூவல் விடுத்தது. கட்சியின் பொது வேலைநிறுத்தத்திற்கான அறைகூவலை ஏற்று லட்சக்கணக்கான தொழிலாளர்கள் தொழிற்சாலைகளை விட்டு வெளியேறி வீதிகளில் வந்து குவிந்தனர். சிறுகடைகள், வியாபாரிகள், உணவு விடுதிகள் ஆகியவையும் முழுஅடைப்பு செய்தன. மாணவர்கள் மற்றும் தொழிலாளர்களின் வேலைநிறுத்தம் பம்பாயில் போக்குவரத்தை நிலைகுலையச் செய்தது. இதுவரை கண்டிராத வகையில் வேலைநிறுத்தம் மற்றும் முழு அடைப்பை பம்பாய் நகரம் கண்டது.

இதற்கு பதிலடி தரும் வகையில் பிரிட்டிஷ் ஆட்சியாளர்கள் இரும்புக் கவசமிட்ட கார்களுடன் பிரிட்டிஷ் வீரர்களை தெருக்களில் கொண்டுவந்து குவித்தனர். பெரும் எண்ணிக்கையில் கூடியிருந்த மக்களின் மீது எவ்வித முன்னறிவிப்புமின்றி இப்படை துப்பாக்கி சூடு நடத்தியது. இவ்வகையில் அப்பாவிகளை கொன்று குவித்தனர். பம்பாய் நகரில் உள்ள பரேல் பகுதி மாதர் சங்கத் தலைவியும் கம்யூனிஸ்டும் ஆன கமல் தோண்டே இவ்வாறு பலியானவர்களில் ஒருவர். பிப்ரவரி 21 முதல் 23 வரையிலான மூன்று நாட்களில் மொத்தம் 250 பேர் கொல்லப்பட்டதாக அதிகாரபூர்வ செய்திகள் தெரிவித்தன. ‘துப்பாக்கிகள், டாங்குகள், குண்டுவீசும் விமானங்கள் இந்தியாவை அச்சுறுத்தி வந்த காலம் போய் விட்டது’ என கட்சி அறிவித்தது. ஏகாதிபத்திய வாதிகளின் இந்த ரத்தவெறி பிடித்த ஆட்டம் ‘பயங்கரவாதத்தை முடிவுக்குக் கொண்டுவருவதற்கான ஒற்றுமையையும் உறுதியையும் மேலும் வலுப்படுத்தும்’ என்றும் அது கூறியது.

அரசின் ஒடுக்குமுறைக்கு அதிருப்தி தெரிவிக்கும் வகையில் அனைத்து கடைகள், பள்ளிகள், கல்லூரிகள், ஆலைகளை முழுமையாக அடைக்க வேண்டும் என்றும், அரசின் அடக்குமுறை நடவடிக்கைகளை உடனடியாக நிறுத்த வேண்டும் என்றும், வேலைநிறுத்தம் செய்து வரும் கப்பற்படை வீரர்களின் நியாயமான கோரிக்கைகளை ஏற்கச் செய்யும் வகையில் பேச்சுவார்த்தை நடத்த

கப்பற்படை எழுச்சி . தியாகிகள் மணிமண்டபம். பம்பாய்

வேண்டுமெனவும் கம்யூனிஸ்ட் கட்சி அனைத்து அரசியல் கட்சிகளையும் மக்களையும் கேட்டுக் கொண்டது. பம்பாய் நகரின் தொழிலாளர்களும் குடிமக்களும் இந்தக் கோரிக்கைகளுக்கு முழுமையாக ஆதரவு தெரிவித்து, முழு அடைப்பையும் நடத்தி, இந்திய கப்பற்படை வீரர்களின் இந்த துணிவான நடவடிக்கைக்கு தங்களது ஆதரவை வெளிப்படுத்தினர்.

அரசின் தாக்குதலில் உயிரிழந்தவர்களின், காயமுற்றவர்களின் குடும்பங்களுக்கு நிவாரணம் அளிக்கும் வகையில் அமைதி மற்றும் நிவாரணத்திற்கான குடிமக்கள் குழு ஒன்றை உருவாக்க வேண்டும் என்றும் கட்சி கோரியது. 'ஆசாத் இந்த் விடுதலைப் படை'யின் பிரச்சனையைப் போன்று முக்கியமானதாக மாறியுள்ள ஆயிரக்கணக்கான கப்பற்படை வீரர்களின் பிரச்சனையை காங்கிரஸ் தலைவர்கள் கையிலெடுக்க வேண்டும் என்றும், 'எவ்வித பாரபட்சமுமின்றி நியாயத்தின் அடிப்படையில்' இந்தப் பிரச்சனை தீர்க்கப்படுவதை உறுதிப்படுத்த வேண்டுமெனவும் கட்சி கூறியது. மத்திய சட்டமன்றத்திற்கும் இந்தப் பிரச்சனையை எடுத்துச் சென்று, அவர்களின் கோரிக்கைகள் ஏற்கப்படுவதை காங்கிரஸ்-லீக் தலைவர்கள் உறுதிப்படுத்த வேண்டும் என்றும் கட்சி கோரிக்கை விடுத்தது.

அரசு ஒரு விசாரணை கமிஷனைஅமைக்க வேண்டும் என்றும், வேலைநிறுத்தம் செய்துவரும் கப்பற்படை வீரர்களின் கோரிக்கைகளை தீர்க்கும் வகையில் தேவையான நடவடிக்கைகளை உடனடியாகத் தொடங்க வேண்டும் என்றும் கட்சி கோரியது. வீரர்களின் இந்தக் கலகம் எழாமல் இருந்திருப்பின் விசாரணைக் கமிஷன் அமைக்கப்பட்டிருக்காது. அவர்களுக்கு இழைக்கப்பட்டு வந்த அநீதி, பாரபட்சம், கொடூரங்கள் ஆகியவையும் வெளிச்சத்திற்கு வந்திருக்காது. கட்சியின் உடனடி நடவடிக்கைகளின் விளைவாக இந்திய கப்பற்படையும் அதிலிருந்த வீரர்களும் அழிக்கப்படுவது தடுக்கப்பட்டு, இறுதியில் ஓர் ஒப்பந்தம் உருவாகவும் வழியேற்பட்டது. எவ்வித தண்டனையும் விதிக்கப்பட மாட்டாது என்று உறுதிமொழி அளித்த பிறகும் கூட, இந்த வேலைநிறுத்தத்தின் முக்கிய தலைவர்கள் கைது செய்யப்பட்டு தண்டிக்கப்பட்டதன் மூலம் அரசு தனது ஒப்பந்தத்தினை மீறியபோது கட்சி அரசின் செயலை கடுமையாக கண்டித்தது.

இந்த எழுச்சி தோற்றது ஏன்?

இந்திய தேசிய இயக்கக் களத்தில் குறிப்பான சில பலவீனங்கள் நிலவி வந்தன. காங்கிரஸ்-லீக் கட்சிகளின் உயர்வர்க்க தலைமை இந்த வெகுஜன எழுச்சியைக் கண்டு அஞ்சியது. அகில இந்திய அளவிலும் ராணுவப் படையின் தரைப்படை மற்றும் விமானப் படை போன்ற இதர பிரிவுகளிலும் இந்த கலகம் பரவுவதை அவர்கள் விரும்பவில்லை. தடைவிதிக்கப்பட்டிருந்த போதிலும் அனைத்துப் பகுதி மக்களின் ஆதரவுடன் வெற்றிகரமாக நடைபெற்ற வேலைநிறுத்தம், முழு அடைப்பு ஆகியவற்றையும் அவர்கள் அதிகாரபூர்வமாகவே எதிர்த்தனர். கப்பற்படை வீரர்களின் இந்தக் கலகத்தை வெறும் 'அரிசி-பருப்பு'க்கான ஒரு பிரச்சனையாகவே அவர்கள் பார்த்ததோடு, இன ரீதியான பாரபட்சத்திற்கு எதிரான கோரிக்கையை அவர்கள் காணத் தவறியதோடு,விரிவானதொரு தேசிய போராட்டத்தின் ஒரு பகுதியாகவும் இந்தப் போராட்டத்தைக் காண மறுத்தனர்.

நூற்றுக்கணக்கானோரைக் கொன்று குவித்த ஏகாதிபத்திய ஆட்சியாளர்களின் வன்முறை தாண்டவத்தை காங்கிரஸ்-லீக் தலைவர்கள் கண்டனம் செய்யவில்லை. மாறாக, குண்டடிபட்ட, நிராயுதபாணிகளான மக்களையே அவர்கள் விமர்சனம் செய்தனர். கப்பற்படை வீரர்களின் வேலைநிறுத்தத்தை கண்டனம் செய்ததன் மூலம் சட்டம்-ஒழுங்கிற்கான பிரதிநிதிகளின் பக்கமே அவர்கள் நின்றனர். 'கப்பற்படையில் ஒழுங்கு நிலவ வேண்டும் என்ற

தலைமைத் தளபதியின் அறிக்கையை' தாம் ஆமோதிப்பதாக சர்தார் பட்டேல் அறிவித்தார். 'வன்முறை நோக்கம் கொண்ட இந்து-முஸ்லீம் கூட்டணி' என்று தனது கண்டனத்தை காந்தி தெரிவித்து குறிப்பிடத்தக்கதொரு அறிக்கையை வெளியிட்டார். அவர்கள் முன்வைத்த ஒரே ஆலோசனை கப்பற்படை வீரர்கள் அரசிடம் சரணடைய வேண்டும் என்பதே ஆகும். காங்கிரஸ் தலைவர் வல்லபாய் பட்டேலின் ஆலோசனை, அதைத் தொடர்ந்து ஜின்னாவிடமிருந்து வந்த செய்தி ஆகியவற்றின் அடிப்படையில் "இந்தியாவிடம்தான் நாங்கள் சரணடைகிறோம், பிரிட்டனிடம் அல்ல!" என்ற அறிவிப்புடன் பிப்ரவரி 23 அன்று கப்பற்படை வேலைநிறுத்த மத்திய குழு இறுதியாக சரணடைந்தது.

வேலைநிறுத்தம் செய்து வந்த கப்பற்படை வீரர்களை காப்பாற்றவும், அவர்களது சரணாகதியையும் தண்டனையையும் தடுக்கவுமான தமது முயற்சிகளில் அன்று வலுவான கட்சிகளாக இருந்த காங்கிரஸையும் முஸ்லீம் லீகையும் தன்னுடன் அணிதிரட்டுவதற்குத் தேவையான வலிமை கட்சியிடம் இருக்கவில்லை என்று கம்யூனிஸ்ட் கட்சி வருத்தம் தெரிவித்தது. இவ்வாறு இருந்தபோதிலும் 'கப்பற்படையில் இருந்த நமது சகோதரர்களின் பின்னால் தனது வலிமை அனைத்தையும் தந்து அவர்கள் முற்றிலுமாக அழித்தொழிக்கப்படுவதிலிருந்து தடுப்பதில் உதவி' புரிந்ததாக கம்யூனிஸ்ட் கட்சி மிகச் சரியாகவே பெருமை கொண்டது.

ஏப்ரல் 12, 2020

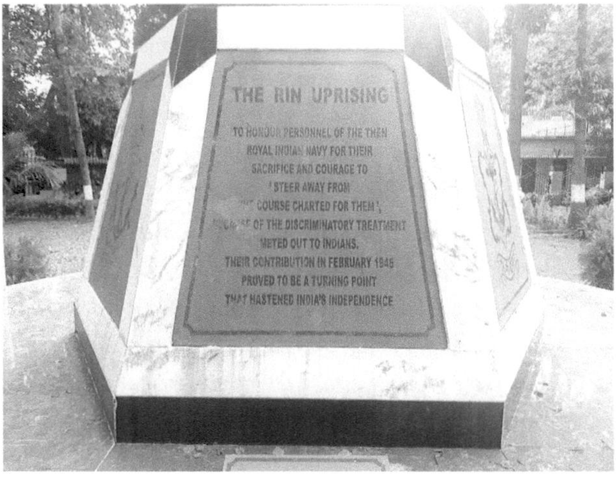

25

தொழிலாளி வர்க்க எழுச்சி – 1946

இரண்டாம் உலகப் பெரும்போர் நடைபெற்று வந்த காலப்பகுதியில் இந்தியாவில் இருந்த தொழிற்சாலை தொழிலாளர்களின் எண்ணிக்கை முன்பிருந்ததை விட 50 சதவீதத்திற்கும் சற்று மேலாக அதிகரித்தது. 1945இல் போர் முடிவுற்றபிறகு தங்கள் நிலைமை சரியாகிவிடும் என்று தொழிலாளர்கள் எதிர்பார்த்தனர். அதற்கு மாறாக, அவர்களின் பிரச்சனைகள் அதிகரிக்கவே செய்தன. தொழிற்சங்கங்கள் பலவற்றுக்கும் தலைமை தாங்கி வந்த கம்யூனிஸ்டுகளும், அகில இந்திய தொழிற்சங்க காங்கிரஸும் இந்தப் பிரச்சனைகளை கையிலெடுத்து மிகப்பெரும் போராட்டங்களை நடத்துவதில் முன்னணியில் நின்றனர்.

போர் முடிவுற்றபிறகு தொழிலாளி வர்க்கம் இரண்டு முக்கிய பிரச்சனைகளை எதிர்கொண்டது. ஒன்று போர்க்காலத்தில் வேலைக்கு அமர்த்தப்பட்டவர்கள் பெரும் எண்ணிக்கையில் போருக்குப் பிறகு வேலையிலிருந்து நீக்கப்பட்டனர்; மற்றொன்று ஊதியக் குறைப்பு. லண்டனில் இருந்து வெளியாகும் த டைம்ஸ் நாளிதழில் வெளியிடப்பட்ட ஒரு மதிப்பீட்டின்படி தொழிற்சாலை தொழிலாளர்களிலிருந்து அரசு ஊழியர்கள், ராணுவ வீரர்கள் வரை பல்வேறு வேலைகளில், பணிகளில் அமர்த்தப்பட்டிருந்த ஐம்பது முதல் எழுபது லட்சம் வரையிலான தொழிலாளர்கள் போர் முடிவுற்றபிறகு வேலையிலிருந்து நீக்கப்பட்டனர். இவை அனைத்திற்கும் மேலாக 1946 ஜனவரிக்கும் செப்டெம்பருக்கும் இடையே வாழ்க்கைச் செலவுக்கான அட்டவணை 15 சதவீதம் அதிகரித்திருந்தது. போர்க்காலத்தில் தொழிலாளி வர்க்கம் போராடிப் பெற்றிருந்த வாழ்க்கைச் செலவின் அடிப்படையிலான போனஸ் தொகை இந்த விலைவாசி உயர்வினை ஈடுகட்டுவதற்கு போதுமானதாக இருக்கவில்லை. மேலும் நாட்டில் உணவு தானியங்களுக்கான தட்டுப்பாடும் நிலவியது. ரேஷன் அளவை கடுமையாக குறைத்ததன் மூலம் இந்தச் சுமையானது மீண்டும் உழைக்கும் மக்கள் பிரிவினரின் மீதே சுமத்தப்பட்டது.

நாடு முழுவதிலும் மிகப்பெரும் போராட்ட அலைகளின் மூலம் தொழிலாளி வர்க்கம் இந்தத் தாக்குதலுக்கு பதிலடி கொடுத்தது. 1946ஆம் ஆண்டில் நடைபெற்ற மிகப்பெரும் எண்ணிக்கையிலான வேலைநிறுத்தங்கள் தொழிலாளி வர்க்கத்தின் உறுதியான எதிர்ப்பிற்கான அறிகுறியாக விளங்கின. அந்த ஆண்டில் மட்டுமே 19,61,948 தொழிலாளர்கள் பங்கேற்ற 1,629 வேலைநிறுத்தங்கள் நடைபெற்றன. முந்தைய ஆண்டை விட இது எண்ணிக்கையில் இரண்டு மடங்காகவும், பங்கேற்றவர்களின் எண்ணிக்கையின்படி இரண்டரை மடங்காகவும் இருந்தன.

ஒவ்வொரு தேசிய, ஏகாதிபத்திய எதிர்ப்புப் பிரச்சனைக்கும் தொழிலாளி வர்க்கம் தந்த பிரதிபலிப்பு வேலைநிறுத்தம் செய்து வரும் தொழிலாளிகளின் மகத்தான போராட்ட உணர்வை எடுத்துக் காட்டுவதாக இருந்தது. ரயில்வேயில் வேலைநிறுத்தத்திற்கான வாக்கெடுப்பு நடத்தப்பட்டபோது நூறு சதவீத தொழிலாளர்கள் அதற்கு ஆதரவு தெரிவித்து வாக்களித்தனர். வங்கி எழுத்தர்கள், கடைநிலை ஊழியர்கள், ஆரம்பப் பள்ளி ஆசிரியர்கள், அரசு ஊழியர்கள் என அனைத்துப் பிரிவு ஊழியர்களும் வேலைநிறுத்தங்களில் பங்கேற்றனர். போருக்குப் பிந்தைய ஆண்டுகளில் நடைபெற்ற தொடர்ச்சியான வேலைநிறுத்தங்களில் குறிப்பிடத்தக்க அம்சம் என்னவெனில், அரசு ஊழியர்கள் உள்ளிட்டு நடுத்தர வர்க்க ஊழியர்களில் பெரும்பிரிவினர் இத்தகைய வேலைநிறுத்த இயக்கத்தில் நுழைந்தனர் என்பதே ஆகும். அணிதிரட்டப்பட்ட தொழிலாளி வர்க்கத்தின் போராட்டங்களோடு அரசு ஊழியர்களின் கிளர்ச்சிகளையும் போராட்டங்களையும் இணைக்க முடியுமென தொழிற்சங்க ஊழியர்களோ அல்லது அரசு ஊழியர்களோ இதற்கு முன்பு ஒருபோதும் நினைத்ததே இல்லை.

ஏஐடியுசியில் இருந்த கம்யூனிஸ்ட் தலைமை தொழிலாளர்களிடையே அதிகரித்துக் கொண்டு வந்த வெறுப்பு, அதிருப்தி ஆகியவற்றுக்கு ஒழுங்கமைந்ததொரு வடிவத்தைக் கொடுப்பதில் தீவிர பங்கினை வகித்தது. வேலைநீக்கம், அடிப்படை ஊதியத்துடன் அகவிலைப்படியை இணைப்பது, குறைந்தபட்ச ஊதியம், 8 மணிநேர வேலைநாள், மருத்துவக் காப்பீடு, முதியோர் ஓய்வூதியம், வேலையின்மைக்கான உதவித்தொகை மற்றும் இதர சமூகப் பாதுகாப்பு திட்டங்கள் ஆகிய கோரிக்கைகளை அவர்கள் எழுப்பினர்.

வங்காளம், பீகார், ஒரிசா, பஞ்சாப், பம்பாய், மதராஸ், ஐக்கிய மாகாணங்கள் போன்ற மாநிலங்களில் இருந்த பல்வேறு தொழில் மையங்களில் தொழிலாளர்கள் தொடர்ச்சியான வேலைநிறுத்தப் போராட்டங்களில் இறங்கினர். பாட்னா, பெகுசராய் போன்ற ஒரு சில இடங்களில் காவலர்களும் கூட தங்களது பொருளாதார கோரிக்கைகளை முன்வைத்து வேலைநிறுத்தத்தில் இறங்கினர்.

தொழிலாளி வர்க்கத்தின் இத்தகைய துடிப்பான நடவடிக்கைகளை ஒடுக்க போலீஸ் துப்பாக்கி சூடு மற்றும் இதர பல மோசமான அடக்குமுறை நடவடிக்கைகளில் அரசு இறங்கியது. இதன் விளைவாக பல தொழிலாளர்களும் தங்களது இன்னுயிரை இழந்தனர். பல நூற்றுக்கணக்கானோர் காயமுற்றனர். கைது செய்யப்பட்டனர். இத்தகைய துணிவுமிக்க தொழிலாளி வர்க்கப் போராட்டங்கள் மக்களிடையே ஏகாதிபத்தியத்திற்கு எதிரான எழுச்சியை மேலும் முன்னெடுத்துச் செல்வதற்கு உதவின.

இந்த காலப்பகுதியில் நாடு முழுவதையும் உலுக்கிய, விரிவான அளவில் ஆதரவு உணர்வை தூண்டிய மிக முக்கியமான போராட்டம் என்பது தபால்-தந்தி துறை ஊழியர்கள், தொழிலாளர்களின் வேலைநிறுத்தமாகும். தங்களின் வாழ்நிலை மீதான பன்முனைத் தாக்குதலை எதிர்த்து தொழிலாளி வர்க்கம் தீர்மானகரமான வகையில் வெளிப்படுத்திய எதிர்ப்புணர்வின் ஒரு பகுதியாகவே தபால்-தந்தித் துறை தொழிலாளர்களின் போராட்டம் அமைந்திருந்தது. பெயரளவிற்கான ஊதிய கட்டமைப்பு, திருப்தியற்ற வேலை நிலைமைகள் தபால் துறை தொழிலாளர்களை வேலைநிறுத்தத்தில் இறங்குமாறு கட்டாயப்படுத்தின. ஊதிய உயர்வு உள்ளிட்ட 16 அம்ச கோரிக்கை ஒன்றையும் அவர்கள் அரசிடம் வழங்கியிருந்தனர். அவர்களின் கோரிக்கையை ஏற்க மறுத்த அரசு தொழிலாளர்களின் வேலைநிறுத்தம் சட்டவிரோதமானது என அறிவித்தது. இது குறித்து சற்றும் தளராத தபால்துறை சங்கத்தின் கீழ்மட்ட ஊழியர்கள் தொடர்ந்து வேலைநிறுத்தத்தில் ஈடுபட்டனர். அதே நேரத்தில் அகில இந்திய தந்தி ஊழியர் சங்கமும் வேலைநிறுத்தத்திற்கு அறைகூவல் விடுத்தது. ஆர் எம் எஸ் (ரயில்வே தபால் சேவை) தொழிலாளர்களும் இந்த வேலைநிறுத்த அறைகூவலை ஏற்று அதில் பங்கெடுத்தனர். தபால் துறை சங்கத்தின் கீழ்மட்ட ஊழியர்களால் அறைகூவல் விடுக்கப்பட்ட வேலைநிறுத்தம் இப்போது தபால்-தந்தித் துறை முழுவதையுமே மூழ்கடித்து, நாடு முழுவதிலும் பரவியது.

குறிப்பாக வங்காளம், அசாம், பம்பாய், மதராஸ், டெல்லி, ராஜஸ்தான், மத்திய மாகாணங்கள், பெரார், சிந்த், பலுசிஸ்தான் ஆகிய பகுதிகளில் இந்த வேலைநிறுத்தம் வெற்றிகரமாக நடைபெற்றது. வேலைநிறுத்தத்தில் பங்கேற்ற தொழிலாளர்கள் தங்களது எதிர்ப்பு நடவடிக்கை பிரிட்டிஷ் நிர்வாகத்தின் கடுமையான தொழிலாளர் விரோத அணுகுமுறைக்கு எதிராக நடத்தப்படும் வலுவான எதிர்ப்பு போராட்டமானது மக்களின் ஏகாதிபத்திய எதிர்ப்பு எழுச்சியின் பிரிக்கமுடியாத ஒரு பகுதியே என்று தொழிலாளி வர்க்கமும் போராடும் மக்களும் கருதினர். அவர்களது தீவிரமான ஆதரவு இந்தப் பொருளாதாரப் போராட்டத்தை தேசிய அளவிலான ஏகாதிபத்திய எதிர்ப்புப் போராட்டமாக உயர்த்தியது.

தபால் துறையில் நடைபெற்ற வேலைநிறுத்தத்தில் மட்டுமின்றி, இதில் ஈடுபட்டு வந்த தொழிலாளர்களுக்கான ஆதரவை அணிதிரட்டுவதிலும் கம்யூனிஸ்ட் கட்சியும் அதன் தலைவர்களும் தீவிரமான பங்கு வகித்தனர். மாணவர் அமைப்புகளும் கம்யூனிஸ்டுகள் தலைமை பொறுப்பில் இருந்த இதர வெகுஜன அமைப்புகளும் இந்த ஆதரவு நடவடிக்கைகளில் இணைந்து கொண்டனர். இந்திய மக்களின் அனைத்துப் பிரிவினரும் இந்த வேலைநிறுத்தத்திற்கு ஆதரவாக நின்றிருந்த நிலையில் காங்கிரஸ் இந்தப் போராட்டத்திற்கு தனது ஆதரவை வெளிப்படுத்தவில்லை. மேலும் பொதுமக்களுக்கும் ‘தேசிய நலன்களுக்கும்’ இடையூறாக இருப்பதால் இந்த வேலைநிறுத்தத்தினை விலக்கிக் கொள்ள வேண்டுமென நேரு தொழிலாளர்களுக்கு வேண்டுகோள் விடுத்தார்.

காங்கிரஸ் தலைமை இவ்வாறு தயங்கி நின்றபோதிலும், இந்த வேலைநிறுத்தத்திற்கு கிடைத்த அபரிமிதமான மக்கள் ஆதரவின் விளைவாக வேலைநிறுத்தம் செய்து வந்த தொழிலாளர்களின் கோரிக்கைகளை ஏற்றுக் கொள்ள வேண்டிய கட்டாயம் அரசுக்கு ஏற்பட்டது. அவர்களின் 12 கோரிக்கைகளை அரசு ஏற்றுக் கொண்டதோடு, தபால்-தந்தி தொழிலாளர்களுக்கு ‘நன்னடத்தை ஊதியம்’ வழங்க ஒரு கோடி ரூபாயை செலவு செய்யவும் ஒப்புக் கொண்டது. இதைத் தொடர்ந்து 1946 ஆகஸ்ட் மாதம் இந்த வேலைநிறுத்தம் இறுதியில் திரும்பப் பெறப்பட்டது.

நாடு முழுவதையும் உலுக்கிய மற்றொரு தொழிலாளி வர்க்க நடவடிக்கை என்பது ரயில்வே தொழிலாளர்களின் வேலை நிறுத்தமாகும். 1946 ஆகஸ்ட்- செப்டெம்பரில் தென் இந்திய

ரயில்வே தொழிலாளர்கள் வேலைநிறுத்தத்தில் இறங்கினர். வேலைநிறுத்தம் செய்துவந்த ரயில்வே தொழிலாளர்கள் மீது மிகக் கொடூரமான அடக்குமுறையை நிர்வாகம் கட்டவிழ்த்து விட்டது. இதன் விளைவாக ஒன்பது தொழிலாளர்கள் கொல்லப்பட்டனர். நூற்றுக்கும் மேற்பட்டோர் போலீஸ் துப்பாக்கி சூட்டில் காயமுற்றனர். 400க்கும் மேற்பட்ட தொழிலாளர்கள் கைது செய்யப்பட்டனர். வேலைநிறுத்தம் செய்துவரும் ரயில்வே தொழிலாளர்களுக்கு ஆதரவாக செப்டெம்பர் 18 அன்று ஆதரவு தினமாக கடைப்பிடிக்குமாறு ஏஐடியுசி அறைகூவல் விடுத்தது. இதனையொட்டி நாட்டின் பல்வேறு பகுதிகளிலும் பேரணிகளும் ஆர்ப்பாட்டங்களும் நடைபெற்றது மட்டுமின்றி, வேலைநிறுத்தத்தில் ஈடுபட்டு வரும் தொழிலாளர்களுக்கு உதவுவதற்காக நிதியும் சேகரிக்கப்பட்டது. இந்த வேலைநிறுத்தம் சுமார் ஒரு மாத காலம் நீடித்தது. இடைக்கால அரசில் ரயில்வே அமைச்சராக இருந்த ஆசஃப் அலி அவர்களது கோரிக்கைகள் ஏற்றுக் கொள்ளப்படும் என்று தொழிலாளர்களுக்கு உறுதிமொழி அளித்த பிறகே இந்த வேலைநிறுத்தம் முடிவுக்கு வந்தது.

இதே காலப்பகுதியில் வடகிழக்கு ரயில்வே தொழிலாளர்களும் வேலைநிறுத்தம் தொடங்கினர். இதிலும் கூட கம்யூனிஸ்டுகளும் ஏஐடியுசியும் முன்னணியில் நின்றனர். பல்வேறு போராட்டங்களிலும் அவர்கள் வகித்த உறுதியான பங்கின் விளைவாக தொழிலாளர்களின் பெருமளவிலான பிரிவினரை தங்கள் பக்கம் வெல்வதற்கு கம்யூனிஸ்டுகளால் முடிந்தது. வடமேற்கு ரயில்வேயில் இருந்த முஸ்லீம் லீக் தலைமையிலான சங்கம் உள்ளிட்டு இதர சங்கங்கள் அனைத்திற்கும் முன்பாக அவர்களால் முன்னேற முடிந்தது. கம்யூனிஸ்டுகளின் தலைமையின்கீழ் தொழிலாளர்கள் வடமேற்குப் பகுதியில் பிரிவினை காலத்தின்போது வகுப்புவாத கலவரங்களுக்கு எதிராக மிகுந்த துணிவுடன் போராடினர்.

இதர குறிப்பிடத்தக்க தொழிலாளி வர்க்க நடவடிக்கைகள் எனில் பம்பாய், கான்பூர், டாக்கா, நாக்பூர் ஆகிய நகரங்களில் நடைபெற்ற நெசவாலை தொழிலாளர்கள் இயக்கம், பீகாரில் கிரித் நகரில் நிலக்கரி சுரங்கத் தொழிலாளர்கள் இயக்கம், மைசூரில் கோலார் தங்கச் சுரங்க தொழிலாளர்கள் இயக்கம், கல்கத்தாவில் துறைமுகத் தொழிலாளர்கள் இயக்கம் ஆகியவை ஆகும். இவை போக, சிற்றரசர்களின் ஆட்சிப் பகுதியில் தொழிலாளி வர்க்கத்தின் நடவடிக்கைகள் முன் எப்போதையும் விட மிக விரிவானவையாக இருந்தன. திருவாங்கூர், ஹைதராபாத், மைசூர், இந்தோர் மற்றும்

இதர சிற்றரசர்கள் ஆட்சிப் பகுதிகளில் வேலைநிறுத்தங்கள் நடைபெற்றன. இந்தப் பகுதிகளில் நடத்தப்பட்ட அரசியல்ரீதியான இயக்கங்களோடும் இவை இணைக்கப்பட்டிருந்தன. திருவாங்கூர், ஹைதராபாதில் நடைபெற்ற தொழிலாளி வர்க்கப் போராட்டங்கள் முறையே புன்னப்புரா-வயலார் மற்றும் தெலுங்கானா போராட்டங்களில் குறிப்பிடத்தக்க பங்கினை வகித்தன.

இந்தக் காலப்பகுதியில் உருவாக்கப்பட்ட காங்கிரஸ் மற்றும் காங்கிரஸ் அல்லாத அரசுகள் தொழிலாளர்களின் பிரச்சனைகளை தீர்ப்பதற்கான நடவடிக்கைகளை எடுப்பதற்குப் பதிலாக அவர்களை எதிர்ப்பதன் மூலம் அவற்றை மேலும் சிக்கலாக்கின. வேலைநிறுத்தங்களில் ஈடுபட வேண்டாமென்றும் அவை தொழிலாளர்களுக்கு ஆலோசனை கூறின. காங்கிரஸ்-முஸ்லீம் லீக் கட்சிகளின் முதலாளித்துவ தலைமையின் ஒட்டுமொத்த அணுகுமுறையையே இது பிரதிபலித்தது. பம்பாயில் இருந்த காங்கிரஸ் அரசு இதற்கு ஒருபடி மேலே சென்று முற்றிலும் ஜனநாயக விரோதமான, தொழிலாளிவர்க்க விரோதமான 1946ஆம் ஆண்டின் தொழிலுறவு சட்டத்தை இயற்றியது. இயற்கையாகவே இந்த நடவடிக்கையை தொழிற்சங்கங்கள் வெறுத்தது மட்டுமின்றி தங்களது எதிர்ப்பையும் வலுவோடு வெளிப்படுத்தின.

தொழிலாளி வர்க்கத்தின் அதிகரித்து வந்த அரசியல் விழிப்புணர்வு காங்கிரஸின் முதலாளித்துவ தலைமையை அச்சங்கொள்ள வைத்தது. தங்களது வர்க்க நலன்களை பாதுகாத்துக் கொள்வதற்காக தொழிற்சங்க இயக்கத்தினை பிளவுபடுத்தும் முயற்சியிலும் அவர்கள் ஈடுபட்டனர். இதன் முதல் அடிவைப்பாக 1946 டிசம்பரில் கூடிய காங்கிரஸ் செயற்குழு காங்கிரஸ் அமைப்பிற்குள் இருந்த அனைத்து கம்யூனிஸ்டுகளையும் அகற்றுமாறு உத்தரவிட்டது. இந்தச் செயல் முறையின் இறுதிக்கட்டமே ஏஐடியுசியை பிளவுபடுத்தி ஐ என் டி யு சியை உருவாக்கியதாகும்.

இத்தகைய முயற்சிகளுக்கு மத்தியிலும் 1946ஆம் ஆண்டில் நடைபெற்ற மாநில சட்டமன்ற தேர்தல்களில் காங்கிரஸ் 3,21,607 வாக்குகளை பெற்றிருந்த நிலையில் கம்யூனிஸ்டுகள் 1,12,376 தொழிலாளர் வாக்குகளை பெற்றனர். தொழிலாளர்களிடையே அவர்களது விருப்பத்திற்குரிய ஒரு கட்சியாக கம்யூனிஸ்ட் கட்சி உருப்பெற்று வந்தது.

ஏப்ரல் 19, 2020

26

வீரஞ்செறிந்த தேபகா போராட்டம்

யுத்தத்திற்குப் பிந்தைய காலப்பகுதியில் 1946ஆம் ஆண்டு இறுதியில் வங்காள மாநில விவசாய சங்கம் குத்தகைதாரர்களுக்கு விளைச்சலில் மூன்றில் இரண்டு பங்கு தரப்பட வேண்டும் என்ற 'தேபகா எனப்படும் கோரிக்கையின் அடிப்படையில்' ஓர் இயக்கத்தைத் தொடங்குவது என முடிவு செய்தது. அமைச்சரவை தூதுக்குழுவுடன் நடந்த பேச்சுவார்த்தைகள் மற்றும் இதர அரசியல் நிகழ்வுகள் இந்தியாவில் நடைபெற்றுக் கொண்டிருந்த தருணத்தில் வங்காளத்தில் தேபகா இயக்கம் எழுச்சி பெற்று வந்தது.

விளைச்சலில் நில உரிமையாளர்களின் பங்கினை குறைக்க வேண்டும் என்ற கோஷத்தை வங்காளத்தில் இருந்த விவசாயிகள் தொடர்ந்து எழுப்பி வந்தனர். தேபகா என்ற கருத்தானது நிலத்தின் உரிமையாளர் அல்லது அவரது முகவரான ஜோடேதாருக்கு விளைச்சலில் மூன்றில் ஒரு பங்கு அளிக்கப்பட வேண்டும். அதேநேரத்தில் பர்காதார், குத்தகைதாரர் என்று அழைக்கப்படும் (1885ஆம் ஆண்டின் வங்காள குத்தகை சட்டத்தின்படி இவர்கள் நிலவாடகைதாரர்கள் அல்ல) மீதமுள்ள மூன்றில் இரண்டு பங்கினை தமக்காக எடுத்துக் கொள்ளலாம். நில உரிமையாளரும் குத்தகைதாரரும் 50:50 என்ற விகிதத்தில் விளைச்சலை பகிர்ந்து கொள்வதுதான் அப்போது வழக்கமாக இருந்தது.

மாநிலத்தின் பல பகுதிகளிலும் நிலத்தில் பாடுபடும் குத்தகைதாரருக்கு வழக்கமாக வழங்கப்படும் பாதி விளைச்சலும் கூட நடைமுறையில் அவர்களைச் சென்றடைவதில்லை. அவருக்கு முன்கூட்டி வழங்கப்பட்ட கடனுக்கு அதீதமான வட்டி, விதைப்புக் காலத்திலும் அதற்குப் பிறகும் உள்ள வேலையில்லாத காலத்தில் அவர்களுக்கு வழங்கப்படும் உணவுப் பொருட்கள் என நில உரிமையாளர் பல்வேறு வழிகளில் இந்தப் பங்கினை மேலும் கணிசமாகக் குறைப்பது வழக்கமாக இருந்தது. இவ்வகையில் அறுவடை முடிந்தபிறகும் கூட குத்தகைதாரர் ஏதுமற்றவராக, நில உரிமையாளர் அல்லது ஜோடேதார் எனப்படும் அவரது முகவரின் தயவிலேயே வாழ நேர்கிறது. இத்தகைய ஏற்பாட்டினை குத்தகைதாரர்கள் பெரிதும் வெறுத்து வந்தனர். இதன் விளைவாக

தேபகா போராட்ட வீராங்கனை இலா மித்ரா –
அவரது கணவர் ராமேந்திர மித்ரா

மூன்றில் இரண்டு பங்கு என்று பொருள்படும் தேபகா இயக்கம் தோன்ற வழிவகுத்தது.

1940ஆம் ஆண்டு வங்காள நில வருவாய் கமிஷன் அரசிடம் வழங்கிய அறிக்கையானது பொதுவாகவே மக்களால் ஏற்றுக் கொள்ளப்பட்டது மட்டுமின்றி அரசாலும் குத்தகைதாரர்களின் உரிமைகள் ஒப்புக் கொள்ளப்பட்டது. எனினும் இந்தப் பரிந்துரைகளை அரசு அமலாக்கவில்லை.

இத்தகைய பின்னணியில் தேபகா கோரிக்கையை முன்வைத்த ஓர் இயக்கத்திற்கான விவசாய சங்கத்தின் அறைகூவல் மிகக் குறுகிய காலத்திலேயே வங்காளத்திலிருந்த பல லட்சக்கணக்கான குத்தகைதாரர்களை கவர்ந்தது. வங்காள விவசாயிகளின் மிகப்பெரிய, மிகத் தீவிரமான, மிக விரிவான வர்க்கப் போராட்டத்திற்கு விவசாயிகள் சங்கம் தலைமை தாங்கியது எனில், அதன் தலைமைப் பொறுப்பில் கம்யூனிஸ்டுகள் இருந்தனர். குறிப்பிட்ட ஒரு பகுதி அளவிலானதாக இந்த இயக்கம் இருந்தபோதிலும் குத்தகைதாரர்களிடமிருந்து இதற்கான வரவேற்பு பிரம்மாண்டமானதாக இருந்தது. குறிப்பாக குத்தகைதாரர்கள் அதிகமாக இருக்கின்ற, அவர்களின் மீதான சுரண்டல் மிக மோசமாக இருக்கின்ற பகுதிகளில், அதாவது வங்காளத்தின் வடபகுதியில், இந்த இயக்கத்திற்கு மிகப் பெரும் ஆதரவு கிடைத்தது. இந்த இயக்கம் வங்காளத்தின் 28 மாவட்டங்களில் 15

தேபகா – விவசாய தொண்டர்கள் படை அணிவகுப்பு

மாவட்டங்களையும், குறைந்தபட்சம் 50 லட்சம் விவசாயிகளையும் தனது செயல்பாட்டு வட்டத்திற்குள் கவர்ந்து இழுத்திருந்தது. மிகுந்த ஏழைகளாகவும், அதிகமான அளவில் சுரண்டப்படும் பகுதியினராகவும் உள்ள இந்த விவசாயிகள் ஜோடேதார்களுக்கு எதிராகவும், அவர்களது குண்டர்கள், போலீஸுக்கு எதிராகவும் வீரஞ்செறிந்த முறையில் போராடியதோடு அதிகாரபூர்வமாகவும், அதிகாரபூர்வமற்ற வகையிலும் கட்டவிழ்த்து விடப்பட்ட காழ்ப்புணர்வு பிரச்சாரத்தையும் எதிர்கொண்டு வந்தனர். இவை அனைத்துமே வகுப்புவாத வெறுப்பு, கலவரம் ஆகியவை நடைபெற்று வந்த சூழலில் நடந்தவை என்பதும் குறிப்பிடத்தக்கதாகும். உள்ளூர் அளவில் இந்த இயக்கத்தினை நடத்தவும், அதற்கு வழிகாட்டவும் செயலுக்கான உள்ளூர் கவுன்சில்களும் தன்னிச்சையான வகையில் பல இடங்களில் உருவாக்கப்பட்டன.

1946ஆம் ஆண்டு நவம்பர் முதல் 1947 பிப்ரவரி வரையிலான காலப்பகுதியில் முற்றிலுமாக அறுவடைக்காலத்தில்தான் இந்த இயக்கம் நடைபெற்றது. ஒரு சில இடங்களில் இது 1947 மார்ச் வரை நீடித்தது. போராடிக் கொண்டிருந்த விவசாயிகள் மீது, குறிப்பாக தினாஜ்பூர், ரங்க்பூர், ஜல்பைகுரி ஆகிய வட மாவட்டங்களிலும் 24 பர்காணா, குல்னா ஆகிய கடலோரப் பகுதிகளிலும் கிழக்கு மாவட்டமான மைமன்சிங் மாவட்டத்திலும்,

அசாம் எல்லையில் உள்ள பழங்குடிகள் பகுதியான காரோ மலைப்பகுதிகள் என எல்லா இடங்களிலும் போராடிக் கொண்டிருந்த விவசாயிகளின் மீது மிகக் கடுமையான வகையில் போலீஸ் அடக்குமுறை கட்டவிழ்த்து விடப்பட்டது. ஜோடேதார்களும் அவர்களது குண்டர்களும் விவசாயிகளை அடித்து உதைத்ததோடு, கொல்லவும் செய்தனர்.

பிந்தைய மாதங்களில் குறிப்பாக 1947 ஜனவரி-பிப்ரவரி மாதங்களில் பல இடங்களிலும் ஆயுதப் போலீஸ் படை துப்பாக்கி சூடு நடத்தியது. ஒட்டுமொத்தத்தில் இந்த இயக்கத்தின்போது இந்து, முஸ்லீம், பழங்குடி, ஆண், பெண் என 70 விவசாயிகள் தங்கள் இன்னுயிரை ஈந்தனர். இவர்களில் பெரும்பாலோர் போலீசின் துப்பாக்கி சூட்டில் இறந்தவர்கள். நான்கு பேர் சிறையில் இறந்தனர். முஸ்லீம் லீக் அமைச்சரவைதான் விவசாயிகளை நசுக்க வேண்டும் என்ற உறுதியோடு இந்தப் போராட்டங்களுக்கு எதிரான அடக்குமுறை நடவடிக்கைகளை மேற்கொண்டது. எதிர்கால அரசியல் அமைப்புச் சட்டம், இடைக்கால அரசாங்கம் ஆகிய விஷயங்களில் ஒருவரை ஒருவர் அடித்துக் கொண்டிருந்த இந்து-முஸ்லீம் ஜோடேதார்கள் லீக் அரசின் இந்த அடக்குமுறை நடவடிக்கைகளுக்கு முழு ஆதரவு அளித்தனர். இது அவர்களின் வர்க்கத் தன்மையை அம்பலப்படுத்துவதாகவும் இருந்தது.

எனினும் போராடிக் கொண்டிருந்த விவசாயிகள் சரணடையவே இல்லை. தங்கள் கோரிக்கையின் மீது முழுமையான நம்பிக்கை வைத்து இந்த அடக்குமுறைகளை துணிவோடு அவர்கள் எதிர்கொண்டனர். ஆண், பெண் என விவசாயிகள் அனைவரையும், குறிப்பாக விவசாயத் தொழிலாளர் உள்ளிட்ட ஏழைப் பிரிவினரை தேபகா இயக்கம் கிளர்ச்சியுறச் செய்தது. இவர்களில் பலரும் தீவிரமாக நடந்து வந்த போராட்டத்திற்கு பல இடங்களிலும் தலைமை தாங்கினர். விவசாயப் பெண்கள் பெரும் எண்ணிக்கையில் இந்த இயக்கத்தில் தீவிரமாகப் பங்கேற்றதோடு, காவல்துறைக்கு எதிராக வீரத்துடன் போரிட்டனர். ஒரு விவசாயப் பெண் ஒரு போலீஸ்காரரிடம் இருந்த துப்பாக்கியை பறித்துக் கொண்ட சம்பவம் அனைவராலும் எடுத்துக் கூறப்படும் ஒன்றாக மாறியது.

1946-47இல் நடைபெற்ற தேபகா போராட்டம் ஏற்படுத்திய விளைவுகளில் முக்கியமானதாக குறிப்பிட வேண்டுமெனில் விவசாயிகளிடையே போராட்ட உணர்வையும் தியாகம் செய்வதற்கான தன்மையையும் உருவாக்கிய அதே நேரத்தில்

மணிகுந்தளா சென்

தோழமை உணர்வையும் அது பதியச் செய்தது; ஒழுங்கமைக்கப்பட்டதொரு வர்க்கப் போராட்டம் இல்லாமல் எதையும் அடைய முடியாது என்ற பாடத்தை அது அவர்களுக்குப் போதித்தது; விவசாயத் தொழிலாளர்கள், ஏழை விவசாயிகள், குத்தகை விவசாயிகளை போராட்டத்திற்காக ஒன்றுபடுத்த வேண்டும்; அதன் மூலமே வர்க்க ஒற்றுமை, சுயமரியாதை ஆகிய உணர்வுகளை வளர்த்துக் கொள்ள முடியும்; வர்க்கப் போராட்டத்தில் விவசாயப் பெண்கள் முக்கியமான பங்கினை ஆற்றுகின்றனர்; ஒரு வர்க்கப் போராட்டத்தில் சுரண்டும் வர்க்கங்கள் எப்போதுமே துரோகம் செய்யத் தயாராக இருக்கும்; எந்தவொரு இயக்கத்தையும் போதுமான தயாரிப்புகளுடனும் சிறப்பான அரசியல் புரிதலுடனுமே மேற்கொள்வது அவசியம்.

இவை அனைத்தும் இருந்தபோதிலும், இயக்கத் தலைமை குறிப்பிட்ட சில தவறுகளை செய்திருந்தது. காவல்துறை, ஜோடேதார்களின் குண்டர்படை தாக்குதல்களை எதிர்த்து விவசாயிகளை பாதுகாப்பதற்கான ஒரு தன்னார்வ அமைப்பிற்கான போதுமான தயாரிப்புகள் செய்யப்படவில்லை; காவல் துறையின் பெருமளவிலான அடக்குமுறை தொடங்கும் வரையிலும் தொழிலாளி வர்க்கத்தின் ஆதரவு போதுமான அளவில் திரட்டப்படவில்லை; அதேபோன்று இந்த இயக்கத்திற்குப் பின்னால் நகர்ப்புற நடுத்தர வர்க்கத்தின் ஆதரவைத் திரட்டுவதற்கு தேவையான முயற்சிகள் எடுக்கப்படவில்லை; பர்காதார்களுக்கு மூன்றில் இரண்டு பங்கு உரிமையை பெற்றுத் தரும் விஷயத்தில் பெரிய ஜோடேதார்களுக்கும் சிறிய ஜோடேதார்களுக்கும் இடையில் எவ்வித வேறுபாடும் காட்டப்படவில்லை. இதன் விளைவாக ஒட்டுமொத்த ஜோடேதார் வர்க்கத்திற்கு எதிரான போராட்டமாக இதை நடத்த வேண்டி வந்தது. இதன் மூலம் விவசாயிகளுக்கு எதிரான தங்களது தாக்குதல் நடவடிக்கைகளுக்கு பெரும்பாலான சிறிய ஜோடேதார்களின் ஆதரவை பெரிய

ஜோடேதார்கள் அணிதிரட்ட முடிந்தது. எனினும் இந்தத் தவறுகள் எந்தவகையிலும் இந்த இயக்கத்தின் முக்கியத்துவத்தையோ அல்லது இந்த இயக்கம் வெளிப்படுத்திய வீரத்தையோ குறைத்துவிடவில்லை.

நாட்டின் இதர பகுதிகளில் நடைபெற்று வந்த விவசாயிகளின் இயக்கத்திலிருந்து முற்றிலும் வேறுபட்ட ஒன்றாக தேபகா இயக்கம் இருந்தது. மற்ற மாநிலங்களில் விவசாய இயக்கமானது குறிப்பிட்ட ஒரு சில பகுதிகளில் மட்டுமே செயல்பட்டு வந்த நிலையில், வங்காளத்தில் இந்த இயக்கம் மாநிலம் முழுவதும் பரவிய ஒன்றாக இருந்தது. உதாரணமாக, கேரளாவில் நிலப்பிரபுத்துவத்திற்கு எதிரான விவசாயிகளின் இயக்கம் அந்நாளைய மலபார் மாவட்டத்தில் மட்டுமே, அதிலும் குறிப்பாக அதன் வட பகுதிகளில் மட்டுமே செயல்பட்டு வந்தது. அதைப் போன்றே ஆந்திராவில் விவசாய இயக்கமானது (தெலுங்கானா போராட்டத்தைத் தவிர்த்து) பெருமளவிற்கு கிருஷ்ணா, குண்டூர், கோதாவரி மாவட்டங்களில் மட்டுமே செயல்பட்டு வந்தது. மகாராஷ்ட்ராவிலும் விவசாய இயக்கமானது ஓரிரு தாலுக்காக்களை உள்ளடக்கிய வோர்லி பழங்குடி விவசாயிகளை மட்டுமே மையமாகக் கொண்டிருந்தது.

மேலும் முக்கியமாக 1946 ஆகஸ்ட் மாதம் கல்கத்தாவிலும் பின்பு கிழக்கு மாவட்டங்களில் ஒன்றான நவகாளியில் 1946 அக்டோபரிலும் என சிறு சிறு காலப் பகுதிகளில் மீண்டும் மீண்டும் தலைதூக்கி வந்த வகுப்புவாத வெறியாட்டங்களின் பின்னணியில் ஒடுக்கப்பட்ட விவசாயிகள் மேற்கொண்ட ஒரு வர்க்கரீதியான இயக்கமாக தேபகா போராட்டம் திகழ்ந்தது. இந்த இயக்கம் தீவிரமாக நடைபெற்ற பகுதிகளில் இருந்த விவசாயிகள் ஒரு குறிப்பிட்ட வகுப்பைச் சேர்ந்தவர்களாக இல்லாமல், இந்து –முஸ்லீம் என இரு வகுப்புகளையும் சேர்ந்தவர்களாக இருந்தனர். அதுவும் போக, பழங்குடிகளைச் சேர்ந்த விவசாயிகளும் இந்த இயக்கத்தின் ஒரு பிரிவாக இருந்தனர். இந்த இயக்கத்தின் குறிப்பிடத்தக்க அம்சம் என்னவெனில், நவகாளி பகுதி உள்ளிட்டு வங்காளத்தின் பெரும்பாலான பகுதிகளில் இருந்த அனைத்து வகுப்புகளையும் சேர்ந்த லட்சக்கணக்கான விவசாயிகளுக்கு உத்வேகமளித்து, தனக்குள் கவர்ந்திழுத்துக் கொண்ட, இந்து-முஸ்லீம் ஒற்றுமையிலான வர்க்கப் போராட்டத்தின் ஒளியை எங்கணும் சுழற்றி வீசிய ஒரு கலங்கரை விளக்கமாகவும் அது திகழ்ந்ததே ஆகும்.

வங்காளத்திலும் பீகாரிலும் வகுப்புவாதக் கலவரங்களை கட்டுப்படுத்துவதில் தனித்துவமான ஒரு பங்கினை தேபகா இயக்கமும், விவசாய சங்கமும் வகித்தன. விவசாய சங்கம் கணிசமான செல்வாக்கு செலுத்தி வந்த வங்காளத்தின் நவகாளி –திப்பெரா மாவட்டங்களில் இத்தகைய வகுப்புக் கலவரங்கள் தலைதூக்கவில்லை என்பது குறிப்பாக எடுத்துச் சொல்லப்படவேண்டிய ஒன்றாகும். இத்தகைய பகுதிகளில் விவசாய சங்கமும் தேபகா இயக்கத்தின் செயல்வீரர்களும் அருகாமைப் பகுதிகளில் வகுப்புக் கலவரத்தினால் பாதிக்கப்பட்டவர்களுக்கான அகதிகள் நிவாரண முகாம்களை நடத்தினர். இதேபோன்று பீகாரில் மோங்கீர் மாவட்டத்திலுள்ள மோக்பூரில் வகுப்புக் கலவரத்தினால் பாதிக்கப்பட்ட பகுதிகளில் இருந்த மக்களை பாதுகாக்கவும், வகுப்புவாதக் கலவரத்தில் பாதிக்கப்பட்டவர்களுக்கு நிவாரணம் அளிக்கவும், கம்யூனிஸ்ட் கட்சி, விவசாய சங்கம் மற்றும் இதர வெகுஜன அமைப்புகள் நிவாரண நடவடிக்கைகளை மேற்கொண்டன. நகர்ப்புறம், கிராமங்கள் என இரு பகுதிகளிலுமே இத்தகைய நடவடிக்கைகளுக்கு தலைமை வகிப்பதில் கம்யூனிஸ்ட் கட்சி முன்னணியில் இருந்தது.

இத்தகைய கலவரங்களை தடுக்கவும், பல்வேறு வகுப்பினரிடையே ஒற்றுமையை உருவாக்கவும் ஒரே வழி பிரிட்டிஷ் ஆட்சியாளர்களுக்கு எதிரான சமரசமற்றதொரு போராட்டத்தை நடத்துவதும், அவர்களது குறைகள், கோரிக்கைகள் ஆகியவற்றின் அடிப்படையில் தொழிலாளிகளுக்கும் நிலப்பிரபுக்களுக்கும் எதிராக தொழிலாளர்கள், விவசாயிகளின் போராட்டங்களை ஒருங்கமைப்பதும்தான் என்று கம்யூனிஸ்ட் கட்சி கருதியது. இதுவே சரியானது என்றும், தெளிவானது என்றும் அது கருதிய வகையில் நடைமுறைக்குக் கொண்டுவருவதற்குப் போதுமான வலிமை கம்யூனிஸ்ட் கட்சிக்கு இல்லாத நிலையில், பிரிட்டிஷ் ஆட்சியாளர்கள், காங்கிரஸ்-லீக் தலைவர்கள் களமாடி வந்த இந்திய அரசியல் ஒரு நெருக்கடியிலிருந்து மற்றொரு நெருக்கடியை நோக்கி நகர்ந்தது.

ஏப்ரல் 26, 2020

27

புன்னப்புரா-வயலார் வீர சகாப்தம்

புன்னப்புராவும் வயலாரும் ஆலப்புழா மாவட்டத்தில் இருந்த இரு கிராமங்கள் ஆகும். புன்னப்புரா-வயலார் போராட்டம் நிலப்பிரபுக்களின் மத்தியகால ஒடுக்குமுறைக்கு எதிராகவும், கயிறு தயாரிப்புத் தொழிலில் ஈடுபட்டிருந்த தொழிலாளிகள் தங்களது முதலாளிகளுக்கு எதிராகவும், திருவாங்கூர் திவானின் எதேச்சாதிகார ஆட்சிக்கு எதிராகவும், பொறுப்புள்ளதொரு அரசினைக் கோரியும் விவசாயிகளும், விவசாயத் தொழிலாளர்களும், தொழிலாளர்களும் மேற்கொண்ட எதிர்ப்பு இயக்கமாகும். இந்த இயக்கம் 1946 அக்டோபரில் தொடங்கியது.

1938ஆம் ஆண்டில் திருவாங்கூரில் நடைபெற்ற முதல் அரசியல் பொதுவேலைநிறுத்தத்தின் போதே எழுச்சியின் மையமான பகுதிகளாக இருந்த இந்த மாவட்டமும் இந்த இரு கிராமங்களும் 1946ஆம் ஆண்டில் மீண்டும் கவனத்திற்குரியதாக மாறின. திருவாங்கூர் மகாராஜா, அவரது திவான் ஆகியோரின் எதேச்சாதிகார ஆட்சியை எதிர்த்து நடைபெற்ற மிகப்பெரும் போராட்டத்தின் மையப்பகுதியாக இவை விளங்கின. கையால் செய்த மர ஈட்டிகளை தவிர வேறு எந்த ஆயுதமும் இல்லாத உறுதிபடைத்த தொழிலாளிகளுக்கும் ஆயுதப் படையினருக்கும் இடையே தீவிரமான யுத்தம் நடைபெற்ற பகுதியாக இந்த கிராமங்கள் இருந்த நிலையில் இவை சிறப்பான கவனம் பெற்றன.

இரண்டாம் உலகப் பெரும்போர் முடிவுக்கு வந்ததைத் தொடர்ந்து வேலையின்மையும் பட்டினியுமே நீடித்தன. உணவு, அரிசி, உடை, சர்க்கரை, கெரோசின் போன்ற பொருட்களுக்கு கடுமையான தட்டுப்பாடு நிலவியது. எனினும் இவை அனைத்துமே கள்ளச் சந்தையில் மட்டுமே கிடைத்தன. இந்தப் பகுதியில் வாழ்ந்த குத்தகைதாரர்களும் விவசாயத் தொழிலாளிகளும் பெரும்பாலான நேரங்களில் நிலப்பிரபுக்களால் அடித்து உதைக்கப்பட்டு சித்திரவதை செய்யப்பட்டு வந்த நிலையில், பெண்கள் நிலப்பிரபுக்களால் பாலியல் வன்கொடுமைக்கு ஆளாக்கப்படுவதும், அவர்களின் வீடுகள் இடிக்கப்படுவதும் வழக்கமான ஒன்றாக இருந்து வந்தன. இவர்கள் அனைவருமே அடிமைகளாகவே நடத்தப்பட்டு வந்தனர். உதாரணமாக, விவசாய

கூலித் தொழிலாளியான ஓர் இளம்பெண் நிலப்பிரபுவின் ஆசைக்கு இணங்க மறுத்தபோது, அவளை கயிறுகளால் கட்டி நிலப்பிரபுவின் வீட்டிற்கு இழுத்துச் செல்லப்பட்டு, அங்கு பாலியல் வன்கொடுமைக்கு ஆளாக்கப்பட்ட பிறகு, கழுத்துவரை நிலத்தில் புதைக்கப்பட்டு, வெளியில் தெரியும் தலையை அதே நிலப்பிரபுவால் கால்களால் உதைத்து நசுக்கப்பட்டு கொல்லப்பட்டாள்.

இந்தப் பகுதி மக்கள், குறிப்பாக தொழிலாளர்களும் விவசாயத் தொழிலாளர்களும் குத்தகைதாரர்களும் கயிற்றுத் தொழிலாளர் சங்கம், இந்திய கம்யூனிஸ்ட் கட்சி ஆகியவற்றின் தலைமையின்கீழ் எதிர்ப்பு இயக்கத்தில் தங்களை ஒருங்கிணைத்துக் கொண்டனர். இவ்வாறு இதர பகுதி தொழிலாளர்களும் ஒழுங்கமைக்கப்பட்டனர். **1944-45இல்** சேர்த்தலா தாலுக்கா முழுவதும் விவசாயத் தொழிலாளர்களால் வார்டு குழுக்கள் ஏற்கனவே உருவாக்கப்பட்டிருந்தன.

திருவாங்கூர் அரசரும் அவரது திவானும் மக்களின் கோரிக்கையை ஏற்க மறுத்தது மட்டுமின்றி திருவாங்கூர் பகுதியை இந்தியாவிலிருந்து பிரித்து வைக்கவும் முயற்சி செய்தனர். உருவாகவிருந்த சுதந்திர இந்தியாவில் திருவாங்கூர் பகுதி சேராது என்றும் எப்போதும்போல் அது தனி ஆளுகையில்தான் தொடர்ந்து இருக்கும் என்றும் திவான் அறிவித்தார். இந்நிலையில் பொறுப்புள்ளதொரு அரசு என்ற கோரிக்கைக்கான போராட்டமானது திருவாங்கூர் தனிப்பட்ட நாடு என்ற நிலைபாட்டிற்கு எதிரான போராட்டத்தோடு இரண்டறக் கலந்தது.

திருவாங்கூர் ஆட்சியாளர்களுக்கும் அதற்கு எதிராக இருந்த ஜனநாயக சக்திகளுக்கும் இடையில் இருந்த மற்றொரு சச்சரவு ‘அமெரிக்க முன்மாதிரி’ பற்றியதாகும். அதிபரின் நிர்வாகத்தின் கீழான அமெரிக்க முன்மாதிரியையே தாம் ஆதரிப்பதாக திவான் கூறினார். அவரது இந்தக் கருத்தை புன்னப்புரா-வயலார் பகுதியைச் சேர்ந்த தீவிரமான தொழிலாளி வர்க்கம் மிகக் கடுமையாக எதிர்த்தது. ஆலப்புழையின் தொழிலாளிவர்க்கமும் கம்யூனிஸ்ட் கட்சியும் இதற்கு எதிராக ‘அமெரிக்க முன்மாதிரியை அரபிக் கடலில் தூக்கி எறிவோம்!’ என்ற கோஷத்தை எழுப்பின.

1945 ஜூலை-ஆகஸ்ட் மாதங்களில் ஆலப்புழை, சேர்த்தலா, முகம்மா ஆகிய பகுதிகளைச் சேர்ந்த தொழிலாளர்கள் அத்தியாவசியப் பொருட்களை நியாய விலையில் வழங்க வேண்டுமென்று கோரி ஒரு பொது வேலைநிறுத்தத்திற்கு

புன்னப்புரா-வயலார் தியாகிகள் மணி மண்டபம்

அறைகூவல் விடுத்தனர். இத்தகைய விநியோகத்திற்கான ஓர் ஏற்பாட்டை உருவாக்குவதாக திருவாங்கூர் அரசும் தொடக்கத்தில் ஒப்புக் கொண்டது. எனினும் வேலையின்மை, பட்டினி ஆகியவற்றுக்கு எதிராக தொழிலாளர்கள் தங்கள் கிளர்ச்சியை தொடங்கியபோது இந்த இயக்கத்தை நசுக்குவதில் அரசு தீவிரமாக இருந்தது. ராணுவ தடைச் சட்டம் பிறப்பிக்கப்பட்டது. அவர்கள் விரும்பும் எதையும் செய்துகொள்ளலாம் என காவல்துறை கட்டவிழ்த்து விடப்பட்டது. மாநிலத்தின் ராணுவமும் ரிசர்வ் போலீசும் கொல்லம், ஆலப்புழை, கோட்டயம், புனலூர் மற்றும் இதர இடங்களில் தயார் நிலையில் நிறுத்தி வைக்கப்பட்டன. அனைத்து வகையான ஆர்ப்பாட்டங்கள், வேலைநிறுத்தங்களுக்குத் தடை விதிக்கப்பட்டது. போலீசின் அட்டூழியங்கள், அவர்களது கொடூரச் செயல்கள் குறித்த எந்தவொரு செய்தியையும் பிரசுரிக்கக் கூடாது என செய்தித்தாள்களுக்கு உத்தரவிடப்பட்டது. போலீஸ் மற்றும் குண்டர்களின் வெறியாட்டம் கட்டுக்கடங்காத வகையில் இருந்தன. தொழிற்சங்க அலுவலகங்கள் சோதனையிடப்பட்டு, தீயிட்டுக் கொளுத்தப்பட்டன. இந்த இயக்கத்தின் தலைவர்கள் கைதுசெய்யப்பட்டு சிறையில் அடைக்கப்பட்டனர்.இத்தகைய பயங்கரவாத ஆட்சியை நிலைநாட்டுவதில் நிலப்பிரபுக்கள் மிகவும் தீவிரமான பங்கினை வகித்தனர்.

திருவாங்கூர் அனைத்து தொழிற்சங்க காங்கிரஸ் ஒரு பொது வேலைநிறுத்தத்திற்கு அறைகூவல் விடுத்தது. இது 1946 அக்டோபர் 22 அன்று தொடங்கியது. பெரும் எண்ணிக்கையிலான தொழிலாளர்கள் தங்களது ஆர்ப்பாட்டங்களை தொடங்கி

விடுதலைக்கான கோரிக்கையுடன் புன்னப்புராவில் இருந்த ரிசர்வ் போலீஸ் முகாமை நோக்கி அணிவகுத்தனர். அந்த முகாமின் பொறுப்பு அதிகாரி ஆர்ப்பாட்டக்காரர்கள் மீது துப்பாக்கிச்சூடு நடத்துமாறு உத்தரவிட்டார். போலீசின் துப்பாக்கிக் குண்டுகளுக்கு ஆர்ப்பாட்டக்காரர்கள் பலரும் பலியாயினர். இதைத் தொடர்ந்து நடைபெற்ற மோதலில் அந்த அதிகாரியும் அவரது உதவியாளர்கள் ஐவரும் உயிரிழந்தனர்.

புன்னப்புராவில் மோதல் நடந்த 24 மணிநேரத்திற்குள்ளாகவே அம்பலப்புழா, சேர்த்தலா தாலுக்காக்கள் ராணுவத்தின் கைகளில் ஒப்படைக்கப்பட்டன. கிராமங்களில் ஆட்களை தேடும் வேட்டை தொடர்ந்து நடைபெற்றது. மக்களைப் பிடித்ததும் அவர்கள் சுடப்பட்டனர்; அல்லது அடித்தே கொல்லப்பட்டனர். போலீசின் அத்துமீறல்களை எதிர்க்கும் வகையில் வயலார் கிராமத்தில் ஒரு முகாம் உருவாக்கப்பட்டது. 1946 அக்டோபர் 27 அன்று இந்த முகாமில் இருந்தவர்கள் மதிய உணவு உண்ணுகின்ற தருணத்தில் ராணுவம் அவர்களை சுற்றி வளைத்தது. உடனடியாக துப்பாக்கி சூடு தொடங்கியது. பலரும் கொல்லப்பட்டனர். (இன்றுவரை இந்த துப்பாக்கிச் சூட்டில் பலியானவர்களின் சரியான எண்ணிக்கை தெரியவில்லை) ராணுவத்திடம் இருந்த துப்பாக்கிகளில் குண்டுகள் தீரும் வரை தொடர்ந்து துப்பாக்கி சூடு நடந்தது. பிறகு இன்னமும் உயிரோடு இருந்தவர்கள் துப்பாக்கியின் பாய்னெட்டுகளால் குத்திக் கொலை செய்யப்பட்டனர்.

வாய்விட்டுச் சொல்லமுடியாத வகையில் ராணுவ, போலீஸ் கொடுமைகளுக்கு மக்கள் ஆளாயினர். பலரும் தங்கள் வீட்டையும் நிலத்தையும் விட்டு வெளியேறி, திருவாங்கூருக்கு வெளியே தங்க வேண்டியிருந்தது. மாவட்டம் முழுவதும் பல நூற்றுக்கணக்கான தீரமிகு தொழிலாளிகள் ராணுவ/போலீஸ் நடவடிக்கைகளில் கொல்லப்பட்டனர். மேலும் பலர் காயமுற்றனர். நூற்றுக்கணக்கான வீடுகள் தீயிட்டுக் கொளுத்தப்பட்டன. அந்தப் பகுதி முழுவதுமே பாலைவனமாக மாறியிருந்தது. அனைத்து அதிகாரங்களையும் கையில் வைத்திருந்த திவான் ஆலப்புழையில் கம்யூனிஸ்டுகள் முற்றிலுமாக நசுக்கப்பட்டு விட்டனர் என பீற்றிக் கொண்டார். இத்தகைய துயரமிக்க சம்பவங்கள் நிகழ்ந்த போதிலும், ஆலப்புழையிலும் அதைச் சுற்றியுள்ள பகுதிகளிலும் தீரமிக்க தொழிலாளி வர்க்கம் வெளிப்படுத்திய வீரச் செயல்கள் திருவாங்கூர் இதுவரை சந்தித்திராத ஒன்றாக இருந்தன.

புன்னப்புரா – வீர சபதம் ஏற்கும் தொழிலாளி வர்க்கம்

ஏற்றத் தாழ்வான இந்தப் போராட்டத்தில் ராணுவம் மற்றும் போலீசின் துணையோடு திருவாங்கூர் அரசின் சமூக விரோத சக்திகளை ஆலப்புழை நகரம் மற்றும் அதைச் சுற்றியுள்ள கிராமங்களில் தொழிலாளி வர்க்க தொண்டர்கள் பழங்காலத்து ஆயுதங்களுடன் எதிர்த்துப் போராடினர். கிட்டத்தட்ட ஆயுதம் ஏதும் இல்லாமலேயே அரசின் தாக்குதலை எதிர்கொள்ளத் தயாராக அவர்கள் இருந்ததற்கான பெருமை அனைத்தும் திருவாங்கூர் பகுதியின் கம்யூனிஸ்ட் கட்சியையே சேரும்.

இந்த யுத்தத்தில் தொழிலாளி வர்க்கம் தோற்கடிக்கப்பட்ட போதிலும், மாநிலம் முழுவதிலும் அரசியல் சூழ்நிலை முற்றிலுமாக மாறியது. இந்தப் போராட்டத்திலிருந்து ஒரு கோஷம் எழுந்தது: "வயலாரில் சிந்திய ரத்தம் நமது ரத்தம்!" அவர்களின் தியாகங்கள் வீண் போகவில்லை!.

தங்களது கடுமையான எதிர்ப்பைத் தெரிவிக்க தொழிலாளி வர்க்கம் மட்டுமே தனது தயார் நிலையையும் வீரத்தையும் வெளிப்படுத்திய போதிலும் மக்களில் விரிவான பகுதியினரும் மாநிலத்தில் இருந்த எதேச்சாதிகாரமான ஆட்சிக்கு எதிரானதொரு நிலைபாட்டை மேற்கொண்டனர். ஆலப்புழையின் அணிதிரட்டப்பட்ட தொழிலாளி வர்க்கமும் அதற்கு வழிகாட்டி வந்த கம்யூனிஸ்ட் கட்சியும் திருவாங்கூரிலும், இந்தியா முழுவதிலும் இருந்த ஜனநாயக இயக்கம் முழுவதன் வாழ்த்துக்களையும் ஆதரவையும் பெற்றிருந்தது. திருவாங்கூரில் (மேல்சாதிகளைச் சேர்ந்த ஒரு சிறிய பிரிவினரைத் தவிர) அனைத்து மக்களுமே திவானின் ஆட்சியை முற்றிலுமாக எதிர்த்தனர். மிகப்பெரும் எண்ணிக்கையிலான சாதி இந்துக்கள்

அல்லாத பிரிவினர், கணிசமான எண்ணிக்கையில் இருந்த சிறுபான்மை கிறித்துவர்கள், சிறிய அளவில் இருந்த சிறுபான்மையினரான முஸ்லீம்கள் ஆகிய அனைவருமே இதில் அடங்குவர். இவ்வகையில் விடுதலை பெற்றபிறகு இந்தியாவை ஒன்றுபட்டதொரு நாடாக நீடித்திருக்கச் செய்ய இந்திய மக்கள் மேற்கொண்ட போராட்டத்தின் ஒரு பகுதியாகவே இந்தப் போராட்டம் திகழ்ந்தது.

இந்தப் போராட்டம் நடந்த ஓராண்டிற்குப் பிறகு 'கம்யூனிஸ்ட் கலகத்தை' முற்றிலுமாக ஒழித்துக் கட்டும் நடவடிக்கைக்குத் தலைமை தாங்கிய திவான் அவமானத்துடன் மாநிலத்தை விட்டு வெளியேற நேர்ந்தது. அவர் புறப்பட்டுப் போனதைத் தொடர்ந்து மக்களின் அரசியல் கோரிக்கைகள் ஏற்றுக் கொள்ளப்படும் என்று திருவாங்கூர் மகாராஜா அறிவித்தார். வாக்களிக்கும் வயதுடையவர்கள் அனைவருக்கும் வாக்குரிமை என்ற அடிப்படையில் தேர்தல்களை நடத்தவும், சட்டமன்ற உறுப்பினர்களுக்கு பதிலளிக்கும் பொறுப்புடைய ஜனநாயக பூர்வமான ஓர் அரசை நிறுவுவதற்குமான தயாரிப்புகள் தொடங்கின.

திருவாங்கூரில் புன்னப்புரா-வயலாரில் வெளிப்பட்ட தீரமிக்க எதிர்ப்பு என்பது தனிப்பட்டதொரு நிகழ்வல்ல. இந்தக் காலப்பகுதியில் கேரளா முழுவதிலும் நடைபெற்று வந்த பல்வேறு வகையான வெகுஜன நடவடிக்கைகளின் தீரமிக்க அலையின் ஒரு பகுதியாகவே இந்தப் போராட்டம் இருந்தது. இவற்றில் கரிவெள்ளூர், காவும்பை, தில்லங்கெரி ஆகிய மலபார் பகுதிகளில் நடைபெற்ற விவசாயிகளின் நடவடிக்கைகள் குறிப்பிடத்தக்கவை ஆகும்.

பஞ்சம், பட்டினி ஆகியவை மாநிலத்தின் பல பகுதிகளுக்குப் பொதுவான ஒரு நிலையாகத்தான் இருந்தன. அரிசியை வைத்திருப்பது தங்கத்தை வைத்திருப்பதை விட மதிப்புள்ளதாக கருதப்பட்டது. கரிவெள்ளூரில் நிலப்பிரபுக்களின் நெற்களஞ்சியங்கள் நிரம்பி வழிந்து கொண்டிருந்த அதே நேரத்தில் ஏழை விவசாயிகளும் விவசாயத் தொழிலாளிகளும் பட்டினியில் வாடிக் கொண்டிருந்தனர். நிலப்பிரபுக்கள் பதுக்கி வைத்திருந்த தானியங்கள் காவல்துறை மற்றும் அரசு இயந்திரத்தின் முழு ஒத்துழைப்புடன் கள்ளச் சந்தைக்குப் போய்க் கொண்டிருந்தன. இந்தக் கள்ளச் சந்தைக்கு எதிராக குரலெழுப்புவர்களை நசுக்க மலபார் பகுதியை அப்போது நிர்வகித்து வந்த பிரிட்டிஷ் காலனி

நிர்வாகம் மலபார் சிறப்புக் காவல் படையை கட்டவிழ்த்து விட்டது. கரிவெள்ளூரில் இருந்து நெல்லை எடுத்துக் கொண்டு செல்ல வேண்டாம் என்ற மக்களின் கோரிக்கையை நிலப்பிரபுக்கள் காதிலேயே போட்டுக் கொள்ளவில்லை. நிலப்பிரபுக்களின் முகவர்கள் நெல்லை கொண்டு சேர்ப்பதை மக்கள் எதிர்த்தபோது 1946 டிசம்பர் 20 அன்று காவல்துறை அவர்கள் மீது துப்பாக்கி சூடு நடத்தியது. இந்த எதிர்ப்புக்குத் தலைமை தாங்கிய கட்சித் தலைவர்கள் காவல்துறையின் குண்டுகளுக்கு இரையாயினர். நூற்றுக்கணக்கானோர் பல்வேறு குற்றச்சாட்டுகளின் பேரில் கைது செய்யப்பட்டனர்.

மலபாரில் இருந்த, எதிர்ப்பு இயக்கத்தில் நீண்ட பாரம்பரியம் மிக்க காவும்பையில் நிலப்பிரபுக்கள் தானியங்களை பதுக்கி வைத்திருந்த கிடங்குகள் மீது தாக்குதல் தொடுப்பது என கம்யூனிஸ்ட் கட்சி முடிவு செய்தது. காவல்துறையின் உதவியுடன் இதைத் தடுக்க நிலப்பிரபுக்கள் முயன்றனர். இந்த நடவடிக்கைகளில் பல தோழர்கள் உயிரிழ்ந்தனர். நூற்றுக்கணக்கானோர் கைது செய்யப்பட்டு சித்திரவதைக்கு ஆளாயினர்.

மலபார் பகுதியில் நடைபெற்ற இந்த விவசாயப் போராட்டங்களில் பங்கேற்ற தலைவர்கள் பலரும் சேலம் மத்திய சிறையில் அடைக்கப்பட்டனர். அந்தச் சிறைக்குள் கைதிகளுக்கான வசதிகளை மேம்படுத்த வேண்டும் என்று கோரி 1950 பிப்ரவரியில் நடைபெற்ற உள்ளிருப்பு வேலைநிறுத்தத்திலும் இவர்கள் பங்கேற்றனர். அன்றைய காங்கிரஸ் அரசின் கீழிருந்த காவல்துறை கம்யூனிஸ்ட் கைதிகளின் மீது துப்பாக்கிச் சூடு நடத்தியதில் 22 தோழர்கள் தங்கள் இன்னுயிரை ஈந்து தியாகிகள் ஆயினர்.

புன்னப்புரா-வயலார் இயக்கத்தில் உயிரிழந்த நூற்றுக்கணக்கான தியாகிகள், பல்வேறு வகையான துயரங்களை எதிர்கொள்ள வேண்டியிருந்த ஆயிரக்கணக்கானோரின் தியாகங்கள் வீண் போகவில்லை. இந்தப் போராட்டம் திருவாங்கூர், கொச்சி என அதுவரை தனித்தனியாக இருந்த சிற்றரசர்களின் ஆட்சிப் பகுதிகள் முதலில் ஒன்றாக இணைக்கப்படவும், இது பின்னர் திருவாங்கூர்-கொச்சி என்ற மாநிலமாக மாற்றப்படுவதற்கும் வழிவகுத்தது. ஏழு ஆண்டுகளுக்குப் பிறகு அன்றைய பிரிட்டிஷ் பகுதியாக இருந்த மதராஸ் ராஜதானியின் ஒரு மாவட்டமாக இருந்த மலபார் மாவட்டமும் இதனுடன் சேர்க்கப்பட்டு மொழிவாரி மாநிலங்கள் என்ற அடிப்படையில் ஒன்றுபட்ட கேரளாவாக மாறியது.

மே 03, 2020

28

வீரஞ்செறிந்த வோர்லி பழங்குடியினரின் எழுச்சி

வோர்லி பழங்குடி மக்களின் வெகுஜன எழுச்சியின் அடிப்படையான காரணமாக இருந்தது அவர்களது மிக மோசமான, அருவருப்பான நிலைமை மற்றும் நிலப்பிரபுக்களான கொடுங்கோலர்களால் அவர்கள் காலம் காலமாக நசுக்கப்பட்டு வந்தது ஆகியவையே ஆகும். நூறாண்டுகளுக்கு மேலாகவே அவர்கள் இத்தகைய நிலைமைகளில் அமிழ்ந்து கிடந்தனர். இந்த நிலையை அவர்கள் முற்றிலுமாக வெறுத்தபோதிலும் அவர்களிடையே கொந்தளித்துக் கொண்டிருந்த கோபக் கனலை அவர்களின் அச்சமும் நிராதரவான நிலையுமே மட்டுப்படுத்தி வந்தன. கசப்பு நிரம்பிய ஏமாற்றத்துடனும் தங்களின் அடிமைத்தனம் எப்போது முடிவுக்கு வரும் என்ற கவலையுடனும் அவர்கள் வாழ்ந்து வந்தனர். எனினும் இதை எவ்வாறு முடிவுக்குக் கொண்டு வருவது என்பதை அறியாதவர்களாகவும் அவர்கள் இருந்தனர். கம்யூனிஸ்டுகளின் தலைமையிலான விவசாய சங்கத்தின் நுழைவு இந்த இடைவெளியை நிரப்பியது. வோர்லி மக்களின் சமூகரீதியான விடுதலைக்கான இயக்கம் 1945 மே மாதம் தொடங்கியது. அடிமைத் தனத்திற்கு எதிரான கிளர்ச்சியாக அவர்கள் செங்கொடியை உயர்த்தினர். வோர்லி மக்களை தட்டியெழுப்பி அவர்களை அணிதிரட்டும் பணியை கோதாவரி பருலேகரும் அவரது கணவர் ஷாம்ராவ் பருலேகரும் ஓய்வு ஒழிச்சலின்றி மேற்கொண்டனர்.

மகாராஷ்ட்ராவின் தானே மாவட்டத்தின் உம்பர்காவ்ன், தஹானு, பால்கர், ஜவகர் தாலுக்காக்களில் பரவலாக வசித்து வந்த பழங்குடி விவசாயிகளில் பெரும்பான்மையினராக வோர்லி பழங்குடி இன மக்கள் இருந்தனர். பணக்கார விவசாயிகளும் கந்துவட்டிக்காரர்களும் மிகக் குறைவான தொகைக்கு அவர்களிடமிருந்து நிலங்களை பறித்துக் கொண்டனர். அதைத் தொடர்ந்து அதே நிலங்களில் அவர்கள் குத்தகைதாரர்களாக தொடர்ந்து நீடித்து, விளைச்சலில் பாதியை குத்தகையாக கொடுத்து வந்தது மட்டுமின்றி, நிலப்பிரபுக்களுக்குச் சொந்தமான மற்ற நிலங்களிலும் எவ்வித ஊதியமும் இன்றி அவர்கள் பணிபுரிய வேண்டியிருந்தது. கொத்தடிமை வாழ்க்கையைத் தான் அவர்கள் வாழ்ந்து வந்தனர். ஒரு சில நிலப்பிரபுக்களுக்கு சொந்தமாக மேய்ச்சல் நிலங்கள் இருந்ததோடு, வனத்துறையின் ஒப்பந்தக்காரர்களாகவும் அவர்கள் இருந்தனர். பழங்குடிகளைச் சேர்ந்த விவசாயிகளை இவர்கள் மிகக் குறைந்த ஊதியத்திற்கு தொழிலாளிகளாகப் பயன்படுத்தி வந்தனர். கட்டாய வேலை என்பது

இப்பகுதியில் மிகப் பரவலாக இருந்து வந்தது. வேலையில்லாத பருவங்களில் நெல் கடனுக்கு அவர்கள் நிலப்பிரபுக்களையே நாட வேண்டியிருந்தது. இத்தகைய கடனுக்கு அவர்கள் 50லிருந்து 200 சதவீதம் வரை வட்டி கட்ட வேண்டியிருந்தது.

மகாராஷ்ட்ர மாநில விவசாயிகள் சங்கம் தனது முதல் மாநாட்டை 1945ஆம் ஆண்டில் தானே மாவட்டத்தில் இருந்த தித்வாலா என்ற கிராமத்தில் நடத்தியது. இந்த மாவட்டத்தில் இருந்த அனைத்து தாலுக்காவிலிருந்தும் விவசாயிகளின் பிரதிநிதிகளை இந்த மாநாட்டில் அணிதிரட்ட விவசாய சங்கத் தொண்டர்கள் திட்டமிட்டனர். இந்த மாநாட்டிற்கான பிரச்சார இயக்கத்தின்போதுதான் 1944 டிசம்பரில் உம்பர்காவ்ன் தாலுக்காவில் இருந்த வோர்லி பழங்குடி இன மக்களை இந்தத் தொண்டர்கள் நேருக்கு நேராக சந்தித்தனர்.

அந்நாட்களில் நிலப்பிரபுக்களின் ஆட்களும் உள்ளூர் அரசு அதிகாரிகளும் தங்களது அதிகாரத்திற்கு உட்பட்ட பகுதிகளில் அரசர்களைப் போல ஆட்சி செய்து வந்தனர். இவர்களுக்கு முன்பாக சுதந்திரமாகப் பேசவும் கூட வோர்லிகள் அஞ்சினர். மாநாடு பற்றி விவாதிக்க விவசாய சங்கம் ஏற்பாடு செய்திருந்த கூட்டங்களில் இந்த மேலாதிக்க நபர்கள் இருப்பதை காணும்போது, சங்கத் தலைவர்கள் மிகுந்த கண்டிப்புடன் அவர்களை கூட்டத்திலிருந்து வெளியேறும்படி கூறி விடுவார்கள். அவர்கள் தலைகுனிந்தபடி கூட்டத்தை விட்டு வெளியேற வேண்டியிருந்தது. இத்தகைய செயல்கள்தான் வோர்லிகள் சுதந்திரமாகப் பேசவும், தங்கள் மீதான சுரண்டல், தங்களது நிலை குறித்த உணர்வுகள் அனைத்தையும் வெளிப்படுத்துவதற்கான துணிவை அவர்கள் பெறவும் வழிவகுத்தன. தித்வாலாவில் நடக்கவிருந்த மாநாட்டில் தங்கள் பிரதிநிதிகளாக ஒரு சிலரை அனுப்பவும் அவர்கள் உறுதியளித்தனர். மாநாட்டிற்குப் பிறகு தங்களுக்கு உதவுவதற்காக விவசாயத் தொண்டர்களில் ஒருவர் எப்போதும் தங்களுடனேயே இருக்க வேண்டும் என்பது மட்டும்தான் அவர்கள் விதித்த ஒரே நிபந்தனை.

உம்பர்காவ்ன் தாலுக்காவிலிருந்து வோர்லி பிரதிநிதிகளாக 15 பேர் தித்வாலா மாநாட்டில் கலந்து கொண்டனர். மகாராஷ்ட்ராவின் அனைத்து மாவட்டங்களிலிருந்தும் அணிதிரட்டப்பட்டிருந்த விவசாயிகளை கண்டதும் வோர்லிகள் ஊக்கம் பெற்றதோடு, முற்றிலும் மாற்றம் பெற்றவர்களாகவும் ஆனார்கள். தங்களை ஒடுக்குவோர் முன்னிலையில் அவர்கள் அஞ்சி நடுங்குவதை நிறுத்தியது மட்டுமின்றி, அவர்களின் உத்தரவுகளை மீறியும் நடக்கத் தொடங்கினர். அவர்கள் தங்களோடு எப்போதுமே ஒரு சில செங்கொடிகளை வைத்திருந்தனர். இவை தங்களுக்கு

வழிகாட்டியாகவும், உற்ற நண்பனாகவும், வழிகாட்டியாகவும் திகழ்கின்றன என்பதாகவே அவர்கள் உணர்ந்தனர்.

மாநாட்டிற்கான பிரச்சார இயக்கத்தின்போது கட்டாய உழைப்பிற்கான நிலப்பிரபுக்களின் உத்தரவுகளை எதிர்க்கவும் அதை நிறுத்தவும் விவசாய சங்கத் தலைவர்கள் வோர்லி மக்களுக்கு உதவினர். போராட்டத்தின் முதற்கட்டத்தில் எளிதாகப் பெற்ற இந்த வெற்றிகள் வோர்லிகளிடையே எதிர்ப்புணர்வை கிளர்ந்தெழச் செய்ததோடு தங்களது எதிரியை எளிதாக வீழ்த்தி விடலாம் என்ற தன்னம்பிக்கையையும் ஊட்டியது. புதியதொரு விழிப்புணர்வும் உள்ளுணர்வும் அவர்களிடையே உதித்தது.

கொத்தடிமைத்தனம், கட்டாய உழைப்பு ஆகிய இரண்டையும் ஒழிப்பதற்கான உடனடி திட்டம் ஒன்றை விவசாய சங்க மாநாடு ஏற்றுக் கொண்டது. நான்கு முக்கியமான, எளிதான கோஷங்களை அது வடிவமைத்தது. அ) தினக்கூலியை ரொக்கமாக அளிக்கவில்லையெனில் நிலப்பிரபுக்களின் சொந்த நிலங்களில் விவசாய வேலைகளை செய்யாதே! ஆ) நிலப்பிரபுவிற்கு எந்தவித வேலையையும் இலவசமாக செய்யாதே! இ) நிலப்பிரபு உன்னை தாக்க வந்தால் எதிர்த்து நில்! ஈ) நீங்கள் அனைவரும் இதற்காக ஒன்றுபட வேண்டும்!

மாநில மாநாடு முடிந்தவுடனேயே நிலப்பிரபுக்களின் கட்டாய வேலைக்கான உத்தரவுகளை எதிர்ப்பதற்கான நடவடிக்கைகள் மேற்கொள்ளப்பட்டன. மாநாடு நிறைவடைந்த 24 மணி நேரத்திற்குள் மாநாடு முன்வைத்த கோஷங்களும் மாநாட்டுச் செய்தியும் மாவட்டத்தின் மூலை முடுக்கெங்கும் சென்று சேர்ந்தன. வோர்லி மக்கள் நூறு சதவீத ஒற்றுமையை உருவாக்கினர். எதிர்ப்பு இயக்கம் வெகுவேகமாகப் பரவியது மட்டுமின்றி போகப்போக வலுப்படவும் செய்தது. இதன் விளைவாக இயக்கம் தொடங்கிய மூன்றே வாரங்களில் கட்டாய உழைப்பு என்பது பொய்யாய் பழங்கதையாய் போனது.

இந்த வெற்றியைத் தொடர்ந்து கொத்தடிமை முறையை ஒழிப்பதற்கான நடவடிக்கைகளை வோர்லிகள் தொடர்ந்தனர். நிலப்பிரபுக்களின் நிலங்களில் இலவசமாக பயிர் செய்ய அவர்கள் மறுத்ததோடு, விவசாய சங்கம் நிர்ணயித்த அடிப்படையில் ஊதியம் வழங்க வேண்டும் என்றும் கோரினர். இந்தத் தாக்குதலானது சூறாவளியின் வலிமையை பெற்று உம்பர்காவ்ன் முழுவதையும் மூழ்கடித்தது. இந்தச் சூறாவளியில் நிலப்பிரபுக்களின் அதிகாரம் காணாமல் போனது மட்டுமின்றி கொத்தடிமைத்தனமும் முற்றாக ஒழிக்கப்பட்டது.

வோர்லி – பழங்குடி வீரர்களுடன் அன்னை கோதாவரி பருலேகர்

உம்பர்காவ்ன் பகுதியைச் சேர்ந்த வோர்லிகளின் வெற்றிப் பேரணி குறித்த தகவல் அதன் எல்லையைக் கடந்து தஹானு பகுதியை எட்டியது. விவசாய சங்கத்திற்காக காத்துக் கொண்டிருக்காமல் தினமும் பொதுக்கூட்டங்களை நடத்துவதன் மூலம் அவர்கள் தங்களது இயக்கத்தைத் தொடங்கினர். விவசாய சங்கத் தொண்டர்கள் அங்கு போய்ச்சேர்ந்தபோது அந்தப் பகுதி முழுவதுமே பிரம்மாண்டமான வெகுஜன எழுச்சியின் பிடியில் இருப்பதைக் கண்டு வியப்புற்றனர்.

செங்கொடி இயக்கம் என்பது விடுதலைக்கான இயக்கம் என்பதையும் கடனுக்காக அடிமைகள் ஆக்கப்பட்டவர்களின் விடுதலையும் அதன் உள்ளார்ந்த பகுதியாக இருந்தது என்பதையும் வோர்லிகள் உணர்ந்திருந்தனர். தஹானு தாலுக்காவின் பல்வேறு பகுதிகளுக்கும் செங்கொடிகளை ஏந்தியபடி சென்ற அவர்கள் சுமார் 1000 அடிமைகளை விடுவித்தனர். அடிமைகளின் விடுதலைக்கான இயக்கமானது அந்த அடிமைக்கு விடுதலையை மீட்டுத் தந்தது மட்டுமின்றி, மேலும் முக்கியமாக நிலப்பிரபுக்களின் காம வேட்டையிலிருந்து அவரது மனைவியையும் மீட்டுத் தந்தது.

500 பவுண்ட் எடையுள்ள புல்லை வெட்டுவதற்கு இரண்டரை ரூபாய் குறைந்தபட்ச கூலியாகத் தர வேண்டும் என்று விவசாய சங்கம் மற்றொரு கோரிக்கையை எழுப்பியது. ஆயிரக்கணக்கான நிலங்கள் புல்வெளிகளாக இருந்தன. இந்தப் புற்களுக்கான வியாபாரத்தில் மட்டுமே நிலப்பிரபுக்கள் கணிசமாக சம்பாதித்து வந்தனர். முறையான கூலி இல்லாமல் புற்களை வெட்ட வோர்லிகள்

மறுத்த நிலையில் இந்த இயக்கத்தை சீர்குலைக்க நிலப்பிரபுக்கள் முயற்சித்தனர். கோதாவரி பருலேகர் பேசுவதாக இருந்த கூட்டத்தை சீர்குலைக்க குண்டர்கள் கொண்டுவரப் பட்டுள்ளனர் என்ற வதந்தியை அவர்கள் பரப்பினர். உண்மையில் விவசாய சங்கம் அத்தகைய கூட்டம் எதற்கும் திட்டமிடவேயில்லை. நிலப்பிரபுக்களால் ஏமாற்றப்பட்ட வோர்லிகள் ஆயிரக் கணக்கில் இந்தக் கூட்டத்திற்காக ஒன்று திரண்டனர். அக்டோபர் 10ஆம் தேதி நள்ளிரவில் ஆயுதம் தாங்கிய போலீஸ் அங்கு வந்தது. நகர்ந்து கொண்டே சென்ற ஒரு வாகனத்தின் கூரையில் இருந்தபடி அமைதியாக கூடியிருந்த வோர்லிகள் மீது துப்பாக்கியால் சுட்டுக் கொண்டேயிருந்தது. அவ்வப்போது இடைவெளி விட்டபடி கண்மண் தெரியாமல் அனைத்து திசைகளிலும் அக்டோபர் 11 மதியம் 3 மணி வரை துப்பாக்கி சூடு தொடர்ந்து நடைபெற்றது. இதில் ஐந்து வோர்லிகள் கொல்லப்பட்டனர். காயமுற்றோரின் எண்ணிக்கையும் பெருமளவிலானதாக இருந்தது.

எதைப் பற்றியும் கவலைப்படாமல் மரணத்தையும் எதிர்த்து நிற்கும் வோர்லிகளின் துணிவு, செங்கொடியின் மீதான அவர்களின் விசுவாசம், இப்போது அவர்களிடையே தோன்றியுள்ள மிக மிக அரிதான துணிச்சல் ஆகியவற்றை ஆச்சரியமூட்டும் வகையில் வெளிப்படுத்துவதாகவே இந்த சம்பவம் இருந்தது. சுமார் 15 மணி நேரம் தங்கள் மீது பொழிந்த துப்பாக்கி குண்டுகளை அவர்கள் எதிர்த்து நின்றனர். தாங்கள் ஏற்றி வைத்திருந்த செங்கொடியை அவர்கள் சுமார் 15 மணி நேரம் பாதுகாத்து நின்றனர். அதுவும் தங்கள் உடல்களைக் கொண்டே இவ்வாறு பாதுகாத்து நின்றனர். போலீஸ் வண்டி அந்த இடத்திற்கு வரும்போதெல்லாம் அவர்கள் செங்கொடியை சூழ்ந்தபடி நின்றனர். செங்கொடியை சுட்டு வீழ்த்தவே போலீஸ் குறிபார்க்கிறது என்று கருதிய அவர்கள் தங்கள் உயிரைக் கொடுத்தாவது செங்கொடியைப் பாதுகாப்பது புனிதமான கடமை என்று கருதினர். இந்த துப்பாக்கி சூடு கூட்டத்தைக் கலைப்பதில் வெற்றிபெறவில்லை. தகவல் கேள்விப்பட்டு விவசாய சங்கத் தொண்டர் ஒருவர் அந்த இடத்திற்கு ஓடோடி வந்து நிலப்பிரபுக்களின் ஏமாற்று வேலையை விளக்கிக் கூறிய பிறகே வோர்லிகள் கலைந்து சென்றனர். நிலப்பிரபுக்களின் துரோகத்தால் தாங்கள் ஏமாற்றப்பட்டோம் என்பதை அவர்கள் உணர்ந்தபோது நெஞ்சம் முழுவதும் நிலப்பிரபுக்களுக்கும் அரசாங்கத்திற்கும் எதிரான பெரும் மனக்கசப்புடன் அவர்கள் தங்கள் வீடுகளுக்குத் திரும்பிச் சென்றனர்.

வோர்லி இயக்கத்தின் முக்கியத்துவம் புரிந்தபோது ஏகாதிபத்திய அதிகார வர்க்கத்தின் போக்கு இத்தகைய விஷயங்களில் தலையிடுவதில்லை என்பதிலிருந்து கண்மூடித்தனமான அடக்குமுறை

என்பதாக மாறியது. பழங்குடி விவசாயிகளிடையே கம்யூனிஸ்டுகளின் செல்வாக்கு வளர்ந்து வருவதைக் கண்டு மாநிலத்தில் அப்போது ஆட்சி செய்து வந்த காங்கிரஸ் அரசு அச்சமுற்றது. அது நிலப்பிரபுக்களோடு சேர்ந்து கொண்டு, ஒரு பயங்கரவாத ஆட்சியை கட்டவிழ்த்து விடுவதன் மூலம் இந்த இயக்கத்தை நசுக்கிவிட முயற்சித்தது. இந்தப் பகுதியில் பொதுக்கூட்டங்கள், ஊர்வலங்கள், ஐந்து அல்லது அதற்கு மேற்பட்ட அளவில் தனிநபர்கள் ஒன்று கூடுவது ஆகியவற்றுக்குத் தடை விதிக்கப்பட்டது. இந்தப் பகுதியிலிருந்து அனைத்து கம்யூனிஸ்டுகளையும் அரசாங்கம் வெளியேற்றியது. இதற்காக காவல்துறை கையாண்ட ஒரு சில வழிமுறைகள் நாஜிகள் பயன்படுத்தியதைப் போலவே குரூரமானவையாக, கொடூரமானவையாக, முன்னேப்போதும் இருந்திராத வகையில் இருந்தன. எனினும் எதைப்பற்றியும் கவலைப்படாது வோர்லி இன மக்கள் தொடர்ந்து முன்னேறிக் கொண்டிருந்தனர்.

1946ஆம் ஆண்டு தொடக்கத்தில் எந்தவித நிலுவைத் தொகையுமின்றி ஓராண்டுக்கான குத்தகைத் தொகையை மட்டுமே விவசாயிகள் செலுத்த வேண்டும் என்ற முடிவை விவசாய சங்க மாநாடு எடுத்ததோடு, ஊதியத் தொகையை அதிகரிக்க வேண்டும் என்றும் கோரியது. 1946ஆம் ஆண்டின் இலையுதிர் காலத்தில் புற்களை வெட்டவேண்டிய பருவம் வந்தபோது வோர்லி இயக்கம் அதன் உச்சத்தை எட்டியது. புல்வெளிகளை சொந்தமாக வைத்திருந்த

நிலப்பிரபுக்கள் மட்டுமின்றி, ஊதியம் கொடுத்து பழங்குடி விவசாயிகளை வேலை வாங்கி வந்த வனத்துறையின் ஒப்பந்தக்காரர்களும் அங்கு இருந்தனர். இவர்கள் விவசாய சங்கத்தின் இந்தக் கோரிக்கைகளை ஏற்க மறுத்தனர். ஒரு வேலைநிறுத்தத்தில் இறங்குமாறு விவசாய சங்கம் அறைகூவல் விடுத்தது.

பழங்குடி விவசாயிகள் பனை ஓலைகள் கட்டப்பட்ட ஒரு கம்பினை கிராமம் கிராமமாக எடுத்துச் சென்று வேலைநிறுத்தச் செய்தியைப் பரப்பினர். ஒரு கிராமத்தில் இந்தக் கம்பு வந்து சேர்ந்ததுமே, பழங்குடி விவசாயிகள் வேலை செய்வதை நிறுத்தினர். மாட்டு வண்டிகளை ஓட்டிக் கொண்டிருந்த பழங்குடி விவசாயிகளும் கூட தாங்கள் செய்து வந்த வேலையை நிறுத்தினர். மகாராஷ்ட்ர மாநிலத்தில் முதன்முறையாக நடைபெற்ற பழங்குடி விவசாயிகளின் இந்த வேலைநிறுத்தம் 200 கிராமங்களில் நடைபெற்ற வரலாற்றுச் சிறப்புமிக்க ஒரு நிகழ்வாகும்.

இந்த வேலைநிறுத்தம் எவ்வித தொய்வுமின்றி கிட்டத்தட்ட ஒருமாத காலம் தொடர்ந்து நடைபெற்றது. பெரும் இழப்பை எதிர்கொள்ள வேண்டியிருந்த நிலையில், ஏதாவதொரு வகையில் இதற்குத் தீர்வு காண வேண்டும் என்ற ஆர்வத்தில் இருந்த மர வியாபாரிகளும் நிலப்பிரபுக்களும் விவசாய சங்கத்தின் கோரிக்கைகளுக்கு ஒப்புக் கொண்டனர். 1946 நவம்பர் 10 அன்று வேலைநிறுத்தம் முடிவுக்கு வந்தது. இது வோர்லிகளுக்கு மகத்தானதொரு வெற்றியாகும். நிலப்பிரபுக்கள், மர வியாபாரிகள் ஆகியோரின் தாக்குதலையும் மாநில காங்கிரஸ் அரசின் அடக்குமுறையையும் அவர்கள் வெற்றிகரமாக எதிர்த்துப் போராடினர். மேலும் வலிமையானவர்களாக, மேலும் ஒற்றுமையுள்ளவர்களாக, தங்களது நண்பர்கள் யார்? எதிரிகள் யார்? என்பது குறித்த சிறப்பான புரிதலுடன் வோர்லிகள் உருவெடுத்தனர். அமைப்பே தங்களின் ஒரே வலிமை என்பதையும் அவர்கள் உணர்ந்து கொண்டனர்.

இத்தகைய போராட்ட அனுபவங்கள் வோர்லிகளை மிக வேகமாக மாற்றியமைத்தன. புதியதொரு மனிதர்களாக அவர்கள் மாற்றம் பெற்றனர். அறிவுக்கான தாகத்தையும் அவர்கள் வளர்த்துக் கொண்டனர். சோஷலிசம், சோவியத் ருஷ்யா பற்றிய அனைத்தையும் தெரிந்து கொள்வதில் அவர்கள் ஆர்வம் காட்டினர். நிலப்பிரபுக்களின் அவதூறுப் பிரச்சாரமே அவர்களின் ஆர்வத்தைத் தூண்டிவிட்டது. பொருளாதார தளத்தில் தங்களது உரிமைகள் பற்றிய உள்ளுணர்வு மிக்கவர்களாகவும், குடிமக்களுக்கான உரிமைகள், அரசியல் ரீதியான உரிமைகள் ஆகியவற்றின் மதிப்பை உணர்ந்தவர்களாகவும் இந்தப் போராட்டம் அவர்களை மாற்றியமைத்தது.

மே 10, 2020

29

அசாம், சுர்மா பள்ளத்தாக்கில் விவசாயப் போராட்டங்கள்

நாட்டின் பிரிவினைக்கு முன்பாக, அசாமில், மொழியின் அடிப்படையில், இரண்டு விவசாய சங்கங்கள் உருவாக்கப்பட்டிருந்தன. வங்காளி மொழி பேசுவோர் அதிகமாக உள்ள கச்சார், சில்ஹெட் மாவட்டங்களை உள்ளடக்கி சுர்மா பள்ளத்தாக்கு பிரதேச விவசாய சங்கம் 1936இல் உருவானது. அசாமின் இதர மாவட்டங்கள் அனைத்தையும் உள்ளடக்கி அசாம் பிரதேச விவசாய சங்கம் 1946இல் உருவானது. எனினும், அசாம் பகுதியில் விவசாய சங்கத்தின் செயல்பாடுகள் 1943இல் இருந்தே தொடர்ந்து வந்தன.

இந்தப் பகுதியில் ஜமீன்தாரி முறை நிலவி வந்த பகுதிகளில் குத்தகைதாரர்களுக்கு அவர்கள் வாழ்ந்து வந்த, பயிர் செய்து வந்த நிலத்தின் மீது எந்தவித உரிமையும் கிடையாது. நிலப்பிரபுவின் இச்சைக்கு ஏற்ப எப்போது வேண்டுமானாலும் அவர்கள் நிலத்திலிருந்து வெளியேற்றப்படலாம். நிலையான ஒரு வீட்டையோ அல்லது அவர்கள் வசிக்கும் நிலத்தில் ஒரு சிறு குளத்தை வெட்டிக் கொள்ளவோ, இன்னும் சொல்லப் போனால் ஒரு மரத்தை வெட்டுவதற்குக் கூட, அவர்களுக்கு உரிமை இல்லை. செருப்பணியவோ அல்லது நிலப்பிரபுவின் வீட்டிற்குப் போகும்போது குடை பிடித்துச் செல்லவோ அவர்களுக்கு உரிமையில்லை.

வழக்கமான குத்தகையை பணமாகவோ அல்லது பொருளாகவோ குத்தகைதாரர்களிடமிருந்து பெறுவதல்லாமல், பல்வேறு திருவிழாக்கள், நிலப்பிரபுக்களின் குடும்பத்தில் நடைபெறும் சடங்குகள் ஆகியவற்றின்போதும் நிலப்பிரபுக்கள் அவர்களிடமிருந்து பல்வேறு பெயர்களில் பணத்தைப் பிடுங்குவதும் வழக்கமாக இருந்தது. இவை அனைத்துமே நிலப்பிரபுக்களின் எழுதப்படாத உரிமைகளாக இருந்தன. இதுபோன்று பல்வேறு வடிவங்களிலும் பெயர்களிலும் நிலப்பிரபுக்கள் தங்கள் மீது சமூக ரீதியாகவும் பொருளாதார ரீதியாகவும் கட்டவிழ்த்து விட்ட ஒடுக்குமுறைகள் குத்தகைதாரர்களுக்கு தாங்கவொண்ணாத சுமைகளாக இருந்தன.

1936ஆம் ஆண்டில் சுர்மா பள்ளத்தாக்கு விவசாயிகள் சங்கம் குத்தகைதாரர்களின் கீழ்க்கண்ட கோரிக்கைகளை முன்வைத்தது.

12 ஆண்டுகள் அல்லது அதற்கு மேலாக நிலப்பிரபுவின் நிலத்தில் விவசாயம் செய்யும் குத்தகைதாரர்களுக்கு குடியிருப்பு உரிமைகள் வழங்கப்படவேண்டும்; (அதாவது நிலப்பிரபுவின் விருப்பம்போல அவர்களை நிலத்திலிருந்து வெளியேற்ற இயலாது) இத்தகைய குடியிருப்பு உரிமையைப் பெற்றுள்ள குத்தகைதாரர்கள் குளங்களை வெட்டிக் கொள்ளவும் நிரந்தரமான வீடுகளை கட்டிக் கொள்ளவும் உரிமை பெறுவார்கள்; நிலப்பிரபுக்களின் அனைத்து சட்டவிரோத பணப்பறிப்புகளும் நிறுத்தப்பட வேண்டும்; நங்கார் எனப்படும் பண்ணையடிமை முறை, நிலப்பிரபுக்களின் நிலங்களிலும் வீடுகளிலும் ஊதியமின்றி வேலை செய்யும் முறை நிறுத்தப்படவேண்டும்; குத்தகைதாரர்கள் குடியிருக்கும் மனைகளுக்கான உரிமை; நிலப்பிரபுக்களின் நிலத்தில் அவர்கள் பயிர் செய்வதற்கான உரிமை ஆகிய ஏற்பாடுகளை உள்ளடக்கிய குத்தகை தொடர்பான சட்டங்கள் இயற்றப்பட வேண்டும்; தேயிலை தோட்டங்களில் வசிக்கும் குத்தகைதாரர்களுக்கு அவர்கள் வசிக்கும் இடத்திற்கான குடியிருப்பு உரிமை வழங்கப்பட வேண்டும்; குத்தகைதாரர்கள் மீதான அனைத்து ஒடுக்குமுறைகளும், சமூக ரீதியான அவமானங்களும் அகற்றப்பட வேண்டும்.

இந்தக் கோரிக்கைகளை முன்வைத்து பிரச்சாரம் செய்ய சில்ஹெட் மாவட்டம் முழுவதிலும் நூற்றுக்கணக்கான கூட்டங்களும், ஜமீன்தாரி பகுதிகள் அனைத்திலும் ஊர்வலங்களும் நடத்தப்பட்டன. நிலப்பிரபுக்கள் பதிலுக்கு இந்த ஊர்வலங்களின் மீது தாக்குதல் தொடுத்ததோடு, அவற்றில் பங்கேற்றவர்களை அச்சுறுத்தி, காயப்படுத்தவும் செய்தனர். ஜமீன்தார்கள் தங்களுக்கு விசுவாசமான நங்கார்களை இந்த ஊர்வலங்கள் மீது தாக்குதல் தொடுக்க பயன்படுத்திக் கொண்டனர். நங்கார்கள் எதிர்கொள்ளும் பிரச்சனைகளை விட குத்தகைதாரர்களின் கோரிக்கைகளுக்கே விவசாய சங்கம் அதிக அழுத்தம் தந்து வந்தது. இது இயக்கத்தின் பலவீனமான பகுதியை வெளிப்படுத்தியது. பின்னாளில் இந்த அணுகுமுறை திருத்திக் கொள்ளப்பட்டது.

மிகச் சிறிய அளவிலான நிலத்தையும், பல நேரங்களில் மிகச் சிறிய வீட்டு மனையையும் நிலப்பிரபுக்களிடமிருந்து பெறுகின்ற, நங்கார்களும் அவரது குடும்பத்தினரும் நிலப்பிரபுவிற்கு இலவசமாக சேவை செய்ய வேண்டிய கட்டாயத்திற்கு ஆளாகின்றனர். அவர்கள் தங்களது குழந்தைகளை பள்ளிக்கு அனுப்புவதற்குக் கூட அனுமதிக்கப்படுவதில்லை. இன்னும் சொல்லப் போனால், தங்கள் குழந்தைகளுக்கு நாகரீகமான ஒரு

பெயரை வைப்பதற்குக் கூட அனுமதி கிடையாது. நிலப்பிரபுக்களின் காமப் பசியிலிருந்து தங்கள் மனைவி, மகள்களை காப்பாற்றவும் கூட அவர்களுக்கு எந்தவழியும் இல்லை. இந்த அடிமைத்தனம் குறித்த பாரம்பரியமான விதிகளை மீறினால் மிகக் கொடூரமான சித்தரவதையே அவர்களுக்குப் பரிசாகக் கிடைக்கும். இத்தகைய பின்னணியில் நங்கார்களின் கோரிக்கைகளை முன்வைத்து விரிவானதொரு பிரச்சாரம் நடத்தப்பட்டது. இதன் விளைவாக பெரும் எண்ணிக்கையிலான நங்கார்கள் இந்த இயக்கத்தில் இணைந்தனர்.

1938ஆம் ஆண்டில் ஷில்லாங்கில் இதுவரை கண்டிராத வகையிலான ஆர்ப்பாட்டம் நடத்தப்பட்டது. பல மலைகளையும் கடந்து 86 மைல்கள் நடந்து வந்த நூற்றுக்கணக்கான விவசாயிகளும் நங்கார்களும் இதில் பங்கேற்றனர். நங்கார் முறையை முற்றிலுமாக ஒழிக்க வேண்டும் என்ற கோரிக்கையுடன் நங்கார்கள் இந்த இயக்கத்தில் பங்கேற்றனர்.

நங்கார் இயக்கமானது குத்தகை இயக்கத்தின் ஒரு பகுதியாகவே இருந்தது. நங்கார் போராட்டத்திற்கு அதற்கேயுரிய தனித்தன்மைகள் இருந்தபோதிலும், இந்த இரு இயக்கங்களின் வெற்றியானது ஒன்றோடொன்று பின்னிப் பிணைந்ததாகும். மத ரீதியான வேற்றுமைகளை எல்லாம் கடந்து, முஸ்லீம்களாகவும், இந்துக்களாகவும் இருந்த நங்கார்கள் தோளோடு தோள் நின்று போராடினர். இயக்கத்திற்கு இது புதியதொரு வலிமையைத் தந்தது. இந்த இயக்கம் வலுப்பெற்று வருவதைக் கண்ட நிலப்பிரபுக்களும் அரசும் மிகுந்த கோபம் கொண்டனர். அவர்களை கைது செய்வது; இரக்கமின்றி சித்திரவதை செய்வது மட்டுமின்றி நங்கார்கள், குத்தகைதாரர்களின் மேல் குற்ற வழக்குகளும் திணிக்கப்பட்டன.

நிலப்பிரபுக்களுடன் கூட்டு சேர்ந்து கொண்ட அரசு இயந்திரம் குத்தகைதாரர்களின் வீடுகளை இடித்துத் தரைமட்டமாக்க யானைகளை அனுப்பி வைத்தது. இதுவும் போதாதென்று அது அனுப்பி வைத்த ராணுவப் படைகள் மிக மோசமான அடக்குமுறையை கட்டவிழ்த்து விட்டு போராட்டத்தை நசுக்கியது. சுர்மா பள்ளத்தாக்கில் நடைபெற்ற போராட்டத்தின் முதல் கட்டம் இவ்வாறு முடிந்தது. எனினும் ஜமீன்தார்களின் ஒடுக்குமுறை, சுரண்டல் ஆகியவற்றுக்கான தங்களது எதிர்ப்புணர்வில் இந்தப் பகுதி முழுவதிலும் இருந்த குத்தகைதாரர்கள் அனைவரும் மேலும் உறுதியானவர்களாக மாறினர். குத்தகை உரிமையை பாதுகாப்பது,

நியாயமான குத்தகையை உறுதிப்படுத்துவது ஆகியவற்றை வழங்கும் வகையில் அசாம் முழுவதிலும் இருந்த ஜமீன்தாரி பகுதிகளில் ஒரு குத்தகைதாரர் சட்டத்திற்கான விரிவான இயக்கத்தை உருவாக்க இது வழிவகுத்தது.

1930களில் அசாம் பள்ளத்தாக்கில் இருந்த விவசாய சங்கமானது அடிப்படையில் காங்கிரஸின் குடைநிழலில்தான் செயல்பட்டு வந்தது. பணக்கார விவசாயிகளின் தலைமையில் செயல்பட்டு வந்த நிலையில் இது ஏழை மற்றும் நிலமற்ற விவசாயிகள், குத்தகைதாரர்கள், விவசாய தொழிலாளர்கள் ஆகிய பிரிவினரின் கோரிக்கைகளை முன்னெடுக்கவே இல்லை. மக்களின் பரவலான ஆதரவு இல்லாத நிலையில் இந்த விவசாயிகளின் சங்கங்கள் 1940க்குப் பிறகு தங்கள் செயல்பாட்டை நிறுத்திக்கொள்ள வேண்டியதாயிற்று.

1938ஆம் ஆண்டிலிருந்தே அசாம் பள்ளத்தாக்கின் பல்வேறு பகுதிகளிலும் தனித்தனியாகவும், குழுக்களாகவும் கம்யூனிஸ்ட் தொண்டர்கள் விவசாயிகளிடையே செயல்பட்டு வந்தபோதிலும், 1943ஆம் ஆண்டில் அசாம் பள்ளத்தாக்கு குழு உருவாக்கப்பட்ட பின்புதான் (விரைவிலேயே அது அசாம் பிரதேச அமைப்புக் குழுவாக மாற்றப்பட்டது) அகில இந்திய விவசாயிகள் சங்கத்தை உருவாக்குவதற்கான தயாரிப்புகளும் அதன் நடவடிக்கைகளும் மேற்கொள்ளப்பட்டன. அதற்கு முன்பாக 1940ஆம் ஆண்டில் கம்யூனிஸ்ட் லீகின் தலைமையின் கீழ் அசாம் விவசாயிகள், விவசாய தொழிலாளர்கள் சங்கம் சுயேச்சையான வகையிலும் காங்கிரஸிற்கு எதிராகவும் உருவாக்கப்பட்டது. காமரூப், சிப்சாகர், திப்ருகர் ஆகியவற்றின் சில பகுதிகளில் இந்த அமைப்பு தீவிரமாக செயல்பட்டு வந்தது.

கம்யூனிஸ்டுகளின் தலைமையின் கீழ் முதலாவது விவசாயிகள் மாநாடு 1943ஆம் ஆண்டு ஹவ்ரார்ப்பில் நடைபெற்றது. விலைவாசி உயர்வு, கள்ளச் சந்தை, பதுக்கல் ஆகியவற்றுக்கு எதிராகவும், விவசாயக் கடன்கள், விதை நெல் விநியோகம் ஆகியவற்றுக்காகவும், ஜமீன்தார்கள், ஜோடேதார்கள், கந்துவட்டிக்காரர்கள் ஆகியோரின் ஒடுக்குமுறைக்கு எதிராகவும், இந்த மாநாடு தீர்மானங்களை நிறைவேற்றியது. 1944ஆம் ஆண்டில் நடைபெற்ற கோல்பாரா வட்டார விவசாயிகள் மாநாடு ஜமீன்தாரி முறையை முற்றிலுமாக ஒழிக்க வேண்டுமென தீர்மானம் நிறைவேற்றியது.

பழங்குடி விவசாயிகளை அணிதிரட்டுவதற்காக, முன்பு கலாச்சார நடவடிக்கைகளில் மட்டுமே ஈடுபடுத்தப்பட்டு வந்த

மக்கள் தலைவர் ஹிஜாம் இராவத் சிங்

பழங்குடிகளின் சங்கத்தை சீரமைக்கும் முன்முயற்சிகளை கம்யூனிஸ்டுகள் மேற்கொண்டனர். இந்தப் பதாகையின்கீழ் பொருளாதாரப் பிரச்சனைகளையும் அவர்கள் கையில் எடுக்கத் தொடங்கினர். இந்த நடவடிக்கையானது பங்க்ளாபாரி, பிஜ்னி துவாரா தேயிலைத் தோட்டங்களில் இருந்த குத்தகைதாரர்கள் மகுர்மாரியில் ஒரு கூட்டத்தை நடத்துவதற்கான ஊக்கத்தைத் தந்தது. பணத்திற்குப் பதிலாக குத்தகையாக நெல்லை கோருகின்ற, மேலாளரின் பங்களாவிற்கு முன்பாக குடை, செருப்புடன் வருவோரை தடுக்கின்ற, இதர வகையிலான துன்புறுத்தல்களை மேற்கொள்கின்ற, தேயிலை தோட்ட மேலாளருக்கு எதிராகவே இந்தக் கூட்டம் நடைபெற்றது. மேலாளரின் ஒடுக்குமுறைக்கு எதிராக செங்கொடிகளுடன் மிகப்பெரும் ஆர்ப்பாட்டம் நடைபெற்றது. இதற்குப் பிறகு மேலாளரின் பங்களாவிற்கு முன்னால் உள்ள சாலையை கடந்து செல்ல, முன்பிருந்த கட்டுப்பாடுகள் காணாமல் போயின.

ஏகாதிபத்திய எதிர்ப்பு உணர்வுடன் கூடிய வெகுஜன எழுச்சியின் போருக்குப் பிந்தைய காலப்பகுதியில் சுர்மா பள்ளத்தாக்கின் கிழக்குப் பகுதிகளில் மிக மோசமான வகையில் ஒடுக்கப்பட்டு வந்த விவசாயி பிரிவினர் பண்ணையடிமைத்தனம் மிக்க நங்கார் முறையின் மீது கடுமையான தாக்குதலை தொடுத்தனர். 1946ஆம் ஆண்டில் தொடங்கப்பட்ட இந்த இயக்கம் மிகப் பெருமளவில் ஒழுங்கமைக்கப்பட்ட இயக்கமாகவும் இருந்தது. இது நாட்டுப்

பிரிவினைக்குப் பின்னரும் கூட தொடர்ந்து நடைபெற்றது. ஜமீன்தார்களை கடுமையாக வெறுத்து வந்த குத்தகைதாரர்கள் இந்தப் போராட்டத்திற்கு ஆதரவளித்தனர். அவர்களின் இந்த ஆதரவு போராட்டத்தின் தீவிரத்தை மேலும் அதிகரித்தது.

1946ஆம் ஆண்டில் ஆட்சிக்கு வந்த காங்கிரஸ் அரசு நிலப்பிரபுக்களோடு கூட்டு சேர்ந்து கொண்டு மிகவும் மோசமான அடக்குமுறையை கட்டவிழ்த்து விட்டது. நாட்டுப் பிரிவினைக்குப் பிறகு சில்ஹெட் பகுதி கிழக்குப் பாகிஸ்தானை சேர்ந்த பகுதியாக (பின்னர் வங்கதேசம்) மாறிய போதும் நங்கார்கள் செங்கொடியின்கீழ் தங்கள் போராட்டத்தைத் தொடர்ந்தனர். காங்கிரஸ் அரசின் கொடூரமான அடக்குமுறைக்குப் பதிலாக, முஸ்லீம் லீக் அரசின் அடக்குமுறையை அவர்கள் எதிர்கொண்டதுதான் இதில் ஒரே வேறுபாடு. இந்த இயக்கத்தை நசுக்க முடியாத நிலையில் முஸ்லீம் லீக் அரசு நங்கார்களின் ஒரு சில கோரிக்கைகளை ஏற்றுக் கொண்டது.

1944ஆம் ஆண்டில் இருந்தே போர்க்காலத்தில் மக்கள் மீது தொடுக்கப்பட்ட தாக்குதல்கள், பஞ்சம் போன்ற நிலைமைகள், விலைவாசி உயர்வு, கள்ளச் சந்தை ஆகியவற்றுக்கு எதிராக நடத்திய போராட்டங்களின் மூலம் விவசாய சங்கத்தின் பணிகள் அதனது வெகுஜன அடித்தளத்தை மேலும் வலுப்படுத்தின. மணிப்பூரில் புகழ்பெற்ற விடுதலைப் போராட்டத்தையும் கம்யூனிஸ்ட் இயக்கத்தையும் வளர்த்தெடுத்தவரான தோழர் இராவத் சிங், கச்சார் பகுதியில் விவசாய சங்கப் பணிகளை மேற்கொண்டதன் மூலம் அதன் வெகுஜன செல்வாக்கும் வளர்ச்சி பெற்றது. சில்ஹெட் சிறையில் தண்டனை அனுபவித்து வந்த அவர், பல கம்யூனிஸ்டுகளையும் அங்கே சந்தித்து, தானும் ஒரு கம்யூனிஸ்ட் ஆக மாறினார். சிறையிலிருந்து விடுதலைக்குப் பின்பு மணிப்பூரில் நுழைவதற்கு அவருக்குத் தடை விதிக்கப்பட்டிருந்த நிலையில், அவர் சில்சாரில் இருந்தபடியே விவசாய சங்கத்தை வலுப்படுத்தும் வேலைகளில் ஈடுபட்டு வந்தார். வங்காளத்தில் நடைபெற்ற தேபகா இயக்கத்தின் செல்வாக்கோடு கூடவே, இராவத் சிங்கின் இந்தக் களப் பணிகளும் 1946இல் அதே போன்ற பிரச்சனைகளை முன்வைத்து கச்சாரில் போராட்டம் எழுவதற்கு வழிவகுத்தது. இந்தப் போராட்டம் உடனடியாக பல்லாயிரக்கணக்கான குத்தகைதாரர்கள், ஏழை விவசாயிகள், விவசாயத் தொழிலாளர்களிடையே பெரும் ஆதரவைப் பெற்றதாக மாறியது.

கடுமையான அடக்குமுறையின் மூலம் இந்தப் போராட்டத்தை நசுக்குவதற்கான அனைத்தையும் காங்கிரஸ் அரசு மேற்கொண்டது. மறுபுறத்திலோ, உறுதியோடு இருந்த விவசாயிகள் வெகுஜன போராட்டத்தின் புதிய உச்சங்களைத் தொட்டனர். இவ்வகையில் தமது வீரத்தையும் ஒழுங்கையும் அவர்கள் வெளிப்படுத்தினர்.

பெண் தொழிலாளர்கள் குத்தகைதாரர்கள் மீது தாக்குதல் தொடுத்த காவலர்களை எதிர்த்துப் போராடி அவர்களை பின்வாங்கச் செய்தனர். இத்தகைய பெண் தலைவர்களின் புகழ் மாவட்டம் எங்கும் பரவியது. 1949ஆம் ஆண்டில் குத்தகைதாரர்களின் விளைச்சல் நெல்லை பாதுகாத்துக் கொண்டிருந்தபோது, மணிப்பூரைச் சேர்ந்த பெண் விவசாயத் தொழிலாளியான இமாச்சு தேவியும், மேலும் நான்கு விவசாயிகளும் அசாம் ரைஃபிள்ஸ் படையினரால் சுட்டுக் கொல்லப்பட்டனர். குத்தகைதாரரின் நெல்லைப் பிடுங்கிக் கொண்டு செல்ல காவல் படை நிலப்பிரபுக்களுக்கு உதவிக் கொண்டிருந்தது. மறுபுறத்திலோ, இந்த வாகனங்களை தடுத்து, தங்கள் நியாயமான பங்கினை கோரி போராடி வந்த விவசாயிகள் தாக்கப்பட்டது மட்டுமின்றி, சிலர் கொல்லப்பட்ட சம்பவங்களும் நிகழ்ந்தேறின.

இந்தப் போராட்டமும், இதைத் தொடர்ந்து 1948-50 காலப் பகுதியில் ‘உயிரையும் கொடுக்கத் தயார், நெல்லை அல்ல!’ என்ற கோஷத்தோடு அசாமின் பிரம்மபுத்திரா பள்ளத்தாக்கு மாவட்டத்தில் நடைபெற்ற விவசாயிகளின் போராட்டம், குத்தகைதாரர் சட்டத்தை இயற்ற வேண்டிய கட்டாயத்தையும், பெரும்பாலான கோரிக்கைகளையும் ஏற்றுக் கொள்ள வேண்டிய கட்டாயத்தையும், காங்கிரஸ் அரசுக்கு ஏற்படுத்தின. இத்தகைய போராட்டங்களின் மூலம் பெற்ற கசப்பான அனுபவங்களின் மூலம் காங்கிரஸ் அரசு என்பது தங்களுக்கானது அல்ல; மாறாக, நிலப்பிரபுக்களுக்கானது என்பதையும் விவசாயிகள் உணர்ந்தனர்.

மே 17, 2020

30

இரண்டாவது கட்சிக் காங்கிரஸ் – 1948

கம்யூனிஸ்ட் கட்சியின் இரண்டாவது காங்கிரஸ் 1948ஆம் ஆண்டு பிப்ரவரி 28 முதல் மார்ச் 6 வரை கல்கத்தாவில் நடைபெற்றது. முதலாவது காங்கிரஸ் நடைபெற்ற ஐந்தாண்டுகளுக்குப் பிறகு இரண்டாவது காங்கிரஸ் நடந்தது. இடைப்பட்ட இந்த ஐந்து ஆண்டுகளும் கம்யூனிஸ்ட் கட்சிக்கு மாபெரும் சோதனைகளும் போராட்டங்களும் நிரம்பிய ஆண்டுகளாக இருந்தன. அவதூறுகள், கடுமையான எதிர்ப்பு ஆகியவற்றுக்கு இடையிலும் கடுமையான அடக்குமுறையை எதிர்கொண்டு இந்தியாவில் முன்னோடியான புரட்சிகர சக்தி என்ற வகையில் அது தனது அந்தஸ்தை வளர்த்துக் கொண்டிருந்தது.

உண்மையிலேயே சுதந்திரமான, ஜனநாயகபூர்வமான ஓர் இந்தியாவிற்காக நாட்டின் உழைக்கும் மக்கள் போராடி வந்த எண்ணற்ற போராட்டக் களங்களில் இருந்து, இந்தியா முழுவதிலுமிருந்து வந்த 632 பிரதிநிதிகள் இந்தக் காங்கிரஸில் பங்கேற்றனர். மிகப் பெரும் வேலைநிறுத்தங்கள் நடைபெற்ற பம்பாய், கல்கத்தா, கான்பூர், மதுரை, கோயமுத்தூர் போன்ற தொழிலாளி வர்க்க மையங்கள், பீகார், உத்திரப் பிரதேசம், தமிழ்நாடு, ஆந்திரா, மலபார் ஆகிய மிகப்பெரும் விவசாயப் போராட்டங்கள் நடைபெற்ற மையங்கள், அடிமைத்தனத்திற்கும் நிலப்பிரபுக்களின் ஒடுக்குமுறைக்கும் எதிராக வீரஞ்செறிந்த போராட்டங்களை நடத்திய வோர்லி விவசாயிகள் இருந்த மகாராஷ்ட்ரா, சிற்றரசர்களின் ஆட்சியில் இருந்த ராஜஸ்தான், மத்திய இந்தியா போன்ற பகுதிகளில் நிலவிய எதேச்சாதிகாரத்தை எதிர்த்த போராட்டங்கள் நடைபெற்ற போர்க்களங்கள், இவை அனைத்திற்கும் மேலாக நிஜாமின் எதேச்சாதிகார வலிமைக்கு எதிராக வீரஞ்செறிந்த காவியமாகத் திகழ்ந்த ஆயுதப் போராட்டம் நடைபெற்று வந்த தெலுங்கானா ஆகிய பகுதிகளில் இருந்து இந்தப் பிரதிநிதிகள் வந்திருந்தனர். பம்பாய், கல்கத்தா, கான்பூர் ஆகிய நகரங்களில் மிகப்பெரும் மாணவர் போராட்டங்களை நடத்திய சூட்டோடு மாணவர் பிரதிநிதிகளும் வந்திருந்தனர். நாட்டின் பல்வேறு பகுதிகளிலும் பெண்களுக்கான ஓர் இயக்கத்தை வளர்த்தெடுக்கும் உறுதியோடு போராடிக் கொண்டிருந்த பெண்கள்

பி.சி. ஜோஷி

பிரிவிலிருந்து 15 பெண் பிரதிநிதிகளும் இந்த காங்கிரஸில் பங்கேற்றனர்.

இடைப்பட்ட ஆண்டுகளில் கம்யூனிஸ்ட் கட்சி மிகப்பெரும் போராட்டங்கள் பலவற்றையும் நடத்தியிருந்தது. இதன் விளைவாக கம்யூனிஸ்ட் கட்சி வலுமிக்கதொரு சக்தியாக எழும்பியிருந்தது. அதன் உறுப்பினர் எண்ணிக்கை இப்போது 50,000 ஆக உயர்ந்திருந்தது. அதே அளவிற்கு தொழிலாளி வர்க்கம், விவசாயிகள், மாணவர்கள் ஆகிய பிரிவுகளில் அதன் ஒழுங்கமைக்கப்பட்ட வலிமையும் உயர்ந்திருந்தது.

அப்போது தலையெடுத்து வந்த விவசாயிகள், தொழிலாளர்களின் போராட்டங்களிலும், இந்து-முஸ்லீம் ஒற்றுமையை வளர்த்தெடுப்பதிலும் உழைக்கும் மக்கள் பிரிவினரிடையே தீண்டத் தகாதவர்கள்- மற்றவர்கள் இடையே ஒற்றுமை உணர்வை வளர்த்தெடுப்பதிலும் கம்யூனிஸ்ட் கட்சி தீவிரமாக செயல்பட்டு வந்த அதே நேரத்தில், காங்கிரஸ்-முஸ்லீம் லீக் கட்சிகளின் தலைவர்கள் ஏகாதிபத்தியத்துடன் சமரசம் செய்து கொள்வது; மக்களின் போராட்டங்களை சீர்குலைப்பது என்ற பாதையை பின்பற்றி வந்தனர். அவர்களது இந்தப் பாதைதான் வகுப்புவாத வெறியாட்டம், நாட்டின் பிரிவினை ஆகியவற்றுக்கு இட்டுச் சென்றது. வகுப்புவாதக் கலவரங்களை தூண்டி விடுவதில் ஏகாதிபத்தியம் வகித்து வந்த பங்கினையும் கட்சி கண்டித்தது.

நாட்டுப் பிரிவினைக்குப் பிறகு பஞ்சாபிலும் வங்காளத்திலும் வெடித்தெழுந்த கலவரங்களுக்கு மத்தியில், கொலைவெறியுடன் சுற்றிக் கொண்டிருந்த கலவரக்காரர்களிடமிருந்து சிறுபான்மை பிரிவைச் சேர்ந்த மக்களை காப்பாற்றுவதற்கான முயற்சிகளில் கம்யூனிஸ்ட் கட்சி உறுப்பினர்கள் மிக மிக அரிதான வீரத்தை வெளிப்படுத்தினர். வகுப்புவாத கலவரத்தை எதிர்த்துப் போராடுவதற்காக கல்கத்தாவிலும் டெல்லியிலும் ஏற்பாடு செய்யப்பட்டிருந்த வீரஞ்செறிந்த ஆர்ப்பாட்டங்களுக்கும் அவர்கள் தலைமை தாங்கினர்.

தொழிலாளர்கள், விவசாயிகள், மாணவர்கள் ஆகியோரின் போராட்டங்களின் தலைவனாகவும் ஈட்டிமுனையாகவும்

செயல்பட்டு வந்த கம்யூனிஸ்ட் கட்சி **1946-47ஆம்** ஆண்டுகளில் ஆட்சிக்கு வந்த காங்கிரஸ் அரசுகளின் கைகளில் ஒடுக்குமுறைக்கான முக்கிய இலக்காக மாறியது. கம்யூனிஸ்ட் தொண்டர்களும் முன்னணி ஊழியர்களும் காவல்துறையினரால் சுட்டுக் கொல்லப்பட்டனர்; ஆயிரக்கணக்கில் சிறையில் அடைக்கப்பட்டனர். எனினும் கடுமையான அடக்குமுறையை எதிர்கொண்ட போதிலும், அவர்களும் சரி, கம்யூனிஸ்டுகளின் தலைமையிலான மக்களும் சரி, எவ்வகையிலும் தடுமாற்றமின்றி, சஞ்சலமின்றி நடைபோட்டனர்.

இந்தப் போராட்டங்களை கட்சி தலைமைதாங்கி நடத்திய போதிலும், அதன் கொள்கை மற்றும் செயலுக்கான பாதை ஆகியவற்றில் தொடர்ந்து ஊசலாட்டத்துடனேயேதான் இருந்து வந்தது. மவுண்ட் பேட்டனின் திட்டம் ஏகாதிபத்தியத்தின் புதியதொரு தாக்குதல் என்பதை அது காணத் தவறியது; தேசிய அரசாங்கம் என்பது தேசிய விடுதலையை நோக்கி முன்னேறுவதற்கான போர்க்கால உத்தியின் ஓர் ஆயுதம் எனக் கருதியது ஆகிய விஷயங்களில் கட்சியின் ஊசலாட்டம் பிரதிபலித்தது. இதுவே இந்திய விடுதலையின் நோக்கத்திற்கு துரோகம் செய்துவிட்டு, அரசு மக்களை தாக்கிக் கொண்டிருந்த அந்த நேரத்தில் "நேரு தலைமையிலான அரசுக்கு அனைத்து வகையிலும் ஆதரவு", "அரசுக்கும் மக்களுக்கும் இடையே ஐக்கிய முன்னணி" என்பது போன்ற கோஷங்களை கட்சி முன்வைக்க வழிவகுத்தது.

1946 ஜூலை-ஆகஸ்ட் மாதங்களில் 'புரட்சிகரமானதொரு எழுச்சி இருந்து வருவதை' கண்ட மத்தியக் குழு 'ஜனநாயகப் புரட்சியை வென்றடையவும், மக்களால் அதிகாரம் கைப்பற்றப்படவும் பகுதியளவிலான போராட்டங்களை' வளர்த்தெடுக்க வேண்டும் என்ற கோஷங்களை முன்வைத்தது. ரயில்வே, நெசவாலைகள் ஆகிய தொழில்களில் வேலைநிறுத்தங்களுக்கு தலைமை தாங்குமாறும், வங்காளத்தில் தேபகா, உத்திரப் பிரதேசம், பீகார் ஆகிய பகுதிகளில் இதேபோன்ற விவசாயிகளின் போராட்டங்களுக்கு தலைமை தாங்க வேண்டும் என்றும் அது தனது அணிகளுக்கு அறைகூவல் விடுத்தது.

1947 டிசம்பரில் கட்சியின் மத்தியக் குழு கூடி இந்த நிலைமைகளை முழுவதுமாகப் பரிசீலித்து கொள்கை அறிக்கை ஒன்றையும், ஆவணம் ஒன்றையும் நிறைவேற்றியது. 'முதலாளித்துவ தலைவர்களின் ஒத்துழைப்புக் கொள்கைக்கு எதிரான புரட்சிகர

பி.டி. ரணதிவே

பாதுகாப்பு; ஜனநாயக முன்னணியை கட்டுவதற்கான மக்களின் போராட்டங்களை வலுப்படுத்துவது; ஜனநாயகப் புரட்சியையும் மக்களின் அரசையும் வென்றெடுப்பது' ஆகியவற்றுக்கான கொள்கைகளை இந்த ஆவணம் வடிவமைத்திருந்தது. இந்த டிசம்பர் கூட்டம் தேசிய அரசை 'கூட்டணி மற்றும் சரணாகதி'க்கான அரசு என்று வரையறுத்திருந்தது. ஒரு ஜனநாயக முன்னணியின் மூலம் மக்களின் ஒற்றுமையை மீண்டும் வளர்த்தெடுக்குமாறும், அதன் மூலம் அதிகாரம் உண்மையிலேயே உழைக்கும் மக்களிடம் வருவதற்கு பாடுபடுமாறும் தொழிலாளி வர்க்கத்திற்கு அது அறைகூவல் விடுத்திருந்தது. எதிர்க்கட்சி என்ற பாத்திரத்தை வகிப்பதை தேசிய முதலாளித்துவம் நிறுத்தி விட்டது என்றும், காங்கிரஸின் மேல்மட்டத் தலைமை ஏகாதிபத்திய முகாமின் பக்கம் சென்று விட்டதாகவும் அது அறிவித்தது. ஜனநாயக முன்னணியில் இருக்கக் கூடிய ஓர் அமைப்பாக காங்கிரஸ் உள்ளது என்ற மாயை எதுவும் இருக்கலாகாது என்றும் உண்மையான சுதந்திரம், ஜனநாயகம் ஆகியவற்றுக்கான போராட்டத்தை, காங்கிரஸ் தலைவர்களின் கூட்டணிக் கொள்கையை எதிர்த்த வகையில் நடத்த வேண்டும் என்றும் அது குறிப்பிட்டிருந்தது.

இந்த ஆவணம் அப்போது நடைபெறவிருந்த மாநில மாநாடுகளிலும், கிளைகளிலும் விவாதிப்பதற்கு என கட்சி அணிகள் முழுவதற்கும் வழங்கப்பட்டது. சுமார் இரண்டு மாதங்கள் கட்சி அணிகள் இந்த ஆவணத்தின்மீது விவாதம் நடத்தியதோடு தங்களது கடந்த கால பணிகள் மற்றும் தங்கள்

மேல்கமிட்டிகளின் பணிகள் ஆகியவற்றையும் பரிசீலனை செய்தன.

இந்த காங்கிரஸில் மூன்று முக்கிய அறிக்கைகள் விவாதிக்கப்பட்டன. முதலாவது, அரசியல் ஆய்வு மீதான நகல் அறிக்கை. இதை பி டி ரணதிவே மாநாட்டில் அறிமுகம் செய்தார். இரண்டாவது, பாகிஸ்தான் குறித்த அறிக்கை. இதனை பவானி சென் அறிமுகம் செய்தார். மூன்றாவது, முந்தைய ஐந்து ஆண்டுகளில் கட்சி பின்பற்றி வந்த கொள்கைகள் பற்றிய சுயவிமர்சன ரீதியான பரிசீலனை அறிக்கை. இதனை பி டி ரணதிவே அறிமுகம் செய்தார். ஒன்றன்பின் ஒன்றாக இந்த அறிக்கைகள் முன்வைக்கப்பட்டன. இவை அனைத்தும் பிரதிநிதிகளுக்கு முன்பாக வைக்கப்பட்ட பிறகே அவற்றின் மீதான விவாதம் தொடங்கியது. இந்த விவாதங்களில் சுமார் 100 பிரதிநிதிகள் பங்கேற்றனர்.

அரசியல் தீர்மானத்தை அறிமுகப்படுத்திப் பேசிய ரணதிவே, பாசிஸ எதிர்ப்பு மக்கள் யுத்த காலப்பகுதியில் கட்சி மேற்கொண்ட நிலைபாடு அடிப்படையில் சரியானதே என்று குறிப்பிட்டார். "தவறானதொரு புரிதலில் இருந்தே அக்காலப்பகுதியின் தவறுகள் எழுந்தன. அதாவது, பாசிஸத்தை ராணுவரீதியாக தோற்கடிப்பது, தானாகவே ஏகாதிபத்தியம் சிதறுண்டு போவதற்கும், அழிவதற்கும், இட்டுச் செல்லும். அவ்வகையில், அனைத்து காலனி மக்களும் தானாகவே விடுதலை பெறுவதற்கும், அது வழிவகுக்கும் என்பதுதான் அந்தத் தவறான புரிதலாகும். மக்கள் யுத்த காலத்தில் ஏகாதிபத்தியத்தின் பங்கினை முற்றிலுமாகவே குறைத்து மதிப்பிட்டதானது, ஏகாதிபத்தியத்தை அம்பலப்படுத்த வேண்டிய, பாசிஸத்திற்கு எதிரான யுத்தத்தில் ஆதரவுக்கான கட்டமைப்பிற்குள்ளேயே இருந்து கொண்டு ஏகாதிபத்தியத்தை எதிர்த்துப் போராட வேண்டிய, கடமையை நம் பார்வையிலிருந்து மறைத்து விட்டது."

விவசாயக் கொள்கை, உற்பத்தி ஆகியவை குறித்த கட்சியின் நிலைபாடு குறித்தும் அவர் சுயவிமர்சன ரீதியாக இவ்வாறு குறிப்பிட்டார்: "அதிகமான உணவு தானியங்களை விளைவிப்பதற்கான விவசாயிகளின் முயற்சிகளை ஒழுங்கமைப்பதில் நாம் மிகச் சரியாகவே நடந்து கொண்ட போதிலும், ஏகாதிபத்திய, நிலப்பிரபுத்துவ விவசாய கட்டமைப்பிற்கு எதிரான முக்கியமான போராட்டத்தை மந்தப்படுத்திவிடக் கூடாது என்பதை நாம் மறந்துவிட்டிருந்தோம்.

உற்பத்தியினை சீர்குலைப்பதற்கான முயற்சிகளைத் தடுப்பது, வேலைநிறுத்தங்களை தவிர்ப்பது ஆகிய முயற்சிகள் தொழிலாளி வர்க்கத்தின் வாழ்நிலைகளை பாதுகாப்பதுடன் பொருத்தமாக இருந்த வகையில் நமது நடவடிக்கைகள் சரியானதாகவே இருந்தன. எனினும் லாபத்தையே இலக்காகக் கொண்ட முதலாளிகள், பாசிஸத்திற்கு எதிரான யுத்தம் முக்கியமான வழிகாட்டும் அம்சமாக இல்லாமல் லாபத்தின்மீது மட்டுமே ஆர்வம் கொண்ட ஏகாதிபத்திய அரசு ஆகியோரின் கைகளிலேயே உற்பத்தி இருக்கும்வரை, உற்பத்தியை அதிகரிப்பதோ அதை ஒழுங்குபடுத்துவதோ இயலாத ஒன்று என்பதை நாம் கண்டிப்பாகப் பார்த்திருக்க வேண்டும்."

இந்த அறிக்கை இரண்டு சீர்திருத்தவாத திரிபுகளை சுட்டிக் காட்டியது: 1) ஏகாதிபத்தியத்திற்கு எதிரான நமது போராட்டத்தின் கூர்முனை மழுங்கிப் போயிருந்தது. 2) சுயேச்சையானதொரு கொள்கையை பின்பற்றி முதலாளிகளை அம்பலப்படுத்துவதற்குப் பதிலாக, நாம் அவர்களின் பின்னால் செல்லத் தொடங்கியிருந்தோம். தேசிய இனங்களின் சுயநிர்ணய உரிமை என்ற கோஷத்தைப் பயன்படுத்துவதில் இருந்து இந்து-முஸ்லீம் பிரச்சனை வரையில், இந்தப் போக்கு வெளிப்பட்டது. இந்து-முஸ்லீம் ஒற்றுமை, காங்கிரஸ்-லீக் ஒற்றுமை ஆகியவற்றை முதலாளித்துவ தலைவர்கள் தாங்களாகவே உருவாக்கிக் கொள்வார்கள் என்ற மாயை கட்சிக்குள் இருந்ததாலேயே இந்தப் போக்கு எழுந்தது.

தனது நான்கரை மணிநேர உரையில் ரணதிவே (அன்று கட்சியின் பொதுச்செயலாளராக இருந்த) ஜோஷியை மட்டும் விமர்சிக்கவில்லை; தான் உட்பட கட்சியின் இதர அரசியல் தலைமைக்குழு உறுப்பினர்கள், மத்தியக் குழு உறுப்பினர்கள் என ஒவ்வொருவரின் சீர்திருத்தவாத திரிபினையும் அவர் விமர்சித்தார். ரணதிவே தனது அறிக்கையை பிரதிநிதிகளுக்கு முன்பாக வைத்தபிறகு, ஜோஷி உரையாற்றினார். இந்த அறிக்கையை தாம் முழுமையாக ஆதரிப்பதாக அவர் கூறியதோடு, சுய விமர்சன ரீதியாக தனது தவறுகளையும் அவர் ஒப்புக்கொண்டார். இதன் மீதான விவாதத்தில் 34 பிரதிநிதிகள் கலந்து கொண்டனர். இந்த விவாதம் முழுவதையும் ரணதிவே பின்னர் தொகுத்து வழங்கினார்.

பாகிஸ்தானில் கம்யூனிஸ்ட் கட்சி அமைப்பை உருவாக்குவது என்ற முடிவையும் இந்தக் காங்கிரஸ் எடுத்தது. பாகிஸ்தானில் கட்சிக்கான கொள்கையை வடிவமைத்து அதை உருவாக்கி, போராட்டத்தை தலைமையேற்று நடத்தும் பொறுப்பு இந்தக்

கட்சிக்கு உரியதாகும்.

புதிய மத்தியக் குழுவினை தேர்ந்தெடுப்பதற்கான பரிந்துரை பட்டியலின்மீது பிரதிநிதிகளிடையே தீவிரமான விவாதம் நடைபெற்றது. இந்தப் பட்டியலில் பழைய மத்தியக் குழு உறுப்பினர்களே பெரும்பான்மையினராக இருந்தனர். காங்கிரஸ் முடிவு செய்திருந்தபடி 31 மத்தியக் குழு உறுப்பினர்களை தேர்ந்தெடுக்கும் வகையில் இந்தப் பட்டியல் வாக்கெடுப்பிற்கு விடப்பட்டது. இந்த வாக்கெடுப்பில் (பொதுச்செயலாளராக இருந்த) ஜோஷியைத் தவிர மத்தியக் குழு முன்வைத்திருந்த அனைவரும் தேர்ந்தெடுக்கப்பட்டனர். கட்சியின் பொதுச்செயலாளராக பி டி ரணதிவே தேர்ந்தெடுக்கப்பட்டார்.

கட்சியில் முன்பு நிலவிய வலதுசாரி சீர்திருத்தவாத திரிபினை சரியான வகையில் சுட்டிக் காட்டிய இந்த காங்கிரஸ், அதைத் திருத்தியமைக்கும்போது இடதுசாரி குழுவாத நிலைபாட்டினை மேற்கொண்டது. புதிய இந்திய அரசின் தன்மையினையும் இந்த காங்கிரஸ் சரியான வகையில் மதிப்பிடவில்லை. வளர்ந்து கொண்டிருந்த வெகுஜன எழுச்சியை அது அதீதமாக மதிப்பிட்ட அதே நேரத்தில், இந்திய மக்களில் பெரும்பகுதியினரை தன் பிடிக்குள் வைத்திருப்பதற்கான காங்கிரஸின் வலிமையையும், இந்திய ஒன்றியத்துடன் இணைவதற்கு சிற்றரசர்களுக்கு நெருக்கடியை தருவதற்கான அதன் திறனையும் கட்சி குறைத்து மதிப்பிட்டது. பாசிஸத்திற்கு எதிரான வெற்றி, சோஷலிச முகாமின் தோற்றம் ஆகியவை உலகம் முழுவதிலும் ஏகாதிபத்தியத்தின் நேரடி ஆதிக்கத்தை உடைத்து நொறுக்கியிருந்த நிலையில் சர்வதேச அளவில் சக்திகளின் பலாபலனில் ஏற்பட்ட மாற்றத்தையும் இந்தக் காங்கிரஸ் காணத் தவறியிருந்தது. ஏகாதிபத்தியத்தின் அனைத்துவகையான திட்டங்களையும் மீறிய வகையில் நமது நாடு தனது விடுதலையை நிலைநாட்டிக் கொள்ள இந்தப் புதிய சூழ்நிலை உதவியது.

வீரஞ்செறிந்த பல போராட்டங்களுக்குத் தலைமை தாங்கி கட்சி நடத்தியிருந்த போதிலும், இரண்டாவது கட்சி காங்கிரஸின் முடிவுகளை அமல்படுத்தியதன் விளைவு என்னவெனில், அரசியல் களத்தில் கட்சி தனிமைப்பட்டதும், பல்வேறு இடங்களிலும் கட்சியின் செயல்பாடு தடைப்பட்டதுமே ஆகும். இது கட்சிக்குள் ஒரு நெருக்கடி உருவாக வழிவகுத்தது. மிகப்பெரும் உட்கட்சி விவாதம் அதைப் பின் தொடர்ந்தது.

மே ***24, 2020***

31

வீரஞ்செறிந்த தெலுங்கானா மக்களின் ஆயுதப் போராட்டம் – I

நமது நாட்டின் விடுதலைப் போராட்டம், கம்யூனிஸ்ட் இயக்கம் ஆகியவற்றின் மகத்தான கட்டங்களில் ஒன்றாக தெலுங்கானா மக்களின் ஆயுதப் போராட்டம் திகழ்கிறது. அன்றைய ஹைதராபாத் பகுதியில் நிஜாமின் ஆட்சியில் நிலவிய நிலப்பிரபுத்துவ சுரண்டலுக்கு எதிராக 1946ஆம் ஆண்டில் தொடங்கிய இந்தப் போராட்டம் 1951ஆம் ஆண்டு வரை நீடித்தது. தெலுங்கானா போராட்டத்தை மூன்று விரிவான கட்டங்களாகப் பிரிக்கலாம். வெட்டி முறை, நிலத்திலிருந்து வெளியேற்றம் ஆகியவற்றுக்கு எதிராக நடைபெற்ற போராட்டம் முதல் கட்டம்; நிஜாமின் ஆட்சி அதிகாரத்தை அகற்றி, கிராம சுயாட்சி மற்றும் உழுபவர்களுக்கே நிலங்களை பகிர்ந்தளிப்பது ஆகியவற்றை செயல்படுத்திய இரண்டாவது கட்டம்; முந்தைய போராட்டங்களில் கிடைத்த பயன்களை பாதுகாத்தபடியே ஆயுதப் போராட்டத்தை திரும்பப் பெற்ற மூன்றாவது கட்டம்.

ஹைதராபாத் மாநிலம் மூன்று வெவ்வேறு மொழிகள் பேசும் பகுதிகளை உள்ளடக்கியது. மொத்த நிலப்பரப்பில் 50 சதவீத இடத்தைக் கொண்ட தெலுங்கு மொழி பேசும் எட்டு மாவட்டங்களை உள்ளடக்கிய தெலுங்கானா பகுதி; மொத்த நிலப்பரப்பில் 28 சதவீத இடத்தைக் கொண்ட மராத்தி மொழி பேசும் ஐந்து மாவட்டங்களை உள்ளடக்கிய மராத்வாடா பகுதி; மொத்த நிலப்பரப்பில் 22 சதவீத இடத்தைக் கொண்ட கன்னட மொழி பேசும் மூன்று மாவட்டங்களைக் கொண்ட பகுதி. இந்த மாநிலத்தில் வாழ்ந்த பெரும்பகுதி மக்களின் கலாச்சாரம், மொழி ஆகியவை ஆட்சியாளர்களால் நசுக்கப்பட்டு வந்தன. கல்வி, கலாச்சார வளர்ச்சி, தாய்மொழியை பாதுகாத்து வளர்ப்பது ஆகியவற்றின் மீதான அவர்களின் இயற்கையான விருப்பம் நிஜாமின் ஆட்சிக்கு எதிரான போராட்டத்துடன் தவிர்க்க இயலாத வகையில் இணைந்து கொண்டது.

மக்களின் சமூக-பொருளாதார வாழ்வில், குறிப்பாக தெலுங்கானா பகுதியில், மேலாதிக்கம் செய்து வந்த அடிப்படையான அம்சம் என்பது தங்குதடையற்ற நிலப்பிரபுத்துவ சுரண்டலே ஆகும். மாநிலத்திலுள்ள நிலங்களில் சுமார் 60 சதவீத நிலங்கள் அரசு

நிலங்களாகவும், சுமார் 10 சதவீத நிலங்கள் நிஜாமிற்கு சொந்தமான நிலங்களாகவும் இருந்தன. மாநிலத்தின் மொத்த பகுதிகளில் 30 சதவீதம் ஜாகீர் பகுதிகளாக இருந்தன. இந்த ஜாகீர்தார்கள்தான் நிலப்பிரபுத்துவ ஒடுக்குமுறையை கட்டவிழ்த்து விட்டவர்கள். இந்தப் பகுதியில் பாசன வசதி பெற்ற நிலங்களுக்கான நிலவரி என்பது அரசு நிலங்களுக்கான நிலவரியைப் போல பத்து மடங்கிற்கும் மேலாக இருந்தது. சட்டவிரோதமாக நிலங்களை கைப்பற்றுவது, கட்டாய உழைப்பு ஆகியவை இந்தப் பகுதிகளில் வழக்கமான அம்சங்களாக இருந்தன. இந்த ஜாகீர்தார்களில் ஒரு சிலர் தங்களுக்கென தனியாக காவல்துறை, வருவாய் துறை, பொது நிர்வாகம் மற்றும் குற்றவியல் நீதி அமைப்புகள் ஆகியவற்றை வைத்திருந்தனர்.

இந்த ஜாகீர்தார்களை தவிர, தேஷ்முக், தேஷ்பாண்டே என்ற பிரிவினரும் இருந்தனர். முன்பு அரசுக்கு வரிவசூலித்து தரும் அலுவலர்களாக இருந்த இவர்கள், மிகவும் செழிப்பான, விளைச்சல் மிகுந்த நிலங்களை தவறான வழிகளில் கைப்பற்றி, ஆயிரக்கணக்கான ஏக்கர் நிலங்களுக்கு உரிமையுள்ள நிலப்பிரபுக்களாக மாறியவர்கள். இந்த நிலங்களில் பயிரிடும் விவசாயிகள் நிலப்பிரபுக்கள் விருப்பம் உள்ள வரையில் மட்டுமே நிலத்தில் பயிரிடக் கூடிய நிலைக்குத் தள்ளப்பட்டிருந்தனர். விவசாயிகளின் கைகளில் இருந்த கொஞ்சநஞ்ச நிலங்களும் கூட, பொருளாதார நெருக்கடி நிலவிய காலங்களில் நிலவரியை கட்ட இயலாத சூழ்நிலைகளில் நிலப்பிரபுக்களால் கைப்பற்றிக் கொள்ளப்பட்டன.

வெட்டி முறை

தெலுங்கானாவில் வெட்டி முறையானது சமூகத்தின் அனைத்துப் பகுதியினரையும் பாதித்து வந்த ஓர் அமைப்பாக இருந்தது. தலித் குடும்பங்கள் ஒவ்வொன்றும் வீட்டுக்கு ஒருவரை இந்த வெட்டி முறைக்காக அனுப்பி வைக்க வேண்டும். நிலப்பிரபுக்களின் வீடுகளில் வீட்டு வேலை செய்வது; தேவைப்படும் நேரங்களில் பிற பகுதிகளுக்கு நிலப்பிரபுக்களின் செய்திகளை கொண்டு சேர்ப்பது போன்றவையே இவர்களின் வேலையாகும். விவசாய வேலைகளுக்கான தோல் பொருட்கள், காலணிகள் ஆகியவற்றை தயாரிக்கும் தலித் பிரிவினர் நிலப்பிரபுக்களுக்குத் தேவையான இந்தப் பொருட்களை இலவசமாகத் தர வேண்டிய கட்டாயத்திற்கு ஆளாக்கப்பட்டனர். கள் இறக்குவோர் கள்ளையும், ஆடு

மேய்ப்போர் ஆடுகளையும், நெசவாளிகள் துணியையும், தச்சர்களும் கருமார்களும் விவசாயக் கருவிகள் அனைத்தையும், குயவர்கள் பானைகளையும் நிலப்பிரபுக்களுக்கு இலவசமாக தர வேண்டும். வண்ணார்கள் அவர்களது துணிகளை துவைத்துத் தருவது மட்டுமின்றி வீட்டுப் பாத்திரங்களையும் கழுவித் தர வேண்டும். நாவிதர்கள் தினமும் இவர்களுக்கு சேவை செய்வது மட்டுமின்றி, இரவு நேரங்களில் கால் அமுக்கி விடுவது; உடம்பு பிடித்து விடுவது போன்ற சேவைகளை செய்ய வேண்டும். ஒரு சில குறிப்பிட்ட பிற்படுத்தப்பட்ட வகுப்பினர் நிலப்பிரபுக்களின் குடும்பத்தைச் சேர்ந்த ஆண்-பெண்களை ஒரு கிராமத்திலிருந்து இன்னொரு கிராமத்திற்கு பல்லக்கில் சுமந்து செல்ல வேண்டும்.

இந்த வெட்டி முறையிலிருந்து விவசாயிகளும் தப்பியதில்லை. தங்கள் சொந்த நிலத்தில் விவசாய வேலைகளை செய்வதற்கு முன்பாக, நிலப்பிரபுவின் நிலத்தில் வேலைகளை அவர்கள் செய்து முடிக்க வேண்டும். நிலப்பிரபுக்களின் நிலங்களுக்கு நீர் பாய்ச்சிய பிறகே, அவர்கள் தங்கள் நிலத்திற்கு நீர் பாய்ச்சிக் கொள்ள முடியும். விவசாயத் தொழிலாளிகள் எவ்வித ஊதியமும் இன்றி நிலப்பிரபுக்களின் நிலங்களில் வேலை செய்து விட்டுத்தான், தங்கள் வாழ்க்கைத் தேவைக்காக மற்ற நிலங்களில் வேலை செய்ய செல்ல முடியும். வெவ்வேறு வடிவங்களில் ஆன இத்தகைய கட்டாய உழைப்பை நிலப்பிரபுக்கள் மட்டுமின்றி அனைத்து வகையான அதிகாரிகளும் – மேலிருந்து கீழ் வரை – சாதாரண அடித்தட்டு மக்களிடமிருந்து உறிஞ்சிக் கொண்டிருந்தனர்.

இத்தகைய நிலப்பிரபுத்துவ சுரண்டலிலேயே மிகவும் மோசமாக இருந்தது சிறுவயது பெண்களை அடிமைகளாக நிலப்பிரபுக்கள் வைத்திருந்த வழக்கமே ஆகும். தங்களது பெண்களை திருமணம் செய்து கொடுக்கும்போது நிலப்பிரபுக்கள் இந்த அடிமைப் பெண்களையும் அவர்களோடு புதிய வீட்டிற்கு சேவை செய்வதற்காக அனுப்பி வைப்பது வழக்கமாக இருந்தது. இத்தகைய அடிமைப் பெண்களை நிலப்பிரபுக்கள் தங்களது காமக் கிழத்திகளாகவே பயன்படுத்தி வந்தனர்.

இத்தகைய வெட்டி முறையானது தெலுங்கானா பகுதியை சேர்ந்த மக்களின் வாழ்க்கையை கீழ்த்தரமான ஒன்றாக மாற்றியிருந்ததோடு, அவர்களது சுயமரியாதை உணர்வையும் முற்றிலுமாக நசுக்கியிருந்தது. இந்தப் பிரச்சனையை முன்வைத்துதான் 1940களின் தொடக்கத்தில் விவசாயிகள் நிலப்பிரபுக்களோடு நேருக்கு நேராக மோதினர். இதற்குள்ளாகவே

கம்யூனிஸ்ட் கட்சியும் இந்தப் பகுதிக்குள் ஒழுங்கமைந்த ஒரு சக்தியாக வளர்ந்து, இவ்வாறு போராடத் துணிந்த ஒடுக்கப்பட்ட விவசாயிகள், கிராமப்புற ஏழைகள் ஆகிய பிரிவினருடன் தன்னை இணைத்துக் கொள்ள முடிந்தது.

நிஜாமின் ஆட்சி ஓர் எதேச்சாதிகார ஆட்சியாகவே இருந்தது. இதன்கீழ் எந்தவொரு மட்டத்திலும் தேர்ந்தெடுக்கப்பட்ட அமைப்புகள் எதுவும் இல்லை என்பதோடு, மனித உரிமைகள் என்ற பேச்சே இல்லை. இத்தகையதொரு ஆட்சிக்கு எதிராகத்தான் இந்தியாவில் வளர்ச்சி பெற்றிருந்த தேச விடுதலை இயக்கத்தின் செல்வாக்கினால் உருப்பெற்ற தாராளவாதிகளின் எண்ணிக்கை படிப்படியாக அதிகரித்தது. இவர்கள் தங்களை ஒருங்கிணைத்துக் கொண்டு ஆந்திர மகாசபா என்ற ஓர் அமைப்பை உருவாக்கினர். அதே போன்று மராத்தி மொழி பேசும் பகுதியில் மகாராஷ்ட்ர பரிஷத் என்றும், கன்னட மொழி பேசும் பகுதியில் கன்னட பரிஷத் என்றும் பெயரிட்டு அழைத்தனர். இந்த அமைப்புகள் விரிவானதொரு அரசியல், கலாச்சார அமைப்பாக இருந்தன. கம்யூனிஸ்ட் கட்சியின் ஆந்திரப் பகுதியைச் சேர்ந்த பிரிவினர் இவர்களிடையே இருந்த தீவிரமான, முற்போக்கான எண்ணங்கொண்டவர்களை தொடர்பு கொண்டு தெலுங்கானா பகுதியில் வலுவான குழுக்களை ஏற்படுத்த முடிந்தது.

ஆந்திர மகாசபா தொடக்கத்தில் நிர்வாக கட்டமைப்பு, மனித உரிமைகள், மேலும் அதிகமான பள்ளிகள், நிலவுடைமையாளர்களுக்கு மேலும் சலுகைகள் போன்ற சீர்திருத்தங்களை கோரி தீர்மானங்களை இயற்றுவதோடு நிறுத்திக் கொண்டதே தவிர, ஒடுக்குமுறையாளர்களுக்கு எதிராக அல்லது நிஜாமிற்கு எதிராக மக்களை அணிதிரட்டி போராட்டங்களை நடத்த முன்வரவில்லை. இத்தகைய ஆந்திர மகாசபாவை மக்களிடம் கொண்டு சேர்க்கும் மகத்தான பணியை கம்யூனிஸ்ட் கட்சி செய்தது. ஆந்திர மகாசபாவிற்குள் இருந்த மிதவாதிகள் இந்த முயற்சிகளை எதிர்த்தனர். வெட்டி முறையை ஒழிப்பது; அடுக்குமுறையிலான குத்தகை; குத்தகைதாரர்களை நிலத்தில் இருந்து வெளியேற்றுவது ஆகியவற்றை தடை செய்வது; நிலத்தில் பயிரிட்டு வரும் விவசாயிகளுக்கு அதற்கான உரிமையை பதிவு செய்வது; வரிகளையும் குத்தகை தொகையையும் கடுமையாக வெட்டிக் குறைப்பது; நில ஆய்வு தீர்வைகளை கட்டாயமாக்குவது; பனை மரங்களின் மீதான வரியை ரத்து செய்வது; ஜாகீர்தாரி முறையை ஒழிப்பது; மக்களுக்கு முழுமையான பொறுப்புள்ள ஓர் அரசை

தெலுங்கானா – தொண்டர் அணிவகுப்பு

உருவாக்குவது ஆகிய கோரிக்கைகளை கம்யூனிஸ்டுகளின் தலைமையில் இடதுசாரிகள் முன்வைத்தனர். இந்தக் கோரிக்கைகளுக்குப் பின்னால் அவர்கள் மக்களையும் அணிதிரட்டினர்.

1944ஆம் ஆண்டு தொடக்கத்திலிருந்தே கம்யூனிஸ்ட் கட்சியின் தலைமையின் கீழ் ஆந்திர மகாசபா ஜமீன்தார்களுக்கும் தேஷ்முக்குகளுக்கும் எதிராக பல போராட்டங்களை முன்னெடுத்து வந்தது. மிகுந்த அன்போடு மக்களால் சங்கம் என்று அழைக்கப்பட்டு வந்த ஆந்திர மகாசபா வயல்களில் செங்கொடிகளை நட்டு இந்தப் போராட்டங்களுக்குத் தலைமை தாங்கியது. சங்கத்தின் தலைமையின்கீழ் இருந்த மக்கள் குண்டர்படையின் செயல்களுக்கு அனுமதிக்காதது மட்டுமின்றி, அதிகாரிகளுக்கு லஞ்சம் கொடுப்பது, பெரும் நிலப்பிரபுகளுக்கு அடிமைப் பெண்களை வழங்குவது, வெட்டி முறையில் ஈடுபடுவது ஆகியவற்றையும் நிறுத்தினர்.

இத்தகைய பின்னணியில்தான் 1946ஆம் ஆண்டில் விஸ்னூர் ராமச்சந்திர ரெட்டி என்ற ஜன்காவ்ன் தாலுக்காவைச் சேர்ந்த, அப்பகுதி மக்களால் பெரிதும் வெறுக்கப்பட்டு வந்த தேஷ்முக், எயிலம்மா என்ற பெண்மணிக்குச் சொந்தமான நிலத்தை வலுக்கட்டாயமாக பறித்துக் கொள்ள முயற்சித்தார். இந்தப் பெண்மணி சங்கத்தின் தீவிர செயல்பாட்டாளரும் ஆதரவாளரும் ஆவார். அறுவடைக்குத் தயாராக இருந்த நெல்லை நேரடியாக நிலத்திலிருந்தே கைப்பற்றிக் கொள்ள தேஷ்முக் திட்டமிட்டிருந்த நிலையில், கைகளில் தடிகளோடும் நெஞ்சு நிறைந்த உறுதியோடும் சங்கத்தின் தொண்டர்கள் காத்துக் கொண்டிருப்பதைக் கண்டதும் தேஷ்முக் அனுப்பிய குண்டர்படை தலைதெறிக்க ஓட்டம் பிடித்தது. தொண்டர்கள் வயலில் அறுவடை செய்து முடித்து எயிலம்மாவின் வீட்டிற்கு நெல்லை அனுப்பி வைத்தனர். அன்று

இரவே காவல்படை அங்கு வந்து சேர்ந்தது. எனினும் எயிலம்மாவின் வீட்டில் அடுக்கி வைத்திருந்த நெல் மூட்டைகளை தொடுவதற்குக் கூட அவர்கள் அஞ்சினர். இந்தச் சம்பவம் மக்களிடையே மேலும் உறுதியை வலுப்படுத்தியதோடு, தெலுங்கானா போராட்டம் தொடங்குவதற்கான தீப்பொறியாகவும் இருந்தது.

இந்த சம்பவத்தைத் தொடர்ந்து 1946 ஜூலை 4 அன்று ஒரு ஊர்வலம் நடைபெற்றது. நிலப்பிரபுக்களின் அடியாட்கள் இந்த ஊர்வலத்தின் மீது துப்பாக்கியால் சுட்டதில் அந்த கிராம சங்கத்தின் தலைவர் தொட்டி கொமரய்யா உயிரிழந்தார். கொமரய்யாவின் தியாகம் தெலுங்கானா விவசாயிகள் இதுவரை அடக்கி வைத்திருந்த கோபத்தை கொழுந்துவிட்டு எரியச் செய்தது. நல்கொண்டா மாவட்டத்தின் அனைத்து தாலுக்காக்களிலும் இருந்த மக்கள் கொதித்தெழுந்தனர். ஒரு கிராமத்தைச் சேர்ந்த மக்கள் கையில் கம்பு, உண்டிவில் ஆகியவற்றை எடுத்துக் கொண்டு அருகிலுள்ள கிராமங்களுக்குச் சென்று அங்குள்ள மக்களை தட்டியெழுப்பினர். இந்த ஊர்வலங்களின் சிறப்பம்சம் என்னவெனில், ஆண்களோடு சேர்ந்து பெண்களும் இதில் பங்கேற்றனர் என்பது மட்டுமின்றி, தங்கள் சொந்த கிராமத்து ஊர்வலங்கள் மட்டுமின்றி, மற்ற கிராமங்களில் நடைபெற்ற ஊர்வலங்களிலும் பெண்களும் பங்கேற்றார்கள் என்பதுதான். அருகாமை கிராமங்களில் இருந்து வந்தவர்களுக்கு கிராம மக்கள் எவ்வித சாதி, மத வேறுபாடு இன்றி உணவளித்தனர். அவர்கள் ஒன்றுதிரண்டு உள்ளூர் தேஷ்முக் அல்லது நிலப்பிரபுவின் வீட்டிற்கு முன்னால் பொதுக்கூட்டங்களை நடத்தி, செங்கொடியை ஏற்றி வைத்து " இங்கு சங்கம் உருவாக்கப்பட்டு விட்டது; இனிமேல் வெட்டி முறை இங்கில்லை; இனிமேல் சட்டவிரோத பறிப்பு இல்லை; இனிமேல் நிலவெளியேற்றம் இல்லை!" என்று உரக்க அறிவித்தனர். சங்கத்தின் இந்த உத்தரவை நிலப்பிரபுவோ, தேஷ்முக்கோ பின்பற்றவில்லை எனில் அவர்கள் ஒட்டுமொத்த சமூகப் புறக்கணிப்பிற்கு ஆளாவார்கள். சங்கத்தின் இத்தகைய உத்தரவுகள் நிறைவேற்றப்பட்டன. நிலப்பிரபுவிற்காக யாரும் வேலை செய்யவில்லை. ஒரு சில வாரங்களிலேயே இந்த இயக்கம் நல்கொண்டா மாவட்டத்திலும் அதன் அருகாமை மாவட்டங்களிலும் சுமார் 400-300 கிராமங்களில் பரவி நிலைபெற்றது.

முதன்முறையாக நிலப் பிரச்சனை, நில வெளியேற்றம், வெட்டி முறை, கட்டாயப்படுத்தி தானிய வசூல் ஆகியவை ஜமீன்தாரி

முறையை ஒழிக்க வேண்டும் என்ற கோஷத்தோடு இணைக்கப்பட்டது. இக்காலப்பகுதியின் முக்கியமான அம்சமாக இது அமைந்தது. வெள்ளமென மக்கள் அணிதிரண்ட இந்த இயக்கத்தின் விளைவாக தானியம் மூலமான வரிவசூலை அரசினால் திரட்ட முடியவில்லை. இவ்வாறு சேகரிக்க வரும் அரசு அதிகாரிகளையும் ஆட்களையும் கிராமத்திற்குள் காலடி எடுத்து வைக்கவே அனுமதிக்கவில்லை. வெட்டி முறை தானாகவே முடிவுக்கு வந்தது.

நிலப்பிரபுக்கள் பலரும் தங்கள் கிராமங்களை விட்டு வெளியே ஓடி, இந்த விஷயத்தில் தலையிடுமாறு நிஜாமிடம் முறையிட்டனர். இதனால் பல கிராமங்களிலும் நிஜாமின் ராணுவ முகாம்கள் அமைக்கப்பட்டன. வாரக் கணக்கில், மாதக் கணக்கில் ராணுவ நடவடிக்கைகள் தொடர்ந்தன. எனினும் துணிவை இழந்துவிடாமல் மக்கள் இத்தகைய துன்பங்களை எதிர்கொண்டு நின்றனர். இந்த ராணுவ நடவடிக்கைகளை பயன்படுத்திக் கொண்டு, கிராமங்களை விட்டு வெளியே சென்ற நிலப்பிரபுக்கள் மீண்டும் தங்கள் கிராமங்களுக்குத் திரும்பினர். மக்கள் இயக்கத்தில் ஒருவகையான செயலற்ற தன்மை பரவியது.

மக்களின் தொண்டர் படைகளுக்கு கம்யூனிஸ்ட் கட்சி பயிற்சியளிக்கத் தொடங்கியது. குறிப்பாக, நிலப்பிரபுக்களின் ஆயுதம் தாங்கிய குண்டர் படைகளின் தாக்குதலை தீர்மானகரமாக எதிர்கொண்ட பகுதிகளில் இந்தப் பயிற்சி தரப்பட்டது. இவ்வாறு பயிற்சி பெற்ற தொண்டர் படையினர் தான் 1945-1946ஆம் ஆண்டுகளில் நிலப்பிரபுக்களின் குண்டர் படைகளிடமிருந்து விவசாயிகளை பாதுகாத்தனர். ஒவ்வொரு வீட்டிலுமிருந்த ஒவ்வொரு ஆணும் பெண்ணும் இந்தப் போராட்டத்தில் தங்களை ஈடுபடுத்திக் கொள்வதாக உறுதியேற்றனர். கிராமத்தின் மையப் பகுதியில் ஒரு பெரிய முரசு வைக்கப்பட்டது. அது ஒலிக்கத் தொடங்கியதும் கிராமத்திலுள்ள ஒவ்வொருவரும் அவர்கள் எங்கேயிருந்தாலும் தங்கள் கையில் உள்ள ஆயுதங்களுடன் கிராமத்தின் மையத்திற்கு வந்து சேர வேண்டும் என்பதே ஏற்பாடு. நூற்றுக்கணக்கான, ஆயிரக்கணக்கான விவசாய இளைஞர்கள் கைகளில் கம்புகளையும் உண்டிவில்களையும் ஏந்தியபடியும், பெண்கள் மிளகாய்த்தூள், கற்கள், சுடுநீர் ஆகியவற்றை ஏந்தியபடியும் தங்கள் நிலத்தையும் வீட்டையும் பாதுகாத்து நின்றனர். மக்களின் மனநிலையும், உணர்வும் ஒழுங்கும் நம்பிக்கையும் இவ்வாறாகத்தான் இருந்தது.

தெலுங்கானா பகுதி மக்களின் அதிருப்தியும், எழுச்சியும் மிக ஆழமாகவும், மிகப் பெரியதாகவும் இருந்த நிலையில் வெட்டி முறை, சட்டவிரோத நிலப்பறிப்பு, கட்டாய தானிய வசூல் ஆகியவற்றுக்கு முடிவு கட்டியதோடு, நிலப்பிரபுக்கள் தங்களிடமிருந்து முன்பு கைப்பற்றி வைத்திருந்த நிலங்களையும் மீட்டெடுக்கத் தொடங்கினர். நிலப்பிரபுக்களின் ஆயுதம் தாங்கிய தாக்குதல்களை மக்கள் எதிர்த்து நிற்கத் தொடங்கியதோடு, ஆயுத காவல் படையை மட்டுமின்றி, நிஜாமின் ராணுவ படைகளையும் எதிர்த்து நிற்கவும் தயாராக இருந்தனர். அனைத்து வகைகளிலும் இந்த எதிர்ப்பியக்கத்தில் பெண்கள் பங்கேற்றனர். தீரமிக்க பாடல்கள், நாட்டுப்புறக் கலைகள் ஆகியவையும் இந்த எதிர்ப்பியக்கத்தின் ஒரு பகுதியாக வெளிப்பட்டன.

நீதிமன்ற அமைப்பின் உத்தரவுகள், கைது செய்வதற்கான உத்தரவுகள் ஆகியவற்றை மறுதலிக்குமாறும் கட்சி அறைகூவல் விடுத்தது. காவல்துறையிடம் பிடிபடாமல் இருக்கும்படியும் அவர்களைக் கேட்டுக் கொண்டது. சொத்து பறிமுதல், ஏலம் விடுதல் ஆகிய அரசு நடவடிக்கைகளை எதிர்த்து நிற்குமாறும் அறைகூவல் விடுத்தது. மக்கள் மிகுந்த உற்சாகத்துடன் இதற்குச் செவி சாய்த்ததோடு, கட்சியின் இந்த உத்தரவுகளை சிறிதும் பிசகாமல் நிறைவேற்றி, அடக்குமுறையை எதிர்த்து நிற்பதற்கான புதிய, புதிய வடிவங்களையும் உருவாக்கிக் கொண்டே இருந்தனர். கட்சித் தலைவர்களை மக்கள் தங்களது கண்ணின் மணி போல் காத்து நின்றனர்.

1946ஆம் ஆண்டின் பிற்பகுதி நீங்கலாக, இந்தப் போராட்டங்களில் விவசாயிகள் குழுக்களுக்கு துப்பாக்கி சுடும் பயிற்சிகள் அளிக்கப்படவில்லை. துப்பாக்கிகளை பயன்படுத்த வேண்டாம் என தொண்டர் படைகளுக்கு கட்சி அறிவுறுத்தியது. அத்தகையதொரு நடவடிக்கை இயக்கத்தை முற்றிலும் புதியதொரு கட்டத்திற்கு மாற்றி விடுவதோடு, அது அகில இந்திய அளவிலும் பின் விளைவுகளை ஏற்படுத்தக் கூடும் என்றும் கட்சி கருதியதன் விளைவாகவே இத்தகைய அறிவுரையை அது வழங்கியிருந்தது. தொடர்ச்சியாக ஆயுதமேந்திய காவல் படைகளின் தாக்குதல் நீடிக்கத் தொடங்கி, விவசாய மக்களின் முதல் எழுச்சி முற்றிலுமாக நசுக்கப்பட்டபோதுதான் தனது தொண்டர்களை ஆயுதம் ஏந்தும்படியும் ஆயுதம் தாங்கிய தற்காப்பு நிலைக்கு வருமாறும் கட்சி கேட்டுக் கொண்டது.

மே 31, 2020

32

வீரஞ்செறிந்த தெலுங்கானா மக்களின் ஆயுதப் போராட்டம் – II

தெலுங்கானா விவசாயிகளின் எழுச்சி நிஜாம் ஆட்சியின் அடித்தளத்தையே அசைத்துப் பார்த்தது. தனது ஆளுகைக்கு உட்பட்ட பகுதிகளின் மீதான தனது ஆதிக்கத்தை மீண்டும் நிலைநிறுத்த மிகப் பெருமளவிலான பயங்கரவாதத்தை நிஜாம் கட்டவிழ்த்து விட்டார். புதிதாக விடுதலை பெற்ற இந்திய அரசு 'தற்போதைய நிலையை அப்படியே தொடர்வதற்கான' ஓர் ஒப்பந்தத்தை நிஜாமுடன் செய்து கொண்டு, நிஜாம் அரசுக்கு ஆயுதங்களையும் வழங்கியது. அரசின் பின்பலத்துடன் முற்றிலும் ஆயுதபாணிகளான 'ரஜாக்கர்கள்' அணிதிரட்டப்பட்டு, கிராம மக்களின் மீது கட்டவிழ்த்து விடப்பட்டனர். கொள்ளை, தீவைப்பு, சித்தரவதை, படுகொலை, பாலியல் வன்கொடுமை ஆகியவை மிகப் பரவலான அளவில் நிகழ்ந்தேறின. இத்தகைய கொடூரமான அடக்குமுறைக்கு எதிராக மக்கள் திரண்டு எழுந்ததோடு கையில் கிடைத்த ஆயுதங்களுடன் ரஜாக்கர்களை எதிர்த்துப் போராடினர். மக்களை இத்தகைய தாக்குதலில் இருந்து பாதுகாக்க கம்யூனிஸ்ட் கட்சி முறையான, ஆயுதமேந்திய கெரில்லா குழுக்களை அணிதிரட்ட பயிற்சி அளித்தது.

1947ஆம் ஆண்டின் முதல் நான்கு மாதங்களில் சிதறிக் கிடந்த தனது கிளைகளை மீண்டும் அணிதிரட்டுவதில் கட்சி முனைப்பாக செயல்பட்டது. இந்தப் பின்னணியில் சுதந்திர இந்தியாவுடன் இணைவதற்கு நிஜாம் மறுத்தது மக்களின் கோபத்தை மேலும் கிளறிவிட்டது. 'விசால ஆந்திராவில் மக்கள் ஆட்சி' என்ற கட்சியின் கோஷம் மக்களால் பெரிதும் வரவேற்கப்பட்டது. ஆந்திராவின் கடலோர பகுதிகள் தெலுங்கானா இயக்கத்தின் பின்புல அரணாக மாறின. நிஜாமின் தாக்குதலின் கீழிருந்த மக்களுக்கும் தொண்டர்களுக்கும் ஆந்திரப் பகுதி கிளைகள் உறைவிடமும் உதவியும் ஏற்பாடு செய்தன. ஆந்திரப் பகுதியில் அப்போது இருந்த காங்கிரஸ் கட்சி விவசாயிகளின் போராட்டங்களை ஆதரிப்பதற்காக கட்சியின் மீது தாக்குதல் தொடுத்தது. அரசின் இந்தத் தாக்குதல்கள் ஆந்திரா, தெலுங்கானா ஆகிய இரு பகுதிகளிலுமே நடந்தன. இது 1947ஆம் ஆண்டின்

முதல் பாதியில். நாட்டு விடுதலையைத் தொடர்ந்து ஒரு குறுகிய காலத்திற்கு சட்டபூர்வமாகச் செயல்பட்டு வந்த கம்யூனிஸ்ட் கட்சி மீண்டும் தடை செய்யப்பட்டது.

தெலுங்கானா பகுதியில் நிஜாமிற்கு எதிரான போராட்டம் விரிந்து பரந்த மக்கள் இயக்கமாக மாறியது. மேலும் அது நிலப்பிரபுத்துவத்திற்கு எதிரான விவசாய எழுச்சியாகவும் உருப்பெற்றது. விவசாயிகளை நிலங்களிலிருந்து வெளியேற்றக் கூடாது என்ற கோரிக்கையுடன் தொடங்கிய இந்த இயக்கம் ‘உழுபவருக்கே நிலம் சொந்தம்’ என்ற கோஷத்தை நோக்கி வளர்ந்தது. நமது நாட்டில் விவசாய இயக்கத்தின் வரலாற்றிலேயே முதன்முறையாக ‘உழுபவருக்கே நிலம் சொந்தம்’ என்ற கோஷம் எழுப்பப்பட்டது. இந்தக் கோரிக்கை காட்டுத் தீயாகப் பரவி இயக்கத்தின் வீச்சை மேலும் அதிகரிக்கச் செய்தது.

இந்தப் போராட்டத்தை முன்னெடுத்துச் செல்ல சுமார் 10,000 உறுப்பினர்களுடன் கிராமக் குழுக்களை கட்சி உருவாக்கியதோடு, 2,000 பேருக்கு மேலான உறுப்பினர்களைக் கொண்ட முறையான கெரில்லாக் குழுக்களையும் உருவாக்கியது. மாவட்ட, தாலுக்கா அளவிலான குழுக்களுக்கு இடையே ஒருங்கிணைப்பு, பரஸ்பர உதவி ஆகியவற்றுக்கும் ஏற்பாடு செய்யப்பட்டது. கிராமக் குழுக்கள், கிராம அளவிலான தாக்குதல் குழுக்கள், முறையான கெரில்லா குழுக்கள் என்பதாக அனைத்து கெரில்லா குழுக்களின் கட்டமைப்பு அமைந்திருந்தது.

கெரில்லா குழுக்களை உருவாக்கிய பிறகு கட்சி வேலைகள் அரசியல், ராணுவம் என இரு பிரிவுகளாக பிரிக்கப்பட்டன. இந்த இரண்டுக்கும் இடையே முறையான ஒருங்கிணைப்புடன் இவை செயல்பட்டன. முறையான கெரில்லாக் குழுக்கள் அமைக்கப்பட்டதைத் தொடர்ந்து ஆயுதம் தாங்கிய எதிர்ப்பு இயக்கத்தில் ஒரு மாற்றம் ஏற்பட்டது. இந்த கெரில்லாக்கள் எதிரிப் படைகளை சுற்றி வளைத்து தாக்குவது அல்லது நேருக்கு நேராக மோதுவது, அல்லது எதிரி முகாம்களின் மீது தாக்குதல் நடத்தி அழிப்பது ஆகியவற்றைப் பின்பற்றினர். இத்தகைய எதிர்ப்புத் தாக்குதல்களில் அவர்கள் கரை கண்டவர்களாகவும் மாறினர். இதற்கு முந்தைய காலப்பகுதியில் எதிர்ப்பியக்கத்தில் தீவிரமாகப் பங்கேற்று, ரஜாக்கர்களின் தாக்குதலை எதிர்த்துப் போராடிய, பயிற்சி பெறாத இளைஞர்களிடையே திறமை வாய்ந்த இளைஞர்கள் தேர்ந்தெடுக்கப்பட்டு முறையான கெரில்லாக் குழுக்களில் இணைத்துக் கொள்ளப்பட்டனர். உள்நாட்டு

தெலுங்கானா பெண் போராளிகளின் அணிவகுப்பு

ஆயுதங்களை மட்டுமே வைத்திருந்த இந்தக் குழுக்கள் ஒவ்வொரு கிராமம், கிராமமாக அரசின் அதிகாரத்தை உடைத்து நொறுக்குவதற்கு மக்களுக்கு உதவிய மக்கள் ஆயுதப் படைகளின் மையப்பகுதியாக மாறின.

இந்தக் காலப்பகுதியில் ரஜாக்கர்கள், நிலப்பிரபுக்கள், அவர்களது ஆயுதமேந்திய குண்டர்களை கிராமங்களிலிருந்து விரட்டியடிப்பதற்கான போராட்டத்தில் கிட்டத்தட்ட 2,000 போராளிகளும் தலைவர்களும் தங்களது இன்னுயிரை ஈந்தனர். வெட்டி, சட்டவிரோதமான பறிப்புகள், நில வெளியேற்றம், கந்துவட்டிக் கடன்கள், ஊழல் மலிந்த அதிகாரிகளின் சித்திரவதைகள், கிராமத்தில் இருந்த அடக்குமுறையாளர்கள் ஆகிய அனைத்திற்கும் முடிவு கட்டப்பட்டது. விவசாயத் தொழிலாளர்களுக்கு நியாயமான கூலி அமலாக்கப்பட்டு, தானியம் விநியோகிக்கப் பட்டது. குத்தகைதாரர்களுக்கு அவர்கள் பயிரிட்டு வந்த நிலத்தில் முழு உரிமைகள் வழங்கப்பட்டன. தங்கள் வாழ்க்கையிலேயே முதன்முறையாக தினமும் இரண்டு முறை முழுமையாக சாப்பிட முடிந்தது என்று மக்கள் கருத்து தெரிவித்தனர். 3,000 கிராமங்களில் கிராம சுயாட்சி நிறுவப்பட்டது. கல்வி, சுகாதாரம் மற்றும் இதர கிராமப்புற சேவைகள் அனைத்தும் மக்கள் குழுக்களால் ஏற்பாடு செய்யப்பட்டன.

உபரி நிலங்கள், சட்டவிரோதமாக கைப்பற்றப்பட்ட நிலங்கள், குத்தகை நிலங்கள், தரிசு நிலங்கள், வனப்பகுதி நிலங்கள்,

மேய்ச்சல் நிலங்கள் என பல்வேறு வகையிலும் பத்து லட்சம் ஏக்கர் நிலங்கள் கைப்பற்றப்பட்டு நிலமற்ற, ஏழை, நடுத்தர விவசாயிகளுக்கு முழு உரிமைகளோடு பகிர்ந்தளிக்கப்பட்டன. நிலத்தோடு கூடவே நிலப்பிரபுக்களுக்குச் சொந்தமான விவசாயக் கருவிகள், பல்லாயிரக்கணக்கான கால்நடைகளும் இலவசமாக விநியோகிக்கப்பட்டன. நிலப்பிரபுக்கள், தேஷ்முக்குகள், கந்துவட்டிக்காரர்கள் ஆகியோர் கொடுத்திருந்த கடன்கள் அனைத்தும் ரத்து செய்யப்பட்டன.

தெலுங்கானாவில் இயக்கம் வளர்ந்து வந்த நிலையில், நிலத்திற்கான கோரிக்கை மேலும் மேலும் வலுவாக எழத் தொடங்கியது. இந்நிலையில் கட்சியினால் ஏற்கனவே நிர்ணயிக்கப்பட்டிருந்த 500 ஏக்கர் நில உச்சவரம்பு என்பது 200 ஏக்கர் என்பதாகக் குறைக்கப்பட்டு, இறுதியில் 1948ஆம் ஆண்டின் நடுப்பகுதியில் 100 ஏக்கர் புன்செய், 10 ஏக்கர் நன்செய் நிலங்கள் என்பதாக நில உச்சவரம்பு குறைந்தது. இவ்வாறாக கைப்பற்றப்பட்ட உபரிநிலங்கள் முதலில் விவசாயத் தொழிலாளிகளுக்கும் அவர்களுக்குப் பிறகு ஏழை, நடுத்தர விவசாயிகளுக்கும் என்ற வரிசையில் பகிர்ந்தளிக்கப்பட்டன.

நில விநியோகம், ஊதிய அதிகரிப்பு ஆகியவற்றின் விளைவாக விவசாயத் தொழிலாளர்களின் அரசியல் உணர்வு, வாழ் நிலைமைகள் ஆகியவற்றிலும் குறிப்பிடத்தக்க மாற்றங்கள் நிகழ்ந்தன.நிலவிநியோகம், அதன் மூலம் எழுகின்ற கேள்விகளை எதிர்கொள்வது ஆகியவற்றை கிராமப்புற சுயாட்சிக் குழுக்களே செய்தன. இந்தக் குழுக்களே போராட்டத்திற்கும் அதிகாரத்திற்குமான அமைப்புகளாக இருந்தன. கிராமத்திலுள்ள வயது வந்தோர் அனைவராலும் தேர்ந்தெடுக்கப்படும் இந்தக் குழுக்களே மேற்கொண்டு கிராம நிர்வாகத்தை வந்தன. இந்தக் குழுக்களுக்கு 'கிராம ராஜ்ய குழுக்கள்' என்று பெயராகும்.

ஐந்து அல்லது ஏழு உறுப்பினர்கள் கொண்ட இந்தக் குழுக்களுக்கு கிராமப்புற பாதுகாப்புப் படையைச் சேர்ந்த ஆண், பெண் தலைவர்களும் தேர்ந்தெடுக்கப்பட்டனர். அதற்கு முன்பு நிலவி வந்த ஊழல், லஞ்சம் மற்றும் இதர தீய நடவடிக்கைகள் ஏதுமின்றி மக்களின் பிரச்சனைகளை இவை தீர்த்து வைத்தன. இந்தப் பணியில் குழு உறுப்பினர்கள் மட்டுமின்றி சாதாரண மக்களும் பங்கேற்றனர். கிராமத்தில் எழுகின்ற பிரச்சனைகள் அனைத்துமே ஜனநாயகபூர்வமான வகையில் தீர்த்து வைக்கப்பட்டன. இந்த கிராம ராஜ்ய குழுக்கள் பிற்போக்கு

தெலுங்கானா – கெரில்லா அணிவகுப்பு

வாதிகளை எச்சரித்து, அவர்களை சமூக ரீதியாக புறக்கணிப்பு செய்து, அபராதங்களை விதித்தோ அல்லது அவர்களின் குற்றங்களுக்கு தக்க வகையில் அவர்களது சொத்துக்களை பறிமுதல் செய்தோ நடவடிக்கை எடுத்து வந்தன. காவல்துறையுடன் நெருங்கிப் பழகி வந்த, மக்களின்மீது தாக்குதல்களை மேற்கொண்டவர்கள் தண்டிக்கப்பட்டனர்.

இத்தகைய கிராம ராஜ்யத்தின் மூலம் மக்கள் பல்வேறு பயன்களையும் அடைந்தனர்:

வரி வசூலிக்க எந்தவொரு அரசு ஏஜெண்டும் கிராமத்தில் இல்லை என்பதால் பணம் கிராமத்து மக்களிடையே தங்கியது.

கள் தரும் பனை மரங்கள், ஈச்ச மரங்களை வெட்டுவதற்கான திட்டத்தின்போது கள் இறக்குவோர் அதற்கு எதிர்ப்பு தெரிவித்ததோடு இயக்கத்தின் மீது அதிருப்தியும் அடைந்தனர் என்பதை கட்சி உணர்ந்தது. எனவே இத்திட்டம் கைவிடப்பட்டது. அதற்கும் மேலாக, கள் இறக்குவதற்கும், தரமான கள்ளை குறைந்த விலையில் மக்களுக்கு விற்கவும், இதற்காக அரசாங்கத்திற்கு எந்தவித வரியையும் செலுத்தத் தேவையில்லை என்றும் அவர்களுக்குச் சொல்லப்பட்டது.

பாசன வாய்க்கால்களை வெட்டுவது, விவசாயத்தை மேம்படுத்த சிறு குளங்களை வெட்டுவது ஆகியவையும் மேற்கொள்ளப்பட்டன.

மருத்துவ வசதிகள், உடல்நலப் பாதுகாப்பு, குறைந்தபட்ச சுகாதாரத்தை மக்கள் பின்பற்றுவதற்கான பயிற்சிகள் ஆகியவையும்

மிகப்பெருமளவில் மேற்கொள்ளப்பட்டன. முறையான உதவி, தடுப்பூசி போன்றவையும் மக்களுக்கு வழங்கப்பட்டு பாதுகாக்கப்பட்டனர். குறிப்பாக காலரா பெருந்தொற்று வெகுவாகப் பரவியிருந்த கிராமங்களில் இந்த நடவடிக்கைகள் தீவிரமாகவும் விரிவாகவும் மேற்கொள்ளப்பட்டன. இத்தகைய நோய்களை முன்கூட்டியே தடுப்பதற்கென மிகப் பெருமளவில் பெரும்பாலான கிராமங்களில் மருந்துகள் விநியோகிக்கப்பட்டன.

இந்தப் போராட்டத்தின்போது தீவைத்து எரிக்கப்பட்ட விவசாயிகளின் வீடுகளை சீரமைக்க மரம், பனை ஓலைகள், புற்கள் ஆகியவை நிலப்பிரபுக்கள் மற்றும் அரசுக்கு சொந்தமான வனப் பகுதிகளிலிருந்து சேகரிக்கப்பட்டு வழங்கப்பட்டன.

தெலுங்கானா போராட்டத்தில் ஆண்களுக்கு இணையாக பெண்களும் கலந்து கொண்டனர். எனவே 'ஆண்களை விட பெண்கள் தரம் குறைந்தவர்கள்' என்பது போன்ற பழங்காலத்திய கருத்துகளுக்கு எதிராக கிராம ராஜ்ய குழுக்களும் கட்சியும் இயக்கம் நடத்துவது எளிதாக இருந்தது. ஆண்களுக்கும் பெண்களுக்கும் சமமான உரிமைகள் உண்டு என வெளிப்படையாக அறிவிக்கப்பட்டு, அதற்கான பிரச்சாரமும் நடத்தப்பட்டது. இந்தக் குறிக்கோள்களின் வழிகாட்டுதலில் தங்கள் வாழ்க்கை இணையரை அவர்களே தேர்ந்தெடுப்பதையும், கடுமையான முயற்சிகளுக்குப் பிறகும் சமரசம் செய்து கொள்வதற்கான வாய்ப்பு இல்லாத நிலையில் மண விலக்கு பெறுவதையும், மறுமணம் செய்து கொள்வதையும் கட்சி ஆதரித்தது. அதே நேரத்தில் பாலின உறவுகள் அல்லது தோல்விகள்; தவறுகள் ஆகியவற்றை புனிதமான கோணத்தில் இருந்தோ அல்லது அவை பாவங்கள் என்ற கோணத்திலிருந்தோ அது பார்க்கவில்லை என்ற போதிலும், அராஜகமான, காமவெறிபிடித்த நடத்தைகளை கட்சி ஊக்குவிக்கவில்லை. எனினும் இந்த விஷயங்கள் குறித்த ஒரு முடிவு சொல்லப்பட்டு, அது அமலாக்கப்படுவதற்கு முன்பாக, சம்பந்தப்பட்ட நபருக்கும் பொதுமக்களுக்கும் அது பற்றி விளக்கம் தெரிவிக்கப்பட்டது. இந்த முடிவு எவ்வாறு ஒரு தூய்மையான, வெளிப்படையான வாழ்க்கையை நோக்கி நடைபோட உதவுகிறது என்பதும் தெரிவிக்கப்பட்ட மக்களது இயக்கம் மற்றும் சமூக உறவுகள் ஆகியவற்றின் சிறப்பான வளர்ச்சிக்கு இத்தகைய முயற்சிகள் பங்களித்தன.

இயக்கம் வளர்ந்து கொண்டிருந்த நேரத்திலேயே பொருளாதார-சமூக உறவுகளின் தன்மை மாறிக் கொண்டிருந்த பின்னணியில்

பொதுமக்களிடையே திருமணம், மணவிலக்கு, மறுமணம் ஆகிய பிரச்சனைகள் குறித்த கேள்விகள் எழுப்பப்பட்டன. இந்தப் போராட்டத்தில் தங்களது கணவர்களை இழந்த இளம் பெண்கள் பலரைப் பொறுத்தவரையில் இந்தப் பிரச்சனை மிகவும் தீவிரமானதாகவும், அவசரமானதாகவும் இருந்தது. புதியதொரு அறநெறிக்கான விதிமுறையின் தேவையை கட்சி வலியுறுத்தியது. இது ஒன்றும் பாவமோ, விசுவாசமற்ற தன்மை பற்றிய விஷயமோ அல்ல. மாறாக, வழக்கமானதொரு வாழ்க்கையை வாழவும் மக்களின் இயக்கத்திற்கு பங்களிக்கவும் இந்த இளம் பெண்கள் மறுமணம் செய்து கொள்வதை அனுமதிப்பது நல்லதொரு விஷயமே ஆகும்.

கிராமங்களில் சாதிய வேறுபாடுகள் மிகவும் ஆழமானவையாக இருந்தன. இந்தப் போராட்டத்தின்போது அனைத்து தரப்பு மக்களும் எந்தவித சாதி, இன வேறுபாடின்றி கூட்டாகவே செயல்பட வேண்டியிருந்தது; போராடவும் வேண்டியிருந்தது. எனவே தீண்டாமை கொடுமை என்ற தீமையை எதிர்த்துப் போராடுவது எளிதானதாக ஆயிற்று. கெரில்லா குழுக்களில் சமத்துவம், பரஸ்பர மரியாதை ஆகியவை கண்டிப்பான வகையில் கடைப்பிடிக்கப்பட்டன. எனவே இந்த நிலையானது மக்களின் கண்ணோட்டத்தை மாற்றியமைத்தது. இதன் விளைவாக கடவுள்கள், பேய்-பூதங்கள் மீதான நம்பிக்கைகள் பெருமளவிற்கு, குறிப்பாக இளைஞர்களிடையே குறைந்தது.

அரசியல்ரீதியான பிரச்சாரம் மிக விரிவான அளவில் மேற்கொள்ளப்பட்டது. கிராம ராஜ்ய குழுக்கள், கிராமப் பாதுகாப்புப் படைகள் ஆகியவற்றிலிருந்து தொடங்கி அமைப்பாளர்கள், முறையான கெரில்லா குழுக்கள் வரை ஒவ்வொருவரும் ஒவ்வொரு பிரச்சனையையும் வெகுஜன கூட்டங்களில் விரிவாக விளக்கினர். இதனோடு கூடவே, மக்களால் பெரிதும் விரும்பப்பட்ட கலாச்சார கருவிகளும் நல்ல முறையில் பயன்படுத்திக் கொள்ளப்பட்டன. கெரில்லா குழுக்கள் தங்களது ராணுவரீதியான அறிவை மக்களுக்கு முன்பாக எடுத்துக் காட்டினர். அதே நேரத்தில் உள்ளூர் அளவிலான பாதுகாப்புப் படையினர் தினமும் பயிற்சி பெற்று வந்தனர். இந்த நிகழ்ச்சிகள் அனைத்தையும் மிகுந்த ஆர்வத்துடனும் உற்சாகத்துடனும் மக்கள் கண்டு களித்தனர். சில நேரங்களில் அவர்களுக்குக் கிடைத்த ஊக்கத்தின் விளைவாக இந்த நிகழ்ச்சிகளில் அவர்களும் கலந்து கொண்டதும் உண்டு. எதிரிகளின் தாக்குதல் உச்சத்தில் இருந்த நேரத்திலும் கூட

முதியோர் கல்வித் திட்டங்கள் தொடர்ந்து நடைபெற்றன. கிராமக் குழுக்களும் கிராம பாதுகாப்புக் குழுக்களும் கல்வி கற்று வந்த அதே நேரத்தில் மற்றவர்களுக்கும் அவர்கள் கற்றுத் தந்தனர். எழுத்தறிவு இல்லாமலிருந்த பலரும் ஒரு சில மாதங்களுக்குப் பிறகு செய்தித் தாள்களையும் புத்தகங்களையும் படிக்கத் தொடங்கினர்.

உயர்மட்டக் குழுக்களினால் வரையறுக்கப்பட்ட குறிக்கோள்கள், வழிகாட்டுதல்கள் ஆகியவற்றுக்கு ஏற்ப கிராமக் குழுக்கள் இந்தக் கடமைகளை நிறைவேற்றி வந்தன.

இதில் மிகுந்த எழுச்சியூட்டக் கூடிய விஷயம் என்னவெனில், கிராமப் பாதுகாப்புப் படையின் ஒழுங்கும், ஈடுபாடுமே ஆகும். முறையான பாதுகாப்புப் படைகளில் இதை ஓரளவிற்கு அதிகமாகவே காண முடிந்தது. இந்தத் தன்மைகள் மட்டும் இல்லாமல் இருந்திருந்தால் நிஜாமிற்கு எதிரான விடுதலைக்கான கட்டத்தில் இந்த இயக்கம் அத்தகைய வீச்சை எட்ட முடிந்திருக்காது என்பதோடு மிக மோசமான இழப்புகளையும் சமாளித்திருக்க முடிந்திருக்காது. இத்தகைய ஒழுங்கும் ஈடுபாடும் மக்கள் இயக்கத்துடன் அவர்கள் மிக நெருக்கமாக இணைக்கப்பட்டு இருந்ததன் விளைவாகவே சாத்தியமாயின.

1946-47இல் இந்தக் கட்டத்தில் நிஜாமும் அவரது நிலப்பிரபுத்துவ நிர்வாகிகளும் ‘இந்து’க்களுக்கு எதிராக தங்களை ஆதரிக்க முஸ்லீம் மக்களை அணிதிரட்ட முயற்சித்தனர். எனினும் கம்யூனிஸ்ட் கட்சியின் தொடர்ச்சியான முயற்சிகளின் விளைவாக பெருமளவிலான முஸ்லீம் விவசாயிகள், கிராமப்புற கைவினைஞர்கள், கிராமப்புற ஏழைகளான முஸ்லீம்கள் தெலுங்கானா விவசாயிகளின் போராட்டத்திற்குப் பின்னால் அணிவகுத்து நின்றனர்.

மேலும் மேலும் அதிகமான பகுதிகளுக்கு தெலுங்கானா போராட்டம் பரவிக் கொண்டே போவதை உணர்ந்த இந்திய அரசு இதில் தலையிடுவதென முடிவு செய்தது. ரஜாக்கர்களின் வன்முறையை அடக்க வருகிறோம் என்ற பெயரிலும் ஹைதராபாத் பகுதியை இந்தியாவோடு இணைப்பதற்கான நிஜாமின் ஒப்புதலை பெறவும் இந்திய அரசு ராணுவத்தை அனுப்பி வைத்தது. ஆனால் ‘கம்யூனிஸ்ட் வன்முறை’யை நசுக்குவது என்பதும் அதன் அறிவிக்கப்படாத முக்கிய நோக்கங்களில் ஒன்றாக இருந்தது.

ஜூன் 07,2020

33

வீரஞ்செறிந்த தெலுங்கானா மக்களின் ஆயுதப் போராட்டம் – III

காவல்துறை நடவடிக்கைகளும் போராட்டம் திரும்பப் பெறலும்

இந்திய ஒன்றியத்துடன் இணைவதற்கு ஹைதராபாத் மாநிலத்தை கட்டாயப்படுத்தவும், வேகமாகப் பரவிக் கொண்டிருந்த தெலுங்கானா விவசாயிகள் இயக்கத்தை நசுக்கவும் 1948 செப்டெம்பர் 13 அன்று மத்திய அரசு தனது 'காவல்துறை நடவடிக்கை'யை தொடங்கியது. ஒரு சில பகுதிகளைத் தவிர, நிஜாமின் ராணுவம் மத்திய அரசின் படைகளை எதிர்க்கவே இல்லை. அவர்கள் தாங்களாகவே சரணடைந்தனர். இந்த நடவடிக்கை தொடங்கிய ஐந்து நாட்களுக்கு உள்ளாகவே, அதாவது 1948 செப்டெம்பர் 18 அன்று நிஜாம் இந்திய ராணுவத்திடம் சரண் அடைந்தார்.

இந்த 'காவல்துறை நடவடிக்கை'யை பயன்படுத்திக் கொண்ட மக்களும், அவர்களது ஆயுதம் ஏந்திய படைகளும், ரஜாக்கர்கள், காவல்துறை ஆகியவற்றின் முகாம்களை தாக்கி, அவற்றை அழித்ததோடு, ஆயுதங்களையும் இதர பொருட்களையும் கைப்பற்றிக் கொண்டனர். தப்பியோடிய படைவீரர்களை சாலைகளிலும் வயல்களிலும் வழிமறித்து, அவர்களுக்கு சரியான பாடமும் புகட்டினர்.

மக்கள் எதிரிகளுடைய கட்டிடங்கள், இதர சொத்துக்களை திட்டமிட்ட வகையில் அழித்தொழிப்பதே இந்த இயக்கத்தின் அடையாளமாகத் திகழ்ந்தது. எந்தவொரு இடத்திலும், எந்தவொரு கிராமத்திலும், எங்கெல்லாம் நிலப்பிரபுக்களின் பங்களாக்கள் இருந்தனவோ, அங்கெல்லாம் நூற்றுக்கணக்கிலும் ஆயிரக்கணக்கிலும் மக்கள் ஒன்று திரண்டு அவற்றை நோக்கி அணிவகுத்துச் சென்று சுற்றி வளைத்தனர்.

'காவல்துறை நடவடிக்கை'யின்போது ரஜாக்கர்களையும் நிஜாமின் ராணுவப் படைகளையும் இந்திய ராணுவம் தாக்கி வரும்போது, அவர்களுடன் எந்தவித மோதலையும் வைத்துக் கொள்ள வேண்டாமென்று அனைத்துப் பகுதிகளை சேர்ந்த பாதுகாப்புப் படைகளுக்கும் கெரில்லா படைகளுக்கும் கட்சி

அறிவுறுத்தியிருந்தது. தனிப்பட்ட வகையில் ரஜாக்கர்கள், நிஜாமின் போலீஸ் முகாம்களின் மீது தாக்குதல் தொடுத்து, அவர்களை அழித்து, ஆயுதங்களை கைப்பற்றி, நவீன ஆயுதங்களுடன் படைகளை தயார் நிலையில் ஒரு சில வாரங்களுக்கு வைத்திருக்குமாறும் கட்சி அறிவுறுத்தியிருந்தது. அதற்குள்ளாகவே, இந்திய ராணுவப் படைகள், நிலப்பிரபு-தேஷ்முக் கும்பல்களின் தெலுங்கானா விவசாயிகளின் மீதான தாக்குதல்கள் இந்த மாயைகளையும், மக்களிடையே எழுந்திருந்த நம்பிக்கைகளையும் தகர்த்திருந்தன.

இந்திய ராணுவம் உள்ளே நுழைந்த ஒரு வாரத்திற்குள் தாக்குதல்கள் தொடங்கின. கெரில்லா படைகள் அனைத்தையும், கட்சியையும் அழிப்பதற்கு, திட்டமிட்ட தாக்குதல்கள் தொடங்கின. கெரில்லா படைகளை கலைப்பது; ஆயுதங்களை கீழே போட்டுவிடுவது என்ற கொள்கையினால் இந்திய அரசின் ராணுவம், காவல்துறை, உள்ளூர் நிலப்பிரபுக்கள், தேஷ்முக்குகள் ஆகியோரின் தாக்குதல்களுக்கு மிக எளிதான இலக்குகளாக அவர்கள் மாறிவிடக் கூடிய அபாயத்தை விளக்கிக் கூறி, கட்சித் தலைமை தொடர்ந்து அறிவுரைகளை அனுப்பி வைத்தது. இந்திய ராணுவம் அவர்கள் மீது தாக்குதல் தொடுக்கும்போது, தங்களையும் மக்களையும் பாதுகாக்கத் தயாராக இருக்க வேண்டும் என்றும் அவர்களை கேட்டுக் கொண்டது. துரதிர்ஷ்டவசமாக, இந்திய அரசின் இந்த தலையீட்டின் குணாதிசயம் குறித்த மாயைகள் அப்போது உருவாகியிருந்த நிலையில், பாதுகாப்புப் படைகளில் பலவும், கட்சியின் அரசியல் அமைப்பாளர்களும் இந்தத் தாக்குதலை எதிர்கொள்ளத் தயார் நிலையில் இருக்கவில்லை.

இந்திய ராணுவம் உள்ளே நுழைந்த இரண்டு வாரங்களுக்கு உள்ளாகவே நகரங்களுக்கோ அல்லது இந்திய பகுதிகளுக்கோ ஓடி ஒளிந்திருந்த தேஷ்முக்குகளும் நிலப்பிரபுக்களும் மீண்டும் தங்கள் கிராமங்களுக்குத் திரும்ப வந்து, அதிகாரிகளுடன் கைகோர்த்துக் கொண்டு, நிலங்களையும் தானியங்களையும் மீண்டும் கைப்பற்றிக் கொண்டனர். ஆயிரக் கணக்கான உள்ளூர் தொண்டர்கள், பெருமளவிலான மண்டல, பகுதி தலைவர்கள் ஆகியோரை அவர்கள் கைது செய்ய வைத்தனர். மீதமிருந்த படைகளும் தலைவர்களும் பெருமளவில் நடைபெற்ற தேடுதல் நடவடிக்கைகளின் மூலம் இரக்கமேயின்றி வேட்டையாடப்பட்டனர். யாரெல்லாம் இந்த வேட்டையில் அகப்பட்டார்களோ, அவர்கள் எல்லாம் மிகவும் கொடூரமாக சித்திரவதை செய்யப்பட்டு சுட்டுக்

கொல்லப்பட்டனர். பெரும் எண்ணிக்கையிலான கைதுகள், சித்திரவதை ஆகியவை நூற்றுக் கணக்கான கிராமங்களில் பொதுவான விஷயமாக மாறின.

நிஜாமின் அட்டூழியங்களுக்கு எதிராக நின்ற சாதாரண முஸ்லீம்கள் மீது தாக்குதல் தொடுக்கப்பட்டு, இதுவரை கண்டிராத துயரங்கள் அவர்கள் மீது சுமத்தப்பட்டன. இத்தகைய சம்பவங்கள் நிகழ்ந்த கிராமங்களில் இருந்த இந்து மக்கள் இந்த சாதாரண முஸ்லீம்களை காப்பாற்றி, தங்கள் வீடுகளில் அவர்களுக்குப் பாதுகாப்பு அளித்தனர். கிராமங்களில் உறுதிப்படுத்தப்பட்ட இந்து-முஸ்லீம் ஒற்றுமை என்ற இந்த முக்கியமான சாதனை குறித்து தெலுங்கானா இயக்கம் பெருமை கொள்ளலாம். ஹைதராபாத் மாநிலத்தில் ஜனநாயக இயக்கம் பலவீனமாக இருந்த மற்ற இடங்களில் முஸ்லீம்களுக்கு எதிரான வெறுப்பும் அவர்களின் மீதான தாக்குதலும் மிகப் பரவலாக இருந்தன.

சிற்றரசர்களின் ஆட்சிப் பகுதிகளை முற்றிலுமாக அகற்றவோ, அருகிலுள்ள மொழிவழிப் பகுதிகளோடு அவற்றை இணைக்கவோ, உண்மையிலேயே ஜனநாயகபூர்வமான, பல்வேறு வகைப்பட்ட தேசிய இனங்களுக்கான கூட்டாட்சி அமைப்பை உருவாக்கவோ, காங்கிரஸ் அரசு விருப்பம் காட்டவே இல்லை. 1950 ஜனவரி 26 அன்று இந்திய அரசியல் அமைப்புச் சட்டம் நடைமுறைக்கு வந்தபோது, நிஜாம் அதிகாரபூர்வ ராஜப் பிரமுகர் என அறிவிக்கப்பட்டார். நடைமுறையில் பழைய நிஜாமின் அதிகாரிகள் எவருமே அவர்களது பழைய குற்றங்களுக்காக தண்டிக்கப்படவேயில்லை.

மறுபுறத்திலோ, போராளிகளுக்கு எதிராக போலியான நீதிவிசாரணைகள் நடத்தப்பட்டு, அவர்களில் சிலருக்கு மரண தண்டனை விதிக்கப்பட்டது. தோழர்கள் பலரும் சிறைக்கு வெளியே கொண்டு செல்லப்பட்டு, வனப்பகுதிகளிலும் மலைப்பகுதிகளிலும் சுட்டுக் கொல்லப்பட்டனர். புதிய அரசியல் அமைப்புச் சட்டம் நடைமுறைக்கு வருவதற்கு முன்பாக தெலுங்கானா போராளிகள் மீது ரகசியமாக மரண தண்டனையை நிறைவேற்றுவதற்கு இந்திய அரசு வேக வேகமாக முயற்சித்தது. தெலுங்கானாவின் வீர நாயகர்கள் 12 பேருக்கு அவர்கள் மரண தண்டனை விதித்தனர். பால் ராப்சன் போன்ற உலகப் புகழ்பெற்ற கலைஞர்களும் அறிஞர்களும் இந்த தண்டனைகளை கண்டித்தனர். தெலுங்கானா வீர நாயகர்களுக்கான பாதுகாப்புக் குழு அமைக்கப்பட்டது. இத்தகைய எதிர்ப்புகள், கண்டனங்கள்

அலையலையாய் எழுந்ததைத் தொடர்ந்து இந்த மரண தண்டனையை ஆயுள் தண்டனையாகக் குறைக்க வேண்டிய கட்டாயம் அரசுக்கு ஏற்பட்டது.

விவசாயிகள் பெற்றிருந்த நிலங்கள் மற்றும் இதர ஜனநாயக ரீதியான பயன்களை பாதுகாக்க இந்திய அரசின் ராணுவப் படைகளின் தாக்குதல்களுக்கு எதிராக ஆயுதமேந்திய கெரில்லா படைகளின் எதிர்ப்பை தொடர்ந்து நடத்துவதா? அல்லது தெலுங்கானாவில் போராடி வரும் மக்கள் கட்சியின் மீது வைத்திருந்த நம்பிக்கைக்கு துரோகம் செய்துவிட்டு காங்கிரஸ் அரசின் ராணுவப் படைகளிடம் ஆயுதங்களை ஒப்படைத்துவிடுவதா? மக்களுக்கு சார்பாக ஆயுதமேந்திய எதிர்ப்பை கைவிட்டுவிட்டு காங்கிரஸின் அரசின் ராணுவ ஆட்சி அனுமதித்துள்ள சட்டவழிப்பட்ட போராட்ட வடிவங்களை மேற்கொள்வதா? இந்தப் போராட்டத்தினை நிபந்தனையின்றி திரும்பப் பெற்று, ஆயுத ரீதியான தலையீட்டிற்குப் பிறகு உடனடியாக ஆயிரக்கணக்கான கெரில்லா படைகளுக்கும் கட்சித் தொண்டர்களுக்கும் உறுப்பினர்களுக்கும் இந்திய அரசு பொது மன்னிப்பு வழங்குமா? என்பது போன்ற கேள்விகளே போராட்டத்தின் இந்தக் கட்டத்தில் கட்சி எதிர்கொண்ட கேள்விகள் ஆகும்.

இந்தக் கேள்விகளுக்கு முற்றிலும் ஒன்றுக்கொன்று நேர் எதிரான கருத்துக்கள் உருவாயின. இந்திய ராணுவப் படைகளின் ஆயுதத் தாக்குதலுக்கு எதிராக மக்கள் சார்பான ஆயுதமேந்திய எதிர்ப்பை முற்றிலுமாக கைவிட வேண்டும் என்றும், வெளிப்படையான, சட்டரீதியான போராட்டத்தை மேற்கொள்ள வேண்டும் என்றும் ஒரு பிரிவு தோழர்கள் கூறத் தொடங்கினர். விசாலாந்திரா கட்சிக் குழு இந்தக் கருத்தினை எதிர்த்து, தெலுங்கானா விவசாயிகள் (இந்தப் போராட்டத்தினால்) பெற்ற பயன்களை பாதுகாக்க, மத்திய அரசின் ராணுவத் தாக்குதல்களுக்கு எதிராக மக்களின் சார்பான ஆயுதமேந்திய எதிர்ப்பைத் தொடர வேண்டும் என்ற கோஷத்தை முன்வைத்தது. இந்தப் போராட்டத்தைத் திரும்பப் பெறுவது, போராடும் விவசாயிகளுக்கு துரோகம் செய்வதாகும் என்றும், தெலுங்கானா மக்கள் இயக்கத்தின் நோக்கத்திற்கு சரிசெய்ய முடியாத வகையில் சேதத்தினை ஏற்படுத்தும் என்றும் அது கருதியது.

அனைவராலும் வெறுக்கப்பட்டு வந்த தேஷ்முக்குகள், நிலப்பிரபுக்கள் கிராமங்களுக்கு திரும்பி வந்ததும்,

தெலுங்கானா – கெரில்லா அணிவகுப்பு

விவசாயிகளிடமிருந்த நிலங்களை மீண்டும் கைப்பற்றுவதற்கான அவர்களின் தீவிர முயற்சிகளும், அவர்கள் கட்டவிழ்த்து விட்ட பயங்கரவாத நடவடிக்கைகளும் கட்சித் தோழர்களின் கோபத்தைக் கிளறி விட்டது. இறுதியில் ஆயுதமேந்திய கெரில்லா படைகளின் எதிர்ப்பைத் தொடர்வது என்ற நிலைபாடு நிலைபெற்றது. மத்திய அரசின் ராணுவம், காவல்துறை ஆகியவற்றின் ஆயுதமேந்திய தாக்குதல்களை எதிர்த்துப் போராட தங்களை மீண்டும் குழுக்களாக சீரமைத்துக் கொள்ள கட்சித் தொண்டர்கள் தொடங்கினர்.

நவீனமான, மேம்பட்ட ஆயுதங்களை வைத்திருந்த மத்திய அரசின் ராணுவத்துடனான இந்த சமமற்ற போராட்டத்தில் கட்சியை சேர்ந்த ஆயுதப் படையினர் தங்கள் ரத்தத்தை சிந்திப் போராடினர். இந்த மாநிலத்தில் காங்கிரஸ் அரசு 50,000 படைவீரர்களை கொண்டு வந்து குவித்திருந்தபோதிலும், சராசரியாக ஆண்டுக்கு பத்து முதல் பதினைந்து கோடி ரூபாய்களை இதற்காகச் செலவழித்த போதிலும், கட்சித் தொண்டர்களின் மரணத்தையும் விஞ்சிய துணிவின் விளைவாக, அவர்களது எதிர்ப்பியக்கத்தை ராணுவத்தினால் துடைத்தெறிய முடியவில்லை.

ஒரு புறத்தில் போராடி வந்த அணிகள் தந்த அழுத்தமும், மறுபுறத்தில் அருகிலுள்ள ஆந்திர மாவட்டங்களில் கட்டவிழ்த்து விடப்பட்ட கொடூரமான அடக்குமுறையினால் தூண்டப்பட்டும் தெலுங்கானா ஆயுதப் போராட்டத்தின் தலைமை ஆயுதமேந்திய கெரில்லா வகைப்பட்ட எதிர்ப்பியக்கம் நடைபெற்று வந்த பகுதியை மேலும் விரிவுபடுத்த முயற்சித்தது. எனினும் இந்த முயற்சியில் அதனால் வெற்றி பெற இயலவில்லை. ஆயுதம் தரித்த காவல்துறை படைகளும், நிலப்பிரபுக்களின் குண்டர்களும்

கம்யூனிஸ்ட் தொண்டர்களை கொடூரமாக படுகொலை செய்யும் முயற்சிகளில் இறங்கினர். கட்சியின் தீவிரமான தொண்டர்கள் பலரும் வனப்பகுதிகளுக்கு இடம் மாற்றப்பட்டனர் அல்லது இதர மாநிலங்களில் தொலைதூரப் பகுதிகளுக்கு அனுப்பி வைக்கப்பட்டனர். இதன் விளைவாக கட்சி அமைப்பு நிலை தடுமாறிப் போனதோடு, 'அடுத்து என்ன?' என்ற கேள்வியையும் கட்சித் தலைமை எதிர்கொண்டது.

1948இல் நடைபெற்ற இரண்டாவது கட்சி காங்கிரஸில் 'தெலுங்கானா வழியே நமது வழி!' என்ற கோஷத்தை கம்யூனிஸ்ட் கட்சி முன்வைத்தது. தெலுங்கானா ஆயுதப் போராட்டத்திற்கு அது தனது முழுமையான ஆதரவையும் தந்தது. நாட்டின் இதர பகுதிகளிலும் இதே போன்ற பல போராட்டங்களை வளர்த்தெடுக்க வேண்டும் என்றும், தெலுங்கானா போராட்டத்திற்கு ஆதரவாக தொழிலாளி வர்க்கத்தின் இயக்கத்தை வளர்த்தெடுக்க வேண்டும் என்றும் இவை அனைத்தும் இறுதியில் ஆயுதந்தாங்கிய ஓர் எழுச்சிக்கு இட்டுச் செல்ல வேண்டும் என்றும் கட்சி காங்கிரஸ் அறைகூவல் விடுத்தது.

இந்திய ராணுவத்தின் தலையீட்டை அடுத்து நிஜாமின் ஆட்சிக்கு உட்பட்டிருந்த ஹைதராபாத் மாநிலம் இந்தியாவின் ஒரு மாநிலமாக மாறியிருந்த நிலையில் நிஜாமிற்கு எதிராக வளர்த்தெடுக்கப்பட்ட, ஒரு விடுதலைப் போராட்டமாக நடத்தப்பட்ட, தெலுங்கானா ஆயுதப் போராட்டம் ஒரு விடுதலைப் போராட்டம் என்ற நிலையை இழந்திருந்தது. விவசாயிகளின் கைகளில் இருந்த நிலங்களை பாதுகாப்பதற்கான, விவசாயிகளுக்கு சார்பான, ஆயுதப் போராட்டமாக அது மாறியது. நிலத்திற்கான பகுதியளவிலான ஒரு போராட்டமாக அது நடத்தப்படாமல், காங்கிரஸ் ஆட்சிக்கு எதிரான ஒரு விடுதலைப் போராக தவறான வகையில் மாற்றப்பட்டது.

எனினும் புதிதாக ஆட்சிக்கு வந்திருந்த காங்கிரஸ் அரசு நாடு முழுவதிலும் இருந்த மக்களிடம் இருந்து தனிமைப்பட்டிருக்கவில்லை. 1948 செப்டெம்பரில் இந்திய ராணுவத்தின் தலையீட்டிற்கு முன்பாகவோ அல்லது 1951 அக்டோபர் வரையில் மூன்று நீண்ட ஆண்டுகளுக்கு நடைபெற்ற தெலுங்கானா ஆயுதம் தாங்கிய எதிர்ப்பியக்கத்தின்போதோ தெலுங்கானா போராட்டத்திற்கு ஆதரவாக தொழிலாளி வர்க்கத்தின் ஆதரவு போராட்டங்களோ அல்லது வேலைநிறுத்தங்களோ நடைபெறவில்லை என்பதும் இங்கு குறிப்பிடத்தக்கது.

இத்தகையதொரு சூழ்நிலையில் இந்த இயக்கத்தை திரும்பப் பெற வேண்டிய தருணம் வந்து விட்டது என்றும், தெலுங்கானா ஆயுதம் தாங்கிய எதிர்ப்பியக்கத்தைத் தொடர்ந்து நடத்த இயலாது என்றும் முடிவு செய்யப்பட்டது. இவ்வாறான முடிவுக்கு வருவதற்கான காரணங்கள் வருமாறு: முதலாவதும், முக்கியமானதுமாக போராடி வரும் கெரில்லாக்களுடன் மக்களின் அனுதாப உணர்வு நீடித்த போதிலும் தெலுங்கானா இயக்கத்தின் செயல்பாட்டுத் தளங்கள், திரளான மக்கள் பங்கேற்பு ஆகியவை இத்தருணத்தில் குறைந்து விட்டிருந்தது.

இரண்டாவதாக, ராணுவம் மற்றும் காவல்துறை முகாம்களின் வலைப்பின்னல் அதிகரித்துக் கொண்டும், திரளான மக்கள் பங்கேற்பு குறைந்து கொண்டும் இருந்த நிலையில், கெரில்லா குழுக்கள் எதிரிகளின் ஆயுதம் தாங்கிய வீரர்களுக்கு எதிரான தங்கள் நடவடிக்கைகளில் மேலும் மேலும் திறன் குறைந்தவர்களாக மாறியிருந்தனர். அனைத்துப் பகுதிகளிலும் ஆயுதம் தாங்கிய வீரர்களுக்கு எதிரான நடவடிக்கைகள் மேலும் மேலும் குறைந்து கொண்டே வந்தன. குழு நடவடிக்கைகள் மேலும் மேலும் அதிகமான அளவில் எதிரிகளின் ஏஜெண்டுகளாக இருந்த தனிநபர்கள், தனிப்பட்ட நிலப்பிரபுக்கள் ஆகியோருக்கு எதிராக திரும்பியிருந்தன. இந்த ஆயுதப் போராட்டம் தொடர்ந்து நீடித்திருக்குமானால், அது தனிநபர் பயங்கரவாதமாக சீரழிந்து போவதற்கான அபாயம் தெள்ளத் தெளிவாகவே தென்பட்டது.

மூன்றாவதாக, பயன்பாட்டிற்குக் கொண்டுவந்த பெருமளவிலான தரிசு நிலங்களை விவசாயிகள் தங்களது கட்டுப்பாட்டில் வைத்துக் கொண்ட அதே நேரத்தில், கையகப்படுத்தப்பட்டு பகிர்ந்து அளிக்கப்பட்டிருந்த உபரி நிலங்களில் பெரும்பாலானவற்றின் கட்டுப்பாட்டினை அவர்கள் இழந்திருந்தனர். அவர்களின் கட்டுப்பாட்டில் இருந்த சிறிதளவு நிலங்களுக்கும் குத்தகைத் தொகையை செலுத்த அவர்கள் கட்டாயப்படுத்தப்பட்டனர். பெரும்பாலான நேரங்களில் இந்த குத்தகைத் தொகை மிகச் சொற்பமாகவும் பெயரளவிற்கானதாகவும் இருந்தது. இவற்றை நிலப்பிரபுக்களிடமிருந்து மீண்டும் மீட்க முடியாது; அல்லது ஆயுதமேந்திய எதிர்ப்பினாலும் கூட பாதுகாக்க இயலாது என்ற நிலை நீடித்தது.

நான்காவதாக, நாடு முழுவதிலும் ஆளும் வர்க்கங்கள் தங்களது நிலையை வலுப்படுத்திக் கொண்டன. மேலும் தெலுங்கானா போராட்டத்தைப் பாதுகாப்பதற்காக நாட்டின் பிற பகுதிகளில்

முக்கியமான அளவிற்கு ஆதரவு இயக்கங்களோ, நடவடிக்கைகளோ அல்லது பிரச்சாரமோ நடைபெறவில்லை.

ஐந்தாவதாக, இந்த இயக்கத்தைத் தொடர்ந்து நடத்துவது குறித்து கட்சித் தலைமையில் கூர்மையான கருத்து வேறுபாடுகள் மீண்டும் தலையெடுத்தன.

ஆறாவதாக, போராட்டம் நடைபெற்று வந்த பகுதிகளில் கெரில்லா படைத் தலைவர்களிடையே கருத்து வேறுபாடுகள் தொடர்ந்து அதிகரித்துக் கொண்டே வந்ததோடு, வீரர்கள், அதுவும் குறிப்பாக படைப்பிரிவின், மையத்தின் அமைப்பாளர்களே படையை விட்டு வெளியேறுவதும் தொடங்கியது. இது மிகவும் தீவிரமானதொரு எச்சரிக்கையாக இருந்தது.

இறுதியாக, பகுதியளவிலான சார்புப் போராட்டங்களுக்கும் ஒரு விடுதலைப் போராட்டத்தின் ஒரு பகுதியாக நடைபெறும் சார்பு யுத்தத்திற்கும் இடையிலான வேறுபாட்டினை உணர வேண்டிய தேவை குறித்து கிடைத்த தெளிவு எதிர்கால நடைமுறைத் தந்திரங்கள் பற்றி முடிவு செய்வதை எளிதாக்கியது.

இந்தப் புரிதலைப் பற்றி விளக்குவதற்காக, தெலுங்கானா இயக்கத்திற்கு தலைமை தாங்கி வந்த தலைவர்கள் நீண்ட தொலைவு நடந்தே வனப் பகுதிகளுக்குள் சென்று தெலுங்கானா போராளிகளின் பாதுகாப்பிற்கான குறைந்தபட்ச உத்தரவாதம், விவசாயிகளின் கட்டுப்பாட்டில் இன்னமும் இருந்து வரும் நிலங்கள் அவர்களிடமே இருப்பதை அனுமதிப்பதற்கான உத்தரவாதம் ஆகியவற்றை அரசிடமிருந்து பெறும் வரையில் இந்தப் போராட்டத்தைத் தொடர்ந்து நடத்த இயலுமா? என்பதை படைவீரர்களிடமிருந்து நேரடியாகக் கேட்டுத் தெரிந்து கொண்டனர்.

அமராபாத் பகுதி கம்யூனிஸ்டுகள் மற்றும் கெரில்லாக்களின் மாநாடு நிறைவேற்றிய தீர்மானம் இந்தப் போராட்டத்திலிருந்து பின்வாங்குவது குறித்த நடைமுறை தந்திரம் பற்றி விளக்கியதோடு இந்தப் பாரம்பரியத்தை தொடர்ந்து முன்னெடுத்துச் செல்வதென்றும் உறுதி பூண்டது: "இயக்கம் வேகமாக முன்னேறிச் செல்லும்போது அதற்குத் தலைமை தாங்கி நடத்திச் செல்லும் ஒருவருக்கு உள்ள அதே வகையில், அதே திறமையுடன் சாதகமற்ற சூழ்நிலைகள் பின்வாங்கிச் செல்ல வேண்டிய கட்டாயத்தை ஏற்படுத்தும்போது, அதற்கான முன்முயற்சி எடுத்து, தேவையான நடவடிக்கைகளையும் எடுத்து, துணிவோடு பின்வாங்க வேண்டும். இத்தகைய பின்வாங்கலுக்காக நாம் மனம் தளர வேண்டிய அவசியம் இல்லை. இயக்கம் குறித்த நமது அனுபவங்களின் அடிப்படையில்,

மக்களிடையே ஆழமாக வேர்விட்டுள்ள நமது உறவுகளின் அடிப்படையில், புதிய திட்டம், புதிய நடைமுறை உத்தி ஆகியவற்றின் அடிப்படையில் தெலுங்கானா இயக்கத்தில் நிலவி வந்த பலவீனங்களை நாம் வென்றெடுப்போம் என்பதிலும், தேசிய ஒற்றுமையையும் விடுதலையையும் வெல்வதன் மூலம் மேலும் பல மடங்கு வலுவான தெலுங்கானா மக்கள் இயக்கத்தை வளர்த்தெடுப்போம் என்பதிலும் நாம் மிகுந்த நம்பிக்கையோடு உள்ளோம். இந்தியாவில் மக்கள் ஜனநாயகத்தில் நமது பங்கை செலுத்துவோம் என்றும் நாங்கள் இத்தருணத்தில் உறுதியேற்கிறோம்!"

1951 அக்டோபர் 21 அன்று தெலுங்கானா ஆயுதப் போராட்டத்தைத் திரும்பப் பெறுவதென்ற முடிவு அறிவிக்கப்பட்டது.

ஜூன் 14, 2020

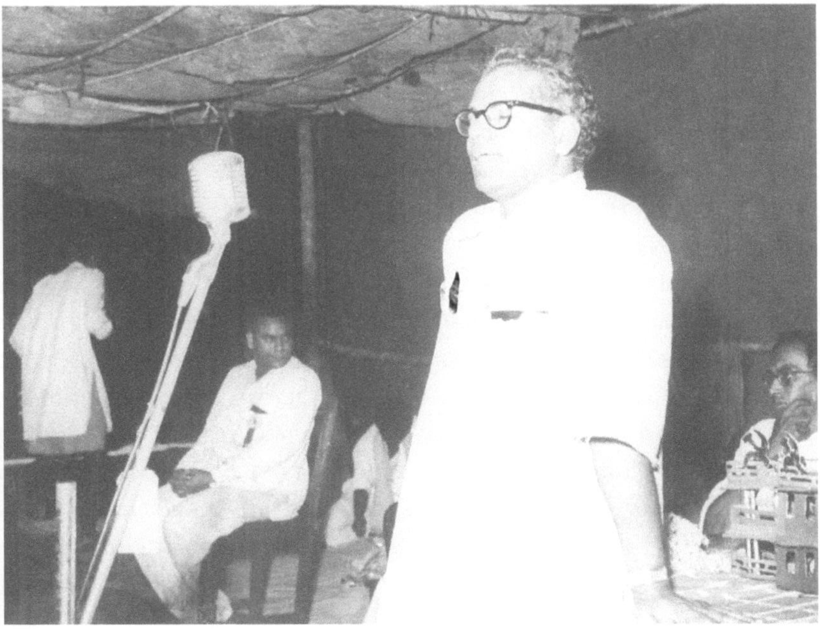

தெலுங்கானா போராட்ட நாயகர் பி. சுந்தரய்யா

34
மகத்தான தெலுங்கானா மக்கள் ஆயுதப் போராட்டத்திலிருந்து பெற்ற படிப்பினைகள்

"ஹைதராபாத் மாநிலம் முழுவதிலும் இருந்து ஆறே வாரங்களுக்குள் கம்யூனிஸ்டுகளை முற்றாக ஒழித்துக் கட்டுவேன்!" என்று இந்திய ராணுவத்தின் ஜெனரல் ஜே என் சவுதுரி சூளுரைத்தார். அதன்படி அதிகாரபூர்வமற்ற சில மதிப்பீடுகளின்படி, **1947-48ஆம்** ஆண்டுகளில் காஷ்மீர் பிரச்சனை தொடர்பாக பாகிஸ்தானுடன் நடத்திய போரில் இந்தியா செலவழித்த தொகைக்கு ஈடான தொகையை அன்றைய ஐதராபாத் மாநிலத்தில் இந்திய அரசு செலவழித்திருந்தது. இருந்தபோதிலும், தெலுங்கானா பகுதியிலிருந்து 'கம்யூனிஸ்டுகளை ஒழித்துக் கட்டும்' முயற்சியில் அது பலத்த தோல்வியையே சந்தித்தது. தெலுங்கானா மக்களின் ஆயுதப் போராட்டத்திற்குத் தலைமை வகித்த தோழர் பி சுந்தரய்யா "தெலுங்கானா மக்களின் ஆயுதப் போராட்டம் – வரலாறும் படிப்பினைகளும்" என்ற மகத்தான, முக்கியத்துவம் வாய்ந்த நூலில் இந்தப் போராட்டத்தின் முக்கியத்துவம் குறித்து விரிவாக எழுதியிருந்தார். அந்நூலில் இருந்து சில பகுதிகள் கீழே தரப்பட்டுள்ளன:

"இந்திய கம்யூனிஸ்ட் இயக்கத்திற்கு தெலுங்கானா விவசாயிகளின் எழுச்சி வழங்கிய மிகப்பெரும் பங்களிப்பு மிகுந்த முக்கியத்துவம் உடையதாகும். இந்தப் போராட்டமானது இந்திய மக்களின் ஜனநாயகப் புரட்சிக்கு அடிப்படையான தத்துவார்த்த மற்றும் கொள்கையளவிலான நீண்டகால உத்தி, நடைமுறை ஆகியவை குறித்த கேள்விகளுக்கு சரியான, அறிவியல்பூர்வமான பதில்களையும், நடைமுறைத் தன்மை மற்றும் உண்மைத் தன்மை கொண்ட தீர்வுகள் ஆகியவை குறித்த விவாதத்தையும் இந்திய கம்யூனிஸ்ட் இயக்கத்திற்குள் முன்னுக்குக் கொண்டு வந்தது. மக்கள் ஜனநாயகப் புரட்சியில் விவசாயிகளின் பங்கு, ஒரு சார்பான எதிர்ப்பு மற்றும் கிராமப்புற புரட்சித் தளங்கள் ஆகியவற்றின் இடம் மற்றும் முக்கியத்துவம், விவசாயிகளிடையே நிலவும் வகைப்பாடுகள் குறித்து ஆழ்ந்த ஆய்வு குறித்த கேள்வி, விவசாயிகளிடையே உள்ள பல்வேறு பிரிவினர் புரட்சியில்

வகிக்கவிருக்கும் பங்கு, இந்தியப் புரட்சிக்கான தொலைநோக்குக் கண்ணோட்டம், நமது புரட்சியில் தொழிலாளி வர்க்கம், நகர மையங்கள் ஆகியவற்றின் குறிப்பிட்ட இடம் மற்றும் பங்கு, தொழிலாளி வர்க்க மேலாதிக்கம் என்ற கருத்தாக்கத்தின் துல்லியமான பொருள் மற்றும் செயல்திறன், ஒட்டுமொத்த மக்கள் தொகையில் ஒரு சதவீதத்தைக் கூடத் தாண்டாத வகையில் நவீன தொழிலாளி வர்க்கம் இருந்து வரும் நமது நாட்டைப் போன்ற வளர்ச்சி பெறாத, பின் தங்கியதொரு நாட்டில் புரட்சியை மேற்கொள்வதில் கம்யூனிஸ்ட் கட்சி செலுத்தும் பங்கு போன்ற பல கேள்விகளும், தீவிரமான உட்கட்சிப் போராட்டத்திற்கு வழிவகுத்தன. இதன் மூலம் எதிர்கொள்ளப்பட்ட பிரச்சனைகள் பலவற்றுக்கும் திருப்திகரமான பதில்களோடு கூடவே, பெருமளவிற்கு சரியானதொரு அரசியல் நிலைபாட்டினை கட்சி மேற்கொள்ளவும், இந்தப் போராட்டம் உதவியுள்ளது.

"ஒரு விஷயத்தை இங்கே குறிப்பிடுவது மிகவும் பொருத்தமானதாக இருக்கும். இந்தப் போராட்டம் நடைபெற்று வந்த காலப்பகுதியில், குறிப்பாக அதன் கடைசி இரண்டு ஆண்டுகளில், கம்யூனிஸ்ட் கட்சி செங்குத்தாக மேலிருந்து கீழ் வரை இரண்டு எதிர் எதிர் முகாம்களாகப் பிளவுபட்டிருந்தது. ஒரு முகாம் இந்தப் போராட்டத்தையும் அதன் சாதனைகளையும் ஆதரித்து நின்றது. மற்றொரு முகாம் இந்தப் போராட்டத்தை ஒரு பயங்கரவாதச் செயல் என்பது போன்ற வார்த்தைகளால் பழித்துக் கொண்டிருந்தது. இந்தப் போராட்டத்தை எதிர்த்தவர்கள் பத்திரிக்கைகளில் வெளிப்படையாக இத்தகைய கருத்துக்களை தெரிவித்ததன் மூலம் இந்தப் போராட்டத்தையும் அதற்குத் தலைமை தாங்கி வந்த கம்யூனிஸ்ட் கட்சியையும் எதிரிகள் தூற்றுவதற்கான வசதியை செய்து கொடுத்தனர்.

இத்தகைய கூர்மையான அரசியல்-தத்துவார்த்த ரீதியிலான பிளவு நாடு முழுவதிலும் இருந்த கட்சியை சூழ்ந்து கொண்டபோதிலும், இத்தகைய வீரஞ்செறிந்த விவசாயிகளின் எழுச்சியில் நேரடியாகப் பங்கேற்று செயல்பட்டு வந்த கட்சியின் விசாலாந்திரா கிளையில் இந்தப் பிளவு மேலும் கூர்மையானதாகவும், தீவிரமானதாகவும் இருந்தது. இதைத் தொடர்ந்து 1951 அக்டோபரில் தெலுங்கானா விவசாயிகளின் ஆயுதமேந்திய எதிர்ப்பியக்கம் திரும்பப் பெறப்பட்டதைத் தொடர்ந்து ஏற்பட்ட உட்கட்சி ஒற்றுமை என்பது பெயரளவிற்கே ஆனதாக, மேலோட்டமானதாக, தற்காலிகமானதாக இருந்தது என்பதையும்,

இந்தப் பிளவானது உண்மையில் முற்றிலும் ஒன்றுக்கொன்று முரணான, விரோதமான இரண்டு தெளிவான போக்குகளாகப் பரிணமித்தது என்பதையும் வரலாறு நமக்கு எடுத்துக் காட்டியது.

1962-63ஆம் ஆண்டு வாக்கில் கட்சியில் ஏற்பட்ட பிளவின்போது, விசாலாந்திரா மாநில கட்சிக் கிளையில் ஏற்பட்ட பிளவும் கூட, கிட்டத்தட்ட 1950.51ஆம் ஆண்டுகளில் நிலவிய உட்கட்சிப் பிரச்சனையின்போது காணப்பட்ட அதே குணாம்சத்துடனும், அதே அளவுடனும் இருந்தது என்பது தற்செயலான ஒன்றல்ல. தங்கள் சார்பையும் அரசியல் நம்பிக்கையையும் மாற்றிக் கொண்ட ஒரு சில கம்யூனிஸ்ட் தலைவர்கள், தொண்டர்களைத் தவிர, தெலுங்கானா போராட்டத்தை ஏதாவது ஒரு காரணத்திற்காக எதிர்த்தவர்கள் பெரும்பான்மையோர் வலது சீர்திருத்தவாத, திருத்தல்வாத கம்யூனிஸ்ட் கட்சியின் பக்கத்தில் சென்ற அதே நேரத்தில், இறுதிவரை அந்தப் போராட்டத்திற்கு ஆதரவாக நின்று போராடிக் கொண்டிருந்த பெரும்பாலோர் உறுதியோடு மார்க்சிஸ்ட் கம்யூனிஸ்ட் கட்சியின் பக்கம் நின்றனர்.

இந்திய கம்யூனிஸ்ட் இயக்கம் குறித்து ஆழமாகப் படிக்க விழையும் எந்தவொரு மாணவரும் வீரஞ்செறிந்த விவசாயிகளின் எதிர்ப்பியக்கத்தை முன்னெடுத்து நடத்தும் பிரச்சனையின்மீது எழுந்த பல்வேறுபட்ட உட்கட்சி சச்சரவுகள் மற்றும் தெலுங்கானா போராட்டம் ஆகியவற்றை ஒதுக்கி வைத்துவிட்டு, இறுதியில் 1962.1963 காலப்பகுதியில் உருவான பிளவுக்கு தவிர்க்கவியலாத வகையில் வழிவகுத்த அடிப்படைக் காரணத்தை புரிந்து கொள்ள இயலாது.

“இந்த வீரமிகு விவசாயிகளின் எழுச்சி குறித்த ஒட்டுமொத்த மதிப்பீட்டை இப்போது சுருக்கமாகப் பார்க்கலாம்: இந்தப் போராட்டம் தெலுங்கானாவை சேர்ந்த விவசாயிகள், இந்த வெகுஜன எழுச்சிக்குத் தலைமைதாங்கி நடத்தும் பேறுபெற்ற கம்யூனிஸ்ட் கட்சியின் விசாலாந்திரா கிளை ஆகியோரிடமிருந்து மகத்தான தியாகங்களைக் கோரிப் பெற்றது. தீரமிக்க சுமார் 4,000 கம்யூனிஸ்டுகளும், விவசாயிகளும் கொல்லப்பட்டனர்; 10,000க்கும் மேற்பட்ட கம்யூனிஸ்ட் தொண்டர்களும் மக்கள் போராளிகளும் தடுப்புக்காவல் முகாம்களிலும் சிறைகளிலும் 3-4 ஆண்டு காலத்திற்கு அடைக்கப்பட்டனர்; குறைந்தபட்சமாக, 50,000க்கு குறைவில்லாத எண்ணிக்கையில் மக்கள் அவ்வப்போது காவல்துறை, ராணுவம் ஆகியவற்றின் முகாம்களுக்கு இழுத்துச் செல்லப்பட்டு, அடித்து உதைக்கப்பட்டு, சித்தரவதை செய்யப்பட்டு,

தெலுங்கானா போராட்டத்தில்

வாரக்கணக்கில், மாதக் கணக்கில் பயமுறுத்தி அடைத்து வைக்கப்பட்டனர். ஆயிரக்கணக்கான கிராமங்களில் வசித்து வந்த பல லட்சக்கணக்கான மக்கள் காவல்துறை மற்றும் ராணுவப் படைகளின் திடீர் சோதனைகளுக்கு ஆளானதோடு, மிகக் கொடூரமான லத்தி சார்ஜ்களை எதிர்கொள்ள வேண்டியிருந்தது.

இத்தகைய ராணுவ, காவல்துறை படையினரின் சோதனைகளின்போது, பல லட்சக்கணக்கான ரூபாய்கள் மதிப்புள்ள பொருட்களை மக்கள் இழக்க நேர்ந்தது. மக்களின் இந்தப் பொருட்கள் கொள்ளையடிக்கப்பட்டன; அல்லது அடித்து நொறுக்கப்பட்டன. ஆயிரக் கணக்கான பெண்கள் பாலியல் ரீதியாக துன்புறுத்தப்பட்டனர்; அனைத்து வகையான அவமானங்களையும் அநீதிகளையும் அவர்கள் எதிர்கொள்ள நேர்ந்தது. ஒரே வார்த்தையில் கூறுவதெனில், இந்தப் பகுதி முழுவதுமே கொடூரமான காவல்துறை, ராணுவ பயங்கரவாத ஆட்சியின் கீழ் முழுமையாக ஐந்து ஆண்டுகள் சிக்கித் தவித்தது.

தொடக்கத்தில் நிஜாமின், ரஜாக்கர்களின் ஆயுதம் தாங்கிய கும்பல்களின் தாக்குதல்களுக்கும், அதைத் தொடர்ந்து மத்திய அரசின் ராணுவப் படைகள், ஐதராபாத் மாநில அரசின் காவல் படையினர் ஆகியோரின் கூட்டுத் தாக்குதல்களுக்கும் இந்தப் பகுதி இலக்காக ஆனது. காவல்துறையின் நடவடிக்கைக்குப் பிறகு, 50,000 பேர்களைக் கொண்ட வலுவான, பல்வேறு வகையான, ராணுவப் படையினர் இந்த இயக்கத்தை முழுமையாக நசுக்குவதற்கான வன்முறையை கட்டவிழ்த்து விட்டதோடு, ஏற்கனவே மக்களால் உடைத்து நொறுக்கப்பட்டிருந்த நிலப்பிரபுக்களின் ஆட்சியை மீண்டும் நிலைநிறுத்தும் செயல்களிலும் ஈடுபட்டனர்.

"இதன் அடுத்த பக்கத்தை விவரிக்காமல் இந்தச் சித்திரம் முழுமையடையாது என்பதே உண்மை. அந்தச் சித்திரம் விவசாயிகளின் எழுச்சியின் சாதனைகளையும் பயன்களையும் மகத்தான வகையில் சித்தரிக்கிறது. இந்தப் போராட்டத்தின்போது சுமார் 16,000 சதுரமைல் பரப்புள்ள பகுதியில் சுமார் 3,000 கிராமங்களில் வசித்த சுமார் 30 லட்சம் விவசாயிகள் போர்க்குணம் மிக்க கிராமப் பஞ்சாயத்துக்களை அடிப்படையாகக் கொண்டு கிராம ராஜ்யத்தை நிறுவுவதில் வெற்றி பெற்றனர். இந்தக் கிராமங்களில், கிராமப்புறப் பகுதிகளில் நிஜாமின் ஆட்சியின் தூண்களாக இருந்த, மக்களால் பெரிதும் வெறுக்கப்பட்டு வந்த, நிலப்பிரபுக்கள் காடி என்று அழைக்கப்படும் அவர்களது கோட்டை போன்ற பெரும் வீடுகளிலிருந்து விரட்டியடிக்கப்பட்டு, அவர்களின் நிலங்கள் விவசாயிகளால் கைப்பற்றிக் கொள்ளப்பட்டன. இவ்வாறு கைப்பற்றப்பட்ட சுமார் பத்து லட்சம் ஏக்கர் நிலங்கள் மக்கள் குழுக்களின் வழிகாட்டுதலின் கீழ் விவசாயிகளுக்கு இடையே பகிர்ந்து அளிக்கப்பட்டன. அனைத்து நில வெளியேற்றங்களும் நிறுத்தப்பட்டன. கட்டாய உழைப்புச் சேவை முற்றிலுமாக ஒழித்துக் கட்டப்பட்டது. அதீதமான, கொள்ளை வட்டி வசூலிப்பு பெருமளவிற்கு வெட்டிக் குறைக்கப்பட்டது; அல்லது முற்றிலுமாகத் தடை செய்யப்பட்டது. விவசாயத் தொழிலாளிகளின் தினக்கூலி அதிகரித்தது. குறைந்தபட்ச ஊதியம் அமலாக்கப்பட்டது. மக்களை நசுக்கி வந்த வனத்துறை அதிகாரிகள் வனப்பகுதி முழுவதையும் கைவிட்டுவிட்டு வெளியேறும்படி நிர்ப்பந்திக்கப்பட்டனர். இதன் விளைவாக இந்த வனங்களிலும் அதைச் சுற்றியுள்ள பகுதிகளிலும் வசித்து வந்த மக்கள் தங்கள் உழைப்பின் பயன்களை அனுபவிக்க முடிந்தது.

இந்தப் பகுதிகளில் 12 முதல் 18 மாதங்கள் வரை நிர்வாகம் முழுவதையும் கிராமப்புற விவசாயிகளின் குழுக்களே மேற்கொண்டு வந்தன. நிஜாமின் எதேச்சாதிகாரத்திற்கு எதிரான இந்தப் போராட்டம் நடைபெற்ற காலம் முழுவதிலும் மக்கள் தங்களை அணிதிரட்டிக் கொண்டு, ரஜாக்கர்களின், நிஜாமின் காவல்துறையினரின் ஆயுதமேந்திய தாக்குதல்களுக்கு எதிராகவும், விவசாயிகளை பாதுகாக்கவும் 10,000 கிராமப்பாதுகாப்பு படை உறுப்பினர்கள், சுமார் 2,000 முறையான கெரில்லா படைப்பிரிவுகள் ஆகியவற்றைக் கொண்ட வலுவானதொரு படையை வளர்த்தெடுக்கவும் முடிந்தது. ஒரே வார்த்தையில் கூறுவதெனில், வரலாற்றுச் சிறப்பு மிக்க இந்த விவசாயிகளின் கலகம்

அசாஃப்ஜாகி பரம்பரையின் மத்தியகாலத்து எதேச்சாதிகார ஆட்சியை வேரடி மண்ணோடு உலுக்கிப் போட்டதோடு, அதற்கு எதிரான மரண அடியையும் தந்தது என்றே கூற வேண்டும்.

“விவசாயப் புரட்சி என்ற கேள்வியை முன்னுக்குக் கொண்டுவருவதிலும், காங்கிரஸ் தலைவர்களுக்கு தட்டுத் தடுமாறியும் அரைகுறை மனதோடும், மேலோட்டமாகவும் விவசாய சீர்திருத்தங்களை மேற்கொள்ள வேண்டிய கட்டாயத்தையும் ஏற்படுத்தியதன் முழுப் பெருமையும் இந்த வரலாற்றுச் சிறப்புமிக்க விவசாயிகளின் எதிர்ப்பியக்கத்தையே சேரும். விவசாயிகளின் இந்தப் போராட்டத்தின்போதுதான் அவர்களிடையே அமைதிப்படுத்தலுக்கான பிரச்சாரம், கம்யூனிஸ்ட் எதிர்ப்புப் பிரச்சாரம் ஆகியவற்றை மேற்கொள்வதற்காக, ‘பூதானம்’ என்றதோர் கற்பனை உலகத்தை உருவாக்கியிருந்த சர்வோதய தலைவரான வினோபா பாவேவை காங்கிரஸ் தலைவர்கள் அங்கு அனுப்பி வைத்தனர். எனினும் இந்தக் கசப்பான, நீடித்த போராட்டத்தின்போதுதான் முதலாளித்துவ-நிலப்பிரபுத்துவ ஆட்சியாளர்களின் தேன் தடவிய வார்த்தைகளும், வண்ணமயமான வாக்குறுதிகளும் நிலப் பிரச்சனையை உண்மையில் தீர்த்து வைக்க முடியாது என்ற உண்மையை மக்கள் உணரத் தொடங்கியிருந்தனர். இதற்கு மாறாக, வலுவான, அணிதிரட்டப்பட்ட, தீவிரமான வெகுஜன போராட்டம் மட்டுமே இதனைச் செய்து முடிக்கும் என்பதையும் அவர்கள் நடைமுறையில் உணர்ந்தனர்.

“மொழியின் அடிப்படையில் மாநிலங்களை சீரமைப்பதன் வேகத்தை மேலும் தீவிரப்படுத்தியதில் தெலுங்கானா போராட்டம் வகித்த பங்கு மிகச் சிறியதல்ல என்பதையும் நாம் இங்கே மீண்டும் நினைவு கூர வேண்டும். பிரிந்தும் சிதறியும் கிடந்த பல்வேறு தேசிய இனங்களும் தங்களுக்கென தனிப்பட்ட மாநிலம் என்ற நீண்டகால ஜனநாயக கோரிக்கையை வென்றெடுக்க இது உதவியது. சிற்றரசர்களின் ஆட்சிப் பகுதியான ஐதராபாத் பகுதியின் மீது இந்தப் போராட்டம் கொடுத்த பலமான அடியே ஆந்திர மாநிலத்தை வென்றெடுத்த போராட்டத்திற்கு ஊக்கமளித்தது. இதுவே முந்தைய பிரிட்டிஷ் ஆட்சியாளர்கள் உருவாக்கியிருந்த, குறிக்கோளற்ற, எதேச்சாதிகாரமான பிரிவினைகளை உடைத்து நொறுக்க வேண்டிய கட்டாயத்திற்கு ஆளும் காங்கிரஸ் தலைமையை நிர்ப்பந்தித்து 1956ஆம் ஆண்டில் இந்தியா முழுவதிலும் மொழிவாரி மாநிலங்கள் உருவாக வழிவகுத்தது.

ஜூன் 21, 2020

35

திரிபுரா: பழங்குடிகளின் உரிமைகள், ஜனநாயகத்திற்கான போராட்டம்

1940களில் திரிபுராவில் கம்யூனிஸ்ட் கட்சி பழங்குடிகள் அல்லாத பிரிவைச் சேர்ந்த, நகர்ப்புற மக்கள் ஒரு சிலரிடையே மட்டுமே செயல்பட்டு வந்தது. இந்த காலப்பகுதியில் இரண்டாம் உலகப் பெரும்போரின் முடிவில் கல்வியறிவு பெற்ற, பழங்குடி இனங்களைச் சேர்ந்த 12 இளைஞர்கள் ஒன்று கூடி 1945 டிசம்பர் 27 அன்று ஜன சிக்ஷா சமிதி (மக்கள் கல்விக் கழகம்) யை தொடங்கினர். இந்த சமிதியின் நோக்கம் கல்வியறிவிற்கான பிரச்சாரம் மட்டுமின்றி, சுரண்டல், பழங்குடி சமூகத்தில் நிலவி வரும் பல்வேறு வகையான சமூகக் கொடுமைகள், மூட நம்பிக்கைகள் ஆகியவற்றுக்கு எதிராகப் போராடுவது என்பதாகவும் இருந்தது. இரண்டாம் உலகப் பெரும்போர் காலத்தில் பெருமளவில் நிலவி வந்த கள்ளச் சந்தை, பதுக்கல் ஆகிய பிரச்சனைகளையும் இது கையிலெடுத்தது. இந்த சமிதி நூற்றுக்கணக்கான பள்ளிக்கூடங்களையும் நிறுவியது. (ஒரு மதிப்பீட்டின்படி இவ்வாறு உருவாக்கப்பட்ட பள்ளிகளின் எண்ணிக்கை 488 ஆகும்) இந்தப் பள்ளிகளை கட்டியெழுப்புவது, அவற்றை முறையாக செயல்பட வைப்பது ஆகிய நடவடிக்கைகளில் பெரும்திரளான ஏழை பழங்குடி கிராமவாசிகள் பங்கேற்றனர். இந்த சமிதி அதன் பொதுவான கண்ணோட்டத்தில் மிகவும் விசாலமானதாக, குறுகிய குழு வாதத்திற்கு ஆட்படாத ஒன்றாக இருந்தது. இதன் விளைவாக பழங்குடிகள் அல்லாத அறிவுஜீவிகளும் இந்த இயக்கத்தில் குறிப்பிடத்தக்க அளவில் பங்கேற்றனர். இந்த சமிதியின் நடவடிக்கைகளில் கம்யூனிஸ்ட் கட்சியும் தீவிரமாகப் பங்கேற்றது.

கல்வியறிவிற்காகத் தொடங்கப்பட்ட இந்த இயக்கம் பின்னர் நிலப்பிரபுத்துவம், முடியாட்சி, திவானின் ஆட்சி ஆகியவற்றுக்கு எதிரானதொரு இயக்கமாகவும், ஜனநாயகபூர்வமாக மக்களால் தேர்ந்தெடுக்கப்பட்ட ஓர் அரசிற்கான இயக்கமாகவும் உருவெடுத்தது. இதனூடே தசரத் தேவ் போன்ற சமிதியின் தலைவர்களுக்கு கம்யூனிஸ்ட் கட்சியுடன் தொடர்பு ஏற்பட்டது. 'மக்களுக்கான கல்வி' இயக்கத்தின் அபாயத்தை உணர்ந்த திரிபுரா

அரசர் இந்த சமிதியை முளையிலேயே கிள்ளி எறிய முயற்சித்தார். இருந்தபோதிலும், இந்த இயக்கம் நன்கு வளர்ந்ததோடு, திரிபுரா பழங்குடி சமூகத்தில் ஆழமாக தனது இருப்பினை பதிய வைத்து, இந்தப் பகுதி இதுவரை கண்டிராத மாபெரும் மக்கள் போராட்டங்களுக்கான அடித்தளத்தையும் நிறுவியது.

ஜனசிக்ஷா சமிதியின் நடவடிக்கைகளை தடுப்பதற்கு அரசு அனைத்து வகையான முயற்சிகளையும் மேற்கொண்டதோடு, தடுப்புக் காவல் சட்டத்தின்கீழ் அதன் தலைவர்களையும் கைது செய்ய முயற்சித்தது. இத்தகைய சிக்கலான தருணத்தில் ஜனசிக்ஷா சமிதியின் தலைவர்கள் ரகசியமாகக் கூடி 1948ஆம் ஆண்டில் கணமுக்தி பரிஷத் (மக்கள் விடுதலைக்கான கழகம்) என்றதோர் அமைப்பை பழங்குடி மக்களுக்கான அரசியல் மேடையாக உருவாக்குவது என முடிவு செய்தனர். கட்டாய உழைப்பு, கந்துவட்டிக்காரர்கள், வியாபாரிகள் ஆகியோரின் சுரண்டல், அவர்களின் நிலத்திலிருந்து வெளியேற்றப்படுவது, கடுமையான குடும்ப வரி மற்றும் புல் வரி ஆகியவற்றிலிருந்தும் அரசினால் கட்டவிழ்த்து விடப்படும் பயங்கரவாதத்திலிருந்தும் பழங்குடி மக்களை பாதுகாப்பதில்தான் கண முக்தி பரிஷத் முக்கியமாக செயல்பட்டு வந்தது. இந்த அமைப்பின் உருவாக்கத்திற்கும் கம்யூனிஸ்ட் கட்சி உதவி செய்தது.

காவல்துறை மற்றும் ராணுவம் ஆகியவற்றின் கொடுமைகளை எதிர்த்துப் போராடுவதற்கென பழங்குடிகள் வசிக்கும் ஒவ்வொரு கிராமத்திலும் கண முக்தி பரிஷத்தின் கிளைகள் தொடங்கப்பட்டன. 1948ஆம் ஆண்டு ஆகஸ்ட் 15 அன்று பழங்குடி இனங்களைச் சேர்ந்த பல்லாயிரக்கணக்கான மக்களை அணிதிரட்டி பிரம்மாண்டமான பேரணி ஒன்றை அகர்தலா நகரத்தை நோக்கி நடத்திச் செல்வதற்கு முன்பாக அருகிலுள்ள பழங்குடிகள் வசிக்கும் கிராமம் ஒன்றில் ஒன்று கூடினர். "மக்களின் வாக்குகளின் அடிப்படையில் அரசாங்கம் வேண்டும்!", "திவான் ஆட்சிக்கு முடிவு கட்டு!", "நிபந்தனையின்றி அனைத்து அரசியல் கைதிகளையும் விடுதலை செய்!", "கைது வாரண்ட்களை ரத்து செய்!", "போலீஸ் சித்திரவதையை நிறுத்து!", "விசாரணையின்றி எவரையும் சிறையில் அடைக்காதே!", "இன்குலாப் ஜிந்தாபாத்!" போன்ற கோஷங்களை முழக்கியவாறே பழங்குடி மக்கள் அகர்தலா நகரினை நோக்கி பேரணியாக வந்து நகரின் மையப்பகுதியில் அணிதிரண்டனர். வீரமிக்க இந்தப் பேரணி மக்களின் தன்னம்பிக்கையை கிளர்ந்தெழச் செய்து, அவர்களை

ஆதிவாசிகளின் வீர நாயகர் தசரத் தேவ்

போராட்டத்திற்குத் தயார்ப்படுத்தியது. காவல்துறை, ராணுவம் ஆகியவை கிராமங்களில் தொடர்ச்சியாக மேற்கொண்ட தாக்குதல்களுக்குப் பிறகு, கண முக்தி பரிஷத் வலுக் குன்றிப் போயிருக்கும் என்றுதான் அரசாங்கம் நினைத்துக் கொண்டிருந்தது. ஆனால் இந்தப் பேரணி அதைப் பொய்யாக்கியது. இந்தப் பேரணிக்குப் பிறகு, சாதாரண மக்களிடையே கண முக்தி பரிஷத் நீடித்த புகழைப் பெற்றது.

1948ஆம் ஆண்டில் திரிபுராவில் மிகத் தீவிரமான உணவு நெருக்கடி நிலவி வந்தது. அந்த நாட்களில் பழங்குடி மக்கள் வசித்து வந்த பகுதிகளின் பொருளாதாரம் முழுவதும் அதீதமாக சுரண்டி வந்த கந்துவட்டிக்காரர்களின் கட்டுப்பாட்டிலேயே இருந்து வந்தது. கண முக்தி பரிஷத்தின் தலைமையின் கீழ் பழங்குடி விவசாயிகள் அவர்களின் சுரண்டலை எதிர்த்துப் போராடி வந்தனர். திவான் நிர்வாகம் காவல்துறையை கட்டவிழ்த்து விடுவதன் மூலம் பழங்குடிகளின் எதிர்ப்புணர்வை நசுக்க முயற்சித்தது. கோலாகாட்டி என்ற இடத்தில் காவல்துறையின் துப்பாக்கிச் சூட்டில் ஏழுபேர் கொல்லப்பட்டனர்; பலர் காயமுற்றனர். இந்த சம்பவமானது பதுக்கல்காரர்கள், கந்துவட்டிக்காரர்கள், நிலப்பறிப்பாளர்கள், காவல்துறை அதிகாரிகள், சுதந்திர இந்தியாவின் நிர்வாகிகள் ஆகியோரின் கள்ளக் கூட்டணி குறித்து மக்களின் கண்களைத் திறந்தது.

கம்யூனிஸ்டுகளை நசுக்குவதற்காக மாநில நிர்வாகம் 1949 மார்ச் 9 அன்று ராணுவ ஆட்சியை கொண்டுவந்தது. கைதாவதில் இருந்து தப்பிக்க கண முக்தி பரிஷத்தின் தலைமை தலைமறைவாகச் சென்றது. 1949 மார்ச் 28 அன்று பத்மாபில் என்ற இடத்தில் ராணுவத்தினர் மூன்று பழங்குடிப் பெண்களை நேருக்கு நேராகச் சுட்டுக் கொன்றனர். (அதிகாரிகளின் சுமைகளை எவ்வித கூலியுமின்றி இலவசமாக எடுத்துச் செல்லும் வழக்கமான) டிடுன் முறையை கடைப்பிடிக்க இவர்கள் மறுத்ததே இந்தப் படுகொலைக்கான காரணமாகும். திரிபுராவின் வெகுஜன இயக்கத்தில் உயிர்த்தியாகம் செய்த முதல் பெண்மணிகள் என்ற

பெருமையைப் பெற்றவர்கள் இவர்களே. இந்தப் படுகொலை மக்களை பெருங்கோபம் கொள்ளச் செய்தது.

நிலைமையை பரிசீலித்த ஜனசிக்ஷா சமிதி தலைவர்கள் இந்த அடக்குமுறைக்கு எதிரான எதிர்ப்பியக்கத்தை நடத்துவதைத் தவிர வேறு வழியேதும் இல்லை என்ற முடிவுக்கு வந்தனர். தெலுங்கானா மக்களின் ஆயுதம் தாங்கிய போராட்டம், (மேற்கு வங்கத்தில்) காகத்வீப் விவசாயிகளின் ஆயுதப் போராட்டம் ஆகியவை குறித்த தகவல்கள் கண முக்தி பரிஷத் அமைப்பிற்கு உத்வேகம் ஊட்டுவதாக அமைந்தன. இதற்கென ஆயுதங்கள் வைத்திருந்த பழங்குடிகளிடமிருந்து ஆயுதங்கள் சேகரிக்கப்பட்டன. இத்தகைய ஆயுதப் போராட்டத்தோடு கூடவே அரசாட்சி, நிலப்பிரபுத்துவம் ஆகியவற்றுக்கு எதிரான தத்துவார்த்த போராட்டத்தை நடத்துவது என்றும், ஒவ்வொரு கிராமத்திலும் மார்க்சிய-லெனினியம் குறித்த நூல்களையும் பிரசுரங்களையும் படிப்பதை ஊக்குவிப்பது என்றும் முடிவு செய்யப்பட்டது. இந்த நோக்கத்தை நிறைவேற்றும் வகையில் தொண்டர்களுக்கு மார்க்சியம் குறித்த வகுப்புகளும் நடத்தப்பட்டன. பழங்குடி மக்கள் மதவெறி பிடித்தவர்களாக, வங்காளிகளுக்கு எதிரானவர்களாக அல்லது பழங்குடியினர் அல்லாதவர் மீது விரோதப் போக்கு கொண்டவர்களாக மாறுவதைத் தடுப்பதை உறுதிப்படுத்தும் வகையில் விரிவான பிரச்சார இயக்கம் மேற்கொள்ளப்பட்டது. குறைந்தபட்ச கல்வியறிவு பெற்றவர்களாக தொண்டர்கள் அனைவரும் இருக்க வேண்டும் என்பதும் கட்டாயமாக்கப்பட்டது.

திரிபுராவில் ஆயுதம் தாங்கிய போராட்டம் 1948 முதல் 1950 வரை நடைபெற்றது. இந்தப் போராட்டம் உச்சத்தில் இருந்த நேரத்தில் திரிபுரா ரைஃபிள்ஸ் படைப்பிரிவில் இருந்த பழங்குடி இனத்தைச் சேர்ந்த ஒரு சில படைவீரர்கள் தங்களது ஆயுதங்களுடன் படையை விட்டு வெளியேறி கெரில்லா படைகளுடன் சேர்ந்து கொண்டனர். ராணுவத்திலிருந்து வெளியேறி வந்த இத்தகைய சம்பவங்கள் மக்களிடையே பெரும் ஆர்வத்தை உருவாக்கி, அவர்களின் நம்பிக்கையை மேலும் அதிகரித்தது. 1949க்கும் 1950க்கும் இடைப்பட்ட காலப்பகுதியில் திரிபுரா பழங்குடி இனத்தவர் வசிக்கும் ஒவ்வொரு பகுதியிலும் கண முக்தி பரிஷத் வேரூன்றியது. ஒவ்வொரு குடியிருப்பிலும் ஒன்பது உறுப்பினர்களைக் கொண்ட ஒரு கிராமக் குழு உருவாக்கப்பட்டது. செயலாளர், இணைச் செயலாளர், பொருளாளர் ஆகியோரை உள்ளடக்கியதாக இந்தக் குழு செயல்பட்டது. இத்தகைய

கட்டமைப்பானது பெரும் எண்ணிக்கையிலான தொண்டர்களையும் வளர்த்தெடுத்தது.

கணமுக்தி பரிஷத்தில் அரசியல், ராணுவம் என இரண்டு பிரிவுகள் செயல்பட்டன. தோழர் தசரத் தேவ் ராணுவப் பிரிவின் தலைமைத் தளபதியாக இருந்ததோடு, அரசியல் பிரிவின் தலைவராகவும் செயல்பட்டார். ஒழுங்கு, முறையான அரசியல் பயிற்சி ஆகியவற்றை வலியுறுத்தும் வகையில் கெரில்லா படைகளுக்கான சில நடத்தை விதிமுறைகளையும் கட்சி வடிவமைத்துத் தந்தது. அவையாவன: 1) அரசியல் பிரிவே ராணுவப் பிரிவின் மீது மேலாதிக்கம் செலுத்தும்; அனைத்து நடவடிக்கைகளிலும் அரசியல் பிரிவின் முடிவுகளை கண்டிப்பாகப் பின்பற்ற வேண்டும். 2) மக்களிடம், குறிப்பாகப் பெண்களிடம், மரியாதையுடனும் நாகரீகத்துடனும் நடந்து கொள்ள வேண்டும். 3) விவசாயிகளின் சொத்துக்களை பறிமுதல் செய்வது, அவற்றுக்கு சேதம் விளைவிப்பது ஆகியவை முற்றிலுமாக தடை செய்யப்பட்டுள்ளது; மேலும் விவசாயிகளிடம் நியாயமான வகையில் நடந்து கொள்ள வேண்டும். 4) சண்டையில் தோல்வியுற்று கைதிகளாக பிடிபட்டவர்களை மோசமாக நடத்தக் கூடாது. இந்த நடத்தை விதிகள் குறித்து கெரில்லா படைவீரர்களுக்கு வகுப்புகள் நடத்தப்பட்டன. வாரத்திற்கு குறைந்தபட்சம் ஒரு மணி நேரமாவது கெரில்லாக்கள் அனைவரும் அரசியல் வகுப்புகளில் பங்கேற்பது கட்டாயமாக இருந்தது. லெனின் எழுதிய "கிராமப்புற ஏழை மக்களுக்கு" போன்ற பல்வேறு நூல்களும் கட்டாயமாகப் படிக்க வேண்டிய நூல்களின் ஒரு பகுதியாக இருந்தன. இவ்வாறுதான் கெரில்லாக்கள் அரசியல் ரீதியாக உணர்வூட்டப்பட்டனர்.

இத்தகைய கட்டளைகளை கெரில்லா படைப்பிரிவினர் மிகவும் கறாராக கடைப்பிடித்து வந்தனர். இதன் விளைவாக கண முக்தி பரிஷத் மக்களிடையே பேராதரவு பெற்றதோர் அமைப்பாகப் பரிணமித்தது. வங்காளி முஸ்லீம்களில் பெரும்பகுதியினர் கண முக்தி பரிஷத்தை ஆதரித்து வந்தனர். நாட்டுப் பிரிவினையும்கூட வங்காளி முஸ்லீம்களுக்கும் பழங்குடி மக்களுக்கும் இடையிலான நீண்ட கால நல்லுறவினை சீர்குலைக்க முடியவில்லை.

கண முக்தி பரிஷத் கிராமங்கள் பலவற்றிலும் மக்கள் அரசை உருவாக்கியது. சச்சரவுகளுக்குத் தீர்வு காண்பது, நீதி நிர்வாகம் ஆகியவற்றுக்கான நடுவண் குழுக்கள் அமைக்கப்பட்டன. கட்டாய உழைப்பு முறை ஒழிக்கப்பட்டது. நிலவுடைமையின் அளவு,

தெலுங்கானா போராட்ட வீரர்கள்

நிலங்களை குத்தகைக்கும், உள்குத்தகைக்கும் விடுவது, வட்டி விகிதங்கள் ஆகியவையும் நிர்ணயிக்கப்பட்டன. சாதி அடிப்படையிலான பாரபட்சங்கள் தடை செய்யப்பட்டன. பல தார மணம், குழந்தைத் திருமணம் ஆகியவற்றைத் தடை செய்தும், பெண்களின் மீதான ஒடுக்குமுறை, அதீதமான மது நுகர்வு, மூட நம்பிக்கைகள், பெண்களை சூனியக்காரிகளாக முத்திரை குத்துவது ஆகியவற்றுக்கு எதிராகவும் விரிவான விதிமுறைகள் உருவாக்கப்பட்டன. இத்தகைய விதிமுறைகள் சட்டங்களைப் போலவே அனைவராலும் பின்பற்றப்பட்டன; கடைப்பிடிக்கப்பட்டன. நிலப்பிரபுத்துவ அரசாட்சி முறையிலிருந்து முற்றிலும் வேறுபட்ட வகையிலான புதியதொரு சமூக ஒழுங்கு அறிமுகம் செய்யப்பட்டது.

இத்தகைய வெகுஜனப் போராட்டங்கள் தந்த நெருக்கடியின் விளைவாக 1949 அக்டோபரில் திரிபுரா முறைப்படி இந்தியாவுடன் இணைந்தது. எனினும் பழைய நிலப்பிரபுத்துவ சக்திகள், தலையெடுத்து வந்த முதலாளித்துவ வர்க்கத்துடன் கூட்டணியை ஏற்படுத்திக் கொண்டு தங்களது ஆட்சியதிகாரத்தை தக்க வைத்துக் கொண்டது. நிலப்பிரபுத்துவ, முதலாளித்துவ சக்திகள் இரண்டுக்கும் எதிராக ஒரே நேரத்தில் போராடாமல் பழங்குடி இனத்தவரையும் தொழிலாளி வர்க்கத்தையும் விடுவிக்க முடியாது என்பதை ஜன சிக்ஷா சமிதி, கண முக்தி பரிஷத் ஆகிய அமைப்புகளின் தலைவர்கள் உணர்ந்து கொண்டனர்.

இந்தியாவுடன் திரிபுரா இணைந்தபிறகு, கண முக்தி பரிஷத், கம்யூனிஸ்டுகளின் மீதான தாக்குதல்கள் மேலும் அதிகரித்தன. 'ஒரு சில நாட்களில் கம்யூனிஸ்டுகளை நசுக்கி விடுவோம்!' என அரசாங்கம் சூளுரைத்தது. மாநிலத்தின் உள்ளேயிருந்த மலைப்பகுதிகளிலும் கூட ராணுவ முகாம்கள் அமைக்கப்பட்டன. பல கிராமங்கள் முற்றிலுமாக எரியூட்டப்பட்டன. இத்தகைய ராணுவ பயங்கரவாதம் நிலவி வந்தபோதிலும், இளைஞர்கள் கண முக்தி பரிஷத்திற்கு ஆதரவு அளித்ததோடு, அதன் செவிகளாக, கண்களாக செயல்பட்டனர். அரசுக்கு எதிரான மக்களின் எதிர்ப்பியக்கத்திற்கு அவர்கள் தலைமை தாங்கினர். ஒரு சில மாதங்களுக்கு உள்ளேயே கண முக்தி பரிஷத்தின் வளர்ச்சி அபரிமிதமானதாக விரிவடைந்தது. அது எத்தகைய வளர்ச்சி எனில், தலைமறைவாக இருந்து செயல்பட்டு வந்த தலைவர்களும் தொண்டர்களும் பட்டப்பகலிலேயே பழங்குடி கிராமங்களில் எவ்வித அச்சமுமின்றி நடமாட முடியும் அளவிற்கு சுதந்திரமாக இருந்தனர். காவல் துறையின் உளவாளிகளே கிராமங்களில் இல்லை என்ற அளவிற்கு நிலைமை மாறி இருந்தது. ஒவ்வொரு கிராமத்திலும் தலைமறைவாக வசிக்கும் தொண்டர்கள் பாதுகாப்பாக தங்கி இருப்பதற்கான இடம் இருந்தது. அங்கேதான் அரசியல் வகுப்புகளும் தொடர்ந்து நடைபெற்று வந்தன. இந்த நாட்களின் குறிப்பிடத்தக்க அம்சமாக விளங்கியது என்னவெனில் கூட்டங்களோடு அரசியல் வகுப்புகளும் முறையாகத் தொடர்ந்து நடைபெற்று வந்ததே ஆகும். அதன் விளைவாக மக்களின் ஜனநாயகரீதியான, அரசியல் விழிப்புணர்வு மற்றும் இந்த இயக்கத்தின் மீதான அவர்களது பற்றுறுதி மேலும் வலுப்பட்டதே ஆகும்.

பெண்களுக்கான அமைப்பிலும், கெரில்லா படையிலும் பெண்கள் அணிதிரட்டப்பட்டனர். தகவல்களை எடுத்துச் செல்பவர்களாக, தலைமறைவாக உள்ள தலைவர்கள் கைது செய்யப்படுவதை தடுத்து, அவர்களை பாதுகாப்பவர்களாக பழங்குடி இனத்தைச் சேர்ந்த பெண்கள் மிகச் சிறப்பாகச் செயல்பட்டனர். பெண்களுக்கான ஒரு சமிதியை உருவாக்க பழங்குடி இனப் பெண்கள் பல்வேறு குழுக்களாக பிரிக்கப்பட்டனர். இவர்கள் பல்வேறு பகுதிகளுக்கும் சென்று பெண்களுக்கான கெரில்லா படையில் சேருவதற்கான ஊக்கத்தை பெண்களிடையே பரப்பி வந்தனர்.

இந்த எதிர்ப்பியக்கத்தை நடத்தி வந்த அதேநேரத்தில், கலாச்சார இயக்கத்தின் மீதும் கண முக்தி பரிஷத் கவனம் செலுத்தி வந்தது. பழங்குடிகளின் மொழியான கொக்பொரக் மொழியில் பாடல்கள் பலவும் உருவாக்கப்பட்டன. பாடல்கள், நடனங்கள் ஆகியவற்றின் மூலம் 'ஆயுதப் போராட்டமும் கலாச்சாரப் போராட்டமும் இணைந்தே செயல்படுகின்றன' என்ற கோஷத்தின் கீழ் தங்களது கலாச்சாரத்தை வளர்த்தெடுக்க பழங்குடி இளைஞர்களுக்கு ஊக்கம் அளிக்கப்பட்டு வந்தது.

1950களின் நடுப்பகுதியில் கம்யூனிஸ்ட் கட்சியில் முறையாக இணைவது என கண முக்தி பரிஷத்தின் தலைமை முழுவதும் முடிவு செய்தது. தொடக்கத்தில் இந்த முடிவு குறித்து குழப்பம் மக்களிடையே நிலவிய போதிலும், கண முக்தி பரிஷத்தின் தலைமை தங்களது இந்த முடிவுக்கான காரணங்களை அவர்களிடையே எடுத்துக் கூறி வெற்றிகரமான வகையில் மக்களுக்குத் திருப்தி ஏற்படுத்தியது. அப்போதிலிருந்தே திரிபுரா மக்கள் 'செங்கொடி'யை தங்களுக்கு உரிமையான ஒன்றாக கருதத் தொடங்கினர்.

ஆயுதம் தாங்கிய எதிர்ப்பியக்கத்தின் வரையறைகளை உணர்ந்த நிலையிலும், பழங்குடி மக்களிடையே ஒருவித ஏமாற்ற உணர்வு நிலவுவதையும், தீவிரத் தன்மை குறைந்து வருவதையும் கண்டுணர்ந்த வகையில், 1951ஆம் ஆண்டில் ஆயுதம் தாங்கிய எதிர்ப்பியக்கத்தை திரும்பப் பெறுவது என கட்சி முடிவு செய்தது. இவ்வகையில் அரசியல் கைதிகளின் விடுதலை, கைது செய்வதற்கான உத்தரவுகளை திரும்பப் பெறுதல் ஆகியவற்றை உறுதிப்படுத்திக் கொள்ள கட்சியால் முடிந்ததோடு, கடுமையான அடக்குமுறை நடவடிக்கைகளுக்கு முடிவு கட்டுவதையும் கட்சி உறுதிப்படுத்தியது.

இத்தகைய பின்னணியில்தான் 1952ஆம் ஆண்டு நடைபெற்ற தேர்தல்களில் கட்சி போட்டியிட்டு, மொத்தமிருந்த இரண்டு மக்களவை தொகுதிகளையும், மொத்தமிருந்த 30 சட்டமன்றத் தொகுதிகளில் 21 தொகுதிகளையும் வென்றது. கட்சியின் வெகுஜன ஆதரவைப் பிரதிபலிப்பதாக இந்த வெற்றி அமைந்திருந்தது.

ஜூன் 28, 2020

36

இந்தியப் புரட்சியின் பாதைக்கான தேடல்

கம்யூனிஸ்டுகளின் தலைமையில் நடைபெற்ற பல்வேறு விவசாயிகளின் போராட்டங்கள், குறிப்பாக மகத்தான தெலுங்கானா மக்களின் ஆயுதம் தாங்கிய போராட்டம், இந்தியப் புரட்சியின் கட்டம் குறித்த பிரச்சனைகளையும், மேற்கொள்ள வேண்டிய போர்த்தந்திரம், பின்பற்றப்பட வேண்டிய நடைமுறைத் தந்திரம் ஆகியவற்றையும் முன்னுக்குக் கொண்டு வந்தது. இந்தக் கேள்விகள் கட்சிக்குள் பல்வேறு வகையான வாதங்கள், விவாதங்கள் உருவாக வழிவகுத்தன.

இரண்டாவது கட்சிக் காங்கிரஸால் ஏற்றுக் கொள்ளப்பட்ட அரசியல் நடைமுறைத் தந்திர நிலைபாடு இந்திய கம்யூனிஸ்டுகள் எதிர்நோக்கி வந்த இந்த கேள்விகளுக்கான பதிலைத் தேடி மிக உன்னிப்பான ஆய்விற்கு உட்படுத்தப்பட்டது. தெலுங்கானா ஆயுதப் போராட்டத்தை தலைமையேற்று நடத்தி வந்த கட்சியின் ஆந்திர மாநிலக் குழு இந்த ஆய்விலும், இதைத் தொடர்ந்து எழுந்த விவாதங்களிலும் முன்னணியில் இருந்தது. கட்சி காங்கிரஸால் ஏற்றுக் கொள்ளப்பட்ட அரசியல் நடைமுறைத் தந்திர நிலைபாட்டில் உள்ள குறைபாடுகளை விளக்கியும், இந்த நிலைபாட்டை அப்போதிருந்த கட்சித் தலைமை அமலாக்கிய விதம் குறித்தும், விரிவான ஒரு குறிப்பையும் அவர்கள் சமர்ப்பித்தனர். இரண்டாவது கட்சிக் காங்கிரஸில் தேர்ந்தெடுக்கப்பட்ட அரசியல் தலைமைக் குழு ஆந்திர மாநில செயற்குழுவின் ஆய்வு முழுவதையும் முழுக்க முழுக்க சீர்திருத்தவாதத் தன்மை கொண்டது என மறுதலித்ததோடு, மார்க்சிய-லெனினிய தத்துவத்திலிருந்து அது விலகிச் செல்கிறது என்றும் வகைப்படுத்தியது.

1948ஆம் ஆண்டின் இறுதியில் கட்சியின் அரசியல் தலைமைக் குழு 'மக்கள் ஜனநாயகம்', 'விவசாய பிரச்சனை', 'நடைமுறை உத்தி குறித்த நிலைபாடு' ஆகிய மூன்று ஆவணங்களை வெளியிட்டது. நடைமுறை வேலைகளின்போது கட்சி எதிர்கொண்டு வந்த பல்வேறு தத்துவார்த்த ரீதியான பிரச்சனைகளில் அவை இடதுசாரி அதிதீவிர நிலைபாடுகளை வளர்த்தெடுத்தன.

இவ்வாறு வளர்த்தெடுக்கப்பட்ட நிலைபாட்டினைத் தொடர்ந்து 1949 மார்ச் 9 அன்று அகில இந்திய ரயில்வே வேலை நிறுத்தம்

ஒன்றை நடத்துவதற்கான அறைகூவல் விடுக்கப்பட்டது. இந்திய அரசு கட்சி மற்றும் தொழிற்சங்கத் தலைவர்கள் மீது கடுமையான அடக்குமுறையை கட்டவிழ்த்து விட்டது. பல்வேறு மாநிலங்களிலும் ஆயிரக்கணக்கான தோழர்கள் கைது செய்யப்பட்டு சிறைகளில் அடைக்கப்பட்டனர். இந்த சிறைக்கூடங்களை 'வர்க்கப் போராட்டத்திற்கான கோட்டைகளாக' மாற்றுமாறு கட்சியின் மத்திய தலைமை அறைகூவல் விடுத்தது. கட்சியின் மீதிருந்த விசுவாசத்தாலும் புரட்சியின் நோக்கத்திற்காகவும் பல தோழர்கள் தங்கள் இன்னுயிரை ஈந்தனர்.

கள நிலைமைகளை கணக்கில் எடுக்காமல், தொழிலாளர்களின் போராட்டத்திற்கான தயார்நிலையை கணக்கில் எடுக்காமல், வேலை நிறுத்தம், சிறைச்சாலைகளில் போராட்டம் ஆகியவற்றுக்கான இந்த அறைகூவல்கள், அன்றிருந்த அரசியல் தலைமைக்குழு பின்பற்றிய இடதுசாரி அதிதீவிர நிலைபாட்டை எடுத்துக்காட்டுவதாகவே இருந்தன. இந்த வேலைநிறுத்தப் போராட்டத்திற்குக் கிடைத்த பெயரளவிற்கான ஆதரவின் பின்னே இருந்த அம்சங்களை சுயவிமர்சன ரீதியாக ஆய்வு செய்து, அவற்றை ஏற்றுக் கொள்வதற்குப் பதிலாக, கட்சித் தலைமை தங்களை கேள்வி கேட்பவர்களை கோழைகள் என்றும், துரோகிகள் என்றும், சீர்திருத்தவாதிகள் என்றும் முத்திரை குத்தியது. இத்தகைய குற்றச்சாட்டுகளின் அடிப்படையில் பல தோழர்கள் பொறுப்புகளிலிருந்து அகற்றப்பட்டனர். மாநிலக் குழுக்களும் கூட (இந்த அடிப்படையில்) சீரமைக்கப்பட்டன. அரசியல் தலைமைக் குழுவின் கருத்துக்களோடு உடன்படாத கட்சியின் முன்னணி தோழர்கள் தங்களது 'சுயவிமர்சனத்தை' எழுத்து வடிவில் கொடுக்குமாறு உத்தரவு பிறப்பிக்கப்பட்டது. அவர்களில் பெரும்பாலோர் தலைமையின் இந்த உத்தரவுகளுக்கு அடிபணிந்தனர். கட்சியின் தலைமை பின்பற்றிய இத்தகைய கொள்கைகளின் விளைவாக கட்சியின் உறுப்பினர் எண்ணிக்கை 80,000 லிருந்து 20,000 ஆக சரிந்தது. கட்சிக்குள் நிலவிய ஒட்டுமொத்த சூழ்நிலையும் சீர்குலைக்கப்பட்டு, ஆற்றாமை உணர்வு குடிபுகுந்தது. இத்தகைய ஒரு சூழ்நிலையில் நிம்மதியளிக்கும் ஒரே அம்சமாக இருந்தது கட்சியின் தலைமையில் நடைபெற்று வந்த விவசாயப் போராட்டங்களே ஆகும்.

இத்தகையதொரு பின்னணியில்தான் 'நீடித்த அமைதிக்காக; மக்கள் ஜனநாயகத்திற்காக' என்ற தலைப்பில் கம்யூனிஸ்ட் அகிலத்தின் செய்திப் பிரிவின் அதிகாரபூர்வ இதழான இம்ப்ரகாரில்

வோர்லி ஆதிவாசிகளின் வீரமுழக்கம்

ஒரு தலையங்கம் வெளியானது. இந்திய கம்யூனிஸ்ட் கட்சியின் உயர்மட்டத் தலைமை பின்பற்றி வந்த அரசியல் நிலைபாட்டை இந்தத் தலையங்கம் மிகவும் கூர்மையாக விமர்சித்திருந்தது. இதனைத் தொடர்ந்து கட்சிக்குள் மிகப்பெரும் விவாதத்தை இந்தத் தலையங்கம் தூண்டிவிட்டது. இது வெளியானதைத் தொடர்ந்து அன்றைய அரசியல் தலைமைக்குழு பின்பற்றி வந்த இடதுசாரி அதிதீவிர வாதத்திற்கு எதிராக தாங்கள் தொடங்கிய உட்கட்சிப் போராட்டத்தை மேலும் தீவிரப்படுத்துவதற்கான ஒரு வாய்ப்பாக ஆந்திர மாநிலக் குழு இதைப் பயன்படுத்திக் கொண்டது.

மத்தியக் குழுவிற்கு மேலான ஓர் அமைப்பு என்ற வகையில் அரசியல் தலைமைக்குழுவின் செயல்பாடு தீவிரமான விமர்சனத்திற்கு உள்ளானது. குறுங்குழுவாத அரசியல்ரீதியான நிலைபாட்டினை தொடங்கி வைத்து அதை வளர்த்தெடுப்பது; தவறான ஸ்தாபன குறிக்கோள்களை பின்பற்றுவது; எந்தவொரு மூலையிலிருந்தும் வரும் விமர்சனங்களை கட்டுப்படுத்துவது; சுயவிமர்சனம் என்ற போக்கு இல்லாத நிலை; கூட்டுச் செயல்பாட்டையும் மத்தியக் குழு கூட்டங்களையும் உறுதிப்படுத்தத் தவறியது ஆகியவற்றில் பொதுச்செயலாளரின் பங்கு ஆகியவை கட்சியின் அழிவு நிலைக்குக் கொண்டு சென்ற அதிதீவிரவாத நிலைபாட்டிற்கான முக்கிய காரணங்களில் ஒரு சிலவாகும்.

கம்யூனிஸ்ட் அகில செய்திப் பிரிவின் தலையங்கம் வெளியான பின்னணியில் 1950ஆம் ஆண்டு நடுப்பகுதியில் மத்தியக் குழு

கல்பனா தத் (ஜோஷி) சிட்டகாங் வீராங்கனை

கூடியது. அரசியல்ரீதியான தீவிரமான விமர்சனங்கள், விமர்சனம்-சுயவிமர்சனம் ஆகியவற்றுக்குப் பிறகு, குறிப்பிட்ட சில அரசியல் மற்றும் ஸ்தாபன முடிவுகளை இந்த மத்தியக் குழுக் கூட்டம் எடுத்தது.

இதன்படி, இரண்டாவது கட்சி காங்கிரஸில் பொதுச்செயலாளராகத் தேர்ந்தெடுக்கப்பட்ட பி.டி. ரணதிவேவிற்குப் பதிலாக சி. ராஜேஸ்வர ராவ் நியமிக்கப்பட்டார். மூன்று உறுப்பினர்களைக் கொண்ட அரசியல் தலைமைக்குழுவும் பதினோரு உறுப்பினர்களைக் கொண்ட மத்தியக் குழுவும் தேர்ந்தெடுக்கப்பட்டது. ஆறு மாத காலத்திற்குள் அரசியல் மற்றும் ஸ்தாபன முடிவுகளை இறுதிப்படுத்துவதற்கென மாநிலக் குழுக்களின் பிரதிநிதிகளையும் உள்ளடக்கிய புதிய மத்தியக் குழுவின் பிளீனம் ஒன்றை நடத்துவது என முடிவு செய்யப்பட்டது.

அரசியல் துறையைப் பொறுத்தமட்டில் “இந்திய கம்யூனிஸ்ட் கட்சிக்குள் இடதுசாரி திரிபு” என்ற ஆந்திர மாநிலக் குழு சமர்ப்பித்திருந்த ஒரு குறிப்பை மத்தியக் குழு சில திருத்தங்களோடு ஏற்றுக் கொண்டது. முந்தைய அரசியல் தலைமைக் குழுவினால் முன்பு கட்சிக்குள் சுற்றுக்கு விடப்பட்ட (மக்கள் ஜனநாயகம், விவசாயப் பிரச்சனை, நடைமுறை தந்திர நிலைபாடு ஆகிய) மூன்று ஆவணங்களையும் மத்தியக் குழு திரும்பப் பெற்றதோடு, இதர ஆவணங்களையும் பரிசீலனைக்கு உட்படுத்துவது எனவும் முடிவு செய்தது. உட்கட்சி விவாதத்திற்காகவும், ஏற்றுக்

கொள்ளப்பட்டு, திட்டமிடப்பட்டிருந்த கட்சியின் பிளீனத்தில் நிறைவேற்றப்படுவதற்காகவும் முன்பு சுற்றுக்கு விடப்பட்ட அரசியல் தலைமைக்குழுவின் மூன்று ஆவணங்களின் மீதான விமர்சனம், அரசியல் தீர்மானம், மாவோ குறித்த தீர்மானம், அரசியல் தலைமைக்குழுவின் இடதுசாரி குறுங்குழுவாத நடவடிக்கைகள் குறித்த ஸ்தாபன அறிக்கை ஆகிய நான்கு ஆவணங்களையும் அது ஏற்றுக் கொண்டது.

இதில் விளைந்த முக்கியமான மாற்றம் என்பது இந்தியப் புரட்சியின் பாதையை நிர்ணயிப்பது குறித்ததாகும். புரட்சிக்கான இந்தியப் பாதை என்பது அதிகாரத்தைக் கைப்பற்றுவதற்காக அரசியல் ரீதியான வேலைநிறுத்தம் மற்றும் பெரு நகரங்களில் ஆயுதம் தாங்கிய தொழிலாளர்களின் எழுச்சியாகவே இருக்கும் என இரண்டாவது கட்சி காங்கிரஸில் தேர்ந்தெடுக்கப்பட்ட அரசியல் தலைமைக்குழு கூறி வந்தது. ஆளும் வர்க்கங்களின் பிடியிலிருந்து விடுவிக்கப்பட்ட பகுதிகளை நிலைநிறுத்த வழிவகுத்து, இறுதியில் பெருநகரங்களையும் விடுவிக்கக் கூடிய தன்மை வாய்ந்த ஒரு சார்பு யுத்தத்தை மேற்கொள்வதே பொருத்தமான பாதையாகும் என்று ஆந்திர மாநிலக் குழு முன்வைத்த பாதையை புதிதாக தேர்ந்தெடுக்கப்பட்ட அரசியல் தலைமைக்குழு ஏற்றுக் கொண்டது. இந்தியப் புரட்சியின் ஜனநாயக மற்றும் சோஷலிச கட்டங்களை ஒன்றாக இணைக்கும் ஒருகட்ட புரட்சி என்ற கருத்தாக்கத்தை அது நிராகரித்தது. அவ்வகையில் புரட்சிகர போராட்டம் நடைபெறும் காலத்தில் வர்க்கக் கூட்டணி குறித்த நீண்டகால உத்தியும் மாற்றி அமைக்கப்பட்டது. பணக்கார விவசாயிகள் உள்ளிட்டு முதலாளி வர்க்கம் முழுவதுமே மக்கள் ஜனநாயகப் புரட்சியின் எதிரிகள் என்பதாக சித்தரிக்க முடியாது என்பதையும், அவர்களில் குறிப்பிட்ட சில பிரிவினரை வெற்றி கொள்வதற்கான முயற்சிகள் மேற்கொள்ளப்பட வேண்டும் என்பதையும் அது ஏற்றுக்கொண்டது.

இவ்வாறு ஏற்றுக் கொள்ளப்பட்ட புதிய அரசியல் நிலைபாடும் கூட இந்திய நிலைமை குறித்த அதன் மதிப்பீடு மற்றும் அதனைத் தொடர்ந்து பின்பற்றப்பட வேண்டிய அவசியமிருந்த புரட்சிகர நீண்டகால உத்தி ஆகியவற்றில் தவறிழைத்திருந்தது. இந்திய விடுதலை, ஏகாதிபத்தியத்தின் பங்கு மற்றும் இந்திய ஆளும் வர்க்கங்களின் மீதான அதன் செல்வாக்கு ஆகியவை குறித்த அதன் விவரிப்பு இந்த தவறான மதிப்பீட்டை பிரதிபலிப்பதாக இருந்தன.

இதன் விளைவாக பின்பற்றப் படவேண்டிய நீண்டகால உத்தி மற்றும் புரட்சியின்பாதை ஆகியவற்றிலும் குறிப்பிடத்தக்க சில தவறுகள் நீடித்தன. தெலுங்கானாவிலும் நாட்டின் இதர பகுதிகளிலும் இதைத்தொடர்ந்து ஏற்பட்ட நிகழ்வுப் போக்குகள் இந்தக் குறைபாடுகளை முன்னுக்குக் கொண்டுவந்தன. இதன் விளைவாக கட்சிக்குள் தீவிரமான விவாதங்கள் மீண்டும் தொடங்கின.

இரண்டாவது கட்சி காங்கிரஸிற்கு முன்பு மேலாதிக்கமான போக்காக இருந்த வலதுசாரி சீர்திருத்தவாதம் இந்த வாய்ப்பைப் பயன்படுத்திக் கொண்டு மீண்டும் தலைதூக்கியது. இந்தப் புதிய எதிரணியின் மையமாக பம்பாயில் இருந்த கட்சியின் தலைமைச் செயலகம் மாறியது. எஸ்.ஏ. டாங்கே, அஜய் குமார் கோஷ், எஸ். வி. காட்டே ஆகியோர் இந்த எதிரணிக்குத் தலைமை தாங்கினர். தங்களுக்குக் கிடைத்திருந்த சட்டபூர்வமான சுதந்திரத்தை அவர்கள் பயன்படுத்திக் கொண்டு கட்சி அணிகளிடையே குழப்பத்தை பரப்பினர். கட்சியின் மத்தியத் தலைமை, தெலுங்கானா ஆயுதமேந்திய போராட்டத்தின் தலைவர்கள் மற்றும் இதர விவசாய இயக்கங்களின் தலைவர்கள் ஆகியோர் இவ்வகையில் வலுக்குறைந்தவர்களாக இருந்தனர். ஏனெனில் இவர்கள் அனைவருமே தலைமறைவாக இருந்து செயல்பட்டு வந்தவர்கள் ஆவர். இதன் விளைவாக உட்கட்சி நிலைமை மீண்டும் மோசமானது. கட்சியும்கூட பல்வேறு வகையான போக்குகள் மற்றும் குழுக்களாக பிளவுண்டு போனது.

இத்தகைய அனுபவங்கள் அனைத்தின் மூலம் இடதுசாரி அதிதீவிரவாதம் என்ற வாளுடன் வலதுசாரி சீர்திருத்தவாதத்தை எதிர்த்துப் போராடுவது அல்லது இடதுசாரி அதிதீவிரவாதத்தை வலதுசாரி சீர்திருத்த வாதத்தைக் கொண்டு போராடுவது என்பது கட்சிக்குள் நிலவும் இத்தகைய தவறான போக்குகளை முற்றிலுமாக அழித்தொழிக்க உதவுவதில்லை என்பதை கட்சி மிகவும் கடினமான வழியின் மூலம் கண்டறிந்தது.

கட்சிக்குள் நிலவிய இத்தகைய ஊறுவிளைவிக்கும் அரசியல், தத்துவார்த்த குழப்பங்களை கணக்கில் எடுத்துக் கொண்டு, இவற்றை அகற்றுவதற்கு சோவியத் கம்யூனிஸ்ட் கட்சி மற்றும் தோழர் ஸ்டாலின் ஆகியோரின் தோழமைமிகு உதவியை கோருவது என தீர்மானிக்கப்பட்டது. இந்த யோசனைக்கு சோவியத் யூனியன் கம்யூனிஸ்ட் கட்சியின் தலைமையும்

உடனடியாக ஒப்புக் கொண்டது. சி.ராஜேஸ்வர ராவ், எம். பசவபுன்னையா, அஜய் குமார் கோஷ், எஸ்.ஏ. டாங்கே ஆகியோரை உள்ளடக்கிய தூதுக்குழு ஒன்று சோவியத் யூனியன் கம்யூனிஸ்ட் கட்சி மற்றும் தோழர் ஸ்டாலின் ஆகியோருடன் இந்திய கம்யூனிஸ்ட் கட்சிக்குள் விவாதிக்கப்பட்ட சச்சரவிற்கு இடமான அனைத்து விஷயங்கள் மீது விளக்கங்கள் கோரவும் அனுப்பி வைக்கப்பட்டது. இந்த விவாதங்களுக்கென தோழர் ஸ்டாலின் தலைமையில் மாலடோவ், மாலெங்கோவ், சுஸ்லோவ் ஆகியோர் அடங்கிய ஆணையம் ஒன்றையும் சோவியத் யூனியன் கம்யூனிஸ்ட் கட்சி உருவாக்கியது.

சுருக்கமாகச் சொல்லவேண்டுமெனில், கட்சித் திட்டம், கொள்கை தொடர்பான நீண்டகால உத்தி குறித்த கேள்விகள், ஸ்தூலமான நிலைமையில் அவற்றை ஸ்தூலமான வகையில் அமலாக்குவது மற்றும் இதுபோன்ற விஷயங்களே விவாதத்திற்காக எடுத்துக் கொள்ளப்பட்ட முக்கியமான பிரச்சனைகள் ஆகும். நாட்டிலுள்ள ஸ்தூலமான நிலைமைகளை ஆய்வு செய்து, அதற்கு உகந்த வகையில் மார்க்சிய-லெனினியத்தை பயன்படுத்த வேண்டிய கடமை இந்திய கம்யூனிஸ்டுகளுக்கே உரியது என்றும், இந்த வகையில் தங்கள் பணி என்பது குறிப்பிடத்தக்க வகையில் இந்தப் பிரச்சனைகளில் தெளிவு காண இந்திய கம்யூனிஸ்டுகளுக்கு உதவுவது மட்டுமே என்றும் ஸ்டாலினும் சோவியத் கம்யூனிஸ்ட் கட்சியும் மிகத் தெளிவாகவே கூறியிருந்தனர்.

1951ஆம் ஆண்டு மே மாதம் கட்சியின் மத்தியக் குழு கூடியது. சோவியத் யூனியன் கம்யூனிஸ்ட் கட்சி தலைவர்களுடன் மேற்கொண்ட விவாதம் பற்றி இக்கூட்டத்தில் விளக்கிக் கூறப்பட்டது. இந்த விவாதங்களை அடிப்படையாகக் கொண்டு மத்தியக் குழு ஒரு சில குறிப்பிட்ட முடிவுகளுக்கு வந்தது. இவை 1951ஆம் ஆண்டு ஏப்ரலில் முதலில் வெளியிடப்பட்ட இந்திய கம்யூனிஸ்ட் கட்சியின் திட்ட நகலில் சேர்த்துக் கொள்ளப்பட்டன. இவை அனைத்தும் 1951ஆம் ஆண்டு அக்டோபரில் நடைபெற்ற அகில இந்திய மாநாட்டிலும், 1953ஆம் ஆண்டு மதுரையில் நடைபெற்ற கட்சியின் மூன்றாவது காங்கிரஸிலும் திருத்தியமைக்கப்பட்டு ஏற்றுக் கொள்ளப்பட்டன.

இந்தியப் புரட்சியின் பாதையை விளக்கும் வகையிலான ‘கொள்கை அறிக்கை’யும், இதற்காகப் பின்பற்றப்பட வேண்டிய கொள்கைகள் மற்றும் நடைமுறை தந்திரங்கள் குறித்த குறிக்கோள்கள் ஆகியவை 1951ஆம் ஆண்டு நடைபெற்ற அகில

சி. ராஜேஸ்வர ராவ்

அஜய் குமார் கோஷ்

இந்திய மாநாட்டில் ஏற்றுக் கொள்ளப்பட்டன. புரட்சிக்கான இந்தியாவின் பாதை என்பது ரஷ்யப் பாதையாகவோ அல்லது சீன பாதையாகவோ இருக்க முடியாது. மாறாக, இந்திய நிலைமைகளுக்கு உகந்த வகையில் பொருத்தி அமைக்கப்பட்ட ஒரு லெனினிய பாதையாகவே அது இருக்கும் என்றும், இந்த ஆவணங்கள் மிகத் தெளிவாகக் கூறியிருந்தன.

புதிதாக வடிவமைக்கப்பட்ட கட்சியின் நிலைபாட்டை செயல்படுத்த கட்சியின் மறு இணைப்பிற்கு உகந்ததாக இருக்காது என்ற அடிப்படையில் 1950ஆம் ஆண்டு மே மாதம் தேர்ந்தெடுக்கப்பட்டிருந்த அரசியல் தலைமைக் குழுவும் பொதுச் செயலாளர் சி. ராஜேஸ்வர ராவும் பதவிகளிலிருந்து விலகிக் கொண்டனர். அரசியல் தலைமைக் குழு மீண்டும் திருத்தி அமைக்கப்பட்டது. அஜய் குமார் கோஷ் கட்சியின் பொதுச்செயலாளராகத் தேர்ந்தெடுக்கப்பட்டார்.

ஜூலை 05, 2020

37

மூன்றாவது கட்சிக் காங்கிரஸ்

பாதையை திருத்தி அமைப்பதற்கான ஒரு முயற்சி

உரிய வயது வந்தவர்கள் அனைவருக்கும் வாக்களிக்கும் உரிமையை வழங்கிய இந்தியாவின் முதல் பொதுத்தேர்தல் 1952ஆம் ஆண்டு நடைபெற்றது. அகில இந்திய மாநாடு முடிவடைந்த பிறகு, தீவிர கட்டுப்பாடுகளால் தடுக்கப்பட்டிருந்தபோதிலும், இந்தத் தேர்தலை எதிர்கொள்வதற்கான தயாரிப்புகளில் கட்சி உடனடியாக இறங்கியது. கம்யூனிஸ்ட் கட்சி வலுவாக இருந்த பகுதிகளில் ராணுவமும் காவல்துறை படைகளும் கட்டவிழ்த்து விட்ட விரிவான அச்சுறுத்தும் நடவடிக்கைகள் தொடர்ந்து கொண்டிருந்த நிலையில், கட்சியின் மத்தியக் குழு உறுப்பினர்களில் பெரும்பாலோர் இந்தத் தேர்தலில் கட்சிக்கான பிரச்சாரத்தை மேற்கொள்ள இயலவில்லை. ஆயிரக்கணக்கான கட்சித் தலைவர்கள் சிறைகளில் அடைபட்டிருந்தனர். காங்கிரஸ் அரசு அவர்களை விடுவிக்க மறுத்து விட்டது. எதிர்க்கட்சியினர் சுமார் 50,000 பேரை சிறையில் அடைத்திருப்பதாக அரசாங்கமே ஒப்புக் கொண்டது. அதன் ஆட்சிக் காலத்தின் முதல் மூன்று ஆண்டுகளில் கிட்டத்தட்ட 13,000 பேர் சுட்டுக் கொல்லப்பட்டனர்; அல்லது காயப்படுத்தப்பட்டனர். இவ்வாறு சிறையில் அடைக்கப்பட்டவர்களில் அல்லது கொல்லப்பட்டவர்களில் பெரும்பாலோர் கம்யூனிஸ்ட் கட்சியை சேர்ந்தவர்கள். இத்தகையதொரு பின்னணியில்தான் 1952ஆம் ஆண்டு நடைபெற்ற பொதுத்தேர்தலில் கட்சி போட்டியிட்டது.

கம்யூனிஸ்ட் கட்சி இத்தேர்தலுக்காக வெளியிட்ட தேர்தல் அறிக்கை காங்கிரஸ் கட்சியை முழுமையாகத் தோற்கடிக்குமாறும், ஒரு மக்கள் அரசை நிறுவுவதற்காக மக்களது வேட்பாளர்களை தேர்ந்தெடுக்குமாறும் அறைகூவல் விடுத்தது. காங்கிரஸ் அரசு நிலப்பிரபுக்களின், ஏகபோக முதலாளிகளின் அரசு என்றும், அது நாட்டிற்கு துரோகம் செய்து விட்டது என்றும் அது குறிப்பிட்டது. ஆதிக்கவாதிகளின் நலன்களை விரும்புகின்ற, இந்து மகாசபா போன்ற கட்சிகளின் பிற்போக்கு கோஷங்களை நம்பி மக்கள் ஏமாறக் கூடாது எனவும் அது மக்களுக்கு எச்சரிக்கை விடுத்தது. அவர்களுக்கு எதிராக வாக்களிக்க வேண்டும் என்றும் அது மக்களைக் கேட்டுக் கொண்டது.

மக்களின் அரசாக இருக்கும் மக்கள் ஜனநாயக அரசு பிரிட்டிஷ் பேரரசில் இருந்து தன்னை முழுமையாக விடுவித்துக் கொள்வதை உறுதி செய்யும் என்றும், நாட்டிலுள்ள பிரிட்டிஷ் மூலதனம் அனைத்தையும் பறிமுதல் செய்து தேச உடைமையாக்கும் என்றும், ஏகாதிபத்தியவாதிகள், நிலப்பிரபுத்துவ சக்திகள் ஆகியோரின் எதிர்ப்பை நசுக்கிவிடும் என்றும் கட்சியின் தேர்தல் அறிக்கை குறிப்பிட்டது. இந்த மக்கள் ஜனநாயக அரசு நிலப்பிரபுக்கள், சிற்றரசர்கள் ஆகியோரின் நிலங்கள் அனைத்தையும், கருவிகளையும் கைப்பற்றி, அவற்றை நிலத்தில் உழுபவருக்கே கைமாற்றி விடுவதோடு விவசாயிகளின் அனைத்துக் கடன்களும் ரத்து செய்யப்படும் என்றும் அது குறிப்பிட்டது. விவசாயத் தொழிலாளர்களுக்கு போதுமான ஊதியம் மட்டுமின்றி அவர்களுக்கு நிலமும் வழங்கப்படும்; தேசிய மயமாக்கப்பட்ட மூலதனத்தின் உதவியுடன் தொழில்கள் வளர்த்தெடுக்கப்படும்; தொழிலாளர்களுக்கு வாழ்க்கைக்கான ஊதியம் வழங்கப்படும்; அணிதிரளவும், கூட்டு பேரத்தை மேற்கொள்ளவும், வேலைநிறுத்தம் செய்யவுமான அவர்களது உரிமைகள் அங்கீகரிக்கப்படும் என்றும் இந்த தேர்தல் அறிக்கை உறுதி கூறியது.

மேலும் இந்த மக்கள் ஜனநாயக அரசு சாதிய ஒடுக்குமுறைக்கு முடிவு கட்டி, தீண்டாமையை கடைப்பிடிப்பதை, சாதிய அடிப்படையிலான பாரபட்சங்களின் அடிப்படையிலான அனைத்து செயல்முறைகளையும் தண்டனைக்குரிய குற்றமாக ஆக்கும். அதே நேரத்தில் இதர சிறுபான்மை பிரிவினரின் உரிமைகள், நலன்கள் ஆகியவற்றைப் பாதுகாக்கும். பெண்கள் எதிர்கொண்டு வரும் சமூகரீதியான, பொருளாதார ரீதியான பாரபட்சங்கள் அனைத்திற்கும் முடிவுகட்டி, அவர்களின் உரிமைகள், சமத்துவம் ஆகியவற்றுக்கு முழுமையாக உத்திரவாதம் அளிக்கும். பெண்களுக்கு ஒரே வேலைக்கு ஒரேவிதமான ஊதியம் வழங்கப்படும். மக்கள் ஜனநாயக அரசால் தலைமை தாங்கப்படும் அரசமைப்பில் அதன் அனைத்து உறுப்புகளுக்கான பிரதிநிதிகள் - கீழ்மட்டத்திலிருந்து உயர்மட்டப் பதவிகள் வரை - அனைவருமே மக்களால் தேர்ந்தெடுக்கப்படுவர் என்பதோடு அவர்களை திரும்ப அழைப்பதற்கான உரிமையும் வாக்காளர்களுக்கு வழங்கப்படும்.

இந்தப் பொதுத்தேர்தலுக்குப் பிறகு கம்யூனிஸ்ட் கட்சி மிகப்பெரும் சக்தியாக உருப்பெற்றது. 16 இடங்களில் வெற்றிபெற்று மக்களவையில் மிகப்பெரும் எதிர்க்கட்சியாகவும் அது உருப்பெற்றது. ஆந்திராவில் அது முதலிடத்தையும், கேரளாவில்

வலிமை மிக்கதொரு சக்தியாகவும், திரிபுராவில் பெரும்பான்மையான மக்களின் ஆதரவைப் பெற்ற கட்சியாகவும், வங்காளத்தில் முக்கிய எதிர்க்கட்சியாகவும், ஒரிசா, பஞ்சாப் மாநிலங்களில் மிகத் துரிதமாக வளர்ந்து வருகின்ற சக்தியாகவும் உருப்பெற்றது. கட்சிக்குக் கிடைத்த வளர்ச்சி மற்றும் மக்களால் அது ஏற்றுக் கொள்ளப்பட்டது ஆகியவை ஏகாதிபத்திய சக்திகளை அச்சத்தில் ஆழ்த்தின. ‘கம்யூனிசத்தில் இருந்து தன்னை காத்துக் கொள்வதற்காக தீவிரமானதொரு யுத்தத்தை இந்தியா நடத்தி வருகிறது’ என்றும், ‘கம்யூனிசத்தின் வளர்ச்சியை தடுத்து நிறுத்த உடனடியாக, சிறப்பான நடவடிக்கைகளை அது மேற்கொள்ள வேண்டும்’ என்றும் அமெரிக்க நிர்வாகம் கருத்து தெரிவித்திருந்தது.

இந்தத் தேர்தல்கள் குறித்துப் பரிசீலித்த கட்சி எங்கெங்கெல்லாம் பயங்கரவாதத்தையும் ஒடுக்குமுறையையும் எதிர்த்து துணிவோடு மக்கள் போராட்டங்களுக்கு கட்சி தலைமை தாங்கியதோ, அங்கெல்லாம், தேர்தலில் மிகச் சிறப்பாக, பாராட்டத்தக்க வகையில் கட்சி செயல்பட்டிருக்கிறது என்ற முடிவுக்கு வந்தது. தேர்தல் கால செயல்பாடுகளில் நிலவிய ஏற்றத்தாழ்வுகளையும் அது கணக்கில் எடுத்துக் கொண்டது. காங்கிரஸ் கட்சியின் வர்க்க ஆட்சியை முறியடிக்க கம்யூனிஸ்ட் கட்சியை சுற்றி விரிவானதொரு ஐக்கிய முன்னணியை வளர்த்தெடுக்க வேண்டியதன் அவசியத்தையும் இந்தத் தேர்தல் முடிவுகள் எடுத்துக் காட்டின. உழைக்கும் வர்க்கங்களை மையமாகக் கொண்ட வகையில் வர்க்க ஒற்றுமையை வளர்த்தெடுக்க வேண்டியதன் அவசியத்தையும் இந்த முடிவுகள் வலியுறுத்தின. குறிப்பிட்ட சில தவறுகளை செய்ததாகவும், அதைத் திருத்திக் கொள்வதற்கான முயற்சியில் ஈடுபட்டு வருவதாகவும் கட்சி வெளிப்படையாகவே ஒப்புக் கொண்டது. இத்தகைய தவறுகள் இருந்தபோதிலும் உழைக்கும் வர்க்கங்களின் நலன்களுக்கு கட்சி எப்போதும் துரோகம் செய்யவோ அல்லது சுரண்டல்காரர்களின் கருணைக்காக இந்த வர்க்கங்களை கைவிட்டு விடவோ இல்லை. இதனாலேயே காங்கிரஸுக்கு முக்கிய எதிர்சக்தியாக செயல்பட மக்கள் கட்சிக்கு வாக்களித்திருந்தனர்.

இந்தத் தேர்தல்கள் நடந்து முடிந்தவுடனேயே மூன்றாவது கட்சி காங்கிரஸை நடத்துவதற்கான தயாரிப்புகள் தொடங்கின. தொடர்ந்து நடைபெற்ற மத்தியக் குழு கூட்டங்களில் இதர கட்சிகளுடன் நடந்து கொள்ள வேண்டிய முறைகள், நாடாளுமன்றத்திற்கு உள்ளேயும் வெளியேயும் கட்சி மேற்கொள்ள

வேண்டிய பணிகள் ஆகியவை குறித்தும் விவாதிக்கப்பட்டன. 1952ஆம் ஆண்டு டிசம்பர் 30 முதல் 1953 ஜனவரி 10 வரை மத்தியக் குழுவின் விரிவடைந்த பிளீனம் நடைபெற்றது. மத்தியக் குழுவின் உறுப்பினர்கள், கட்டுப்பாட்டு குழுவின் உறுப்பினர்கள் மற்றும் பல்வேறு மாநிலங்களை சேர்ந்த 61 பிரதிநிதிகள் ஆகியோர் இந்த பிளீனத்தில் பங்கேற்றனர். குறிப்பிட்ட சில அரசியல் மற்றும் ஸ்தாபன பிரச்சனைகள் குறித்து இந்தப் பிளீனம் விவாதித்தது. பிளீனத்தில் நடைபெற்ற விவாதங்களை அடிப்படையாகக் கொண்டு வரவிருக்கும் கட்சி காங்கிரஸிற்கான அரசியல் தீர்மானம் மற்றும் ஸ்தாபனம் குறித்த ஓர் ஆவணம் ஆகியவற்றை தயாரிக்கும் பொறுப்பு மத்தியக் குழுவிற்கு வழங்கப்பட்டது.

1953 டிசம்பர் 27 முதல் 1954 ஜனவரி 4 வரை கட்சியின் மூன்றாவது காங்கிரஸ் மதுரையில் நடைபெற்றது. அரசியல் தீர்மானம் மற்றும் ஸ்தாபனம் குறித்த தீர்மானம் ஆகியவற்றை ஏற்றுக் கொண்டது மட்டுமின்றி, கட்சித் திட்டம் மற்றும் கொள்கை அறிக்கை ஆகியவற்றுக்கும் இந்த மூன்றாவது காங்கிரஸ் ஒப்புதல் அளித்தது.

காங்கிரஸ் கட்சியின் வெகுஜன அடித்தளம் வலுக்குறைந்து வந்தபோதிலும், வலுவானதொரு அரசியல் அமைப்பாக அது தொடர்ந்து நீடிக்கிறது என கட்சிக் காங்கிரஸில் நிறைவேற்றப்பட்ட அரசியல் தீர்மானம் குறிப்பிட்டது. கம்யூனிஸ்ட் கட்சியும் இதர ஜனநாயக சக்திகளும் எங்கெல்லாம் வலுவற்றதாக உள்ளனவோ, அங்கெல்லாம் வகுப்புவாத சக்திகள் இதன் மூலம் ஆதாயம் பெற்றன. தங்களது நெருக்கடியின் சுமையை மக்கள் மீது சுமத்த முற்படும் ஆளும் வர்க்கங்களின் முயற்சிகள் மற்றும் அதைத் தொடர்ந்து ஜனநாயக உரிமைகள், மனித உரிமைகள் மீதான தாக்குதல்கள் அதிகரித்து வருவதையும் அது சுட்டிக் காட்டியது. இத்தகைய தாக்குதல்களை எதிர்த்துப் போராட பல்வேறு வர்க்க, வெகுஜன அமைப்புகளில் மக்களை அணிதிரட்டுவது என்றும் அது முடிவு செய்தது. இங்கு தொழிலாளி வர்க்கத்தை அணிதிரட்டுவதன் பங்கு வலியுறுத்திக் கூறப்பட்டது. சாதி அடிப்படையிலான பாரபட்சம், தீண்டாமை ஆகிய சமூகப் பிரச்சனைகளை கையிலெடுத்து, அவற்றுக்கு எதிராக போராட்டங்களை முன்னெடுக்க வேண்டும் என்றும் அது குறிப்பிட்டது. முதியோர் கல்விக்கான பிரச்சாரம், கலாச்சாரம் மற்றும் விளையாட்டு சார்ந்த நடவடிக்கைகள், மருத்துவ நிவாரணம் மற்றும் இதுபோன்ற சமூக சேவைகளின் மூலம்

மக்களை கவர்ந்திழுப்பதன் அவசியம் குறித்தும் அரசியல் தீர்மானம் சுட்டிக் காட்டியது.

சிறப்பாகவும் விரிவான வகையிலும் கட்சி இதழ்களை நடத்துவதன் மூலம் கட்சி அணிகளுக்கும் மக்களுக்கும் கல்வி புகட்டுவதன் அவசியத்தையும் அரசியல் தீர்மானம் சுட்டிக் காட்டியது. ஓர் அரசியல் பிரச்சாரமாக கட்சி சார்ந்த இலக்கியத்தின் விற்பனையை மேற்கொள்வதன் அவசியத்தையும் அது வலியுறுத்திக் கூறியது.

கட்சியின் வளர்ச்சிக்கு இணையான வகையில் ஸ்தாபனத்தின் வளர்ச்சியை உறுதிப்படுத்த வேண்டியதன் அவசியத்தை ஸ்தாபனம் குறித்த தீர்மானம் சுட்டிக் காட்டியது. முறையான ஸ்தாபனம் என்பது (1) முதலாளித்துவ, குட்டி முதலாளித்துவ, நிலப்பிரபுத்துவ தத்துவங்களை எதிர்த்துப் போராடுவது (2) கட்சியின் முக்கிய அடித்தளமாக அமையும் வர்க்கங்கள் (3) ஜனநாயக மத்தியத்துவத்தின் குறிக்கோள்கள் –இதில் விமர்சனம்-சுய விமர்சனம் என்பது, அதிலும் குறிப்பாக கீழ்மட்டத்திலிருந்து வரும் விமர்சனம், மிகவும் உயிரோட்டமான பங்கினை வகிக்கிறது – ஆகியவற்றோடு மிக நெருக்கமான தொடர்புடையது என்றும் இத்தீர்மானம் சுட்டிக் காட்டியிருந்தது.

கட்சி உறுப்பினர்களில் பெரும்பான்மையோர் நடுத்தர வர்க்கங்களிலிருந்து வருபவர்கள் என்பதோடு, அவர்கள் தத்துவார்த்த ரீதியான வளர்ச்சி பெறாதவர்களாகவும் இருக்கின்றனர். மேலும் தொழிலாளி வர்க்கம் மற்றும் உழைக்கும் விவசாயிகளிடையே திட்டமிட்ட வகையில் மார்க்சிய-லெனினியத்தை போதிப்பதற்கான பயிற்சியை பெறாதவர்களாகவும் உள்ளனர் என்றும் இத்தீர்மானம் சுட்டிக் காட்டியது. அவர்களின் தொடக்க நிலையிலான முதலாளித்துவ எதிர்ப்பு, நிலப்பிரபுத்துவ எதிர்ப்பு மற்றும் ஏகாதிபத்திய எதிர்ப்பு உணர்வுகள் சோஷலிச உணர்வுகளாக வளர்ச்சி பெறாத நிலையில்தான் உள்ளன. கோஷங்கள், நடைமுறை தந்திரங்கள் ஆகியவற்றை உருவாக்கி இறுதிப்படுத்துவதில் கட்சி முழுவதன், அனைத்துக் கிளைகளின் தீவிரமான பங்கேற்பினை உறுதிப்படுத்தத் தவறியுள்ளதையும் அது சுட்டிக் காட்டியது. “கட்சிக்குள் பரவலாக நிலவி வரும் ‘தலைவர்-தொண்டர்’ என்ற முறையும், விரிவான அரசியல் ரீதியான கேள்விகள் கட்சியின் உயர்மட்டக் குழுக்களில் மட்டுமே விவாதிக்கப்படும் நடைமுறை பரவலாக உள்ளதும், மேலிருந்து வழங்கப்படும் உத்தரவுகள் மற்றும் உடனடியான நடைமுறை

வேலைகளில் மட்டுமே கீழ்மட்டக் குழுக்கள் தங்களது கவனத்தைச் செலுத்துவதும், தீவிரமான செயல்வீரர்களின் வளர்ச்சியை தடுத்து நிறுத்தி அவர்களை இப்போதுள்ள நிலையிலேயே உறைந்துபோயிருக்கச் செய்துள்ளன.”

இத்தகையதொரு பின்னணியில், மேலிருந்து கீழ் வரையிலான கட்சிக் குழுக்கள் செயல்பட்டு வரும் முறையை ஒழுங்குபடுத்த வேண்டுமெனவும் இந்தத் தீர்மானம் வற்புறுத்தியது. கீழ்மட்டக் குழுக்கள் எதிர்கொண்டு வரும் பிரச்சனைகளை தீர்ப்பதற்கும் அவை மேலும் வளர்ச்சி அடைவதற்கும், கீழ்மட்ட குழுக்களின் முன்முயற்சியை வளர்த்தெடுப்பதே மேல்மட்டக் குழுக்களின் நோக்கமாக இருக்க வேண்டும். விமர்சனங்களை மேலெழும்பாமல் தடுத்து நிறுத்தும் அதிகாரத்துவப் போக்கிற்கு எதிராக, கீழிருந்து வரும் விமர்சனங்களை மேல்மட்டக் குழுக்கள் தீவிரமாக ஊக்குவிக்க வேண்டும்.

கூட்டுச் செயல்பாடு, கட்சிக் கிளைகள் குறிப்பிட்ட சூழ்நிலைக்கு ஏற்ப கட்சியின் பொதுவான நிலைபாட்டை பயன்படுத்துவது, தொடர்ச்சியான விவாதத்தின் மூலம் செயல்பாட்டின்போது அதை மேலும் உறுதிப்படுத்தி, மேன்மைப்படுத்துவது; விமர்சனம்-சுயவிமர்சனத்தை மேற்கொள்வது; போராட்டங்கள் குறித்து தொடர்ந்து பரிசீலனை செய்வது; கட்சியின் வடிவங்களை முறையாகப் பின்பற்றுவது; கடுமையான ஒழுங்கு ஆகியவற்றின் மூலமே கட்சிக்குள் அரசியல் ரீதியான ஒற்றுமையை அடைய முடியும் என்றும் அத்தீர்மானம் குறிப்பிட்டது.

கட்சியின் உறுப்பினர் தகுதியை புதுப்பித்தலுக்கு அத்தியாவசியமான ஆறு கடமைகளும் பரிந்துரைக்கப்பட்டன: (1) கட்சிக்கு செலுத்த வேண்டிய தொகைகள், லெவிகள் ஆகியவற்றை முறையாக செலுத்துவது; (2) கட்சிக் கிளைக் கூட்டங்களில் தொடர்ந்து பங்கேற்பது; (3) கட்சியின் ஒழுங்குமுறையை ஏற்றுக் கொண்டு தமக்குக் கொடுக்கப்பட்ட வேலைகளை நிறைவேற்றுவது; (4) கட்சியின் ரகசியங்களை பாதுகாப்பது மற்றும் அர்த்தமற்ற உரையாடல்களில் ஈடுபடாமல் இருப்பது; (5) வெகுஜன அமைப்பு ஒன்றில் பணியாற்றுவது; (6) செய்த வேலைகள் குறித்த அறிக்கைகளை கட்சிக்கிளையில் சமர்ப்பிப்பது. அனைத்துத் துறைகளிலும் திட்டமிட்ட செயல்பாடு, தொண்டர்களை வளர்த்தெடுக்கவும் சுய கல்விக்காகவும் கட்சிக் கல்வியை தொடர்ந்து வழங்குவது ஆகியவற்றையும் இத்தீர்மானம் வலியுறுத்தியது.

1952 நாடாளுமன்றத் தேர்தல் பிரச்சாரம்

இந்த காங்கிரஸ் நடைபெற்ற நேரத்தில் கட்சியில் 50,000 உறுப்பினர்களும் 25,000 பரீட்சார்த்த உறுப்பினர்களும் இருந்ததை கட்சி காங்கிரஸில் மேற்கொள்ளப்பட்ட ஒரு பரிசீலனை சுட்டிக் காட்டியது. முறையான கட்சி மையம் என்ற ஒன்று இல்லாத நிலையில் காங்கிரஸிற்குள் முழுமையான விவாதங்களை மேற்கொள்ள இயலவில்லை என்பதையும் அது ஒப்புக் கொண்டது. இத்தகைய நிலைமையானது கட்சிக் காங்கிரஸிற்கான தயாரிப்பு வேலைகளை பாதித்ததோடு, கட்சிக்கு உள்ளே நிலவி வந்த கருத்து வேறுபாடுகளை தீர்ப்பதிலும், அரசியல் ரீதியான பல்வேறு பிரச்சனைகள் குறித்து சரியான மதிப்பீட்டினை மேற்கொண்டு, சரியானதொரு அரசியல் நடைமுறை உத்திக்கான நிலைபாட்டை உருவாக்குவதிலும், நிலவிய தாராளவாதப் போக்குகளில் பிரதிபலித்தது.

39 உறுப்பினர்களைக் கொண்ட மத்தியக் குழுவையும் 9 உறுப்பினர்களைக் கொண்ட அரசியல் தலைமைக்குழுவையும் இந்தக் காங்கிரஸ் தேர்ந்தெடுத்தது.

ஜூலை 12, 2020

38

நான்காவது கட்சிக் காங்கிரஸ்: உட்கட்சிப் போராட்டம் தொடங்கியது

கம்யூனிஸ்ட் கட்சி தொடர்ந்து எழுப்பி வந்த முக்கியமான கோரிக்கைகளில் ஒன்றாக மொழிவாரி மாநிலங்களை உருவாக்க வேண்டும் என்ற கோரிக்கை இருந்து வந்தது. கம்யூனிஸ்ட் கட்சியின் தலைமையில் நடைபெற்று வந்த பல்வேறு விவசாயப் போராட்டங்களின் முக்கிய கோரிக்கைகளில் ஒன்றாகவும் அது இருந்தது. விடுதலைக்குப் பின்பு காங்கிரஸ் அரசு இந்தக் கோரிக்கையை ஏற்க மறுத்தது. அது நாடு பிளவுபடுவதற்கு இட்டுச் செல்லும் என்பதே காங்கிரஸ் அதற்குக் கூறிய காரணம் ஆகும். அரசின் இந்த வாதத்தை மறுத்து வந்த கம்யூனிஸ்டுகள் இந்தக் கோரிக்கையை முன்வைத்து மக்களிடையே விரிவாக பிரச்சாரம் செய்ததோடு, இதற்கென பல்வேறு போராட்டங்களையும் நடத்தி வந்தனர்.

நாட்டின் பொருளாதார, அரசியல் வாழ்க்கையை ஜனநாயக ரீதியாக மறுகட்டமைப்பு செய்வதில் மக்களின் முழுமையான பங்கேற்பை உறுதி செய்வதற்கான ஒரு முன் நிபந்தனையாக மொழிவாரி மாநிலங்களை உருவாக்குவது அவசியம் என்று கம்யூனிஸ்ட் கட்சி கருதியது. அனைத்து மக்களுக்குமான ஜனநாயகம் மற்றும் சமத்துவம் ஆகியவற்றின் அடிப்படையில் இந்தியாவின் ஒற்றுமையை கட்டுவதற்கான உறுதியான, பாதுகாப்பான அடித்தளத்தை உருவாக்கவும் இது அவசியம். மக்களின் எழுச்சியின் விளைவாக 1953ஆம் ஆண்டில் ஆந்திர மாநிலம் தோற்றுவிக்கப்பட்டதை கட்சி வரவேற்றது.

1954ஆம் ஆண்டு ஏப்ரலில் நடைபெற்ற கட்சியின் மத்தியக் குழு கூட்டத்தில் மாநிலங்களை மறுசீரமைப்பது குறித்த கம்யூனிஸ்ட் கட்சியின் நிலைபாட்டை விளக்கி ஒரு தீர்மானம் நிறைவேற்றப்பட்டது. மாநில மறுசீரமைப்பு ஆணையம் ஒன்று உருவாக்கப்பட்டுள்ளதையும் அது வரவேற்றது. இந்த ஆணையத்தின் ஆய்விற்கான விதிமுறைகள் மொழி, கலாச்சாரம் ஆகிய கருத்தாக்கங்களை புறந்தள்ளிவிட்டு, நிதி சார்ந்த செயல்திறன் மற்றும் நிர்வாக வசதி ஆகியவற்றுக்கு அழுத்தம் தரும் வகையில் உருவாக்கப்பட்டுள்ளதையும் அது விமர்சித்தது. மொழிவாரி மாநிலங்களை உருவாக்குவதை தாமதப்படுத்த வேண்டாம் என்று

அது அரசை வற்புறுத்தியதோடு, அத்தகைய தாமதமானது மக்களில் பல்வேறு பிரிவினரிடையே நிலவி வரும் இணக்கமான உறவுகளுக்கு ஊறு விளைவிக்கும் என்றும் அது கருத்து தெரிவித்தது. மொழிகளின் அடிப்படையில் 20 மாநிலங்களை உருவாக்குவதற்கான உறுதியான ஆலோசனைகளையும் அது முன்வைத்தது. 1954ஆம் ஆண்டு செப்டெம்பருக்குள் ஆணையம் தனது இடைக்கால அறிக்கையை சமர்ப்பிக்க வேண்டும் என்றும் அது கோரியது.

ராஜபிரமுகர்கள் (ஆளுநர்) என்ற பதவியையும் முன்னாள் சிற்றரசர்களுக்கு வழங்கப்படும் மானியங்களையும் சிறப்புச் சலுகைகளையும் முற்றிலுமாக ஒழிக்க வேண்டும் என்றும் கட்சி கோரியது. முன்னாள் அரசர்களின் தனிப்பட்ட சொத்துக்கள் அனைத்தையும் அரசு கைப்பற்றி, அவற்றை நாட்டின் மறுகட்டமைப்பிற்கும் பொது நலனுக்கும் பயன்படுத்திக் கொள்ள வேண்டும் என்றும் கட்சி கோரியது. மொழியின் அடிப்படையில் அமைக்கப்பட்ட மாநிலங்களில் அவரவர் தாய்மொழியிலேயே கல்வி பயிற்றுவிக்கப்பட வேண்டும் என்றும் கட்சி கோரியது.

பழங்குடி மக்கள் வசிக்கும் பகுதிகளை அவர்களது கலாச்சாரம் மற்றும் மொழிகளுக்கு நெருக்கமான மாநிலங்களுடன் இணைக்க வேண்டும் என்ற கோரிக்கையையும் கட்சி முன்வைத்தது. பழங்குடி மக்களின் இந்தப் பகுதிகளுக்கு சுயாட்சி வழங்கப்பட வேண்டும் என்றும் அது கோரியது. மாநில வரையறுப்பின்போது எல்லைகள் குறித்த சின்னஞ்சிறு விஷயங்களில் தங்கள் ஆற்றலை வீணாக்காமல் கிராமத்தையே தீர்மானிப்பதற்குரிய அலகாக எடுத்துக் கொண்டு மாநிலங்கள் உருவாக்கப்பட வேண்டும் என்பதற்காக போராட வேண்டும் என்றும் கட்சி மக்களுக்கு அறைகூவல் விடுத்தது. இந்தக் கோரிக்கைகள் குறித்த விரிவான விண்ணப்பம் ஒன்றையும் கட்சி ஆணையத்திடம் வழங்கியது.

கேரளா, கர்நாடகா, மகாராஷ்ட்ரா, குஜராத் மற்றும் தமிழ்நாடு ஆகிய மாநிலங்கள் உருவாக்கப்பட்டதை கட்சி வரவேற்றது. எனினும் பம்பாய் நகரை மகாராஷ்ட்ர மாநிலத்திலிருந்து பிரித்து அதை மத்திய அரசின் நேரடி நிர்வாகத்தின் கீழ் கொண்டுவர முடிவு செய்ததை கட்சி விமர்சித்தது. அதே போன்று பீகாரையும் வங்காளத்தையும் இணைப்பது என்ற ஆணையத்தின் மற்றொரு பரிந்துரையையும் கட்சி விமர்சித்தது. இந்தக் கோரிக்கைகளின் அடிப்படையில் கட்சி பல்வேறு போராட்டங்களையும் நடத்தியது. கட்சியின் தொண்டர்கள் பலரும் கைது செய்யப்பட்டனர். காவல்

துறையின் தாக்குதல்களுக்குக் இலக்காயினர். இந்த கண்டன போராட்டங்களில் ஆறு மத்தியக் குழு உறுப்பினர்களும் கைது செய்யப்பட்டனர். ஒரு சில இடங்களில் காவல்துறை துப்பாக்கி சூடு நடத்தி மக்கள் பலரையும் கொன்றது.

இக்காலப் பகுதியில் நேரு அரசு கடைப்பிடித்து வந்த இந்திய அரசின் வெளியுறவுக் கொள்கை, ஐந்தாண்டு திட்டங்கள், 'சோஷலிச வகைப்பட்ட சமூகத்தை நிறுவுவது' என்ற காங்கிரஸ் கட்சியின் மோசடித் தனமான கோஷம் ஆகிய கொள்கைகளை ஆய்வு செய்யும் விஷயத்தில் கட்சிக்குள் மிகத் தீவிரமான விவாதம் தொடங்கியது. இந்த நிகழ்வுகளால் கவர்ந்து இழுக்கப்பட்ட கட்சித் தலைமையில் ஒரு பிரிவினர் ஏகாதிபத்தியத்துடனும் நிலப்பிரபுத்துவத்துடனும் சமரசம் செய்து கொண்டு முற்றிலுமாக அவற்றோடு இணைந்து நிற்கின்ற பிரிவினர் ஏகபோக முதலாளித்துவ வர்க்கம் என்றும், ஏகாதிபத்தியத்தையும் நிலப்பிரபுத்துவத்தையும் எதிர்த்து நிற்கின்ற பிரிவு தேசிய முதலாளித்துவ வர்க்கம் என்றும் வகைப்படுத்தி, நேருவும் இடதுசாரி காங்கிரஸ்காரர்கள் என்று அழைக்கப்படுவோரும் இந்த இரண்டாவது பிரிவின் பிரதிநிதிகள் என்றும் வாதிடத் தொடங்கினர். இந்த வர்க்க சமரச நிலைபாடு மத்தியக் குழுவினால் நிராகரிக்கப்பட்ட போதிலும் இந்தப் போக்கு தொடர்ந்து கட்சிக்குள் நீடித்து வந்தது.

1955ஆம் ஆண்டு மார்ச் மாதம் ஆந்திராவில் நடைபெற்ற தேர்தலில் கட்சி தோல்வியுற்றதைத் தொடர்ந்து இந்தக் கருத்துவேறுபாடுகள் மேலும் தீவிரமாயின. அந்த மாநிலத்தில் பெரும்பான்மையான இடங்களை கட்சி வெல்லும் என்று எதிர்பார்க்கப்பட்டு வந்தது. மக்களிடமிருந்து கிடைத்த மகத்தான ஆதரவு மற்றும் ஊக்கம், நடைபெற்ற மாபெரும் பேரணிகள், கூட்டங்கள் ஆகியவை ஆளும் வர்க்கங்கள் கட்டவிழ்த்து விட்ட தீவிரமான எதிர்ப்புப் பிரச்சாரத்தையும் மீறி காங்கிரஸ் கட்சியின் அசிங்கமான முயற்சிகள், அச்சுறுத்தல்கள் ஆகியவற்றை தோற்கடித்து கட்சி வெற்றி பெறும் என்ற பொய்யான நம்பிக்கையை ஏற்படுத்தி இருந்தன.

கம்யூனிஸ்டுகளை தோற்கடிப்பதற்காக ஆளும் வர்க்கங்களால் மிகப் பெருமளவில் பணமும் இதர ஆதார வளங்களும் பயன்படுத்தப்பட்டன. இந்தத் தேர்தல் முடிவு கட்சியை அதிர்ச்சி அடையச் செய்தது. ஒரு சில வாக்குகளில் கட்சி வேட்பாளர்கள் பலரும் தோற்கடிக்கப்பட்டனர். பதிவான மொத்த வாக்குகளில் கட்சி 31 சதவீத வாக்குகளை பெற்றிருந்த போதிலும் மொத்த

இடங்களில் 7 சதவீத இடங்களை மட்டுமே கைப்பற்றி இருந்தது. கிட்டத்தட்ட 100 இடங்களில் கட்சி மொத்த வாக்குகளில் 47 சதவீத வாக்குகளை பெற்றிருந்தது. மறுபுறத்தில் காங்கிரஸ் கட்சியும் அதன் கூட்டாளிகளும் வெறும் 50 சதவீத வாக்குகளை மட்டுமே பெற்று 74 சதவீத தொகுதிகளை கைப்பற்றினர். கட்சிக்குள் மிகத் தீவிரமான கருத்து வேறுபாடுகள் நிலவிய நிலையில் இந்தத் தேர்தல் குறித்த முறையான பரிசீலனையை மேற்கொள்ள இயலவில்லை.

இந்தப் பின்னணியில்தான் 1956ஆம் ஆண்டு ஏப்ரல் 19 முதல் 29 வரை கேரள மாநிலம் பாலக்காடு நகரில் கட்சியின் நான்காவது காங்கிரஸ் நடைபெற்றது. இந்த காங்கிரஸின்போது கட்சிக்கு 75,000 உறுப்பினர்களும் 30,000 பரீட்சார்த்த உறுப்பினர்களும் இருந்தனர்.

இந்தக் காங்கிரஸின் மீது செல்வாக்கு செலுத்திய மற்றொரு முக்கியமான நிகழ்வு என்பது சர்வதேச கம்யூனிஸ்ட் இயக்கத்தில், குறிப்பாக சோவியத் யூனியன் கம்யூனிஸ்ட் கட்சியில் ஏற்பட்டு வந்த மாற்றங்கள் ஆகும். 1956ஆம் ஆண்டு நடைபெற்ற சோவியத் கம்யூனிஸ்ட் கட்சியின் 20வது காங்கிரஸும், அந்த காங்கிரஸில் நிறைவேற்றப்பட்ட தீர்மானங்களும், அதன் தவறான மதிப்பீடுகளும், மீண்டும் கட்சிக்குள் இருந்த திருத்தல்வாதிகளுக்கு வலுவூட்டின.

பாலக்காடு கட்சி காங்கிரஸிற்காக மத்தியக் குழு தயாரித்திருந்த அரசியல் நகல் தீர்மானம் சீர்திருத்தவாத சூத்திரங்கள் பலவற்றையும் உள்ளடக்கியதாகவே அமைந்திருந்தது. மேலும் கட்சிக்குள் வர்க்க சமரசப் போக்கினை ஊக்குவிப்பதாகவும் அது அமைந்திருந்தது. இந்த சூத்திரங்களோடு உடன்படாத மத்தியக் குழுவின் ஒரு பிரிவினர் காங்கிரஸிற்கு முன்பாக மாற்று நகல் தீர்மானம் ஒன்றை முன்வைத்தனர். இந்த மாற்று நகல் தீர்மானத்தில் அடங்கியிருந்த சூத்திரங்கள் அனைத்துமே தவறற்றவை என்று கூறிவிட முடியாது. ஏனெனில் 1951ஆம் ஆண்டில் ஏற்றுக் கொள்ளப்பட்ட கட்சித் திட்டம், அதன் வரம்புகள் ஆகியவற்றையே அது அடிப்படையாகக் கொண்டிருந்தது. எனினும் இந்த நகல் தீர்மானம் இந்திய அரசின் வர்க்க குணாம்சம் குறித்த தெளிவான ஆய்வினைக் கொண்டதாக, வர்க்க சமரசத்திற்கான சூத்திரங்களை கடுமையாக விமர்சிப்பதாக இருந்தது. கட்சி காங்கிரஸில் இந்த இரு ஆவணங்களின் மீதும் மிகத் தீவிரமான விவாதம் நடைபெற்றது. வர்க்க சமரசவாதிகள் தங்களது சிந்தனைப் போக்கிற்கு ஏற்ப கட்சி அமைப்பு முழுவதையும் அணிதிரட்டத் தவறினர். இவ்வாறு நடைபெற்ற

விவாதமும் கலந்துரையாடலும் ஒரு சில அடிப்படையான தத்துவார்த்த நிலைபாடுகளை நகல் தீர்மானத்தில் குறிப்பிட வேண்டிய கட்டாயத்திற்கும், தொழிலாளி வர்க்கத்தின் தலைமையில் மக்கள் ஜனநாயகம், மக்கள் ஜனநாயக முன்னணி ஆகிய நீண்ட கால குறிக்கோள்களை உள்ளடக்க வேண்டிய நிலைக்கும் ஆளாயினர். மாற்று நகல் தீர்மானத்தை முன்வைத்த பிரிவினருக்கு இந்த திருத்தங்கள் ஓரளவிற்கு திருப்தியை தந்த நிலையில், மாற்று தீர்மான நகல் திரும்பப் பெற்றுக் கொள்ளப்பட்டது.

இவ்வாறு மறுசீரமைக்கப்பட்ட, திருத்தப்பட்ட நகல் தீர்மானம் மத்தியக் குழு முதலில் முன்வைத்த நகல் தீர்மானத்தை ஆதரித்து வந்த, வர்க்க சமரச நிலைபாட்டை முன்வைத்து வந்தவர்களின் விருப்பத்திற்கு உகந்ததாக இருக்கவில்லை. சமூகத்தில் ஏற்பட்டு வரும் மாற்றங்களை கணக்கில் கொள்ளாமல் கடுமையான கருத்தோட்டங்களையும் கடுமையான நடைமுறை உத்திகளையும் பின்பற்றுகிறவர்கள் என்றும், இதன் மூலம் சரிப்படுத்த இயலாத சேதத்தை கட்சிக்கு ஏற்படுத்துகிறவர்கள் என்றும், அவர்கள் மற்ற பிரிவினரை குறை கூறினர். இந்நிலையில் அவர்களும் தங்களுக்கேயான ஒரு மாற்றுத் தீர்மானத்தை கட்சி காங்கிரஸில் முன்மொழிந்தனர். எனினும் வந்திருந்த பிரதிநிதிகளில் மூன்றில் ஒரு பங்கினர் மட்டுமே அதற்கு ஆதரவளித்ததால், அவர்களது தீர்மானம் தோல்வியுற்றது.

கட்சிக் காங்கிரஸில் முன்வைக்கப்பட்ட ஸ்தாபனம் குறித்த அறிக்கை கட்சிக்குள் ஒழுக்கம் சீர்குலைந்து வருவதையும், கட்சியின் முடிவுகள் நிறைவேற்றப்படுவதில்லை என்பதையும் சுட்டிக் காட்டியது. இக்காலப்பகுதியில் கட்சிக் கல்விக்கான பள்ளி ஒழுங்கமைக்கப்பட்ட போதிலும், அது கட்சியின் ஒரே மாதிரியான புரிதலைக் கொண்டதாக இருக்கவில்லை. கட்சியின் கூட்டுச் செயல்பாடு பாதிக்கப்பட்டது. கட்சி மையத்தின் பலவீனம் தொடர்ந்து நீடித்தது. இத்தகைய நிலைமையானது கட்சியின் அதிகாரபூர்வ இதழின் வெளியீடு மற்றும் கட்சி பிரசுரங்கள் ஆகியவற்றின் விற்பனையையும் பெரிதும் பாதித்தது. உருவாகிக் கொண்டு வந்த சாதகமான நிலைமைகளை கட்சியின், அதன் தத்துவத்தின், வளர்ச்சிக்காக சிறப்பான வகையில் பயன்படுத்திக் கொள்வதில் கட்சித் தலைமை அடைந்த தோல்வியை இந்த அறிக்கை சுயவிமர்சன ரீதியாக ஒப்புக் கொண்டது.

காங்கிரஸில் மொத்தம் 407 பிரதிநிதிகள் பங்கேற்றனர் என்பதை தகுதிகாண் குழுவின் அறிக்கை எடுத்துக் காட்டியது. இந்தப்

பிரதிநிதிகள் அனைவரும் சிறையில் கழித்த மொத்த காலப்பகுதி 1344 ஆண்டுகள் ஆகும். அதாவது சராசரியாக ஒவ்வொரு பிரதிநிதியும் மூன்று ஆண்டுகளுக்கும் மேலான காலத்தை சிறையில் கழித்திருக்கிறார். அதேபோன்று பிரதிநிதிகள் மொத்தத்தில் 1021 ஆண்டுகளை தலைமறைவு வாழ்க்கையில் கழித்திருக்கின்றனர். அதாவது ஒவ்வொரு பிரதிநிதியும் சராசரியாக இரண்டரை ஆண்டுகளை தலைமறைவு வாழ்க்கையில் கழித்துள்ளனர். கட்சியின் போராட்டத் திறனை பிரதிபலிப்பதாகவும் இந்தத் தகவல்கள் அமைகின்றன.

உலகத்தில் சக்திகளின் பலாபலன் தீர்மானகரமான வகையில் சோஷலிசத்திற்கு ஆதரவானதாக மாறியுள்ளது என்றும், ஏகாதிபத்தியத்தின் செல்வாக்கு பலவீனம் அடைந்து கொண்டே வருகிறது என்றும் இந்தக் காங்கிரஸ் நிறைவேற்றிய அரசியல் தீர்மானம் குறிப்பிட்டது. இத்தகைய முடிவானது நாடாளுமன்றப் பெரும்பான்மையே சமூக மாற்றத்திற்கு வழிகோலும் என்றும், எனவே சோஷலிசத்தை நோக்கிய அமைதியான மாற்றத்திற்கான ‘உரிய சூழ்நிலைகளை உருவாக்குவதே’ கட்சிக்கு முன்னால் உள்ள கேள்வி என்றும், ஒரு சிலர் முடிவுக்கு வரவும் வழிவகுத்தது. திட்ட அடிப்படையிலான பிரச்சனைகளிலும், கட்சி உடனடியாகப் பின்பற்ற வேண்டிய நடைமுறை நிலைபாட்டைப் பொறுத்தவரையிலும் கட்சி தொடர்ந்து பிளவுபட்டே நிற்கிறது என்பதையே இந்த விவாதங்கள், கலந்துரையாடல்கள் ஆகியவை எடுத்துக் காட்டின.

அரசியல் தீர்மானத்தை கட்சி காங்கிரஸ் ஏற்றுக் கொண்டபோதிலும், இந்திய கம்யூனிஸ்ட் இயக்கம் எதிர்நோக்கி வந்த (அரசின் வர்க்கத்தன்மை, பின்பற்ற வேண்டிய யுத்த தந்திரம், நடைமுறை தந்திரம் போன்ற) முக்கியமான ஒரு சில பிரச்சனைகளில் கட்சிக்குள் பொதுவான புரிதல் இல்லை என்பது மிகத் தெளிவாகவே தெரிந்தது. இவ்வகையில் திட்டம் மற்றும் தத்துவம் ஆகிய பிரச்சனைகளின் மீது இதையடுத்த பத்து ஆண்டுகளுக்குத் தொடர்ந்து கட்சிக்குள் நடைபெற்ற போராட்டத்திற்கான முன்னறிவிப்பாகவே இந்த காங்கிரஸ் மாறியது எனலாம்.

ஜூலை 19, 2020

39

மொழிவாரி மாநிலங்களின் உருவாக்கம் பற்றி

மொழிவாரி மாநிலங்களை உருவாக்குவதற்கான போராட்டத்தில் கம்யூனிஸ்டுகள் முன்னோடியானதொரு பங்கினை வகித்திருந்தனர். விசால ஆந்திரா, ஐக்கிய கேரளா ஆகியவற்றுக்கான போராட்டங்கள் மட்டுமின்றி மகாராஷ்ட்ரா மாநிலத்தை உருவாக்குவதற்கான போராட்டத்திற்கு தலைமை வகித்த (சமிதி என்று பொதுவாக அனைவராலும் அறியப்பட்ட) சம்யுக்த மகாராஷ்ட்ரா இயக்கத்திலும் பல கம்யூனிஸ்டுகளும் இடதுசாரி தலைவர்களும் முக்கியமானதொரு பங்கினை வகித்தனர். மற்றொரு புறத்தில் ஆர் எஸ் எஸ்ஸும் அதன் தலைவரான கோல்வால்கரும் மொழிவாரி மாநிலங்கள் உருவாக்கப்படுவதை எதிர்த்தனர். 1956ஆம் ஆண்டில் மாநில மறுசீரமைப்பு ஆணையம் மொழிவாரி மாநிலங்களை உருவாக்க பரிந்துரை செய்தது. எனினும் மகாராஷ்ட்ரா – குஜராத் பகுதியை (மராத்தி, குஜராத்தி ஆகிய) இரு மொழி பேசும் மாநிலமாக உருவாக்கலாம் என்றும் அது பரிந்துரை செய்திருந்தது. பம்பாய் நகரத்தை மத்திய அரசின் நேரடி ஆளுகைக்கு உட்பட்ட பகுதியாக இந்திய அரசு அறிவித்தது. இதையடுத்து மிகப்பெரும் எதிர்ப்பலைகள் எழுந்து இந்தப் பகுதி முழுவதையும் உலுக்கியது. இந்த முடிவை எதிர்த்த இயக்கத்திற்கு ஆதரவாக கம்யூனிஸ்டுகள் ஆதரவு இயக்கங்களை நாட்டின் இதர பகுதிகளிலும் உருவாக்கினர். இந்தப் போராட்டத்தின்போது மகாராஷ்ட்ராவில் பாதுகாப்புப் படையினரால் 106 பேர் சுட்டுக் கொல்லப்பட்டனர். இறுதியில், மத்திய அரசு மக்களின் இந்தக் கோரிக்கையை ஒப்புக் கொள்ள வேண்டிய கட்டாயத்திற்கு ஆளானது. 1960 மே 1 அன்று பம்பாய் நகரை தலைநகரமாகக் கொண்டு மராத்தி பேசும் மாநிலமாக மகாராஷ்ட்ராவும், குஜராத்தி மொழி பேசும் மாநிலமாக குஜராத்தும் உருவாக்கப்பட்டன.

மாநில மறுசீரமைப்பு ஆணையத்திடம் 1954 ஜூன் மாதம் கட்சி சமர்ப்பித்த மனுவில் இந்தப் பிரச்சனை குறித்த கம்யூனிஸ்ட் கட்சியின் புரிதல் மிக விரிவாக விளக்கப்பட்டிருந்தது. அதில் சில பகுதிகள் கீழே தரப்படுகின்றன:

“மாநிலங்களின் மறுசீரமைப்பு குறித்து ஆய்வு செய்யவும், அது குறித்த ஓர் அறிக்கையை அளிக்கவும் இந்திய அரசு ஒருவழியாக

ஆணையம் ஒன்றை அமைத்துள்ளது குறித்து நாங்கள் மிக்க மகிழ்ச்சி அடைகிறோம். மொழிவாரி மாநிலங்களை உருவாக்க வேண்டும் என்பதற்காக நாட்டில் அதிகரித்து வரும் கிளர்ச்சிகளை அலட்சியப்படுத்துவது இனியும் பொருத்தமுடையதல்ல என்ற உண்மையை இந்திய அரசு இதன் மூலம் அங்கீகரித்துள்ளது என்பதே எங்களது கருத்தாகும்.

"எனினும் இந்த ஆணையம் நியமிக்கப்பட்டுள்ளது குறித்த தகவலை அறிவித்து நாடாளுமன்றத்தில் பிரதமர் விடுத்த அறிக்கையில் இந்த ஆணையம் வெறுமனே ஒருமித்த மொழி மற்றும் கலாச்சார அம்சங்களை மட்டும் நோக்காமல் நிதி சார்ந்த திறமை மற்றும் நிர்வாக வசதி, தேச ஒற்றுமை மற்றும் பாதுகாப்பு ஆகிய அம்சங்களையும் கணக்கில் எடுத்துக் கொண்டு செயல்படும் என்று அவர் குறிப்பிட்டது குறைந்தது ஒரு சில விஷயங்களில் மொழிவாரி மாநிலங்களை உருவாக்குவது குறித்த கோரிக்கைகளை மறுதலிப்பதற்கான ஒரு வாய்ப்பை கண்டறிய ஆணையம் திட்டமிட்டுள்ளதோ என்ற ஐயத்தையும் மக்களிடையே எழுப்பியுள்ளது.

"இந்தியாவில் தற்போதுள்ள மாநிலங்களின் பங்கீட்டிற்கு பகுத்தறிவு மிக்க அடிப்படை ஏதுமில்லை என்பது அனைவரும் நன்கறிந்த ஓர் உண்மையாகும். பிரதமரே கூறியுள்ளபடி தற்போதைய அமைப்பானது "பெருமளவிற்கு இந்தியாவில் பிரிட்டிஷ் அதிகாரத்தை பரப்பவும் அதை நிலைநிறுத்தவும் மேற்கொள்ளப்பட்ட வரலாற்றுபூர்வமானதொரு செயல்முறையின் விளைவே ஆகும்." ஜனநாயகபூர்வமான வாழ்க்கை மற்றும் நிர்வாகம் ஆகியவற்றை வளர்த்தெடுப்பதற்கும் அதற்கும் எவ்வித தொடர்பும் இல்லை. நமது மக்களில் பல பிரிவினரிடையே மோதலையும் முரண்பாட்டையும் வளர்த்தெடுப்பதற்கான பிரிட்டிஷாரின் முயற்சிகளுக்கு மட்டுமே அது உதவியுள்ளது. அதன் மூலம் ஜனநாயக பூர்வமான இயக்கத்தை சீர்குலைக்கவே அது பயன்பட்டுள்ளது.

"இத்தகைய மோதல்களை வளர்க்கவும் ஜனநாயக இயக்கத்தை சீர்குலைக்கவும் திட்டமிட்ட வகையில் மேற்கொள்ளப்பட்ட இந்த முயற்சியை எதிர்த்தே நமது நாட்டிலுள்ள தேசிய விடுதலை இயக்கம் மொழிவாரி பகுதிகளை உருவாக்க வேண்டும் என்ற கோரிக்கையை எழுப்பியது. இந்தியாவின் ஒற்றுமையை சீர்குலைக்கும் நோக்கத்துடன் இந்தக் கோரிக்கை எழுப்பப்படவில்லை. மாறாக, நாட்டின் அரசியல், பொருளாதார,

கலாச்சார வாழ்க்கையின் அனைத்து அம்சங்களிலும் பங்கேற்க நமது நாட்டு மக்கள் அனைவரையும் கவர்ந்திழுக்க வேண்டும்; அதன் மூலம் இந்தியாவின் ஒற்றுமையையும் பாதுகாப்பையும் வலுப்படுத்த வேண்டும் என்ற நோக்கத்துடனே ஆகும்.

“இந்த வகையில் மொழிவாரி மாநிலங்களுக்கான மக்களின் போராட்டம் என்பது நாட்டின் விடுதலைக்காகவும், ஜனநாயகத்திற்காகவுமான நமது போராட்டத்தின் ஒரு பகுதியே ஆகும். நாட்டின் பொருளாதாரம் மற்றும் வாழ்க்கையின் ஜனநாயகபூர்வமான மறுகட்டமைப்பில் நாட்டின் மக்கள் முழுமையாகப் பங்கேற்பதை உறுதி செய்வதற்கான ஒரு முன்நிபந்தனையாகவே மொழிவாரி மாநிலங்களின் உருவாக்கம் அமைகிறது என்றே கம்யூனிஸ்ட் கட்சி கருதுகிறது. மக்களின் இத்தகைய பங்கேற்பு இல்லாமல் முன்னேற்றம் மற்றும் வளம் என்ற அகன்ற பாதையில் நம் நாடு நடைபோட முடியாது. மேலும், பல்வேறு மொழிகளை பேசுகின்ற மக்கள் அனைவரின் ஜனநாயகபூர்வமான கலாச்சாரம் முழுமையாகப் பூத்துக் குலுங்கவும், அவர்களது மொழிகளும் இலக்கியங்களும் வளர்ச்சி பெறவும், இது அவசியமானது. ஜனநாயகத்தின் அடிப்படையில் இந்தியாவின் ஒற்றுமையை வளர்த்தெடுக்கவும், வளமான, முற்போக்கான, ஜனநாயகபூர்வமான ஓர் இந்தியாவை வளர்த்தெடுப்பது என்ற பொதுவான முயற்சியில், தாமாகவே முன்வந்து ஒத்துழைப்பு நல்குகின்ற, பல்வேறு மக்களின் சமத்துவத்திற்காகவும் உறுதியான, பாதுகாப்பான அடித்தளத்தை அமைக்கவும் இது அவசியமாகும்.

“1947 ஆகஸ்ட் மாதத்திலிருந்து பிரிட்டிஷ் ஆட்சி அகற்றப்பட்டுவிட்ட நிலையில் நாட்டின் அரசியல், பொருளாதார, கலாச்சார வாழ்க்கையின் அனைத்து அம்சங்களிலும் முழுமையாகப் பங்கேற்பதற்கான உரிமையும் வாய்ப்பும் தங்களுக்கு இருக்க வேண்டும் என்ற இடையறாத உந்துதலை இந்திய மக்கள் பெற்றிருப்பது மிகவும் இயற்கையான ஒன்றே ஆகும். அவ்வகையில் மொழிவாரி மாநிலங்களை உருவாக்குவதற்கான கோரிக்கை அதிகரித்துக் கொண்டே வருவதும், நாட்டில் உருவாகியுள்ள ஜனநாயக ரீதியான எழுச்சியின் ஒரு பகுதியே ஆகும்.

“தற்போதுள்ள ஹைதராபாத் பகுதியை கலைக்காமல் அறிவுபூர்வமான அடிப்படையில் எந்தவொரு மொழிவாரி மாநிலத்தையும் நாட்டின் தென்பகுதியில் அமைக்க முடியாது

என்பதையும் உங்கள் கவனத்திற்குக் கொண்டுவர மத்தியக் குழு விழைகிறது.

"மாநிலங்களை சீரமைக்கும்போது ஏ, பி. சி என்ற அடிப்படையில் மாநிலங்களுக்கு இடையே நிலவி வரும் தகுதி வேறுபாட்டை முற்றிலுமாக நீக்குமாறு இந்த ஆணையம் பரிந்துரைக்க வேண்டும் என்றும், மத்தியக் குழு வலியுறுத்துகிறது. இந்திய மக்கள் அனுபவிக்கின்ற ஜனநாயக உரிமைகளில் எந்தவிதமான வேறுபாடும் இருக்கலாகாது. ராஜ் பிரமுக் (ஆளுநர்) என்ற நிறுவனத்தை அதன் சிறப்புச் சலுகைகளோடு சேர்த்து உடனடியாக அகற்றுமாறு பரிந்துரைக்க வேண்டும் என்றும், மத்தியக் குழு ஆணையத்தை வலியுறுத்துகிறது. அதனோடு கூடவே, தமது மாநிலத்தின் வருவாயை அபகரித்து தமக்கென சேமித்து வைத்துள்ள முன்னாள் அரசர்களின் தனிப்பட்ட சொத்துக்கள் அனைத்தையும் அரசு கைப்பற்றுவதோடு, அவர்களுக்கு வழங்கப்பட்டு வரும் சிறப்பு மானியங்களும் நிறுத்தப்பட வேண்டும்.

"மொழிவாரி மாநிலங்களை உருவாக்க வேண்டும் என்ற கோரிக்கையை எதிர்க்கும் நோக்கத்துடன் பொதுவாக முன்வைக்கப்படும் வாதங்களை மறுதலிப்பது அவசியம் என்றும் கம்யூனிஸ்ட் கட்சி கருதுகிறது... மாநிலங்களின் மறுசீரமைப்பு குறித்து நாங்கள் முன்வைத்துள்ள ஆலோசனைகள் அதிகமான அளவில் பகுத்தறிவின் அடிப்படையில் ஆனதாகும். இந்த மாநிலங்களின் நிர்வாகத்தை அந்த மாநிலத்தின் பெரும்பான்மையான மக்களால் பேசப்படும் மொழியிலேயே நடத்த முடியும்.

"மொழிவாரி மாநிலங்களை உருவாக்குவதற்கு எதிராக எழுப்பப்படும் மற்றொரு வாதம் இத்தகைய பங்கீடு இந்தியாவின் ஒற்றுமையையும் பாதுகாப்பையும் சீர்குலைத்து விடும் என்பதாகும். இது அபத்தமானது, பொய்யானது என்பதே வெளிப்படையான உண்மை. மொழிவாரி மாநிலங்கள் ஒன்றும் தங்களுக்கென சொந்தமான ராணுவத்தையும் பாதுகாப்பு சேவைகளையும் கொண்ட தனிப்பட்ட மாநிலங்கள் அல்ல. நாட்டின் பாதுகாப்பு என்பது மத்திய அரசிற்கு உட்பட்ட ஒரு விஷயமாகவே தொடர்ந்து நீடிக்கும்... தற்போதைய அமைப்பு தொடர்ந்து நீடிப்பதென்பது மக்களுக்கிடையே மோதல்கள் உருவாகவே வழிவகுக்கும். அத்தகையதொரு நிலைமை நிச்சயமாக இந்தியாவின் ஒற்றுமையை வளர்த்தெடுக்க ஏற்புடையதாக இருக்காது. நம் நாட்டின் விடுதலைக்கான போராட்ட காலம் முழுவதிலும் காங்கிரஸ்

தலைவர்களோ அல்லது அனைத்துக் கட்சி குழுவில் இருந்த மற்ற அரசியல் கட்சிகளின் பிரதிநிதிகளோ 1947ஆம் ஆண்டு வரையில் மொழிவாரி மாநிலங்களைப் பற்றி விவாதிக்கையில் நாட்டின் ஒற்றுமை, பாதுகாப்பு என்ற கேள்விகளை எழுப்பியது இல்லை என்பதுதான் இதில் குறிப்பிடத்தக்க விஷயமாகும்.

“இந்த விஷயத்தில் எழுப்பப்படும் மற்றொரு வாதம் நிதிசார்ந்த நம்பகத்தன்மை ஆகும். மாநிலங்களின் நிதி சார்ந்த நம்பகத் தன்மை என்பது மத்திய அரசுக்கும் மாநிலங்களுக்கும் இடையே வருவாய் ஒதுக்கீடு தொடர்பான ஒரு விஷயமாகும். நிதியாதாரங்களின் தற்போதைய நிலைமையை எடுத்துக்கொண்டால் இந்தியாவில் உள்ள எந்தவொரு மாநிலமுமே இன்று உபரியான நிதி வசதியைக் கொண்டதாக அல்லது தனது தேவைகளுக்கு போதுமான நிதியைக் கொண்டதாக இல்லை. அவை அனைத்தின் வரவு-செலவு திட்டம் என்பது பற்றாக்குறையாகவே மாறியுள்ளது.

“மேலும் நாட்டின் பல்வேறு பகுதிகளுக்கு இடையே ஏற்றத்தாழ்வான பொருளாதார வளர்ச்சிதான் இருந்து வருகிறது என்ற உண்மையையும் நாம் காணத் தவறக் கூடாது. இத்தகைய ஏற்றத்தாழ்வான பொருளாதார வளர்ச்சியின் விளைவாக, ஒரு சில பகுதிகள் மிகவும் பின் தங்கி உள்ளன என்பதை வைத்துக் கொண்டு, நாட்டின் நிர்வாகத்தில் அவர்களால் பங்கேற்க முடியும் வகையில் தங்கள் மொழியின் அடிப்படையில் ஒரு மாநிலமாக உருவாக்கிக் கொள்ளும் வாய்ப்பை அந்த மக்களுக்கு வழங்க மறுக்கிற ஒரு வழியாக மாறக் கூடாது. இத்தகைய வாதமானது பொருளாதார ரீதியாக வளம் பெற்ற பகுதிகளில் உள்ள மக்கள் மட்டுமே நாட்டின் அரசியல், பொருளாதார, நிர்வாக வாழ்க்கையில் பங்கேற்க முடியும் என்பதாகவும் ஆகிவிடக் கூடாது.

“இவ்வகையில் மிகவும் பின் தங்கிய மாநிலங்களுக்கு உதவுவது; அதன் மூலம் தங்களது பின் தங்கிய நிலைமையிலிருந்து அவை மிக விரைவாக விடுபடுவது; நாடு முழுவதன் சீரான வளர்ச்சிக்கு உதவுவது ஆகியவற்றுக்கு உதவி செய்வது மத்திய அரசின் கடமை என்ற உண்மையை இந்திய கம்யூனிஸ்ட் கட்சி வலியுறுத்த விரும்புகிறது. அது மட்டுமே பல்வேறுபட்ட மொழிகளை பேசி வரும் மக்களிடையே தோழமை உணர்வை வலுப்படுத்தி, இந்தியாவின் ஒற்றுமையையும் வலுப்படுத்தும். மாறாக, இந்தப் பகுதிகள் ஜனநாயகபூர்வமாக வளர்ச்சி பெறுவதற்கான வாய்ப்பை அவற்றின் பின் தங்கிய நிலையை

சுட்டிக் காட்டி மறுப்பதென்பது சீர்குலைவு சக்திகளை மேலும் வலுப்படுத்தவே வழிவகுக்கும்.

"மொழிவாரி மாநிலங்களை உருவாக்குவதற்கு உகந்த வகையில் புதிய மொழிவாரி மாநிலங்களின் எல்லைகளை வரையறுக்கும்போது கீழ்க்கண்ட செயல்முறை பின்பற்றப்பட வேண்டுமென பரிந்துரைக்குமாறும் உங்களை கேட்டுக் கொள்கிறோம்:

"கிராமம் என்பதையே ஓர் அலகாக எடுத்துக் கொள்ள வேண்டும். அந்தக் கிராமத்தில் வசிக்கும் குடிமக்களில் பெரும்பாலானோர் பேசுகின்ற குறிப்பிட்ட ஒரு மொழியின் அடிப்படையிலும், அந்த குறிப்பிட்ட மொழிவாரி மாநிலத்திற்கு அருகாமையில் இருப்பதன் அடிப்படையிலுமே அந்த மாநிலத்தின் எல்லைக்கோடு வகுக்கப்பட வேண்டும்.

"எவ்வளவு கவனமாக எல்லைக்கோடுகளை வரைந்தாலும் கூட, இந்த எல்லைப்பகுதிகள் மற்றும் மாநிலங்கள் ஒவ்வொன்றின் உட்பகுதிகள் ஆகிய இரண்டு பகுதிகளிலுமே மொழிவழி சிறுபான்மை பிரிவினர் இருப்பார்கள் என்பதையும் நாம் நன்கு உணர்ந்து கொள்ள வேண்டும். தொடக்கநிலை மற்றும் மேல்நிலை கல்விப் பருவத்தில் அவர்களது தாய்மொழியிலேயே கல்வி வழங்கப்படும் என்ற உறுதிமொழி இந்த மொழிவழி சிறுபான்மையினருக்கு வழங்கப்பட வேண்டும். கல்லூரிப் பருவ கல்வியும் கூட அவர்களுக்கு வழங்கப்படுமா? என்ற கேள்விக்கு, எந்த அளவிற்கு, எத்தகைய செயல்முறையின் மூலம் அது சாத்தியமாகும் என்பது போன்ற விஷயங்களை தீர்மானிக்கும் பொறுப்பு சம்பந்தப்பட்ட மாநிலங்களிடமே விடப்பட வேண்டும். இத்தகைய உறுதிமொழிகள்/ நடவடிக்கைகள் மூலம் மட்டுமே இந்த எல்லைப் பகுதிகள் கருத்து வேற்றுமை, ஒற்றுமையின்மை நிரம்பிய பகுதிகளாக இருப்பதற்குப் பதிலாக, மொழிவாரி மாநிலங்களுக்கிடையே பரஸ்பர உறவு நெருக்கத்தை உருவாக்கும் பகுதிகளாக மாறும்.

"இத்தகைய மாநிலங்களின் எல்லைகளை வரையறுக்கும்போது, இந்த எல்லைகளுக்கு உள்ளே பழங்குடியினர் வசிக்கும் பகுதிகளும் இருக்கக் கூடும். இந்தப் பழங்குடி பகுதிகளில் குறிப்பிட்ட, தனித்துவமான பழங்குடி பிரிவினர் வசிக்கும் பகுதியானது அவர்களது கலாச்சாரத்திற்கும் மொழிக்கும் ஒத்துப் போகின்ற, அவர்களது பொருளாதார வளர்ச்சியோடு மேலும் நெருக்கமாக உள்ள, இயற்கையாகவே மேலும் வளர்ச்சி பெறுவதற்கான வாய்ப்புள்ள, அண்டை மாநிலத்தோடு இணைக்கப்பட

சம்யுக்த மகாராஷ்ட்ரா இயக்கம்

வேண்டும்... ஏதாவதொரு மொழிவாரி மாநிலத்தில் சேர்க்கப்படும் இந்தப் பழங்குடியினரின் குடியிருப்புப் பகுதிகள் தேவைக்கேற்ப நிர்வாக ரீதியாக வட்டங்களாகவும், மாவட்டங்களாகவும் அல்லது பகுதிகளாகவும் பிரிக்கப்பட வேண்டும். இதன் மூலம் அவை தங்களது சுயாட்சி உரிமையை செயல்படுத்த முடியும்.

"எனவே மக்களை ஏக்கத்தில் தவிக்கவிடாமல் மாநிலங்களின், குறிப்பாக பேசுகின்ற மொழிகளின் அடிப்படையிலான மாநிலங்களின் உருவாக்கத்திற்கு பரிந்துரைத்து குறைந்தபட்சம் 1951 செப்டெம்பர் மாதத்திற்கு முன்பாக தனது இடைக்கால அறிக்கையை சமர்ப்பிக்குமாறு இந்திய கம்யூனிஸ்ட் கட்சியின் மத்தியக் குழு இந்த ஆணையத்தைக் கேட்டுக் கொள்கிறது."

ஜூலை 26, 2020

40

கேரளா – மக்களால் தேர்ந்தெடுக்கப்பட்ட முதல் கம்யூனிஸ்ட் அரசு

1957 ஏப்ரல் 5 அன்று கேரளாவில் உருவான கம்யூனிஸ்ட் அரசு இந்தியாவிலும், ஏன் உலகம் முழுவதிலும், புதியதொரு சோதனை முயற்சி என்பதாகப் பாராட்டுப் பெற்றது. இதற்கு முன்பாக உலகின் எந்தவொரு பகுதியிலும் நேர்மையாக நடைபெற்ற தேர்தலில் கம்யூனிஸ்ட் கட்சி வெற்றி பெற்றதில்லை. 127 உறுப்பினர்களைக் கொண்ட மாநில சட்டமன்றத்தில் 65 இடங்களில் கம்யூனிஸ்ட் கட்சி வெற்றி பெற்று புதிதாக உருவாக்கப்பட்டிருந்த கேரள மாநிலத்தில் நடைபெற்ற முதல் சட்டமன்றத் தேர்தலில் தனிப்பெரும் கட்சியாக உருவெடுத்தது. 34 தொகுதிகளில் பதிவான வாக்குகளில் 50 சதவீதத்திற்கும் மேற்பட்ட வாக்குகளை அது பெற்றிருந்தது. 8 தொகுதிகளில் பதிவான வாக்குகளில் 48 முதல் 50 சதவீத வாக்குகளை அது பெற்றது. கம்யூனிஸ்ட் கட்சிக்குக் கிடைத்த சாதகமான வாக்காக, கட்சியின் மீதும் அதன் கொள்கைகளின் மீதும் மக்கள் வைத்திருந்த நம்பிக்கையை வெளிப்படுத்தும் வாக்காகவும் அது அமைந்திருந்தது.

கம்யூனிஸ்ட் அரசு ஆட்சிக்கு வந்த ஒரு வாரத்திற்குள்ளாகவே விவசாயிகளுக்கு சாதகமான ஒரு அவசர சட்டத்தை நிறைவேற்றியது. ஏப்ரல் 5 அன்று இந்த அரசு பதவியேற்றது. ஏப்ரல் 11 அன்று அரசு நில வெளியேற்றத்தைத் தடை செய்து அவசர சட்டம் ஒன்றை வெளியிட்டது. இதன்படி எந்தவொரு குத்தகை விவசாயியும், உள்குத்தகை விவசாயியும், மனைகளில் குடியிருப்போரும் உரிய நேரத்தில் குத்தகை செலுத்தவில்லை என்ற காரணம் உள்ளிட்டு, எந்தவொரு காரணத்திற்காகவும் அவர்களது நிலங்களிலிருந்து வெளியேற்றப்படக் கூடாது. மேலும் குத்தகைதாரர்கள், உள்குத்தகைதாரர்கள், மனைகளில் குடியிருப்போர் ஆகியோருக்கு எதிராக நிலப்பிரபுக்கள் தொடுத்திருந்த வழக்குகள் அனைத்தின் செயல்முறைகளும் நிறுத்தி வைக்கப்பட்டன. நிலப்பிரபுக்களின் ஒடுக்குமுறையிலிருந்து இத்தகைய விரிவான நிவாரணத்தை இந்த மாநிலத்தில் வசித்து வந்த கிராமப்புற ஏழைமக்கள் இதற்குமுன் எப்போதும் அனுபவித்ததே கிடையாது.

புதிதாக உருவாக்கப்பட்ட இந்த மாநிலத்தின் மூன்று பகுதிகளான மலபார், கொச்சி, திருவாங்கூர் ஆகிய ஒவ்வொரு

பகுதியுமே நிலப்பிரபு-குத்தகையாளருக்கு இடையேயான உறவுகள் குறித்த சட்டங்களை கொண்டிருந்தன. நிலப் பயன்பாடு குறித்த இந்த சட்டங்களை ஒன்றிணைத்து நீடித்த வகையில் செயல்படும் சட்டமொன்றை உருவாக்குவதற்கான ஒரு முன்னோடி நடவடிக்கையாகவே இந்த அவசர சட்டம் அமைந்திருந்தது. மாநிலம் முழுவதிலும் செயல்படுத்தும் வகையில் நிலம் குறித்த பொதுவான சட்டம் ஒன்றை உருவாக்க, அவற்றை ஒன்றிணைக்கையில் கடந்த இருபது வருடங்களுக்கு மேலாக விவசாயத் தொழிலாளர்கள் அமைப்பு உள்ளிட்ட விவசாய சங்கங்கள் மற்றும் இதர அமைப்புகள் கிராமப்புற ஏழைகளின் நலனுக்காக எழுப்பி வந்த கோரிக்கைகளை நிறைவேற்ற, தீவிர முயற்சிகள் எடுக்கப்பட்டன.

கலந்து ஆலோசிப்பது, மோதல்களை தவிர்ப்பது, சமரசத்திற்கான முயற்சிகள் ஆகிய நடவடிக்கைகளில் மேலிருந்து கிராமம் வரையில் அனைத்துப் பகுதிகளிலும் இருந்த விவசாய சங்க அமைப்புகள், கட்சியின் சட்டமன்றக் குழு மற்றும் கட்சியின் மாநிலக் குழு ஆகியவை இந்த சட்டத்தை வடிவமைக்க முழுமையாகப் பயன்படுத்திக் கொள்ளப்பட்டன. சாதி, இனம், அரசியல் சார்பு ஆகிய அனைத்தையும் கடந்த வகையில் இந்த விவசாய உறவுகள் மசோதா பெருந்திரளான கிராமப்புற ஏழைகளுக்கு அதிகபட்ச அளவில் நிவாரணம் அளித்தது.

நிலத்திலிருந்து குத்தகைதாரர்களை வெளியேற்றுவதற்குத் தடை; குத்தகை செலுத்தாதவர்களை கடனிலிருந்து விடுவிப்பதற்கான அறிவிப்பு ஆகியவற்றை உள்ளடக்கிய இந்த அவசர சட்டம் விவசாயிகள், விவசாயத் தொழிலாளிகள் மற்றும் இதர பிரிவுகளைச் சேர்ந்த லட்சக்கணக்கான கிராமப்புற ஏழை மக்களின் வாழ்க்கைக்கு அபரிமிதமான வகையில் உதவி செய்வதற்கான செயல்முறையின் ஒரு தொடக்கப்புள்ளியாகவே இருந்தது. இவ்வகையில் 1957 ஏப்ரல் 11 கேரள மாநிலத்தின் பெருந்திரளான கிராமப்புற ஏழை மக்களுக்கு ஒரு பொன் நாளாக அமைந்தது. இந்த அவசர சட்டமும் 1959 ஜூலை மாதம் சட்டமன்றத்தில் நிறைவேற்றப்பட்ட இறுதி மசோதாவும் கேரள மக்களின் பொருளாதார, சமூக-கலாச்சார வாழ்க்கையின் புதியதொரு கட்டமாக இருந்தது குறிப்பிடத்தக்கதாகும். பெருந்திரளான கிராமப்புற ஏழைமக்களின் மீது மிகச்சிறிய சிறுபான்மையினரான மேல்சாதி நிலப்பிரபுக்கள் கட்டவிழ்த்து விட்ட பொருளாதார ஒடுக்குமுறை, சமூக- கலாச்சார மேலாதிக்கத்திற்கு இது முடிவு கட்டியது.

விவசாய உறவுகள் மசோதாவிற்கு அடுத்து முக்கியமானதொரு நடவடிக்கையாக இருந்தது காவல்துறைக்கும் மக்களுக்கும் இடையேயான உறவுகள் குறித்த அரசின் கொள்கை அறிக்கை ஆகும். விவசாய உறவுகள் மசோதாவினைப் போலவே, காவல்துறை பற்றிய அரசின் கொள்கை அறிக்கையும் சாதாரண மக்களுக்கு உற்சாகம் ஊட்டியதெனில், ஆதிக்க சக்திகள் அதைக் கடுமையாக எதிர்த்தனர்.

காவல்துறை கொள்கையானது, இதற்கு முந்தைய கொள்கையிலிருந்து இரண்டு முக்கிய விஷயங்களில் மாறுபட்டிருந்தது. முதலாவதாக, காவல்துறையின் விசாரணையின்போது வழக்கமாக மேற்கொள்ளப்பட்டு வந்த சித்திரவதை நடவடிக்கைகளை அது முற்றிலுமாகத் தடை செய்தது. நாட்டின் சட்டத்திற்கு உட்பட்ட வகையில் குற்றங்கள் குறித்த புலன்விசாரணையை மேற்கொள்ள வேண்டும் என்று கூறி, காவல்துறையின் கட்டுப்பாட்டில் உள்ள நபர்களை சித்திரவதை செய்வதை முறைப்படி தடை செய்தது. இரண்டாவதாக, வெகுமக்கள் போராட்டங்கள் மற்றும் அவற்றை தலைமை தாங்கி நடத்தும் அமைப்புகள் ஆகியவற்றைப் பொறுத்தவரையில், விவசாயிகள் மற்றும் இதர உழைக்கும் மக்கள் மேற்கொள்ளும் வேலைநிறுத்தங்கள், இதர வகைப்பட்ட போராட்டங்கள் ஆகியவற்றை நசுக்க, முதலாளிகளும் நிலப்பிரபுக்களும் காவல்துறையை பயன்படுத்திக் கொள்வது இனிமேல் அனுமதிக்கப்பட மாட்டாது என புதிய கொள்கை அறிவித்தது. தொழிலாளர் நலத் துறையின் மூலம் தொழில் தகராறுகளை முதலாளிகளுக்கும் தொழிலாளிகளுக்கும் இடையே பேச்சுவார்த்தை மூலம் தீர்த்து வைக்க அரசு முயற்சி செய்யும் என்றும் அக்கொள்கை கூறியது.

இந்தியாவின் ஆளும்கட்சியாக மாறியதிலிருந்தே காங்கிரஸ் அரசின் ஆயுதமாக நீடித்து விசாரணை ஏதுமின்றி சிறையில் அடைப்பது என்ற சட்டத்தை மக்களுக்கான போராட்டங்களில் ஈடுபட்டு வரும் தனிநபர்கள், அமைப்புகளுக்கு எதிராகப் பயன்படுத்த அனுமதிக்கப்பட மாட்டாது. மேலும் மத்திய அரசு கட்டாயமாக்கியிருந்த அரசு வேலைக்கு விண்ணப்பித்தவர்களின் முந்தைய கால நடத்தையைப் பற்றிய ஆய்வை காவல்துறை மேற்கொண்டு இது குறித்து சான்றிதழ் சமர்ப்பிக்கும் வழக்கம் இனி தொடராது என்றும் அரசு அறிவித்தது.

ஒரு மாற்றத்தை ஏற்படுத்த அரசு தீவிரமாக முயற்சி செய்த மற்றொரு முக்கியமான துறை என்பது அதிகாரத்தை மாநில

இ எம் எஸ் கேரள முதல்வராக பதவியேற்கிறார்

அளவிலிருந்து அடிமட்ட நிலையில் உள்ள பஞ்சாயத்து அமைப்புகளுக்கு பகிர்ந்து அளிப்பதே ஆகும். நிர்வாக சீர்திருத்தம் என்ற பிரச்சனை முழுவதையும் பரிசீலிக்க அரசு ஒரு குழுவை நியமித்தது. இதில் ஜனநாயகபூர்வமான அதிகாரப் பரவலாக்கல் என்பது மிக முக்கியமானதொரு அம்சமாக இருந்தது. இந்தக் குழு ஓராண்டிற்கும் மேலாக செயல்பட்டு தனது அறிக்கையை அரசுக்கு வழங்கியது. இந்தப் பரிந்துரைகளைத் தொடர்ந்து சட்டமன்றத்தில் அறிமுகப்படுத்துவதற்காக அரசு இரண்டு மசோதாக்களை தயாரித்தது.

இதில் முதலாவது மசோதா, கிராம அளவில் வருவாய் மற்றும் இதர அரசுத்துறை அதிகாரிகள் அதுவரை நிறைவேற்றி வந்த அனைத்துச் செயல்பாடுகளையும், மக்களால் தேர்ந்தெடுக்கப்பட்ட பஞ்சாயத்துகளிடம் ஒப்படைத்தது. இரண்டாவது மசோதா, இதுவரை மாவட்ட அதிகாரிகள் நிறைவேற்றி வந்த பல்வேறு செயல்பாடுகளையும், மக்களால் தேர்ந்தெடுக்கப்பட்ட மாவட்ட கவுன்சிலிடமும், தேர்வு செய்யப்பட்ட அதன் தலைவரிடமும், ஒப்படைத்தது. துணை ஆட்சியர் அந்தஸ்துள்ள ஒரு நிரந்தர அதிகாரி இந்த அமைப்பிற்கு உதவி செய்வார் என்றும் அந்த மசோதா வரையறுத்தது.

கேரள மாநில அரசு மட்டும் ஐந்து ஆண்டு காலம் முழுமையாக ஆட்சி செய்திருக்குமானால், இந்த இரண்டடுக்கு பஞ்சாயத்து

நிர்வாக அமைப்பு மாநிலத்தில் உறுதியாக நிலைபெற்றிருக்கும். கேரள கம்யூனிஸ்ட் அரசின் செயல்பாட்டில் மிகத் தீவிரமான சர்ச்சையை உருவாக்கியது கல்வி மசோதா ஆகும். விவசாய உறவுகள் மசோதா மற்றும் காவல்துறை கொள்கை ஆகியவை பொதுவாகவே முதலாளித்துவ – நிலப்பிரபுத்துவ ஆளும் வர்க்கங்களின் கோபத்தைக் கிளறி விட்டன எனில், கல்வி மசோதா இதே ஆளும் வர்க்கங்களின், குறிப்பாக கிறித்துவ பிரிவைச் சேர்ந்த ஆளும் வர்க்கத்தினரின் கோபத்தைக் கிளறி விட்டது. ஏனெனில், மாநிலத்தில் இருந்த கல்வி நிலையங்களின் சொத்துரிமை மற்றும் நிர்வாகம் ஆகியவற்றோடு தொடர்புடையதாக இந்த மசோதா அமைந்திருந்தது. ஓர் இனப்பிரிவு என்ற வகையில் கிறித்துவர்களின் நலன்கள் இதில் பெரிதும் சம்பந்தப்பட்டிருந்தது. தங்கள் மதத்தின்மீது தாக்குதல் தொடுக்கப்படுகிறது என்ற அச்ச உணர்வை அந்த மதத்தைச் சேர்ந்த சாதாரண மக்களின் மனதில் உண்டாக்குவதில் இந்த மதப்பிரிவின் தலைமை வெற்றி பெற்றது.

தனியார் கல்வி நிறுவனங்களின் நிர்வாக அமைப்பை முழுமையாக ஒழித்துக் கட்ட வேண்டும் என்பது இந்த மசோதாவின் நோக்கமாக இருக்கவில்லை. மாறாக, இந்த விஷயத்தில் அது மிகவும் மென்மையாகத்தான் நடந்து கொண்டது எனலாம். தனியார் கல்வி நிறுவனங்களில் பணிபுரியும் ஆசிரியர்களின் ஊதியம் தனியார் நிர்வாகத்தின் எவ்வித பிடித்தமும் இன்றி நேரடியாக அவர்களுக்கு வழங்கப்பட வேண்டும்; ஆசிரியர்களை இடைநிறுத்தம் செய்வது அல்லது வேலையில் இருந்து நீக்குவது போன்ற மேலாளர்களின் அதிகாரங்களை தடை செய்வது; ஆசிரியர் நியமனம் செய்வதில் வரையறைகளை வகுப்பது போன்றவையே, இந்த மசோதாவின் உடனடி நோக்கமாக இருந்தது. அரசு கல்வி நிறுவனங்களில் பணிபுரியும் ஆசிரியர்களைப் போலவே, தனியார் கல்வி நிறுவனங்களில் பணிபுரியும் ஆசிரியர்களுக்கும் சம ஊதியத்தை வழங்க வேண்டும் என்பதே இந்த மசோதாவின் உள்ளார்ந்த நோக்கமாக இருந்தது. வேறுவகையில் கூறுவதெனில், கல்வி நிறுவனங்களை சொந்தமாக வைத்துக் கொண்டு நிர்வகிப்பதற்கான தனியார் நிர்வாகிகளின் உரிமைகளுக்கு ஒரு சில கட்டுப்பாடுகள் விதிக்கப்பட்டனவே தவிர, அந்த உரிமை முற்றிலுமாக அழித்தொழிக்கப்படவில்லை.

கல்வி நிறுவனங்களின் உரிமையாளர்கள், மேலாளர்கள் என்ற வகையில் இந்த மசோதா முழுவதுமே தங்களது உரிமைகளின் மீது தொடுக்கப்படும் தாக்குதல் என்று தனியார் கல்வி நிறுவனங்களின் உரிமையாளர்கள் ஒரு தோற்றத்தை ஏற்படுத்தினர்.

இந்த மசோதா தங்களது சொத்துரிமையின்மீது தொடுக்கப்படும் ஒரு தாக்குதல்; கல்வி நிலையங்களை அரசுடமை ஆக்குவதற்கான ஒரு நடவடிக்கை எனக் கூறி, தனியார் கல்வி நிறுவனங்களில் இரண்டு பெரும் நிறுவனங்களாக இருந்த கிறித்துவ தேவாலயங்கள் மற்றும் நாயர்களுக்கான சேவைக் கழகம் ஆகியவற்றின் தலைமையில் விரிவான பிரச்சாரம் கட்டவிழ்த்து விடப்பட்டது.

விவசாய உறவுகள் மசோதா, கல்வி மசோதா ஆகியவற்றை எதிர்த்தவர்கள் இந்தப் பிரச்சனையை மத்திய அரசிடம் எடுத்துச் சென்று, இந்த மசோதாவிற்கு ஒப்புதல் தரக்கூடாது என்று கோரிக்கை வைத்தனர். கம்யூனிச எதிர்ப்புணர்வு கொண்டிருந்த காங்கிரஸ் கட்சியின் தலைமையிலான மத்திய அரசும் இவர்களின் கோரிக்கையை ஏற்றுக் கொண்டு, மசோதாக்களை மீண்டும் பரிசீலிக்கக் கோரி அவற்றை மாநில சட்டமன்றத்திற்கே திருப்பி அனுப்பியது.

காங்கிரஸ், முஸ்லீம் லீக், பிரஜா சோஷலிஸ்ட் கட்சி, கத்தோலிக்க தேவாலய அமைப்பு, நாயர்களுக்கான சேவைக்கழகம் ஆகிய அமைப்புகளின் பிரதிநிதிகளைக் கொண்டு ஒரு கம்யூனிஸ்ட் எதிர்ப்பு முன்னணி உருவாக்கப்பட்டது. இந்த அமைப்பு (விடுதலைக்கான போராட்டம் என்ற) விமோசன சமரம் என்ற இயக்கத்தை தொடங்கியது. இந்தப் போராட்டம் வெகுவிரைவிலேயே வன்முறை நிரம்பிய ஒன்றாக மாறியது. அரசு அலுவலகங்கள், காவல் நிலையங்கள் தாக்குதலுக்கு ஆளாயின. இந்த இயக்கத்தின் ஒரே நோக்கம் மாநில அரசின் செயல்பாட்டை நிலைகுலையச் செய்து, அதைக் காரணமாகக் காட்டி மத்திய அரசின் தலையீட்டை கோருவதே ஆகும்.

காங்கிரஸ் கட்சியின் அன்றைய தலைவரான இந்திரா காந்தியின் நெருக்கடியைத் தொடர்ந்து நேரு தலைமையிலான மத்திய அரசு அரசியல் அமைப்புச் சட்டத்தின் 356வது பிரிவை (சுதந்திர இந்தியாவில் முதன்முறையாக) பயன்படுத்தி மாநில அரசை கலைத்தது. கம்யூனிஸ்ட் கட்சியின் தலைமையிலான அரசை கவிழ்ப்பதற்கான போராட்டத்தை மேற்கொள்ள அமெரிக்காவின் உளவுப் பிரிவான சிஐஏ காங்கிரஸ் தலைமைக்கு நிதியுதவி வழங்கியதும் பின்னர் அம்பலமானது. இந்தியாவிற்கான அமெரிக்க தூதர் எல்ஸ்வொர்த் பங்கர் இந்த உண்மையை ஒப்புக் கொண்டுள்ளார்.

தலைமுறை தலைமுறையாக அவர்களது சாதியின் அடிப்படையில் ஒடுக்கப்பட்டு வந்த தலித்துகள் மற்றும் இதர

பிற்படுத்தப்பட்ட வகுப்பினரின் வாழ்க்கை நிலைமைகளை மேம்படுத்த கேரளாவின் கம்யூனிஸ்ட் அரசு பல்வேறு நடவடிக்கைகளை எடுத்தது. இவர்கள் கல்வி நிறுவனங்களில், அரசு வேலைவாய்ப்புகளில் நுழைவதற்கான வாய்ப்புகளையும் அரசு விரிவுபடுத்தியது. பிற்படுத்தப்பட்ட வகுப்புகளை சேர்ந்தவர்களுக்கு உதவுவதற்கென வேறு பல வழிவகைகளையும் அது உருவாக்கியது. 'முற்பட்ட சாதி' என்று கூறப்படும் வகுப்புகளை சேர்ந்தவர்களும் வகுப்புவாத தலைவர்களும் கம்யூனிஸ்ட் கட்சிக்கும் அதன் தலைமையிலான அரசுக்கும் எதிராக இந்த வகுப்புகளை சேர்ந்த மக்களை அணிதிரட்டுவதற்காக இந்த வாய்ப்பினை பயன்படுத்திக் கொண்டனர்.

கம்யூனிஸ்ட் கட்சியின் தலைமையிலான அரசின் மற்றொரு முன்னோடியான பங்களிப்பு என்பது உயிர்த்துடிப்புள்ள பொதுவிநியோகத் திட்டத்தை உருவாக்கியதாகும். மாநிலத்திற்கு உள்ளேயும் வெளியே இருந்தும் கொள்முதல் செய்யப்பட்ட அரிசி முறையாக விநியோகிக்கப்படுவதை உறுதி செய்வதற்கான துடிப்பான நடவடிக்கைகளையும் அது மேற்கொண்டது. 1000க்கும் குறைவாக இருந்த 'நியாய விலைக் கடை'களின் எண்ணிக்கையை கிட்டத்தட்ட 6000 ஆக அதிகரித்து மாநிலம் முழுவதிலும் 'நியாய விலைக் கடை'கள் செயல்படுவதையும் அது உறுதி செய்தது.

அரிசியும் இதர அத்தியாவசியப் பொருட்களும் மக்களுக்கு முறையாகக் கிடைப்பதை உறுதி செய்ய மக்களின் உணவுக் குழுக்களை உருவாக்குவதற்கான முன்முயற்சிகளையும் அரசு மேற்கொண்டது. தங்கள் பகுதிகளில் தேவைப்படும் நியாய விலைக் கடைகளின் எண்ணிக்கை; எங்கெங்கே இந்தக் கடைகள் தேவைப்படுகின்றன; இவற்றை நடத்துவதற்கு உரிய நபரை அடையாளம் காண்பது போன்ற விஷயங்களை இறுதிப்படுத்தி, சம்பந்தப்பட்ட அதிகாரிகளுக்கு ஆலோசனை சொல்வதற்கென அனைத்து அரசியல் கட்சிகளின் பிரதிநிதிகள் அடங்கியதாக இந்த உணவுக் குழுக்கள் அமைந்திருந்தன.

இந்தப் பொருட்களை பெறுவதற்காக குறைந்த வருவாய் உள்ள குடும்பங்களை கண்டறிவது; ஊழலை தடுக்கும் வகையில் அவர்களுக்கு அடையாள அட்டைகளை வழங்குவது போன்ற பொறுப்புகளும் இந்தக் குழுக்களுக்கு வழங்கப்பட்டிருந்தது. பஞ்சாயத்து, வட்டம் மற்றும் இதர உள்ளூர் மட்டத்தில் இத்தகைய குழுக்கள் உருவாக்கப்பட்டன. மாநில அளவிலும் கூட மாநில உணவு ஆலோசனை குழு அமைக்கப்பட்டது. இந்தச் செயல்பாட்டை

மேற்கொள்வதில் எதிர்கொள்ளும் பிரச்சனைகளை கண்டறிவது; அவற்றை அகற்றுவதற்கான வழிவகைகள் ஆகியவற்றைத் தெரிவிக்கும் பொறுப்பு இந்த மாநில அளவிலான குழுவிற்கு வழங்கப்பட்டிருந்தது.

1957ஆம் ஆண்டு தேர்தலில் பெற்ற வெற்றியானது கேரளாவில் இருந்த கம்யூனிஸ்டுகளுக்கு இதற்கு முன் எப்போதும் இல்லாத ஒரு வாய்ப்பினை வழங்கியிருந்தது. அரசியல் அமைப்புச் சட்டத்தின் எல்லைகளால் குறுக்கப்பட்ட போதிலும், அத்தகையதொரு அரசியல் அமைப்புச் சட்டத்தின் வரையறைகளுக்குள் நின்று எதையும் செய்ய முடியாது என்று கம்யூனிஸ்ட் கட்சி கைவிரித்து விடவில்லை. அல்லது, அது எதிர்கொள்ளும் ஒவ்வொரு பிரச்சனைக்கும் அரசியல் அமைப்புச் சட்டத்தின் மூலமாகவே தீர்வு கண்டுவிட முடியும் என்ற போலியான நம்பிக்கையையும் அது கொண்டிருக்கவில்லை. மாறாக, எங்கெல்லாம் முடியுமோ அங்கெல்லாம் அரசியல் அமைப்புச் சட்ட வழிகளின் மூலமாகவே, மக்களின் வாழ்க்கையை மேம்படுத்த அவர்கள் பாடுபட்டதோடு, நல்லதொரு வாழ்க்கைக்கான மக்களின் போராட்டங்களோடும் அவர்கள் தோளோடு தோள் நின்றனர்.

கம்யூனிஸ்டுகளின் இத்தகைய முன் நோக்கிய அணிவகுப்பை எதிர்கொள்ள இயலாத நிலையில், மத்திய அரசு இந்திய அரசியல் அமைப்புச் சட்டத்தின் 356வது பிரிவை (முதன்முறையாக) பயன்படுத்தி, ஜனநாயகபூர்வமாக மக்களால் தேர்ந்தெடுக்கப்பட்ட அரசை 1959 ஜூலை 31 அன்று கலைத்தது. இந்திய ஜனநாயகத்தின் கருப்பு நாளாகவும் அது மாறியது. கேரள மாநில அரசை கலைத்ததைக் கண்டித்து ஆகஸ்ட் 3 அன்று நாடு முழுவதிலும் கண்டன ஆர்ப்பாட்டங்களை கட்சி நடத்தியது. அன்றைய தினம் நாட்டின் தலைநகரான டெல்லியில் நாடாளுமன்றத்திற்கு முன்பாக 30,000 பேர்அணிவகுத்து மத்திய அரசின் இந்த ஜனநாயக விரோத நடவடிக்கைக்கு எதிராகக் குரலெழுப்பினர்.

ஆகஸ்ட் 02, 2020

41

தேர்தல் வெற்றிகள், தீவிர விவாதங்களின் பின்னணியில் 1958 சிறப்பு காங்கிரஸ்

1957லிருந்து தொடங்கிய காலப்பகுதியானது அடிப்படையான தத்துவார்த்த பிரச்சனைகள் குறித்து கம்யூனிஸ்ட் கட்சிக்குள் படிப்படியாக தீவிரமான விவாதத்தைத் தோற்றுவித்த ஒன்றாக அமைந்திருந்தது. எனினும் கட்சியானது தனது தத்துவார்த்த வேறுபாடுகளை எல்லாம் ஒதுக்கி வைத்துவிட்டு 1957ஆம் ஆண்டில் நடைபெற்ற இரண்டாவது பொதுத்தேர்தலில் காங்கிரஸ் கட்சியை தோற்கடிப்பதற்கான போராட்டத்தில் ஒற்றுமையோடு அணிதிரண்டது. இத்தேர்தலின் முடிவில் மத்தியிலும், கேரளாவைத் தவிர இதர மாநிலங்கள் அனைத்திலும் காங்கிரஸ் கட்சி தனது ஆட்சியை தக்கவைத்துக் கொண்ட போதிலும், நாட்டின் அரசியல் களத்தில் மிகப்பெரும் மாற்றமும் நிகழ்ந்தது.

(1951-52இல் நடைபெற்ற) முதல் பொதுத் தேர்தலில் கம்யூனிஸ்ட் கட்சி பெற்ற வாக்குகளை 1957ஆம் ஆண்டு தேர்தலில் இரண்டு மடங்காக அதிகரித்துக் கொண்டது. வென்ற தொகுதிகள், பெற்ற வாக்குகள் ஆகிய இரண்டின் அடிப்படையிலுமே அது நாட்டின் இரண்டாவது பெரிய கட்சியாக உருவெடுத்தது. கேரளாவில் பெரும்பான்மையான இடங்களை வென்ற கம்யூனிஸ்ட் கட்சி, ஆந்திராவிலும், மேற்கு வங்கத்திலும், மிகப்பெரும் எதிர்க்கட்சியாக உருவெடுத்தது. நாட்டிலுள்ள ஒவ்வொரு சட்டமன்றத்திலும் கம்யூனிஸ்ட் கட்சி இடம்பெற்றிருந்தது. ஆனால் அதற்கு முன்பு பீகார், உத்திரப் பிரதேசம், ராஜஸ்தான் போன்ற பல மாநிலங்களில் ஒரே ஒரு இடத்தில் கூட கட்சி வெற்றிபெறவில்லை என்பது குறிப்பிடத்தக்கது. பெரும்பாலான தொழில்பகுதிகள், தொழிலாளி வர்க்க மையங்களில் கட்சியின் செயல்பாடு மிகச் சிறப்பாக இருந்தது. பெயரளவில் கட்சிக்கு ஆதரவு இருந்த பகுதிகளிலும் கூட, அதன் வாக்குகள் கணிசமான அளவிற்கு அதிகரித்தது. ஒட்டுமொத்தத்தில் பதிவான வாக்குகளில் 11 சதவீதத்தைப் பெற்றிருந்த கட்சிக்கு ஆதரவாக பதிவான வாக்குகளின் எண்ணிக்கை 1 கோடியே 20 லட்சம் ஆகும். பெற்ற வாக்குகளின் சதவீத அடிப்படையில் கணக்கிடுவோமானால் கட்சி வெற்றி பெற்ற தொகுதிகளின் எண்ணிக்கை மேலும் அதிகமாக இருந்திருக்கும்.

இந்த தேர்தல் முடிவுகளை பரிசீலனை செய்த கட்சி தங்கள் மீது நம்பிக்கை வைத்த மக்களுக்கு நன்றி கூறியது மட்டுமின்றி, வென்றெடுக்கப்பட வேண்டிய ஒரு சில பலவீனங்களையும் அடையாளம் கண்டது. ஜனசங்கம் போன்ற வகுப்புவாதக் கட்சிகள், குறிப்பாக, நிலப்பிரபுத்துவ சக்திகள் மேலாதிக்கம் செலுத்தி வரும் மத்தியப் பிரதேசம், ராஜஸ்தான் போன்ற மாநிலங்களில் வெற்றிபெற்ற தொகுதிகள், பெற்ற வாக்குகள் ஆகியவற்றை அதிகரித்துக் கொண்டுள்ளதையும், அது சுட்டிக் காட்டியது. கம்யூனிஸ்ட் இயக்கம் மற்றும் இதர முற்போக்கு ஜனநாயக சக்திகள் பலவீனமாக உள்ள ஒரிசா போன்ற மாநிலங்களிலும், இந்த வகுப்புவாத சக்திகள் காலூன்றி இருந்தன. கிராமப்புறப் பகுதிகள் பலவற்றிலும் கட்சி வெற்றிபெறத் தவறியதையும், விவசாயிகள் இடையே விவசாய சங்கத்தையும் கட்சியையும் மேலும் வலுப்படுத்த வேண்டியதன் அவசியத்தையும் அது சுட்டிக் காட்டியது.

பொதுத்தேர்தல் நடைபெற்று முடிந்தவுடனேயே ‘வெகுஜன கட்சி’ ஒன்றை வளர்த்தெடுக்கும் முயற்சியாக கட்சியின் உறுப்பினர் எண்ணிக்கையை இரட்டிப்பாக்க முயற்சிகளை மேற்கொள்ள வேண்டுமென கட்சியின் மத்தியக் குழு அறைகூவல் விடுத்தது. பல்வேறு அரசியல், தத்துவார்த்த, ஸ்தாபன பிரச்சனைகள் குறித்து விவாதிக்க பிளீனம் ஒன்றை நடத்துவது என்ற மத்தியக் குழுவின் முடிவின்படி அதை நடத்துவதற்கு கட்சியால் இயலவில்லை. எனவே பிளீனத்திற்குப் பதிலாக கட்சியின் சிறப்பு காங்கிரஸ் ஒன்றை தேர்தலுக்குப் பிறகு நடத்துவது என முடிவு செய்யப்பட்டது. அதன்படி, ஒரு சிறப்பு காங்கிரஸாக கட்சியின் ஐந்தாவது காங்கிரஸ் 1958 ஏப்ரல் 6 முதல் 13 வரை பஞ்சாபின் அமிர்தசரஸ் நகரில் நடைபெற்றது.

அரசியல் தீர்மானம், ஸ்தாபன அறிக்கை ஆகியவற்றை விவாதித்து ஏற்றுக் கொண்ட இந்த சிறப்பு காங்கிரஸ், கட்சியின் அமைப்புச்சட்டம் குறித்தும் விவாதித்து அதை ஏற்றுக் கொண்டது. தொழிலாளி வர்க்கம், விவசாயிகள் அடங்கிய கூட்டணியின் அடிப்படையில் தொழிலாளி வர்க்கத்தின் தலைமையிலான ‘மக்கள் ஜனநாயகத்தை நிறுவுவதும், சோஷலிசம், கம்யூனிசம் ஆகியவற்றை அடைவதுமே’ தனது லட்சியம் என கட்சியின் அமைப்புச்சட்டம் தனது முகப்புரையில் கூறியிருந்தது.

மேலும் கட்சியானது ‘வகுப்புவாதம், சாதி, தீண்டாமை போன்ற கண்மூடித்தனமான கருத்தோட்டங்கள், பழக்கவழக்கங்கள்,

பெண்களுக்கு சம உரிமை வழங்க மறுப்பது போன்றவற்றை எதிர்த்து போராடும்' என்றும் கூறியது. ஒரு சோஷலிச சமூகத்தை உருவாக்குவதற்கான இந்தப் போராட்டத்தில் 'அனைத்து வடிவங்களிலுமான திருத்தல்வாதம், வறட்டுவாதம், குறுங்குழுவாதம் ஆகிய' போக்குகளை எதிர்த்துப் போராடும் என்றும், 'இந்தியாவின் வரலாறு, அதன் தனித்த வகையிலான தேசிய அம்சங்கள், இந்திய மக்களின் சிறப்பான பாரம்பரியங்கள் ஆகியவற்றையும் கணக்கிலெடுத்துக் கொண்டு 'இந்தியாவின் நிலைமைகளுக்கு ஏற்ப மார்க்சிய-லெனினியத்தை செயல்படுத்துவதன் மூலம் தனது கொள்கைகளை வடிவமைக்கவும்' இந்த அமைப்புச்சட்டம் உறுதிபூண்டது.

திருத்தல்வாதம், குறுங்குழுவாதம் ஆகியவற்றை எதிர்த்துப் போராடுவது என்ற நோக்கத்தை அது வெளிப்படுத்தியிருந்த போதிலும், கட்சியின் சில பிரிவுகளில் காணப்பட்டிருந்த இதே போக்குகளை பிரதிபலிப்பதாகவும் அமைப்புச்சட்டம் காணப்பட்டது. 'நாடாளுமன்றத்தில் பெரும்பான்மையை வென்றெடுப்பதன் மூலமும், வெகுஜன நடவடிக்கைகளோடு அதனை வலுப்படுத்துவதன் மூலமும், பிற்போக்குவாத சக்திகளின் எதிர்ப்பை முறியடித்து, நாடாளுமன்றத்தை மக்களின் விருப்பங்களை பிரதிபலிக்கும் ஒரு கருவியாக மாற்றுவதை உறுதிப்படுத்துவது; அதன் மூலம் பொருளாதார, சமூக, அரசு கட்டமைப்புகளில் அடிப்படை மாற்றங்களை கட்சி கொண்டுவரும் என்றும் அது குறிப்பிட்டிருந்தது. கட்சிக்குள், குறிப்பாக 1957 பொதுத்தேர்தல் முடிவுகளுக்குப் பிறகு, நாடாளுமன்றம் குறித்த மாயை கட்சிக்குள் ஊடுருவி இருந்ததையே இது வெளிப்படுத்துகிறது.

கட்சியின் அமைப்புச்சட்டத்தில் அறிமுகப்படுத்தப்பட்ட திருத்தல்வாத ஸ்தாபன குறிக்கோள்கள் கட்சிக் குழுக்களை அமைப்பதற்கான வழிகளில், கொண்டு வரப்பட்ட மாற்றங்களில் பிரதிபலித்தன. தேசிய கவுன்சில், மத்திய நிர்வாகக் குழு, செயற்குழு என்ற மூன்றடுக்கு கட்டமைப்பு அறிமுகப்படுத்தப்பட்டது. இக்குழுக்களின் உறுப்பினர்கள் கட்சியின் பல்வேறு மட்டங்களிலும் நடைபெறும் பல்வேறு வகையான கூட்டங்களில் பங்கேற்பதிலேயே தங்களது நேரத்தில் பெரும்பகுதியை செலவிட வேண்டியிருந்தது. இத்தகைய கூட்டங்களில் எடுக்கப்பட்ட முடிவுகளை அமல்படுத்தப் பாடுபடுவதற்குப் பதிலாக, குழு உறுப்பினர்களின் நேரம் இவ்வாறே செலவழிந்தது. உட்கட்சி ஜனநாயகம் என்ற பெயரில், இக்குழுக்களுக்கான உறுப்பினர்களின் எண்ணிக்கையும்

அதிகரிக்கப்பட்டது. அதுவும், அவர்களின் அரசியல், தத்துவார்த்த ரீதியான தரம் குறித்தெல்லாம் கவலைப்படாமல் இந்த நடவடிக்கை மேற்கொள்ளப்பட்டது. பகுதிவாரியான பிரதிநிதித்துவம், உறுப்பினர் எண்ணிக்கை ஆகியவை மட்டுமே இதற்கென கணக்கில் எடுத்துக் கொள்ளப்பட்டதே தவிர, புரட்சிகர இயக்கத்தின் தன்மை, அதன் குணாதிசயம், அதன் ஆழம் ஆகியவை கவனத்தில் கொள்ளப்படவே இல்லை. இவ்வகையில் ஸ்தாபன ரீதியான செயல்முறைகளிலும் ஒருவித திருத்தல்வாத புரிதல் தன்னை வெளிப்படுத்திக் கொண்டது.

கட்சியின் அமைப்புச்சட்டம் கட்சியின் உறுப்பினர்களுக்கு 12 கடமைகளை வரையறுத்திருந்தது. அவையாவன: கட்சியின் செயல்பாடுகளில் தொடர்ந்து முறையாகப் பங்கேற்பது; மார்க்சிய-லெனினியத்தைப் பயில்வது; கட்சியின் வெளியீடுகளை படிப்பது, அவற்றுக்கு ஆதரவு தருவது; கட்சி ஒழுங்கை கடைப்பிடிப்பது; மக்களுக்கு சேவை செய்வது; மற்ற தோழர்களோடு தோழமை நிரம்பிய உறவுகளை மேற்கொள்வது; விமர்சனம்-சுயவிமர்சனம் ஆகியவற்றைக் கடைப்பிடிப்பது; இந்திய மக்களின் பாரம்பரியம், அவர்களின் செறிவான கலாச்சார பாரம்பரியம் ஆகியவை குறித்த புரிதலை மேலும் ஆழப்படுத்திக் கொள்வது. அதைப்போன்றே ஒவ்வொரு கட்சி உறுப்பினருக்கும் ஏழு உரிமைகளை கட்சியின் அமைப்புச் சட்டம் உறுதிப்படுத்தியிருந்தது. கட்சி அமைப்புகளுக்கும் குழுக்களுக்கும் தேர்ந்தெடுக்கப்படும் உரிமை; விவாதங்களில் சுதந்திரமாக பங்கேற்கவும் கட்சிக் கொள்கையை வடிவமைப்பதில் பங்களிக்கவுமான உரிமை; கட்சிக் கூட்டங்களில் கட்சிக் குழுக்கள், செயல்வீரர்கள் குறித்து விமர்சிப்பதற்கான உரிமை; தங்கள் கருத்துக்களை மேல்மட்ட குழுக்களுக்கு தெரிவிப்பதற்கான உரிமை ஆகியவையே அவை. ஜனநாயக மத்தியத்துவம் என்ற கோட்பாட்டை அமைப்புச்சட்டம் விரிவாக விளக்கிக் கூறியதோடு கட்சிக்குள் அது எவ்வாறு அமலாக்கப்படும் என்பதையும் எடுத்துக் கூறியது.

கட்சியின் அடிப்படை அலகான கட்சிக்கிளைகளே சிறந்ததொரு வாழ்விற்கான மக்களது போராட்டங்களில் அவர்களது தலைவர்களாக கட்சி உருப்பெறுவதை உறுதிப்படுத்துவதன் மூலம் வெகுஜன செயல்பாடுகள், வெகுஜன நடவடிக்கைகளின் வடிவமைப்பு ஆகியவற்றில் ஒரு சில தீவிர மாற்றங்களை கொண்டுவருவது எனவும் இந்த காங்கிரஸ் முடிவு செய்தது. ‘ஒவ்வொரு வேலைக்கும் தோழர்கள் இருப்பதையும், ஒவ்வொரு

தோழருக்கும் பொருத்தமான வேலை இருப்பதையும்' நடைமுறைப்படுத்தும் வகையில் அனைத்து துறைகளிலும் நீடித்த செயல்பாட்டை மேற்கொள்ளவும் கட்சி முடிவு செய்தது.

முழுநேர ஊழியர்களின் எண்ணிக்கையை அதிகரிப்பது; அவர்களின் பணிகளை தொடர்ந்து முறையாக பரிசீலனை செய்வது; போதுமான ஊதியம் வழங்குவதன் மூலமும், அவர்களது மருத்துவ செலவுகளை ஈடுகட்டுவதன் மூலமும், அவர்களின் குறைந்தபட்ச தேவைகளை உறுதிப்படுத்துவது என்றும், கட்சிக் காங்கிரஸ் முடிவு செய்தது. முழுநேர ஊழியர்களோடு கூடவே பெரும் எண்ணிக்கையிலான கட்சி உறுப்பினர்கள், அந்த காலப்பகுதிக்கே உரிய தனித்துவமான அம்சமாக, செயலற்று இருப்பதை தடுத்து நிறுத்துவது என்றும், இந்தக் காங்கிரஸ் உறுதிபூண்டது. கட்சிக் கல்வியை மேம்படுத்துவது; மக்களை கவரக்கூடிய வகையில் கட்சியின் இலக்கியங்களை உருவாக்குவது; கட்சியின் செயல்வீரர்களின் அகில இந்திய உணர்வு மட்டத்தை வலுப்படுத்தும் வகையில் அவர்களுக்கென அரசியல் பள்ளிகளை நடத்துவது ஆகியவையும் திட்டமிடப்பட்டன.

கட்சி கிளர்ச்சிகளை நடத்துகின்ற விதத்தையும் கூட மேம்படுத்த முயற்சிக்கப்பட்டது. கட்சி நடத்தி வரும் பல்வேறு இதழ்கள், பத்திரிக்கைகளில் வெளிவரும் கட்டுரைகள் உயிரற்றவையாக, வார்த்தை ஜாலங்கள் நிரம்பியவையாக, போதுமான அளவிற்கு தகவல்கள் அற்றவையாக இருப்பது குறித்தும் காங்கிரஸ் தனது கவலையை தெரிவித்தது. கட்சி நிறைவேற்றும் தீர்மானங்களும் கூட சுருங்கச் சொல்லி விளங்க வைப்பதாக இல்லாமல் மிக நீண்டதாக இருந்தன. 'லட்சக்கணக்கானோர் வழிகாட்டலுக்காக எதிர்நோக்கி இருக்கின்ற ஒரு கட்சியாக, ஒரு வெகுஜன கட்சியாக வளர்கின்ற கட்சி நமது கட்சி என்ற உள்ளார்ந்த உணர்வுடன் நமது பேச்சும் எழுத்தும் இருக்க வேண்டும்.'

அனைத்து மட்டங்களிலும் கட்சித் தலைமையின் செயல்பாட்டையும் கட்சி காங்கிரஸ் சுயவிமர்சன ரீதியாக மதிப்பிட்டது. இயக்கத்தின் தேவைகளை எதிர்கொள்ளும் வகையில் தலைமையானது முதிர்ச்சியையும் திறனையும் வளர்த்துக் கொள்வதோடு, கட்சியின் அனைத்து மட்டங்களிலும் உள்ள குழுக்கள் முறையாகச் செயல்படுவதையும் உறுதிப்படுத்த வேண்டும் என்றும், ஸ்தாபனம் குறித்த தீர்மானம் சுட்டிக் காட்டியது. எளிமை, பொறுமை, தோழமை மிகுந்த நடத்தை, விமர்சனங்களுக்கு உரிய கவனம் செலுத்துதல், எடுத்த முடிவுகள்

- அவற்றின் அமலாக்கம் தொழில்-நடைமுறை ஆகியவற்றுக்கு இடையே உள்ள இடர்ப்பாடுகளை வென்றெடுத்தல், தனிநபர் போக்கினை எதிர்த்துப் போராடுதல், ஒழுங்குமுறையை வலுப்படுத்துதல் ஆகியவை கட்சிக்கு முன்னால் உள்ள, முன்னுரிமை அளிக்கப்பட வேண்டிய கடமைகள் என அடையாளம் காணப்பட்டன.

விமர்சனம், கீழிருந்து வரும் ஆலோசனைகள் ஆகியவற்றை அதிகாரத்துவப் போக்குடன் அலட்சியப்படுத்துதல்; தங்களை மட்டுமே முன்னிறுத்துவது, ஓர் அணியாக செயல்படுவது, உள்ளூர் விஷயங்களுக்கு மட்டுமே முக்கியத்துவம் அளிப்பது போன்ற பிளவுவாதப் போக்குகள் தனித்துவம் மிக்கதோர் அம்சமாக கட்சிக்குள் உருவெடுத்துள்ளதையும் கட்சிக் காங்கிரஸ் சுட்டிக் காட்டியது. இந்தப் போக்குகள் அனைத்தையும் எதிர்த்துப் போராடி வெற்றிகொள்வது எனவும் கட்சி உறுதிபூண்டது. ஜனநாயக மத்தியத்துவம், பாட்டாளிவர்க்க சர்வாதிகாரம் ஆகிய குறிக்கோள்களின் மீது கேள்வி எழுப்புவோரை விமர்சித்த கட்சி காங்கிரஸ், திருத்தல்வாதத்தின் இத்தகைய வெளிப்பாடுகளை எதிர்த்துப் போராட வேண்டும் என்றும் குறிப்பிட்டது.

எனினும் மேலே கூறப்பட்ட பலவும் அமலாக்கப்படவில்லை. ஒரு வெகுஜன கட்சியை கட்டுவது; கிடைத்த வாக்குகளுக்கு உகந்த வகையில் உறுப்பினர்களை அதிகரிப்பது என்ற பெயரில் புதிதாக உறுப்பினர்களை சேர்ப்பதற்கான விதிமுறைகள் தளர்த்தப்பட்டன. இவை அனைத்துமே கட்சிக்கு உள்ளே திருத்தல்வாதப் போக்குகள் படிப்படியாக வலுப்பெறுவதற்கு வழிவகுத்தன.

இந்தக் காலப்பகுதியில் தொழிலாளி வர்க்கப் போராட்டங்கள் அதிகரித்து வருவதையும் அரசியல் தீர்மானம் சுட்டிக் காட்டியிருந்தது. குறிப்பாக, தபால்-தந்தித் துறை தொழிலாளர்களின் போராட்டம் எழுப்பியிருந்த இரண்டாவது ஊதியக் குழு என்ற கோரிக்கை வென்றெடுக்கப்பட்டது. ஒன்றுபட்ட தொழிற்சங்கப் போராட்டங்களை உருவாக்குவதில் ஏஐடியுசி அமைப்பில் செயல்பட்டு வந்த கட்சி உறுப்பினர்கள் மிக முக்கியமான பங்கினை வகித்தனர். அதைப் போன்றே அசாம் மாநிலத்தில் எண்ணெய் சுத்திகரிப்பு ஆலைக்கான போராட்டத்தில் கட்சி முக்கிய பங்கினை வகித்ததையும் அது சுட்டிக் காட்டியது.

இந்திய அரசு பின்பற்றி வந்த வெளியுறவுக் கொள்கையில் ஏற்பட்டிருந்த மாற்றத்தையும் அரசியல் தீர்மானம் ஆதரித்தது.

நாட்டை துரிதமாக தொழில்மயமாக்குவது பற்றிப் பேசிய இரண்டாவது ஐந்தாண்டு திட்டத்தில் அடங்கியிருந்த ஒரு சில முற்போக்கான அம்சங்களையும் அது ஆதரித்தது.

இந்தக் காலப்பகுதியில் மற்றொரு முதலாளித்துவ – நிலப்பிரபுத்துவ கட்சியான சுதந்திரா கட்சி உருவானது. அப்போது அது குறிப்பிடத்தக்கதொரு சக்தியாக இருக்கவில்லை. எனினும் சுதந்திரா கட்சி உருப்பெறுவது மிகப்பெரும் அபாயம் என்று கருதிக் கொண்டு கட்சிக்குள் இருந்த சீர்திருத்தவாதப் பிரிவினர் இந்த வளர்ச்சிப்போக்கை காங்கிரஸ் கட்சியுடன் உறவு வைத்துக் கொள்ள பயன்படுத்திக் கொள்ள முயன்றது. எனினும் அமிர்தசரஸில் நடைபெற்ற கட்சி காங்கிரஸ், மத்தியில் ஆளும் காங்கிரஸ் அரசின் பிற்போக்குவாத, மக்கள்விரோதக் கொள்கைகளே, நாட்டின் பொருளாதார, அரசியல் வாழ்க்கையில் இத்தகைய தேசவிரோத, தீவிர வலதுசாரி சக்திகள் தலையெடுப்பதற்கு வழிகோலியுள்ளது என்றும், மத்திய அரசின் மக்கள்விரோத கொள்கைகளுக்கு எதிராக உறுதியுடனும் வேகத்துடனும் போராடாமல் இந்த பிற்போக்கு சக்திகளை தோற்கடிக்க முடியாது என்றும் எடுத்துக் கூறி இந்த தவறான நிலைபாட்டிற்கு முற்றுப்புள்ளி வைத்தது.

இவ்வாறு முன்வைக்கப்பட்ட அரசியல் தீர்மானத்தை அமிர்தசரஸ் கட்சி காங்கிரஸ் ஏற்றுக் கொண்ட பிறகும் கூட, கட்சிக்குள் கருத்து வேறுபாடுகள் தொடர்ந்து நீடித்தன. காங்கிரஸ் கட்சியிடம் மிகவும் மென்மையாக நடந்து கொள்ள வேண்டும் என்ற போக்கை பின்பற்றி வந்த, கட்சியிலிருந்த சீர்திருத்தவாத பிரிவினருக்கு கேரளாவில் செயல்பட்டு வந்த கம்யூனிஸ்ட் அரசை சீர்குலைத்த காங்கிரஸ் அரசின் செயல் மிகப்பெரும் அதிர்ச்சியாக இருந்தது. எனினும் இந்த அதிர்ச்சியும் கூட அவர்களிடையே நீண்ட நாட்கள் நீடிக்கவில்லை. அதன் பிறகு அவர்கள் தங்களது சீர்திருத்தவாதப் பாதையை தொடர்ந்து பின்பற்றி வந்தனர்.

ஆகஸ்ட் 09, 2020

42

வரலாற்றுச் சிறப்புமிக்க வங்காளத்தின் உணவுக்கான இயக்கம் (1959)

மேற்கு வங்காள மாநில மக்கள் உணவுக்காக நடத்திய போராட்டம் தங்களது வாழ்வுரிமைக்காக களத்தில் இறங்கிய மக்களின் ரத்தத்தாலும் துயரத்தாலும் எழுதப்பட்ட சாகாவரம் பெற்றதொரு வரலாற்று அத்தியாயம் ஆகும். உணவுக்கான இந்தப் போராட்டம் 1959ஆம் ஆண்டு ஜூலை 13 அன்று தொடங்கி செப்டெம்பர் மாதம் வரை நீடித்தது. அப்போது ஆட்சியில் இருந்த காங்கிரஸ் அரசின் கொடூரமான அடக்குமுறையின் விளைவாக பத்துக்கும் மேற்பட்டோர் இந்த இயக்கத்தில் இன்னுயிர் நீத்தனர். நூற்றுக்கணக்கானோர் காயமுற்றனர். ஆயிரக்கணக்கானோர் சிறையில் அடைக்கப்பட்டனர். இந்தப் போராட்டம் வங்காள மக்கள் அனைவரையும் உள்ளடக்கிய மாபெரும் கிளர்ச்சி என்ற வடிவத்தை அடைந்தது. பல லட்சக்கணக்கான மக்கள் ஈடுபட்ட இந்தப் போராட்டம் கல்கத்தா மற்றும் தூரத்து நகரங்களோடு மட்டும் சுருங்கி விடவில்லை. மாறாக, எட்டாத தொலைவில் இருந்த கிராமங்களிலும் பரவியதாகவும் அது இருந்தது. ஆயிரக்கணக்கான விவசாயிகளும், தொழிலாளர்களும், மாணவர்களும் நடுத்தர வர்க்க ஊழியர்களும் தொழில் நிபுணர்களும் மற்ற பிரிவினரும் இந்தப் போராட்டத்திற்குள் கவர்ந்திழுக்கப்பட்டனர்.

மேற்கு வங்கத்தின் முதல் முதல்வரான டாக்டர் பி.சி. ராய் தலைமையிலான காங்கிரஸ் அரசாங்கத்தின் கீழ் உணவு நெருக்கடி மட்டுமின்றி, கிட்டத்தட்ட பஞ்சம் போன்ற நிலைமைகளும் மாநில பொருளாதாரத்தின் நிரந்தர அம்சங்களாக மாறியிருந்தது. இத்தகையதொரு தருணத்தில்தான் உணவுக்கான போராட்டம் தொடங்கியது. 1955ஆம் ஆண்டிலிருந்தே, குறிப்பாக ஏப்ரல் முதல் செப்டெம்பர் வரையிலான காலத்திற்கிடையே வங்காளத்தில் உணவு நிலைமை மிக மோசமானதாக மாறியது. 1955 டிசம்பரில் ஒரு டன் அரிசியின் விலை ரூ. 382 ஆக இருந்தது 1956 டிசம்பரில் ரூ. 532 ஆக உயர்ந்தது. 1959ஆம் ஆண்டு தொடக்கத்தில் இந்த நிலைமை மிக மோசமானதாக மாறியது. பெருமளவிலான பட்டினி, உயிரிழப்புகள், தற்கொலைகள், உணவிற்காகவும்

வேலை தேடியும் லட்சக்கணக்கானோர் நகரங்களை நோக்கி, குறிப்பாக மாநில தலைநகரான கல்கத்தாவை நோக்கி, இடம்பெயர்வதென்பது வழக்கமானதொரு நிகழ்வாக மாறி இருந்தது. நாடு விடுதலை பெற்றதில் இருந்து ஆட்சிப் பொறுப்பில் இருந்த காங்கிரஸ் அரசு மக்களின் பிரச்சனைகளுக்குத் தீர்வு காண்பதற்குப் பதிலாக, பெருமளவிலான விவசாயிகள் தங்கள் நிலங்களை இழந்து ஓட்டாண்டிகளாக மாறிய நிலைக்குக் கொண்டு சென்றது.

இந்தப் போராட்டம் முழுவதிலும் கம்யூனிஸ்ட் கட்சியின் பங்கு மகத்தான ஒன்றாக இருந்தது. விலைவாசி உயர்வு மற்றும் பஞ்சம் எதிர்ப்புக்குழு என்று அழைக்கப்பட்ட விரிவானதொரு மேடையை உருவாக்கி பெருந்திரளான மக்களை இந்தப் போராட்டத்தில் அணிதிரட்ட கட்சி முன்முயற்சி எடுத்தது. இந்தக் குழுவின் மூலம், அதன் முடிவுகளை உருவாக்கி அவற்றை அமல்படுத்துவதில் கட்சி மிகப்பெரும் பங்கினை வகித்ததோடு, மிக மோசமான நெருக்கடியின் போதும்கூட இந்தப் போராட்டத்தின் மீதான தனது பிடியை விட்டுவிடாமல் இருந்தது. காவல்துறையின் தடியடித் தாக்குதலாக இருந்தாலும் சரி, துப்பாக்கிச் சூடாக இருந்தாலும் சரி, அரசுக்கு ஆதரவான குண்டர்களை எதிர்த்த போராட்டமாக இருந்தாலும் சரி, கருங்காலிகளுக்கு எதிரான போராட்டமாக இருந்தாலும் சரி, எப்போதும் எல்லா இடங்களிலும் கட்சியின் செயல்வீரர்கள் மக்களோடு ஒன்றிணைந்திருந்தனர். மேலும் இத்தகைய நிகழ்வுகளால் கடும் கோபமுற்றிருந்த மக்களை சமாதானப் படுத்துவதிலும், அவர்களது வெறுப்பும் கோபமும் விரும்பவொண்ணாத வழிகளில் திரும்பாதவாறு பார்த்துக் கொள்ளும் முயற்சிகளிலும் கட்சி தொடர்ந்து செயல்பட்டு வந்தது.

மாநிலத்தில் நிலவி வந்த கடுமையான உணவு நெருக்கடியை தீர்ப்பதற்காக மாநில சட்டமன்றத்திற்கு தேர்ந்தெடுக்கப்பட்டிருந்த கம்யூனிஸ்ட் கட்சித் தலைவர்கள் விலைவாசி உயர்வு- பஞ்சம் எதிர்ப்புக் குழு தெரிவித்திருந்த குறிப்புகளை மையமாகக் கொண்டே பிப்ரவரி மாதத்தில் தொடங்கியிருந்த பட்ஜெட் கூட்டத்தொடரில் இதுபற்றி சட்டமன்றத்தில் விவாதித்து வந்தனர். எனினும் மாநில அரசு அதன் மீது நடவடிக்கை எடுக்க மறுத்தது. மாறாக, வர்த்தகர்கள் மேலும் லாபம் பெறும் வகையில் அவர்களின் நலன்களுக்காகவே சேவை செய்தது. உணவு தானிய அறுவடை இல்லாத மாதங்கள் நெருங்கிக் கொண்டிருந்த தருணத்தில் உணவுப் பொருட்களை கட்டுப்படுத்துவதற்கான

உத்தரவை மாநில அரசு தற்காலிகமாக நிறுத்தி வைத்தது. இதன் மூலம் வியாபாரிகள் அபரிமிதமான லாபம் பெறவும், கள்ளச் சந்தையின் மூலம் விலையை அதிகரிக்கவும் மாநில அரசு சட்டபூர்வமாக உதவி செய்தது. விவசாயிகளிடமிருந்து போதுமான நெல்லையும் அரிசியையும் கொள்முதல் செய்ய அரசு மறுத்ததோடு, அரிசி ஆலைகளின் உற்பத்தி மீதான தீர்வையை அதிகரிக்க வேண்டும் என்ற கோரிக்கையையும் அரசு ஏற்க மறுத்துவிட்டது. மாநில சட்டமன்றத்தில் கம்யூனிஸ்ட் கட்சி கொண்டு வந்த நம்பிக்கையில்லா தீர்மானம் மக்களுக்கு விரோதமான, கள்ளச் சந்தைக்காரர்களுக்கு ஆதரவான, மாநில அரசின், உணவுக் கொள்கையை அம்பலப்படுத்தியது.

விலைவாசி உயர்வு மற்றும் பஞ்சம் எதிர்ப்புக் குழுவின் மூலம் இந்த நெருக்கடியை சமாளிப்பதற்கான முழுமையானதொரு மாற்றுக் கொள்கையையும் கம்யூனிஸ்ட் கட்சி மாநில அரசின் முன்பாக வைத்தது. மாநிலத்தில் உணவுப் பொருட்களின் உற்பத்தியை அதிகரிப்பது; விவசாயிகளிடமிருந்து நேரடியாக கொள்முதல் செய்யப்பட்ட உணவு தானியங்களை முறையாக விநியோகம் செய்வதை உறுதிப்படுத்துவதற்கான நடவடிக்கைகள்; வயதான, வலுவிழந்த, வேலையற்ற பிரிவினருக்கு வழங்கப்பட வேண்டிய ஒரு சில நிவாரண நடவடிக்கைகள் ஆகியவற்றை உள்ளடக்கியதாக இந்த மாற்றுக் கொள்கை அமைந்திருந்தது. அதே நேரத்தில் கேரளாவில் கம்யூனிஸ்டுகளின் தலைமையில் செயல்பட்டு வந்த மாநில அரசு செய்ததைப் போல அனைத்து மட்டங்களிலும் உணவுக்கான ஆலோசனை குழுக்களை அமைக்க வேண்டும் என்றும் கம்யூனிஸ்ட் கட்சி கோரியது. உபரி நிலங்களை விவசாய தொழிலாளர்களுக்கும் நிலமற்ற ஏழை விவசாயிகளுக்கும் பகிர்ந்து அளிக்க வேண்டும் என்றும், உணவுப் பொருட்கள் தேவைப்படும் அனைவரையும் உள்ளடக்கிய வகையில் திருத்தி அமைக்கப்பட்ட ரேஷன் முறையை விரிவுபடுத்த வேண்டும் என்றும், போதுமான அளவிற்கு உணவுப் பொருட்களை சேமித்து வைப்பது, அவற்றின் விலைகளை முறைப்படுத்துவது, பொருட்களை பதுக்கி வைப்பதையும் அவற்றின் மீதான ஊக வணிகத்தையும் தடுப்பது போன்ற பல ஆலோசனைகளை கட்சி அரசின் முன் வைத்தது.

இந்தக் கோரிக்கைகளை ஏற்றுக் கொள்வதற்குப் பதிலாக, மாநில காங்கிரஸ் அரசு, கம்யூனிஸ்ட் கட்சியும் எதிர்ப்புக் குழுவும் முன்வைத்த ஆலோசனைகள் ஒவ்வொன்றையுமே மறுதலித்தது.

உணவு நிலைமை மோசமானதைத் தொடர்ந்து எதிர்ப்புக் குழுவின் மூலம் இந்த நிலைமைக்கு எதிராக அணிதிரளுமாறு கம்யூனிஸ்ட் கட்சி மக்களுக்கு அறைகூவல் விடுத்தது. மாநிலம் முழுவதிலும் பேரணிகளும் ஆர்ப்பாட்டங்களும் நடைபெற்றன. மிகக் குறுகிய காலத்திற்குள்ளேயே இந்த இயக்கம் மாநிலந்தழுவிய ஓர் இயக்கமாக உருவெடுத்தது. இதைத் தொடர்ந்து பொதுவேலை நிறுத்தம் ஒன்றுக்கு அறைகூவல் விடப்பட்டது. இதற்கும் தொழிலாளி வர்க்கத்திடமிருந்து மகத்தான ஆதரவு கிடைத்தது. எனினும் இந்த கண்டனங்கள் எதுவுமே காங்கிரஸ் அரசின் பிடிவாதத்தை சிறிதளவும் அசைக்கவில்லை.

விலைவாசி உயர்வு மற்றும் பஞ்சம் எதிர்ப்புக் குழுவிற்கு நேரடி நடவடிக்கைக்கான அறைகூவல் விடுவதைத் தவிர வேறெந்த மாற்று வழியும் இருக்கவில்லை. முதலில் ஜூலை 13 அன்று மிதுனபூர் மாவட்டத்தில் இந்தப் போராட்டம் தொடங்கியது. பத்து நாட்களுக்கு உள்ளாகவே மற்ற மாவட்டங்களிலும் அது பரவியது. ஆகஸ்ட் 8 அன்று மாநில அளவிலான உணவுக்கான இயக்கம் நடத்தப்பட்டது. ஆகஸ்ட் 20 இல் இருந்து மாநிலம் முழுவதிலும் நேரடி நடவடிக்கையில் இறங்குமாறு அது அறைகூவல் விடுத்தது. அன்றிலிருந்து உணவுக்கான இயக்கமானது மேலும் தீவிரமாகி, நிகழ்வுகள் மிக வேகமாக நடைபெறத் தொடங்கின.

இடதுசாரி கட்சிகள், தொழிற்சங்கங்கள், விவசாய சங்கம் மற்றும் இதர வெகுஜன அமைப்புகள் ஆகியவற்றைச் சேர்ந்த 100க்கும் மேற்பட்ட தலைவர்களை முதலில் கைது செய்வதன் மூலம் பி சி ராய் தலைமையிலான அரசு இந்த இயக்கத்திற்கு எதிராக நடவடிக்கை எடுக்கத் தொடங்கியது. இயக்கத்தை முடக்கிப் போடும் அதிரடி நடவடிக்கை இது என்றும் அப்போது கூறப்பட்டது. எனினும் அதன் நோக்கத்தில் தோல்வியையே கண்டது. நேரடி நடவடிக்கைக்கான நாள் என நிர்ணயித்திருந்த ஆகஸ்ட் 20 அன்று ஆயிரக்கணக்கான மக்கள் அணிதிரண்டு இதுவரை கண்டிராத வகையில் இந்த இயக்கத்திற்கு ஒரு வெகுஜன தன்மையை உண்டாக்கினர். கல்கத்தா நகரில் 30,000க்கும் மேற்பட்டோர் அணிதிரண்டு மாநில உணவு அமைச்சரின் இல்லத்திற்கு முன்னால் ஆர்ப்பாட்டம் செய்ய நடைபோட்டனர். ஆகஸ்ட் 31 அன்று பிரம்மாண்டமான ஒரு பேரணியை நடத்துவது என்றும், செப்டெம்பர் 3 அன்று மாநிலந்தழுவிய பொது வேலைநிறுத்தம், மறியல் ஆகியவற்றை மேற்கொள்வது என்றும் எதிர்ப்புக் குழு அறைகூவல் விடுத்தது.

குழுவின் இத்தகைய முடிவுகளும் அதற்குக் கிடைத்த மாநில மக்களின் பேராதரவும் மாநில அரசை பெரும் கோபம் கொள்ளச் செய்தது. ஆகஸ்ட் 25 அன்று மாநிலம் முழுவதிலும் காட்டுமிராண்டித் தனமான அடக்குமுறையை மாநில அரசு கட்டவிழ்த்து விட்டது. செப்டெம்பர் 1 அன்று மாணவர்களும் இந்தக் கிளர்ச்சியில் பங்கேற்கத் தொடங்கினர். கல்கத்தா நகரில் கல்லூரி சாலை தீரம் மிக்க சண்டைகள் நிகழ்ந்த இடமாக மாறியது. ஆகஸ்ட் 31க்கும் செப்டெம்பர் 4க்கும் இடைப்பட்ட காலத்தில் காவல்துறையின் துப்பாக்கி சூடு, தடியடித் தாக்குதல்கள் ஆகியவற்றினால் 80க்கும் மேற்பட்டோர் கொல்லப்பட்டனர்; 3000க்கும் மேற்பட்டோர் காயமுற்றனர். குறைந்தது 200 பேர் காணாமல் போயினர். ஆயிரக்கணக்கானோர் கைது செய்யப்பட்டனர்.

விவசாயிகள், தொழிலாளிகளிடையே உருவாகியிருந்த ஒற்றுமையை சீர்குலைக்கும் நோக்கத்துடன் தொழிலாளிகளின் குடியிருப்புப் பகுதிகளின் மீது காவல்துறை படையெடுத்து, அங்கு வசித்து வந்த மக்களை கொடூரமாகத் தாக்கியது. இதனோடு திருப்தியடையாத காவல்துறை இந்தக் குடியிருப்புகளில் கண்ணீர்புகை குண்டுகளையும் வீசியது. இவை அனைத்தையும் துச்சமாகத் தூக்கியெறிந்த தொழிலாளி வர்க்கம் முழுவதும் பொது வேலை நிறுத்தத்தில் தீவிரமாகப் பங்கேற்றது. தொழிற்சாலைகள் நிரம்பிய பகுதிகள் ஒவ்வொன்றிலும் தொழிலாளி வர்க்கத்தின் மகத்தான எழுச்சியைக் காண முடிந்தது. தொழிலாளி வர்க்க அணிகளிடையே பிளவு ஏற்படுத்தும் நோக்கத்துடன் வங்காளி-பீகாரி என்ற அடையாளங்களின் பெயரால் தொழிலாளி வர்க்கத்தினரிடையே வெறிப்பிரச்சாரத்தையும் அரசு கிளப்பியது. அரசு மேற்கொண்ட இத்தகைய நடவடிக்கைகள் எதுவுமே தொழிலாளி-விவசாயி ஒற்றுமையை சீர்குலைக்கத் தவறின. இது இந்த இயக்கத்தின் மிகவும் குறிப்பிடத்தக்க அம்சமாகும்.

பின்னர் மேற்கொள்ளப்பட்ட ஓர் ஆய்வின்படி கைது செய்யப்பட்டவர்களில் 75 சதவீதத்திற்கும் மேற்பட்டோர் விவசாயிகள் ஆவர். மீதமுள்ளவர்கள் தொழிலாளிகள், மாணவர்கள், நடுத்தர வர்க்க ஊழியர்கள் ஆவர். கைதான இந்தப் பிரிவினரில் ஆயிரக்கணக்கான பெண்களும் இருந்தனர்.

முதல்வர் பி சி ராயின் நேரடி உத்திரவின்படி நடைபெற்ற காவல்துறையின் கொடூரமான தாக்குதல்கள் இதுவரை கண்டிராத உச்சத்தை எட்டியிருந்தன. பல நேரங்களில் வெளியேறிச் செல்ல முடியாதபடி அனைத்து வழிகளையும் அடைத்து விட்டு

ஆர்ப்பாட்டம் செய்ய வந்த மக்களை சுற்றி வளைத்து காவல்துறை கொடூரமாகத் தாக்கியது. இவற்றில் காயமுற்றோரை பார்க்கும்போது கிளர்ச்சி செய்பவர்களை கொல்வது, அல்லது மிக மோசமான காயங்களை ஏற்படுத்துவது என்பதே காவல்துறையின் நோக்கமாக இருந்தது என்பதை நன்கு உணர முடிந்தது. கைது செய்யப்பட்டவர்களும் கூட காவல்நிலைய கொட்டடிகளில் மனிதத்தன்மையற்ற வகையில் சித்திரவதைகளுக்கு ஆளாயினர். இவ்வாறு பெருந்திரளாக மக்களை கொன்று குவித்ததை மறைப்பதற்காக நட்டநடு நிசியில் உயிரிழந்த தியாகிகளின் உடல்களை காவல்துறை எரித்துச் சாம்பலாக்கியது. கல்கத்தா-ஹவுரா நகரப் பகுதிகளில் இதுபோன்ற எண்ணற்ற ‘தூய்மை’ நடவடிக்கைகள் நிகழ்ந்தேறின.

இந்தக் கிளர்ச்சிப் போராட்டங்கள் அனைத்திலும் கம்யூனிஸ்ட் கட்சி வீரஞ்செறிந்ததொரு பங்கினை வகித்தது. அதிலும் குறிப்பாக இங்கு சுட்டிக் காட்டவேண்டியது இந்தக் காலப்பகுதி முழுவதிலும் கட்சியின் அதிகாரபூர்வ இதழான ஸ்வாதிநதா ஆற்றிய பங்கு ஆகும். இந்த இதழிலும் அச்சகத்திலும் பணியாற்றிய தோழர்கள் அதை உண்மையானதொரு மக்கள் இதழாக மாற்றியதோடு, இந்தப் போராட்டத்தின் வலிமை மிக்கதொரு ஆயுதமாகவும் மாற்றியமைத்தனர். காவல்துறையினர் கட்டவிழ்த்து விட்ட காட்டுமிராண்டி செயல்களை சித்தரிக்கும் புகைப்படங்களையும் செய்திகளையும் பெரும் அபாயங்களுக்கு இடையே சேகரித்து அவற்றை இந்தப் பத்திரிக்கையிலும் பிரசுரம் செய்தனர். இதன் மூலம் மக்களிடையே உணர்வுகளை தட்டியெழுப்பினர்.

வங்காள மாநில மக்களின் இந்தப் போராட்டத்தை பாராட்டிய கம்யூனிஸ்ட் கட்சியின் மத்தியக் குழு நாடு முழுவதிலும் அதற்கு ஆதரவாக இயக்கங்களை முன்னெடுக்குமாறு அறைகூவல் விடுத்தது. காங்கிரஸ் அரசு கட்டவிழ்த்து விட்ட ஒடுக்குமுறையை நாடு முழுவதிலும் இருந்த மக்கள் கண்டனம் செய்தனர். இதன் மூலம் காங்கிரஸ் கட்சியின் வர்க்க குணாம்சம் மேலும் அதிகமாகவே அம்பலமானது. ஏனெனில், இதே காலப்பகுதியில்தான் ‘ஜனநாயகத்தைப் பாதுகாப்பது’ என்ற பெயரில் கேரளாவில் வன்முறை வெறியாட்டம் ஆடி அங்கிருந்த கம்யூனிஸ்ட் கட்சி தலைமையிலான அரசை அது கலைத்திருந்தது. மறுபுறத்தில் வங்காளத்திலோ, அதே காங்கிரஸ் மாநில அரசு மக்களின் உரிமைகளை நசுக்கி மிகுந்த வன்மத்தோடு ஜனநாயக நெறிமுறைகளை மீறிக் கொண்டு வந்தது.

உணவுப் போராட்டத்தில் கைது செய்யப்படும் ஜோதிபாசு

காங்கிரஸ் கட்சியின் இத்தகைய போலித்தனம் அம்பலமானதோடு, அதற்கும் கம்யூனிஸ்ட் கட்சிக்கும் இடையே இருந்த வேறுபாடும் மேலும் தெளிவாகப் புலப்பட்டது. 1959ஆம் ஆண்டில் நடைபெற்ற உணவுக்கான இயக்கம் இந்திய கம்யூனிஸ்ட் கட்சிக்குள் நடைபெற்ற உட்கட்சி விவாதங்களிலும் தாக்கத்தை ஏற்படுத்தியது. குறிப்பாக காங்கிரஸ் கட்சியுடன் எத்தகைய உறவை ஏற்படுத்திக் கொள்ள வேண்டும் என்ற விஷயத்தில்.

நிரந்தரமான தியாகிகள் நினைவுத் தூண் ஒன்றுக்கான அடிக்கல் நாட்டப்பட்ட 1959 செப்டம்பர் 26 அன்று விலைவாசி உயர்வு மற்றும் பஞ்சம் எதிர்ப்புக் குழு இந்தப் போராட்டத்தை முறையாக விலக்கிக் கொள்வதாக அறிவிப்பு செய்தது. கல்கத்தா நகர வீதிகளில் என்றும் மறக்கவியலாத வகையில் அமைதிப் பேரணி ஒன்று நடைபெற்றது. காவல்துறையின் அராஜகங்கள் குறித்து பொது விசாரணை; இப்போராட்டத்தில் உயிரிழந்தோருக்கு முறையான இழப்பீடு; மாநில உணவு அமைச்சர் உடனடியாக பதவியைத் துறப்பது ஆகிய கோரிக்கைகளை இந்தப் பேரணி அரசின் முன் வைத்தது.

உணவு இயக்கத்தில் உருவான எழுச்சிமிக்கதொரு உணர்வும் அதன் எதிரொலிகளும் இன்றும் நம் காதுகளில் எதிரொலித்துக் கொண்டே இருக்கின்றன.

ஆகஸ்ட் 16, 2020

43

பஞ்சாபில் மேன்மைக்கான தீர்வைக்கு எதிரான போராட்டம்

பஞ்சாப் விவசாயிகள் மேன்மைக்கான தீர்வைக்கு எதிராக 1959ஆம் ஆண்டில் நடத்திய வீரஞ்செறிந்த போராட்டம் இந்திய விவசாயிகள் இயக்க வரலாற்றில் மகத்தானதொரு அத்தியாயமாக இணைந்து கொண்டது. புதியதொரு யுகத்தை உருவாக்கிய தெலுங்கானா போராட்டத்திற்கும் நாடு விடுதலை பெற்றதற்கும் பிந்தைய காலப்பகுதியில் நடைபெற்ற மிகப்பெரும் போராட்டமாகவும் இது திகழ்ந்தது. விவசாயிகளின் விரிவான ஒற்றுமையை உருவாக்கியதோடு, கட்சி வேறுபாடின்றி விவசாயத் தொழிலாளர்கள், இதர மக்கள் பிரிவினரின் ஆதரவையும் இந்தப் போராட்டத்தால் அணிதிரட்டவும் முடிந்தது.

விவசாயிகள், விவசாயத் தொழிலாளர்களிடையே அதுவரை அடக்கி வைக்கப்பட்டிருந்த அதிருப்தியின் வெளிப்பாடே பஞ்சாப் விவசாயிகளின் இந்த அமைதியான இயக்கம். அரசு பின்பற்றி வந்த மக்கள்விரோதக் கொள்கைகளின் விளைவாக உருவான நெருக்கடியின் சுமையை விவசாயிகளின் தோள்களில் சுமத்த முற்பட்ட அரசின் முயற்சியை எதிர்த்தும், ஆழமாகிக் கொண்டே வந்த விவசாய நெருக்கடியினால் விவசாயிகளிடையே உருவாகியிருந்த மனக்கசப்பின் வெளிப்பாடாகவும் அது இருந்தது. விவசாயிகளின் அதிருப்தி மேன்மைக்கான தீர்வைக்கு எதிரான போராட்டத்தில் வெளிப்பட்டது என்றபோதிலும், நாட்டின் விடுதலைக்குப் பிறகு அரசு பின்பற்றி வந்த மக்கள் விரோதக் கொள்கைகளின் ஒட்டுமொத்த விளைவாகவே அந்த அதிருப்தி எழுந்தது என்பதையும் இங்கு குறிப்பிட வேண்டும்.

நாட்டின் விடுதலைக்குப் பிறகு பஞ்சாப் மாநில மக்களின் கடன்சுமை நபர் ஒன்றுக்கு ரூ. 14லிருந்து ரூ. 25 ஆக அதிகரித்தது. கடனில் மூழ்குவதும் துரிதமாக அதிகரித்தது. இவை போக, லட்சக்கணக்கானோர் நிலங்களில் இருந்து வெளியேற்றப்பட்டு, விவசாயத் தொழிலாளர் அணிகளில் சேர வேண்டிய கட்டாயத்திற்கு ஆளானதன் விளைவாக வேலையின்மை மேலும் வளர்ந்தது. சந்தையை ஆட்டிப் படைக்கும் சக்திகளால் பஞ்சாப் மாநில விவசாயிகள் கொள்ளை அடிக்கப்பட்டனர்.

1952ஆம் ஆண்டில் பக்ரா கால்வாய் திட்டம் முடிவடைவதற்கு முன்பாக, மேன்மைக்கான தீர்வை ஒன்றை விதிப்பதற்கான சட்டம் ஒன்றை பஞ்சாப் மாநில அரசு கொண்டு வந்தது. இந்தத் தீர்வையின் மூலம் கால்வாய் திட்டத்திற்கு ஆகும் செலவுகள் அனைத்தையும் ஈடு செய்துவிடலாம் என்பதே இந்தச் சட்டத்தின் நோக்கமாகும். அதன் தொடக்க நிலையிலேயே கம்யூனிஸ்ட் கட்சியும் விவசாய சங்கமும் இந்தச் சட்டத்தை எதிர்த்தன. இந்தத் தீர்வையை போட்டபிறகு விவசாயத்திற்காக செலவு செய்ய விவசாயிகளிடம் எதுவும் இருக்காது என்றும், ஏழை விவசாயிகளை பொறுத்தவரையில் அவர்கள் தங்களது நிலங்களை இழக்க வேண்டிய கட்டாயத்திற்கு ஆளாவார்கள் என்றும் அவர்கள் வாதிட்டு வந்தனர். எனினும், காங்கிரஸ் அரசு இவை எதையும் கேட்க மறுத்து, இந்த மேன்மைக்கான தீர்வையை முன்கூட்டியே செலுத்துவதற்கென 1959 ஜனவரியில் ஓர் அவசர சட்டத்தைப் போட்டது. அரசின் இந்த விஷமத்தனமான செயல்தான் மக்கள் மனதில் ஏற்கனவே எரிந்து கொண்டிருந்த தீயில் எண்ணெய் ஊற்றுவதுபோல் ஆனது.

1957ஆம் ஆண்டு இறுதியிலும், 1958ஆம் ஆண்டு தொடக்கத்திலும் இதற்கான மதிப்பீட்டு அறிக்கைகள் வழங்கப்பட்டபோது மாநிலத்தில் இருந்த விவசாயிகள் அனைவரும் கொதித்து எழுந்தனர். அனைவரும் ஒன்றுதிரண்டு மனு கொடுப்பது, கையெழுத்து இயக்கம், சிறப்பு மாநாடுகள், ஆர்ப்பாட்டங்கள், மாநாடுகள் ஆகியவற்றின் மூலம் அவர்கள் தங்கள் மனக்கசப்பை வெளிப்படுத்தினர். 11,000க்கும் மேற்பட்ட விவசாயிகள் இந்த அறிவிக்கைகளுக்கு எதிராக சட்டபூர்வமான மறுப்புரைகளை தனித்தனியாக பதிவு செய்தனர். 1958 பிப்ரவரியில் கம்யூனிஸ்ட் கட்சியும் விவசாயிகள் சங்கமும் அரசுக்கு ஒரு கோரிக்கை மனுவை வழங்கின. அனைத்து அரசியல் கட்சிகளும் பங்கேற்ற ஒரு சிறப்பு மாநாடு சண்டிகர் நகரில் நடைபெற்றது. இதில் ஒரு கூட்டுக் குழு உருவாக்கப்பட்டது. இந்தக் குழு மாநில அரசிடம் ஒரு கோரிக்கை மனுவை வழங்கியது. 1958 செப்டெம்பர் மாதத்தில் மாநிலம் முழுவதிலும் விவசாயிகளின் பெருந்திரள் ஆர்ப்பாட்டங்கள் நடைபெற்றன. இவற்றில் ஒரு லட்சத்திற்கும் மேற்பட்ட விவசாயிகள் கலந்து கொண்டனர். அரசு முன்வைத்த வாதம் ஒவ்வொன்றுக்கும் விவசாய சங்கம் பதிலடி தந்தது. இத்தகைய பதிலடிகள் மூலமே மாநிலத்தில் இருந்த ஜனநாயக உணர்வு

கொண்ட மக்கள் அனைவரின் ஆதரவையும் இந்த இயக்கம் அணிதிரட்ட முடிந்தது.

விவசாய சங்கம் பல்வேறு மட்டங்களிலும் நடவடிக்கைக்குழுக்களை அமைத்து சத்தியாகிரகம் செய்ய முன்வருவோரை பதிவு செய்தது. இதற்கு மகத்தான ஆதரவு கிடைத்தது. ஜனவரி மாதம் மூன்றாவது வாரத்திற்குள்ளாகவே இந்த நோக்கத்திற்காக எத்தகைய தியாகத்தையும் செய்யத் தயாராக இருக்கிறோம் என்று அறிவித்துக் கொண்டு 10,000க்கும் மேற்பட்டோர் சத்தியாகிரகிகளாக தங்களை பதிவு செய்து கொண்டனர். இதையடுத்து மாநில அளவிலான நடவடிக்கைக் குழு ஒன்றும் உருவாக்கப்பட்டது. இந்தக் குழு தலைமறைவாக இருந்து செயல்பட்டு வந்தது.

1959 ஜனவரி வாக்கில் பஞ்சாபில் உணவு நிலைமை மிக மோசமானதாக ஆனது. 1958ஆம் ஆண்டில் ஒரு குவிண்டால் ரூ 34 என்ற விலைக்கு கோதுமையை விவசாயிகள் விற்க நேர்ந்தது. ஆனால் ஆறு - ஏழு மாதங்களுக்குப் பிறகு விவசாயத் தொழிலாளர்களும் ஏழை விவசாயிகளும் அதே கோதுமையை இருமடங்கு விலைக்கு வாங்க வேண்டியிருந்தது. மாநில அரசோ உணவு தானியங்களை சேமிப்பது; முறையானதொரு விநியோக அமைப்பை ஏற்பாடு செய்வது என்ற எந்தவித முயற்சியையும் செய்யவில்லை. உணவு தானியங்களுக்கென அறிவிக்கப்பட்ட விலையும் கூட பெயரளவிற்கு மட்டுமே இருந்தது. மக்கள் உணவுக் குழு ஒன்றை உருவாக்கி இயக்கத்தை முன்னெடுத்துச் செல்ல கம்யூனிஸ்ட் கட்சியும் விவசாய சங்கமும் முன்முயற்சி எடுத்தன. பல்லாயிரக்கணக்கான விவசாயத் தொழிலாளர்கள், நகரப்பகுதிகளில் இருந்த தொழிலாளர்கள், ஏழைப் பிரிவினர், நடுத்தர வர்க்கத்தினர் ஆகியோர் இந்த இயக்கத்தில் அணிதிரட்டப்பட்டனர். மாநில அரசின் மக்கள் விரோத உணவுக் கொள்கையானது விவசாயத் தொழிலாளர்களையும் நகர்ப்புற மக்களையும் விவசாயிகளுக்கு ஆதரவாக நின்று மேன்மைக்கான தீர்வைக்கு எதிரான இந்தப் போராட்டத்தில் பங்கேற்க வழிவகுத்தது.

மேன்மைக்கான தீர்வைக்கு எதிரான இந்தப் போராட்டம் விவசாயிகளுக்கு இதற்கான அறிவிக்கைகள் வழங்கப்பட்ட 1959 ஜனவரி 21 அன்று மாநிலத்தில் நான்கு மாவட்டங்களில் முதலில் தொடங்கியது. இரண்டு வாரங்களுக்குப் பிறகு இது மேலும் நான்கு மாவட்டங்களில் பரவியது. அதன்பிறகு பாதிக்கப்பட்ட

ஒன்பது மாவட்டங்களிலுமே பரவியது. மிகக் குறுகிய காலத்திற்குள்ளாகவே மாநிலம் முழுவதன் கவனத்தைக் கவர்ந்த ஓர் இயக்கமாக இந்தப் போராட்டம் மாறியது. சத்தியாகிரகிகளை வரவேற்க கிராமங்கள் முழுவதுமாக அணிதிரண்டன. அவர்கள் கிராமங்களுக்கு ஊடாகப் பயணம் செய்யும்போது ஆயிரக்கணக்கானோர் அவர்களோடு கூடவே சென்று அந்தப் பயணங்களை பேரணிகளாக மாற்றினர். இந்தப் போராட்டத்தின்போது வெளிப்பட்ட வீரம், விவசாயிகளின் துயரம் ஆகியவற்றை வெளிப்படுத்தும் வகையில் புதிய பாடல்களை இளைஞர்களும் யுவதிகளும் உருவாக்கி முழக்கமிட புதியதொரு கலாச்சாரப் புத்துயிர்ப்பு தலையெடுத்தது.

இந்த இயக்கத்தில் ஏழை மற்றும் நடுத்தர விவசாயிகளே தொடக்கத்திலிருந்து பங்கேற்று வந்தனர். பணக்கார விவசாயிகள் அதற்குப் பின்பே இயக்கத்தில் இணைந்தனர். மேன்மைக்கான தீர்வையினால் நேரடியாக பாதிக்கப்படாத போதிலும் விவசாயத் தொழிலாளர்கள் தங்களது ஆதரவை தெரிவிக்கும் வகையில் இந்த இயக்கத்தில் கலந்து கொண்டு கைதாயினர். உணவுக்கான இயக்கத்திற்கு விவசாய சங்கத்தின் ஆதரவு, ஊதிய உயர்வு மற்றும் நில விநியோகம் குறித்து அது எழுப்பியிருந்த கோரிக்கைகள் ஆகியவையும் இதற்குக் காரணமாக இருந்தன. நூற்றுக்கணக்கான கிராம மணியக்காரர்கள், பஞ்சாயத்து தலைவர்கள் ஆகியோரும் இந்த இயக்கத்தில் பங்கேற்றனர். மணியக்காரர்கள் பலரும் மேன்மைக்கான தீர்வைக்காக வழங்கப்பட்டிருந்த ரசீதுகளை கிழித்து எறிந்தனர். இந்த இயக்கம் நடைபெற்று வந்த காலப்பகுதியில் அமைச்சர்களோ, காங்கிரஸ் கட்சியை சேர்ந்தவர்களோ எந்தவொரு கிராமத்திலும் நுழைய முடியவில்லை. கிராமங்களில் இருந்த அனைத்துக் கட்சிகளுமே விவசாய சங்கத்தினால் தலைமை தாங்கப்பட்ட இந்த இயக்கத்தை ஆதரித்தன. பிப்ரவரி மாத இறுதியில் மாநிலம் முழுவதிலும் நிலவிய சூழ்நிலை, வீறுகொண்டு எழுந்ததொரு எழுச்சியாக மாறியதோடு மேன்மைக்கான தீர்வைக்கு எதிரான போராட்டம் மாநிலம் முழுவதிலும் இருந்த மக்களின் கவனத்திற்குரிய ஒன்றாகவும் மாறியது.

லட்சக்கணக்கான விவசாயிகள் பல்வேறு வடிவங்களில் இந்த இயக்கத்தில் பங்கேற்றனர். இதற்காக நடைபெற்ற ஆர்ப்பாட்டங்களில், அதிகாலைகளில் கிராமங்களில் நடைபெற்ற ஊர்வலங்களில், சத்தியாகிரகிகளுக்கு அளிக்கப்பட்ட வரவேற்பு

நிகழ்வுகளில், சத்தியாகிரகிகள் மீது விதிக்கப்பட்ட அபராதத்தை வசூலிப்பதற்கு எதிரான போராட்டங்களில் என இதுதொடர்பாக நடைபெற்ற பல்வேறு நிகழ்வுகளிலும் அவர்கள் பங்கெடுத்ததோடு, வீடு வீடாகச் சென்று இந்தப் போராட்டத்தின் செய்தியை மாநிலம் முழுவதிலும் பரப்பி அரசின் அனைத்து வகையான அடக்குமுறை நடவடிக்கைகளுக்கும் எதிராகப் போராடினர். தன்னைத் தற்காத்துக் கொள்ளும் நிலைக்கு அரசு தள்ளப்பட்டது.

விவசாயிகளிடையே பிளவை உருவாக்கவும் அது முயற்சி செய்தது. சலுகைகள், உறுதிமொழிகள் என்ற பெயரில் இந்தப் போராட்டத்தை பலவீனப்படுத்துவதில் காங்கிரஸ் கட்சி மேற்கொண்டு வந்த பிரச்சாரம் தோல்வியுற்ற நிலையில் அரசு கடுமையான அடக்குமுறையில் இறங்கியது. விவசாய சங்கம், கம்யூனிஸ்ட் கட்சி ஊழியர்களை கைது செய்வதற்கான வாரண்ட்டுகள் பிறப்பிக்கப்பட்டன. எனினும் அவர்களை அரசாங்கத்தினால் கைது செய்ய முடியவில்லை. இத்தகைய தோல்வியை எதிர்கொண்ட காவல்துறை மிகுந்த கோபத்துடன் கிராமங்களை சுற்றி வளைத்து இயந்திரத் துப்பாக்கிகளை கிராம மக்களுக்கு எதிராக குறிவைத்து மக்களின் நடமாட்டத்தை நிறுத்தி வைத்ததோடு, கிராமம் முழுவதையுமே சூறையாடி, சத்தியாகிரகிகள் மீது விதிக்கப்பட்டிருந்த அபராதத்தை வசூலிப்பது என்ற பெயரில் கிராம மக்களின் பொருட்களை கைப்பற்றி அவற்றை ஏலம் விட்டனர். விவசாயிகளும் சத்தியாகிரகிகளும் காவல்நிலையங்களுக்கு இழுத்துச் செல்லப்பட்டு அங்கு கண்மூடித்தனமாகத் தாக்கப்பட்டனர். அரசு அதிகாரிகள் சட்டத்தை தங்கள் கைகளில் எடுத்துக் கொண்டனர். நீதித்துறை, நிர்வாகத்துறை ஆகியவை ஆளுங்கட்சியின் கைப்பாவையாக மாறிப் போயின. இவர்களின் எந்தவொரு நடவடிக்கைக்கும் எழுத்துபூர்வமான உத்தரவு எதுவுமே பிறப்பிக்கப்படவில்லை. அதிகாரிகள் தங்கள் விருப்பம்போல் நடந்து கொண்டனர். தடியடி, கண்ணீர்புகை, துப்பாக்கி சூடு, கொள்ளையடித்தல் ஆகியவை அன்றாட நிகழ்வுகள் ஆயின. காவல்துறையின்மீது தாக்குதல் தொடுத்ததாக புனையப்பட்ட பொய் வழக்குகளின் பேரில் நூற்றுக்கணக்கான ஆண்களும் பெண்களும் கைது செய்யப்பட்டனர். இத்தகைய காவல்துறை அடக்குமுறையின் அதிகபட்சமான தாக்கத்தை ஜலந்தர் மாவட்டம் எதிர்கொண்டது. காவல்துறையினர் தங்களது கிராமங்களை சுற்றி வளைத்தபோது பெண்கள் இந்தச் சவாலை எதிர்கொண்டு அவர்களை எதிர்த்துப் போராடினர். காவல்துறையின் அடக்குமுறையை எதிர்கொண்ட போதிலும் இதுவரை கண்டிராத

வீரத்தை அவர்கள் வெளிப்படுத்தினர். கம்யூனிஸ்டுகள், விவசாய சங்க ஊழியர்கள் பலரும் அரசு நடவடிக்கைக்காக காணாமல் போனவர்கள் என்று அறிவிக்கப்பட்டு அவர்களது சொத்துக்கள் பறிமுதல் செய்யப்பட்டன.

விவசாய சங்கத்தின் அலுவலகம் செயல்பட முடியாத நிலை உருவாக்கப்பட்டது. கம்யூனிஸ்ட் கட்சியின் தினசரி பத்திரிக்கையான நவன் ஜமானா தனது வெளியீட்டை நிறுத்திக் கொள்ள வேண்டிய சூழ்நிலை உருவானது. ஏனெனில் அதன் ஊழியர்கள் அனைவரும் கூண்டோடு கைது செய்யப்பட்டு சிறையில் அடைக்கப்பட்டனர். கட்சிப் பத்திரிக்கையின் ஊழியர்கள் இவ்வாறு கைது செய்யப்பட்டதும் வேறு பலரும் அதில் பணிபுரிய முன்வந்து மீண்டும் நாளிதழை இரண்டே நாட்களில் கொண்டுவரும் அளவிற்கு மக்களின் மனநிலை இருந்தது.

அரசு இவ்வாறு கட்டவிழ்த்து விட்ட அடக்குமுறை வெறியாட்டம் மாநிலம் முழுவதிலும் இருந்த மக்களின் கோபத்தைக் கிளறிவிட்டது. இந்த இயக்கத்திற்கு எதிரான அடக்குமுறையை இனியும் தொடர முடியாத நிலை அரசுக்கு ஏற்பட்டது. அரசு நிர்வாகம் முற்றிலுமாக செயலிழந்து போனது. இயக்கத்தின் முன்பாக சரணடைவதைத் தவிர வேறு வழியேதும் அரசுக்கு இல்லை. மேன்மைக்கான தீர்வையை குறைக்க வேண்டும் என்ற கோரிக்கையோடு விவசாய சங்கம் முன்வைத்திருந்த வேறு பல கோரிக்கைகளையும் மாநில முதல்வர் ஏற்றுக் கொள்வதாக அறிவித்தார். இதையடுத்து 1959ஆம் ஆண்டு மார்ச் 22 அன்று இந்தப் போராட்டம் திரும்பப் பெற்றுக் கொள்ளப்பட்டது.

இந்தப் போராட்ட காலம் முழுவதிலும் மாவட்ட நீதிமன்றங்களின் செயல்பாட்டை தடுத்து நிறுத்திட 19,000 தன்னார்வ தொண்டர்கள் முன்வந்தனர். இவர்களில் 10,000 பேர் சிறையில் அடைக்கப்பட்டனர். 3,000 பேர் காவல்துறையால் கடுமையாகத் தாக்கப்பட்டனர். நூற்றுக் கணக்கானோர் காவல்நிலையங்களில் கடுமையான சித்திரவதைகளுக்கு ஆளாயினர். மூன்று பெண்கள் உள்ளிட்டு எட்டு தோழர்கள் காவல்துறையின் துப்பாக்கி சூட்டிற்கு பலியாயினர். ஒருவர் காவல்துறையின் சித்திரவதையால் உயிரிழந்தார். இரண்டு பேர் சிறையில் உயிர்நீத்தனர். இந்த இயக்கம் அதிகாரபூர்வமாக விலக்கிக் கொள்ளப்பட்ட நாளில் கூட 250 சத்தியாகிரகிகள் சத்தியாகிரகம் மேற்கொள்ள சண்டிகர் நகரை வந்தடைந்தனர். மாநிலத்தின் பல்வேறு மாவட்டங்களிலும் 3,000க்கும் மேற்பட்ட சத்தியாகிரகிகள் மாவட்ட நீதிமன்றங்களுக்கு முன்னால்

அணிதிரண்டு தொடர்முழக்கப் போராட்டத்தை மேற்கொண்டனர்.

ராஜஸ்தான், பீகார் போன்ற மற்ற மாநிலங்களிலும் இந்த இயக்கம் குறிப்பிடத்தக்க பாதிப்பை ஏற்படுத்தியிருந்தது. மாநிலத்தின் தொலைதூரப்பகுதிகளில் தனிமைப்பட்டு கிடந்த ஒரு சில கிராமங்களைத் தவிர வேறு எந்தவொரு இடத்திலும் மேன்மைக்கான தீர்வையை வசூலிக்க மாநில அரசால் இயலவில்லை. விவசாயிகளுக்கு இடையேயும், விவசாயிகளுக்கும் விவசாய தொழிலாளர்களுக்கும் இடையேயும், இந்துக்களுக்கும் சீக்கியர்களுக்கும் இடையேயும் ஒற்றுமையை வளர்த்தெடுத்ததன் மூலம் இந்த இயக்கம் வகுப்புவாத சக்திகளுக்கு பலத்த அடியைத் தந்தது. விவசாயிகளின் கோரிக்கைகளுக்கு ஆதரவாக நகர்ப்புற மக்களை அணிதிரட்டியதன் மூலம் கிராமப்புறங்களுக்கும் நகரங்களுக்கும் இடையே பிளவை உண்டாக்க முயற்சித்த அனைவருக்குமே இந்த இயக்கம் பின்னடைவை ஏற்படுத்தியது. பஞ்சாப் மற்றும் தற்போதைய ஹரியானா பகுதியில் வசித்த மக்களிடையே இந்தப் போராட்டம் ஒற்றுமையை வலுப்படுத்தியது. கம்யூனிஸ்ட் கட்சியும் விவசாய சங்கமும் புதிய இடங்களில் பரவியதோடு, காங்கிரஸ் கட்சி மற்றும் அதன் கொள்கைகளை எதிர்க்கும் வலுவானதொரு சக்தியாகவும் உருப்பெற்றன.

ஆகஸ்ட் 23, 2020

பஞ்சாப் முன்னோடி தலைவர் சுர்ஜித் உடன் ஜோதிபாசு

44

தொழிற்சங்கங்களில் கட்சிப் பணி – 1952 சிறப்பு மாநாடு

கம்யூனிஸ்ட் கட்சி சட்டபூர்வமாக செயல்பட அனுமதிக்கப் பட்டதைத் தொடர்ந்து, கட்சி தொடங்கப்பட்ட பிறகு முதன்முறையாக, தொழிற்சங்க அரங்கில், குறிப்பாக ஏஐடியுசியிலும் இதர தொழிற்சங்கங்களிலும் பணியாற்றி வரும் கட்சி ஊழியர்களுக்கான சிறப்பு மாநாடு ஒன்றை கட்சி நடத்தியது. 1952ஆம் ஆண்டு கல்கத்தாவில் நடைபெற்ற இந்த இரண்டு நாள் சிறப்பு மாநாட்டில் சுமார் 300 தோழர்கள் பங்கேற்றனர். தொழிலாளர்களின் பிரச்சனைகள் குறித்த கட்சியின் அணுகுமுறை, தொழிற்சங்க அரங்கில் பணியாற்றும்போது மேற்கொள்ளப்பட வேண்டிய வழிமுறைகள் ஆகியவை குறித்து இந்த சிறப்பு மாநாடு விவாதித்து, முடிவு செய்து, ஒரு சில வழிகாட்டுதல்களையும் வழங்கியது. இந்த மாநாட்டில் நிறைவேற்றப்பட்ட ஆவணத்தின் ஒரு சில பகுதிகள் கீழே தரப்பட்டுள்ளன:

“தொழிற்சங்கங்களில் பணிபுரியும் நமது செயல்வீரர்கள் நமது போராட்டம் மற்றும் சாதனைகள் பற்றி குறைந்தபட்சம் சிறியதொரு சித்திரத்தையாவது அறிந்தவராக இருக்க வேண்டும். இதன் மூலம் நம்பிக்கை, வர்க்க உணர்வு, வெற்றி குறித்ததொரு கண்ணோட்டத்தை அவரால் தொழிலாளர்களிடையே உருவாக்க முடியும் என்பதோடு, கடந்த கால அனுபவங்களிலிருந்து நிகழ்காலப் போராட்டங்களுக்கு உதவி செய்யவும் முடியும்... எதிரிகள் நமது வரலாற்றை திரித்துக் கூறி தொழிலாளர்களை தவறாக வழி நடத்துகின்றனர். இந்தத் திரிபை எதிர்த்துப் போராடத் திறன் உள்ளவர்களாகவும் நாம் இருக்க வேண்டும்.

“நமது தொழிலாளர்களால் உற்பத்தி செய்யப்படும் பொருட்களுக்கான சந்தை பற்றியும் அதற்குள் அடங்கியுள்ள விலைகள், அவற்றின் ஏற்ற-இறக்கங்களுக்கான காரணங்கள் பற்றியும் அறிந்தவராக நமது செயல்வீரர்கள் இருக்க வேண்டும். இவ்வாறு அறிந்திருப்பது மிகவும் அவசியமாகும். ஏனெனில் தொழிலாளர்களுக்குக் கொடுக்கப்படும் அதிகமான ஊதியத்தின் காரணமாகவே இந்தப் பொருட்களின் விலை அதிகமாக இருக்கிறது என்று இந்தப் பொருட்களை நுகரும் மக்களிடம்

எடுத்துக் கூறி, கிராமப்புறங்களில் உள்ள விவசாயிகளுக்கும், நகரங்களில் உள்ள தொழிலாளி வர்க்கத்தினருக்கும் இடையே மோதல்களை உருவாக்க, அரசும் முதலாளிகளும் முயற்சி செய்வார்கள்.

“சங்கத்தை நடத்தி வரும் தொழிலில் பயன்படுத்தப்படும் தொழில்நுட்பம் குறித்த அடிப்படை அறிவையாவது நமது தொழிற்சங்க செயல்வீரர்கள் பெற்றிருக்க வேண்டும். இதன் மூலமே வேலைச் சுமை, ஊதியம், வேலையை விரைவுபடுத்துவது, தனித்தனி உதிரிப் பொருட்களை உருவாக்குவதற்காக நிர்ணயிக்கப்பட்ட ஊதியம் ஆகியவற்றில் அடங்கியுள்ள பிரச்சனைகளை அவரால் நன்கு உணர்ந்து கொள்ள முடியும். அப்போதுதான் சரியான வகையில் அவர்களின் பிரதிநிதியாக அவரால் செயல்பட முடியும். இத்தகைய அறிவை அவருக்கு வழங்கும் திறன்கொண்ட மிகச் சிறந்த ஆசிரியராக விளங்குவது அத்தொழிலில் ஈடுபட்டு வரும் தொழிலாளியே ஆவார். இவ்வாறு அவரிடமிருந்து கற்றுக் கொள்வதை நாம் எக்காலத்திலும் புறக்கணித்து விடலாகாது.

“தொழில்துறை விஷயங்களுக்கான சட்டங்களை பயன்படுத்திக் கொள்வதிலும் நமது தொழிற்சங்க செயல்வீரர்கள் தீவிர கவனம் செலுத்த வேண்டியது அவசியம். அனைத்து சட்டங்களுமே தொழிலாளி வர்க்கத்தின் மீதான தாக்குதலை தொடுப்பவை என்றும், பொதுவான வடிவத்தில் அவற்றை எதிர்த்துப் போராடுவதைத் தவிர அதற்கென தனித்த கவனம் செலுத்தத் தேவையில்லை என்றதொரு போக்கும் நம்மிடையே நிலவி வருகிறது. ஆனால் இரண்டு வகையான சட்டங்கள் உள்ளன என்பதை நாம் மறந்து விடுகிறோம். அதில் ஒன்று நமது தரப்பு பெற்ற சாதனையாகும். அவற்றை நடைமுறைப்படுத்துவதற்கான கோரிக்கையை எழுப்பி, அதை மேற்பார்வை செய்து செயல்படுத்த வேண்டிய கடமை தொழிற்சங்கங்களிடமே உள்ளது.... தொழிலாளர்களின் நலன்களுக்கு எதிராக உள்ள சட்டங்களை எதிர்த்த போராட்டத்திற்காக தொழிற்சங்க இயக்கத்தை நாம் தயார்ப்படுத்த வேண்டும்.

“சமூக சேவை, கூட்டுறவு, மக்கள் நலன் சார்ந்த பணிகள், தொழிலாளி வர்க்கத்தின் கலாச்சாரத் தேவைகள் ஆகியவற்றுக்கான அமைப்புகளை நமது தொழிற்சங்க செயல்வீரர்கள் புறக்கணித்து விடக் கூடாது. இதுபோன்ற நடவடிக்கைகள் அனைத்தையும் ‘சீர்திருத்தவாதம்’ என்று முத்திரை குத்தும் போக்கும் நம்மிடையே

நிலவுகிறது. அத்தகைய போக்கு இன்றுவரை நீடித்தும் வருகிறது... தொழிலாளர்களுக்கான நல்ல கேளிக்கை, நல்ல கலாச்சார ரீதியிலான கல்வி ஆகியவற்றை ஒழுங்கமைப்பதும் தொழிற்சங்கங்களின் கடமையே ஆகும்.

“எந்தவொரு தொழிற்சங்க செயல்வீரரும் தான் சார்ந்துள்ள சங்கம் மற்றும் குறிப்பிட்ட அந்தத் தொழில் துறையில் உள்ள தொழிலாளர்களின் சாதிய, தேசிய கட்டமைப்பு குறித்து அறிந்தவராகவும், அவர்களது பழக்க வழக்கங்கள், பாரம்பரியங்கள், வாழ்க்கை குறித்த அவர்களது அணுகுமுறை, சாதி, இனம், குழு, மொழி, நாடு ஆகிய கருத்தாக்கங்களின் அடிப்படையில் முதலாளிகள் தூண்டிவிடும் முரண்பாடுகள் ஆகியவற்றை நன்கு அறிந்தவராகவும் இருக்க வேண்டும்.

“முதலாளித்துவத்தின் நசுக்கும் சக்கரத்தின் கீழ் பிழிபட தொழிலுக்கு வரும் ஒரு தொழிலாளி தனது குழு, சாதி, கிராமம், மதம் போன்றவற்றின் தத்துவம், பாரம்பரியம், விசுவாசம் ஆகிய அனைத்தையும் தன்னோடு சேர்த்துதான் எடுத்துக் கொண்டு வருகிறார். அவருக்குள் புதிய வர்க்கத்திற்கான ஆதரவு என்ற உணர்வு முதிர்ச்சி அடைய நீண்ட நாள் ஆகிறது. இன்னும் சொல்லப் போனால், இத்தகைய சாதிய, கிராமிய அல்லது தேசிய உறவுகள் – நோய்வாய்ப்படுதல், குடும்பப் பிரச்சனைகள் மற்றும் இதுபோன்ற இதர தேவைகளின்போது அவரைப் பாதுகாக்கும் கேடயங்களாக விளங்குகின்றன. தனது பிரச்சனைகளுக்காக அவர் தொழிற்சங்கத்தை அணுகுவதற்கு முன்பாக தனது கூட்டத்தாரை நோக்கித்தான் முதலில் செல்கிறார். அவரது இத்தகைய உறவுகளை மதிப்பிடவும், அவரது புதிய வர்க்கத் தேவைகள், விசுவாசங்கள் ஆகியவற்றை அது மீறிச் செல்வதை எவ்வாறு தடுப்பது என்பதை நாம் கற்றுக் கொள்ள வேண்டியதும் அவசியமாகும். தொழிலாளிக்குள் புதைந்து கிடக்கும் சாதி, நாடு, குழு ஆகியவற்றை சுரண்டப்படுவோர் என்ற வகையில் வர்க்கக் கண்ணோட்டம், ஆதரவு உணர்வு, தொழிலாளர்களின் தொழிற்சங்க ஒற்றுமை ஆகியவற்றை வளர்த்தெடுக்கப் பயன்படுத்திக் கொள்ள வேண்டியதும் அவசியமாகும். அவரைச் சுரண்டுபவர் சாதி, குழு, நாடு, மதம் ஆகியவற்றைக் கடந்து நிற்பதை அவருக்குச் சுட்டிக் காட்டவேண்டிய அவசியமும் உள்ளது.

“ஒரு தொழிலாளியாக மட்டுமின்றி, ஒரு பெண்ணாகவும் நமது பொருளாதார நிலைமைகளில் பெண்களின் மீது சுமத்தப்படுகின்ற பிரத்தியேகமான துன்பங்களை கருத்தில் கொண்டு, ஒரே விதமான

வேலைக்கு சமமான ஊதியம், உழைக்கும் பெண்களுக்கு மகப்பேறுகால சலுகைகள், அவர்களின் குழந்தைகளுக்கான பாதுகாப்பு வசதிகள் போன்ற விஷயங்களில் பெண்களின் பிரச்சனைகளுக்கு தொழிற்சங்க செயல்வீரர்கள் சிறப்பான கவனம் செலுத்த வேண்டும். இளம் தொழிலாளர்களைப் பொறுத்தவரையில், பயிற்சிக்கால சட்டங்கள், வேலைநேரத்திற்குப் பிறகான கல்வி, விளையாட்டு போன்ற விஷயங்களிலும் அவர்கள் சிறப்பான கவனம் செலுத்த வேண்டும்.

“தங்களது சொந்த நலன்களுக்காக ஒருவருக்கு எதிராக மற்றவரை தூண்டிவிடும் பொதுவான சுரண்டல்வாதிக்கு எதிராக வேலையில் இருப்போர், வேலையின்றி இருப்போர் ஆகிய பிரிவினரின் ஒற்றுமையை வளர்த்தெடுக்கவும் நாம் கற்றுக் கொள்ள வேண்டும்.

“தொழிலாளர்களின் போராட்டங்களை முன் நின்று நடத்தும் வகையில் அச்சமற்ற, வீரம் செறிந்த, எச்சரிக்கை மிகுந்த, புத்திக் கூர்மை மிக்க புதிய தொண்டர்களை தொழிற்சாலைகளுக்குள் எவ்வாறு வளர்த்தெடுப்பது என்பதையும் நாம் கற்றுக் கொள்ள வேண்டும்.

“மக்களுக்கு வெகுதூரம் முன்பாகவோ அல்லது அவர்களைப் பின் தொடர்ந்தோ வராமல் எவ்வாறு நடந்து கொள்வது என்பதையும் நமது தொழிற்சங்க செயல்வீரர்கள் கற்றுக் கொள்ள வேண்டியது அவசியம். அனுபவம், கல்வி, இது குறித்த ஆய்வு ஆகியவற்றின் மூலமே இதைச் செய்ய முடியும். ஒரு சில நேரங்களில் போராட்ட அனுபவம் இல்லாத மக்களை அவர் கட்டுப்படுத்த வேண்டியிருக்கும். வேறு சில தருணங்களில் சரியான நடவடிக்கையில் இறங்குவதற்காக அவர் மக்களை தட்டியெழுப்ப வேண்டியதாக இருக்கும்.

“கடந்த கால அனுபவங்களைக் கொண்டே வெகுஜன போராட்டங்களுக்கான பல்வேறு நடைமுறை உத்திகளை கையாளத் தெரிந்தவராகவும் தொழிற்சங்க செயல்வீரர் இருக்க வேண்டும். போராட்டத்திற்கான உள்ளூர் அளவிலான பாரம்பரியம், தேவையான படைகள் ஆகியவை குறித்து அவர் தெரிந்து வைத்திருப்பதோடு, அவற்றிலிருந்தும் கற்றுக் கொள்ள வேண்டும். பொதுவான அணுகுமுறையைத் தவிர போராட்டங்களுக்கென தயார்நிலையிலான விதிமுறைகள் போராட்டத்தின் நோக்கத்திற்கு உதவி செய்வதாக அமையாது என்பதையும் அவர்கள் கவனத்தில் கொள்ள வேண்டும்.

சணல் ஆலைத் தொழிலாளர்கள்

“தான் செயல்பட்டு வரும் தொழிற்சாலை கிராமப்புற பகுதியில் அமைந்திருக்குமானால், ஒரு தொழிற்சங்க செயல்வீரர் தன்னைச் சுற்றியுள்ள விவசாயிகள் குறித்து நன்கு அறிந்தவராக இருக்க வேண்டும். இத்தகைய பகுதிகளில் உள்ள தொழிற்சாலைகளில் வேலை செய்யும் தொழிலாளி அந்த கிராமத்திலேயே வாழ்பவராகவும் இருக்கிறார். இத்தகைய சூழ்நிலைகளில் வேலைநிறுத்தப் போராட்டங்கள் சுற்றியுள்ள விவசாயிகளோடு நேரடியாகத் தொடர்புடையதாக அமைகின்றன... இவ்வகையில் விவசாயிக்குத் தேவைப்படும் நேரத்தில் எல்லாம் நமது உதவிகளை வழங்கி தக்க நேரத்தில் அவரது உதவியை எப்படிப் பெறுவது என்பதையும் நாம் அறிந்திருக்க வேண்டும். மலிவான விலையில் உழைப்பு, நிலம் ஆகியவற்றை பெறுவதற்காக நாட்டின் உட்புறப் பகுதிகளில் அமைக்கப்படுகின்ற கரும்பு ஆலைகள், தேயிலைத் தோட்டங்கள், கனிமச் சுரங்கங்கள் மற்றும் இதர புதிய தொழிற்சாலைகளில் மேற்கொள்ளப்படும் தொழிற்சங்கப் போராட்டங்களின் வெற்றிக்கு அப்பகுதிகளில் உள்ள விவசாயிகளுடனான உறவும், அவர்களின் ஆதரவும் மிக முக்கியமான அம்சமாக அமைகின்றன.

“நமது தொழிற்சங்க செயல்வீரர் மார்க்சியத்தின் ஒட்டுமொத்த உலகக் கண்ணோட்டத்தைப் பெற்றவராகவும் இருக்க வேண்டும்...

"நமது தொழிற்சங்க செயல்வீரர் தன்னளவில் பண்பட்டவராக, மக்களிடையே தன்னடக்கத்துடனும் பொறுமையுடனும் நடந்து கொள்பவராகவும் இருக்க வேண்டும். வர்க்க எதிரியுடன் சமரசப் பேச்சு வார்த்தைகளில் ஈடுபடும்போதும் அமைதியாகவும் நாகரீகமாகவும் நடந்து கொள்ளும் அதே நேரத்தில், அவரது அணுகுமுறை கூர்மையானதாகவும், உறுதியாகவும் இருக்க வேண்டும். வெறுப்போடு நடந்து கொள்வது வர்க்கப் போராட்டத்திற்கு நன்மை செய்வதாக அமையாது.

"இத்தகையதொரு செயல்வீரரை உருவாக்குவதில் நாம் வெற்றிபெற்று போலியான குறுங்குழுவாத துணிச்சல் அல்லது சீர்திருத்தவாதத்தின் நம்பிக்கையற்ற தன்மை ஆகியவற்றில் ஆழ்ந்து விடாமல் தொழிலாளர்களின் நலனை உறுதியோடு முன்னெடுத்துச் செல்வோமெனில் நமது தொழிற்சங்க இயக்கத்திற்கு நம்மால் புத்துயிர் ஊட்ட முடிவதோடு, அனைத்துப் பிரச்சனைகளின் மீதான மக்கள் போராட்டங்களுக்கும் நம்மால் தலைமை தாங்க முடியும். இதன் மூலம் தொழிலாளர்களின், மக்களின் கோரிக்கைகளை வென்றெடுக்கும் பாதையை நோக்கி நம்மால் நடைபோட முடியும்.

"இந்தக் கடமைகளின் அடிநாதமாக அமைவது தொழிலாளி வர்க்கத்தின், தொழிற்சங்கங்களின் ஒற்றுமையை வளர்த்தெடுப்பதே ஆகும். மேலே குறிப்பிட்டதைப் போன்று ஆளும் வர்க்கங்களின் அசைவுகளை அறிந்து கொள்வதோடு, தொழிலாளி வர்க்கத்தின் போராட்டங்கள், அவை பெற்ற வெற்றிகள், அவற்றால் கிடைத்த பாடங்கள் ஆகியவற்றை அறிந்து கொள்வதும் அவசியமாகும். அதைப் போலவே கட்சியும் தொழிற்சங்கங்களும் எவ்வாறு தலைமை தாங்கப்படுகின்றன; எவ்வாறு அறிவுறுத்தலுக்கு ஏற்பச் செயல்படுகின்றன என்பதையும், அவை எவ்வாறு சரியாக நடந்து கொள்கின்றன; எங்கெங்கே தவறுகளை இழைக்கின்றன என்பதையும் தெரிந்து கொள்வதும் அவசியமாகும்.

"தொழிற்சங்க ஒற்றுமையை கட்டமைக்கும் அதே நேரத்தில் அமைப்புரீதியான ஒற்றுமையை வளர்த்தெடுக்க நாம் முயற்சிக்கும் அமைப்புகளின் தன்மை, அவற்றின் தலைமை ஆகியவை குறித்தும் நாம் அறிந்து கொள்ள வேண்டியது அவசியமாகும். கீழ்மட்டத்திலும் மேல்மட்டத்திலும் இத்தகைய ஒற்றுமையை கட்டமைக்கும் அதே நேரத்தில் நாம் செய்ய வேண்டியவை; செய்யக் கூடாதவை ஆகியவை குறித்த வரம்புகளையும் நாம் தெளிவாக வரையறுக்க வேண்டியதும் அவசியமாகும்.

"இப்போது நாம் எத்தகைய தவறுகளை செய்யக் கூடும்? தொழிற்சாலைகளுக்கு உள்ளே வேலை செய்வதற்காக அணிதிரட்டப்பட்ட தொண்டர்களும் உயிரோட்டமான வெகுஜனத் தொடர்பும் பெருமளவில் இல்லாமல் இருப்பதன் விளைவாக, தொழிலாளர்களின் நாடித்துடிப்பையும் அவர்களது குறைகளையும் நம்மால் எளிதில் உணர முடிவதில்லை. இதன் விளைவாக போராட்டங்களுக்கு நாம் தலைமை தாங்கி நடத்த வேண்டும் என்று மக்கள் விரும்பும் தருணத்தில் நாம் உடனடியாக எதிர்வினை புரிவதில்லை. தொழிற்சாலைகளில் நாம் நுழைய முடியாத சூழ்நிலைகளில், தொழிலாளர்களின் குடியிருப்புப் பகுதிகளிலும், தொழிற்சாலைகளில் நாம் நுழையக் கூடிய வாய்ப்புள்ள சூழ்நிலையில் அங்கீகாரம் பெற்ற தொழிற்சங்கமாக நமது சங்கம் இல்லாவிட்டாலும் கூட, நமது தொழிற்சங்கத்தில் இணைந்துள்ள உறுப்பினர்களை மையமாகக் கொண்டு தொழிற்சாலைகளிலும் உண்மையான தொழிற்சங்கப் பணியை மேற்கொள்வதன் மூலம் மட்டுமே இதனை சரிசெய்ய இயலும்.

"தொழிலாளர்களின் குடியிருப்புப் பகுதிகள் அல்லது தொழிற்சாலைகளின் மூலம் வேலையில் உள்ள, வேலையில்லாத தொழிலாளர்களுடன் நெருக்கமான தொடர்பினை நமது தொழிற்சங்க செயல்வீரர்கள் அனைவரும் ஏற்படுத்திக் கொள்ள வேண்டியதும் அவசியமாகும்.

"தொழிலாளர் வாழ்வின் அனைத்து அம்சங்களையும் உள்ளடக்கிய வகையில் தொழிற்சங்க அரங்கில் அன்றாடம் மேற்கொள்ள வேண்டிய குறைந்தபட்சக் கடமைகளை நமது தொண்டர்கள் வரையறுத்துக் கொள்ள வேண்டியதும் அவசியமாகும். உணவு நிலைமை, நெருக்கடி மற்றும் அவர்களது அன்றாடக் கோரிக்கைகள் ஆகிய பிரச்சனைகளில் அவர்களது பிரதிபலிப்பை தெரிந்து கொள்வதன் மூலம் மக்களின் மனதில் உள்ள விஷயங்களையும் அவர்கள் தொடர்ந்து அறிந்தவர்களாக இருக்க வேண்டியதும் அவசியமாகும்.

"ஒவ்வொரு தொழிலுக்கும் தொழிற்சாலைக்குமான கோரிக்கைகளை மிகுந்த கவனத்தோடு உருவாக்க வேண்டியதும் அவசியமாகும். நடைமுறைக்கு ஒவ்வாத, அதீதமான கோரிக்கைகளை உருவாக்குவதைத் தவிர்ப்பதும் அவசியமாகும்.

"ஒரு போராட்டத்தைத் தொடங்குவதற்கு முன்பாகவும், அதற்குப் பிறகும் தொழிலாளி வர்க்கம் அல்லாத பிரிவினரின் ஆதரவைப் பெறுவதற்கான முயற்சிகள் மேற்கொள்ளப்பட

தொழிலாளர் வேலைநிறுத்தம்

வேண்டும். குறிப்பாக, இத்தகைய முயற்சி நகராட்சி சேவைகள், போக்குவரத்து, வீட்டுப்பணிகள், மின்வசதி போன்ற மக்கள் நேரடியாகப் பாதிக்கப்படக் கூடிய தொழில்களில் மிகுந்த கவனத்துடன் மேற்கொள்ளப்பட வேண்டும். இத்தகைய வேலைநிறுத்தம் அரை நாளா, ஒரு நாளா அல்லது நீடித்த ஒன்றா என்பது தொழிலாளர்களின் போராட்டத்திற்கான தயார்நிலை மற்றும் தலைமையின் ஒற்றுமையைப் பொறுத்ததாகும். தொழிலாளர்களின் நலனைப் பாதுகாப்பது என்பது காவல்துறையின் அச்சுறுத்தல்கள், முதலாளிகளின் குண்டர் படைகளின் வன்முறை ஆகியவற்றை எதிர்த்து நிற்பதை உள்ளடக்கியதாகவும் அமைகிறது. இதை எப்படி எதிர்கொள்வது என்பது குறிப்பிட்ட நிலையை, பாதிப்பிற்கு ஆளாவதற்கும் செயலில் இறங்குவதற்குமான மக்களின் தயார்நிலையைப் பொறுத்ததே ஆகும்.

“தொழிற்சங்கப் போராட்டங்களையும் விவசாயிகளின் போராட்டங்களையும் எப்படி தொடர்புபடுத்திப் பார்ப்பது என்ற கேள்விக்கான பதில், தொழில் மற்றும் சம்பந்தப்பட்ட தொழிலாளர்கள் மற்றும் விவசாயிகளின் அமைப்புரீதியான, தத்துவார்த்தரீதியான தயார்நிலையைப் பொறுத்ததே ஆகும்.

“வெகுஜன அனுபவம் மற்றும் தொழிற்சங்கத்தை வளர்த்தெடுக்கும் திறன் மற்றும் தகுதி ஆகியவற்றை தொழிலாளி வர்க்கத்தின் கோரிக்கைகளுக்காக போராடவும் பயன்படுத்திக் கொள்வதே மிகச் சிறந்த வழியாகும். விரிவான வழிகாட்டுதல்கள் எதுவும் அதற்கு இணையாகாது என்பதையும் நினைவில் கொள்வது அவசியம்.”

ஆகஸ்ட் 30, 2020

45

விவசாயிகளிடையே மேற்கொள்ள வேண்டிய கடமைகள் –1

1954ஆம் ஆண்டு ஏப்ரலில் நடைபெற்ற கட்சியின் மத்தியக் குழு கூட்டத்தில் "விவசாயிகளிடையே மேற்கொள்ளப்பட வேண்டிய கடமைகள்" குறித்த ஒரு தீர்மானம் நிறைவேற்றப்பட்டது. "நில உச்சவரம்பு, நிலத்தை மீண்டும் எடுத்துக் கொள்வதற்கான உரிமை, குத்தகைக் குறைப்பு, வரிச்சுமைகள், விவசாயிகளின் உற்பத்திப் பொருட்களுக்கு கட்டுப்படியாகும் விலை, தீராக்கடன் சுமை, நிலக்குவிப்பு, நிலப்பரப்பு சிதறுண்டு போவதைத் தடுப்பது, கூட்டுறவுக் கழகங்கள், பஞ்சாயத்துகள், பாசன வசதிகள், விவசாயத் தொழிலாளர்களின் கோரிக்கைகள், விவசாயிகளுக்கான அமைப்புகளை வளர்த்தெடுத்து அவற்றை செயல்படச் செய்வதில் உள்ள பிரச்சனைகள்" ஆகிய விஷயங்கள் குறித்து இத்தீர்மானம் விரிவாக விவாதித்திருந்தது. விவசாயிகளின் இயக்கத்தில் கட்சியின் பணிகளுக்கு வழிகாட்டும் வகையில் இந்தப் பிரச்சனைகள் அனைத்தின் மீதான உறுதியான குறிக்கோள்களையும் அது வரையறுத்துக் காட்டியிருந்தது. அந்தத் தீர்மானத்திலிருந்து சில பகுதிகள் கீழே தரப்பட்டுள்ளன:

"காலாவதியாகிப் போன நிலவுரிமை அமைப்பே இன்று விவசாய உற்பத்தியை பிணைத்திருக்கும் சங்கிலியாக அமைகிறது. நிலப்பிரபுக்களுக்கு எதிரான விவசாயிகளின் ஒன்றுபட்ட போராட்டம் என்பது இல்லாமல் இந்த நிலைமையை மாற்றியமைக்க முடியாது. எனவே இந்தப் போராட்டத்தின் தேவைகளுக்கு ஏற்ற வகையிலேயே கோஷங்களும் நடைமுறை உத்திகளும் இறுதிப்படுத்தப்பட வேண்டும். அவர்கள் நிலங்களைப் பெறுவதற்கு வழிவகுக்கும் வகையிலான போராட்டத்திற்குள் விவசாயிகளையும் கிராமப்புற உழைப்பாளி மக்களையும் கவர்ந்திழுப்பதன் மூலம் மட்டுமே விவசாய உற்பத்தியில் குறிப்பிடத்தக்க மேம்பாட்டைக் கொண்டு வர முடியுமே தவிர நிலப்பிரபுக்களுக்குச் சொந்தமான மிகப்பெரும் நவீன பண்ணைகளை வளர்த்தெடுப்பதனால் அல்ல.

"நிலத்தை உரிமையாக வைத்திருப்பதற்கான உச்சவரம்பு நிர்ணயிக்கப்பட வேண்டும். அந்த உச்சவரம்பின் அளவிற்கு அதிகமாக உள்ள நிலங்கள் கையகப்படுத்தப்பட்டு, விவசாயத்

தொழிலாளர்களுக்கும் விவசாயிகளுக்கும் இலவசமாக விநியோகிக்கப்பட வேண்டும் என்ற கோரிக்கையை நாம் எழுப்புவதோடு அந்தக் கோரிக்கையை மக்கள் மத்தியில் பரவலாகக் கொண்டு செல்லவும் வேண்டும்.

“குறைந்தபட்சமாக ஒரு பணக்கார விவசாயியின் வாழ்க்கைத்தரத்திற்கு இணையான அளவில் தனது குடும்பத்தை ஒருவர் நடத்திச் செல்வதற்குரிய போதுமான வருமானத்தை வழங்கும் வகையில் இந்த உச்சவரம்பு நிர்ணயிக்கப்பட வேண்டும். எனினும் விவசாயத் தொழிலாளர்கள் மற்றும் விவசாயிகளிடையே பகிர்ந்தளிப்பதற்குத் தேவையான நிலம் கிடைக்காத அளவிற்கு இந்த உச்சவரம்பு அதிகமானதாக இருக்கக் கூடாது.

“மேற்குறித்த குறிக்கோளை அடிப்படையாகக் கொண்டு விவசாய சங்கத்தின் நெருக்கமான ஒத்துழைப்புடன் ஒவ்வொரு பகுதிக்கும் ஏற்ற நில உச்சவரம்பு எவ்வளவு இருக்க வேண்டும் என்பதை வரையறுக்க வேண்டும். அந்தப் பகுதியிலுள்ள விவசாயி மக்களுடன் விரிவான விவாதத்தை மேற்கொண்டு அனைத்து விவரங்களையும் முழுமையாக அலசி ஆராய்ந்த பிறகே இத்தகைய நில உச்சவரம்பு அளவினை நிர்ணயிக்க வேண்டும்.

“இந்த உச்சவரம்பு அளவை விடக் குறைவாக நிலம் வைத்துள்ள போதிலும், தங்கள் நிலத்தைக் குத்தகைக்கு விட்டுள்ளவர்களுக்கு, தாங்களே இனி விவசாயத்தை சொந்தமாக கவனித்துக் கொள்வோம் என்ற வாதத்தின் பேரில், குத்தகைக்கு விடப்பட்ட நிலத்தைத் திரும்பக் கைப்பற்றுவதற்கான உரிமை கிடையாது என்பதாகவே நமது கோரிக்கை இருக்க வேண்டும். ஏனெனில் இதன் விளைவாக அத்தகைய நிலங்களில் இதுவரை பயிரிட்டு வந்த குத்தகை விவசாயிகள் நிலத்தை விட்டு வெளியேற வேண்டியிருக்கும். இத்தகைய சிறு நில உரிமையாளர்களுக்கு ஓரளவிற்கு மறுவாழ்விற்கான மானியம் வழங்கப்படலாம்; அல்லது உண்மையிலேயே நிலத்தில் பயிரிட்டு மற்றவர்களோடு அமைதியாக வாழ அவர்கள் விரும்பினால் உபரியாக அறிவிக்கப்பட்ட நிலத்திலிருந்து சிறிதளவு நிலத்தை அவர்களுக்கு வழங்கலாம். குறிப்பாக, தலைமுறை தலைமுறையாக நிலத்திலேயே கால் வைக்காமல், நிலத்தை குத்தகைக்கு விட்டே வாழ்ந்து வரும் இனாம்தார்கள் போன்ற சட்டபூர்வமான நிலப்பிரபுக்களின் விஷயத்தில் இத்தகைய ஏற்பாடுகள் செய்யப்பட வேண்டும்.

“ஒரு குடும்ப சொத்தை விடக் குறைவாக நிலம் வைத்திருப்பவர்களும் இருப்பார்கள். (ஒரு குடும்ப சொத்து

என்பதன் பொருள் ஒரு சில விஷயங்களில், வயதுவந்த ஓர் ஆண், அவரது மனைவி இருவரும் அடங்கிய தனியொரு குடும்பம் தங்களுக்குச் சொந்தமான ஒரு ஜோடி காளைகளை வைத்துக் கொண்டு விவசாயம் செய்யும் அளவிற்கான நிலம் அல்லது வேறு சில பகுதிகளில், நியாயமான வாழ்க்கைத் தரத்தை வழங்கும் அளவிற்கான நிலம் என்பதே ஆகும்.) தாங்களே அந்த நிலத்தில் சாகுபடி செய்வது பொருளாதார ரீதியாகப் பயன் தராது என்பதால் அவர்கள் தங்கள் நிலத்தை குத்தகைக்கு விட்டிருக்கலாம்; அல்லது நகரங்களிலோ அல்லது கிராமங்களிலோ வேறு வேலையை அல்லது தொழிலை மேற்கொள்ள வேண்டிய கட்டாயம் அவர்களுக்கு ஏற்பட்டிருக்கலாம். அவர்கள் பொதுவாக தொழிற்சாலைகளில் தொழிலாளர்களாக, சிறு கடைக்காரர்களாக, குறைந்த வருமானம் தரும் தொழில்முறை நிபுணர்களாக இருக்கக் கூடும். இவர்களை நிலப்பிரபுக்களோடு இணைத்து குழப்பிக் கொள்ளக் கூடாது. இவர்களின் விஷயம் முற்றிலும் வேறானதாகும்.

“இவ்வாறு சிறிதளவு நிலத்தை வைத்துள்ளவர்களுக்கு முன் கீழ்க்கண்ட வழிகள்தான் உள்ளன. ஒன்று அவர்கள் மீண்டும் தங்கள் கிராமத்திற்கே திரும்பி வந்து, விவசாயத்தையே தங்கள் தொழிலாக ஏற்றுக் கொண்டு தங்களுக்குச் சொந்தமான நிலத்தில் சாகுபடியை மேற்கொள்ள வேண்டும். அல்லது குறிப்பிட்ட குத்தகைக் காலம் நிர்ணயிக்கப்பட்ட, குத்தகைச் சட்டங்களின்படி குறைக்கப்பட்ட குத்தகைக்கு, தங்கள் நிலத்தை ஏற்கனவே பயிரிட்டுக் கொண்டிருந்த குத்தகை விவசாயிக்கே குத்தகைக்கு வழங்க வேண்டும். அல்லது நிலத்தை விற்றுவிட வேண்டும். அல்லது சந்தை விலைக்கு ஈடான தொகையை அரசிடமிருந்து இழப்பீடாகப் பெற்றுக் கொண்டு ஏற்கனவே அந்த நிலத்தைப் பயிரிட்டுக் கொண்டிருந்த குத்தகை விவசாயியிடமே நிலத்தை விட்டுவிட வேண்டும். இதுகுறித்து உண்மையிலேயே ஏழைகளான இந்த சிறு நில உடமையாளர்கள், அவர்களின் குத்தகை விவசாயிகள் ஆகியோருக்கிடையே கருத்துமோதல் ஏற்படுமானால், இந்த விவசாயி மக்களின் ஒற்றுமையை பாதுகாக்கும் வகையில் விவசாயிகள் இயக்கம் தலையிட்டு அவர்களிடையே ஓரளவிற்கு சமரசத்தை ஏற்படுத்த வேண்டும். நியாயமான வாழ்க்கைத் தரத்தை மேற்கொள்ளும் அளவிற்கு தொழிலில் வருமானம் ஈட்டி வரும் சிறு நில உடைமையாளர்களைப் பொறுத்தவரையில், உரிய இழப்பீட்டுடன் அவர்களது நிலங்கள் கையகப்படுத்தப்பட வேண்டும். அல்லது குறைவான குத்தகைத் தொகையை அவர்கள்

ஏற்றுக் கொள்ள வேண்டும். எப்படியிருப்பினும், நிலத்தை மீண்டும் தங்கள் கட்டுப்பாட்டில் எடுத்துக் கொள்வதற்கான உரிமை அவர்களுக்கு இருக்காது.

"... கட்சி உடனடியாக கையிலெடுத்து மேற்கொள்ள வேண்டிய அவசரமான பணி என்பது நில வெளியேற்றத்திற்கு எதிராகவும், குத்தகை தொகையை குறைப்பதற்காகவுமான போராட்டத்தை நடத்துவதே ஆகும்... இவ்வாறு நிலவெளியேற்றத்திற்கு எதிராகவும், குத்தகைத் தொகையை குறைப்பதற்குமான கிளர்ச்சிகளையும் போராட்டங்களையும் மேற்கொள்கையில், தற்போது நடைமுறையில் உள்ள விவசாயம் தொடர்பான சட்டத்தில் வழங்கப்பட்டுள்ள சலுகைகள், வசதிகள் அனைத்தையும் – அவை எவ்வளவுதான் குறைவாகவும், கட்டுப்பெட்டியானதாக இருப்பினும் – கட்சியும் விவசாயிகள் இயக்கமும் பயன்படுத்திக் கொள்ள வேண்டும்.

"குத்தகைத் தொகையைக் குறைக்க வேண்டும்; குத்தகையை குறிப்பிட்ட கால அளவிற்கு நிர்ணயிக்க வேண்டும் என்று கோரிக்கை எழுப்பும்போது குத்தகைதாரர்கள் நிலப்பிரபுக்களுக்கு வழங்கும் குத்தகைத் தொகையை குறைக்க வேண்டும்; நிலப்பிரபுக்களின் நிலங்களில் குத்தகைதாரர்கள் பயிரிடும் உரிமையை குறிப்பிட்ட கால அளவிற்கு நிர்ணயிக்க வேண்டும் என்பதே நமது நோக்கமாக உள்ளது. எனினும், குறிப்பாக கரும்பு, புகையிலை போன்ற பணப்பயிர்களை பயிரிடும் இடங்களில் பெரும் நிலப்பிரபுக்கள் சிறிய அளவில் நிலங்களை வைத்திருப்பவர்களிடமிருந்து பெருமளவில் குத்தகைக்கு நிலத்தை எடுப்பதும், அவர்களுக்கு மிகக் குறைந்த அளவிலான குத்தகைத் தொகையை மட்டுமே கொடுப்பதும் வழக்கமாக இருந்தது. நமது மேற்கண்ட கோரிக்கை இத்தகைய பகுதிகளுக்குப் பொருந்தாது. இத்தகைய பகுதிகளில் நிலப்பிரபுக்கள் சிறு நில உடைமையாளர்களுக்கு வழங்கி வரும் குத்தகைத் தொகை அதிகரிக்கப்பட வேண்டும் என்பதே நமது கோரிக்கையாக இருக்க வேண்டும்.

"விவசாயத்தில் ஈடுபட்டு வரும் மக்கள் தொகையிலேயே மிகவும் தீவிரமான பிரிவினராக இருப்பது விவசாயத் தொழிலாளர்களே ஆவர். நடுத்தர விவசாயிகளுடன் உறுதியோடு இணைந்து நிற்கின்ற கிராமப்புற மக்கள் தொகையில் 70 சதவீதமாக உள்ள விவசாயத் தொழிலாளர்கள், ஏழை விவசாயிகள் ஆகிய பிரிவினரை அடித்தளமாகக் கொண்டதாகவே விவசாய இயக்கம் முழுவதும் உள்ளது. இந்த இயக்கமானது நிலப்பிரபுக்களுக்கு

எதிராக பணக்கார விவசாயிகளை கவர்ந்திழுத்து நகர்ப்புற பகுதிகளில் உள்ள தொழிலாளி வர்க்கத்தோடும் ஜனநாயக ரீதியான இயக்கத்தோடும் நெருங்கிய கூட்டணியை உருவாக்கிக் கொள்ள வேண்டும்.

“விவசாயத் தொழிலாளர்களின் தீவிர ஆதரவைப் பெறாமல், விவசாய இயக்கத்திற்குள் அவர்களை கவர்ந்திழுக்காமல், நிலத்திற்காகவும், குறிப்பிட்ட குத்தகை காலத்திற்காகவும், குத்தகைத் தொகையை குறைப்பதற்காகவும், நிலப்பிரபுக்களுக்கு எதிராகவும் ஏழை, நடுத்தர, பணக்கார விவசாயிகள் நடத்துகின்ற போராட்டத்தை வெற்றிகரமாக நடத்த முடியாது.

“எனவே நிலத்தை கோரும் அவர்களது அடிப்படை கோரிக்கையையும் விவசாயத் தொழிலாளர்களின் உடனடிக் கோரிக்கைகளையும் கட்சியும் விவசாய இயக்கமும் முன்னெடுத்து தீவிரமாகச் செயல்பட வேண்டும். விவசாயத் தொழிலாளர்களின் இத்தகைய கோரிக்கைகளை கையிலெடுப்பதன் மூலமே நிலப்பிரபுத்துவத்திற்கு எதிராகவும், ஆளும் வர்க்கத்திற்கு எதிராகவும், நிலம், சுதந்திரம், ஜனநாயகம், அமைதி ஆகியவற்றுக்குமான இயக்கத்திற்குள் அவர்களை நம்மால் கவர்ந்திழுக்க முடியும். இதைச் செய்யத் தவறுவது இந்தப் பிரிவினர் வகுப்புவாத, சீர்குலைவுவாத, பிற்போக்குவாத அமைப்புகளுக்குள் கவர்ந்திழுக்கப்பட வழியேற்படும். இதன் விளைவாக, சாதியப் பிரிவினைகள், செயலற்ற தன்மை, ஒடுக்குமுறை ஆகியவற்றின் அடிப்படையில் கிராமங்களில் உள்ள இதர விவசாய மக்களுக்கு எதிரானவர்களாகவும் அவர்கள் மாறிவிடக் கூடும்.

“அவர்களது உடனடி கோரிக்கைகளில் சில:

அ) அவர்களுக்கும் இதர ஏழை விவசாயிகளுக்கும் எந்தவித கட்டணமும் இன்றி குறைந்தபட்சம் ஐந்து ஆண்டுக் காலத்திற்கு சாகுபடி செய்யத் தகுதியான தரிசு நிலங்கள் வழங்கப்பட வேண்டும். கால்நடைகள், விவசாயக் கருவிகள் ஆகியவற்றை வாங்குவதற்கென மானியங்களும் நீண்ட கால கடன்களும் அவர்களுக்கு வழங்கப்பட வேண்டும்.

ஆ) இலவச வீட்டுமனை மற்றும் மற்றவர்களோடு சேர்ந்து பொது நிலங்களையும் பொது இடங்களையும் பயன்படுத்துவதற்கான சம உரிமை வழங்கப்பட வேண்டும். இத்தகைய வீட்டு மனைகளிலிருந்தோ அல்லது அவர்கள் தற்போது குடியிருக்கும் வீடுகளிலிருந்தோ அகற்றப்படக் கூடாது.

இ) நிலப்பிரபுக்களுக்கும் கந்து வட்டிக்காரர்களுக்கும் அவர்கள் செலுத்த வேண்டிய கடன்கள் ரத்து செய்யப்படுவதோடு மலிவான கடன் வசதிக்கான ஏற்பாடுகளும் செய்து தரப்பட வேண்டும்.

ஈ) சாதி மற்றும் தீண்டாமை ஆகியவற்றின் அடிப்படையிலான சமூக ஏற்றத்தாழ்வுகள் முற்றிலுமாக அகற்றப்பட வேண்டும்.

உ) கட்டாய உழைப்பைத் தடை செய்ய வேண்டும். அவ்வாறு கட்டாய உழைப்பை வற்புறுத்துவோரை தண்டிக்க வேண்டும்.

ஊ) இலவச மருத்துவ, கல்வி வசதிகள் அரசால் வழங்கப்பட வேண்டும்.

எ) பல்வேறு பாசனத் திட்டங்கள், வளர்ச்சித் திட்டங்கள் ஆகியவற்றை அரசு மேற்கொள்வதன் மூலம் அரசு வேலைவாய்ப்பை வழங்க வேண்டும்.

ஏ) தினசரி உழைப்புக்கு குறைந்தபட்ச ஊதியம், பண்ணை ஊழியர்களுக்கு குறைந்தபட்ச மாத ஊதியம் நிர்ணயிக்கப்பட வேண்டும்.

ஐ) பண்ணையில் தற்போது அதிகமான நேரம் பணிபுரிவோருக்கு உழைப்பு நேரம் குறைக்கப்பட வேண்டும்; ஒவ்வொரு ஆண்டுக்கும் குறைந்தபட்ச விடுமுறைகளும் அவர்களுக்கு வழங்கப்பட வேண்டும்.

“அவர்கள் வேலை செய்யும் நாட்களில் குறைந்தபட்சம் வாழ்க்கைக்கான தேவைகள் அவருக்கும் அவரைச் சார்ந்தோருக்கும் கிடைக்கும் வகையில் ஒரு விவசாயத் தொழிலாளிக்கான குறைந்தபட்ச தினசரி ஊதியம் நிர்ணயிக்கப்பட வேண்டும். இந்தக் குறைந்தபட்ச ஊதியம் என்பது வழக்கமான வேலைகளுக்கு மட்டுமே பொருந்தும். கடினமான வேலைகளுக்கும், ஓய்வொழிச்சலற்ற பருவ காலங்களில் நீண்ட நேரம் பணிபுரிய வேண்டியிருக்கும்போதும், இந்த குறைந்தபட்ச அளவை விட அதிகமான தினசரி ஊதியம் வழங்கப்பட வேண்டும். பண்ணை ஊழியருக்கு ஆண்டு முழுவதற்குமான சம்பளம் என்ற அடிப்படையில் குறைந்தபட்ச தினசரி ஊதியம் அதில் 365இல் ஒரு பங்கு வழங்கப்பட வேண்டும்.

“விவசாயத் தொழிலாளர்கள் எதிர்கொள்ளும் வேறு எந்தப் பிரச்சனையையும் விட அவர்கள் எதிர்கொள்ளும் வேலையின்மை பிரச்சனை என்பது மிகவும் மோசமான வடிவம் கொண்டதாக அமைகிறது. “வேலை அல்லது வேலை இல்லா காலத்திற்கான நிவாரணம்” என்ற அவர்களது கோரிக்கையை கட்சி கையிலெடுக்க வேண்டியதும் அவசியமாகும்.

“விவசாயிகளுக்கான அமைப்பைத் தவிர விவசாயத் தொழிலாளர்களும் தனிப்பட்டதொரு வர்க்க அமைப்புகளில் அணிதிரட்டப்பட வேண்டும். ஏனெனில், முதலாவதாக, ஊதியம், வேலைநேரம் போன்ற அவர்களுக்கேயான தனிப்பட்ட கோரிக்கைகள் உள்ளன. இரண்டாவதாக, இந்த விவசாயத் தொழிலாளர்களில் பெரும்பான்மையோர் சமூகரீதியாகப் பிற்படுத்தப்பட்ட அல்லது ‘தீண்டத்தகாதவர்கள்’ என்று அழைக்கப்படும் சாதிகளை சேர்ந்தவர்களாக உள்ளனர். எனவே இதர சாதிகளைச் சேர்ந்த விவசாயிகளோடு கூடவே விவசாய சங்கத்தில் அவர்களை நேரடியாக கொண்டுவந்து செயல்பட வைப்பது மிகவும் கடினமானதொரு பணியாகும். அல்லது அவர்களை விவசாய சங்கத்திற்குள் கவர்ந்திழுத்து வருவதில் நாம் வெற்றிபெற்றாலும் கூட, இதர சாதிகளை சேர்ந்த விவசாய பிரிவினர் பெரும் எண்ணிக்கையில் விவசாய சங்கத்தில் சேராமலிருக்க அது வழிவகுத்துவிடக் கூடும். மூன்றாவதாக, விவசாயத் தொழிலாளர்களை தனியாக அணிதிரட்டி அதே நேரத்தில் விவசாய சங்கத்திற்குள் கொண்டுவந்தோமெனில் அவர்கள் தலைமை தாங்கும் சக்தியாகவும் மாறுவார்கள்.

“கிராமப்புறங்களில் உள்ள தச்சர்கள், கருமார்கள், வண்ணார்கள், கிணறு வெட்டுவோர் போன்ற இதர உடலுழைப்பு செலுத்தும் தொழிலாளிகளான கூலி உழைப்பாளர்கள் அனைவரையும் விவசாயத் தொழிலாளர் அமைப்புகளில் கவர்ந்திழுக்கவும் நாம் முயற்சி எடுக்க வேண்டும்.

“அவர்களின் மிக முக்கியமான கோரிக்கையான நிலத்திற்கான கோரிக்கையானது பொதுவான கோரிக்கையாக உள்ளதாலும், விவசாயிகளுடன் அவர்களுக்கு பொருளாதாரரீதியான உறவு நிலவுவதாலும், விவசாய சங்கத்திற்கும் விவசாய தொழிலாளர் அமைப்புகளுக்கும் இடையே ஒவ்வொரு மட்டத்திலும் ஒருங்கிணைப்பிற்கான ஏற்பாடு ஒன்றை உருவாக்க நடவடிக்கைகள் எடுக்கப்பட வேண்டும். இதன் மூலம் இந்த இரு அமைப்புகளுமே மேலும் மேலும் நெருக்கமாகச் செயல்படுவதோடு இத்தகைய ஏற்பாட்டில் விவசாயத் தொழிலாளர்களும் ஏழை விவசாயிகளும் முன்னோடியான பங்கினை வகிப்பவர்களாகவும் உருப்பெறுவார்கள்.”

செப்டம்பர் 06, 2020

46

விவசாயிகளிடையே மேற்கொள்ளப்பட வேண்டிய கடமைகள் -2

1954ஆம் ஆண்டு ஏப்ரலில் நடைபெற்ற கட்சியின் மத்தியக் குழு கூட்டத்தில் நிறைவேற்றப்பட்ட "விவசாயிகளிடையே மேற்கொள்ளப்பட வேண்டிய கடமைகள்" என்ற தீர்மானத்தின் மேலும் சில பகுதிகள் கீழே தரப்பட்டுள்ளன:

"விவசாய இயக்கத்தின் முக்கியமான கடமைகளில் ஒன்று வெளிநாட்டு மற்றும் உள்நாட்டு ஏகபோகங்களின் சதிச்செயல்களிலிருந்து விவசாயிகளை விடுவிப்பதற்கான நடவடிக்கைகளை எடுக்க வேண்டும் என்றும், விவசாயிகளுக்கு அவர்களது உற்பத்திப் பொருட்களுக்கான கட்டுப்படியாகும் விலையை உறுதிப்படுத்த வேண்டும் என்றும், அரசுக்கு கோரிக்கை விடுப்பதே ஆகும்.

"விவசாயிகளின் உற்பத்திப் பொருட்களுக்குக் கட்டுப்படியாகும் விலையை உறுதிப்படுத்த வேண்டும் என்றும், அதன் சந்தை விலையானது குறைந்தபட்சத் தொகையை விட சரியுமேயானால், அரசு தலையிட்டு குறைந்தபட்ச விலைக்கு விவசாயிகளிடமிருந்து நேரடியாக கொள்முதல் செய்ய வேண்டுமென்றும் நாம் அரசிடம் கோரிக்கை எழுப்ப வேண்டியது அவசியமாகும்.

"வறட்சி மற்றும் பற்றாக்குறை நிலவும் பகுதிகளில் அரசாங்கம் கீழ்க்கண்ட நடவடிக்கைகளை எடுக்க வேண்டும் எனவும் நாம் கோருகிறோம்:

அ) மலிவு விலையிலான தானியக் கிடங்குகள், நிவாரணப் பணிகள் மற்றும் இலவச உணவு மையங்கள் உடனடியாக அமைக்கப்பட வேண்டும்.

ஆ) சோதனை முறையிலான பணிகள், கடமைகள் மற்றும் ஊதியங்கள் ஆகியவற்றைப் பொறுத்தவரையில் வறட்சி குறித்த விதிமுறைகள் தளர்த்தப்பட வேண்டும்.

இ) வறட்சி நிலவும் பகுதிகளில் கல் உடைப்பது, பெயரளவிற்கு சாலைகளை அமைப்பது போன்றவற்றிற்குப் பதிலாக உற்பத்திக்கான பணிகள் மற்றும் அதனால் பயன் எதுவும் கிடைக்கும் என்று எதிர்பார்க்காமல் மக்களைப் பாதுகாக்கும்படியான பணிகள்

ஆகியவை நிவாரணப் பணிகளாக மேற்கொள்ளப்பட வேண்டும்.

ஈ) அனைத்துக் கடன்கள், குத்தகை பாக்கிகள், நில வருவாய் ஆகிய அனைத்திலிருந்தும் விலக்கு அளிக்கப்பட வேண்டும்.

உ) கால்நடைகளுக்கான தீவனம் வழங்கப்பட வேண்டும்.

ஊ) தக்காவி கடன்களுக்கான மானியங்கள் தளர்த்தப்பட வேண்டும்.

“அதே நேரத்தில் மற்றவர்களுடன் இணைந்த வறட்சி நிவாரணக் குழுக்களை உருவாக்கி, நிவாரணத்திற்கான ஏற்பாடுகளையும் நாம் செய்ய வேண்டும். இந்த நிவாரண மையங்களிலும், சோதனை பணி மையங்களிலும், மலிவு விலை தானியக் கிடங்குகளிலும், ஊழலைத் தவிர்க்கும் வகையில் விவசாய சங்கமும், விவசாயத் தொழிலாளர் அமைப்புகளின் கிளைகளும் தீவிரமாகச் செயல்பட்டு இந்த அமைப்புகளை முறையாகச் செயல்படச் செய்ய வேண்டும்.

“கடன்களுக்கான உடனடி விலக்கு, பழைய கடன்களை ரத்து செய்வது, கடன் சுமையை குறைப்பதற்கான சட்டம் ஆகிய கோரிக்கைகளை முன்வைத்து தீவிரமான பிரச்சாரம் மேற்கொள்ளப்பட வேண்டும்.

“கூட்டுறவுக் கழகங்கள் பொதுவாகவே நிலப்பிரபுக்கள் மற்றும் பணக்கார விவசாயிகளின் கைகளில்தான் உள்ளன... அதிலும் குறிப்பாக விவசாய சங்கம் பலவீனமாக உள்ள பகுதிகளில் இதுதான் நிலைமை. எனினும் கூட்டுறவு அமைப்புகளுக்கு அரசாங்கம் சில வசதிகளை செய்து தரும் நிலையில் இத்தகைய நிலைமையானது நம்மை செயலிலிருந்து தடுத்து நிறுத்திவிடக் கூடாது. அரசு இத்தகைய வசதிகளை செய்து தருவதோடு கூட்டுறவுக் கழகங்களை மேலும் விரிவாக வளர்த்தெடுக்கவும் விழைகிறது. இவ்வகையில் உண்மையிலேயே கூட்டுறவு முறையிலான பொதுச்சொத்தை வளர்த்தெடுக்க முடியும் என்றதொரு மாயத் தோற்றத்தை உருவாக்கவே அரசு இத்தகைய முயற்சிகளை மேற்கொள்கிறது. இத்தகைய மாயைகளுக்கெல்லாம் நாம் மயங்கி விடாமல் கூட்டுறவுக் கழகங்களில் நாம் தீவிரமாகப் பணியாற்றுவதும், அவற்றை நமக்கு சாதகமாகப் பயன்படுத்திக் கொள்ள முயற்சிப்பதும் அவசியமாகும். இதன் மூலம் விவசாயத் தொழிலாளர்கள், ஏழை மற்றும் நடுத்தர விவசாயிகள் ஆகியோரின் தேவைகளையும் நம்மால் நிறைவேற்ற முடியும். கூட்டுறவுக் கழகங்களில் நிலவி வரும் ஊழலை எதிர்த்து நாம் போராடுவதோடு, மேலும் அவற்றில் அதிகமான ஜனநாயக உரிமைகளுக்காகவும் நாம் குரலெழுப்ப வேண்டும்.

“பல்வேறு வகையான வரிச்சுமைகளை குறைக்க வேண்டும் என்றும், படிப்படியான விவசாய வரிக்கான அமைப்பை உருவாக்க வேண்டும் என்றும் கோரிக்கைகளை நாம் வடிவமைக்க வேண்டும். விவசாயிகளின் மீது புதிய வரிச்சுமைகளை திணிப்பதற்கு எதிரான கிளர்ச்சியும் தீவிரமாக்கப்பட வேண்டும். இத்தகைய முயற்சிகள் அனைத்தும் எதிர்க்கப்பட வேண்டும்.

“பழங்குடிகள் வசிக்கும் பகுதிகளில் விலக்கப்பட்ட பகுதிகளுக்கான எல்லைக்கோடு அவர்களது கிராமங்களிலிருந்து குறைந்தபட்சம் ஒரு மைல் தூரத்தில் இருக்க வேண்டும். விலக்கப்பட்ட பகுதிகள் என்று குறிப்பிடப்பட்டபோதிலும், வனப்பகுதி ஏதுமில்லாத இடங்கள் சாகுபடிக்காக பழங்குடியினருக்கு வழங்கப்பட வேண்டும். அவ்வப்போது இடம் மாற்றி பயிர் செய்வது குறித்த விதிமுறைகள் தளர்த்தப்பட வேண்டும். வனப்பகுதிகளுக்கென தனியாக பஞ்சாயத்துகள் உருவாக்கப்பட வேண்டும். வனத்தில் உற்பத்தியாகும் பொருட்களை தங்களது பயன்பாட்டிற்காகவும் விலைக்கு விற்பதற்காகவும் பயன்படுத்திக் கொள்ள பழங்குடிகள் இயல்பாகவே அனுமதிக்கப்பட வேண்டும். பழங்குடிகளுக்கான கூட்டுறவு அமைப்புகள் உருவாக்கப்பட வேண்டும். இவற்றின் மூலம் விற்பனைக்காக அவர்கள் மரங்களை வெட்டிக் கொள்ள முடியும்.

“பழங்குடிகள் வசிக்கும் பகுதிகளில் அனைத்து வகையான நிலப்பிரபுத்துவ ஏற்பாடுகளும் முற்றிலுமாக அகற்றப்பட வேண்டும். அவர்களது பழைய கடன்கள் அனைத்தும் ரத்து செய்யப்பட வேண்டும்.

“இந்தப் பகுதிகளில் ஒப்பந்தக்காரர்களின் அனைத்து வகையான சுரண்டல் நடவடிக்கைகளும் கட்டுப்படுத்தப்பட வேண்டும். வனங்களில் இருந்து பழங்குடிகள் சேகரிக்கும் பொருட்களுக்கு நியாயமான விலை வழங்கப்பட வேண்டும். அவர்களது வேலைகளுக்கு முறையான ஊதியம் வழங்கப்பட வேண்டும்.

“மருந்தகங்களின் மூலம் மருத்துவ உதவி, மருத்துவ அதிகாரிகள் அடிக்கடி வந்து போவது, பழங்குடிகள் வசிக்கும் பகுதிகளில் நிலவும் தனித்துவமான நோய்களுக்கு சிறப்பு நடவடிக்கைகள், குடிநீருக்கான கிணறு, குளங்கள் ஆகியவற்றின் சுத்திகரிப்பு நடவடிக்கைகள், மலேரியா நோயிலிருந்து அவர்களைப் பாதுகாக்கும் சிறப்பு நடவடிக்கைகள் ஆகியவை மேற்கொள்ளப்பட வேண்டும்.

"அவர்களது கால்நடைகளின் நோய்களை தடுக்கும் வகையில் கால்நடைகளுக்கான மருத்துவ மனைகள் மற்றும் கால்நடை மருத்துவர்களின் வருகைக்கான ஏற்பாடுகள் செய்யப்பட வேண்டும்.

"பழங்குடியினர் வசிக்கும் பகுதிகளில் கல்விக்கான சிறப்பு ஏற்பாடுகள், அவர்களது சொந்த மொழியிலேயே கல்வியை வழங்குவது, பள்ளிக்கான பொருட்களை இலவசமாக வழங்குவது, முதியோர்களின் கல்விக்கான இரவுப் பள்ளிகள், மேல்நிலைப் பள்ளி மற்றும் பல்கலைக்கழக படிப்புகளுக்கான கல்வி உதவித்தொகை, பழங்குடியினர் மத்தியிலிருந்து உருவாகும் ஆசிரியர்களுக்கான சிறப்புப் பயிற்சி ஆகியவை செய்து தரப்பட வேண்டும்.

"பல நேரங்களில் பாசனத் திட்டங்கள் நிறைவேறுவதற்கு முன்பாகவே ஒரு ஏக்கருக்கு இவ்வளவு தொகை என்ற வகையில் காங்கிரஸ் அரசு அனைத்து விவசாயிகளின் மீது திணிப்பதற்குத் திட்டமிட்டிருந்த மேன்மைக்கான தீர்வையை எதிர்த்தே ஆக வேண்டும். அரசின் இத்தகைய முயற்சியானது ஏழை மற்றும் நடுத்தர விவசாயிகளை மேலும் கடனாளியாக ஆக்கி அவர்களை அழிவின் விளிம்பில் கொண்டு வந்து நிறுத்துவதாகவும் இருக்கும்.

"அரசின் கொள்கைகள் மற்றும் செயல்கள் குறித்த விமர்சகராக மட்டுமில்லாமல், கூட்டுறவுக் கழகங்கள், கிராமப்புற வங்கிகள், விற்பனைக் கழகங்கள், பஞ்சாயத்துகள், பள்ளிகள், கலாச்சார நடவடிக்கைகள், விவசாய ஆராய்ச்சி மையங்கள் போன்ற ஒவ்வொரு நிறுவனத்தையும் கையில் எடுத்துச் செயல்படுத்தக் கூடிய ஒரு சக்தியாக, திட்டங்களை வளர்த்தெடுப்பவராக, வறட்சி மற்றும் வெள்ள நிவாரணங்களுக்கான அமைப்பாளராக கட்சியும் விவசாய இயக்கமும் முன்வர வேண்டும்.

" விவசாயிகள் மற்றும் மக்களின் கண்ணோட்டத்திலிருந்து 'ஆக்கபூர்வமான' திட்டங்களை கவனமாக ஆராயாமல் அவற்றை ஏளனத்தோடு பார்ப்பது; 'சீர்திருத்தங்களுக்கான' முயற்சிகளை கேலி செய்வது போன்ற அணுகுமுறைகள் தவிர்க்கப்பட வேண்டும். இத்தகைய நடவடிக்கைகள் நம்மை 'சீர்திருத்த வாதத்தை' நோக்கிக் கொண்டு செல்லும் என்றும், இதன் விளைவாக நாம் விவசாயிகளிடையே 'மாயைகளை' உருவாக்கக் கூடும் என்ற அச்சமும் தவிர்க்கப்பட வேண்டும். நிலப்பிரபுக்களுக்கும் அவர்களுக்கு ஆதரவாக உள்ள அரசுக்கும் எதிராக விவசாயி மக்களை வெற்றிகரமாக அணிதிரட்ட இவற்றை நாம் பயன்படுத்திக்

கொள்வதன் மூலம் அவர்களது கோரிக்கைகளை வென்றெடுப்பதற்காக விவசாயி மக்களை நம்மால் தூண்ட முடியும் என்பதோடு அவர்களை செயலில் இறக்கி அவர்களுக்குத் தலைமை தாங்கவும் முடியும்.

"பல லட்சக்கணக்கான விவசாயிகளையும் விவசாயத் தொழிலாளர்களையும் ஒரு விவசாயப் புரட்சிக்கான இயக்கத்திற்குள் கவர்ந்திழுக்கும் நோக்கத்துடன் முறையான ஸ்தாபன வேலைகளின் மூலமாக தத்துவார்த்தப் போராட்டம் மற்றும் ஐக்கிய முன்னணிக்கான நடவடிக்கைகள் ஆகியவை வலுப்படுத்தப்பட வேண்டும்.

"விவசாயிகளின் குறிப்பிட்ட கோரிக்கைகளுக்காக மேற்கொள்ளப்படும் விவசாய போராட்டங்களை நடத்துவதற்கென தற்போது செயல்பட்டு வரும் அனைத்து விவசாய அமைப்புகளிலும் கூட்டு நடவடிக்கை குழுக்களை உருவாக்குவதற்கான தீவிர முயற்சிகள் எடுக்கப்பட வேண்டுமென விவசாயிகள் சங்கம் தனது கீழ்மட்டக் குழுக்களுக்கு விடுத்திருந்த அறைகூவல் செயல்படுத்தப்பட வேண்டும்.

"விரிவான, ஒன்றுபட்ட விவசாயிகள் இயக்கத்தை வளர்த்தெடுப்பதற்கு நிலப்பிரபுக்கள், ஏகாதிபத்திய வாதிகளின் சுரண்டலுக்கு எதிராக விவசாய மக்கள் அனைவரின் ஒற்றுமையைக் கட்டுவதென்பது மிக முக்கியமான கடமையாக மாறியுள்ளது.

"விவசாய வர்க்கத்தின் ஒற்றுமை குறித்த பிரச்சனை என்பது முக்கியமாக ஏகாதிபத்தியவாதிகள், நிலப்பிரபுக்கள், இந்திய ஏகபோகவாதிகள் ஆகியோரின் சுரண்டலுக்கு எதிராக பணக்கார விவசாயிகள் உள்ளிட்ட விவசாயிகள், விவசாயத் தொழிலாளர்கள் ஆகியோரை இணைப்பதில் உள்ள பிரச்சனையே ஆகும். இந்த விஷயத்தில் பொறுப்பற்ற, அந்தந்த நேரத்திற்கு ஏற்ற அணுகுமுறையோ அல்லது அதன் உறவுகள் அனைத்தையும் குறித்த பிரச்சனையை ஆய்வு செய்யத் தவறுவதோ, விவசாயத் தொழிலாளர்களை, அவர்களது கோரிக்கைகளை, போராட்டங்களை, புறக்கணிக்கவோ அல்லது நிலப்பிரபுத்துவச் சுரண்டலுக்கு எதிரான இந்த இரு பிரிவினரின் பொதுவான முரண்பாட்டிலிருந்து அவற்றைப் பிரித்த நிலையில் விவசாயிகளுடனான அவர்களது முரண்பாட்டிற்கு அழுத்தம் தருவதற்கே இட்டுச் செல்லும். இதில் முதலில் சொல்லப்பட்ட புறக்கணிப்பின் விளைவாகத்தான் இன்றுவரை விவசாய இயக்கம் பெரிதும் பாதிப்பிற்கு ஆளாகியுள்ளது.

"வலுவானதொரு விவசாய இயக்கத்தை வளர்த்தெடுக்க வேண்டுமெனில், விவசாயிகள் மற்றும் விவசாயத் தொழிலாளர்களின் சமூக, பொருளாதார, கலாச்சார மட்டத்தை உயர்த்தக் கூடிய நடவடிக்கைகள் அனைத்தையும் விவசாய சங்கமும், விவசாயத் தொழிலாளர் அமைப்புகளும் மேற்கொள்ள வேண்டும். கல்வியறிவினை புகட்டுவதற்கான வகுப்புகள், விளையாட்டு, கலாச்சார நடவடிக்கைகள், நிவாரணம் மற்றும் சுய மேம்பாட்டிற்கான இயக்கம், சமூக குறைபாடுகளுக்கு எதிரான போராட்டம், அவர்களின் தன்னம்பிக்கையை உயர்த்தும் வகையில் மருத்துவம், பொது சுகாதாரம் மற்றும் இதர வடிவங்களிலான முயற்சிகள் ஆகியவை அவற்றில் ஒரு சிலவாகும்.

"தங்களது நிலப்பிரபுக்களுடனும், அரசு மற்றும் இதர பொதுநிறுவனங்களின் அதிகாரிகள் ஆகியோருடனான உறவுகளில் விவசாய பெருமக்கள் எதிர்கொள்ளும் பல்வேறு வகையான இடையூறுகளை அகற்றும் வகையில் விவசாய சங்கம் மற்றும் விவசாய தொழிலாளர் அமைப்புகளின் அலுவலகங்கள் செயல்படுவதோடு, அன்றாடம் அவற்றை கையில் எடுத்தும் செயல்பட வேண்டும். அவர்களுக்குத் தேவையான சட்ட உதவிகளை வழங்க வேண்டும். விவசாயத்தை மேம்படுத்துவதற்கான நவீன வழிமுறைகளை அவர்களின் கவனத்திற்குக் கொண்டு சென்று விவசாயத்தை மேம்படுத்த அவர்களுக்கு உதவி செய்ய வேண்டும். பயிர்களையும் கால்நடைகளையும் பாதிக்கின்ற பூச்சிகளை எதிர்த்துப் போராட அவர்களுக்கு உதவ வேண்டும். நல்ல விதைகள், கருவிகள், இயற்கை உரங்கள், உரிய நேரத்தில் அவர்களது நிலங்களுக்கு பாசன வசதி, மேலும் இவை போன்ற விவசாயிகளின் வாழ்க்கை முழுவதோடும் தொடர்புடைய, அவர்களது தினசரி வேலைகளோடு தொடர்புடைய, பல்வேறு வகையான நடவடிக்கைகளிலும் அவர்களுக்கு உதவ வேண்டும்.

"ஒரே வார்த்தையில் கூறுவதெனில், விவசாய சங்கமும் விவசாய தொழிலாளர் அமைப்புகளும் விவசாயிகளின் வாழ்க்கையில் பிரிக்க முடியாத ஒரு பகுதியாக, அவர்கள் தொடர்ந்து ஆலோசனையும் உதவியும் பெறுகின்ற ஒன்றாக, மாற வேண்டும்.

"நமது விவசாயப் போராட்டங்களில் வெற்றி பெறவேண்டுமானால், தொழிலாளி வர்க்கத்தின் தீவிர ஆதரவைப் பெற வேண்டும். இங்குதான் கட்சி தோல்வியடைகிறது. விவசாயிகளின் கோரிக்கைகளை தொழிலாளி வர்க்கத்திடையே

பரவலாக்குவதை நம்மால் செய்ய இயலவில்லை. விவசாயிகளின் கோரிக்கைகளுக்கு ஆதரவாக பொது வேலைநிறுத்தத்தில் இறக்குவது மட்டுமின்றி, பொதுக்கூட்டங்கள், ஆர்ப்பாட்டங்கள் ஆகியவற்றிலும் தொழிலாளி வர்க்கத்தை இறங்கச் செய்யவும் நம்மால் இயலவில்லை.

“அதைப் போன்றே தொழிலாளி வர்க்கத்தின் கோரிக்கைகள், போராட்டங்கள் ஆகியவற்றை விவசாயிகளிடையே பரப்பி, தொழிலாளி வர்க்கத்தின் போராட்டங்கள், கோரிக்கைகள் ஆகியவற்றுக்கு ஆதரவாக விவசாயிகளை அணிதிரட்டும் பணியையும் கட்சி மேற்கொள்ள வேண்டும். இவ்வகையில்தான் நமது இறுதி வெற்றியை உறுதிப்படுத்துகின்ற தொழிலாளி-விவசாயி வர்க்கங்களுக்கு இடையிலான ஒற்றுமையை நம்மால் உருவாக்க முடியும்.

“விவசாய இயக்கத்தை வளர்த்தெடுக்கும் நோக்கத்துடன் தொழில் மையங்களிலிருந்து தொழிலாளி வர்க்கத்தைச் சேர்ந்த செயல்வீரர்களை அருகிலுள்ள விவசாயப் பகுதிகளுக்கு அனுப்பி வைப்பதற்கான முயற்சிகளிலும் கட்சி தீவிரமாக ஈடுபட வேண்டும்.

“ஒரு மூன்றாவது உலகப் போரை கட்டவிழ்த்து விடுவதற்காக, தனது இளைய கூட்டாளியான பிரிட்டிஷ் ஏகாதிபத்தியத்தின் உதவியுடன், அமெரிக்க ஏகாதிபத்தியத்தின் தலைமையில் செயல்பட்டு வரும், யுத்த பிரச்சாரகர்களின் சதிச்செயல்களுக்கு எதிராக, கட்சியும் விவசாயிகள் இயக்கமும் மக்களை தட்டியெழுப்ப வேண்டும்.

“கம்யூனிஸ்ட் கட்சியின் திட்டம் மற்றும் அதன் கொள்கை மற்றும் மக்களின், குறிப்பாக விவசாயிகளுக்கான சேவையில் உறுதியான நிலைபாடு ஆகியவற்றை பரவலாக எடுத்துக் கூறுவதும் அவசியமாகும். விவசாயிகள் மற்றும் விவசாயத் தொழிலாளர் பிரிவுகளிலிருந்து துணிவான செயல்வீரர்களை கட்சிக்குள் கொண்டுவருவதற்கான தொடர்ச்சியான பிரச்சாரம், அவர்களது கல்விக்கான ஏற்பாடுகள் ஆகியவை ஒருபுறத்திலும், மறுபுறத்தில் நடுத்தர வர்க்கத்தினர், அறிவுஜீவிகளை விவசாய மக்களிடையே வேலை செய்வதற்காக அனுப்புவது ஆகிய நடவடிக்கைகளும் மேற்கொள்ளப்பட வேண்டும். இவ்வகையில்தான் லட்சக்கணக்கான விவசாயிகள், விவசாயத் தொழிலாளரிடையே கட்சியின் தத்துவார்த்த, அரசியல் மற்றும் அமைப்பு ரீதியான உறவுகளை நம்மால் வலுப்படுத்த

முடியும். இது நமது உடனடியான, அவசரமான கடமைகளில் ஒன்றாகவும் திகழ்கிறது.

“விவசாய சங்கத்தில் சேர்வதற்கும் அதன் பல்வேறு வகையான நடவடிக்கைகளில் பங்கெடுக்கவும் பெண் விவசாயிகளை தட்டியெழுப்பவும் கட்சியும் விவசாய இயக்கமும் பிரத்தியேகமான முயற்சிகளை மேற்கொள்ள வேண்டியதும் அவசியமாகும். குறிப்பாக விவசாய பெண்களை பாதிக்கின்ற, அவர்களின் கோரிக்கைகளை வடிவமைக்கவும், அவற்றுக்காக போராடுவதற்குத் தேவையான நடவடிக்கைகளை மேற்கொள்ளவும், பிரத்தியேகமான முயற்சிகள் மேற்கொள்ளப்பட வேண்டும். விவசாய பெண் செயல்வீரர்களின் கல்விக்கும் பிரத்தியேகமான முயற்சிகள் எடுக்கப்பட வேண்டும்.

“பல பிரச்சனைகளிலும் நாம் இயக்கத்தை விட்டுப் பின் தங்கியே இருக்கிறோம். இதற்கான காரணங்களில் ஒன்று தெளிவற்ற தன்மையும் நமது குறிக்கோள்கள் பற்றிய குழப்பமுமே ஆகும். விவசாய வர்க்கத்தினை வகைப்படுத்தல், இந்திய விவசாய பொருளாதாரத்தின் காலனிய கட்டமைப்பு, விவசாய வளர்ச்சியின் தற்போதைய போக்குகள், காங்கிரஸ் கட்சியின் விவசாயம் குறித்த சட்டத்தின் வழிகாட்டுதல்கள் போன்றவை குறித்த ஆய்வு ஒன்றினையும் கட்சி மேற்கொள்ள வேண்டும். அகில இந்திய விவசாயிகள் சங்கத்தின் முன்னணி தோழர்களுடன் மத்தியக் குழு கலந்தாலோசித்து இந்தப் பணியை மேற்கொள்ள வேண்டும்.

“கிராமத்திலுள்ள சங்கம் அல்லது காவல்நிலைய எல்லைக்கு உட்பட்ட பகுதிகளில் உள்ள விவசாய சங்கங்கள் உயிரோட்டமானதாகவும் உண்மையிலேயே செயல்படக் கூடிய வகையில் அன்றாட வேலைகள் மற்றும் போராட்டங்களை மேற்கொள்கின்ற அமைப்புகளாகவும் இருக்க வேண்டியது அவசியமாகும். இதுவரையில் இந்தக் கிளைகள் வெறும் பெயரளவிற்குத்தான் இருந்து வருகின்றன. அவற்றை வளர்த்தெடுத்து செயலூக்கம் மிக்கதாகச் செய்வதென்பது நமது முக்கியமான கடமைகளில் ஒன்றாகும்.”

செப்டெம்பர். 13, 2020

47

ஒன்றுபட்டு நடைபெற்ற கடைசி காங்கிரஸ்

ஆறாவது கட்சிக் காங்கிரஸ்

கட்சியின் ஐந்தாவது காங்கிரஸிற்கும் ஆறாவது காங்கிரஸிற்கும் இடைப்பட்ட காலப்பகுதி நாட்டின் அரசியல் வாழ்விலும், கட்சிக்கு உள்ளேயும், மிக முக்கியமான பல நிகழ்வுகளை சந்தித்த ஒன்றாகவே இருந்தது. அமிர்தசரஸ் கட்சிக் காங்கிரஸிற்குப் பிறகு இரண்டு மிகப்பெரும் நிகழ்வுகள் இந்திய அரசியல் வானை ஆக்கிரமித்தன. அவற்றில் ஒன்று கேரளாவில் நடைபெற்ற நிகழ்வுகள். மற்றொன்று மோசமாகிக் கொண்டே வந்த இந்திய-சீன உறவுகள். கேரளாவில் மக்களால் தேர்ந்தெடுக்கப்பட்டு ஆட்சி செய்து வந்த கம்யூனிஸ்ட் அரசை கலைத்ததற்கு எதிரான கண்டன ஆர்ப்பாட்டங்களை கட்சி ஒன்றுபட்ட வகையில் நாடு முழுவதிலும் நடத்தியபோதிலும், இந்த இரண்டாவது நிகழ்வு கட்சிக்குள் மிக மோசமான கருத்து வேறுபாடுகளுக்கு வழிவகுத்தது.

கேரள கம்யூனிஸ்ட் அரசை கலைத்ததை கண்டித்து நடைபெற்ற பிரச்சாரம் கட்சி இதுவரை நடத்திய பிரச்சாரங்களிலேயே மிகப் பெரியதாக உருவெடுத்தது. இத்தகையதொரு சூழ்நிலையில்தான் இந்தியாவிற்கும் சீனாவிற்கும் இடையே இருந்துவந்த எல்லைத் தகராறு விஷயத்தை காங்கிரஸ் கட்சியும் இதர பிற்போக்கு சக்திகளும் கம்யூனிஸ்ட் கட்சியைத் தாக்குவதற்காகப் பயன்படுத்திக் கொண்டன.

பிற்போக்கு சக்திகளும் காங்கிரஸ் கட்சியும் கம்யூனிஸ்ட் கட்சிக்கு எதிராக விஷமத்தனமான பிரச்சாரத்தை கட்டவிழ்த்து விட்ட போதிலும் அவர் பயணம் செய்த ஒவ்வொரு மாநிலத்திலும் பெருந்திரளான மக்கள் தோழர் இ எம் எஸ் நம்பூதிரிபாட்-ஐ உற்சாகமாக வரவேற்றதோடு, கேரள தேர்தல் பிரச்சாரத்திற்கென கட்சி எதிர்பார்த்ததை விட மிக அதிகமான நிதியையும் அவரிடம் வழங்கினர். 1960ஆம் ஆண்டில் நடைபெற்ற கேரள மாநில சட்டமன்றத் தேர்தலில் கட்சி தோல்வி அடைந்தபோதிலும், கட்சியின் வாக்கு விகிதம் இந்தத் தேர்தலில் 3 சதவீதம் அதிகரித்தது.

கட்சி மிக முக்கியமான பங்கு வகித்த பஞ்சாப் மாநிலத்தின் மேன்மைக்கான தீர்வைக்கு எதிரான போராட்டம் மட்டுமின்றி,

தமிழ்நாடு, பீகார், மேற்குவங்கம் ஆகிய மாநிலங்களிலும் நில உச்சவரம்பு, நிலச்சீர்திருத்த சட்டங்களை திருத்துவது ஆகிய உறுதியான கோரிக்கைகளின் அடிப்படையில் விவசாயிகளை அணிதிரட்டியது. பல்வேறு மாநிலங்களிலும் இதற்கென பாதயாத்திரைகளும் நடத்தப்பட்டன. மேற்கு வங்கத்தில் நடைபெற்ற இந்த இயக்கம் நிலத்தில் உழுவோருக்கு லட்சக்கணக்கான ஏக்கர் நிலங்களை இலவசமாக விநியோகிக்குமாறு அரசைப் பணிய வைத்தது குறிப்பிடத்தக்கதாகும்.

1960 ஜூலையில் நடைபெற்ற மத்திய அரசு ஊழியர்களின் வேலைநிறுத்தம் பல ஆண்டுகளுக்குப் பிறகு நடைபெற்ற மிகப்பெரும் தொழிலாளி வர்க்க நடவடிக்கையாக அமைந்திருந்தது. இதில் கட்சி தலையீடு செய்தது. படிப்படியாக உயரும் அகவிலைப்படி, குறைந்தபட்ச வாழ்க்கைக்கான ஊதியம் ஆகியவற்றுக்காக நடைபெற்ற இந்த வேலைநிறுத்தத்தில் முதன்முறையாக அனைத்து அரசு வேலைகளில் பணியாற்றும் தொழிலாளர்களும் பங்கேற்றனர். பாதுகாப்புத் துறை நிறுவனங்களின் தொழிலாளர்களும் இந்த வேலைநிறுத்தத்தில் பங்கேற்றனர். ரயில்வே சேவைகளும் இதனால் முடங்கின. காங்கிரஸ் அரசு கடும் அடக்குமுறையை கட்டவிழ்த்து விட்டது. 21,000க்கும் மேற்பட்டோர் கைது செய்யப்பட்டனர். ஏழு தொழிலாளர்கள் கொல்லப்பட்டனர். கட்சி இந்த வேலைநிறுத்தம் குறித்துப் பரிசீலிக்கையில் கட்சியின் மையம் இதற்கான போதுமான தத்துவார்த்த, ஸ்தாபன தயாரிப்புகளைச் செய்யத் தவறியதன் விளைவாக தொழிலாளர்களுக்கு ஆதரவாக மக்களின் ஆதரவை கட்சியினால் அணிதிரட்ட இயலவில்லை என்றும் கட்சி சுயவிமர்சனம் செய்து கொண்டது. இந்த மூன்றாண்டுகளில் மேலும் பல தொழிலாளி வர்க்க நடவடிக்கைகளை காண முடிந்தது. இவற்றில் பல்வேறு தொழிற்சங்கங்களும் ஒன்றிணைந்து ஒன்றுபட்ட நடவடிக்கைகளை மேற்கொண்டன.

இந்தப் போராட்டங்களின் விளைவாக, இக்காலப்பகுதியில் நடைபெற்ற பல்வேறு இடைத்தேர்தல்களில் கட்சியின் செயல்பாடு சாதகமான ஒன்றாக இருந்தது. இவற்றில் குறிப்பிடத் தக்கதாக அமைந்தது போபால் நகராட்சியில் கட்சிக்குக் கிடைத்த வெற்றியாகும். தனது கூட்டாளிகளோடு இணைந்து போபால் நகராட்சி கவுன்சிலில் கட்சி பெரும்பான்மை பெற்றது. அதைப் போன்றே பம்பாய் மாநகராட்சியிலும் கூட 18 இடங்களில் கட்சி வெற்றி பெற்றது. இங்கு சம்யுக்த மகாராஷ்டிர முன்னணியின் ஒரு

பகுதியாக கட்சி தேர்தலில் போட்டியிட்டது. குஜராத்-மகாராஷ்ட்ரா ஆகிய மொழிவாரி மாநிலங்களின் உருவாக்கத்தில் கட்சியின் தீவிர பங்கினை எடுத்துக் காட்டுவதாகவே இந்த பம்பாய் வெற்றி அமைந்திருந்தது.

1959 மார்ச் முதல்1961 பிப்ரவரி வரையிலான காலப்பகுதியில் இந்திய-சீன எல்லை சச்சரவு குறித்த தனது நிலைபாட்டினை விளக்கி கட்சி பத்து அறிக்கைகளை வெளியிட்டது. ஏகாதிபத்திய அமெரிக்கா, சியாங் கை ஷேக் ஆகியோரின் தூண்டுதல் மற்றும் உதவியுடன் தலாய் லாமா தலைமையிலான சக்திகளின் கிளர்ச்சி தோல்வியுற்ற போதிலும், இந்தியாவிற்கும் சீனாவிற்கும் இடையிலான நட்புறவிற்கு ஓரளவிற்கு சேதம் விளைவிப்பதாக முடிந்தது என்றும், இந்த அறிக்கைகள் குறிப்பிட்டன. இந்துமகா சபா, ஜனசங்கம், சுதந்திரா கட்சி போன்ற இந்தியாவின் பிற்போக்கு சக்திகளும் காங்கிரஸ் கட்சியில் இருந்த வலதுசாரி சக்திகளும் திபெத்தில் நடைபெற்ற நிகழ்வுகளை திரித்துக் கூறியதோடு, இந்த சூழ்நிலையை தங்களது பிற்போக்கு நிகழ்ச்சி நிரலுக்குப் பயன்படுத்திக் கொண்டன. இந்த திபெத் கிளர்ச்சியாளர்கள் இந்தியாவை அடித்தளமாகப் பயன்படுத்திக் கொண்டு சீனாவிற்கு எதிரான தங்களது அரசியல் நடவடிக்கைகளை தொடர்ந்து மேற்கொள்ள முழுமையான சுதந்திரம் வழங்கப்பட வேண்டும் என்றும், ‘திபெத் அரசு’ என்ற பெயரில் அவர்கள் செயல்பட அனுமதிக்கப்பட வேண்டும் என்றும் அவர்கள் கோரினர். இந்திய அரசின் வெளியுறவுக் கொள்கையையும், இந்தியாவிற்கும் சீனாவிற்கும் இடையிலான பஞ்ச சீல ஒப்பந்தத்தையும் இந்த சக்திகள் தாக்கின. இத்தகையதொரு பின்னணியில்தான் இரு நாடுகளுக்கும் இடையே நெருக்கடி உருவானது என்றும், எல்லைகள் தெளிவாக வரையறுக்கப்படாத இமயமலைப் பகுதியில் துரதிர்ஷ்டவசமான சம்பவங்கள் நிகழ்ந்தன என்றும் கட்சி சுட்டிக் காட்டியது.

“பரஸ்பர பேச்சுவார்த்தைகளின் மூலம் எல்லை தொடர்பான சச்சரவுகள் அனைத்தும் தீர்க்கப்படும்” என்றும் கட்சி தனது நம்பிக்கையை வெளியிட்டது. இந்தியாவிற்கும் சீனாவிற்கும் இடையிலான மோதலை பயன்படுத்திக் கொள்ள ஏகாதிபத்திய சக்திகள் முயற்சிக்கின்றன என்றும், சுயேச்சையான வெளியுறவுக் கொள்கையை கைவிட நமது நாட்டின்மீது நெருக்கடி தரப்படுகிறது என்றும், ஆப்ரிக்க-ஆசிய நட்புறவை பலவீனப்படுத்த முயற்சி செய்யப்படுகிறது என்றும் கட்சி கூறியது. மக்களின் வாழ்க்கை

மற்றும் வாழ்நிலைக்கான பிரச்சனைகளில் இருந்து அவர்களின் கவனத்தை திசை திருப்பவும் நாட்டின் ஜனநாயக இயக்கத்தை சீர்குலைக்கவும் இந்த நிகழ்வுகள் பயன்படுத்திக் கொள்ளப்படுகின்றன என்றும் கட்சி சுட்டிக் காட்டியது. “புதியதொரு வெளியுறவுக் கொள்கை, புதிய ராணுவ அமைச்சர், புதிய பிரதமர்” என்ற கோஷத்தை ஜனசங்கமும் இதர பிற்போக்கு சக்திகளும் எழுப்பியபோது, கட்சி இந்தக் கோஷத்தை எதிர்த்து நின்றது. இந்த நெருக்கடிக்குத் தீர்வு காண அரசியல் ரீதியாக உயர்மட்ட பேச்சுவார்த்தைகளை மேற்கொள்ள வேண்டும் என்றும் கட்சி வலியுறுத்தியது. இந்த நெருக்கடியை மட்டுப்படுத்தும் வகையில் நேருவுக்கும் சூ என் லாய்க்கும் இடையே நடந்த பேச்சுவார்த்தைகளையும் கட்சி வரவேற்றது.

1960 நவம்பரில் மாஸ்கோவில் நடைபெற்ற 81 கம்யூனிஸ்ட் கட்சிகளின் மாநாட்டில் இந்திய கம்யூனிஸ்ட் கட்சியும் பங்கேற்றது. இந்த மாநாடு நீடித்த விவாதங்களுக்குப் பிறகு ஓர் அறிக்கையை ஏற்றுக் கொண்டது. இந்த அறிக்கையின் தயாரிப்புப் பணிகளிலும் மாநாட்டு நிகழ்வுகளிலும் கட்சியின் பிரதிநிதிகள் தீவிரமாக பங்கேற்றனர். இத்தகையதொரு பின்னணியில்தான் 1961 ஏப்ரல் 7 முதல் 16 வரை விஜயவாடாவில் கட்சியின் ஆறாவது காங்கிரஸ் நடைபெற்றது. மொத்தமுள்ள 1,77,501 கட்சி உறுப்பினர்களின் சார்பில் 439 பிரதிநிதிகளும், வாக்குரிமை இல்லாத 17 பிரதிநிதிகளும் பார்வையாளர்களும், இந்த காங்கிரஸில் பங்கேற்றனர். இந்தப் பிரதிநிதிகள் சிறைகளில் கழித்த மொத்த கால அளவு 1494 வருடங்கள், 10 மாதங்கள், 28 நாட்கள் ஆகும். அதே போன்று அவர்கள் 998 ஆண்டுகள் 9 மாதங்களை தலைமறைவு வாழ்க்கையில் கழித்திருந்தனர். இந்த விவரங்கள் கட்சி மற்றும் அதன் தலைமையின் போராட்ட குணத்தை பிரதிபலிப்பதாக விளங்கின.

திட்டம் தொடர்பான, நடப்புக் கொள்கைகள் தொடர்பான விஷயங்கள், அதேநேரத்தில் உலக கம்யூனிஸ்ட் இயக்கம் எதிர்கொண்டு வரும் தத்துவார்த்த விஷயங்கள் ஆகியவை குறித்து கட்சிக்குள் மிகத் தீவிரமான கருத்து வேறுபாடுகள் எழுந்தன. ஆறாவது கட்சி காங்கிரஸின் முன் வைப்பதற்கென தேசிய கவுன்சில் கட்சித் திட்டத்தினை உருவாக்கவும், அரசியல் தீர்மானத்தை உருவாக்கவும் என இரண்டு ஆணையங்களை நியமித்தது. எனினும் பொதுவானதொரு புரிதலுக்கு வர இந்த இரண்டு ஆணையங்களாலுமே முடியவில்லை. எனவே ஆறாவது கட்சிக் காங்கிரஸின் முன்பாக கட்சித்திட்டம் குறித்த இரண்டு

நகல்களும் அரசியல் தீர்மானம் குறித்த இரண்டு நகல்களும் இருந்தன.

கட்சியின் பொதுச்செயலாளரான அஜய் கோஷ் தனது அறிக்கையை முன்வைக்கும்போது கட்சிக்குள் நிலவி வந்த கூர்மையான கருத்து வேறுபாடுகள் குறித்து சுட்டிக் காட்டினார். "கீழ்க்கண்ட பிரச்சனைகளில் நாம் ஒருவருக்கொருவர் மாறுபடுகிறோம் என்பது தெளிவாகத் தெரிகிறது. (1) புதிதாக விடுதலை பெற்ற நாடுகள் தொடர்பாக மாஸ்கோ மாநாட்டு அறிக்கையின் முடிபுகளின் உண்மையான தாக்கம்; (2) நமது நாட்டின் அரசியல் மற்றும் பொருளாதார நிலைமை; (3) கட்சியின் முன்னால் உள்ள உடனடிக் கடமைகள். இத்தகைய கருத்து வேறுபாடுகள் நீடித்து வரும் சூழ்நிலையில் பொதுவானதொரு அரசியல் தீர்மானத்தை உருவாக்குவது எங்களால் இயலாத ஒன்றாகவே இருந்தது."

தேசிய கவுன்சிலின் பெரும்பான்மையினரால் கட்சி காங்கிரஸின் முன் வைக்கப்பட்ட அரசியல் தீர்மானம் கூட்டணிவாதிகளின் புரிதலை பிரதிபலிப்பதாகவே இருந்தது. இவ்வகையில் ஆறாவது காங்கிரஸின்போது கட்சி மிகத் தீவிரமான நெருக்கடியை எதிர்கொண்டிருந்தது. அரசியல் தீர்மானத்தை திருத்துவதற்கான அடிப்படையாக அரசியல் அறிக்கையையும் பொதுச்செயலாளரின் உரையையும் மட்டுமே எடுத்துக் கொண்டதன் மூலம் கட்சியில் பிளவு ஏற்படுவது தடுத்து நிறுத்தப்பட்டது. திட்டம் குறித்த வரைவுகள் காங்கிரஸில் அறிமுகம் செய்யப்பட்ட பிறகு அது அப்படியே நிறுத்தி வைக்கப்பட்டு, தேசிய கவுன்சிலின் கவனத்திற்கு அனுப்பி வைக்கப்பட்டது.

ஆறாவது கட்சி காங்கிரஸில் முன்வைக்கப்பட்ட ஸ்தாபனம் குறித்த அறிக்கை அதற்கு முந்தைய காங்கிரஸான அமிர்தசரஸ் காங்கிரஸில் எடுக்கப்பட்ட முடிவுகள், அது முன்வைத்த கடமைகள் ஆகியவற்றை அமலாக்கத் தவறியுள்ளதை சுட்டிக் காட்டியது. 'நாடாளுமன்ற, அரசியல் அமைப்புச் சட்ட சூழலின் வளர்ச்சியின் விளைவாகவும், அந்நியப் போக்குகளை எதிர்த்துப் போராடும் வேலையை கட்சியின் எந்த மட்டத்திலும் உள்ள எந்தவொரு கிளையும் எடுத்துச் செயல்பட முன்வராத நிலையில் கட்சியின் ஒழுங்குமுறை பொதுவாக மங்கிப் போயிருப்பதையும் இந்த அறிக்கை அடையாளம் காட்டியது. இத்தகைய ஒழுங்குமுறையை மீட்டெடுப்பதற்கும், சொல்லுக்கும் செயலுக்குமான இடைவெளியை நீக்குவதற்கும், தோழமை மிக்க

உறவுகளை வலுப்படுத்துவதற்கும் 'நெறிப்படுத்தும் இயக்கம்' ஒன்றை மேற்கொள்வதன் அவசியத்தையும் இந்த அறிக்கை சுட்டிக் காட்டியது. கட்சி ஸ்தாபனத்தின் அடிப்படைக் குறிக்கோள்கள் தொடர்ந்து புறக்கணிக்கப்பட்டு வருவது குறித்தும் அது தனது கவலையை தெரிவித்தது.

கட்சிக்குள் திருத்தல்வாதப் போக்குகள் மிகப் பரவலாக நிலவி வருவதை சுட்டிக் காட்டிய இந்த அறிக்கை அது குறித்து பின்வருமாறு குறிப்பிட்டது: "மக்களின் நம்பிக்கையை வென்றெடுக்க முதலாளித்துவ நாடாளுமன்றம் மற்றும் அரசியல் அமைப்புச்சட்ட ரீதியான அதன் வடிவங்கள் ஆகியவற்றின் செயல்திறனை மட்டும் நம்பியிருப்பதே ஒரே வழி என்ற நம்பிக்கையே முன்னோடியான கட்சிக் குழுக்கள், கட்சியின் செயல்வீரர்கள் ஆகியோரின் செயல்களிலிருந்து வெளிப்படுகிறது. மக்களிடையே சோஷலிச கருத்துக்களை மெதுவாக, அதே நேரத்தில் உறுதியாக வளர்ப்பது; அதன் மூலம் கம்யூனிஸ்ட் கட்சிக்கு முன்னால் வாய்ப்புகளை உருவாக்குவது; அதன் மூலம் நாட்டிலுள்ள இடதுசாரிகள் மற்றும் அதையொத்த பிரிவினரின் கூட்டணியின் மூலம் காங்கிரஸ் அரசை உறுதியோடு அகற்றி அந்த இடத்தை வெற்றி கொள்வது என்ற போக்குதான் கட்சியின் சிந்தனை, செயல் ஆகியவற்றில் மேலாதிக்கம் செலுத்தியது. இது படிப்படியாக பொதுமக்களிடையே இருந்து பணிபுரிவது என்பதிலிருந்து நாடாளுமன்ற வகைப்பட்ட செயல்முறையே கட்சியின் முக்கிய செயலாக மாறுவதற்கு வழிவகுத்தது. அதன் விளைவாக, தங்களது சொந்த வாழ்க்கை, வேலை என்ற கண்ணோட்டம் பொதுவாக கட்சியின் தலைவர்கள், தொண்டர்களிடத்தில் வேர்விடுவதற்கும் வழிவகுத்தது."

1957ஆம் ஆண்டில் 12 கட்சிகளின் கூட்டறிக்கை விடுத்திருந்த கீழ்க்கண்ட எச்சரிக்கையை கட்சி கவனிக்கத் தவறியது என்றும் சுயவிமர்சன ரீதியாக இந்த அறிக்கை சுட்டிக் காட்டியிருந்தது. "மார்க்சியத்தின் புரட்சிகரமான உயிரோட்டத்தைக் கொல்வதற்கும், தொழிலாளி வர்க்கத்தினரிடையேயும், பொதுவாக உழைக்கும் மக்களிடையேயும் சோஷலிசத்தின் மீதான நம்பிக்கையை வலுவிழக்கச் செய்யவும் திருத்தல்வாதிகள் முயற்சி செய்கின்றனர். முதலாளித்துவ சமூகத்திலிருந்து சோஷலிச சமூகத்திற்கு மாறிச் செல்லும் காலப்பகுதியில் ஒரு பாட்டாளிவர்க்கப் புரட்சி மற்றும் பாட்டாளிவர்க்க சர்வாதிகாரம் ஆகியவற்றின் வரலாற்றுப்பூர்வமான அவசியத்தை அவர்கள் மறுதலிக்கின்றனர். மார்க்சிய-லெனினிய

கட்சியின் வழிகாட்டும் பங்கினை அவர்கள் மறுதலிக்கின்றனர். பாட்டாளி வர்க்க சர்வதேசியக் குறிக்கோள்களைப் புறக்கணிக்கின்றனர். கட்சி ஸ்தாபனம் குறித்த லெனினிய குறிக்கோள்களை, அனைத்திற்கும் மேலாக ஜனநாயக மத்தியத்துவத்தை புறக்கணிக்கும்படி அவர்கள் அறைகூவல் விடுக்கின்றனர். தீவிரமான, புரட்சிகரமானதொரு அமைப்பு என்பதிலிருந்து ஒருவகையான விவாதங்களுக்கான கழகமாக கம்யூனிஸ்ட் கட்சியை மாற்றியமைக்க வேண்டுமென அவர்கள் கோருகின்றனர்.” கட்சி ஸ்தாபனத்தில் திருத்தல்வாதத்தை எதிர்த்துப் போராட முன்வருமாறு ‘தட்டியெழுப்பும் வகையிலான அறைகூவல்’ ஒன்றை கட்சி அணிகளுக்கு கட்சிக் காங்கிரஸ் விடுக்க வேண்டும் என்றும் இந்த அறிக்கை வலியுறுத்தியது.

மூன்று அடுக்கிலான கட்சிக் குழு கட்டமைப்பினை தொடர வேண்டும் என்றும், மக்களிடையே பெற்ற வாக்குகளுக்கு உகந்த வகையில் கட்சி உறுப்பினர் எண்ணிக்கையை விரிவுபடுத்த வேண்டும் என்றும் ஸ்தாபன அறிக்கை அறைகூவல் விடுத்தது. எதை அகற்ற வேண்டும் என்று முயற்சி செய்யப்பட்டதோ அதே போக்கினை, அதாவது திருத்தல்வாத செல்வாக்கினையே, இந்த ஆலோசனைகள் பிரதிபலித்தன.

இவ்வகையில் ஆறாவது கட்சிக் காங்கிரஸ் கட்சியை பிளவுபடுத்தியிருந்த அனைத்து தத்துவார்த்த, அரசியல் வேறுபாடுகளுக்கும் தீர்வு காணப்படாமலே நீடித்த, சமரசத்தை மேற்கொண்ட ஒரு காங்கிரஸாகவே இருந்தது. அதன் பரவலான ஒப்புதலைப் பெற்ற ஒரே விஷயம் 1962ஆம் ஆண்டில் நடக்கவிருந்த பொதுத்தேர்தலில் பின்பற்ற வேண்டிய விரிவான நடைமுறை உத்திகள் குறித்தே ஆகும்.

செப்டம்பர் 20, 2020

48

கட்சியின் மீதான தாக்குதல் 1962-63

1962ஆம் ஆண்டில் நடைபெற்ற மூன்றாவது பொதுத்தேர்தலை சந்திப்பதற்காக உட்கட்சி வேறுபாடுகள் பின்னுக்குத் தள்ளப்பட்டன. ஜனநாயகத்தின் வளர்ச்சிக்கும் மக்களின் நலன்களை முன்னெடுத்துச் செல்வதற்கும் ஒரு தடைக்கல்லாகத் திகழும் காங்கிரஸ் கட்சியின் அதிகார ஏகபோகத்தை முறிக்க வேண்டும் என்பதே கட்சி இறுதிப்படுத்திய தேர்தல் உத்தியின் சாரம் ஆகும். நாடாளுமன்றத்திலும் தேர்தல்கள் நடைபெற்ற பல்வேறு மாநில சட்டமன்றங்களிலும் கம்யூனிஸ்ட் பிரதிநிதிகளை அதிகரிக்க வேண்டும் என அறைகூவல் விடுக்கப்பட்டது.

அதிகரித்துக் கொண்டே போகும் வேலையில்லாதோர் எண்ணிக்கை, உறுதியளிக்கப்பட்ட வளர்ச்சியை எட்ட முடியாமல் தோல்வியுற்ற இந்தியப் பொருளாதாரம் ஆகியவற்றின் பின்னணியில்தான் இந்தத் தேர்தல்கள் நடைபெற்றன. வளர்ந்து வந்த இந்தியப் பெரு முதலாளிகள்தான் இந்தியப் பொருளாதாரப் பாதையின் முக்கிய பயனாளிகளாக இருந்தனர் என்பதையும், அவர்களது செல்வம் தொடர்ந்து அதிகரித்துக் கொண்டே வந்துள்ளது என்பதையும், 15 ஆண்டுக்கால இந்திய விடுதலை நமக்கு எடுத்துக் காட்டியுள்ளது. மறுபுறத்தில் அத்தியாவசியப் பொருட்களின் விலைகள் தொடர்ந்து அதிகரித்துக் கொண்டே போவதை ஈடுகட்டுவதற்குப் போதுமான ஊதியம் தொழிலாளி வர்க்கத்திற்கு மறுக்கப்படுகிறது. இவை அனைத்திற்கும் மேலாக, நாட்டின் பல்வேறு பகுதிகளிலும் நிலவும் உணவுத் தட்டுப்பாடும் மக்களின் துயரத்தை மேலும் அதிகரித்துள்ளது. இதன்விளைவாக, நாடு முழுவதும் மக்களின் அதிருப்தி அதிகரித்துக் கொண்டே போகிறது. பல மாநிலங்களிலும் மிகப்பெரும் போராட்டங்களையும் காண முடிந்தது. இந்தக் கிளர்ச்சிகளின்மீது கொடூரமான தாக்குதலை அரசு கட்டவிழ்த்துவிட்டது மட்டுமின்றி, ஜனநாயகரீதியான உரிமைகளும் தொடர்ந்து அச்சுறுத்தலுக்கு ஆளாகி வருகின்றன.

காங்கிரஸ் கட்சி பின்பற்றி வரும் கொள்கைகள் நாட்டில் பல்வேறு வகையான பிரிவினைவாதப் போக்குகள் தலையெடுக்க

வழிவகுத்துள்ளது என்று கட்சியின் தேர்தல் அறிக்கை சுட்டிக் காட்டியது. அதிகரித்துக் கொண்டே வரும் மக்களின் அதிருப்தியை பயன்படுத்திக் கொண்டு இந்துமகாசபா, ஜனசங்கம், சுதந்திரா கட்சி போன்ற வகுப்புவாத, பிற்போக்குவாத கட்சிகள் மேலும் ஊக்கம் பெற்று வருகின்றன. சிறுபான்மை இனத்தவர் மீதான தாக்குதல்கள் 'வழக்கமான ஒன்றாக' மாறிக் கொண்டு வருவதையும் அது சுட்டிக் காட்டியது. கட்சியின் தேர்தல் அறிக்கை இவ்வாறு குறிப்பிட்டிருந்தது: "காங்கிரஸ் கட்சியின் மிக மோசமான தவறுகள் மட்டுமின்றி, அதன் கொள்கைகள் மக்களிடையே உருவாக்கிய அதிருப்தி, ஏமாற்றம் ஆகியவையே, இத்தகைய போக்குகளும் அவற்றைக் கொண்டு செழித்து வளரும் கட்சிகளும் தற்போதைய நிலைமையில் வலுப்பெறுவதற்கு வழிகோலியுள்ளன என்பதை நம்மால் வலியுறுத்தாமல் இருக்க முடியாது. எந்த வகையிலும், வழியிலும் அதிகாரத்தில் நீடித்திருக்க வேண்டும் என்ற ஒரே நோக்கத்தோடு, காங்கிரஸ் தலைவர்கள் பலரும் வகுப்புவாத, சாதிய, பிரதேச, மாநில வெறி போன்றவற்றின் அடிப்படையில் செயல்பட்டு வருகின்றனர்."

அதீத வலதுசாரி கட்சிகளை, பிற்போக்கான, மூடநம்பிக்கைகள் நிரம்பிய கட்சிகள் என்றே தாங்கள் கருதுவதாகவும், கட்சி தெள்ளத்தெளிவாகக் குறிப்பிட்டது. இத்தகைய கட்சிகளின் வளர்ச்சியும் வெற்றியும் நாட்டு விடுதலை, நாட்டின் முன்னேற்றம், ஜனநாயகம் ஆகியவற்றுக்கு ஊறுவிளைவிக்கும் என்றும் அது குறிப்பிட்டது. "நாட்டுப்பற்று மிக்க, ஜனநாயக சக்திகள் அனைவரையும் உள்ளடக்கிய விரிவானதொரு தேசிய ஜனநாயக முன்னணியை" வளர்த்தெடுக்க வேண்டுமெனவும் கட்சி அறைகூவல் விடுத்ததோடு, இதற்கு மக்களின் ஆதரவையும் கோரியது.

காங்கிரஸ் மற்றும் பிற்போக்கு கட்சிகளின் புரவலர்கள் ஒருவரே என்றும், கம்யூனிஸ்ட் கட்சியை முக்கிய எதிர்க்கட்சி என்ற நிலையிலிருந்து அகற்றி, அரசின் கொள்கைகளை மேலும் வலது புறமாகத் திருப்ப வேண்டும் என்பதே இந்தப் புரவலர்களின் விருப்பமாக உள்ளது என்றும், கட்சி சுட்டிக் காட்டியது.

இந்தப் பொதுத்தேர்தலில் கட்சியின் நடைமுறை உத்தியை பிரதிபலிக்கும் வகையில் மூன்று முழக்கங்கள் எழுப்பப்பட்டன. அவை (1) காங்கிரஸ் கட்சியின் ஏகபோக அதிகாரத்தை பலவீனப்படுத்துவது (2) வலதுசாரி பிற்போக்குவாத கட்சிகளை தோற்கடிப்பது (3) கம்யூனிஸ்ட் கட்சி மற்றும் உண்மையான

ஜனநாயக சக்திகளின் நிலையை மேலும் வலுப்படுத்துவது ஆகியவை ஆகும்.

இந்தத் தேர்தலில் கம்யூனிஸ்ட் கட்சி 10 சதவீத வாக்குகளையும் நாடாளுமன்றத்தில் 29 இடங்களையும் பெற்றதோடு, தனது வாக்குவிகிதத்தையும் ஒரு சதவீதம் அதிகரித்துக் கொண்டது. காங்கிரஸ் கட்சியின் வாக்குவிகிதம் இந்தத் தேர்தலில் 3 சதவீதம் சரிந்தது. இந்தத் தேர்தல் முடிவுகளை சுட்டிக் காட்டிய கட்சியின் மத்திய செயற்குழு, பலவீனமாகிக் கொண்டே வரும் காங்கிரஸின் நிலை இத்தேர்தலிலும் தொடர்கிறது என்ற பொதுவானதொரு முடிவுக்கு வந்தது. இத்தேர்தலின் கவலைப்படத்தக்க அம்சமாக இருந்தது வகுப்புவாத, வலதுசாரி பிற்போக்குக் கட்சிகளின் நிலைதான் என்றும் அது சுட்டிக் காட்டியது. கட்சிக்குள் நிலவி வந்த தீவிரமான கருத்துவேறுபாடுகளை பிரதிபலிக்கும் வகையில் இத்தேர்தல் குறித்துப் பரிசீலிப்பதற்கென தேசிய கவுன்சிலுக்கு முன்பாக இரண்டு நகல் அறிக்கைகள் வைக்கப்பட்டன. தங்களது நிலைபாடு தேசிய கவுன்சிலில் தோற்கடிக்கப்படும் நிலையில் உள்ளது என்பதை உணர்ந்து கொண்ட சீர்திருத்தவாதிகள் ‘தேர்தல் குறித்து கூராய்வு செய்ய வேண்டிய அவசியம் எழவில்லை’ என்று கூறிக் கொண்டனர்.

தேர்தல் முடிந்தவுடனேயே கட்சியின் பொதுச்செயலாளர் அஜய் கோஷ் மரணமடைந்தார். அஜய் கோஷின் நினைவாக கட்சியின் மத்திய அலுவலகம் ஒன்றை கட்டுவதற்கென நிதி திரட்டுமாறு கட்சி அறைகூவல் விடுத்தது. புதிய பொதுச்செயலாளரை தேர்ந்தெடுக்க வேண்டிய நிலையை கட்சி எதிர்கொண்டது. இந்த விஷயம் தேசிய கவுன்சிலிலும் விவாதிக்கப்பட்டது. கவுன்சிலின் குறிப்பிட்ட சில உறுப்பினர்களிடையே நிலவிய ஊசலாட்டத்தை தங்களுக்கு சாதகமாகப் பயன்படுத்திக் கொண்ட கட்சியில் இருந்த திருத்தல்வாதப் பிரிவினர் கட்சித் தலைவர் என்ற புதியதொரு பதவியை, கட்சியின் அமைப்புச் சட்டத்தில் அத்தகையதொரு பதவிக்கான ஏற்பாடு எதுவும் இல்லாதபோதிலும், கட்சிக்குள் உருவாக்கிக் கொண்டனர். சமரச நடவடிக்கையாக எஸ்.ஏ. டாங்கே தலைவராகவும், இ எம் எஸ் நம்பூதிரிபாட் பொதுச்செயலாளராகவும் தேர்வு செய்யப்பட்டனர். மேலும் கட்சியின் மத்திய நிர்வாகக் குழுவில் பி. சுந்தரய்யா, ஜி. அதிகாரி, ஜோதிபாசு, ஹர்கிஷன் சிங் சுர்ஜித், எச்.கே. வியாஸ், அவதார் சிங் மல்ஹோத்ரா ஆகிய ஆறு பேரை உறுப்பினர்களாக தேர்ந்தெடுப்பது என்றும் தீர்மானிக்கப்பட்டது. புதிய உறுப்பினர்களை இணைத்துக்

கொண்டு மத்திய செயற்குழுவும் திருத்தி அமைக்கப்பட்டது. இதன்படி டாங்கே, இ எம் எஸ் நம்பூதிரிபாட் ஆகியோருடன் புபேஷ் குப்தா, இசட் ஏ அகமது, எம் என் கோவிந்தன் நாயர், பி சுந்தரய்யா, ஜோதிபாசு, ஹர்கிஷன் சிங் சுர்ஜித் மற்றும் யோகீந்திர ஷர்மா ஆகியோர் மத்திய செயற்குழுவில் இடம் பெற்றனர்.

நான்கு ஆவணங்களை தயாரிக்கும் பொறுப்பு மத்திய செயற்குழுவிடம் ஒப்படைக்கப்பட்டது. (1) கம்யூனிஸ்ட் இயக்கம் எதிர்கொண்டு வரும் தத்துவார்த்த ரீதியான, ஸ்தாபன ரீதியான கேள்விகள் குறித்து; (2) சோவியத் யூனியன் கம்யூனிஸ்ட் கட்சியின் 22வது காங்கிரஸில் எடுக்கப்பட்ட முடிவுகளின் முக்கியத்துவம் குறித்து;(3) தேர்தலுக்குப் பிறகு நாட்டில் நிலவும் அரசியல் சூழ்நிலை குறித்து;(4) ஸ்தாபன பிரச்சனைகள் குறித்து ஆகியவையே அந்த ஆவணங்களாகும். பின்னர் நடைபெற்ற தேசிய கவுன்சில் கூட்டத்தில் சோவியத் யூனியன் கம்யூனிஸ்ட் கட்சியின் 22வது காங்கிரஸ் குறித்த ஒரு தீர்மானம் நிறைவேற்றப்பட்டது. இந்தத் தீர்மானம் சோவியத் யூனியன் கம்யூனிஸ்ட் கட்சியின் ஆவணங்களில் அடங்கியிருந்த பல தவறான முடிபுகளை எவ்வித விமர்சனமும் இன்றி ஏற்றுக் கொண்டதோடு, அதைப் பாராட்டவும் செய்தது. அவற்றில் தலையாயதாக அமைந்திருந்தது கம்யூனிச சமூகத்தை கட்டமைப்பதை நோக்கி சோவியத் யூனியன் சென்று கொண்டிருக்கிறது; இன்றைய தலைமுறையே அதைக் காணும் வகையில் வெகுவிரைவிலேயே அந்தப் பணி நிறைவுறும் என்பதாகும். ஏகாதிபத்திய சக்திகளின் வலிமை பெருமளவிற்குக் குறைத்து மதிப்பிடப்பட்டது. இந்த முடிவுகள் அனைத்துமே அரசுகளின் சமாதான சகவாழ்வு மற்றும் அமைதியான வழியில் சோஷலிசத்திற்கு மாறிச் செல்வது என்ற கொள்கையை வலுப்படுத்துவதற்கே பயன்படுத்திக் கொள்ளப்பட்டன. சர்வதேச, தேசிய அரசியல் நிலைமை குறித்த மதிப்பீடு, கம்யூனிஸ்ட் கட்சிகளின் தலையீட்டின் பங்கு ஆகியவை குறித்து ஏற்கனவே கட்சிக்குள் தீவிரமாக நிலவி வந்த கருத்து வேறுபாடுகளை மேலும் அதிகரிப்பதாகவே இந்த முடிவுகள் இருந்தன.

இந்த விஷயங்களில் சர்வதேச கம்யூனிஸ்ட் இயக்கத்தில் எழுந்திருந்த கருத்து வேறுபாடுகள், குறிப்பாக சோவியத் யூனியன் கம்யூனிஸ்ட் கட்சிக்கும் அல்பேனிய தொழிலாளர் கட்சிக்கும் இடையே, சோவியத் யூனியன் கம்யூனிஸ்ட் கட்சிக்கும் சீன கம்யூனிஸ்ட் கட்சிக்கும் இடையே உருவாகியிருந்த கருத்து

வேறுபாடுகள் உட்கட்சி விவாதங்களில் பெரும் தாக்கத்தை ஏற்படுத்தின. 1960ஆம் ஆண்டில் மாஸ்கோவில் நடைபெற்ற 81 கட்சிகள் கலந்து கொண்ட ஒரு கூட்டத்தைப் போன்றே உலகம் முழுவதிலும் உள்ள கம்யூனிஸ்ட் கட்சிகள், தொழிலாளர் கட்சிகள் அனைத்தையும் உள்ளடக்கிய ஒரு கூட்டத்தை நடத்த முன்முயற்சி எடுக்குமாறு சோவியத் யூனியன் கம்யூனிஸ்ட் கட்சியைக் கோரும் ஒரு தீர்மானத்தையும் கட்சி நிறைவேற்றியது.

இத்தகையதொரு பின்னணியில்தான் உள்ளுக்குள்ளாகவே கொதித்துக் கொண்டிருந்த இந்திய-சீன எல்லைத் தகராறு 1962 அக்டோபரில் வெடித்தெழுந்தது. இந்திய பாதுகாப்பு விதிகளின் கீழ் காங்கிரஸ் அரசு அவசரநிலையை பிரகடனம் செய்து, விசாரணையின்றி மக்களை கைது செய்யத் தொடங்கியது. கட்சித் தலைமையில் ஒரு பிரிவினரை மட்டும் கைது செய்வதற்காக இந்த அதீதமான நடவடிக்கைகள் பயன்படுத்திக் கொள்ளப்பட்டன. வர்க்க சமரச நிலைபாட்டை எதிர்த்து வந்த, இரண்டு அண்டை நாடுகளுக்கு இடையேயான சச்சரவை பேச்சுவார்த்தை மூலம் அமைதியாகத் தீர்த்துக் கொள்ள வேண்டும் என்று கூறி வந்த பிரிவினரே அரசின் இத்தகைய இலக்கிற்கு ஆளாயினர். முசாஃபர் அகமது, ஏ கே கோபாலன், பி டி ரணதிவே, பி சுந்தரய்யா, ஜோதிபாசு, பிரமோத் தாஸ் குப்தா, ஹர்கிஷன் சிங் சுர்ஜித், எம் பசவபுன்னையா, ஹரேகிருஷ்ண கோனார் மற்றும் பலர் கைது செய்யப்பட்டு நீண்ட காலத்திற்கு சிறையில் அடைக்கப்பட்டனர். கட்சியின் தேசிய கவுன்சிலின் 50 உறுப்பினர்கள், நாடாளுமன்றத்தின் 10 உறுப்பினர்கள், பல்வேறு மாநில சட்டமன்றங்களின் 40 உறுப்பினர்கள் உள்ளிட்டு 800க்கும் மேற்பட்ட கம்யூனிஸ்ட் தலைவர்கள், தொழிற்சங்கத் தலைவர்கள், ஜனநாயக இயக்கத்தின் இதர தலைவர்கள் கைது செய்யப்பட்டு, இந்த அராஜக விதிகளின் கீழ் சிறையில் அடைக்கப்பட்டனர்.

இந்த அசாதாரண அதிகாரத்தைப் பயன்படுத்திக் கொண்ட அரசு, தொழிற்சங்கங்கள், விவசாய சங்கங்கள் ஆகியவற்றின் செயல்பாடுகளை தடுத்து நிறுத்தியதோடு, தொழிலாளர்கள், ஊழியர்களையும் அச்சுறுத்தி, அவர்களை பழிவாங்கியது; அவர்களை கடுமையான நடவடிக்கைகளுக்கு ஆளாக்கியது. பல இடங்களில் காங்கிரஸ் கட்சியின் ஆதரவாளர்கள் கம்யூனிஸ்ட் கட்சியின் அலுவலகங்களை தாக்கியதோடு, அங்கிருந்த ஆவணங்கள், மரச் சாமான்களையும் தீயிட்டுக் கொளுத்தினர்.

என். சங்கரய்யா

எஸ். ஏ. டாங்கே

வி.எஸ். அச்சுதானந்தன்

மேலும் கட்சித் தலைவர்களின் வீடுகளையும் தாக்கி அங்கிருந்த குடும்பத்தினரையும் அச்சுறுத்தினர்.

கட்சித் தலைமையில் இருந்த புரட்சிகரமான பிரிவினரின் மீதான இந்தத் தாக்குதல்களை கண்ட டாங்கே தலைமையிலான திருத்தல்வாதத் தலைமை தங்கள் வர்க்க சமரச நிலைபாட்டை மேலும் முன்னெடுத்துச் செல்ல இதுவே சரியான தருணம் என்று கருதியது. திட்டமிட்ட அவதூறுப் பிரச்சாரத்தையும் அவர்கள் தொடங்கினர். அனைத்து வகையான பிற்போக்குவாதிகளின் உதவியுடன் பேரினவாதப் பதாகையை அவர்கள் உயர்த்திப் பிடித்தனர். கட்சித் தலைவர்கள், தொழிற்சங்க வாதிகள் கைது செய்யப்பட்டதைக் கண்டிக்க அவர்கள் மறுத்ததோடு, 'தேச விரோதிகள்', 'சீனாவின் கைக்கூலிகள்' என்றும் முத்திரை குத்தினர். இந்தக் கைதுகளை கண்டித்து ஏஐடியுசி ஒரு தீர்மானத்தை நிறைவேற்றுவதைத் தடுக்க தன்னால் இயன்ற அனைத்தையும் டாங்கே செய்தார். வலதுசாரி பிற்போக்குவாதிகளிடமிருந்து மட்டுமின்றி, கம்யூனிஸ்ட் கட்சியின் டாங்கே போன்றவர்களின் ஆதரவையும் தங்களால் அணிதிரட்ட முடியும் என்பதை உணர்ந்து கொண்ட காங்கிரஸ் அரசு மேலும் கடுமையாக நடக்கத் தொடங்கியது. காங்கிரஸ் அரசின் அடக்குமுறைக்கு எதிரான கண்டனக் குரல்கள் சகோதர கம்யூனிஸ்ட் கட்சிகள், தொழிலாளர்

கட்சிகளிடமிருந்து எழுந்ததே தவிர, டாங்கே குழுவிடமிருந்து அல்ல.

டாங்கே தலைமையிலான திருத்தல்வாதக் குழுவினர் பல்வேறு மாநிலங்களிலும் கட்சியைக் கைப்பற்றுவதற்கு இந்த நேரத்தைப் பயன்படுத்திக் கொண்டனர். மேற்குவங்க மாநிலக் குழுவை கலைத்துவிட்டு, மாநில அமைப்புக் குழு ஒன்றை உருவாக்கினர். பஞ்சாபில் சிறப்பு மாநாடு ஒன்றைக் கூட்டி, புதிய குழு ஒன்றை தேர்ந்தெடுத்தனர். இவ்வகையில் வர்க்க சமரசத்திற்கு எதிரான போராட்டத்தை தலைமையேற்று நடத்தி வந்த தோழர்கள் அனைவரையும் கட்சியின் தலைமைப் பொறுப்புகளிலிருந்து விரட்டவே அவர்கள் விரும்பினர்.

எல்லைப்புற மோதல்கள் முடிவுக்கு வந்த பிறகும் கூட, திருத்தல்வாதிகளின் தலைமையிலான கம்யூனிஸ்ட் கட்சி அவசர நிலையை விலக்கிக் கொள்ள வேண்டுமென்று கோரிக்கை எழுப்பத் தவறியது. அதற்கு மாறாக, அவசர நிலை நீடிக்க வேண்டும் என்று கூட டாங்கே கோரினார். “எதிர்க்கட்சிகளுடன் கலந்தாலோசித்து, அவசரநிலையை நீட்டிப்பதன் அவசியம் குறித்து பரிசீலிக்க வேண்டுமென” அரசைக் கோருவதற்கு மட்டுமே அவர்கள் தயாராக இருந்தனர்.

இவ்வகையில், 1962–63 காலப்பகுதியானது கட்சியின் மீதான, அதிலும் குறிப்பாக வர்க்கப் போராட்டம் என்ற நிலைபாட்டில் உறுதியாக நின்றவர்கள் மீதான, தாக்குதலை எதிர்கொள்வதாக அமைந்திருந்தது. 1954ஆம் ஆண்டிலிருந்தே கட்சிக்குள் தொடர்ந்து நீடித்து வந்த கருத்து வேறுபாடுகள் மேலும் விரிவடைந்து, இயல்பு நிலைக்குத் திரும்பிவர முடியாத ஒரு நிலையை எட்டியது. முன்பு கட்சியின் மேல்மட்டத் தலைமையில் மட்டுமே இருந்து வந்த இந்தக் கருத்து வேறுபாடுகள் இப்போது கட்சியின் கீழ்மட்டங்களிலும் வேகமாகப் பரவியது.

செப்டம்பர் 27, 2020

49

தெனாலி சிறப்பு மாநாடு: புரட்சிகரமானதொரு கட்சியின் தொடக்கத்திற்கான முன்னறிவிப்பு

1964ஆம் ஆண்டுவாக்கில் திருத்தல்வாதத்திற்கு எதிராக பத்து ஆண்டுகளுக்கு மேலாக நடைபெற்று வந்த போராட்டம் மீண்டும் தனது இயல்பு நிலைக்கு வர முடியாத நிலையை எட்டியது. ஏப்ரல் 11 அன்று தேசிய கவுன்சில் உறுப்பினர்கள் 32 பேர் கட்சித் தலைமையின் போக்கைக் கண்டித்தும், அனைத்துவிதமான கம்யூனிச நெறிமுறைகள், செயல்பாடுகள் ஆகியவற்றை அவர்கள் மீறி வருவதைக் கண்டித்தும், ஒரு திருத்தல்வாத வழியில் கட்சியின் தரத்தைக் கீழிறக்கிக் கொண்டு செல்வதைக் கண்டித்தும், முன்பு ஏற்றுக்கொள்ளப்பட்ட முடிவுகள் அனைத்திற்கும் விரோதமாகச் செயல்படுவதைக் கண்டித்தும், அப்போது நடந்து கொண்டிருந்த தேசிய கவுன்சில் கூட்டத்திலிருந்து வெளிநடப்பு செய்தனர். 1964 ஏப்ரல் 14 அன்று இவ்வாறு வெளிநடப்பு செய்த 32 உறுப்பினர்களும் கூட்டாக ஓர் அறிக்கையை கட்சி உறுப்பினர்களுக்காக வெளியிட்டனர். இந்த அறிக்கையே வலுவானதொரு கம்யூனிஸ்ட் கட்சி தோன்றுவதற்கான பாதையை அமைத்துத் தந்தது.

இந்தக் கூட்டறிக்கையில் கையெழுத்திட்டவர்கள் வருமாறு: (1) பி. சுந்தரய்யா (2) எம். பசவபுன்னையா (3) ட்டி. நாகி ரெட்டி (4) எம். ஹனுமந்த ராவ் (5) டி. வெங்கடேஸ்வர ராவ் (6) என். பிரசாத ராவ் (7) ஜி. பாபனய்யா (8) இ. எம். எஸ். நம்பூதிரிபாட் (9) ஏ. கே. கோபாலன் (10) ஏ.வி. குஞ்ஞம்பு (11) சி.எச். கணாரன் (12) ஈ.கே. நாயனார் (13) வி.எஸ். அச்சுதானந்தன் (14) ஈ.கே. இம்பிச்சிபாவா (15) பிரமோத் தாஸ்குப்தா (16) முசாஃபர் அகமது (17) ஜோதிபாசு (18) அப்துல் ஹலீம் (19) ஹரேகிருஷ்ண கோனார் (20) சரோஜ் முகர்ஜி (21) பி. ராமமூர்த்தி (22) எம். ஆர். வெங்கட்ராமன் (23) என். சங்கரய்யா (24) கே. ரமணி (25) ஹர்கிஷன் சிங் சுர்ஜித் (26) ஜக்ஜித் சிங் லயால்புரி (27) டி.எஸ். டாபியாலா (28) டாக்டர் பாக் சிங் (29) சிவகுமார் மிஸ்ரா (30) ஆர். என். உபாத்யாயா (31) மோகன் புனாமியா (32) ஆர். பி. ஷராஃப்.

இவர்கள் தங்களது அறிக்கையில் எஸ். ஏ. டாங்கேயின் தலைமையிலான மத்திய செயற்குழு மேற்கொண்டு வந்த கட்சி விரோத குழுவாதச் செயல்பாடுகளை எதிர்த்த போராட்டத்தை எவ்வாறு முன்னெடுத்துச் செல்வது என தங்களிடையே

கருத்துக்களை பரிமாறிக் கொண்டு வந்ததாகவும், இந்தப் போராட்டமானது சீர்திருத்தவாத அரசியல் நிலைபாட்டோடு பிரிக்க முடியாத வகையில் இணைந்த ஒன்றே என்ற முடிவுக்கு வந்ததாகவும் குறிப்பிட்டிருந்தனர். காங்கிரஸுடன் பொதுவானதொரு ஐக்கிய முன்னணி என்ற சீர்திருத்தவாத அரசியல் நிலைபாட்டை புறக்கணிக்க வேண்டும் என, பெரும்பான்மையான கட்சி உறுப்பினர்களுக்கும் கட்சிக் கிளைகளுக்கும் அவர்கள் அறைகூவல் விடுத்தனர். 1961ஆம் ஆண்டு நடைபெற்ற கட்சியின் ஆறாவது காங்கிரஸிலும் கூட இத்தகையதொரு நிலைபாட்டை சீர்திருத்தவாதிகள் முன்வைத்தனர் என்று அவர்கள் குறிப்பிட்டதோடு, "எனினும் கட்சிக் காங்கிரஸின் பிரதிநிதிகளால் வலுவாக எதிர்க்கப்பட்டதோடு இறுதியில் ஏற்றுக் கொள்ளப்பட்ட தீர்மானத்திலும் கட்சிக் காங்கிரஸால் அது மறுதலிக்கப்பட்டது. இந்த அப்பட்டமான சீர்திருத்தவாத அரசியல் நிலைபாட்டிற்கு ஆதரவு திரட்டி வந்த தோழர்கள் காங்கிரஸில் தங்கள் தோல்வியை ஒப்புக்கொள்ள வேண்டி வந்தது. எனினும் கட்சிக் காங்கிரஸிற்குப் பிறகும் கூட தங்களது அன்றாட நடவடிக்கைகளில் இந்த சீர்திருத்தவாத நிலைபாட்டைக் கொண்டுவர அவர்கள் தொடர்ந்து முயற்சித்து வந்தனர்" என்றும் குறிப்பிட்டனர்.

நாட்டின் பொருளாதார, அரசியல் நிலைமை குறித்த மதிப்பீடு, டாங்கே தலைமையிலான மத்திய செயற்குழுவின் சீர்திருத்தவாத அரசியல், குழுவாத அடிப்படையிலான ஸ்தாபன நடவடிக்கைகள் ஆகியவற்றை எவ்வாறு எதிர்ப்பது என்பது போன்ற விஷயங்களில் தங்களுக்குள்ளேயே கருத்து வேறுபாடுகள் நிலவுகின்றன என்பதையும் அவர்கள் வெளிப்படையாகவே ஒப்புக் கொண்டனர். எனினும் "இத்தகைய நிலைமையில் எழுந்துள்ள உட்கட்சிப் பிரச்சனையை கட்சி உறுப்பினர்கள் அனைவரின் முன்னால் எழுப்புவதன் மூலமும், அதன் முடிவில் ஒரு கட்சி காங்கிரஸை கூட்டுவதன் மூலமுமே இதைத் தீர்க்க முடியும் என்ற புரிதல்தான்" தங்கள் அனைவரையும் ஒன்றுபடுத்தியுள்ளது என்றும் அவர்கள் குறிப்பிட்டனர். தத்துவார்த்த விஷயங்கள் குறித்தும் தங்களிடையே கருத்து வேறுபாடுகள் இருப்பதாகவும் அவர்கள் குறிப்பிட்டனர். கட்சி காங்கிரஸில் தற்காலிகமாக ஏற்றுக் கொள்ளப்பட்ட 'திட்ட வரைவு' குறித்து தாங்கள் ஒன்றுபட்டு நிற்பதாகவும் அவர்கள் தெரிவித்தனர். "இத்தகைய கருத்து வேறுபாடுகள் இருந்தபோதிலும், சீர்திருத்தவாத அரசியல் நிலைபாடுகள், கட்சிக்கு விரோதமான குழுவாத ஸ்தாபன முறைகள் மற்றும் பிரிட்டிஷாருக்கு சேவை

செய்ய முன்வந்ததாகக் கூறப்படும் டாங்கேயின் நடத்தையை மூடிமறைத்திட நடக்கும் கூச்சநாச்சமில்லாத முயற்சி ஆகியவற்றை எதிர்க்க வேண்டியது அவசியம் என்பதை நாங்கள் அனைவருமே ஒப்புக் கொள்கிறோம்" என்றும் அவர்கள் குறிப்பிட்டனர். தங்களை பிரித்து வைத்துள்ள தத்துவார்த்த, அரசியல் பிரச்சனைகள் குறித்த கருத்துக்களை பரிமாறிக் கொள்வது, இந்த விவாதங்களில் கட்சி உறுப்பினர்கள் அனைவரையும் ஈடுபடுத்துவது எனவும் தாங்கள் திட்டமிட்டுள்ளதாகவும் அவர்கள் தெரிவித்தனர்.

இந்த விவாதங்களுக்கு உதவி செய்யும் வகையில் கட்சி உறுப்பினர்கள், ஆதரவாளர்களிடையே கீழ்க்கண்ட ஆவணங்களை அவர்கள் சுற்றுக்கு விட்டனர்: (1) அவர்களால் தற்காலிகமாக ஏற்றுக் கொள்ளப்பட்ட நகல் திட்டம் (2) கட்சித் திட்டம் குறித்து தோழர் இ.எம்.எஸ். நம்பூதிரிபாட் எழுதிய நகல் (3) தோழர் எம். பசவபுன்னையாவும் மற்றவர்களும் இணைந்து தயாரித்திருந்த தத்துவார்த்த பிரச்சனைகள் பற்றிய குறிப்பு (4) மேற்குறித்த விஷயம் குறித்து தோழர் ஜோதிபாசுவும் மற்றவர்களும் இணைந்து தயாரித்திருந்த குறிப்பு. மேலும் நகல் திட்டம் குறித்த தோழர் இ.எம்.எஸ். நம்பூதிரிபாடின் விமர்சனக் குறிப்பு மற்றும் தோழர் இ.எம்.எஸ்.ஸின் (திட்டம் குறித்த) நகலின் மீது மற்றவர்கள் எழுதிய விமர்சனக் குறிப்புகள் ஆகியவையும் பின்னர் சுற்றுக்கு விடப்படும் என்றும் அவர்கள் தெரிவித்தனர். இத்தகைய 'விவாதங்கள் மற்றும் தீவிரமான அரசியல் மற்றும் வெகுஜனப் பணி' ஆகியவற்றின் மூலம் பெருமளவிலான கட்சி உறுப்பினர்களையும் ஆதரவாளர்களையும் அணிதிரட்ட முடியும் என்பதோடு "டாங்கே, அவரைப் பின்பற்றுவோர் ஆகியோரின் கொள்கைகள், நடைமுறைகள் ஆகியவற்றை சிறப்பான வகையில் எதிர்க்க உதவுவது மட்டுமின்றி கட்சியின் ஏழாவது காங்கிரஸை கூட்டுவதற்குத் தேவையான அரசியல் மற்றும் ஸ்தாபன தயாரிப்புகளை மேற்கொள்வதாகவும் அமையும்" என்றும் அவர்கள் தெரிவித்தனர். 'தங்களது தற்போதைய கொள்கைகளையும் நடைமுறைகளையும் மாற்றிக் கொள்ள மத்திய செயற்குழுவையும் அதன் ஆதரவாளர்களையும் நிர்ப்பந்திக்க வேண்டுமென' கட்சியின் ஒற்றுமையை உண்மையாகவே கோருவோரை கேட்டுக் கொண்டு தங்களது வேண்டுகோளை அவர்கள் நிறைவு செய்திருந்தனர். மத்திய செயற்குழு தனது போக்கிலேயே தொடர்ந்து நீடிக்குமானால், கட்சியின் ஏழாவது காங்கிரஸை கூட்டுவதில் தங்களோடு இணைந்து கொள்ளுமாறு கட்சி உறுப்பினர்கள் அனைவருக்கும் அவர்கள் வேண்டுகோள் விடுத்தனர். இந்தக் காங்கிரஸ்

‘சீர்திருத்தவாதம், குழுவாதம், புரட்சிகர பாரம்பரியங்களை கைவிடுவது ஆகிய எஸ்.ஏ. டாங்கே மற்றும் அவரது குழுவினரின் தனிச்சிறப்பான குணநலன்களுக்கு எதிரான போராட்டத்தை மேற்கொள்ளும்’ காங்கிரஸாக அமையும் என்றும் அவர்கள் குறிப்பிட்டனர்.

இந்த வேண்டுகோளின் அடிப்படையில், நாடு முழுவதிலும் இருந்த கட்சிக் குழுக்களையும் உறுப்பினர்களையும் அணுகி கட்சிக்குள் தீவிரமான விவாதங்கள் ஏற்பாடு செய்யப்பட்டன. கட்சி அணிகளிடையே ஒற்றுமைக்கான ஆர்வம் நிலவிய போதிலும் டாங்கேவும் அவரது ஆதரவாளர்களும் பின்பற்றி வந்த சீர்திருத்தவாத நிலைபாடு மற்றும் அவர்களது சீர்குலைவு நடவடிக்கைகள் ஆகியவை குறித்து பெரும்பாலான கட்சி உறுப்பினர்களிடையே விமர்சனம் எழுந்தது. கட்சி இயந்திரமானது சீர்திருத்தவாதிகளின் வலுவான பிடியில் இருந்ததன் விளைவாக பல தடைகள் நிலவிய போதிலும் கட்சி உறுப்பினர்களில் பெரும்பாலோர் மேற்கண்ட 32 பேர் வெளியிட்டிருந்த வேண்டுகோளுக்குப் பின்னால் அணிதிரண்டனர்.

‘ஒற்றுமைக்காகவும் பேச்சுவார்த்தைக்கும் தாங்கள் ஆர்வத்தோடு இருப்பதாக’ காட்டிக் கொள்வதன் மூலம், கட்சி உறுப்பினர்களிடையே குழப்பத்தை உருவாக்க, சீர்திருத்தவாதத் தலைமை முயற்சி செய்தது. எனினும் அவர்களுடன் மேற்கொண்ட பேச்சுவார்த்தைகள் கட்சி முழுவதற்குமான ஜனநாயகரீதியானதொரு தீர்ப்பினை பெறுவதற்காக 32 பேரால் முன்வைக்கப்பட்டிருந்த எந்தவொரு கோரிக்கையையும் ஒப்புக்கொள்ள அவர்கள் தயாராக இல்லை என்பதையே தெளிவாக்கின. உண்மையில் கட்சியைப் பிளவுபடுத்துவதிலேயே அவர்கள் தீவிரமாக இருந்தனர். நாடாளுமன்ற மக்களவையில் இருந்த, ஒரு சில மாநில சட்டமன்றங்களில் இருந்த, கம்யூனிஸ்ட் குழுக்களை அவர்கள் பிளவுபடுத்தினர். தங்களது கூட்டணி அரசியல் நிலைபாட்டைத் தொடர்ந்து பின்பற்றுவதிலேயே அவர்கள் தீவிரமாக உள்ளனர் என்பதை, இதைத் தொடர்ந்து டாங்கேயிஸ்டுகள் நடத்திய தேசிய கவுன்சில் கூட்டத்தில் விவாதிக்கப்பட்ட அரசியல் தீர்மானங்கள் எடுத்துக் காட்டின. இந்தப் பின்னணியில்தான் 1964ஆம் ஆண்டு ஜூலை 7 முதல் 11 வரை தெனாலி சிறப்பு மாநாடு நடைபெற்றது.

தீவிரமாகியிருந்த உட்கட்சி நிலைமை குறித்து விவாதிக்கவும் தேசிய கவுன்சிலில் இருந்து 32 உறுப்பினர்கள் வெளிநடப்பு செய்ததைத் தொடர்ந்து, அவர்களது வேண்டுகோளுக்குக் கிடைத்த

பிரதிபலிப்பினை மதிப்பீடு செய்து எதிர்கால நடவடிக்கைகள் குறித்து முடிவெடுக்கவும், 1,00,000 கட்சி உறுப்பினர்களின் பிரதிநிதிகளாக 146 பிரதிநிதிகள் தெனாலியில் சந்தித்தனர்.

கட்சிக் கொடியை ஏற்றி வைத்துப் பேசிய முசாஃபர் அகமது 'உண்மையானதொரு கம்யூனிஸ்ட் கட்சியை உருவாக்க உறுதியெடுத்துக் கொள்ளுமாறு' பிரதிநிதிகளுக்கு அறைகூவல் விடுத்தார். தோழர் ஏ.கே. கோபாலன், ஜோதிபாசு, சிவ வர்மா ஆகியோர் தலைமைக்குழுவாக செயல்பட்டு சிறப்பு மாநாட்டின் நடவடிக்கைகளை வழிநடத்தினர். வரவேற்புக் குழுவின் சார்பில் தோழர் பி. சுந்தரய்யா பிரதிநிதிகளை வரவேற்றார்.

சிறப்பு மாநாடு தொடங்கியவுடனேயே 32 பேரின் பிரதிநிதிகள் மற்றும் டாங்கே தலைமையிலான தேசிய கவுன்சிலை சேர்ந்தவர்கள் ஆகியோருக்கிடையே 'ஒற்றுமை குறித்து நடத்தப்பட்ட பேச்சுவார்த்தைகள்' பற்றிய ஓர் அறிக்கை மாநாட்டின் பிரதிநிதிகளின் முன் வைக்கப்பட்டது. இதைத் தொடர்ந்து பல்வேறு மாநிலங்களில் இருந்தும் அறிக்கைகள் வைக்கப்பட்டன. அந்தந்த மாநிலங்களில் நிலவும் உட்கட்சி நிலைமைகள், அதிகாரபூர்வ குழுவினால் மேற்கொள்ளப்பட்டு வரும் சீர்குலைவு நடவடிக்கைகள் மற்றும் திருத்தல்வாத அரசியல் நிலைபாடு ஆகியவை குறித்த முழுமையான சித்திரத்தை வழங்குவதாக இந்த அறிக்கைகள் அமைந்திருந்தன. பல்வேறு மாநிலங்களிலும் இருந்த பெருமளவிலான கட்சி உறுப்பினர்கள் டாங்கே தலைமையை நிராகரித்துள்ளனர் என்பதையும், 32 பேரின் வேண்டுகோளுக்குப் பின்னால் அவர்கள் அணிதிரண்டுள்ளனர் என்பதையும், இந்த அறிக்கைகள் எடுத்துக் காட்டின.

'தத்துவார்த்த விவாதத்திற்கான ஒரு பங்களிப்பு' என்ற தலைப்பில் தத்துவார்த்தப் பிரச்சனைகள் குறித்த ஓர் ஆவணம் விவாதத்திற்கு எடுத்துக் கொள்ளப்பட்டது. சர்வதேச கம்யூனிஸ்ட் இயக்கத்தில் நிலவும் தத்துவார்த்த ரீதியான கருத்துவேறுபாடுகள் குறித்து சர்வதேச கம்யூனிஸ்ட் இயக்கத்தில் சுயேச்சையான, சுயாதிக்க உரிமை பெற்றதொரு கிளையாக விளங்கும் நமது கட்சி முழுவதிலும் ஜனநாயக ரீதியான விவாதத்திற்குப் பிறகு தனக்கேயுரிய சுயேச்சையான முடிவுகளை மேற்கொள்ளும்' என்ற ஓர் ஆலோசனை மாநாட்டின் முன் வைக்கப்பட்டது. சமூக மாற்றத்திற்கான வடிவங்கள், சமாதான சகவாழ்வு போன்ற அரசியல், தத்துவார்த்த பணிகளின் மீது உடனடியான பாதிப்பை ஏற்படுத்துகின்ற விஷயங்கள் மீது விவாதம் நடத்தப்பட்டு நகல்

ஜோதிபாசு உரையாற்றுகிறார். உடன்
பிரமோத் தாஸ்குப்தா, பசவபுன்னையா

திட்டத்தோடு கூடவே இறுதிப்படுத்தப்பட வேண்டும் என்ற ஆலோசனையை சிறப்பு மாநாடு ஏற்றுக் கொண்டது.

இந்தச் சிறப்பு மாநாடு, நகல் திட்டத்தையும், தோழர் இ.எம். எஸ். எழுதிய குறிப்பையும் விவாதித்தது. டாங்கே தலைமையிலான தேசிய கவுன்சிலில் சுற்றுக்கு விடப்பட்ட டாங்கே, புபேஷ் குப்தா, பி.சி. ஜோஷி ஆகியோரின் நகல்களும் கூட, விவாதிப்பதற்காக பிரதிநிதிகளிடையே சுற்றுக்கு விடப்பட்டது. இரண்டு நாட்கள் நடைபெற்ற விவாதங்களுக்குப் பிறகு, இந்த நகல் திட்டம் தோழர் இ. எம்.எஸ். எழுதிய விமர்சனக் குறிப்புடன் கட்சி முழுவதிலும் விவாதிப்பதற்கென சுற்றுக்கு விடப்பட வேண்டும் என்றும், அதன் பிறகு ஏழாவது கட்சிக் காங்கிரஸில் அது இறுதிப்படுத்தப்பட வேண்டும் என்றும் தீர்மானிக்கப்பட்டது.

தத்துவார்த்த, அரசியல் பிரச்சனைகள் குறித்த முடிவுகளை இறுதிப்படுத்தியதைத் தொடர்ந்து கட்சியின் ஏழாவது காங்கிரஸ் குறித்த ஒரு தீர்மானத்தை சிறப்பு மாநாடு விவாதித்து ஏற்றுக் கொண்டது. இந்தத் தீர்மானம் கீழ்க்கண்ட வேண்டுகோளுடன் நிறைவடைந்திருந்தது: “இந்த நடவடிக்கையினால் ஏற்படக்கூடிய பின்விளைவுகள் குறித்துக் கவலைப்படும் தோழர்களுக்கும் நண்பர்களுக்கும் ஒரு விஷயத்தை நாங்கள் உறுதிப்படுத்த விரும்புகிறோம். இந்த நடவடிக்கை எங்களுக்கு மகிழ்ச்சி

அளிக்கக்கூடிய ஒன்றல்ல; இத்தகையதொரு நிலைக்கு நாங்கள் கட்டாயப்படுத்தப்பட்டுள்ளோம். இதைத் தவிர்க்க வேண்டுமென்று நாங்கள் மிகுந்த முயற்சி செய்தோம். அதனால்தான் வாய்ப்புகள் இருந்தபோது ஒற்றுமைக்கான அணுகுமுறைகளை நாங்கள் மேற்கொண்டோம். எனினும், எல்லா வகையிலும் அதிகாரத்தில் தங்களை நிலைநிறுத்திக் கொள்ள முயன்றவர்கள் எங்களது முயற்சிகளை கடுமையாக எதிர்த்து நின்றனர்.'' இந்தத் தீர்மானத்தின் ஊடே கட்சிக் காங்கிரஸிற்கான நிகழ்ச்சி நிரலும் இந்த சிறப்பு மாநாட்டால் ஏற்றுக் கொள்ளப்பட்டது.

கட்சிக் காங்கிரஸிற்கான தயாரிப்புகளை மேற்கொள்வதில் உதவி செய்யவும், மாநில மாநாடுகளை நடத்த மாநிலங்களுக்கு உதவவும், தொழிற்சங்கங்கள், விவசாய சங்கம், நாடாளுமன்றம் மற்றும் இதர கட்சி அணிகளின் செயல்பாட்டிற்கு வழிகாட்டவும், உதவி செய்யவும் 41 உறுப்பினர்களைக் கொண்ட மத்திய அமைப்புக் குழு, அதனோடு கூடவே ஒரு நிர்வாகக் குழு மற்றும் ஒரு செயற்குழு ஆகியவற்றையும் இந்த சிறப்பு மாநாடு தேர்வு செய்தது. செயற்குழுவின் அமைப்பாளராக தோழர். எம். பசவபுன்னையா தேர்ந்தெடுக்கப்பட்டார்.

அக்டோபர் 04, 2020

7வது காங்கிரஸில் பி. சுந்தரய்யா உரையாற்றுகிறார்.

50

இந்திய கம்யூனிஸ்ட் கட்சி (மார்க்சிஸ்ட்) உருவாக்கம்

கம்யூனிஸ்ட் கட்சியின் ஏழாவது காங்கிரஸ் 1964 அக்டோபர் 31 முதல் நவம்பர் 7 வரை கல்கத்தா நகரில் நடைபெற்றது. ஒன்றுபட்ட கட்சிக்குள் திருத்தல்வாதத்தை எதிர்த்த போராட்டத்தின் முடிவைக் குறிப்பதாக இந்தக் காங்கிரஸ் இருந்தது. திட்ட ரீதியாகவும், ஸ்தாபன ரீதியாகவும், தத்துவார்த்த ரீதியாகவும் திருத்தல்வாதத்திலிருந்து விடுபட்டதையும் அது குறிப்பதாக இருந்தது. கட்சி பின்பற்ற வேண்டிய நடைமுறை உத்திகள் குறித்த முழுமையான வரையறை என்பதாகவும் அது விளங்கியது. இந்த ஏழாவது காங்கிரஸ், நாட்டின் கம்யூனிஸ்ட் இயக்க வரலாற்றில் ஒரு திருப்புமுனையாகும். புதியதொரு கட்சித் திட்டம், கொள்கை அறிக்கை மற்றும் கடமைகள் குறித்த ஒரு தீர்மானம் ஆகியவற்றை இந்தக் காங்கிரஸ் நிறைவேற்றியது. இந்தத் தீர்மானத்தில் இந்தியப் புரட்சிக்கான நீண்ட கால உத்தி, நடைமுறை உத்தி ஆகியவை விரிவாக விளக்கப்பட்டிருந்தது. 1961ஆம் ஆண்டு நடைபெற்ற கட்சியின் ஆறாவது காங்கிரஸின்போது இருந்த உறுப்பினர்களில் 60 சதவீதம் பேர் கட்சியின் புரட்சிகர பிரிவோடு இணைந்து நின்றனர். அவர்களின் பிரதிநிதிகளாக 422 பேர் ஏழாவது கட்சிக் காங்கிரஸில் பங்கேற்றனர்.

காங்கிரஸால் ஏற்றுக் கொள்ளப்பட்ட கட்சித் திட்டம் இந்திய நிலைமை தொடர்பான திருத்தல்வாத முடிபுகள் அனைத்தையும் மறுதலித்ததோடு, இந்திய அரசின் தன்மையை மிகச் சரியாகவும் சித்தரித்தது: “இப்போதுள்ள இந்திய அரசானது பெருமுதலாளிகளின் தலைமையிலான முதலாளிகளின், நிலப்பிரபுக்களின் வர்க்க ஆட்சிக்கான ஒரு கருவியே ஆகும். முதலாளித்துவப் பாதையிலான வளர்ச்சியை பெறுவதற்காக பெருமுதலாளிகள் அதிகமான அளவில் அந்நிய நிதி மூலதனத்தோடு கூட்டாகச் செயல்படுகின்றனர்.” இந்திய அரசு தேசிய முதலாளிகளை பிரதிநிதித்துவப்படுத்துகிறது; எனவே அதை ஆதரிக்க வேண்டும் என்ற சோவியத் யூனியன் கம்யூனிஸ்ட் கட்சியின் நிலைபாட்டை அது மறுதலித்தது. அதே நேரத்தில், இந்திய அரசானது தரகு முதலாளிகளை பிரதிநிதித்துவம் செய்வதாகும் என்ற சீன கம்யூனிஸ்ட் கட்சியின் நிலைபாட்டையும் கட்சி காங்கிரஸ் ஏற்றுக் கொள்ளவில்லை.

கட்சி காங்கிரஸில் ஏற்றுக் கொள்ளப்பட்ட திட்டமானது நமது புரட்சியின் முதல் கட்டம் என்பது ஏகாதிபத்திய எதிர்ப்பு, நிலப்பிரபுத்துவ எதிர்ப்பு, ஏகபோக மூலதன எதிர்ப்புத் தன்மை கொண்டதாக, ஜனநாயகபூர்வமானதாக அமைந்திருக்கும் என மிகத் தெளிவாகக் கூறியிருந்தது. இந்தக் கட்டத்தை நிறைவு செய்த பிறகே சோஷலிச புரட்சியை நோக்கி அது நகரும். திட்டம் இவ்வாறு குறிப்பிட்டது: "தற்போதைய கட்டத்தில் இந்தியப் புரட்சியின் அடிப்படைக் கடமைகளை முழுமையாகவும் முற்றிலுமாகவும் நிறைவேற்றுவதற்கு பெருமுதலாளிகளின் தலைமையிலான தற்போதைய முதலாளித்துவ-நிலப்பிரபுத்துவ அரசை, தொழிலாளி வர்க்கத்தின் தலைமையிலான மக்கள் ஜனநாயக அரசைக் கொண்டு மாற்றியமைப்பதே முற்றிலும் அத்தியாவசியமானதாகும்."

தற்போதைய முதலாளித்துவ-நிலப்பிரபுத்துவ அரசுக்குப் பதிலாக தொழிலாளி வர்க்கத்தின் தலைமையிலான, தொழிலாளர்-விவசாயிகள் கூட்டணியின் அடிப்படையில் அமைந்த மக்கள் ஜனநாயக அரசை மாற்றியமைப்பதே ஜனநாயகப் புரட்சியின் நிறைவாக அமையும். இதுவே முக்கியமான இந்தக் கட்டத்தின் முக்கிய நோக்கமாகும். "நிலப்பிரபுத்துவத்துடன் கூட்டணி அமைத்துக் கொண்டுள்ள தற்போதைய பெருமுதலாளித்துவத் தலைமையை அரசு அதிகாரத்தின் தலைமைப்பொறுப்பிலிருந்து அகற்றாதவரை, விவசாயிகளின் உண்மையான நலன்களுக்கான தீவிர விவசாய சீர்திருத்தங்கள் எதையும் நிறைவேற்ற முடியாது..." மேலும் "அதே அளவிற்குத் தெளிவான ஒன்று என்னவெனில், அந்நிய ஏகாதிபத்திய மூலதனத்துடன் சமரசம் செய்து கொண்டு, அதனோடு இணைந்து செயல்படுவதைத் தனது கொள்கையாக வைத்திருக்கும் தற்போதைய அரசாங்கம் தொடர்ந்து ஆட்சி செய்யும்வரை, அந்நிய ஏகபோக மூலதனத்திடமிருந்தும், உயிரைப் பறிக்கும் அளவிற்கு மோசமான அதன் சுரண்டலில் இருந்தும், நமது பொருளாதாரத்தை விடுவிக்க முடியாது என்பதே ஆகும்.

"அந்நிய ஏகபோக மூலதனத்தை வேரோடு சாய்த்து நாட்டிலிருந்து முற்றிலுமாக விரட்டியடித்து, நமது நாட்டின் விடுதலையை உறுதியான, பாதுகாப்பான அடித்தளத்தில் நிலைநிறுத்துவதற்கு தொழிலாளி வர்க்கத்தின் தலைமையிலான மக்கள் ஜனநாயக முன்னணியின் ஓர் அரசை உறுதியாக நிறுவுவதை விட வலுவான வழி வேறு எதுவும் இருக்க முடியாது... மக்களுக்கு விரோதமான கொள்கைகளைப் பின்பற்றி வரும் தற்போதைய அரசாங்கம்

மறுதலிக்கப்பட்டு, உறுதியான வகையில் அது தோற்கடிக்கப்பட்டு, அதனிடத்தில் ஜனநாயக ரீதியான மாற்றுக் கொள்கைகளைக் கொண்ட ஒரு மாற்று அரசாங்கம் அமராத வரையில், வரலாற்றுரீதியாகவே பழதாகிப் போன முதலாளித்துவ வளர்ச்சியின் முட்கள் நிரம்பிய பாதையிலிருந்து, நமது மக்கள் தப்பிக்கவோ, இதுபோன்ற வளர்ச்சிப்பாதையின் விளைவாக தவிர்க்கவியலாத வகையில் எழுகின்ற ஓர் அம்சமாக வளர்ந்து வரும் ஏகபோக முதலாளித்துவத்தின் பிடியிலிருந்து நமது மக்களை விடுவிக்கவோ இயலாது.”

பெருமுதலாளிகளின் தலைமையிலான முதலாளித்துவ-நிலப்பிரபுத்துவ அரசை அகற்றுவதற்கென மக்கள் ஜனநாயக முன்னணியை வளர்த்தெடுப்பதே புரட்சிகர இயக்கத்தின் மையமான கடமை. தொழிலாளி வர்க்கத்தின் தலைமையின் கீழ், அதன் அரசியல் கட்சியின் தலைமையின் கீழ் மட்டுமே, இத்தகைய மக்கள் ஜனநாயக முன்னணியை வெற்றிகரமாகக் கட்டமைத்து, புரட்சியை வெற்றியை நோக்கி வழிநடத்திச் செல்ல முடியும் என்றும் கட்சித் திட்டம் குறிப்பிடுகிறது. இந்த முன்னணியில் தொழிலாளி வர்க்கம் மற்றும் விவசாயிகளின் கூட்டணிக்கு அதிகபட்ச முக்கியத்துவம் வழங்கப்பட்டுள்ளது. “மக்கள் ஜனநாயக முன்னணியின் மையமாகவும் அதன் அடித்தளமாகவும் அமைவது தொழிலாளி வர்க்கம் மற்றும் விவசாயிகளின் உறுதியான கூட்டணியே ஆகும். தேச விடுதலையைப் பாதுகாப்பது, ஜனநாயகரீதியான பாரதூரமான உருமாற்றங்களை ஏற்படுத்துவது, அனைத்து வகையிலும் சமூக முன்னேற்றத்தை உறுதிப்படுத்துவது ஆகியவற்றுக்கான மிக முக்கியமான சக்தியாக இந்தக் கூட்டணியே அமைகிறது.”

இந்த மையமான தொழிலாளர்-விவசாயிகள் கூட்டணியைச் சுற்றி அதன் முக்கிய கூட்டாளிகளான விவசாயத் தொழிலாளர்களும் ஏழை விவசாயிகளும் அணிதிரட்டப்படுகின்றனர். நடுத்தர விவசாயிகள் இவர்களின் உறுதியான கூட்டாளியாகத் திகழும் அதே நேரத்தில், பணக்கார விவசாயிகளையும் இந்த முன்னணிக்குக் கொண்டு வந்து நிலைநிறுத்தவும் வாய்ப்புள்ளது. இந்தப் புரட்சிகரமான போராட்டத்தில் நகர்ப்புற மக்களும், குட்டி முதலாளிகளான இதர பிரிவினரும், தொழிலாளி வர்க்கத்தின் கூட்டாளிகளாகத் திகழ்கின்றனர். தொழிலாளி-விவசாயி கூட்டணியின் வலிமையின் மூலமே ஊசலாட்டத்தில் இருக்கும் இதர வர்க்கத்தினரையும் இந்த முன்னணிக்குள் கவர்ந்திழுக்கவும்,

அதற்குள் அவர்களை நிலைநிறுத்தவும் முடியும். நிலப்பிரபுத்துவ எதிர்ப்பு, ஏகாதிபத்திய எதிர்ப்பு கடமைகளை நிறைவேற்ற தேசிய முதலாளி வர்க்கத்தைச் சேர்ந்த பல்வேறு பிரிவினரும் எந்த அளவிற்கு இதில் பங்கேற்பார்கள் என்பது தொழிலாளி-விவசாயி கூட்டணியின் வலிமை மற்றும் அதன் நிலைத்தன்மை ஆகியவற்றையே பெரிதும் சார்ந்துள்ளது என்பதையும் இங்கே குறிப்பிட்டாக வேண்டும். சுருக்கமாகக் கூறுவதெனில், புரட்சியை வெற்றிகரமாக நிறைவேற்றுவதற்குத் தலைமை தாங்கும் வகையில் விரிவான மக்கள் ஜனநாயக முன்னணியை வளர்த்தெடுப்பது என்பது உறுதியானதொரு தொழிலாளி-விவசாயிகளின் கூட்டணியை உருவாக்குவதில்தான் அடங்கியுள்ளது.

இத்தகையதொரு மக்கள் ஜனநாயக முன்னணியின் மூலமே ஜனநாயகப் புரட்சிக்கான அனைத்துப் புரட்சிகர சக்திகளையும், அனைத்து ஏகாதிபத்திய எதிர்ப்பு சக்திகளையும், அனைத்து நிலப்பிரபுத்துவ எதிர்ப்பு சக்திகளையும் அணிதிரட்டி ஒன்றிணைப்பதை கட்சி தனது நோக்கமாகக் கொண்டுள்ளது. மக்கள் போராட்டங்களின் மூலமே இத்தகையதொரு முன்னணியை உருவாக்கி வளர்த்தெடுக்க முடியும். இந்த முன்னணியின் திட்டத்தை அடிப்படையாகக் கொண்டு வலுவான வெகுஜன இயக்கங்களின் மூலமே அது செயல்திறன்மிக்கதொரு நிலைக்கு வரும் என்றும் கட்சித் திட்டம் அறிவித்தது.

இந்த காங்கிரஸால் ஏற்றுக்கொள்ளப்பட்ட இந்தத் திட்டமானது இந்திய கம்யூனிஸ்ட் கட்சி ஏற்கனவே இதற்கென ஏற்பாடு செய்திருந்த காங்கிரஸில் ஏற்றுக்கொள்ளப்பட்ட திட்டத்திலிருந்து தீவிரமாக வேறுபட்டதாக இருந்தது. இந்திய அரசின் தன்மை மற்றும் ஜனநாயக புரட்சிக்கான வர்க்கக் கூட்டணியின் தலைமை ஆகியவற்றில்தான் அடிப்படையான வேறுபாடுகள் அடங்கியிருந்தன.

இந்திய கம்யூனிஸ்ட் கட்சியின் திட்டம் இந்திய அரசை முற்றிலும் வேறுவகையாக சித்தரித்து இருந்தது. இத்திட்டத்தின்படி அரசு அதிகாரத்தை கையில் வைத்துள்ள கூட்டணியில் நிலப்பிரபுக்கள் இல்லை. நிலப்பிரபுக்களுடன் வலுவான தொடர்புகளை வைத்துள்ள முதலாளிகள்தான் அரசு அதிகாரத்தில் உள்ளனர் என்றே அது குறிப்பிட்டது. பெருமுதலாளிகள் தலைமையிலான முதலாளித்துவ-நிலப்பிரபுத்துவ கூட்டணி என்பதையும் அவர்கள் ஏற்றுக் கொள்ளவில்லை. பெருமுதலாளிகள் அரசு அதிகாரத்தின்மீது வலுவான செல்வாக்கை செலுத்துகின்றனர்

மார்க்சிஸ்ட் கம்யூனிஸ்ட் கட்சியின் முதல் அரசியல் தலைமைக்குழு

என்று மட்டுமே அது ஒப்புக் கொண்டது. அந்நிய நிதி மூலதனத்துடன் ஆளும் வர்க்கக் கூட்டணிக்கு உள்ள தொடர்பையும் அவர்கள் மறுத்தனர். இந்த ஆய்வின் அடிப்படையில்தான் பெருமுதலாளிகளையும் நிலப்பிரபுக்களையும் தனிமைப்படுத்துவதற்காக அரசு அதிகாரத்துடன் ஒத்துழைக்க வேண்டும் என்ற நீண்டகால உத்தியின் அடிப்படையிலான அணுகுமுறை உருவாகிறது. இவ்வகையில் அவர்கள் கூறுகின்ற 'தேசிய ஜனநாயக முன்னணி'யின் தலைமையில் தொழிலாளி வர்க்கம் இல்லை. மாறாக, அது தேசிய முதலாளிகள் மற்றும் தொழிலாளி வர்க்கத்தின் கூட்டுத் தலைமை என்பதாகவே அமைகிறது. திட்ட அடிப்படையிலான இந்தப் புரிதல்தான் வர்க்க சமரசத்திற்கான பாதையையும் திறந்து விட்டது.

இந்த இரண்டு திட்டங்களையும் ஒப்பிடும்வகையில் மேற்கொள்ளப்பட்ட ஆய்வு இந்திய கம்யூனிஸ்ட் கட்சியின் திருத்தல்வாத அணுகுமுறையை அம்பலப்படுத்துகிறது. கட்சி உறுப்பினர்களில் பெரும்பான்மையோர் திருத்தல்வாதப் பிரிவினரின் இந்த வர்க்கசமரசக் கொள்கைகளை புரிந்து கொண்டனர். கட்சியின் ஏழாவது காங்கிரஸின் பின்னால் அவர்கள் அணிதிரண்டதில் இது வெளிப்பட்டது.

கட்சிக்கு முன்னால் உள்ள கடமைகள் குறித்த தீர்மானம் – உண்மையில் ஏழாவது காங்கிரஸ் ஏற்றுக் கொண்ட அரசியல் தீர்மானம் என்றே அதைக் குறிப்பிடலாம் – கம்யூனிச இயக்கத்தை வளர்த்தெடுப்பதற்கான உறுதியான திசைவழியை சுட்டிக் காட்டியது. தொழிற்சங்க இயக்கத்திலும், விவசாய இயக்கத்திலும், கட்சி ஸ்தாபனத்திலும் நிலவி வரும் பலவீனத்தை துரிதமாக வென்றெடுக்க வேண்டும் என்றும், அனைத்து வழிகளிலும் இப்பிரிவினரிடையே அரசியல் உணர்வை ஊட்ட வேண்டும் என்றும், இத்தீர்மானம் கட்சிக்கு கட்டளையிட்டது. மார்க்சிய-லெனினியத்தின் உறுதியான அடித்தளத்தின்மீது கட்டப்பட்ட, உண்மையிலேயே புரட்சிகரமானதொரு கட்சியை வளர்த்தெடுக்க "வெகுஜன இயக்கங்கள், போராட்டங்கள் ஆகியவற்றைத் தூண்டிவிடுகின்ற, வளர்த்தெடுக்கின்ற, தலைமை தாங்குகின்ற சக்தியாக அதை வளர்த்தெடுக்காமல் இந்தக் கடமைகளை நிறைவேற்ற முடியாது. அடிப்படை வர்க்கங்களின் பிரச்சனைகளை கையிலெடுப்பதை நோக்கியே நமது செயல்பாடுகள் அமைய வேண்டும். அது மட்டுமே நமது கட்சி முழுவதற்குமே புத்துயிர் ஊட்டக் கூடிய இணைப்பை உருவாக்கும்."

கட்சிக்குள் திருத்தல்வாதம், குறுங்குழுவாதம் ஆகியவற்றின் அறிகுறிகளை சுட்டிக் காட்டி, அதன் அரசியல்-தத்துவார்த்த வேர்களை சுட்டிக்காட்டி விளக்குவதன் மூலம், இத்தகைய திரிபுகளை எதிர்த்து கட்சி முழுவதும் போராடுவதற்கு கல்வி புகட்டும் வகையில், புதியதொரு ஆவணத்தை உருவாக்குமாறும், புதிதாக தேர்ந்தெடுக்கப்பட்ட மத்தியக் குழுவிற்கு இந்தத் தீர்மானம் உத்தரவிட்டது.

1951ஆம் ஆண்டு நடைபெற்ற கட்சிக் காங்கிரஸில் ஏற்றுக்கொள்ளப்பட்ட கொள்கை அறிக்கையை ஒரு சில திருத்தங்களுடன் ஏழாவது கட்சி காங்கிரஸ் மீண்டும் ஏற்றுக் கொண்டது. திருத்தல்வாதத்தை எதிர்த்துப் போராடுக! என்ற தலைப்பில் ஒரு தீர்மானத்தையும் அது நிறைவேற்றியது. உண்மையில் அது கட்சியின் முன்னால் வைக்கப்பட்ட அரசியல்-ஸ்தாபன அறிக்கையே ஆகும்.

தத்துவார்த்த பிரச்சனைகள் குறித்த உட்கட்சி விவாதங்களை 'காய்தல் உவத்தலின்றி' ஏற்பாடு செய்யுமாறு மத்தியக் குழுவிற்கு அறிவுறுத்தும் ஒரு தீர்மானத்தையும் இந்தக் காங்கிரஸ் நிறைவேற்றியது. "டாங்கே தலைமையிலான குழுவினர் மேற்கொண்டுவந்த முதலாளித்துவ சீர்திருத்தக் கொள்கைகள்,

சீர்குலைக்கும் ஸ்தாபன செயல்பாடுகள் ஆகியவற்றுக்கு எதிரான போராட்டத்தின் முதல் கட்டம்” இப்போது முடிவுக்கு வந்துள்ளது என்றும் காங்கிரஸ் அறிவித்தது. அடுத்த கட்டத்தில் “இன்று டாங்கே குழுவினருடன் உள்ளவர்கள் அல்லது யாரோடும் சேராமல் தனித்து நிற்பவர்கள் இன்னும் சில மாதங்களில் நம்முடன் இணைந்து கொள்வார்கள். இதன் மூலம் டாங்கே குழுவினர் பின்பற்றி வந்த சீர்திருத்தவாத, சீர்குலைவுக் கொள்கைகளால் ஏற்பட்ட இடையூறுகள் இறுதியில் வெற்றி கொள்ளப்பட்டுவிட்டது என்பதைப் பதிவு செய்வதாக அமையும்” என்றும் அது நம்பிக்கை தெரிவித்தது.

ஏழாவது கட்சிக் காங்கிரஸ் ஒரு மத்தியக் குழுவை தேர்ந்தெடுத்ததோடு, தோழர்கள் பி. சுந்தரய்யா, இ.எம்.எஸ். நம்பூதிரிபாட், பி.டி.ரணதிவே, பிரமோத் தாஸ்குப்தா, எம். பசவபுன்னையா, ஏ.கே. கோபாலன், ஜோதிபாசு, பி.ராமமூர்த்தி, ஹர்கிஷன் சிங் சுர்ஜித் ஆகிய ஒன்பது உறுப்பினர்களைக் கொண்ட அரசியல் தலைமைக் குழுவையும் தேர்ந்தெடுத்தது. தோழர் பி. சுந்தரய்யா கட்சியின் பொதுச்செயலாளராகத் தேர்ந்தெடுக்கப்பட்டார்.

இவ்வகையில் நாட்டில் கம்யூனிச இயக்கத்தின் புதியதொரு கட்டத்தின் வரவை ஏழாவது காங்கிரஸ் பறைசாற்றியது.

அக்டோபர் 18, 2020

பின்னிணைப்பு

பீப்பிள்ஸ் டெமாக்ரசி
நூற்றாண்டு சிறப்பிதழில்
வெளியான கட்டுரைகள்

அக்டோபர் 18, 2020

தலையங்கம்

போராட்டமும் தியாகமும் நிரம்பிய ஒரு நூற்றாண்டு

அக்டோபர், 17 2020 வரலாற்றுச் சிறப்புமிக்க நாள் இது. அன்றைய சோவியத் யூனியனில் இருந்த தாஷ்கெண்ட் நகரில் இந்திய கம்யூனிஸ்ட் கட்சியின் முதல் கிளை தொடங்கப்பட்டு நூறாண்டுகள் நிறைவுற்றதை தெரிவிக்கும் நாள் இது.

நூறாண்டுகளைக் கடந்த கம்யூனிஸ்ட் இயக்கம் 20ஆம் நூற்றாண்டில் எண்பது ஆண்டுகளையும் 21ஆம் நூற்றாண்டில் இருபது ஆண்டுகளையும் கடந்து வந்திருக்கிறது. கம்யூனிஸ்ட் கட்சியின் தோற்றமும் வளர்ச்சியும் இந்தியாவில் நடைபெற்ற விடுதலைப் போராட்டத்தோடு பின்னிப் பிணைந்த ஒன்றே ஆகும். அதன் உறுதியான ஏகாதிபத்திய எதிர்ப்பு என்ற பங்களிப்பின் விளைவாக, விடுதலைக்கான இயக்கத்தின் பல்வேறு பிரிவுகளைச் சேர்ந்த மிகச் சிறந்த, மிகத் தீவிரமான போராளிகள் இறுதியில் கம்யூனிஸ்ட் இயக்கத்தில் தங்களை இணைத்துக் கொண்டனர். தொடக்கத்திலிருந்தே கடுமையான அடக்குமுறையை எதிர்கொண்டு வந்த நிலையில், கம்யூனிஸ்டுகள் ஆயிரக்கணக்கில் சிறைகளில் பல வருடங்களைக் கழிக்க நேர்ந்தது மட்டுமின்றி, கட்சி முன்னெடுத்த நிலப்பிரபுத்துவ எதிர்ப்பு, ஏகாதிபத்திய எதிர்ப்புப் போராட்டங்களில், குறிப்பாக இரண்டாம் உலகப் போருக்குப் பின்பு (1945-47 காலப்பகுதியில்) உருவான எழுச்சியின்போது எண்ணற்றோர் தங்களின் இன்னுயிரையும் ஈந்தனர்.

1943ஆம் ஆண்டில் பம்பாயில் நடைபெற்ற முதல் கட்சிக் காங்கிரஸில் பங்கேற்ற 138 பிரதிநிதிகள் மொத்தமாக 414 ஆண்டுகளை சிறையில் கழித்திருந்தனர் என்பதே அந்த நேரத்தில் கம்யூனிஸ்டுகள் எதிர்கொண்ட அடக்குமுறை, செய்த தியாகங்களின் அளவை எடுத்துக் காட்டப் போதுமானதாகும்.

தொழிலாளர்களும் விவசாயிகளும் பொருளாதார ரீதியாகவும் சமூக ரீதியாகவும் விடுதலை பெற்றால் மட்டுமே முழுமையான விடுதலை என்ற முழக்கம் பொருளுடையதாக இருக்கும் என்று கம்யூனிஸ்டுகள் உறுதியாக நம்பினர். தொழிற்சங்கங்களின் மூலமாக தொழிலாளி வர்க்கத்தையும், விவசாய சங்கத்தின் மூலம் விவசாயிகளையும் அணிதிரட்டி, அவர்களை தேசிய இயக்கத்திற்குள் கொண்டுவருவதில் கம்யூனிஸ்டுகள் மிக முக்கியமான பங்கினை வகித்தனர்.

நாட்டின் விடுதலைக்குப் பிறகு முதலாளித்துவ- நிலப்பிரபுத்துவ கூட்டணி என்ற புதிய ஆளும் வர்க்கத்தினர் ஜனநாயகப் புரட்சி என்ற கடமையை முழுமைப்படுத்தத் தவறினர். பெருமுதலாளிகளின் தலைமையிலான முதலாளித்துவ-நிலப்பிரபுத்துவ கூட்டணி முதலாளித்துவப் பாதையிலான வளர்ச்சி என்ற பாதையில் நடைபோட அரசு அதிகாரத்தைப் பயன்படுத்திக் கொண்டது. இந்தப் பாதையானது நிலப்பிரபுத்துவத்தோடு சமரசம் செய்து கொண்டு புராதன நில உறவுகளில் இருந்து விவசாயிகளை விடுவிக்கத் தவறியதோடு, அவர்களின் மீது முதலாளித்துவச் சுரண்டலை திணிப்பதாகவும் இருந்தது. அது பின்பற்றிய கொள்கைகளும் கூட பெரும் ஏகபோகக் குடும்பங்களுக்கும் கிராமப்புறச் செல்வந்தர்களுக்கும் ஆதரவான வகையில் வளைக்கப்பட்டன.

நிலச் சீர்திருத்தங்களுக்காகவும் ‘உழுபவர்களுக்கே நிலம் சொந்தம்’ என்ற முழக்கத்தை நடைமுறைப் படுத்துவதற்காகவும் போராடுவதன் மூலம் விவசாய உறவுகளை ஜனநாயகப்படுத்தும் கடமையை கம்யூனிஸ்டுகள் மேற்கொண்டனர். இத்தகைய போராட்டங்கள்தான் கேரளாவில் அமைந்த முதல் கம்யூனிஸ்ட் அரசும், அதைத் தொடர்ந்து மேற்கு வங்கத்திலும் திரிபுராவிலும் அமைந்த இடதுசாரிகளின் தலைமையிலான அரசுகளும், நிலச் சீர்திருத்தங்களை மேற்கொள்ள வழிவகுத்தது. நாட்டு விடுதலைக்குப் பிந்தைய தொடக்க ஆண்டுகளில் கம்யூனிஸ்ட் கட்சியே நிலச் சீர்திருத்தங்களை இந்திய அரசியலின் மையப் பகுதிக்குக் கொண்டுவந்தது.

கம்யூனிஸ்டுகள் முக்கிய பங்கு வகித்த மற்றொரு முக்கியமான போராட்டம் என்பது மொழிவாரி மாநிலங்களை அமைக்கக் கோரி நடைபெற்ற இயக்கமாகும். நாடு விடுதலை பெறுவதற்கு முன்பே மொழி அடிப்படையில் உருவாக்கப்பட்ட மாநிலங்களை உள்ளடக்கிய கூட்டாட்சி அமைப்பாகவே இந்திய ஒன்றியம் இருக்க வேண்டும் என்ற திட்டத்தை கம்யூனிஸ்டுகள் முன்வைத்திருந்தனர்.

அரசியல் அமைப்பில் மதச் சார்பின்மை மற்றும் ஜனநாயகம் ஆகியவற்றின் மிக உறுதியான பாதுகாவலர்களாகவும் கம்யூனிஸ்டுகள் உருவெடுத்தனர். மதச் சார்பின்மை என்ற கருத்தாக்கத்தை அனைத்து மதங்களுக்கும் சமத்துவம் என்றும், அரசு மற்றும் அரசியல் விஷயங்களில் தலையிடுவதற்கு அவற்றுக்கு சமமான உரிமை உள்ளது என்றும் காங்கிரஸ் மற்றும் இதர மதசார்பற்ற முதலாளித்துவ கட்சிகளும் விளக்கமளித்து வந்த நிலையில், அரசு மற்றும் அரசியலில் இருந்து மதத்தைப் பிரித்து வைக்க வேண்டும் என்ற கருத்தை கம்யூனிஸ்டுகள் எவ்வித ஊசலாட்டமும் இன்றி முன்வைத்தனர்.

மதச் சார்பின்மை குறித்த கம்யூனிஸ்டுகளின் உறுதிப்பாட்டை மேற்கு வங்கம், கேரளா, திரிபுரா ஆகிய மாநிலங்களில் அமைந்த இடதுசாரிகளின் தலைமையிலான அரசுகளின் செயல்பாடுகளின் மூலம் பல்வேறு தருணங்களில் தெரிந்து கொள்ள முடிந்தது. இவ்வகையில் 34 ஆண்டுகள் மேற்குவங்கத்தில் தொடர்ந்து ஆட்சிப் பொறுப்பில் இருந்த இடது முன்னணி அரசின் சாதனை தனித்துவம் மிக்க ஒன்றாகும். 1990களில் தொடங்கிய தசாப்தத்தில் இந்துத்துவா சக்திகள் தலையெடுக்கத் தொடங்கியபோது அயோத்தி குறித்த சச்சரவு போன்ற பிரச்சனைகளில் எவ்வித சமரசமுமின்றி வகுப்புவாத சக்திகளுக்கு பதிலடி கொடுப்பதில் கம்யூனிஸ்டுகளும் இடதுசாரிகளும் மட்டுமே உறுதியோடு இருந்தனர்.

கம்யூனிஸ்ட் இயக்கம் நாட்டில் ஜனநாயகத்தை விரிவுபடுத்தவும், ஆழப்படுத்தவும் தொடர்ந்து முயற்சித்து வருகிறது. ஆளும் வர்க்கங்கள் ஜனநாயகத்தையும், அரசியல் அமைப்புச் சட்ட ரீதியான மக்களின் உரிமைகளையும் எப்போதுமே கட்டுப்படுத்தவே முயன்று வருகின்றன. தொடக்கத்திலிருந்தே கம்யூனிஸ்டுகள் தடுப்புக் காவல் சட்டங்களை எதிர்த்தே வந்துள்ளனர். ஒவ்வொரு சந்தர்ப்பத்திலுமே கம்யூனிஸ்டுகள் ஜனநாயக உரிமைகள், மனித உரிமைகள் ஆகியவற்றைப் பாதுகாக்கவே முயற்சித்து வந்துள்ளனர். மார்க்சிஸ்ட் கம்யூனிஸ்ட் கட்சி நாட்டில் அவசரநிலை பிறப்பிக்கப்பட்ட போது அதை எதிர்த்துப் போராடியது. அதன் செயல்வீரர்கள் பலரும் அப்போது சிறையில் அடைக்கப்பட்டனர்.

முப்பது ஆண்டுகளுக்கு முன்னால் ஆளும் வர்க்கங்கள் புதிய தாராளமயக் கொள்கைகளை மேற்கொள்ளத் தொடங்கிய பிறகு முதலாளித்துவ வளர்ச்சியின் முன்னுதாரணம் முழுவதுமே முற்றிலுமாக மாறிப் போயிருந்தது. காங்கிரஸ், பாஜக மற்றும் இதர முதலாளித்துவ கட்சிகள் அனைத்துமே புதிய தாராளமய அணுகுமுறையை ஏற்றுக் கொண்டுவிட்டன. எனினும் இந்தப் புதிய தாராளமயக் கொள்கையை கம்யூனிஸ்டுகள் தொடர்ந்து எதிர்த்து வந்ததோடு, இந்த மாற்றத்தின் ஒரு பகுதியாக ஏகாதிபத்திய ஆதரவுப் போக்கு உருவானதையும் எதிர்த்து வந்துள்ளனர். வர்க்க, வெகுஜன அமைப்புகளில் செயல்பட்டு வரும் கம்யூனிஸ்டுகள் இத்தகைய கொள்கைகளுக்கு எதிராக மக்களை அணிதிரட்டுவதில் முன்னோடியான பங்கினை வகித்து வருகின்றனர். புதிய தாராளமயத்தின் தாக்குதலை எதிர்த்துப் போராட விரிவானதொரு தொழிலாளி வர்க்க ஒற்றுமையை கட்டியெழுப்பவும் கம்யூனிஸ்டுகள் செயல்பட்டு வருகின்றனர். கடந்த 30 ஆண்டுகளில் புதிய தாராளமய ஆட்சியின் பல்வேறு அம்சங்களுக்கும்

எதிராக ஒன்றுபட்ட தொழிலாளி வர்க்க இயக்கம் இதுவரை 19 பொதுவேலைநிறுத்தங்களை நாடு தழுவிய அளவில் நடத்தியுள்ளது. வரவிருக்கும் நவம்பர் 26 அன்று 20வது பொதுவேலைநிறுத்தம் நடைபெறவுள்ளது.

கம்யூனிஸ்டுகளின் மீதும் இடதுசாரி இயக்கத்தின்மீதும் ஆளும் வர்க்கங்களுக்கு உள்ள துவேஷத்தின் விளைவாக இடதுசாரி இயக்கத் தொண்டர்கள் மீதும் செயல்வீரர்கள் மீதும் தொடர்ச்சியான தாக்குதல்கள் நீடித்து வருகின்றன. 1970களில் மேற்கு வங்கத்தில் அரைப்பாசிஸ பயங்கரவாதம் நிலவிய காலம், அதைத் தொடர்ந்து பத்தாண்டுகளுக்குப் பிறகு திரிபுராவில் கட்டவிழ்த்து விடப்பட்ட வன்முறை ஆகியவை வர்க்கப் போராட்டம் தீவிரமடைந்து வருவதை எடுத்துக் காட்டுகின்றன. இந்த இரண்டு மாநிலங்களிலுமே கம்யூனிஸ்டுகளுக்கு எதிரான பயங்கரவாதம், வன்முறை ஆகியவை மீண்டும் மீண்டும் தலையெடுத்து வருகின்றன. கேரளாவிலும் கூட ஆர் எஸ் எஸ் உள்ளிட்டு ஆளும் வர்க்க சக்திகளால் கடந்த பல ஆண்டுகளாகவே நூற்றுக்கணக்கான மார்க்சிஸ்ட் கட்சித் தொண்டர்கள் படுகொலை செய்யப்பட்டுள்ளனர்.

பெண்களின் விடுதலை குறித்த முழுமையானதொரு நிலைபாட்டினை வடிவமைப்பது, அனைத்துத் துறைகளிலும் பெண்களின் உரிமைகளுக்காகப் போராடுவது ஆகியவற்றில் கம்யூனிஸ்டுகள் முன்னோடியானதொரு பங்கினை வகித்து வந்துள்ளனர். அவர்களின் முழுமையான விடுதலைக்கான ஒரே வழி, சமூக ஒடுக்குமுறைக்கும் ஆண் மேலாதிக்கத்திற்கும் முடிவு கட்டுவதே ஆகும். 1931ஆம் ஆண்டிலேயே செயலுக்கான மேடை என்ற ஆவணம் சாதிய அமைப்பை முற்றாக ஒழிக்க வேண்டும் என்றும், தீண்டத்தகாதவர்கள் என்று ஒதுக்கப்பட்டவர்களின் விடுதலை குறித்தும் உரக்கப் பேசியது. கம்யூனிஸ்டுகள் வர்க்கப் போராட்டத்தை சமூக ஒடுக்குமுறைக்கு எதிரான போராட்டத்துடன் ஒன்றிணைக்கவே முயல்கின்றனர்.

புதிய தாராளமயம் மற்றும் இந்துத்துவ சக்திகளின் ஒருமித்த வளர்ச்சியானது கம்யூனிஸ்ட் இயக்கத்திற்கும் இடதுசாரி ஜனநாயக சக்திகள் அனைத்திற்கும் மிகப்பெரும் சவாலாக உள்ளது. வர்க்கங்களின் கட்டமைப்பு, உள்ளடக்கம் ஆகியவற்றில் புதிய தாராளமய முதலாளித்துவம் பல மாற்றங்களைக் கொண்டு வந்துள்ளது. அவற்றில் சில தொழிலாளி வர்க்க, விவசாயி வர்க்க இயக்கங்களின் வளர்ச்சியின் மீது மோசமான விளைவுகளை ஏற்படுத்தியுள்ளன. அனைத்துத் துறைகளிலும் தங்குதடையில்லாத

தனியார்மயம் என்பது நடுத்தர வர்க்கங்களின் மீது தாக்கத்தை ஏற்படுத்தியுள்ளது. இக்காலப் பகுதியில் இடதுசாரிகளின் தலைமையிலான அரசுகளும் கூட மாற்றுக் கொள்கைகளை அமலாக்குவதில் நிலவிய மோசமான தடைகளையும் வரம்புகளையும் எதிர்கொள்ள நேரிட்டது. மார்க்சிஸ்ட் கம்யூனிஸ்ட் கட்சியும் இடதுசாரி சக்திகளும் இந்தப் பிரச்சனைகளை கணக்கில் எடுத்துக் கொண்டு புதிய நடைமுறை உத்திகளையும் முழக்கங்களையும் வடிவமைத்து வருகின்றன.

2014ஆம் ஆண்டில் மோடி அரசு ஆட்சிப் பொறுப்பை ஏற்றபிறகு தர ரீதியாக ஒரு மாற்றத்தினை காண முடிந்தது. முதன்முறையாக, இந்துத்துவ தத்துவத்தின் அடிப்படையில் செயல்படுகின்ற, பாசிஸ ஆர் எஸ் எஸ் அமைப்பினால் கட்டுப்படுத்தப்படுகின்ற ஒரு கட்சி, அரசு அதிகாரத்தை கடந்த ஆறு ஆண்டுகளாக தன் பிடியில் வைத்துள்ளது. மதச்சார்பின்மை, ஜனநாயகம், உழைக்கும் மக்களின் நல்வாழ்வு ஆகியவற்றுக்கு மோசமான விளைவுகள் தென்படத் தொடங்கியுள்ளன. நாட்டின் விடுதலைப் போராட்டத்தில் எந்தவொரு பங்கையும் வகிக்காத, அதன் ஏகாதிபத்திய எதிர்ப்புணர்வைப் பகிர்ந்து கொள்ளாத, ஓர் அரசியல் சக்தி இப்போது அரசியல் அமைப்புச் சட்டத்தை பலவீனப்படுத்தி, எதேச்சாதிகார ஆட்சியை நிலைநிறுத்தத் தீவிரமாகச் செயல்பட்டு வருகிறது. பிற்போக்கானதொரு சக்தியாக இவை அனைத்தையுமே தேசப் பற்று என்ற பெயரில்தான் அது அரங்கேற்றி வருகிறது.

இந்தப் போலியான தேசியவாதத்தை, ஏகாதிபத்திய எதிர்ப்புகுணம் கொண்ட, மதசார்பற்ற அனைவரையும் உள்ளடக்கிய, தேசியவாதத்தைக் கொண்டு எதிர்ப்பதே நம் முன் உள்ள சவாலாகும். கம்யூனிஸ்டுகள் இதைச் செய்வதற்குப் பொருத்தமானவர்களாக உள்ளனர். ஏனெனில், நாட்டின் விடுதலைக்காக ஏகாதிபத்திய எதிர்ப்புப் போராட்டத்தை முன்னின்று நடத்தியவர்கள் என்ற பாரம்பரியத்தை அவர்கள் முன்னெடுத்துச் செல்கின்றனர். இந்த சிக்கலான தருணத்தில், இதர ஜனநாயக, மதசார்பற்ற சக்திகளை அணிதிரட்டுவதற்காக, அனைத்து கம்யூனிஸ்ட் மற்றும் இடதுசாரி சக்திகளின் ஒற்றுமையை வளர்த்தெடுப்பது மிக முக்கியமான கடமையாகும்.

இந்தியாவிலுள்ள கம்யூனிஸ்ட் இயக்கத்தின் தத்துவார்த்த அடித்தளமாக மார்க்சிய-லெனினியமே விளங்குகிறது. திருத்தல்வாதத்திற்கு எதிரான நீடித்த போராட்டத்தின் விளைவாகவே 1964ஆம் ஆண்டில் மார்க்சிஸ்ட் கம்யூனிஸ்ட் கட்சி உருவானது.

தோற்றுவிக்கப்பட்ட சிறிது காலத்திற்குள்ளாகவே இடதுசாரி அதிதீவிரவாதத்திற்கு எதிராகவும் அது போராட வேண்டியிருந்தது. இந்திய சமூகத்தின் ஸ்தூலமான நிலைமைகளுக்கு ஏற்ப மார்க்சிய-லெனினியத்தைப் பயன்படுத்தி மார்க்சிஸ்ட் கம்யூனிஸ்ட் கட்சி ஒரு திட்டத்தை வடிவமைத்துள்ளது. அது சோஷலிசத்திற்கான பாதைக்கு வழிகோலும் ஒரு மக்கள் ஜனநாயகத்தை வென்றடைவதையே நோக்கமாகக் கொண்டுள்ளது. இந்தியாவிலுள்ள புரட்சிகர இயக்கமானது வர்க்கச் சுரண்டல், சமூக ஒடுக்குமுறை ஆகியவற்றிலிருந்து விடுபட்ட ஒரு சமூகத்தைக் கட்டமைப்பதை நோக்கி முன்னேறுவதற்கான அறிவியல்பூர்வமான கொள்கை மற்றும் நடைமுறை ஆகியவற்றைக் கொண்டதாகவும் அமைந்துள்ளது.

(அக்டோபர் 14, 2020 அன்று எழுதப்பட்டு பீப்பிள்ஸ் டெமாக்ரசியின் அக்டோபர் 18, 2020 தேதிய இதழில் வெளியானது)

மதசார்பற்ற ஜனநாயகத்தின் உறுதியான பாதுகாவலர்கள் கம்யூனிஸ்டுகள்

சீத்தாராம் யெச்சூரி

இந்திய கம்யூனிஸ்ட் கட்சி தொடங்கியதைக் குறிக்கும் நூற்றாண்டுக் கொண்டாட்டங்கள் ஆண்டு முழுவதும் நடைபெற்று 2020 அக்டோபர் 17 அன்று நிறைவு பெறுகிறது.

கொரோனா பெருந்தொற்று, நாடு முழுவதிலும் தொடர்ந்து நீடித்த ஊரடங்குகள், சமூக இடைவெளி குறித்த கட்டுப்பாடுகள் போன்றவை நாம் ஏற்கனவே திட்டமிட்டிருந்த வகையில் இந்த நூற்றாண்டு தொடர்பான நிகழ்ச்சிகளை உற்சாகத்தோடு கொண்டாட முடியாதவாறு தடை செய்து விட்டன. எனினும் இந்த இடர்ப்பாடுகளுக்கு இடையேயும் மெய்நிகர் ஊடகம், டிஜிட்டல் முறையிலான தகவல் தொடர்புகள் ஆகியவற்றைப் பயன்படுத்தி கடந்த நூறாண்டுகளில் இந்திய வரலாற்றின் பல்வேறு கட்டங்களில் கம்யூனிஸ்டுகள் ஆற்றிய பங்கை எடுத்துக் கூறும் வகையில் பல்வேறு நிகழ்ச்சிகளை கட்சி நடத்தியது.

நிகழ்ச்சி நிரலை வடிவமைப்பது

விடுதலைப் போராட்டத்தின்போதும், அதைத் தொடர்ந்து வந்த காலப்பகுதிகளிலும், எண்ணற்ற புரட்சியாளர்கள் மற்றும் தியாகிகளின் அளவிடமுடியாத தியாகங்களின் மூலம், இந்திய வரலாற்றின் உருவாக்கத்திற்கு கட்சியின் தலைமையிலான போராட்டங்கள் எவ்வாறு பங்களித்தன என்பதையும், இந்த நிகழ்வுகளில் நாம் சுட்டிக் காட்டியிருந்தோம். மக்களின் உண்மையான கவலைகளையும் பிரச்சனைகளையும் நாட்டின் நிகழ்ச்சி நிரலில் கொண்டு வருவதில் கம்யூனிஸ்ட் கட்சி மிகப்பெருமளவில் பங்களிப்பு செய்துள்ளது.

இவற்றுள் இந்தியாவின் மகத்தான பன்முகத்தன்மையை அங்கீகரிப்பது; நமது நாட்டில் இருந்து வரும் பல்வேறு மொழிகளையும் அங்கீகரித்து, அவற்றின் சமத்துவத்தை உறுதிப்படுத்துவதற்கான தேவையை உணர்ந்த வகையில் நாட்டின் பல்வேறு பகுதிகளிலும் மொழியின் அடிப்படையிலான சீரமைப்பிற்கான போராட்டங்களை நோக்கி எடுத்துச் செல்வது ஆகியவற்றைக் குறிப்பிடலாம். மற்றவர்களோடு இணைந்து கம்யூனிஸ்டுகளும் இவற்றை முன்னெடுத்துச் சென்றனர். கம்யூனிஸ்டுகளின் தலைமையில் நாடு முழுவதிலும் நடத்தப்பட்ட நிலத்திற்கான வீரஞ்செறிந்த போராட்டங்கள்தான் நிலச்சீர்திருத்தம்

என்ற பிரச்சனையை தேசிய நிகழ்ச்சிநிரலுக்குள் கொண்டு வந்தன. மிக முக்கியமாக, பிளவுவாத, தனித்துவமான தேசியவாத கருத்துக்களுக்கு நேர் எதிராக அனைவரையும் உள்ளடக்கிய தேசியவாதத்தின் உருவாக்கத்தில் இந்திய கம்யூனிஸ்டுகளின் பங்களிப்புகளும் இருந்தன.

தொலைநோக்குகளின் யுத்தம்

அனைவரையும் உள்ளடக்கியதொரு இந்தியா என்ற கருத்தாக்கத்தின் தோற்றம் விடுதலைக்கான போராட்டத்தின்போது உருவான மூன்று வெவ்வேறுவிதமான தொலைநோக்குகளுக்கு இடையே நிகழ்ந்த தொடர்ச்சியானதொரு போராட்டத்தின் விளைவே ஆகும். விடுதலை பெற்ற இந்தியா ஒரு மதசார்பற்ற, ஜனநாயகபூர்வமான குடியரசாக இருக்கும் என்பதே வெகுமக்களின் பேராதரவை பெற்றிருந்த காங்கிரஸின் தொலைநோக்காக இருந்தது. கம்யூனிஸ்டுகள் இந்தக் கருத்தோடு உடன்பட்ட அதேநேரத்தில், விடுதலை பெற்ற இந்தியா முதலாளித்துவ வளர்ச்சியைப் பின்பற்றுமானால், இதுபோன்ற மதசார்பற்ற, ஜனநாயக குடியரசு நீடித்து நிலைக்கும் ஒன்றாக இருக்க முடியாது என்றும் அவர்கள் மேலும் கூறினர். இவ்வகையில் நாம் பெறவிருக்கின்ற அரசியல் விடுதலையானது சோஷலிசத்தின் கீழ் மட்டுமே அடைய முடிகின்ற, ஒவ்வொரு இந்தியனின் சமூக-பொருளாதார விடுதலையாகவும் விரிவுபடுத்தப்பட வேண்டும் என்றும் கம்யூனிஸ்டுகள் கூறினர்.

இவ்விரு தொலைநோக்குகளுக்கும் முற்றிலும் முரணாக இருந்த மூன்றாவது தொலைநோக்கு விடுதலைபெற்ற இந்தியாவின் தன்மை அதன் மக்கள் சார்ந்துள்ள மதத்தினால் மட்டுமே தீர்மானிக்கப்பட வேண்டும் என்று வாதிட்டது. இந்தத் தொலைநோக்கு இருவேறு பிரிவினரிடம் இருந்து வெளிப்பட்டது. முஸ்லீம் லீக் 'இஸ்லாமிய வகைப்பட்ட அரசு'க்காக குரல் கொடுத்த அதே நேரத்தில், ஆர் எஸ் எஸ் தனது 'இந்து ராஷ்ட்ரா'விற்காக குரல் கொடுத்தது. துரதிர்ஷ்டவசமாக, பிரிட்டிஷாரின் உதவியுடனும் தூண்டுதலுடனும், திட்டமிட்ட வகையில் நாடு பிளவுபட்டதைத் தொடர்ந்து முஸ்லீம் லீக் தனது கோரிக்கையில் வெற்றி பெற்றது. இதனைத் தொடர்ந்து ஏற்பட்ட விளைவுகள் அனைத்தும் இன்றுவரையிலும் நெருக்கடிகளை தொடர்ந்து உருவாக்கி வருகின்றன. நாடு விடுதலை பெற்ற தருணத்தில் தங்கள் நோக்கத்தில் வெற்றி பெற முடியாத ஆர் எஸ் எஸ் சுதந்திரமான, மதசார்பற்ற, ஜனநாயக இந்தியாவை முற்றிலும்

சகிப்புத்தன்மை அற்ற, பாசிஸ 'இந்து ராஷ்ட்ரா'வாக மாற்றுவதற்கான தங்களது முயற்சிகளை தொடர்ந்து மேற்கொண்டு வந்தது.

இன்று நாம் எதிர்கொண்டு வரும் தத்துவார்த்த ரீதியான யுத்தங்கள், அரசியல்ரீதியான முரண்பாடுகள் ஆகியவை ஒரு வகையில் இந்த மூன்று தொலைநோக்குகளுக்கு இடையிலான யுத்தத்தின் தொடர்ச்சியே ஆகும்.

மதசார்பற்ற ஜனநாயகம்

அனைவரையும் உள்ளடக்கிய இந்தியா என்ற கம்யூனிஸ்டுகளின் தொலைநோக்கு மதச் சார்பின்மையும் ஜனநாயகமும் முற்றிலும் வெவ்வேறுபட்ட அம்சங்களல்ல என்ற உண்மையை அங்கீகரித்து அதை உள்வாங்கிக் கொண்டதாகவே இருந்தது. இந்தியாவின் யதார்த்தத்தைப் பார்க்கும்போது அவை மிக நுட்பமான வகையில் ஒன்றுக்குள் ஒன்றாக இருக்கின்றன. அனைவருக்கும் சம உரிமையையும் பாதுகாப்பையும் வழங்குவதென்பது இந்தியாவின் பன்முகத் தன்மையின் அடையாளம் ஆகும். அதிலும் குறிப்பாக, மதரீதியான சிறுபான்மையினருக்கான பாதுகாப்பு என்பது ஜனநாயகத்தின் அத்தியாவசியமானதொரு அம்சமாகும். அதைப் போன்றே ஜனநாயக உரிமைகளும் மனித உரிமைகளும் இல்லாமல் மதச் சார்பின்மையை நிலைத்திருக்கச் செய்ய இயலாது. இன்னும் சொல்லப் போனால் உயிரோட்டமானதொரு ஜனநாயகம் இல்லாமல் நமது அரசியல் அமைப்புச் சட்டம் உறுதியளிக்கின்ற பொருளாதார, அரசியல், சமூக சமத்துவத்தை நிலைநாட்ட முடியாது. இத்தகையதொரு மதசார்பற்ற ஜனநாயகத்தை இந்தியாவில் மிக உறுதியாக கடைப்பிடிப்பவர்களாக அன்றும் இன்றும் கம்யூனிஸ்டுகளே இருந்து வருகின்றனர்.

இன்னும் சொல்லப் போனால், 1920ஆம் ஆண்டில், அதாவது இந்திய கம்யூனிஸ்ட் கட்சி தொடங்கப்பட்ட உடனேயே, 1920ஆம் ஆண்டில் பற்றியெரிந்து கொண்டிருந்த வகுப்புவாதக் கலவரங்களின் பின்னணியில், அனைத்து சாதிகளையும் இனங்களையும் சேர்ந்த உழைக்கும் மக்களின் வர்க்க ஒற்றுமையே வகுப்புவாத பிரிவினைகளுக்கான ஒரே மாற்று மருந்து என கட்சியின் சார்பில் எம். என். ராய் குறிப்பிட்டிருந்தார். கடந்து வந்திருந்த இந்த நூற்றாண்டுக் காலம் முழுவதிலும் கம்யூனிஸ்டுகளின் செயல்பாடுகளின் முக்கியத்துவம் என்பது இந்த 'உழைப்பாளிகளின் ஒற்றுமை'யை மேலும் வலுப்படுத்துவதாகவே இருந்து வந்துள்ளது.

அனைவருக்கும் நன்றாகத் தெரிந்ததைப் போலவே, 1920ஆம் ஆண்டில் கம்யூனிஸ்ட் கட்சி தொடங்கப்பட்டதில் இருந்தே, (1921ஆம் ஆண்டில் அமதாபாதில் நடைபெற்ற, 1922இல் கயாவில் நடைபெற்ற மாநாடுகள் மற்றும் இவைபோன்று) ஒவ்வொரு ஆண்டும் நடைபெற்று வந்த இந்திய தேசிய காங்கிரஸின் மாநாட்டிற்கும் இந்திய கம்யூனிஸ்ட் கட்சி ஓர் அறிக்கையை தொடர்ந்து சமர்ப்பித்து வந்தது. தேச விடுதலைக்கான இயக்கத்தின் நிகழ்ச்சி நிரலில் எவையெல்லாம் அடங்கியிருக்க வேண்டும் என்பதைக் குறிப்பிடுவதாகவே இந்த அறிக்கைகள் இருந்தன.

இவற்றில் 1926ஆம் ஆண்டு கவுஹாத்தியில் நடைபெற்ற காங்கிரஸ் மாநாட்டிற்கு சமர்ப்பித்த அறிக்கை நாட்டில் தொடர்ந்து வெடித்தெழுந்த கொடூரமான வகுப்புவாத மோதல்கள் குறித்து குறிப்பாகச் சுட்டிக் காட்டியிருந்தது. உழைப்பாளி மக்களின் ஒற்றுமையை வலுப்படுத்த காங்கிரஸ் மாநாட்டை வலியுறுத்திய அந்த அறிக்கை கூறியதாவது:

“கடந்த சில ஆண்டுகளாக நாட்டை சீரழித்து வரும் வகுப்புவாத மோதல்கள் பலரையும் மனச்சோர்வு அடையச் செய்திருக்கும். நிச்சயமாக அது மனதை சோர்வடையச் செய்யும் ஒரு விஷயம்தான். எனினும் இங்கேயும் கூட மக்களின் கட்சி அதற்கான தீர்வைக் கண்டறியும். மேல்தட்டு வர்க்கங்கள் தங்களின் உரிமைகளுக்காகவும் பிரத்தியேகமான சலுகைகளுக்காகவும் போராடிக் கொண்டிருக்கையில், இந்த இரு இனங்களையும் சேர்ந்த சாதாரண மக்களிடையே மிக முக்கியமான அம்சம் பொதுவானதாக உள்ளது. அதுதான் சுரண்டல். இந்துக்களும் முஸ்லீம்களும் ஒரே தொழிற்சாலைகளில்தான் வியர்வை வழியப் பாடுபடுகின்றனர். இந்துக்களும் முஸ்லீம்களுமாக உள்ள விவசாயிகள் அருகருகே வயலில் உழைக்கின்றனர். அவர்களை நிலப்பிரபுவும், கந்துவட்டிக்காரனும், ஏகாதிபத்தியத்தின் ஏஜெண்டும் சமமான வகையில் சுரண்டுகின்றனர். அவரது முதலாளி அதே மதத்தைச் சேர்ந்தவராக இருந்தபோதிலும் கூட ஒரு முஸ்லீம் தொழிலாளிக்கு நல்ல ஊதியம் கொடுக்கப்படுவதில்லை. அதைப் போலவே இந்து நிலப்பிரபுக்கள் தங்களிடம் உள்ள இந்து குத்தகை விவசாயியிடமிருந்து ஒரு முஸ்லீம் குத்தகை விவசாயியை விடக் குறைவான தொகையை குத்தகையாகப் பெறுவதில்லை.

“சுரண்டப்படும் சிறிய அறிவுஜீவிகள், சிறு வர்த்தகர்கள், கைவினைஞர்கள் போன்ற நடுத்தர வர்க்கத்தினருக்கும் கூட இதே விதி பொருந்துவதாகும். சுரண்டல் என்ற பொதுவான முடிச்சினால்

ஒன்றிணைக்கப்பட்டுள்ள ஒட்டுமொத்த மக்களில் 98 சதவீதம் பேர் வகுப்புவாத மோதல்களில் ஈடுபடுவதற்கு எவ்வித காரணமும் இல்லை. தங்களது பொருளாதார நலன்களை அவர்கள் உணரும்படி செய்வதன் மூலமும், தங்களது பொதுவான எதிரியான சுரண்டல் சக்திகளுக்கு எதிராகப் போராடுவதற்கு அவர்களுக்குத் துணிவான தலைமையை அளிப்பதன் மூலமும் வகுப்புவாத மோதலை தூண்டிவிடுவது என்ற உள்நோக்கம் மிகுந்த கொள்கை அடிப்படையிலேயே தகர்ந்து விழும். இதனை ஒரே நாளில் செய்துவிட முடியாது என்பதும் உண்மைதான். நமது தேச விடுதலை இயக்கத்தின் மிக முக்கியமான அங்கங்களை அரித்துப் போகச் செய்யும் வகுப்புவாதம் என்ற புற்றுநோய்க்கு வேறெந்த மருந்தும் கிடையாது என்பதே உண்மை.”

மதச்சார்பின்மை

அரசியலில் இருந்து மதத்தைப் பிரித்து வைப்பது என்பதே மதச்சார்பின்மை என்பதன் உண்மையான பொருளாகும். இதுவே கம்யூனிஸ்டுகளின் உறுதியான நிலைபாடும் ஆகும். இதன் பொருள் என்னவெனில், மத நம்பிக்கை குறித்த ஒரு தனிநபரின் விருப்பத்தை அரசு எவ்வித தயக்கமும் இன்றிப் பாதுகாக்கும் அதேநேரத்தில், எந்தவொரு குறிப்பிட்ட மதத்தின்மீதும் அது விருப்பம் கொள்ளாது; அல்லது அதை முன்னிலைப்படுத்தாது. எனினும், விடுதலைக்குப் பிந்தைய இந்தியாவில், நடைமுறையில், அனைத்து மதங்களையும் சமமாக நடத்துவது என்பதையே அது குறிப்பிடுவதாகக் குறுக்கப்பட்டுவிட்டது. இதன் உள்ளீடாக உள்ள அம்சம் என்னவெனில், பெரும்பான்மையாக உள்ள மதத்தவரை தங்களுக்கு நெருக்கமானவராகக் கருதும் போக்கே ஆகும். உண்மையில் இந்த அம்சமே இன்றுள்ள வகுப்புவாத, மத அடிப்படைவாத சக்திகளுக்குத் தீனி போட்டு வளர்த்து வருகிறது.

எனவே கம்யூனிஸ்டுகளைப் பொறுத்தவரையில், மதச்சார்பின்மை அல்லது மதச்சார்பற்ற ஜனநாயகத்தைப் பாதுகாப்பது என்பது அனைவரையும் உள்ளடக்கிய இந்தியாவின் தேசியவாதத்தைப் பாதுகாப்பதற்கும், அதன் வழியாக இந்தியாவின் அரசியல் அமைப்புச் சட்டத்தைப் பாதுகாப்பதற்கும், இன்றியமையாத ஒன்றே ஆகும். சிறுபான்மையினரின் உரிமைகளைப் பாதுகாப்பது மட்டுமின்றி, ஜனநாயகத்தின் சாரமாக அமைந்துள்ள அரசியல் அமைப்புச் சட்டம் உறுதிப்படுத்தியுள்ள சமத்துவத்தை வென்றடைவதற்கான முயற்சியும், மேலும் முக்கியமாக,

சோஷலிசம் என்ற குறிக்கோளை அடைவதை நோக்கி முன்னேறுவதற்காக மிகப் பெருமளவில் சுரண்டலுக்கு ஆளாகியுள்ள வர்க்கங்களிடையே வர்க்க ஒற்றுமையை வலுப்படுத்துவதையும் உள்ளடக்கியதாக அமைகிறது. இந்த ஒற்றுமையைத்தான் வகுப்புவாதம் சீர்குலைத்து, இந்திய வரலாற்றை பின் தங்கிய, பிற்போக்கான பாதையை நோக்கி இழுத்துச் செல்கிறது.

மதச்சார்பின்மையை பாதுகாப்பதற்கான போராட்டம்

ஆர் எஸ் எஸ், பாஜகவிடமிருந்து இந்தியாவின் மதசார்பற்ற ஜனநாயகத்திற்கு ஏற்படக்கூடிய அபாயம் குறித்து மார்க்சிஸ்ட் கம்யூனிஸ்ட் கட்சி 2000ஆம் ஆண்டில் மேம்படுத்தப்பட்ட கட்சித் திட்டத்தில் கீழ்க்கண்டவாறு குறிப்பிட்டிருந்தது: "வகுப்புவாத, பாசிஸ ஆர் எஸ் எஸ் தலைமையிலான கூட்டணியின் எழுச்சியும், மத்திய அரசில் அது அதிகாரத்தைக் கைப்பற்றியுள்ளதும் மதசார்பற்ற அடித்தளங்கள் எதிர்கொள்ளும் அபாயத்தை மேலும் அச்சத்திற்குரிய ஒன்றாக மாற்றியுள்ளது. அரசமைப்பு, நிர்வாகம், கல்வி அமைப்புமுறை, ஊடகம் ஆகிய நிறுவனங்களை வகுப்புவாத மயமாக்குவதற்குத் திட்டமிட்ட முயற்சிகள் நடைபெற்று வருகின்றன." (பாரா 5.7)

மேலும் "பாசிஸ போக்குகளின் அபாயம் வலுப்பெற்று வரும் நிலையில், மத அடிப்படையிலான வகுப்புவாதத்தை எதிர்த்து அனைத்து மட்டங்களிலும் உறுதியோடு போராட வேண்டியது அவசியம்" என கட்சியின் கடமையை கட்சித்திட்டம் சுட்டிக் காட்டியிருந்தது. (பாரா 5.8)

இந்தியாவின் அமைப்புச்சட்டரீதியான ஒழுங்கமைவிற்கு அரசு அதிகாரத்தில் உள்ள பாஜக எத்தகைய மோசமான அபாயங்களைக் கொண்டதாக இருக்கும் என்பதை சுட்டிக் காட்டிய கட்சித் திட்டம் கீழ்க்கண்டவாறு குறிப்பிட்டிருந்தது: "பாரதிய ஜனதா கட்சி என்பது பிரிவினைவாத, வகுப்புவாத அடித்தளத்தைக் கொண்ட, பிற்போக்குத்தனமானதொரு கட்சியாகும். அதன் பிற்போக்குத்தனமான உள்ளடக்கம், மற்ற மதங்களுக்கு எதிரான வெறுப்பு, பொறுத்துக்கொள்ள இயலாத தன்மை மற்றும் தீவிர தேசியவாத வெறித்தனம் ஆகியவற்றையும் அடிப்படையாகக் கொண்டதாகும். பாஜக வழக்கமானதொரு முதலாளித்துவ ஆதரவு கட்சி மட்டுமல்ல; பாசிஸ்ட் தன்மை மிக்க ராஷ்ட்ரீய ஸ்வயம் சேவக் சங் அதை வழிநடத்துகிறது; மேலாதிக்கம் செலுத்துகிறது. பாஜக ஆட்சியில் இருக்கும்போது அரசு அதிகாரத்தின், அரசு

இயந்திரத்தின் கருவிகள் அனைத்தையும் எளிதாக அணுகக் கூடிய வசதியை ஆர் எஸ் எஸ் பெற்றுவிடுகிறது. அதன் இந்துத்துவா தத்துவம் மீட்சி வாதத்தை வளர்த்தெடுப்பதோடு, ஒரு இந்து ராஷ்ட்ராவை அமைக்க வேண்டும் என்ற குறிக்கோளுடன் இந்தியாவின் பன்முகக் கலாச்சாரத்தையும் மறுதலிக்கிறது.” *(பாரா 7.14)*

பெருநிறுவன – வகுப்புவாதக் கூட்டணி

தற்போதைய பின்னணியில் 2019ஆம் ஆண்டு நடைபெற்ற பொதுத்தேர்தல் முடிவுகளை ஆய்வு செய்த மார்க்சிஸ்ட் கம்யூனிஸ்ட் கட்சியின் மத்தியக் குழு இந்திய ஆளும் வர்க்கங்கள் ஒரு பெருநிறுவன –வகுப்புவாத கூட்டணியை இப்போது உறுதிப்படுத்தியுள்ளதோடு, ஏகாதிபத்தியத்தின் கீழ்ப்படிந்ததொரு கூட்டாளியாகவும் அது பெருமளவில் மாறி வருகிறது என்றும் சுட்டிக் காட்டியது. மத்தியக் குழுவின் தீர்மானங்களில் சுட்டிக் காட்டப்பட்டிருந்தவை மிகச் சரியானவையே என்பதை அதைத் தொடர்ந்த நிகழ்வுகள் தெளிவாக நிரூபிக்கின்றன.

கொரோனா பெருந்தொற்று, அதைத் தொடர்ந்த ஊரடங்கு ஆகியவற்றின் விளைவாக மக்களின் செயல்பாடுகளின்மீது விதிக்கப்பட்டிருந்த கட்டுப்பாடுகளை தங்களுக்குச் சாதகமாகப் பயன்படுத்திக் கொண்ட ஆர் எஸ் எஸ்./பாஜக/மோடி தலைமையிலான அரசு எவ்வாறு இந்தியாவின் அரசியல் அமைப்பு ரீதியான ஒழுங்கமைவின் உள்ளார்ந்த சீரழிவை இலக்காகக் கொண்டு தாக்குதல் நடத்தியது என்பதை கட்சியின் அரசியல் தலைமைக்குழு, மத்தியக் குழு ஆகியவற்றின் அறிக்கைகள் சுட்டிக் காட்டியிருந்தன.

புதிய தாராளமயக் கொள்கைகள் மிகத் தீவிரமாகப் பின்பற்றப்படுவதன் ஒரு பகுதியாக விரிவான அளவில் தனியார் மயமாக்கல்; தேசத்தின் சொத்துக்களை கொள்ளையடிப்பது; நமது விவசாயத்தை அடமானம் வைக்கின்ற புதிய விவசாய மசோதாக்கள்; அதனோடு கூடவே தொழிலாளி வர்க்கம், விவசாயி வர்க்கம் மற்றும் உழைக்கும் மக்களின் உரிமைகள் மீது கொலைவெறித் தாக்குதல்; வகுப்புவாதரீதியாக மக்களை பிளவுபடுத்துவதை அச்சமூட்டும் வகையில் மேலும் கூர்மைப்படுத்துவது; முஸ்லீம்களை குறிவைத்துச் செயல்படுவது; கருத்து வேறுபாட்டை ‘தேசவிரோதம்’ என்பதாக முத்திரை குத்தி, கொடூரமான சட்டங்களின் கீழ் பெருமளவில் கைது செய்வது; மனித உரிமைகளின் மீதும், ஜனநாயக உரிமைகளின் மீதும் தாக்குதல்

தொடுப்பது என்ற வகையில் இந்த அரசின் செயல்பாடுகள் தொடர்கின்றன. அரசின் இத்தகைய திட்டமிட்ட தாக்குதல்களை ஒன்றுபட்ட மக்களின் வலிமையை அணிதிரட்டுவதன் மூலம் எதிர்த்து நிற்பது அவசியமாகும்.

வகுப்புவாத சக்திகளுக்கு எதிரான போராட்டங்கள், புதிய தாராளமய பொருளாதாரக் கொள்கைகளுக்கு எதிரான போராட்டங்கள் வெவ்வேறானவை அல்ல; மாறாக, அது நாட்டைப் பாதுகாக்கவும், உழைக்கும் வர்க்கங்களின் நலனை முன்னெடுத்துச் செல்லவும் இந்திய மக்கள் மேற்கொண்டுவரும் ஒருங்கிணைந்த போராட்டத்தின் ஒரு பகுதியே ஆகும் என்பதை அங்கீகரிக்க வேண்டிய தேவை உள்ளது.

இன்றைய பின்னணியில், மதச்சார்பின்மை மற்றும் ஜனநாயகத்தைப் பாதுகாப்பதற்கான போராட்டம் என்பது இந்திய அரசியல் அமைப்புச் சட்டத்தைப் பாதுகாக்கவும், அது மக்களுக்கு வழங்கியிருந்த வாக்குறுதிகள் பாதுகாக்கப்படுவது மட்டுமின்றி, அவை அமலாக்கப்படுவதை உறுதிப்படுத்த நடத்தப்படுகின்ற போராட்டங்களின் உள்ளார்ந்த ஒரு பகுதியே ஆகும். கம்யூனிஸ்ட் கட்சி உருவாக்கப்பட்ட நூற்றாண்டைக் கொண்டாடும் வகையில் இந்த ஆண்டு முழுவதிலும் மேற்கொள்ளப்பட்ட நடவடிக்கைகள் இந்தியாவையும் அதன் உழைக்கும் மக்களையும் பாதுகாப்பதற்கான இந்தப் போராட்டத்தை வலுப்படுத்த வேண்டும் என்ற நமது உறுதிப்பாட்டிற்கு மேலும் உத்வேகமளிப்பதாக அமைய வேண்டும்.

மோடி தலைமையிலான இந்த அரசு இந்தியாவை அமெரிக்க ஏகாதிபத்தியத்தின் கைப்பொம்மையாக மாற்றிக் கொண்டிருக்கும் நிலையில் இந்தப் போராட்டம் மிகவும் கடுமையானதொரு போராட்டமே ஆகும். இத்தகைய பன்முகத் தன்மை கொண்ட சவால்களை எதிர்த்து நின்று தோற்கடிக்க நம்மை தயார்ப்படுத்திக் கொள்வதே நமது புரட்சிகர நோக்கத்தை மேலும் முன்னெடுத்துச் செல்வதற்கான இன்றைய தேவையாக அமைகிறது.

கம்யூனிஸ்டுகளும் ஜனநாயகத்திற்கான போராட்டமும்

பிரகாஷ் காரத்

1947ஆம் ஆண்டில் விடுதலை பெற்றபோது இந்தியா பொருளாதாரரீதியாகவும், சமூகரீதியாகவும் மிகவும் பின் தங்கிய ஒரு நாடாக இருந்தது. இந்த நிலைமையானது 200 ஆண்டுக்கால காலனிய ஆதிக்கத்தினால் மேலும் ஆழமானதாக ஆகியிருந்தது. கம்யூனிஸ்ட் கட்சியைப் பொறுத்தவரையில், அதன் முன்னால் இருந்த முக்கியமான கேள்வி என்பது நாடு விடுதலை பெற்ற தருணத்தில் நிறைவேற்றப்படாமல் இருந்த ஜனநாயகப் புரட்சியின் கடமைகளை எவ்வாறு நிறைவு செய்வது என்பதே ஆகும். சமூகத்தின் ஜனநாயகரீதியான உருமாற்றம் என்பது அரசியல்ரீதியான, பொருளாதாரரீதியான, சமூகரீதியான பரிமாணங்களை உள்ளடக்கியதாக இருந்தது.

முதலாளித்துவ கட்சிகளைப் போல் அல்லாமல், கம்யூனிஸ்ட் கட்சியைப் பொறுத்தவரையில் ஜனநாயகம் என்பது வயது வந்தோருக்கு வாக்குரிமை என்ற அடிப்படையிலான வெறும் தேர்தல் ஜனநாயகம் மட்டுமல்ல; ஜனநாயகத்திற்கு அதுமட்டுமே போதுமானதல்ல; வர்க்கச் சுரண்டல், சமூக ஒடுக்குமுறை ஆகியவற்றின் அடிப்படையிலான பொருளாதாரரீதியான, சமூக ரீதியான ஏற்றத் தாழ்வுகளுக்கு முடிவு கட்டுவதாக ஜனநாயகம் இருக்க வேண்டும். பொருளாதார ரீதியான, சமூகரீதியான சமத்துவம் இல்லாவிடில், இந்தியாவில் ஜனநாயகம் என்பது "அடிப்படையிலேயே ஜனநாயகத் தன்மை இல்லாத பூமியில் மேல் பூச்சு செய்வதைப் போன்றது மட்டுமே" என்று டாக்டர் அம்பேத்கர் மிகச் சரியாகவே சுட்டிக் காட்டியிருந்தார்.

தொடக்கத்திலிருந்தே முதலாளித்துவ-நிலப்பிரபுத்துவ கூட்டணியின் வர்க்க ஆட்சியினால் கட்டுப்படுத்தப்பட்டும், சிதைக்கப்பட்டும் இருந்த ஒரு ஜனநாயகத்தை மேலும் ஆழப்படுத்தவும், விரிவுபடுத்தவுமான முயற்சிகளை கம்யூனிஸ்டுகள் மேற்கொண்டு வந்தனர். இவ்வகையில் ஒரு சில முக்கியமான பங்களிப்புகளாக, விவசாய உறவுகளை ஜனநாயகபூர்வமானதாக மாற்றுவதன் ஒரு பகுதியாக, நிலச் சீர்திருத்தங்களுக்கான போராட்டம்; மொழியின் அடிப்படையில் மாநிலங்களை சீரமைப்பதற்கான போராட்டம்; அதிகாரப்பரவல்

மற்றும் பஞ்சாயத்து மற்றும் உள்ளாட்சி அமைப்பிற்கான அதிகாரங்களை நிறுவனமயமாக்கல்; ஜனநாயக உரிமைகளை, அதிலும் குறிப்பாக உழைக்கும் மக்களின் உரிமைகளை, தொடர்ந்து பாதுகாத்து வருவது ஆகியவற்றைக் குறிப்பிடலாம்.

ஜனநாயகபூர்வமான மாற்றத்திற்கான நிலச்சீர்திருத்தம்

நாடு விடுதலை பெற்றபோது ஜமீன்தார்கள், நிலப்பிரபுக்கள் என்ற மிகச் சிறிய பிரிவினரின் கைகளில்தான் பிரம்மாண்டமான அளவிற்கு நிலங்கள் குவிந்து இருந்தன. முதலாளித்துவ-நிலப்பிரபுத்துவ கூட்டணி அரசு அதிகாரத்தில் இருந்ததன் விளைவாக காங்கிரஸ் அரசாங்கம் நிலப்பிரபுத்துவத்தை முற்றிலுமாக அழித்தொழிப்பதற்குத் தயாராக இல்லை. நிலப்பிரபுக்களும் பணக்கார விவசாயிகளும் பயன்பெறும் வகையில் குறிப்பிட்ட அளவிற்கேயான நிலச் சீர்திருத்த நடவடிக்கைகளை மட்டுமே அது மேற்கொண்டது. சட்டபூர்வமாக ஜமீன்தாரி முறை ஒழிக்கப்பட்டுவிட்டது என்ற போதிலும், பெருமளவிலான நிலங்கள் இன்னமும் முன்னாள் ஜமீன்தாரர்களின் கைகளிலேயே இருந்து வந்தன. 1954ஆம் ஆண்டில் எடுக்கப்பட்ட முதலாவது தேசிய மாதிரி ஆய்வு, கிராமப்புறக் குடும்பங்களில் 3.7 சதவீதம் பேரின் கைகளில் மொத்த நிலங்களில் 37 சதவீதம் இருந்தன என்பதை சுட்டிக் காட்டியிருந்தது. இதுவும் கூட குறைவான மதிப்பீடே ஆகும்.

கம்யூனிஸ்ட் கட்சியைப் பொறுத்தவரையில், நிலப்பிரபுத்துவ அமைப்பை பலவீனப்படுத்தவும், விவசாய உறவுகளில் ஜனநாயக ரீதியானதொரு மாற்றத்தைக் கொண்டு வரவும், நிலச்சீர்திருத்தம் என்பது அடிப்படையானதொரு முழக்கமாக மாறியது. நிலச் சீர்திருத்தங்களுக்கான போராட்டம், நில உச்சவரம்பிற்கு அதிகமாக உள்ள உபரி நிலங்களை நிலமில்லாத விவசாயிகளுக்குப் பகிர்ந்தளிப்பது; நில வெளியேற்றத்தைத் தடுத்து நிறுத்துவது; உற்பத்தியில் குத்தகைதாரர்களின் பங்கினை அதிகரிப்பது போன்றவற்றை அடிப்படையாகக் கொண்டு நாட்டின் பல்வேறு பகுதிகளிலும் போராட்டங்கள் வளர்த்தெடுக்கப்பட்டன.

கேரளாவில் ஆட்சி அமைக்க கம்யூனிஸ்ட் கட்சி மக்களால் தேர்ந்தெடுக்கப்பட்டபோது இந்தத் தடை முறிக்கப்பட்டது. இந்த முதல் கம்யூனிஸ்ட் அமைச்சரவை நிலச்சீர்திருத்த நடவடிக்கைகளுக்கான முன்முயற்சியை எடுத்தது. இதன்மூலம் நிலப்பிரபுக்களுக்கு குறைந்தபட்ச இழப்பீடு வழங்கி

குத்தகைதாரர்கள் தாங்கள் பயிரிட்டு வந்த நிலங்களை சொந்தமாக்கிக் கொள்ள முடிந்தது. இந்த கம்யூனிஸ்ட் அமைச்சரவை மத்திய அரசால் கலைக்கப்படுவதற்கான காரணங்களில் ஒன்றாக, இத்தகைய நடவடிக்கைகளுக்கு நிலவுடைமையாளர்களும், பிற்போக்கு சக்திகளும் தெரிவித்த எதிர்ப்பும் இருந்தது.

இதையடுத்து, நிலத்திற்கான போராட்டங்களின் மிகப்பெரும் அலை 1967-69 காலப்பகுதியில் மேற்கு வங்கத்தில் எழுந்தது. முதலாவது ஐக்கிய முன்னணி அரசின் ஆட்சிக்காலத்தில் அவர்களிடமிருந்த பினாமி நிலங்களை கைப்பற்ற வேண்டுமெனக் கோரி ஜோட்டேதாரர்களுக்கு எதிராக மிகப்பெரும் போராட்டங்கள் நடைபெற்றன. இதைத் தொடர்ந்து 1977இல் உருவான இடதுமுன்னணி அரசு குத்தகைதாரர்கள் குறித்த வரலாற்றுச் சிறப்புமிக்க ஒரு சட்டத்தை இயற்றியது. இந்தச் சட்டம் விளைச்சலில் 75 சதவீதத்தை குத்தகைதாரர்கள் எடுத்துக் கொள்வதற்கான உரிமையை அவர்களுக்கு வழங்கியதோடு, அவர்களை பதிவு செய்வதன் மூலம் அவர்கள் பயிரிடும் நிலங்களிலிருந்து வெளியேற்றாமல் தடுக்கவும் வழிவகுத்தது. உச்சவரம்பிற்கு அதிகமாக இருந்த நிலங்கள் அரசால் கையகப்படுத்தப்பட்டு நிலமற்றோருக்குப் பகிர்ந்தளிக்கப்பட்டது. இதன்மூலம் 12 லட்சம் ஏக்கர் நிலம் 25 லட்சத்திற்கும் மேற்பட்ட நிலமற்ற, சிறு விவசாயிகளின் குடும்பங்களிடையே பகிர்ந்து அளிக்கப்பட்டது.

மேற்கு வங்கம், கேரளா, திரிபுரா ஆகிய மாநிலங்களில் இடதுசாரிகளின் தலைமையிலான அரசாங்கங்களின் கீழ் நிலச்சீர்திருத்தத்தை அமலாக்குவது முன்னேற்றம் கண்டது. இந்த நடவடிக்கைகள் விவசாய உறவுகளில் முக்கியமான மாற்றங்களைக் கொண்டு வந்தது. மற்ற மாநிலங்களில் நடந்தவற்றுக்கு முற்றிலும் மாறான வகையில், இந்த மூன்று மாநிலங்களிலும் இருந்த கம்யூனிஸ்ட் இயக்கத்தின் விளைவாகவே நிலச்சீர்திருத்தங்கள் அமலாக்கப்பட்டன.

நாட்டு விடுதலையைத் தொடர்ந்து வந்த தசாப்தங்களில் பீகார், ஆந்திரப் பிரதேசம், கர்நாடகா, மகாராஷ்ட்ரா மற்றும் இதர மாநிலங்களில் கட்சியும் விவசாய சங்கமும் நிலத்திற்கான போராட்டங்கள் பலவற்றையும் நடத்தின. இந்தப் போராட்டங்களின் தாக்கத்தினாலும், இடதுசாரிகளின் தலைமையிலான மூன்று மாநில அரசாங்கங்களின் முன்மாதிரி நடவடிக்கைகள் ஆகியவையும், நாட்டின் மற்ற பகுதிகளில், குறிப்பாக 1970களிலும் 1980களின்

தொடக்க காலத்திலும், ஓரளவிற்கு குறைந்த அளவிலாவது நிலச்சீர்திருத்த நடவடிக்கைகளை மேற்கொள்ள வழிவகுத்தன.

இவ்வகையில் விவசாய உறவுகளை ஜனநாயக ரீதியாக மாற்றி அமைப்பதற்கான போராட்டத்தில் கம்யூனிஸ்ட் இயக்கம் முக்கியமானதொரு பங்கினை வகித்ததோடு, இந்த முயற்சிகளில் குறைந்தது மூன்று மாநிலங்களிலாவது அது வெற்றி பெற்றது என்பதையும் இங்கு குறிப்பிட வேண்டும்.

மொழிவாரி மாநிலங்களின் உருவாக்கம் – கூட்டாட்சிக்கான அடிப்படை

நாடு விடுதலை பெற்ற தருணத்தில், பிரிட்டிஷ் நிர்வாகத்தின் கீழ் இருந்த, பல்வேறு மொழிகள் பேசுகின்ற மக்கள் அடங்கிய மூன்று பகுதிகளும், பல்வேறு வகையான சிற்றரசர்களின் ஆளுகைக்கு உட்பட்ட பல பகுதிகளும் இருந்தன. மொழி மற்றும் தேசிய இன அடிப்படையில் அமைந்த, அவர்களது சொந்த மொழியின் அடிப்படையில் அமைந்த பகுதிகளை மக்களுக்கு வழங்குவது என்பது விடுதலைப் போராட்டத்தின் முக்கிய இலக்குகளில் ஒன்றாக இருந்தது. 1920ஆம் ஆண்டிலேயே காந்திஜியின் முன்முயற்சியின் பேரில் காங்கிரஸ் கட்சி மொழி அடிப்படையில் பிரதேச காங்கிரஸ் கமிட்டிகளை தோற்றுவித்தது. பின்னர் விடுதலைக்குப் பிறகு மொழிவாரியான பகுதிகளை உருவாக்குவது எனவும் காங்கிரஸ் கட்சி உறுதி பூண்டது. எனினும் விடுதலை அடைந்த இந்தியாவின் ஆட்சிப் பொறுப்பை காங்கிரஸ் கட்சி ஏற்ற பிறகு, இந்த வாக்குறுதியிலிருந்து நேரு தலைமையிலான அரசாங்கம் பின்வாங்கியது. மொழிவாரி மாநிலங்களை உருவாக்குவது ஒன்றுபட்ட சந்தைக்கு இடையூறாக இருக்கும் என்று பெருமுதலாளிகளும் அவர்களை பிரதிநிதித்துவப்படுத்தும் அமைப்புகளும் கருதிய நிலையில் அதை எதிர்த்தனர்.

விடுதலைக்கு முந்தைய காலத்திலேயே கம்யூனிஸ்ட் கட்சி தேசிய இனங்கள் குறித்த தனது கொள்கையை தெளிவாகக் கூறியிருந்தது. அதன் அடிப்படையில் மொழியின் அடிப்படையிலான தேசிய இனங்கள் என்ற குறிக்கோளையும் அது அங்கீகரித்திருந்தது. இந்த மொழி சார்ந்த குறிக்கோளின் அடிப்படையில் அமையும் அனைத்து மாநிலங்களின் ஒன்றியமாகவே இந்தியா இருக்க வேண்டும் என்றும் அது விரும்பியது.

இந்திய அரசுக் கட்டமைப்பை ஜனநாயகப்படுத்துவது; கூட்டாட்சி அமைப்பை நிலைநிறுத்துவது ஆகிய நடவடிக்கைகளில் முக்கியமானதொரு அடிவைப்பாக மொழிவாரி மாநிலங்களின்

உருவாக்கம் அமைந்திருந்தது. மொழிவாரி மாநிலங்களை உருவாக்குவது என்பது மிகப்பெரும் ஜனநாயகரீதியான, நிலப்பிரபுத்துவத்திற்கு எதிரான கடமை என்று 1940களிலேயே கம்யூனிஸ்ட் தலைவர்கள் மிகத் தெளிவாகக் குறிப்பிட்டிருந்தனர். ஒண்ணேகால் கோடி மலையாளிகள் பற்றியும், மலையாள மொழி பேசும் மக்களை உள்ளடக்கிய மதராஸ் பகுதியைச் சேர்ந்த மலபார் பகுதி மற்றும் அரசர்களின் ஆட்சிப் பகுதிகளான திருவிதாங்கூர் மற்றும் கொச்சி ஆகியவற்றை உள்ளடக்கிய ஒரே மாநிலத்தைப் பெறுவதற்கான அவர்களின் உரிமை பற்றியும், இ எம் எஸ் நம்பூதிரிபாட் ஒரு பிரசுரத்தை எழுதினார். 1946ஆம் ஆண்டில் பி. சுந்தரய்யா விசாலாந்திரா என்ற கருத்தாக்கத்தை விவரித்து ஒரு பிரசுரம் வெளியிட்டார். இதுவே விசால ஆந்திரா இயக்கத்தின்மீது செல்வாக்கு செலுத்திய கருத்தாக அமைந்திருந்தது. 1950களின் தொடக்கத்தில் மொழிவாரி மாநிலங்களை அமைக்கக் கோரி நடைபெற்ற இயக்கத்தின் மையமாகவும் அது மாறியது. மொழியியல் குறிக்கோளின் அடிப்படையில் வங்காள மாநிலத்தின் அம்சங்களை விளக்கும் வகையில் சோம்நாத் லாஹிரி நதுன் பங்க்ளா என்ற நூலை எழுதினார்.

மொழியின் அடிப்படையில் மாநிலங்களை உருவாக்க மத்திய அரசு மறுத்துவிட்ட நிலையில் (தெலுங்கு பேசும் மக்கள் அனைவரையும் ஒரே மாநிலத்தில் ஒன்றிணைத்து) விசாலாந்திராவை உருவாக்கவும், ஐக்கிய கேரளாவை உருவாக்கவும் இயக்கங்கள் வளர்த்தெடுக்கப்பட்டன. பின்னர் சம்யுக்த மகாராஷ்ட்ரா, மகா குஜராத், பஞ்சாபி சுபா ஆகிய இயக்கங்களும் வலுப்பெற்றன.

ஆந்திரப் பிரதேசம், சம்யுக்த மகாராஷ்ட்ரா ஆகிய மாநிலங்களின் உருவாக்கத்திற்காக நடைபெற்ற வெகுஜன இயக்கங்களில் கம்யூனிஸ்ட் கட்சி மிக முக்கியமான பங்கினை வகித்தது.

பெருமுதலாளிகளின் எதிர்ப்பிற்கிடையிலும், ஒன்றுபட்ட, மத்தியப்படுத்தப்பட்ட ஓர் அரசையே ஆர் எஸ் எஸ் விரும்பியபோதிலும், மொழியின் அடிப்படையிலான மாநிலங்களை உருவாக்குவதற்காக நடைபெற்ற போராட்டங்கள் அனைத்துமே வெற்றி பெற்றன. ஒரே மொழியைப் பேசுவோர் வாழும் பகுதிகளை உள்ளடக்கிய வகையில் அமைந்த மாநிலங்களைக் கொண்டதாக தற்போதைய இந்திய ஒன்றியம் இருப்பதென்பது குறிப்பிடத்தக்கதொரு சாதனையே ஆகும். இதற்காக கம்யூனிஸ்டுகள் நிச்சயமாகப் பெருமைப்பட்டுக் கொள்ளலாம். ஒரு கூட்டாட்சி அமைப்பை நோக்கியும், மாநிலங்களின் உரிமைகளை

உறுதிப்படுத்தியும், இந்திய அரசிற்கு மறுவடிவம் கொடுப்பதற்கான போராட்டத்திற்கு இது அடித்தளமானது.

அதிகாரங்களைப் பகிர்ந்தளித்தல்

மத்திய-மாநில உறவுகளை சீரமைப்பதன் மூலம் மாநிலங்களின் உரிமைகளுக்காகப் போராடுவது மட்டுமின்றி, பஞ்சாயத்து அமைப்புகள் மற்றும் இதர உள்ளாட்சி அமைப்புகளுக்கு அதிகாரத்தைப் பகிர்ந்தளிக்க வேண்டுமென்றும் கம்யூனிஸ்டுகள் போராடி வந்துள்ளனர். அதிகாரங்களையும் ஆதார வளங்களையும் பகிர்ந்தளித்த வகையில் மூன்றடுக்கு பஞ்சாயத்து அமைப்பை மேற்கு வங்க இடதுமுன்னணி அரசு முன்னோடியாக இருந்து நிறைவேற்றியது. இத்தகைய அதிகாரங்கள் வழங்கப்பட்ட பஞ்சாயத்து அமைப்புகளுக்கான தேர்தல் 1978ஆம் ஆண்டில் மேற்கு வங்கத்தில் நடைபெற்றது. அரசியல் அமைப்புச் சட்டத்தின் 73-74 வது திருத்தங்கள் நிறைவேற்றப்படுவதற்கு பத்து ஆண்டுகளுக்கு முன்பாகவே இத்தகைய முன்முயற்சி எடுக்கப்பட்டது என்பதும் குறிப்பிடத்தக்கது. திரிபுராவிலும் கூட அடிமட்ட அளவில் ஜனநாயகத்தை நிலைநாட்டுவதற்கான செயல்திறன் மிக்கதொரு கருவியாக பஞ்சாயத்து அமைப்பு மாறியது. அதனோடு கூடவே அரசியல் அமைப்புச் சட்டத்தின் ஆறாவது அட்டவணையின்கீழ், பழங்குடி மக்களுக்கான சுயாட்சி மாவட்ட கவுன்சிலும் உருவாக்கப்பட்டது. கேரளாவில் 1996ஆம் ஆண்டில் இடது ஜனநாயக முன்னணி அரசு கிராம சபைகளிலிருந்து பெறப்பட்ட தகவல்களைக் கொண்டு திட்டங்களை உருவாக்குவதற்கென அதிகாரம் பகிர்ந்து அளிக்கப்பட்ட திட்டத்திற்கான மக்கள் இயக்கம் ஒன்றை மேற்கொண்டு ஜனநாயகரீதியான அதிகாரப் பரவலுக்கான புதுமையான நடவடிக்கைகளைத் தொடங்கி வைத்தது.

ஜனநாயகத்தைப் பாதுகாப்பதும் புதிய ஆபத்தும்

தொடக்கத்திலிருந்தே கம்யூனிஸ்ட் கட்சி ஜனநாயக அமைப்பை மேலும் விரிவுபடுத்தவும், ஆழப்படுத்தவுமே முயன்று வந்தது. அதை இரண்டு தளங்களில் அது செய்து வந்தது. முதலாவது பாராளுமன்ற அரங்கங்களின் மூலம் அரசியல் அமைப்புச் சட்ட விதிமுறைகள் மற்றும் ஜனநாயக விதிமுறைகள் மூலமும், இரண்டாவதாக, ஜனநாயக உரிமைகளைப் பாதுகாக்கவும், ஜனநாயக உரிமைகள் மற்றும் மனித உரிமைகளை நசுக்கும் கொடுங்கோல் சட்டங்களை எதிர்த்தும் கம்யூனிஸ்ட் இயக்கம் இடைவிடாது போராடி வந்தது.

ஜனநாயகத்தைப் பாதுகாப்பதற்கான போராட்டத்தில் கட்சித் திட்டம் வழங்கியிருந்த எச்சரிக்கையை மார்க்சிஸ்ட் கம்யூனிஸ்ட் கட்சி எப்போதும் நினைவில் கொண்டிருந்தது. “நாடாளுமன்ற அமைப்பிற்கும் ஜனநாயகத்திற்குமான அச்சுறுத்தல் என்பது உழைக்கும் மக்களிடமிருந்தோ, அவர்களின் நலன்களைப் பிரதிபலிக்கும் கட்சிகளில் இருந்தோ வருவதில்லை. இந்த அச்சுறுத்தல் சுரண்டல் வர்க்கங்களில் இருந்துதான் வருகிறது. அவர்கள்தான் தங்களது குறுகிய நலன்களைப் பாதுகாப்பதற்கான ஒரு கருவியாக மாற்றுவதன் மூலம், நாடாளுமன்ற அமைப்பை உள்ளிருந்தும் வெளியிலிருந்தும் பலவீனம் அடையச் செய்கின்றனர். தங்களது நலன்களை முன்னெடுத்துச் செல்வதற்காக மக்கள் நாடாளுமன்ற நிறுவனங்களை பயன்படுத்தத் தொடங்கும்போதும், அதனைத் தொடர்ந்து பெருமுதலாளிகள் மற்றும் நிலப்பிரபுக்களின் செல்வாக்கிலிருந்து விலகும்போதும், இந்த சுரண்டும் வர்க்கங்கள் நாடாளுமன்ற ஜனநாயகத்தை காலில் போட்டு மிதிக்கச் சற்றும் தயங்குவதில்லை...”

முதலாளித்துவத்தின்கீழ் ஜனநாயகத்தை வலுவிழக்கச் செய்யும் முயற்சி எப்போதும் தொடர்ந்து நடைபெற்றுக் கொண்டேயிருக்கிறது. புதிய தாராளமயத்தின் ஆட்சி நிறுவப்பட்ட பிறகு இது மேலும் வெளிப்படையாகத் தெரியத் தொடங்கியுள்ளது. அரசியல் அமைப்புச் சட்டத்தினால் வழங்கப்பட்டுள்ள பெரும்பாலான உரிமைகள் மக்களுக்கு மறுக்கப்படுகின்றன; அல்லது அரசு அதிகாரிகளால் அவை அத்துமீறலுக்கு ஆளாகின்றன. குறிப்பாக, தொழிலாளர்கள், விவசாயிகள் மற்றும் உழைக்கும் மக்களின் இதர பிரிவினரின் போராட்டங்கள் நிகழும்போது இவ்வாறு நடக்கிறது. தடையுத்தரவுகளின் வழியாக கூட்டம் கூடும் உரிமை மறுக்கப்படுகிறது; அவர்களுக்கு எதிராக காவல்துறையும் அரசின் பிற அங்கங்களும் கட்டவிழ்த்து விடப்படுகின்றன. பல்வேறு அடக்குமுறைச் சட்டங்களின் மூலம் தடுப்புக்காவல் விதிமுறைகளைக் கொண்டு அரசியல் தலைவர்களும் செயல்வீரர்களும் கைது செய்யப்படுகின்றனர்.

விடுதலைக்குப் பிந்தைய பல தசாப்தங்களிலும் தொழிலாளி வர்க்கம் மற்றும் உழைக்கும் மக்களின், இதர பிரிவினரின் உரிமைகளை நிலைநாட்ட, பல நேரங்களில் அரசின் அடக்குமுறையையும் எதிர்கொண்டு, கம்யூனிஸ்டுகள் தொடர்ந்து போராடி வந்துள்ளனர். மிசா, என் எஸ் ஏ (தேசிய பாதுகாப்பு சட்டம்), தடா, போட்டா, உவாபா போன்ற தடுப்புக் காவல்

முறைகளுக்கு வழிவகுக்கும் அடக்குமுறை சட்டங்களை அரசு பயன்படுத்துவதை கட்சி தொடர்ந்து எதிர்த்து வந்துள்ளது. ஆளும் வர்க்கங்களின் குறுகிய நலன்களுக்கு சேவை செய்வதற்காக எவ்வாறு ஜனநாயகம் நசுக்கப்பட்டது என்பதற்கு மிக மோசமானதொரு உதாரணமாகவே 1975ஆம் ஆண்டில் இந்திரா காந்தியின் ஆட்சி நாட்டின் மீது திணித்த உள்நாட்டு அவசரநிலை விளங்குகிறது. இந்த அவசரநிலையை மார்க்சிஸ்ட் கம்யூனிஸ்ட் கட்சி எதிர்த்துப் போராடியது; நூற்றுக்கணக்கான அதன் செயல்வீரர்கள் சிறையில் அடைக்கப்பட்டனர்.

கூட்டம் கூடுவதற்கும், அமைதியான முறையில் கண்டனக் கூட்டங்களை நடத்துவதற்கும், தொழிலாளர்கள் வேலைநிறுத்தம் செய்வதற்குமான உரிமைகளை மக்களால் பயன்படுத்த முடியாவிடில் ஜனநாயகம் என்பது பொருளற்ற ஒன்றாக மாறிவிடுகிறது.

இடதுசாரி, ஜனநாயக சக்திகளின் இடைவிடாத போராட்டங்களின் விளைவாகவே மேலே குறிப்பிட்ட அடக்குமுறைச் சட்டங்கள் சில திரும்பப் பெறப்பட்டன; அல்லது காலாவதி ஆகுமாறு விடப்பட்டன. எனினும் பாஜக அரசில் மேலும் கொடூரமானவையாக மாற்றப்பட்டுள்ள என் எஸ் ஏ, உவாபா ஆகிய கருப்புச் சட்டங்கள் இன்றளவும் சட்டநூல்களில் நீடித்து இருப்பதோடு இப்போது அவை விரிவான அளவில் பயன்படுத்தப்பட்டும் வருகின்றன.

அரசியல் அமைப்புச் சட்டத்தில் உள்ள குறிப்பிட்ட சில பிரிவுகளும் கூட ஜனநாயகத்தை ஒடுக்குவதற்காகத் தவறாகப் பயன்படுத்தப்பட்டுள்ளன. அரசியல் அமைப்புச் சட்டரீதியான நிர்வாக அமைப்பு மற்றும் சட்டம்-ஒழுங்கு சீர்குலைந்து விட்டது என ஒரு மாநில ஆளுநர் வழங்கும் அறிக்கையின் அடிப்படையில் ஒரு மாநில அரசை பதவியில் இருந்து நீக்குவதற்கு குடியரசுத் தலைவருக்கு அதிகாரம் வழங்கும் 356வது பிரிவு அவற்றில் ஒன்றாகும்.

கேரளாவில் மக்களால் தேர்ந்தெடுக்கப்பட்டு ஆட்சிக்கு வந்த முதல் கம்யூனிஸ்ட் அரசை 1959ஆம் ஆண்டில் பதவியிலிருந்து நீக்குவதற்கு இந்தப் பிரிவுதான் பயன்படுத்திக் கொள்ளப்பட்டது. மேற்கு வங்கத்திலும், எண்ணற்ற இதர மாநிலங்களிலும், குடியரசுத் தலைவரின், அதன் வழியாக மறைமுகமாக மத்திய அரசின், ஆட்சியை திணிப்பதற்கும் இந்தப் பிரிவு பயன்படுத்திக் கொள்ளப்பட்டது. ஜனநாயகத்தின் மீதான தாக்குதலாகவும் மாநில உரிமைகளின் மீதான தாக்குதலாகவும் அமைகின்ற இந்த 356வது

பிரிவை தொடர்ந்து தவறாகப் பயன்படுத்துவதை எதிர்த்து மக்களின் கருத்தையும் இதர ஜனநாயக சக்திகளின் ஆதரவையும் அணிதிரட்டுவதில் மார்க்சிஸ்ட் கம்யூனிஸ்ட் கட்சி மிக முக்கியமான பங்கினை வகித்துள்ளது.

தொடர்ச்சியான இந்தப் பிரச்சாரத்தின் விளைவாக, இறுதியில், 1994ஆம் ஆண்டில் உச்சநீதிமன்றம் எஸ் ஆர் பொம்மையின் கர்நாடக மாநில அரசை கலைத்தது தொடர்பான வழக்கில் அளித்த தனது தீர்ப்பில் 356வது பிரிவை பயன்படுத்துவது குறித்து ஒரு சில தடைகளை விதித்தது மட்டுமின்றி, இத்தகைய நடவடிக்கைகள் நீதிமன்றத்தின் பரிசீலனைக்கு உட்பட்டதாகும் என்றும் தீர்ப்பளித்தது.

வலுவானதொரு கம்யூனிஸ்ட் இயக்கத்தின் வளர்ச்சியை, குறிப்பாக மாநிலங்களில் அமையும் இடதுசாரிகளின் தலைமையிலான அரசுகளை, ஆளும் வர்க்கங்கள் மிகுந்த கோபத்துடனேயே பார்க்கின்றன. எனவேதான் (இடதுசாரிகள் மிக வலுவாக உள்ள) மேற்கு வங்கம் (1971-77), திரிபுரா (1988-93) ஆகிய இரு மாநிலங்களிலுமே அரைப் பாசிஸ பயங்கரவாதம் கட்டவிழ்த்து விடப்பட்டதை நம்மால் காண முடிந்தது. ஜனநாயகத்தின் மீதான இத்தகைய தாக்குதல்களும் பயங்கரவாத நடவடிக்கைகளும் இந்த இரு மாநிலங்களிலுமே கடந்த சில ஆண்டுகளில் மேற்கு வங்கத்தில் திர்ணாமூல் கட்சியின் ஆட்சியிலும், திரிபுராவில் பாஜகவின் ஆட்சியிலும் மேலும் அதிகமான வீச்சோடு மீண்டும் தலையெடுத்துள்ளது.

உழைக்கும் மக்கள் தங்களது நலன்களை முன்னெடுத்துச் செல்ல நாடாளுமன்ற நிறுவனங்களை பயன்படுத்தும்போது ஆளும் வர்க்கங்கள் நாடாளுமன்ற ஜனநாயகத்தின் மீதே தாக்குதல் தொடுக்கும் என்ற கட்சித் திட்டத்தின் எச்சரிக்கையை இது உறுதிப்படுத்துகிறது. எனவேதான் கம்யூனிஸ இயக்கம் வலுவாக உள்ள இந்த இரு மாநிலங்களிலும் அதைப் போன்றே நாடு முழுவதிலும் ஜனநாயகத்தையும் ஜனநாயக உரிமைகளையும் பாதுகாக்க தொடர்ச்சியான போராட்டங்களை நாம் நடத்தி வருகிறோம்.

இந்துத்துவ எதேச்சாதிகார ஆட்சி பதவிக்கு வந்தபிறகு இது மேலும் முக்கியமானதாக மாறியுள்ளது. கடந்த ஆறு ஆண்டுகளில் ஜனநாயகத்தைப் பாதுகாப்பதும், அரசியல் அமைப்புச் சட்டத்தின்கீழ் வழங்கப்பட்டுள்ள உரிமைகளை பாதுகாப்பதும் நமது போராட்டத்தின் மையக் கருத்தாக மாறியுள்ளது.

நாடாளுமன்ற ஜனநாயகம் மேலும் மேலும் அதிகமான அளவில் பெரு வணிக நிறுவனங்கள், கிராமப்புற செல்வந்தர்கள், கண்ணில் பட்டதையெல்லாம் விழுங்கத் துடிக்கும் முதலாளித்துவ கும்பல்கள் ஆகியவற்றின் விளையாட்டுத் திடலாக மாறியுள்ளது. அரசின் வர்க்கத்தன்மையை எடுத்துக்காட்டுவதாகவே இது அமைகிறது. புதிய தாராளமய ஆட்சியின்கீழ் வர்த்தகமும் அரசியலும் பின்னிப்பிணைந்த ஒன்றாக மாறியுள்ளன.

பணபலத்தினைக் கொண்டு ஜனநாயகத்தை சீரழிப்பது, பெருநிறுவனங்களும் நிதிமூலதனமும் வழங்கியுள்ள பெரும் அளவிலான பணம் புழங்கும் களமாக தேர்தல் அமைப்பு இப்போது மாசடைந்து மிகப்பெரும் அச்சுறுத்தலாகவும் அது மாறியுள்ளது. அந்நிய, இந்திய பெருநிறுவனங்கள் அரசியல் கட்சிகளுக்கு எவ்வித தடையுமின்றி நிதியுதவி செய்யவும், அதையும்கூட தேர்தல் பத்திரங்களுக்கான திட்டத்தின் மூலம் எவ்வித அடையாளமும் இன்றி செய்ய முடியும் என்ற வகையிலும் மோடி அரசு சட்டங்களைத் திருத்தியுள்ளது.

ஜனநாயகத்திற்கு எதிராக பாஜகவின் எதேச்சாதிகார ஆட்சி தொடுக்கும் தாக்குதல்கள் மிக மிக மோசமானவையாக உள்ளன. ஏதாவதொரு உரிமையை அல்லது வேறொரு உரிமையை நிறுத்தி வைக்கவோ அல்லது ரத்து செய்யவோ அது முயற்சிப்பதில்லை. அதற்குப் பதிலாக நாம் காண்பதெல்லாம் அரசியல் அமைப்புச் சட்ட வழிப்பட்ட நிறுவனங்கள், ஜனநாயக நிறுவனங்கள் அனைத்தையும் முற்றிலுமாக வலுவிழக்கச் செய்வதைத்தான், அதன் மூலம் ஒரு இந்துப் பெரும்பான்மைவாதக் குடியரசை நிறுவுவதுதான் அதன் நோக்கமாக உள்ளது.

முடிவுரை

விவசாய சீர்திருத்தங்களுக்கான, மேலும் அதிகமான கூட்டாட்சித் தன்மையுடன் இந்திய அரசின் கட்டமைப்பினை மாற்றி அமைப்பதற்கான போராட்டம், ஆளும் வர்க்கத்தின் அடக்குமுறையையும் எதிர்கொண்டு ஜனநாயகத்தை மேலும் ஆழப்படுத்துவதற்கான நீடித்த முயற்சி ஆகிய கம்யூனிஸ்ட் இயக்கத்தின் இந்தச் செறிவான பாரம்பரியத்தை நாம் முன்னெடுத்துச் செல்ல வேண்டும்.

தற்போது உள்ளதைப் போன்று ஜனநாயகத்திற்கும் நாடாளுமன்ற முறைக்கும் இவ்வளவு மோசமான அச்சுறுத்தல்கள் வேறெந்தவொரு தருணத்திலும் உருவானதில்லை. ஜனநாயகத்தைப் பாதுகாப்பதிலும்

ஜனநாயக விரோத சட்டங்களையும் நடவடிக்கைகளையும் எதிர்ப்பதிலும் மிக நீண்ட வரலாறு படைத்துள்ள கம்யூனிஸ்டுகள் இன்று இந்தச் சவாலை எதிர்கொள்ள வீறுகொண்டு எழ வேண்டும். ஜனநாயகத்தையும் அரசியல் அமைப்புச்சட்ட ரீதியான உரிமைகளையும் பாதுகாப்பதற்காகவும், அனைத்து ஜனநாயக, மதசார்பற்ற சக்திகளையும் ஒன்றிணைக்கும் உந்து சக்தி என்ற பாத்திரத்தை அவர்கள் கையிலெடுக்க வேண்டியதும் அவசியமாகும்.

மகாராஷ்ட்ரா விவசாயிகளின் பேரணி

பெண்களின் விடுதலைக்கான போராட்டத்தின் நூறாண்டுகள்

பிருந்தா காரத்

கம்யூனிஸ்ட் கட்சி 1920ஆம் ஆண்டில் அது தொடங்கியதிலிருந்தே இந்தியாவின் சமூக- பொருளாதார நிலைமைகளின் பின்னணியில் பெண்களின் விடுதலைக்கான போராட்டத்தை முன்னெடுத்துச் செல்ல மார்க்சிய தத்துவத்தையும் நடைமுறையையும் ஒன்றிணைக்க முயற்சி செய்து வந்துள்ளது. 'பெண்களின் பிரச்சனைகள்' குறித்த கட்சியின் புரிதலானது அதனுடைய நேரடியான செயல்பாட்டின் மூலமாக, அதிலும் குறிப்பாக பெண் கம்யூனிஸ்டுகளின் பணி மற்றும் அனுபவம் ஆகியவற்றின் மூலமாக, உருவானது. பெண்களின் எண்ணற்ற இயக்கங்களின் மூலமாகப் பெற்றிருந்த அனைத்து நன்மைகளையும் இன்று பாஜக- ஆர் எஸ் எஸ் கூட்டணியின் பிற்போக்குவாத ஆட்சியில் காணாமலடிக்க முயற்சி செய்யப்பட்டு வரும் ஒரு சூழலில், ஒவ்வொரு தளத்திலும் பெண்களின் உரிமைகளை பாதுகாப்பதற்காக கம்யூனிஸ்டுகள் மேற்கொண்ட பணி பெண்களின் உறுதியான போராட்டங்களில் அவர்களை நேச அணிகளாக மாற்றியுள்ளது.

தொடக்க ஆண்டுகள்

விடுதலைக்கான போராட்டத்திற்குள்ளே சமத்துவத்திற்கான பெண்களின் போராட்டத்திற்கு கம்யூனிஸ்டுகள் புதியதொரு தொலைநோக்கினை கொண்டு வந்தனர். அதில் மூன்று முக்கியமான பிரச்சனைகள் அடங்கியிருந்தன. முதலாவதாக, தொழிலாளி வர்க்கத்தின் உறுப்பினர்கள் என்ற வகையில் பெண்களின் மீதான சுரண்டல் மற்றும் நிலப்பிரபுத்துவத்திற்கும் முதலாளித்துவத்திற்கும் எதிரான போராட்டத்தின் ஒரு பகுதியாக, பெண்களின் விடுதலைக்கான போராட்டத்தின் ஊடாக அதற்குள்ள தொடர்பு; இரண்டாவதாக, பெண்களின் குடியுரிமை குறித்த பிரச்சனை; அதிலும் குறிப்பாக சாதிய அமைப்பை அழித்தொழிப்பதற்கான போராட்டம்; மூன்றாவதாக, பாரம்பரியம், மதரீதியான விதிமுறைகள் மற்றும் தற்போதுள்ள முதலாளித்துவ கலாச்சாரம் ஆகியவற்றின் ஒப்புதலுடன் பெண்களுக்கு எதிராக நிகழ்த்தப்படும் வன்முறை குறித்த பிரச்சனை ஆகியவையே அவையாகும்.

இதைப் பிரதிபலிக்கும் வகையில் 1929ஆம் ஆண்டில் மீரட் சதிவழக்கில் குற்றம் சாட்டப்பட்ட 18 கம்யூனிஸ்டுகள் தங்களது தரப்பில் வெளியிட்ட அறிக்கை இந்திய கம்யூனிஸ்டுகளால் தொடக்கத்திலேயே வெளியிடப்பட்ட மிக முக்கியமான அறிக்கையாக அமைந்திருந்தது. அந்த அறிக்கை இவ்வாறு குறிப்பிட்டிருந்தது: "குடும்பத்தைச் சுற்றியுள்ள உணர்ச்சிகள் என்ற போர்வையானது சுரண்டலுக்கான ஒரு வழியாக அது பயன்படுத்தப்படுவதை மூடி மறைக்க எப்போதும் பயன்படுத்தப்படுகிறது. பெண்களையும் குழந்தைகளையும் சுரண்டுவதற்கு குடும்பம் பயன்படுவது சோஷலிசத்தின் கீழ் மட்டுமே நிறுத்தப்படும் என்று நாம் கூறி வருகிறோம்... பாரம்பரியமாகவே பெண்களின் அந்தஸ்து ஆண்களை விடத் தரம் குறைந்த ஒன்றாக, ஒரு சில நேரங்களில் உண்மையிலேயே அடிமைத்தனமான ஒன்றாக, இருந்து வந்துள்ளது. சோவியத் யூனியனில் தற்போது நடைபெற்று வரும் பெண்களின் விடுதலை என்பதுதான் நாம் செல்ல வேண்டிய வழியாகும்..." வர்க்கச் சுரண்டலுக்கு எதிராகப் போர் முழக்கமிடும் அதே நேரத்தில் ஆணாதிக்கத்தின் அடிப்படையிலான குடும்பக் கட்டமைப்புகளை எதிர்த்து வலுவாக விமர்சிப்பவர்களாகவும் கம்யூனிஸ்டுகள் இருந்து வந்துள்ளனர்.

வர்க்கப்போராட்டத்திலும் பாலின அடிப்படையிலான பாரபட்சத்திற்கு எதிரான போராட்டத்திலும் பெண்களை ஊக்குவிப்பது

விடுதலைக்கான இயக்கத்தின் ஒரு பகுதியாக ஒத்துழையாமை இயக்கம், உப்பு சத்தியாகிரகம் போன்றவற்றில் பங்கேற்பதற்காக பெருந்திரளான பெண்கள் அணிதிரட்டப்பட்டு வந்த அதே நேரத்தில் தொழிற்சங்கங்களில் செயல்பட்டு வந்த கம்யூனிஸ்டுகள் பம்பாய் நகர நெசவாலைகளிலும், ஷோலாப்பூர் பீடித் தொழிற்சாலைகளிலும் இருந்த தொழிலாளிவர்க்க, விவசாயப் பெண்களையும் பீகாரிலும் வங்காளத்திலும் இருந்த விவசாயத் தொழிலாளிகள் மற்றும் பெண் விவசாயிகளையும் ஊதியம், நிலம், தன்மானம் ஆகிய அடிப்படைப் பிரச்சனைகளின் மீதான போராட்டங்களில் அணிதிரட்டி வந்தனர்.

இந்த மிகப்பெரும் தொழிலாளர் அணிதிரட்டலானது அகில இந்திய தொழிற்சங்க காங்கிரஸின் (ஏஐடியுசி) தலைமையில் நடைபெற்றது. 1920ஆம் ஆண்டு தொடங்கப்பட்ட இந்த அமைப்பு வெகு விரைவிலேயே கம்யூனிஸ்டுகளின் செல்வாக்கிற்குள் வந்தது. ஏஐடியுசி தொடங்கப்பட்டவுடனேயே அதில் தன்னை இணைத்துக்

கொண்ட முதல் அமைப்பாளர்களில் ஒருவரான சந்தோஷ் தேவி வங்காளத்தில் இருந்த சணல் தொழிற்சாலை தொழிலாளர்கள் மற்றும் அவர்களது குடும்பங்களிடையே பணியாற்றினார். அதே போன்று பம்பாய் நகரில் பார்வதி போரேயும், தொடர்ந்து வந்த முப்பதுகளிலும் நாற்பதுகளிலும் அகல்யா ரங்கனேகர், உஷா டாய் டாங்கே, விமல் ரணதிவே மற்றும் அவர்களைப் போன்ற பலரும் இந்தப் பணியில் தங்களை ஈடுபடுத்திக் கொண்டனர். 1936ஆம் ஆண்டில் அகில இந்திய விவசாயிகள் சங்கம் தொடங்கப்பட்டபோதும் கம்யூனிஸ்டுகள் அதில் முக்கிய பங்கு வகித்தனர். நிலம், தன்மானம் ஆகிய பிரச்சனைகளின் அடிப்படையில் பெருந்திரளாக அணிதிரட்டப்பட்டவர்களில் விவசாயப் பெண்களும் இருந்தனர். தேபகா, தெலுங்கானா, சுர்மா பள்ளத்தாக்கு ஆகிய போராட்டங்கள் அனைத்துமே இந்தியாவின் உழைக்கும் மக்கள், அதன் உழைப்பாளிகள் பொருளாதார அடிப்படையிலும், சமூக நீதிக்காகவும் முன்னெடுத்த போராட்டங்கள் தனித்துவம் பெற்ற மைல்கற்களாகத் திகழ்கின்றன. இவற்றில் பெண்களின் பங்கு சரிசமமாக இருந்தது என்பது மட்டுமின்றி, செங்கொடிகளை ஏந்தியபடி அந்தப் போராட்டங்களுக்குத் தலைமையேற்று நடத்துபவர்களாகவும் அவர்கள் இருந்தனர்.

கட்சியின் தலைமையின்கீழ் பெண்களின் வர்க்க அடிப்படையிலான நடவடிக்கைகள் அப்போது நிலவி வந்த சமூக விதிமுறைகளுக்கு சவால் விடுவதாகவும் இருந்தன. வர்க்க மற்றும் சமூக கோணத்தில் ஆணாதிக்கத்திற்கு விடப்பட்ட இரட்டைச் சவால்களாகவும் அது இருந்தது.

1945ஆம் ஆண்டில் மகாராஷ்ட்ராவில் தானே மாவட்டத்தில் வாழ்ந்து வந்த வோர்லி பழங்குடி மக்களிடையே கோதாவரி பருலேகர் மேற்கொண்ட பணி இந்த அம்சத்தை மேலும் தெள்ளத் தெளிவாக எடுத்துக் காட்டுகிறது. நிலப்பிரபுக்களின் கொடூரமான சுரண்டலுக்கு எதிரான போராட்டத்தில் பங்கேற்ற பழங்குடிப் பெண்கள் தங்களுக்கும், தங்களை இதுவரை அடக்கி ஒடுக்கி வந்தவர்களுக்கும் இடையே நிலவிய சமூக உறவுகளை மாற்றியமைத்த வர்க்கப் போராட்டத்தில் கூட்டு நடவடிக்கை என்ற வலிமையோடு பங்கேற்றபோது தங்களிடையே எழுந்த விடுதலை உணர்வினை மிகுந்த எழுச்சியோடு விவரித்தனர். நிலப்பிரபுக்களின் கைகளில் அவர்கள் எதிர்கொண்டு வந்த திட்டமிட்ட, கொடூரமான, பாலியல் வன்முறைக்கு எதிராகவும் அவர்களை வெளிப்படையாகப் பேச வைத்தது.

திரிபுராவில், தசரத் தேவ்பர்மாவின் தலைமையின்கீழ், மிக மோசமாக சுரண்டப்பட்டு வந்த பழங்குடி இனங்களிடையே, அதிலும் குறிப்பாகப் பழங்குடிப் பெண்களிடையே, எழுத்தறிவையும் சமூக ரீதியான விழிப்புணர்ச்சியையும் கொண்டுவந்தது கம்யூனிஸ்ட் கட்சிதான். இது அப்போது வழக்கத்தில் இருந்து வந்த நிலப்பிரபுக்கள் கட்டாய உழைப்பைப் பிடுங்கிக் கொள்ளும் 'டிடுன்' என்ற அடிமை முறைக்கு எதிராக பழங்குடி மக்களை கிளர்ந்தெழச் செய்தது. இந்தப் போராட்டத்தில் மூன்று பழங்குடிப் பெண்கள் சுட்டுக் கொல்லப்பட்டனர்.

'வர்க்கத்திற்குள்ளே'

'வர்க்கத்திற்குள்ளேயே' ஆணுக்கும் பெண்ணுக்கும் இடையே சமநிலையற்ற உறவுகள் பெண்களால் தொடங்கி வைக்கப்பட்ட சவால்களை எதிர்கொள்கின்றன. தெலுங்கானா விவசாயிகளின் ஆயுதப் போராட்டத்தில் பங்கேற்றவர்கள் எழுதியுள்ளவை இதுபோன்ற பல பிரச்சனைகளை எழுப்பியுள்ளன. குடும்பத்திற்குள்ளே தற்போது நிலவி வரும் சமன்பாடுகளை கேள்விக்கு உள்ளாக்கும் பெண்கள் பல நேரங்களில் 'பெரியோர் ஏற்பாடு செய்த' திருமணங்களை முடிவுக்குக் கொண்டுவர தீர்மானித்தனர். ஏனெனில் அவர்களது கணவர்கள் இந்த ஆயுதப் போராட்டத்தை ஆதரிக்கவில்லை என்பதே அதற்குக் காரணம். பி. சுந்தரய்யா தனது நூல்களில் இதுபோன்ற பல உதாரணங்களை எடுத்துக் காட்டுகிறார். பெண்கள் இவ்வாறு தங்கள் கருத்துக்களை வெளியிடுவதற்கு எவ்வாறு கட்சி ஊக்கப்படுத்தியது என்பதை இந்தப் போராட்டத்தில் தீவிரமாகப் பங்கேற்ற மல்லு ஸ்வராஜ்யம் விவரித்திருந்தார். இவ்வாறு பெண்களால் எழுப்பப்பட்ட கேள்விகள் இந்தப் போராட்டத்தில் பங்கேற்று வந்த ஆண்களுக்கு உவப்பானதாக இருக்கவில்லை. கணவன் – மனைவி இருவருமே இயக்கத்தில் தீவிரமாகப் பங்கேற்றுச் செயல்படுகையில் வீட்டு வேலைகளை இருவருமே பகிர்ந்து கொள்ள வேண்டியதன் அவசியம் பற்றியும் பெண்கள் கேள்வி எழுப்பினர். இவ்வகையில் ஆண்–பெண் இருவருமே இணைந்து செயல்படுகின்ற இயக்கங்களுக்குள் பல்வேறு தளங்களிலும் பெண்களின் சம உரிமைக்காக கட்சியின் உதவியோடு பெண் கம்யூனிஸ்டுகள் இயக்கத்தை முன்னெடுத்துச் சென்றதோடு, இந்த இயக்கத்திற்கு உள்ளேயும் அவர்கள் முன்னோடியான பங்கினையும் வகித்தனர்.

இதிலிருந்து பெறக்கூடிய முக்கியமான பாடம் என்னவெனில், வர்க்கப் போராட்டமானது அதில் பங்கேற்கும் பெண்களின் சுய

உணர்வை மாற்றியமைக்கும் அதே நேரத்தில், இயக்கத்திற்குள் நிலவும் பாலின அடிப்படையிலான வேறுபாடுகளின் அனைத்து அம்சங்களையும் எதிர்த்துப் போராடுவது என்ற முக்கியமான அம்சம் உள்ளிட்டு அந்தப் போராட்டத்தின் தன்மையையும் அதே அளவிற்கு சமமான அளவில் விரிவுபடுத்துகிறது. இது வர்க்கப் போராட்டத்தை மேலும் வலுப்படுத்துகிறது. இதற்குப் பல தசாப்தங்களுக்குப் பிறகு, அதன் தொடக்க கட்டங்களில் கடும் எதிர்ப்பை எதிர்நோக்கிய, தொழிற்சங்க இயக்கத்திற்குள் உழைக்கும் பெண்களுக்கென தனியாக குழுக்களும் மேடைகளும் அமைக்கப்படுவதற்கு முன்னோடியாக இருந்த பி. டி. ரணதிவே அப்போது இதற்காக முன்வைத்த வாதம் மிகவும் புகழ் பெற்றதாகும். அப்போது அவர் சொன்னார்: “ கார்ல் மார்க்ஸ் ‘உலகத் தொழிலாளர்களே! ஒன்று சேருங்கள்!’ என்று சொன்னபோது வெறும் ஆண் தொழிலாளர்களை மட்டுமே மனதில் வைத்து அந்த முழக்கத்தை எழுப்பவில்லை!” வேறு வார்த்தைகளில் கூறுவதெனில், வர்க்கப் போராட்டமானது முதலாளித்துவத்தின் பாலின அடிப்படையிலான வர்க்கச் சுரண்டலை எதிர்த்தும் நடத்தப்பட வேண்டிய அவசியம் உள்ளது.

சாதியத்தை எதிர்த்த போராட்டத்தில் உள்ளடங்கிய பெண் விடுதலை

தொடக்க கால கம்யூனிஸ்டுகள் மேற்கொண்ட பணிகளில் பெரும்பாலானவை சமூக சீர்திருத்தங்களுக்காகவும் தலித்துகளின் விடுதலைக்காகவுமான சாதிய எதிர்ப்புப் போராட்டங்களாகவே இருந்தன. மிக அதிகமான வகையில் ஒடுக்கப்பட்டு வந்த சாதிகளைச் சேர்ந்த பெண்களிடையே இது மிகப்பெரும் தாக்கத்தை ஏற்படுத்தியது. அதேநேரத்தில், மேல்மட்ட சாதிகளிடையே பெண்களின் அவமானகரமான அந்தஸ்து குறித்தும் கவனம் செலுத்தப்பட்டது. கேரளாவில் நம்பூதிரிகளிடையே இ எம் எஸ் தலைமையிலான இயக்கம் அவர்களிடையே பெருத்த தாக்கத்தை ஏற்படுத்தியது.

எனவே இந்து விதிமுறைகளின் சீர்திருத்தத்திற்கான மசோதா தொடர்பான விவாதமும் அதைத் தொடர்ந்த போராட்டங்களும் நடைபெற்ற காலத்தில் இந்த சீர்திருத்தத்திற்கு ஆதரவான போராட்டங்களில் பெண் கம்யூனிஸ்டுகள் முன்வரிசையில் இருந்தது மிகவும் இயல்பானதொரு வளர்ச்சியாகவே இருந்தது. பெண் கம்யூனிஸ்டுகளின் தலைமையிலான போராட்டங்களைப் பொறுத்தவரையில் இந்து விதிமுறைகளின் சீர்திருத்தத்திற்கான மசோதாவிற்கு ஆதரவான போராட்டமானது சாதிய அமைப்பிற்கு

எதிரான போராட்டத்தோடு பின்னிப் பிணைந்த ஒன்றாகவே மாறிப் போனது. 1940களிலிருந்து 1950களின் இறுதி வரையிலான தசாப்தத்தில் நிலவிய இந்து சட்டங்களில் சீர்திருத்தம் கொண்டுவருவது குறித்த பிரச்சனை பெண்களின் மிகப்பெரும் போராட்டங்களைத் தூண்டி விட்டது.

அதேபோன்று சாதிய ஒடுக்குமுறைக்கு எதிராக அன்றைய கம்யூனிஸ்டுகள் மேற்கொண்ட போராட்டம், அதிலும் குறிப்பாக பிறப்பின் அடிப்படையிலான சாதிய ஏற்றத்தாழ்வு, வர்க்கச் சுரண்டல், பாலின அடிப்படையிலான ஒடுக்குமுறை ஆகிய சமூகரீதியான முச்சந்தியில் நிற்கும் தலித் பெண்களுக்கான போராட்டங்களை பெண் கம்யூனிஸ்டுகள் தொடர்ச்சியாக நடத்தி வந்தனர். சாதிக்கு எதிரான கம்யூனிஸ்டுகளின் புரிதலும் பணியும் இன்றைக்கும் எவ்வளவு பொருத்தமாக உள்ளது என்பதற்கு சமீபத்திய ஹத்ராஸ் சம்பவம் உதாரணமாக உள்ளது.

பெருந்திரளான பெண்களிடையே கம்யூனிஸ்டுகளின் பணி

முந்தைய ஆண்டுகளில் பெண் கம்யூனிஸ்டுகள் அகில இந்திய பெண்கள் காங்கிரஸ் போன்ற பெண்களுக்கான கூட்டமைப்புகளில் இணைந்து செயல்பட்டு வந்தனர். பிரிட்டிஷ் ஆட்சிக்கு எதிராக அனைத்துப் பிரிவுகளையும் சேர்ந்த பெண்களை அணிதிரட்டுவது என்ற நோக்கத்துடன் செயல்பட்டு வந்த இந்த அமைப்பில் பெண் காங்கிரஸ்காரர்களும் இருந்தனர். எனினும் ஏழைப் பிரிவுகளைச் சேர்ந்த பெண்களை அணுகுவது; விரிவான இயக்கத்தின் ஒரு பகுதியாக அவர்களின் கோரிக்கைகளுக்காகக் குரல் எழுப்புவது என்ற அம்சத்திற்கே பெண் கம்யூனிஸ்டுகள் முக்கியத்துவம் தந்து வந்தனர். சாதிக்கு எதிராகவும் மதசார்பற்ற மதிப்பீடுகளுக்காகவும் சமரசமின்றிப் போராடுவதென்பது இந்த அணிதிரட்டலில் அதற்கே உரிய தாக்கத்தை ஏற்படுத்தியது. வெகுவிரைவிலேயே இடதுசாரி நோக்கங்கொண்ட பெண்களுக்கான அமைப்புகளை உருவாக்க வேண்டிய அவசியம் ஏற்பட்டது.

இதற்கிடையே கம்யூனிஸ்ட் எண்ணங்கொண்ட மாணவர்களின் மற்றொரு முக்கியமான முன்முயற்சி 1936ஆம் ஆண்டில் தொடங்கப்பட்ட மாணவர்களுக்கான விரிவானதொரு அமைப்பான அகில இந்திய மாணவர் கூட்டமைப்பிற்குள் நிகழ்ந்தது. அது தொடங்கப்பட்ட மூன்று ஆண்டுகளுக்குள் 1939இல் மாணவிகளை மேலும் சிறப்பான வகையில் அணிதிரட்டுவதற்காக, மாணவிகளுக்கான ஒரு குழு அமைக்கப்பட்டது. இதன் முதல் அமைப்பாளர்களின் ஒருவராக கனக் முகர்ஜி இருந்தார். அதே

போன்று சிட்டகாங் ஆயுதக் கிடங்கின்மீதான தாக்குதலின் நாயகியான கல்பனா தத்தும் அதில் இடம்பெற்றிருந்தார். பல்வேறு மாநிலங்களைச் சேர்ந்த பெண் கம்யூனிஸ்டுகளும் 1940களில் தங்களது பகுதிகளில், உதாரணமாக, கேரளா, தமிழ்நாடு, பஞ்சாப், ஆந்திரப் பிரதேசம் ஆகிய மாநிலங்களில், பெண்களுக்கான சங்கங்களை உருவாக்க முன்முயற்சி எடுத்து வந்தனர். குறிப்பாக வங்காளத்தில் 1942ஆம் ஆண்டில் மகிளா ஆத்ம ரக்ஷா சமிதி என்ற ஓர் அமைப்பை உருவாக்க பெண் கம்யூனிஸ்டுகள் முன்முயற்சி எடுத்தனர். அந்த நேரத்தில் வங்காளத்தை ஆட்டிப் படைத்துவந்த மிகக் கொடுமையான பஞ்சத்தின் பின்னணியில் ஏழைப் பெண்களிடையே பணியாற்றுவதுதான் இந்த அமைப்பின் நோக்கமாக இருந்தது. “இந்தியப் பெண்களின் இயக்கங்களில் கம்யூனிஸ்டுகள்” என்ற புகழ்பெற்ற நூலில் ரேணு சக்ரவர்த்தி இந்த முன்னோடிகளின் மகத்தான பணிகளை விவரித்திருந்தார்.

பல்வேறு மாநிலங்களில் செயல்பட்டு வந்த பெண்களின் அமைப்புகள் ஒன்றிணைந்து இந்தியப் பெண்களுக்கான தேசிய கூட்டமைப்பு என்ற ஓர் அமைப்பினை 1954ஆம் ஆண்டில் உருவாக்கினர். இதில் பெண் கம்யூனிஸ்டுகள் மற்றவர்களோடு இணைந்து செயல்பட்டனர். விடுதலைப் போராட்டத்தின் பாரம்பரியங்களை முன்னெடுத்துச் செல்லும் வகையில், மாநிலக் கிளைகள் பலவும் அல்லது இந்தக் கூட்டமைப்பின் கிளைகளில் பலவும் சுதந்திரமாகச் செயல்படத் தொடங்கினர். பின்னர் 1981ஆம் ஆண்டில் இந்தக் கிளைகள் அனைத்தும் ஒன்றுபட்ட வகையில் இடதுசாரித் தன்மை கொண்ட அகில இந்திய ஜனநாயக மாதர் சங்கம் என்ற அமைப்பைத் தோற்றுவித்தனர். ஒரு கோடிக்கும் மேற்பட்ட பெண்களை உறுப்பினராகக் கொண்டு செயல்பட்டு வரும் இந்தியாவின் மிகப்பெரும் பெண்கள் அமைப்பாக அது உருப்பெற்றது. எனினும் இந்த அமைப்பில் பெண் கம்யூனிஸ்டுகள் செயல்பட்டு வந்த போதிலும் இதனை ஒரு கம்யூனிஸ்ட் அமைப்பாகக் குறிப்பிட முடியாது. பெண்களின் விடுதலையை நோக்கியதொரு அரசியல் அணுகுமுறையைக் கொண்டதாக இந்த அமைப்பு இருந்தபோதிலும், இது ஒரு கம்யூனிஸ்ட் அமைப்பல்ல; அல்லது சில நேரங்களில் தவறாகக் குறிப்பிடப்படுவதைப் போல கம்யூனிஸ்டுகளின் ‘முகப்பு’ அல்ல. தனக்கேயுரிய அமைப்புச் சட்டம், நிகழ்ச்சிநிரல் போன்றவற்றை அது கொண்டுள்ளதோடு, எந்தவொரு அரசியல் கட்சியோடும் இணையாமல் சுதந்திரமாகச் செயல்படும் அமைப்பாகவும் இது விளங்குகிறது. இதன்

உறுப்பினர்களில் பெரும்பாலோருக்கு எந்தவிதமான கட்சி சார்பும் இல்லை.

மார்க்சிஸ்ட் கம்யூனிஸ்ட் கட்சியின் பங்கு

1964ஆம் ஆண்டில் மார்க்சிஸ்ட் கம்யூனிஸ்ட் கட்சி உருவானதை அடுத்து பெண்களின் விடுதலைக்கான போராட்டத்தை முன்னெடுத்துச் செல்வதற்கான கம்யூனிஸ்டுகளின் பங்கு மேலும் பெருமளவிற்கு ஊக்கம் பெற்றது. கம்யூனிஸ்டுகளின் முந்தைய பங்கினை முன்னெடுத்துச் செல்லும் வகையில் மார்க்சிஸ்ட் கம்யூனிஸ்ட் கட்சி 1964ஆம் ஆண்டில் உருவாக்கிய மக்கள் ஜனநாயகப் புரட்சிக்கான அதன் கட்சித் திட்டத்திலும், 2000ஆம் ஆண்டில் மேம்படுத்தப்பட்ட கட்சித் திட்டத்திலும், பெண் விடுதலை குறித்த வர்க்க அடிப்படையிலான அணுகுமுறையின் தத்துவப்பின்னணி தெளிவாக எடுத்துக் கூறப்பட்டிருந்தது.

2000ஆம் ஆண்டில் மேம்படுத்தப்பட்ட கட்சித் திட்டத்தில் மக்கள் ஜனநாயகத்திற்கான திட்டத்தில் குறிப்பிடத்தக்க சேர்க்கையாக இருந்த பிரிவு "குடும்பக் கட்டமைப்பை ஜனநாயகப்படுத்துவதற்கான முனைப்பின் ஒரு பகுதியாக குழந்தை வளர்ப்பு மற்றும் வீட்டு வேலைகளில் பொருத்தமான உதவி ஏற்பாடுகள் இருக்கும்" என்பதாகும். இதன் மூலம் கட்சித் திட்டம் பாலின ரீதியான வேலைப்பிரிவினைக்கு எதிரான முக்கியமானதொரு மார்க்சிய நிலைபாட்டையும், 'புனிதமான' குடும்ப வளையத்திற்குள் ஜனநாயகத்தை விரிவுபடுத்துவதன் தேவையையும் உள்ளே கொண்டு வந்தது. விவசாயப் புரட்சியின் ஒரு பகுதியாக, சாதிக்கு எதிரான, பாலின அடிப்படையிலான ஒடுக்குமுறைக்கு எதிரான போராட்டம் அமையும் என்பதும் குறிப்பாகச் சுட்டிக் காட்டப்பட்டது. "ஐம்பது ஆண்டுகால முதலாளித்துவ – நிலப்பிரபுத்துவ ஆட்சி ஒவ்வொரு துறையிலும் ஆணாதிக்கத்தை நீடித்து நிற்கச் செய்திருக்கிறது" என்றும் கட்சித் திட்டம் குற்றம் சாட்டியது. "பெண் என்ற வகையிலும், தொழிலாளி என்ற வகையிலும், நாட்டின் குடிமகள் என்ற வகையிலும்" பல்வேறு தளங்களில் தொடர்ந்து வரும் பெண்களின் மீதான சுரண்டலை மார்க்சிஸ்ட் கம்யூனிஸ்ட் கட்சியின் திட்டம் குறிப்பாக விவரித்திருந்தது.

2005 டிசம்பரில் மத்தியக் குழுவினால் ஏற்றுக் கொள்ளப்பட்ட "பெண்களின் பிரச்சனைகள், கடமைகள் குறித்த கட்சியின் கண்ணோட்டம்" என்ற ஆவணத்தில் இந்தப் புரிதலானது மேலும் விரிவாக விளக்கப்பட்டிருந்தது. வீட்டு வேலை குறித்த மார்க்சிய

அணுகுமுறை உள்ளிட்டு ‘பெண்களின் பிரச்சனை’களில் மார்க்சிஸ்ட் கம்யூனிஸ்ட் கட்சியின் அணுகுமுறையைப் புரிந்து கொள்ள விரும்பும் எவரொருவரும் அவசியம் படிக்க வேண்டிய ஆவணமாகும் இது.

கொள்கைப் பிரச்சனைகள்

இன்றைய சூழ்நிலையில் இந்தக் கட்டமைப்பிற்கு உள்ளிருந்துதான் கட்சி தனது நிலைபாடுகளை மேற்கொள்கிறது என்பதோடு, பெண்களோடு நேரடியாகத் தொடர்புள்ள பிரச்சனைகளில் போராட்டங்களையும் அது மேற்கொள்கிறது. மார்க்சிஸ்ட் கம்யூனிஸ்ட் கட்சி தோற்றுவிக்கப்பட்டதிலிருந்து வந்த பல தசாப்தங்களில் கட்சி செய்த தலையீடுகள் அனைத்தையும் இங்கே குறிப்பிடுவது இயலாத ஒன்றாகும். எனினும் குடும்பம் உள்ளிட்டு பெண்களின் அந்தஸ்து தொடர்பான எந்தவொரு பிரச்சனையிலும் அனைத்துத் தளங்களிலும் சமத்துவம், உரிமைகளுக்கான போராட்டம் உட்பட மார்க்சிஸ்ட் கம்யூனிஸ்ட் கட்சி முன்னணியில் நிற்காத எந்தவொரு போராட்டமும் இல்லை என்று சொல்வது மட்டுமே போதுமானது. புதியதாராளமயக் கொள்கைகளுக்கு எதிரான கட்சியின் போராட்டமும்கூட பெண்களின் குறிப்பிட்ட பிரச்சனைகள், கோரிக்கைகள் ஆகியவற்றையும் உள்ளடக்கியதாகவே இருந்தன. நாடாளுமன்றத்திலும் மாநில சட்டமன்றங்களிலும் மார்க்சிஸ்ட் கம்யூனிஸ்ட் கட்சியின் சார்பில் உறுப்பினர்களாக இருப்பவர்களும் கூட பெண்கள் இயக்கங்களின் உறுதியாக கூட்டாளிகளாக இருந்ததோடு, பெண்களுக்கான சம உரிமைகளுக்காகவும், நீதிக்காகவும் சட்டங்களை நிறைவேற்றும் முயற்சிகளிலும் தொடர்ந்து ஈடுபட்டு வந்தனர். தற்போதைய இந்தியாவில் பெண்களின் மீதான வன்முறைக்கு எதிரான போராட்டம், இளம்பெண்களின் உரிமைகளைப் பாதுகாப்பது, தாங்களாகவே இணையர்களை தேர்ந்தெடுத்துக் கொள்வதற்கான சுதந்திரத்தைக் கோருவது, தன்பாலின உறவுகளை குற்றம் அற்ற ஒன்றாக ஆக்க வேண்டும் என்ற கோரிக்கைக்கு ஆதரவு, சிறுபான்மை இனங்களைச் சேர்ந்த பெண்களையும் அவர்களது உரிமைகளையும் பாதுகாப்பது போன்ற பல்வேறு பிரச்சனைகளின் மீதும் பெண்களுக்கு ஆதரவாக எவ்வித தயக்கமும் அற்ற நிலைபாட்டை எடுக்கத் தயங்கும் மற்ற கட்சிகளுக்கு முற்றிலும் மாறுபட்டதாகவே மார்க்சிஸ்ட் கட்சியின் நிலைபாடு இருந்து வந்துள்ளது.

மேற்குவங்கம், திரிபுரா, கேரளா போன்ற மாநிலங்களில் மார்க்சிஸ்ட் கம்யூனிஸ்ட் கட்சியின் தலைமையிலான அரசாங்கங்கள் ஆட்சிக்கு வந்தபோது இந்தப் பற்றுறுதி தொடர்ந்து நீடித்தது. சுய உதவிக் குழுக்களின் குடும்பஸ்ரீ இயக்கம் உள்ளிட்டு சபரிமலை சச்சரவு மீதான நிலைபாடு போன்ற சமூக சீர்திருத்தங்களை முன்னெடுத்துச் செல்கின்ற, நாட்டிலேயே தனித்துவமான, கொள்கைரீதியான எண்ணற்ற தலையீடுகளின் மூலம் பெண்களுக்கு ஆதரவான கட்சியின் நிலைபாட்டிற்கு இன்று கேரளாவின் இடதுஜனநாயக முன்னணி ஒரு முன்னுதாரணமாகத் திகழ்கிறது. இதற்கு முன்பாக மேற்கு வங்கத்திலும், திரிபுராவிலும் ஆட்சியில் இருந்த இடது முன்னணி அரசாங்கங்கள் பெண்களின் வாழ்வில் ஒரு மாற்றத்தை ஏற்படுத்தும் வகையில் கல்வி, சுகாதாரத் துறைகளில் குறிப்பிடத்தக்க முன்முயற்சிகளை மேற்கொண்டன. குறிப்பாக மேற்கு வங்கத்தில் நிலச்சீர்திருத்த இயக்கம், ஆண் – பெண் இருவர் பெயரிலுமே நிலத்திற்கான கூட்டுப் பட்டாக்களை வழங்குவது, தனித்து வாழும் பெண்களின் பெயரில் பட்டாக்களை வழங்குவது போன்ற நடவடிக்கைகள் சொத்துரிமை குறித்த சட்டங்களில் மாற்றத்தைக் கொண்டுவருவதற்கு முன்பாகவே, நிலத்தில் பெண்களுக்கு சமவுரிமை வழங்குவதற்காக எடுக்கப்பட்ட முன்னோடியான நடவடிக்கைகளை இங்கு சுட்டிக் காட்டலாம். அதைப் போன்றே நாடாளுமன்றத்திலும் சட்டமன்றங்களிலும் மூன்றில் ஒரு பங்கு இடங்களை பெண்களுக்கென ஒதுக்கீடு செய்ய வேண்டும் என்று கோரி தற்போது நடந்து வரும் இயக்கத்திற்கு பல தசாப்தங்கள் முன்பாகவே மேற்கு வங்கத்தில் வரலாற்றுச் சிறப்புமிக்க வகையில் அதிகாரம் பரவலாக்கப்பட்ட பஞ்சாயத்து அமைப்பில் மூன்றில் ஒரு பங்கு இடங்கள் பெண்களுக்கென ஒதுக்கீடு செய்யப்பட்டன. கிராமப்புறத்தில் உள்ள மிகவும் நலிந்த பிரிவுகளைச் சேர்ந்த பெண்களை முடிவெடுக்கும் அமைப்புகளில் பிரதிநிதிகளாக அமர்த்துவதை கட்சியின் தலைமையிலான இயக்கங்கள் உறுதிப்படுத்தின.

பெண் கம்யூனிஸ்டுகளின் தியாகங்கள்

அதிலும் குறிப்பாக மேற்கு வங்கத்திலும், திரிபுராவிலும் ஆளும் வர்க்கங்களின் கடுமையான தாக்குதல்களுக்கும் ஒடுக்குமுறைக்கும் கட்சி ஆளாகி வரும் நிலையில் ஆண் தோழர்களின் தோளோடு தோள் நின்று பெண் கம்யூனிஸ்டுகள் கடுமையாகப் பணியாற்றியதையும், பல்வேறு தியாகங்களைச்

செய்ததையும் இப்பகுதிகளில் ஏற்பட்ட கம்யூனிஸ்ட் இயக்கத்தின் வளர்ச்சியிலிருந்தே நம்மால் அறிந்துகொள்ள முடியும். கட்சி தொடங்கப்பட்டு நூறாண்டுகள் நிறைவடையும் இந்த வரலாற்றுச் சிறப்புமிக்க தருணத்தில் நமது தியாகிகளை நினைவு கூர்ந்து அவர்களுக்கு வீரவணக்கம் செலுத்தும்போது, செங்கொடிக்காகவும், சமூக -பொருளாதார விடுதலைக்காகவும், சோஷலிசத்திற்காகவும் தங்கள் இன்னுயிரை தியாகம் செய்த துணிவு மிக்க பெண்களும் அவர்களிடையே இருந்ததையும் நாம் நினைவு கூர்கிறோம்.

பெண்கள் போராட்டம்

சமூகநீதிக்கான போராட்டத்தில் கம்யூனிஸ்டுகளின் பங்களிப்பு

பி.வி. ராகவலு

“இந்த அம்சங்கள் அனைத்திற்கும் மேலாக, சமூக ஒடுக்குமுறைக்கு எதிரான போராட்டத்தில் கம்யூனிஸ்டுகளின் ஈடுபாட்டை குறைத்து மதிப்பிட்டுவிட முடியாது என மிக நியாயமான வகையிலேயே கூறிவிட முடியும். வேறு எவரையும்விட அவர்களின் பங்களிப்பு குறைந்ததல்ல.” இ.எம்.எஸ். குறிப்பிட்டார்: “(கேரளாவில்) சோஷலிஸ்ட்-கம்யூனிஸ்ட் இயக்கத்தின் தொடக்க நாட்களில் உயர்சாதி இந்துக் கும்பலுக்கு எதிராக ஒடுக்கப்பட்ட இந்து சாதியினர், முஸ்லீம் – கிறித்துவ சிறுபான்மையினரின் ஜனநாயகரீதியான விருப்பங்களை சோஷலிஸ்ட் – கம்யூனிஸ்டுகள் முன்னெடுத்தனர். சாதிய-வகுப்புவாத பிரிவினைகளுக்கு எதிரான உறுதியான போராளிகளாக, ஜனநாயக இயக்கத்தின் உறுதியான சொத்துக்களாகவே மக்கள் இடதுசாரி சிந்தனை கொண்டவர்களை பார்த்தார்கள்.”

விடுதலைப் போராட்டத்தின்போது அரசியல்சக்திகளிடையே சாதிய அடிப்படையிலான பாரபட்சப் போக்கு, சமூகரீதியான ஒடுக்குமுறை ஆகியவை குறித்து நான்கு முக்கியமான கருத்தோட்டங்கள் நிலவின. இந்தப் போராட்டத்தினை வலுவாக எதிர்க்கும் நிலப்பிரபுத்துவத்தின் பிரதிநிதிகளாக ஆர் எஸ் எஸ் இருந்தது. மநு தர்ம சாஸ்திரம் என்ற மநு நீதியே அவர்களின் வழிகாட்டும் தத்துவமாக இருந்தது. சாதிய அமைப்பு என்பது ‘புராதன இந்தியாவின் பொற்காலத்தில்’ இருந்தே தொடர்ந்து வரும் மகத்தானதொரு சமூக அமைப்பு என்றே அது கருதியது. எனவே சமூக சீர்திருத்த இயக்கத்திற்கான எந்தவொரு போராட்டத்தையும் அது எதிர்த்தது. விடுதலைக்குப் பிறகும் கூட, ஆர் எஸ் எஸ்ஸும் அதன் அரசியல் பிரிவும் – முன்னாளில் ஜனசங்கம், பின்னாளில் பாஜக – தங்களது நோக்கங்களுக்குப் பொருத்தமான வகையில் சமூக அமைப்பை சாதகமாகப் பயன்படுத்திக் கொள்ளும் அதே நேரத்தில் அதே மநு தர்மத்தைப் பின்பற்றி வந்துள்ளன.

விடுதலை இயக்கத்தின் மைய நீரோட்டத்திற்குத் தலைமை வகித்த காந்திஜி நான்கு வருண அமைப்பை வியந்து போற்றினார். எனினும் தீண்டாமை மற்றும் அதுபோன்ற பல பிற்போக்கு

அம்சங்களுக்கு எதிராகவும் அவர் இருந்தார். இவற்றை அகற்றுவதற்கான தனது தீவிர நடவடிக்கைகளை விடுதலைப் போராட்டத்தோடு இணைக்கவும் அவர் முயற்சித்தார். சாதிய அமைப்பை முற்றிலுமாக அகற்றுவது என்ற உந்துதலுக்குப் பதிலாக சாதிய அமைப்பில் கீழ் தட்டிலுள்ள மக்களை விடுதலைப் போராட்டத்தின் ஒரு பகுதியாக மாற்ற வேண்டும் என்ற விருப்பமே காங்கிரஸின் இந்தப் புரிதலை உந்தித் தள்ளியது. நாட்டு விடுதலைக்குப் பிறகும் கூட இந்தப் புரிதலே ஆளும் வர்க்கங்களிடையே இன்றும் நீடித்து வருகிறது. இதன் விளைவாக சாதிய ஒடுக்குமுறையை அகற்றுவதற்குப் பதிலாக இட ஒதுக்கீடு, பிரதிநிதித்துவம் ஆகியவற்றை மட்டுமே வழங்கி இந்தக் கீழ்தட்டு சாதியினரிடையே ஒரு நடுத்தர வர்க்கத்தை உருவாக்குவதில்தான் அவர்கள் தீவிரமாக இருந்தனர்.

இதன் தீவிரமான போக்கின் பிரதிநிதியாகத்தான் டாக்டர் பாபாசாகேப் பி.ஆர். அம்பேத்கர் இருந்தார். சாதிய அமைப்பின்கீழ் சுதந்திரம், சமத்துவம் என்பது சாத்தியமற்ற ஒன்று எனக் குறிப்பிட்ட அவர், சாதியை அழித்தொழிப்பதே தனது இலக்கு என்றும் அறிவித்தார். தலித்களுக்கு எதிராக கடைப்பிடிக்கப்படும் தீண்டாமைக்கு எதிரான போராட்டத்தை அவர் தொடங்கினார். அவரது இலக்கு மிகவும் தீவிரமான ஒன்றாக இருந்தபோதிலும் ஒதுக்கீடு, முறையீடு, மதம் மாறுதல் என்ற பாதையை அவர் தேர்ந்தெடுத்ததானது சாதியை அழித்தொழிப்பதற்கான தீர்வினைக் காட்டுவதாக இருக்கவில்லை. அவரது பாரம்பரியத்தை பின் தொடர்வதாகக் கூறும் பலரும் அம்பேத்கரின் தீவிர முனைப்பை முன்னெடுத்துச் செல்பவர்களாக இருக்கவில்லை. ஆளும் வர்க்கக் கட்சிகள் முன்வைக்கும் தாராளவாத தீர்வுகளோடு அவர்கள் தங்களைக் குறுக்கிக் கொண்டனர்.

சாதிய அமைப்பை முற்றிலுமாக அகற்றுவதை தங்கள் இலக்காக அறிவித்தது மட்டுமின்றி, அதனை நிறைவேற்றுவதற்கான சரியானதொரு பாதையை சுட்டிக் காட்டியதும் கம்யூனிஸ்ட் கட்சி மட்டுமே. இந்த நூறாண்டு காலப்பகுதியில் இந்த இலக்கை அடைவதற்காக சிறப்பான முயற்சிகளையும் அது மேற்கொண்டது. சாதி மற்றும் சாதிய அடிப்படையிலான பல்வேறு வகையான பாரபட்சங்கள், ஒடுக்குமுறை ஆகியவற்றுக்கு எதிரான தத்துவார்த்தப் போராட்டத்தோடு கூடவே, உடனடி நிவாரணத்திற்கான போராட்டத்தையும் நடத்த வேண்டியது அவசியம் என்றும் அது கருதியது. எனினும் இந்தப் போராட்டம் மட்டுமே போதுமானதல்ல

என்றும், நிலப்பிரபுத்துவச் சுரண்டலுக்கும், அவர்களது தற்போதைய வலிமைக்கு ஆதாரமாக இருக்கும் நிலமானது நிலப்பிரபுக்கள், மேல் சாதியினரிடையே குவிந்து கிடப்பதை எதிர்த்தும் நடைபெற்று வரும் போராட்டத்தோடு அதை இணைக்க வேண்டியது அவசியம் என்றும் கட்சி அறிவித்தது. கம்யூனிஸ்ட் இயக்கத்தின் வரலாற்றைப் படிக்கும்போதே இந்த இலக்குகளை அடைவதற்காக கம்யூனிஸ்டுகள் எவ்வளவு கடுமையாகப் பாடுபட்டார்கள் என்பதை நம்மால் புரிந்து கொள்ள முடியும்.

கம்யூனிஸ்ட் கட்சியின் முதல் திட்டமாகக் கருதப்படுகின்ற 1930ஆம் ஆண்டின் செயலுக்கான மேடை குறித்த திட்டவரைவில் இவ்வாறு தெளிவாகக் குறிப்பிடப்பட்டிருந்தது: "அடிமைத் தனத்தை, சாதியமைப்பை, (சமூகம், கலாச்சாரம் போன்ற) அனைத்து வடிவங்களிலான சாதிய ஏற்றத்தாழ்வு ஆகியவற்றை முற்றாக அழித்தொழிக்கவே இந்திய கம்யூனிஸ்ட் கட்சி போராடி வருகிறது. நமது நாட்டின் உழைக்கும் மக்களான தீண்டத்தகாதவர்கள், இதர உழைப்பாளிகள் அனைவரின் முழுமையான, உறுதியான சமத்துவத்திற்காகவே இந்திய கம்யூனிஸ்ட் கட்சி போராடி வருகிறது."

மீரட் சதிவழக்கில் குற்றம் சாட்டப்பட்ட கம்யூனிஸ்டுகள் நீதிமன்றத்தின் முன் விடுத்த பொது அறிக்கையிலும் சாதிய அமைப்பினை கடுமையாகக் கண்டித்திருந்தனர். நமது கிராமங்களில் சாதியமைப்பு தனது மேலாதிக்கத்தை எவ்வாறு நிலைநாட்டியுள்ளது என்பதையும் அவர்கள் விளக்கினர். சாதிய ஒடுக்குமுறையை முற்றாக அழித்தொழிக்க ஒரு விவசாயப் புரட்சியின் அவசியம் பற்றியும் அவர்கள் பேசினர். ஏற்கனவே சோஷலிச, கம்யூனிச தத்துவங்களின்பால் ஈர்க்கப்பட்டிருந்த பகத்சிங் 1929ஆம் ஆண்டு எழுதிய கட்டுரை ஒன்றில் தீண்டாமை குறித்தும் சாதியமைப்பை அழித்தொழிப்பதன் அவசியம் குறித்தும் சுட்டிக் காட்டியிருந்தார். அக்காலப் பகுதியில் விவாதிக்கப்பட்டு வந்த தலித்களுக்கான தனித் தொகுதி ஒதுக்கீடு என்ற யோசனையையும் அவர் ஆதரித்தார்.

சமூக சீர்திருத்த இயக்கங்கள் என்பது கம்யூனிஸ்டுகளின் அன்றாட நடவடிக்கைகளின் ஒரு பகுதியாகவே இருந்தது. சாதி அமைப்பிற்கும் பாலின அடிப்படையிலான பாரபட்சத்திற்கும் எதிரான போராட்டம் என்பது அவர்களது போராட்டங்கள் அனைத்தின் ஒரு பகுதியாகவே இருந்தது. ஆந்திரப் பிரதேசத்தில் பி. சுந்தரய்யா, கேரளாவில் ஏ.கே. கோபாலன், கிருஷ்ணப் பிள்ளை, இ.எம்.எஸ். நம்பூதிரிபாட், தமிழ்நாட்டில் பி.

ராமமூர்த்தி, ஜீவானந்தம், சீனிவாச ராவ், மகாராஷ்ட்ராவில் எஸ். வி. பருலேகர், பி.டி. ரணதிவே, ஆர்.பி. மோரே போன்ற தலைவர்களின் வாழ்க்கை சாதிய அடிப்படையிலான பாரபட்சத்திற்கு எதிரான கம்யூனிஸ்டுகளின் முன்னோடியான நடவடிக்கைகளை எடுத்துக் காட்டுவதாக அமைகின்றன. இந்தத் தலைவர்கள் மட்டுமின்றி, அக்காலப் பகுதியில் இருந்த கிட்டத்தட்ட அனைத்துக் கம்யூனிஸ்டுகளின் வாழ்க்கையுமே, சாதிய அடிப்படையிலான பாரபட்சத்திற்கு எதிரான, சமூக சமத்துவத்திற்கான போராட்டத்தோடு பின்னிப் பிணைந்ததாகவே இருந்தது. பெண்களுக்கு எதிரான சாதிய அமைப்பின் பாரபட்சங்களுக்கு எதிரான, சமூக சீர்திருத்தங்களுக்கான போராட்டங்களிலிருந்து தொடங்கிய அவர்களது அரசியல் பயணத்தின்போது இத்தகைய போராட்டங்களின் குறுகிய வரம்புகளை உணர்ந்து கொண்ட அவர்கள் சோஷலிசத்தை நோக்கி நகர்ந்து கம்யூனிஸ்டுகளாக மாறினர்.

பல்வேறு கட்சி காங்கிரஸ்களிலும் கம்யூனிஸ்ட் கட்சி நிறைவேற்றிய பல்வேறு தீர்மானங்களும் சமூக சீர்திருத்தத்திற்கான கம்யூனிஸ்டுகளின் பணி எவ்வளவு விரிவாக இருந்தன என்பதை நமக்கு எடுத்துக் காட்டுகின்றன. அவற்றில் சில கீழே தரப்படுகிறது:

ஆந்திரா பகுதியில் செய்யப்பட்ட பணிகள் குறித்துப் பரிசீலிக்கையில், அந்தக் காலப்பகுதி குறித்த அறிக்கை இவ்வாறு குறிப்பிடுகிறது: “தீண்டாமை என்ற பேயை எதிர்த்து அது (கம்யூனிஸ்ட் கட்சி) போராடியது. கட்சி உறுப்பினர்கள், தீண்டத்தகாதவர்கள் என்று கருதப்பட்டவர்களோடு உணவைப் பகிர்ந்து கொண்டனர்; அவர்களோடு வசித்தனர்; தங்களது துக்கங்களையும் மகிழ்ச்சியான தருணங்களையும் அவர்களோடு பகிர்ந்து கொண்டனர். வர்க்கப் போராட்டத்தின் தன்மையே அவ்வாறாக இருந்த நிலையில், தீண்டத்தகாதவர் என்று கருதப்பட்டவர்களையும், அவ்வாறு முத்திரை குத்தப்படாதவர்களையும் ஒரே பதாகையின் கீழ் அது ஒன்று சேர்த்தது. திருமணத்திற்கான சடங்குகள் மிகவும் எளிமையாக்கப்பட்டன... வெவ்வேறு சாதிகளுக்கு இடையிலான திருமணங்களும் பெருமளவிற்கு ஆதரவைப் பெற்றன. இவை அனைத்திலுமே கட்சி உறுப்பினர்கள் எப்போதுமே முன்னணியில் நின்றனர்.” அக்காலப்பகுதியில் இதுபோன்ற நடவடிக்கைகள் நாடு முழுவதிலுமே மேற்கொள்ளப்பட்டன.

சாதிய தடைகளைக் கடந்து மக்களிடையே ஒற்றுமையை நிலைநாட்டுவது என்பது அக்காலப் பகுதியில் நடத்தப்பட்ட அனைத்துப் போராட்டங்களிலும், அதிலும் குறிப்பாக விவசாயப் போராட்டங்களில், மிக முக்கியமான அங்கமாக இருந்தது. இத்தகைய போராட்டங்களின் போது உருவான இலக்கியம், பாடல்கள் மற்றும் இதர கலைவடிவங்களை நாம் ஆராய்ந்து பார்த்தோமெனில் எவ்வாறு சாதிக்கு எதிரான உணர்வு மக்களிடையே உருவாக்கப்பட்டது என்பதை நம்மால் உணர்ந்து கொள்ள முடியும்.

தேபகா, புன்னப்புரா-வயலார், மகத்தான தெலுங்கானா ஆயுதப் போராட்டம் போன்ற விவசாயப் போராட்டங்களின்போது தங்கள் சாதி என்ற தடைகளைத் தாண்டி மக்கள் ஒன்றிணைந்ததோடு, ஒன்றுபட்டுப் போராடவும் செய்தனர். தெலுங்கானா ஆயுதப் போராட்டத்தில் பெற்ற அனுபவம் எடுத்துக்காட்டுவது இதுதான்: "கிராமங்களில் சாதிய அடிப்படையிலான வேறுபாடுகள் ஆழ வேரூன்றி இருக்கும். அரசுக்கு எதிரான போராட்டத்தில் சாதி, இன, குழு வேறுபாடின்றி அனைத்து மக்களும் கூட்டாகப் போராட வேண்டிய கட்டாயத்திற்கு ஆளாயினர். எனவே அதன் பிறகு தீண்டாமை என்ற தீய சக்திக்கு எதிராகப் போராடுவதென்பது எளிதான ஒன்றாக ஆயிற்று. கெரில்லா படைகளில் சமத்துவம், பரஸ்பர மரியாதை என்பது கண்டிப்பான முறையில் கடைப்பிடிக்கப்பட்டது. இவ்வகையில் நமது செயல்பாடு மக்களின் கருத்துக்களை மாற்றியமைத்தன."

தீண்டாமை மற்றும் சாதி அடிப்படையிலான பாரபட்சம் ஆகியவற்றுக்கு எதிரான போராட்டத்திலிருந்து கிடைத்த அனுபவத்திலிருந்து கற்றுக் கொண்ட வகையில் கட்சியின் இரண்டாவது காங்கிரஸ் (1948) இவ்வாறு வலியுறுத்தியிருந்தது: "தீண்டத்தகாதவர்கள் என்று கருதப்படுபவர்களுக்கு எதிரான ஒவ்வொரு பாரபட்சமான நடவடிக்கையையும் எப்போதும் மக்களைப் பிளவுபடுத்தியே வைத்திருப்பதற்கான முதலாளித்துவத்தின் ஒரு முயற்சி என்ற வகையில் கண்டிக்கப்பட வேண்டும். அவர்களது நியாயமான கோரிக்கை ஒவ்வொன்றுமே மக்களின் உரிமைகளுக்காக நடத்தப்படும் பொதுவான போராட்டத்தின் ஒரு பகுதி என்ற வகையிலேயே போராடப்பட வேண்டும்."

நாடு விடுதலை பெற்ற பிறகும்கூட, சாதிய அமைப்பை அகற்றுவதற்கான போராட்டத்தில் கம்யூனிஸ்ட் இயக்கத்தின்

இலக்கில் எவ்வித மாற்றமும் இல்லை. அதனது முடிவுகளை அமலாக்குவது, அதன் கொள்கைகளை நிறைவேற்றுவது ஆகியவற்றின்மீது அரசியல்ரீதியான, தத்துவார்த்தரீதியான, ஸ்தாபனரீதியான பிரச்சனைகள் தொடக்கத்தில் தாக்கம் ஏற்படுத்திய போதிலும், விரைவிலேயே சாதிய அமைப்பிற்கு எதிரான, இதர சமூக சீர்திருத்த நடவடிக்கைகள் மீண்டும் முக்கியத்துவம் பெறத் தொடங்கின.

1964ஆம் ஆண்டு நடைபெற்ற கட்சியின் ஏழாவது காங்கிரஸில் நிறைவேற்றப்பட்ட கட்சித் திட்டம் தீண்டாமை, சாதிய வேறுபாடுகள், பெண்களை சமத்துவமற்ற வகையில் நடத்துவது, மதரீதியான சிறுபான்மையினருக்குப் போதிய பாதுகாப்பின்மை போன்றவற்றை எதிர்த்துப் போராட வேண்டியதன் அவசியத்தை வலியுறுத்தியதோடு, மக்கள் ஜனநாயகப் புரட்சிக்கான போராட்டத்தின் ஒரு பகுதியே இவை என்றும் சுட்டிக் காட்டியிருந்தது.

தமிழ்நாடு, தெலுங்கானா, ஆந்திரப் பிரதேசம், கர்நாடகா மற்றும் குறிப்பிட்ட ஒரு சில இந்தி பேசும் மாநிலங்களில் தீண்டாமை, சாதி அடிப்படையிலான பாரபட்சம் ஆகியவற்றுக்கு எதிரான நடவடிக்கைகளும் போராட்டங்களும் இந்த இலக்கு குறித்த கம்யூனிஸ்டுகளின் பற்றுறுதியை பறை சாற்றுகின்றன. நிலச் சீர்திருத்தத்தை அமல்படுத்துவதற்காக மேற்கு வங்கம், கேரளா ஆகிய மாநிலங்களில் இருந்த கம்யூனிஸ்ட் அரசாங்கங்கள் மேற்கொண்ட நடவடிக்கைகள் நிலப்பிரபுத்துவ ஒடுக்குமுறையின் அடித்தளத்தின் மீதே தாக்குதல் தொடுத்ததோடு, உயர்சாதியினரின் மேலாதிக்கத்தை எதிர்த்து நிற்கும் வகையில் தலித்களுக்கும் இதர பிற்படுத்தப்பட்ட வகுப்பினருக்கும் வலிமை தந்ததோடு அவர்களது சுய மரியாதையையும் உறுதிப்படுத்தியது.

இந்த நூறாண்டுகளில் சமூகத்தில் நிலவி வரும் தீண்டாமைக்கு எதிராகவும் பிற்படுத்தப்பட்ட பிரிவினரின் சுயமரியாதைக்காகவும் பல போராட்டங்கள் நடத்தப்பட்ட போதிலும், சாதிய அமைப்பின் அடித்தளத்தை உடைத்து நொறுக்கும் கடமை இன்னமும் நீடித்தே வருகிறது. பழைய நிலப்பிரபுத்துவ உறவுகள் பலவீனமாகிக் கொண்டு வந்தபோதிலும், வளர்ந்து வரும் முதலாளித்துவ வர்க்கங்கள் சாதிய அமைப்பு தொடர்ந்து நீடிப்பதையே விரும்புகின்றன. தங்களது சுரண்டலை அதிகரிக்கவும், மக்களை பிளவுபடுத்தவும், தங்களது வாக்குவங்கி அரசியலை நீடிக்கவும், அவர்களுக்கு சாதி தேவைப்படுகிறது. இந்தக் காரணத்தினால்தான்

சாதியை அழித்தொழிப்பதற்கான போராட்டமானது முதலாளித்துவ அமைப்பு முழுவதற்கும் எதிரான போராட்டத்தோடு பின்னிப் பிணைந்ததாக உள்ளது. இந்தக் காரணத்தினால்தான் சமூக சீர்திருத்தங்கள், இட ஒதுக்கீடு, பிரதிநிதித்துவம், நல்வாழ்வு போன்ற சாதிய ஒடுக்குமுறைக்கு எதிரான தற்காலிக நிவாரண நடவடிக்கைகளுக்கான நமது போராட்டங்களோடு கூடவே, சாதிய அமைப்பு நீடித்திருப்பதை உறுதிப்படுத்துகின்ற முதலாளித்துவ வர்க்கங்களை தோற்கடிப்பது, நிலக்குவிப்பை உடைத்தெறிவது போன்ற இன்னமும் முழுமை பெறாத கடமைகளுக்காகவும் நாம் போராட வேண்டிய அவசியம் உள்ளது.

அது தொடங்கிய காலத்திலிருந்தே கம்யூனிஸ்ட் இயக்கம் சுட்டிக்காட்டி வந்துள்ள பாதை இன்னமும் பொருத்தமான ஒன்றாகவே நீடிக்கிறது. தற்காலிக நிவாரணங்கள், சமூக சீர்திருத்த நடவடிக்கைகள் ஆகியவை அவசியமானவையே; எனினும் அவையே போதுமானதல்ல. விவசாயப் புரட்சியும் சோஷலிசத்தை வென்றடைவதும் மட்டுமே சாதிய அமைப்பினை முற்றிலுமாக அழித்தொழிப்பதற்கு வழிவகுக்கும். இந்த நூறாண்டு கால இயக்கத்தில் பெற்ற அனுபவங்கள் கம்யூனிஸ்ட் இயக்கத்தின் இந்தக் கண்ணோட்டம் உண்மையென நிரூபிக்கின்றன.

விடுதலைப் போராட்டத்தில் கம்யூனிஸ்டுகளின் பங்கு

நிலோத்பல் பாசு

1920ஆம் ஆண்டு அக்டோபர் 17 அன்று தாஷ்கெண்ட் நகரில் இந்திய கம்யூனிஸ்ட் கட்சி தோற்றுவிக்கப்பட்ட நிகழ்வினைக் கொண்டாடும் வகையில் கட்சி மேற்கொண்ட ஓராண்டு கால கொண்டாட்டங்கள் இன்று நிறைவுபெறுகின்றன. எனினும் கட்சி தொடங்கப்பட்ட காலத்திலிருந்தே ஜனநாயக, மதசார்பற்ற, சாதி, இனம், மதம், பொருளாதார அந்தஸ்து ஆகியவற்றை எல்லாம் கடந்து சமத்துவத்தையும் சுதந்திரத்தையும் அனுபவிக்கும் குடிமக்களைக் கொண்ட ஒரு மக்கள் குடியரசாக இந்தியாவின் எதிர்காலத்தை மாற்றி அமைப்பது என்ற இந்திய கம்யூனிஸ்ட் கட்சியின் குறிக்கோள் இன்னமும் நிறைவேறாமலே நீடித்து வருகிறது. மிக மோசமான பின்னடைவுகளையும் அது சந்தித்து வந்துள்ளது. அதிலும் குறிப்பாக சமீப ஆண்டுகளில் அரசியல் அமைப்புச் சட்டத்தின் இந்த அடிப்படைக் குறிக்கோள்களே கேள்விக்கு உரியவையாக மாறியுள்ளன. ஏற்றத்தாழ்வு, சுரண்டல், அரசியல் அமைப்புச் சட்டம் நமக்கு வழங்கியுள்ள உரிமைகளும் சுதந்திரங்களும் மதத்தின் அடிப்படையில் நீர்த்துப் போவது, சாதி மற்றும் பாலின அடிப்படையிலான பாரபட்சம் ஆகியவற்றை மிக மோசமான அளவில் நாம் அனுபவித்துக் கொண்டு வருகிறோம். இத்தகையதொரு பின்னணியில் விடுதலைப் போராட்டத்தில் கம்யூனிஸ்டுகளின் பங்கை நினைவு கூர்வதென்பது முக்கியமானதாக ஆகிறது. இன்று அச்சுறுத்தலுக்கு ஆளாகியுள்ள அரசியல் ரீதியான சுதந்திரம், குடிமக்களின் சமத்துவம் ஆகிய இந்தக் கருத்துக்களை நிலைநிறுத்துவதில் கம்யூனிஸ்டுகளின் பங்கு குறிப்பிடத்தக்கதாகும்.

பின்னணி

பிரிட்டிஷ் ஆட்சியின் பலதிறப்பட்ட வரலாறும் அது நமது மக்களை கொடூரமாகச் சுரண்டியதுமே விடுதலைக்கான நமது போராட்டத்தை உந்தித் தள்ளியது. இந்திய மக்களின் விரிந்து பரந்த, பல்வேறு வகைப்பட்ட நிலைமைகளில் மக்களின் எண்ணிலடங்கா போராட்டங்களே நாடு தழுவிய அளவிலான விடுதலைப் போராட்டமாக உருவெடுக்க வழிவகுத்தன. இந்தப் போராட்டங்கள் ஒவ்வொன்றின் உடனடிக் காரணமாக இருந்தது பிரிட்டிஷ் பேரரசினை நிலைத்து நிற்கச் செய்துவந்த முக்கிய

செயலான கொள்ளையும் பறிமுதலுமே என்பதை இங்கு மீண்டும் வலியுறுத்த வேண்டியது பொருத்தமானதாக இருக்கும்.

இந்தக் காலனிய சுரண்டலுக்கு எதிரான முதலாவது அணிதிரட்டப்பட்ட வெளிப்பாடு பிரிட்டிஷ் இந்திய ராணுவத்தில் இருந்த இந்திய வீரர்களின் எழுச்சியில் வெளிப்பட்டது. இந்த எழுச்சி தொடங்கிய 1857 மே 10லிருந்து 1857 செப்டெம்பர் 20 அன்று மீண்டும் தில்லியை கைப்பற்றுவதற்கு பிரிட்டிஷ் நிர்வாகத்திற்கு நான்கு மாதங்கள் பிடித்தன. ஆனால் கிளர்ந்து எழுந்த வீரர்களின் மீது மீண்டும் தங்களது ஆதிக்கத்தை நிலைநாட்டவும், இந்த எழுச்சியின் பிடியில் இருந்த வட இந்தியாவின் பெரும்பாலான பகுதிகளை மீண்டும் கைப்பற்றவும் அவர்களுக்கு கிட்டத்தட்ட இரண்டு ஆண்டுகள் ஆயிற்று.

காலனிய வரலாறு குறித்து எழுதப்பட்ட பெரும்பாலான எழுத்துக்கள் இந்தக் கலகத்தின் முக்கியத்துவத்தை குறைத்து மதிப்பிடவே முயற்சித்தன. எனினும் ஒரு சில எழுத்துக்கள் அப்போதிருந்த சூழலை தெளிவாகப் படம்பிடித்துக் காட்டின. இந்த எழுச்சிக்கான உடனடி தூண்டுதல் இந்திய சிற்றரசர்கள் ஆளும் பகுதிகளில் தங்களது ஆட்சியதிகாரத்தை பிரிட்டிஷ் காலனி ஆதிக்கவாதிகளிடம் இழந்து நின்றவர்கள், பிரபுக்கள், ஜமீன்தார்கள் ஆகியோரிடையே நிலவிய அதிருப்தி, இந்திய வீரர்கள் மற்றும் பிரிட்டிஷ் ஆட்சியின் கீழ் பேரழிவை எதிர்கொண்டு வந்த பெருந்திரளான சாதாரண உழைக்கும் மக்கள் ஆகியோர் ஒன்று திரண்டு கிளர்ந்து எழுந்ததே ஆகும்.

நாடு தழுவிய அளவில் ஏற்பட்ட கிளர்ச்சியை 'சிப்பாய் கலகம்' என்று குறைத்து மதிப்பிட்டு, மக்களின் பங்கினை குறைத்துக் காட்டவும் முயற்சித்த பிரிட்டிஷ் வரலாற்றாசிரியர்களின் முயற்சிகளை மறுதலிக்கும் வகையில் இந்தக் கலகத்தை 'இந்து-முஸ்லீம்களின் நாடுதழுவிய எழுச்சி' என்று கார்ல் மார்க்ஸ் வகைப்படுத்தியது மட்டுமின்றி, "உண்மையில் ராணுவத்தில் ஏற்பட்ட எழுச்சி என்பது நாடு தழுவிய ஓர் எழுச்சியே" என்றும் குறிப்பிட்டார்.

இந்த எழுச்சியினால் ஏற்பட்ட மிகப் பெரும் தாக்கத்தைப் போலவே, அது நீடித்து நிற்கத் தவறியதற்கான பாடங்களும் அதே அளவிற்கு மிகவும் ஆழமானவை. நிச்சயமற்ற நிலையை எதிர்கொண்ட இந்திய சிற்றரசர்கள் பலரும், பெரும் ஜமீன்தாரர்களும் பிரிட்டிஷாரின் பக்கத்தில் உறுதியாக நின்றனர். இதனை அங்கீகரித்த வகையில் அன்றைய கவர்னர் ஜெனரல் கானிங் பிரபு

வெளிப்படையாகவே இவ்வாறு குறிப்பிட்டார்: "அவர்கள் (சிற்றரசர்கள்) மட்டும் இந்தப் புயலின்போது தடுப்பணைகளாகச் செயல்படாமல் இருந்திருந்தால் இந்தப் பெருவெள்ளப் பேரலையில் நாங்கள் ஒரேயடியாக அடித்துச் செல்லப்பட்டிருப்போம்."

இதற்கு பிரிட்டிஷாரின் எதிர்வினையானது சந்தேகத்திற்கு இடமில்லாத ஒரு பாடத்தை வலியுறுத்தியது: இந்தியாவின் விடுதலைப் போராட்டம் என்பது நிலப்பிரபுத்துவத்திற்கு எதிரான போராட்டமாகத்தான் இருக்க வேண்டும். பெரும் எண்ணிக்கையிலான விவசாய மக்களை விவசாய நெருக்கடிக்கு எதிரான போராட்டத்தில் அணிதிரட்டாமல், விடுதலைக்கான இயக்கம் எப்போதுமே வெற்றி பெறாது.

பிரிட்டிஷாரும் 1857 எழுச்சியில் தகுந்த பாடத்தைக் கற்றுக் கொண்டனர். இந்துக்கள், முஸ்லீம்கள், சிற்றரசர்கள் ஆகிய பிரிவினரை பொதுவானதொரு நோக்கம் உள்ளவர்களாக நீடிக்க அனுமதித்தால், பிரிட்டிஷ் ஆட்சியை நிலைத்துநிற்கச் செய்ய முடியாது என்பதே அந்தப் பாடமாகும். அக்காலத்திய சம்பவங்களை தொகுத்தளித்த பிரிட்டிஷ்காரரான தாமஸ் லோவே இவ்வாறு குறிப்பிட்டிருந்தார்: "பசுவை கொன்று அதன் இறைச்சியை உண்பவர்களும், பசுவை வணங்குபவர்களும், பன்றியை வெறுப்பவர்களும், பன்றி இறைச்சியை உண்பவர்களும் ஒன்று சேர்ந்து கிளர்ச்சியில் ஈடுபட்டனர். இதுபோன்ற ஒரு சம்பவம் மீண்டும் நிகழாமல் தடுக்கப்பட வேண்டும்!" இயற்கையாகவே இந்த முடிவுதான் பிரிட்டிஷ் ஆட்சியாளர்கள் 'பிரித்து ஆளும்' சூழ்ச்சியை தீவிரமாகச் செயல்படுத்தக் காரணமாக இருந்தது.

விடுதலைப் போராட்டத்தில் தங்களது பங்கினை வரையறுக்கும்போது கம்யூனிஸ்டுகள் இந்தப் பாடங்களை நன்கு உள்வாங்கிக் கொண்டனர்.

இந்திய கம்யூனிஸ்ட் கட்சியின் தொடக்க ஆண்டுகள்

பிரிட்டிஷ் ஆட்சிக்கு எதிராக வெடித்தெழுந்த இந்திய மக்களின் உள்ளூர் அளவிலான போராட்டங்கள் மற்றும் அதன் பல்வேறு நீரோட்டங்களையும் உள்வாங்கிக் கொள்வதில் கம்யூனிஸ்ட் கட்சி உறுதியாக இருந்தபோதிலும், அதற்கு உடனடியான ஊக்கம் அளித்தது மகத்தான அக்டோபர் புரட்சியின் வெற்றி என்பது மிகத் தெளிவான உண்மையாகும். குறிப்பாக, காலனியம் பற்றிய தனது கொள்கையின்மூலம் லெனின் கம்யூனிஸ்ட் கட்சியை

தொடங்குவதற்கு வழிவகுத்தார். இந்தியாவில் மட்டுமின்றி, மற்ற இடங்களிலும் தொடக்கத்தில் புரட்சியாளர்கள் சிறு சிறு குழுக்களின் வடிவத்தில் ஐரோப்பாவின் பல்வேறு பகுதிகளிலும் குடியேறி மார்க்சியத்தை தழுவிக் கொண்டவர்கள் இதில் அளித்த பங்கு குறிப்பிடத்தக்கதாகும். இதுபற்றி முசாஃபர் அகமது குறிப்பிட்டார்: " வெளிநாட்டில் நிறுவப்பட்ட கட்சி ஸ்தாபனத்தின் விரிவுபடுத்தப்பட்ட வடிவமே இந்திய கம்யூனிஸ்ட் கட்சி ஆகும்." 1922-23 ஆம் ஆண்டுகளில் கம்யூனிஸ்டுகளின் மீது திணிக்கப்பட்ட பெஷாவர் கம்யூனிஸ்ட் சதிவழக்கிலிருந்து இந்த உண்மை மிகத் தெளிவாகப் புலப்படுகிறது. இந்த வழக்கில் குற்றம் சாட்டப்பட்ட பத்து பேரில் ஒன்பது பேர் கட்சியின் வெளிநாட்டுக் கிளையில் உறுப்பினர்களாக இருந்தவர்கள். அப்போதுதான் தொடங்கப்பட்டிருந்த இளம் கட்சியின்மீது பெஷாவர் சதிவழக்கு (23-1922), கான்பூர் சதிவழக்கு (1924), அரசுக்கு மோசமான இகழ்ச்சியைப் பெற்றுத் தந்த, இந்திய கம்யூனிஸ்ட் கட்சியின் முக்கியமான 31 தலைவர்கள் தண்டனை பெற்ற, மீரட் சதிவழக்கு (1929) ஆகியவற்றிலிருந்து கம்யூனிஸ்ட் கட்சியின் உருவாக்கத்தினால் ஏற்படும் விளைவுகள் பிரிட்டிஷ் ஆட்சியாளர்களுக்கு எத்தகைய அதிர்ச்சியை கொடுத்தது என்பதை நம்மால் தெளிவாக அறிந்து கொள்ள முடியும்.

எனினும் பின்னாளில் என்ன நடக்கவிருக்கிறது என்பதைப் பற்றியெல்லாம் கவலைப்படாமல், புதிதாகப் பிறந்த அந்தக் கட்சி இந்திய அரசியலில் ஒரு தாக்கத்தை ஏற்படுத்த வேண்டும் என்ற துடிப்புடன் 1921ஆம் ஆண்டு அகமதாபாத் நகரில் நடைபெற்ற காங்கிரஸ் மாநாட்டில் முழுமையான விடுதலைக்கான தீர்மானம் ஒன்றை முன்வைத்தது. கட்சியின் சார்பில் இத்தீர்மானத்தை முன்வைத்த மவுலானா ஹஸ்ரத் மோஹானி, சுவாமி குமரானந்த் ஆகியோர் விடுதலைப் போராட்டத்தின் மிக உயிரோட்டமான எதிர்பார்ப்புகளை எடுத்துக் கூறினர். முழுமையான விடுதலை என்ற இந்தத் தீர்மானம் இறுதியில் 1929ஆம் ஆண்டில்தான் காங்கிரஸ் கட்சியால் ஏற்றுக் கொள்ளப்பட்டது.

மக்களுடனான தொடர்புகள்: விவசாய – தொழிலாளி வர்க்கப் போராட்டங்கள்

அகில இந்திய காங்கிரஸ் கமிட்டியின் அகமதாபாத் மாநாட்டில் கம்யூனிஸ்டுகள் இத்தீர்மானத்தைக் கொண்டு வருவதற்கு முன்பாக, எம். என். ராய், அபானி முகர்ஜி ஆகிய இருவரும் மாநாட்டிற்கு வெளிப்படையான ஒரு கடிதத்தை அனுப்பியிருந்தனர். காங்கிரஸ் கட்சியிடம் அக்கடிதம் இவ்வாறு கோரியிருந்தது:

“தொழிற்சங்கங்களின் குறைந்தபட்சக் கோரிக்கைகளை உங்களது சொந்தக் கோரிக்கைகளாக ஏற்றுக் கொள்ளுங்கள்; விவசாய சங்கங்களின் திட்டத்தை உங்களது சொந்தத் திட்டமாக ஏற்றுக் கொள்ளுங்கள். அப்போது எவ்விதமான தடைகளும் தடுத்து நிறுத்தமுடியாத ஒரு சக்தியாக காங்கிரஸ் மாறும். தங்களின் பொருளாயத நலன்களுக்காகப் போராடுகின்ற மக்கள் அனைவரின் தடுத்து நிறுத்தமுடியாத வலிமை அதன் பின்னே இருக்கும்.”

பிரிட்டிஷ் ஆட்சியிடமிருந்து விடுதலை பெறுவதற்கான ஒட்டுமொத்த தேசிய இயக்கத்தின் ஒரு பகுதியாக, விடுதலைப் போராட்டத்தில் கம்யூனிஸ்டுகளின் பங்கினை விரித்துக் கூறுவதாகவே கம்யூனிஸ்ட் கட்சியின் அணுகுமுறை இருந்தது. மிக விரிவான அளவில் தொழிலாளர்களையும், விவசாயிகளையும், சமூகரீதியான பாரபட்சம் மற்றும் சாதிய படிநிலை ஆகியவற்றால் பாதிப்பிற்கு ஆளானவர்களையும் சமூகப் பிரச்சனைகளுக்கான போராட்டங்களிலும், வர்க்கப் போராட்டங்களிலும் அணிதிரட்டுவதற்கு அழுத்தம் தரப்பட்டது. இது விடுதலைக்கு மட்டுமே ஆனதல்ல என்பது வெளிப்படை. மாறாக, சோஷலிசத்தை நிறுவுவது என்ற இறுதி நோக்கத்துடன் அவர்களது பொருளாயத நிலைமைகளில் ஒரு மாற்றத்தைக் கொண்டு வருவதற்கானதாகும். சந்தேகத்திற்கு இடமின்றி இது தேசிய இயக்கத்தில் புதியதொரு போக்கே ஆகும்.

தொடக்க நாட்களிலிருந்தே இந்து-முஸ்லீம் ஒற்றுமையை வளர்த்தெடுப்பது என்ற பிரச்சனையில் கம்யூனிஸ்ட் கட்சி தலையீடு செய்தது. பிரிட்டிஷாரின் ஆதரவு பெற்ற இந்து மகாசபா, முஸ்லீம் லீக் ஆகியவற்றால் பின்பற்றப்பட்டு வந்த வகுப்புவாதப் பிரிவினைகளை அது எதிர்த்துப் போராடியது.

கம்யூனிஸ்ட் தலையீட்டின் மற்றொரு அம்சம் சாதிய ஒடுக்குமுறை போன்ற சமூகப் பிரச்சனைகளில் தலையீடு செய்ததாகும். நிலப்பிரபுத்துவத்திற்கு எதிரான, ஏகாதிபத்தியத்திற்கு எதிரான நிகழ்ச்சிநிரலுடன் இதை இணைக்கவும் முயற்சிக்கப்பட்டது. இதன் நோக்கம் சாதிய அமைப்பினை சீர்திருத்துவதல்ல; மாறாக, அதனை முற்றிலுமாக அழித்தொழிப்பதே ஆகும்.

தொடக்கத்தில் காங்கிரஸ் கட்சியினால் அணிதிரட்டப்பட்ட விவசாயிகள் நிலப்பிரபுத்துவத்தை எதிர்த்து நிற்க காங்கிரஸ் மறுத்ததைத் தொடர்ந்து அக்கட்சியின் மீது நம்பிக்கை இழந்தனர். இது தங்களின் சொந்தக் கோரிக்கைகளின் அடிப்படையில் அணிதிரள வேண்டும் என்ற விழிப்புணர்வு அவர்களிடையே

வளர்வதற்கும் வழிவகுத்தது. உள்ளூர் அளவிலும், பகுதி அளவிலும் போராட்டங்கள் வெடித்தெழுந்தன. அதிலும் குறிப்பாக, இரண்டாம் உலகப் போருக்குப் பிந்தைய எழுச்சியின் ஒரு பகுதியாக அவை வேகமெடுத்தன. வங்கத்தில் தேபகா போராட்டம், கேரளாவின் பல்வேறு இடங்களிலும் நடைபெற்ற விவசாயிகளின் எண்ணற்ற போராட்டங்கள், மகாராஷ்ட்ராவில் வார்லி ஆதிவாசி மக்களின் போராட்டம், பீகாரில் பக்ஷாத் போராட்டம், அசாமில் சுர்மா பள்ளத்தாக்கு விவசாயிகளின் போராட்டம் என பெரும் எண்ணிக்கையில் விவசாயிகள் போராட்டங்களில் அணிதிரண்டனர். இவை அனைத்திலுமே மிகப் பெரியதாக அமைந்திருந்தது நிஜாமின் ஆட்சிக்கு எதிராக தெலுங்கானாவில் ஒரு ஆயுதப் போராட்டம் என்ற வடிவத்தை மேற்கொண்ட விவசாயிகளின் எழுச்ச்சியே ஆகும்.

அதேபோன்று கல்கத்தா, கான்பூர், பம்பாய், சென்னை போன்ற நாட்டின் பல்வேறு பகுதிகளிலும் ரயில்வே, நிலக்கரி சுரங்கங்கள், சணல், பருத்தி, தேயிலைத் தோட்டங்கள் போன்ற மிக முக்கியமான தொழில் துறைகளிலும் பல்வேறு போராட்டங்கள் நடைபெற்றன. இந்தத் தொழிலாளர்களின் போராட்டங்களிலேயே மிகவும் குறிப்பிடத்தக்கதாக அமைந்தது பம்பாயில் கப்பற்படை எழுச்சிக்கு ஆதரவு தெரிவித்து பம்பாய் நகர தொழிலாளர்கள் அனைவரும் வீதிகளில் வந்திறங்கியது அரசியல் தன்மை கொண்ட ஒன்றாகவும் மாறியது.

பல்வேறு போக்குகள்: கத்தார் கட்சி, புரட்சிகர தேசிய வாதிகள், காங்கிரஸ் சோஷலிஸ்ட் கட்சி

அக்டோபர் புரட்சியின் மகத்தான தாக்கமும் சோவியத் யூனியனின் உருவாக்கமும் உழைக்கும் மக்களிடையே நம்பிக்கையை தோற்றுவித்தது. சமரசமற்ற வகையில் ஏகாதிபத்திய எதிர்ப்பு உணர்வு கொண்ட தீவிரமான இயக்கங்கள் மற்றும் அரசியல் வடிவங்களுக்கும் அது உத்வேகம் அளித்தது. கனடாவிலும் அமெரிக்காவிலும் சென்று குடியேறியவர்களை பெரிதும் உள்ளடக்கியிருந்த கத்தார் இயக்கமும் இவற்றில் அடங்கும். பெரும்பாலும் பஞ்சாபிலிருந்து சென்று இந்த நாடுகளில் குடியேறியவர்களின் போராட்டமானது இறுதியில் கத்தார் கட்சி தோன்றுவதற்கு வழிவகுத்தது. இந்தியாவிற்குத் திரும்பி வந்த பெரும்பாலான கத்தார் கட்சி உறுப்பினர்கள் கம்யூனிஸ்ட் கட்சியை நோக்கிக் கவரப்பட்டதோடு, பெருமளவில் விவசாய சங்கத்தின் மூலம் பணிகளில் ஈடுபட்டனர்.

இதேபோன்ற செயல்முறை தங்களது ரகசிய குழுக்களின் மூலம் பிரிட்டிஷ் அரசாங்கத்திற்கு எதிராக தனிப்பட்ட ஆயுதம் தாங்கிய செயல்களில் ஈடுபட்டு வந்த புரட்சிகர தேசியவாதிகளை கவர்ந்திழுத்தது. இதைத் தொடர்ந்து இத்தகைய புரட்சியாளர்களில் பெரும்பகுதியினர் கம்யூனிஸ்ட் கட்சியின் சமரசமற்ற ஏகாதிபத்திய எதிர்ப்பு உணர்வினால் கவரப்பட்டனர். இந்தக் குழுக்களுக்கு உள்ளேயே தத்துவார்த்த ரீதியான போராட்டம் உருவானது. பகத்சிங் மற்றும் இதரர்களின் தலைமையிலான இந்துஸ்தான் சோஷலிஸ்ட் குடியரசு ராணுவம் இந்தப் போராட்டத்தை சிறப்பாக வெளிக் கொண்டு வந்தது. அதேபோன்று வங்காளம், பஞ்சாப், வட இந்தியாவின் சில பகுதிகளில் செயல்பட்டு வந்த குழுக்களும் கம்யூனிஸ்ட் கட்சியை நோக்கி கவர்ந்திழுக்கப்ப்ட்டன.

மற்றொரு முக்கியமான நிகழ்வு காங்கிரஸ் சோஷலிஸ்ட் கட்சி உருவானதாகும். தேசிய இயக்கத்தின் மிக முக்கியமான அரசியல் அமைப்பு என்ற வகையில் காங்கிரஸ் கட்சியுடன் இணைந்திருந்த போதிலும் காங்கிரஸ் தலைமையின் சமரசங்களால் நம்பிக்கையிழந்து போன காங்கிரஸின் சில பிரிவினர் காங்கிரஸ் சோஷலிஸ்ட் கட்சியை உருவாக்கினர். அதேநேரத்தில் தொழிலாளி வர்க்கத்தின் தலைமையிலான உழைக்கும் மக்களை விடுதலைப் போராட்டத்தில் அணிதிரட்ட வேண்டியதன் அவசியத்தை அதிகமான அளவில் உணர்ந்திருந்த நிலையில் காங்கிரஸ் சோஷலிஸ்ட் கட்சியினர் கம்யூனிஸ்டுகளுக்கு நெருக்கமாக வந்தனர். எனினும் ஒரு அடிப்படையான வேறுபாட்டை இங்கு வலியுறுத்த வேண்டும். காங்கிரஸிற்குள் இருந்தபடியே செயல்பட்டு வந்த காங்கிரஸ் சோஷலிஸ்டுகள் காங்கிரஸ் கட்சியை உண்மையானதொரு ஏகாதிபத்திய எதிர்ப்பு இயக்கமாக மாற்றுவது என்ற நோக்கத்துடன் செயல்பட்டு வந்தனர். அதேநேரத்தில் கம்யூனிஸ்டுகளின் அடிப்படையான அணுகுமுறை என்பது காங்கிரஸ் கட்சியுடன் எந்தவித மோதலும் இன்றி தொழிலாளி வர்க்கத்தின் தலைமையிலான உழைக்கும் மக்களை சுயேச்சையானதொரு அரசியல் சக்தியாக உருமாற்றுவது என்பதாகவே இருந்தது. காங்கிரஸ் கட்சிக்குள்ளும், காங்கிரஸ் சோஷலிஸ்ட் கட்சிக்குள்ளும் செயல்பட்டு வந்த கம்யூனிஸ்டுகளிடம் இந்தப் போக்கு தொடர்ந்து இருந்து வந்தது. எனினும் இது இறுதியில் ஒரு பிளவிற்கு வழிவகுத்து, காங்கிரஸ் சோஷலிஸ்ட் கட்சியின் முக்கியமான தலைவர்கள் கம்யூனிஸ்ட் கட்சியின் ஓர் அங்கமாக மாறினர்.

தனது தனித்துவமான குறிக்கோளை தொடர்ந்து பின்பற்றுவதன் முக்கியத்துவத்தை கம்யூனிஸ்ட் கட்சி அங்கீகரித்தது. அதே நேரத்தில் இதர தீவிரமான ஏகாதிபத்திய எதிர்ப்பு உணர்வு கொண்ட அரசியல் அமைப்புகளோடு தொடர்பு வைத்துக் கொண்டிருந்ததன் மூலம் தேசத்தின் மீது பற்று கொண்ட விரிவான பகுதியினரை கவர்ந்திழுக்கவும் அதனால் முடிந்தது.

விரிவான அடித்தளத்துடன் வெகுஜன அமைப்புகள்

1920ஆம் ஆண்டில் இந்திய கம்யூனிஸ்ட் கட்சி உருவானபோது அதனோடு கூடவே அதே ஆண்டில் தொழிற்சங்க அமைப்பான அகில இந்திய தொழிற்சங்க காங்கிரஸும் (ஏஐடியுசி) உருவானது. தொடக்க காலத்தில் ஒரு சில குறிப்பான சீர்திருத்தப் போக்குகள் அதில் நிலவிய போதிலும் தொழிற்சங்கத்தில் கம்யூனிஸ்டுகளின் பங்கேற்பானது விரிவான அடித்தளம் கொண்ட ஒரு தொழிற்சங்க மேடைக்கான வழியை உருவாக்கியது.

1930களில் அதிகரித்துக் கொண்டே வந்த வெகுஜன போராட்டங்களின் பின்னணியில் விரிவான அடித்தளம் கொண்ட அகில இந்திய அமைப்புகளுக்கான அவசியமும் தேவையும் உணரப்பட்டது. இறுதியில் அகில இந்திய விவசாயிகள் சங்கம், அகில இந்திய மாணவர் சங்கம், முற்போக்கு எழுத்தாளர்கள் சங்கம் ஆகிய அமைப்புகள் 1936ஆம் ஆண்டில் உருவாயின. மிகக் குறுகிய காலத்திற்குள்ளாகவே இந்த மேடைகளும் அமைப்புகளும் தங்களுக்குத் தொடர்பான துறைகளில் இருந்த அறிவுசார் பிரிவினரை இணைப்பதற்கான கருவிகளாக மாறின. இந்த அமைப்புகள் கம்யூனிஸ்டுகளால் தலைமை தாங்கப்பட்டதோடு, குறிப்பிட்ட வர்க்கத்தின் மற்றும் சாதாரண மக்களின் பிரச்சனைகளை கையிலெடுக்க மக்களை ஒன்றிணைக்கும் வலுவான கருவிகளாகவும் உருமாற்றம் பெற்றன. விரிவான மக்கள் பிரிவினரை அணிதிரட்டியதன் மூலம் விடுதலைக்கான இயக்கத்தை மேலும் வலுப்படுத்தும் பங்கினையும் இவை ஆற்றின. மேலும் பிரிட்டிஷ் அரசின் உந்துதலால் உருவான 'பிரித்தாளும்' கொள்கைக்கு எதிராகவும் இவை திறம்படச் செயல்பட்டன.

போருக்குப் பிந்தைய எழுச்சி

இரண்டாம் உலகப் பெரும்போர் நடைபெற்று வந்த காலத்தில் (45-1939), இக்காலப்பகுதியில் கட்சியின் மீதான தடை தொடர்ந்து நீடித்து வந்த போதிலும், தொழிலாளர்கள், விவசாயிகள், பொதுமக்களிடையே கட்சி மேற்கொண்ட தொடர்ச்சியான பணிகளின் விளைவாக கட்சி ஸ்தாபனம் குறிப்பிட்ட சில

பகுதிகளில் விரிவடைந்தது. போருக்குப் பின்பு வெடித்தெழுந்த வெகுஜன போராட்டங்களின் எழுச்சியில் தொழிற்சாலைகளில் வேலைநிறுத்த நடவடிக்கைகள், விவசாயப் போராட்டங்கள், மாணவர்களின் கிளர்ச்சி ஆகியவற்றில் இந்திய கம்யூனிஸ்ட் கட்சியும் அதன் வெகுஜன அமைப்புகளும் மிக முக்கியமான பங்கினை வகித்தன. இந்திய கப்பற்படை மாலுமிகளின் எழுச்சிக்கு ஆதரவாகவும், (நேதாஜியின்) இந்திய தேசிய ராணுவத்தைச் சேர்ந்த கைதிகளை விடுதலை செய்ய வேண்டுமென்றும் கட்சி மேற்கொண்ட அரசியல் ரீதியான தலையீடு கம்யூனிஸ்டுகளின் முக்கியமான பங்கினை எடுத்துக் காட்டின. அதிகாரத்தை இந்தியர்களிடம் ஒப்படைத்து விட்டு பிரிட்டிஷார் நாட்டை விட்டு வெளியேறும் செயல்முறையையும் அது விரைவுபடுத்தியது.

மக்களின் ஒற்றுமையை நோக்கி... ஜனநாயக, மதசார்பற்ற குடியரசைப் பாதுகாக்க...

இன்று நாம் எதிர்கொண்டுவரும் அச்சுறுத்தல் என்பது இதுவரை நாம் கண்டிராத தன்மை கொண்டதாகும். கம்யூனிஸ்டுகளுக்கு உத்வேகமூட்டிய தொலைநோக்கு, விடுதலைப் போராட்டத்தின்போது அவர்களின் பங்கேற்பும், எண்ணிலடங்காத் தியாகங்களும் நவீனமான, முன்னோக்கிய பார்வை கொண்ட, ஜனநாயக ரீதியான, மதசார்பற்றதொரு குடியரசாக தன்னைத் தகவமைத்துக் கொண்ட சுதந்திரமானதொரு இந்தியாவிற்காகவே ஆகும். துரதிர்ஷ்டவசமாக, நாட்டின் விடுதலைப் போராட்டத்தில் எந்தவிதமான பங்கையும் வகித்திராத, அதிகபட்சமாகப் போனால் வரலாற்றுச் சிறப்புமிக்க அந்தப் போராட்டத்தின்போது மக்களின் ஒற்றுமையை சீர்குலைக்க மட்டுமே முயற்சித்து வந்த அதே சக்திகள் இப்போது தங்களது திட்டங்களுக்கு கம்யூனிஸ்டுகள் மிகப்பெரும் தடையாக இருப்பதைக் காண்கின்றனர். எனவே, நாட்டின் விடுதலைப் போராட்டத்தில் நாம் வகித்த பங்கினையும், அந்த மகத்தான பாரம்பரியத்தில் இருந்து நேரடியாக வெளிப்படும் அரசியல் அமைப்புச் சட்ட மதிப்பீடுகளையும் உறுதியுடன் பாதுகாப்பதே கம்யூனிஸ்ட் கட்சி உருவான நூற்றாண்டினை கொண்டாடுவதை அர்த்தமுள்ளதாகச் செய்யும்.

தொழிலாளி வர்க்க இயக்கத்தை அணிதிரட்டிய கம்யூனிஸ்டுகள்

டாக்டர் கே. ஹேமலதா

நமது நாட்டிலுள்ள கம்யூனிஸ்ட் இயக்கம், அணிதிரட்டப்பட்ட தொழிற்சங்க இயக்கம் ஆகிய இரண்டு அமைப்புகளுமே தங்களது அமைப்புகள் உருவான நூற்றாண்டைக் கொண்டாடிக் கொண்டிருப்பது தற்செயலான ஒன்றல்ல. இந்த இரண்டு நிகழ்வுகளுமே 1917ஆம் ஆண்டில் மகத்தான அக்டோபர் சோஷலிஸ்ட் புரட்சி நடந்து முடிந்தபிறகு, ரஷ்யாவில் தொழிலாளர்களின் முதலாவது அரசு நிறுவப்பட்டதைத் தொடர்ந்து ஏற்பட்ட உத்வேகத்தால் உருவானவை ஆகும். மார்க்சிய-லெனினியத்தாலும், தொழிலாளி வர்க்கத்தின் தலைமையின் கீழ் சமூகத்தை சுரண்டலில் இருந்து விடுவிப்பது என்ற அதன் கொள்கையாலும், வழிகாட்டப்பட்ட கம்யூனிஸ்ட் முன்னோடிகளான முசாஃபர் அகமது, சிங்காரவேலு செட்டியார், எஸ்.ஏ. டாங்கே, குலாம் ஹுசேன் போன்றோர் தொடக்க நாட்களிலிருந்தே தொழிலாளி வர்க்கத்தை அணிதிரட்டும் பணியில் தீவிரமாக இறங்கினர். அந்தக் காலப்பகுதியில் (1920களில்) கல்கத்தா, மதராஸ், பம்பாய், லாகூர், கான்பூர் ஆகிய வளர்ந்து வந்த தொழில் மையங்கள் அணிதிரட்டப்பட்ட தொழிலாளி வர்க்கத்தின் வலுவான மையங்களாகவும், அப்போது பல்வேறு கம்யூனிஸ்ட் குழுக்கள் அங்கே உருப்பெற்று வந்த நிலையும் இந்த இரு இயக்கங்களின் வளர்ச்சி ஒரே நேரத்தில் ஏற்பட்டு வந்ததை சுட்டிக் காட்டுகின்றன.

கம்யூனிஸ்ட் இயக்கத்தின் நிறுவனர்களின் முன்முயற்சியில்தான் மே தினம் முதன்முதலாக நமது நாட்டில் கொண்டாடப்பட்டது. 1923ஆம் ஆண்டு மே முதல் நாளன்று சிங்காரவேலு செட்டியார் செங்கொடியை சென்னையில் ஏற்றியதோடு தொழிலாளர்-விவசாயிகள் கட்சியையும் தொடங்கினார். காந்திஜிக்கு அவர் எழுதிய கடிதத்தில் சிங்காரவேலர் தனது கம்யூனிச நம்பிக்கைகளை வெளிப்படையாகவே தெரிவித்திருந்தார். நிலமும் முக்கியமான தொழில்களும் சமூகத்தில் பொதுவானதாக வைக்கப்படவேண்டும் என்றும், நாட்டிலுள்ள அனைத்துத் தொழிலாளர்களின் நன்மைக்காகவே அவை பயன்படுத்தப்பட வேண்டும் என்றும், அவர் அக்கடிதத்தில் குறிப்பிட்டிருந்தார். இதுதான் விடுதலையின் உண்மையான பொருளாகும் என்றும் அவர் அறிவித்தார்.

தொழிலாளி வர்க்கத்தின் பொருளாதார நலன்கள் மற்றும் அவர்களது உரிமைகளைப் பாதுகாப்பது என்ற கருத்தே விடுதலைக்கான நமது போராட்டத்தின் முக்கியமான அம்சமாக அமைந்திருந்தது. இதுவே விடுதலைப் போராட்டத்திற்கு கம்யூனிஸ்ட் இயக்கத்தின் பங்களிப்பாக இருந்தது. பல்வேறு நாளிதழ்களையும் பருவ இதழ்களையும் கம்யூனிஸ்டுகள் நடத்தி வந்தனர். இவை தொழிலாளி வர்க்கம் எதிர்கொண்டு வந்த பிரச்சனைகளை எடுத்துக் கூறுவதற்கு மிகுந்த முக்கியத்துவம் அளித்தோடு, பொருளாதார ரீதியான, அரசியல்ரீதியான விடுதலை குறித்த தங்களது கருத்துக்களையும் அவர்கள் பிரச்சாரம் செய்து வந்தனர்.

கம்யூனிஸ்டுகள் தொழிலாளர்களின் ஒற்றுமை, வர்க்கப் போராட்டம் ஆகியவற்றை முன்வைத்துப் பிரச்சாரம் செய்து கொண்டிருந்த அதே நேரத்தில், தொழிலாளர்களின் குறைகளைத் தீர்ப்பதற்கு தொழிலாளர்களுக்கும் (அறங்காவலர்கள் என்று அவர் கூறி வந்த) தொழில்முதலாளிகளுக்கும் இடையே சமரசப் பேச்சுவார்த்தை நடத்த வேண்டும் என்று காந்திஜி கூறிக் கொண்டிருந்தார். முதலாளிகளின் நலன்களை பிரதிநிதித்துவம் செய்து வந்த காந்திஜிக்கு வர்க்கப் போராட்டத்தில் நம்பிக்கை இருக்கவில்லை. அவரைப் பொறுத்தவரையில், தொழிலாளர்களும் முதலாளிகளும் ‘கூட்டாளிகள்’ ஆவர். தொழிற்சங்கங்கள் வேலை நிறுத்தங்களையோ அல்லது போராட்டங்களையோ நடத்தக் கூடாது. மாறாக, ‘ஆக்கபூர்வமான பணி’களில்தான் அவர்கள் தங்களை ஈடுபடுத்திக் கொள்ள வேண்டும். இந்தக் காரணத்தினால்தான் தொழிற்சங்கங்களுக்கான ஓர் அகில இந்திய அமைப்பை உருவாக்குவதை அவர் எதிர்த்தார். இந்திய தேசிய காங்கிரஸின் பெரும்பாலான தலைவர்கள் – இவர்கள் முதலாளித்துவ வர்க்கத்திலிருந்து வந்தவர்கள் – இயற்கையாகவே காந்திஜியின் இந்தக் கருத்துக்களை ஏற்றுக் கொண்டவர்களாகவே இருந்தனர். எனவே பல்வேறு தொழிற்சங்கங்களில் அவர்கள் ஈடுபட்டு வந்தபோதிலும் தொழிலாளி வர்க்கம் விழிப்புணர்வு பெறுவதை அவர்கள் விரும்பவில்லை.

இத்தகைய சீர்திருத்தவாத செயல்முறைகளுக்கு முற்றிலும் மாறான வகையில் பல்வேறு காங்கிரஸ் மாநாடுகளிலும் பங்கேற்ற பிரதிநிதிகளுக்கு வழங்கிய அறிக்கைகளின் மூலமாக, கம்யூனிஸ்ட் கட்சி தனது கருத்துக்களை மிகத் தெளிவாக எடுத்துக்கூறி வந்தது. உதாரணமாக, காங்கிரஸின் அகமதாபாத் மாநாட்டிற்கு (1921) வழங்கிய அதன் அறிக்கை இவ்வாறு கூறியது: “தொழிற்சாலைகளில்

பணிபுரிகின்ற அல்லது நிலத்தில் பாடுபடுகின்ற ஒருவரை இந்த தேசத்தின் விடுதலை அவரது துயரங்களுக்கு முடிவு கட்டும் என்று எவ்வாறு நம்பச் செய்ய முடியும்?... போராடுவதற்கு அவர்களை வழிநடத்த வேண்டுமானால் அவர்களது பொருளாயத நிலைமைகளின் மேன்மைக்கானதாகவே அது இருக்க வேண்டும்.... நகரங்களில் உள்ள தொழிலாளர்கள் நல்ல ஊதியத்தையும், குறைவான வேலைநேரத்தையும், சிறப்பான வாழ்க்கை நிலைமைகளையும் கோருகின்றனர்... சமூகரீதியான, பொருளாதாரரீதியான சுரண்டலுக்கு எதிராக அவர்கள் கிளர்ந்தெழுகின்றனர். தம்மைச் சுரண்டுபவர்கள் எந்த நாட்டைச் சேர்ந்தவர்கள் என்பது ஒன்றும் அவர்களுக்கு பெரிய வேறுபாடான விஷயமல்ல...''

காங்கிரஸின் கயா மாநாட்டில் (1922) வழங்கப்பட்ட அறிக்கை முழுமையான விடுதலைக்கு அறைகூவல் விடுத்தது. ''தேசிய விடுதலை மற்றும் அதன் மறுகட்டமைப்பிற்கான திட்டம்'' என்ற அதன் ஆவணத்தில் கம்யூனிஸ்ட் கட்சி இதனை விரிவாக விளக்கியிருந்தது. அரசின் உதவியுடன் நவீன தொழிற்சாலைகளை அமைப்பது; தொழிலாளி வர்க்கத்திற்கு அணிதிரளவும், வேலைநிறுத்தம் செய்யவுமான உரிமை உள்ளிட்டு பல்வேறு உரிமைகள் ஆகியவற்றை அது முன்வைத்தது. தனது செயல்திட்டத்தில் தொழிற்சங்கங்களுக்கான அங்கீகாரம், வேலைநிறுத்தம் செய்வதற்கான தொழிலாளர்களின் உரிமை, 8 மணி நேர வேலை, குறைந்தபட்ச ஊதியம், சிறப்பான வீட்டுவசதி ஆகியவற்றுக்கான போராட்டங்களை நடத்த முன்வர வேண்டுமென்று கட்சி அறைகூவல் விடுத்தது. கயா மாநாட்டிற்கு கம்யூனிஸ்ட் கட்சி அளித்த இந்த அறிக்கையை கான்பூர் போல்ஷ்விக் சதி வழக்கில் (1924) கம்யூனிஸ்ட் கட்சித் தலைவர்களுக்கு எதிரான முக்கியமானதொரு சான்றாக பிரிட்டிஷ் காவல்துறை சுட்டிக் காட்டியிருந்தது.

கட்சியின் தொழிலாளி வர்க்கத் தன்மையை வலியுறுத்தும் வகையில் கம்யூனிஸ்ட் கட்சியில் உறுப்பினராக விழையும் எவர் ஒருவரும் ஓர் அறிவிப்பில் கையெழுத்திட வேண்டும் என்று கூறப்பட்டது. ''நிலம், சுரங்கங்கங்கள், தொழிற்சாலைகள், வீடுகள், தந்தி-தொலைபேசி, ரயில்வே மற்றும் அதைப்போன்ற பொதுச்சொத்தாக ஆக்குவதற்குத் தகுதியான பொதுப்பயன்பாடுகளை தேசியமயமாக்குவதன் மூலம் தொழிலாளர்களுக்கும் விவசாயிகளுக்கும் வாழ்க்கைக்குத் தேவையான ஊதியத்தைப் பெற்றுத் தருவது என்ற கட்சி மேற்கொண்டிருக்கும் உடனடிக்

குறிக்கோளுடன் நான் முழுமையாக உடன்படுகிறேன்.” என்பதே அந்த அறிவிப்பு ஆகும்.

தொழிலாளர்களை அணிதிரட்டுவதில் கம்யூனிஸ்டுகளின் தீவிரமான பங்கினை அங்கீகரிக்கும் வகையில் ஏஐடியுசியின் நிர்வாகிகளில் ஒருவராகத் தேர்ந்தெடுக்கப்பட்ட முதல் கம்யூனிஸ்ட் ஆக எஸ்.வி. காட்டே இருந்தார். அப்போதிலிருந்து முக்கிய நிர்வாகிகளில் ஒருவராக ஒரு கம்யூனிஸ்டை தேர்ந்தெடுக்காத ஏஐடியுசி மாநாடே இருந்ததில்லை. 1927ஆம் ஆண்டில் முசாஃபர் அகமது ஏஐடியுசியின் உதவித் தலைவராகவும், 1943ஆம் ஆண்டில் எஸ்.ஏ. டாங்கே தலைவராகவும் தேர்ந்தெடுக்கப்பட்டனர். தொழிலாளி வர்க்கத்திடையே கம்யூனிஸ்டுகள் ஆற்றி வந்த பணியையே இது பிரதிபலிக்கிறது. பிரிட்டிஷ் அரசாங்கமும் கூட தொழிலாளி வர்க்கத்தை அணிதிரட்டுவதில் கம்யூனிஸ்டுகள் ஆற்றிய பங்கினை 'அங்கீகரித்தது.' மீரட் சதிவழக்கில் (1929) கூடுதல் விசாரணை நீதிபதி தனது தீர்ப்பில் 'தொழிலாளர்-விவசாயிகள் கட்சியை நிறுவியது' இந்த வழக்கில் குற்றம் சாட்டப்பட்டவர்களின் முக்கியமான சாதனை என்றும், '1928ஆம் ஆண்டு நடைபெற்ற வேலைநிறுத்தத்தின்போது பம்பாய் நெசவாலை தொழிலில் பணியாற்றிவந்த தொழிலாளர்களிடையே அவர்களுக்கு இருந்த பிடிப்பு வெளிப்பட்டது. வேலைநிறுத்தம் முடிவுக்கு வந்த பின்னர் கிர்னி காம்கர் சங்கத்தில் முற்றிலும் புரட்சிகரமானதொரு கொள்கையை முன்னெடுப்பதில் அவர்கள் பெற்ற வெற்றி ஆகியவை தொழிலாளர்களிடையே அவர்களுக்கு இருந்த செல்வாக்கை வெளிப்படுத்தியது' என்றும் குறிப்பிட்டிருந்தார்.

தொழிலாளி வர்க்கத்தினரிடையே கம்யூனிஸ்டுகளின் தீவிரமான தலையீடும், தங்களது புரட்சிகரமான கருத்துக்களை அவர்களிடையே பரப்பியதும் தொழிற்சங்கங்களின்மீது சீர்திருத்தவாதிகளுக்கு இருந்து வந்த பிடிப்பை பலவீனப்படுத்தின. ஒரு தொழிலுக்கு ஒரே சங்கம்தான் இருக்க வேண்டும் என்று கம்யூனிஸ்டுகள் நம்பி வந்தபோதிலும் சீர்திருத்தவாதத்திற்கும் புரட்சிகரக் கொள்கைக்கும் இடையிலான போராட்டம் தொழிற்சங்க இயக்கத்தில் பல்வேறு பிளவுகளுக்கு இட்டுச் சென்றது. வர்க்கப் போராட்டத்தை மேலும் கூர்மைப்படுத்தி நமது சமூகத்தில் புரட்சிகரமானதொரு மாற்றத்தைக் கொண்டு வருவதற்காக செயல்படுவதற்குப் பதிலாக வர்க்க சமரச நிலைபாடுகளையே சீர்திருத்தவாதத் தலைமை முன்வைத்தது. முதலாளிகளின் தலைமையை ஏற்றுக் கொள்வதன் மூலம் ஆளும் வர்க்கங்களின் அரசியல் மற்றும் கொள்கைகளின்

பின்னால் தொழிலாளி வர்க்கம் வால்பிடித்துச் செல்வதற்கு அவர்கள் முயற்சித்தனர். இவ்வகையில் தொழிலாளி வர்க்கத்தின் ஒற்றுமையை வலுப்படுத்துவதிலும் அவர்கள் ஆர்வம் காட்டவில்லை.

தொழிலாளி வர்க்க இயக்கத்திற்குள் இத்தகைய சீர்திருத்தவாதப் போக்குகளை எதிர்த்துப் போராட வேண்டியதன் அவசியத்தையும் தொழிலாளி வர்க்கத்தின் அதிகபட்ச ஒற்றுமையைக் கட்டுவதற்கான முயற்சி குறித்தும் விவரிக்கையில் பி.டி. ரணதிவே இவ்வாறு குறிப்பிட்டார்: "தொழிலாளி வர்க்க ஒற்றுமை, தொழிலாளி வர்க்கப் போராட்டம், அன்றாடப் போராட்டங்களில் சீர்திருத்தவாதிகளின் சீர்குலைவு நடவடிக்கைகளை எதிர்த்த போராட்டம் ஆகிய இவை அனைத்தும் ஒருமித்து நடைபெற வேண்டியது அவசியம்... தொழிற்சங்கங்களில் சீர்திருத்தவாதச் செயல்முறைகளை எதிர்த்த போராட்டத்தை தொழிலாளி வர்க்கத்தின் செயல்பாட்டில் ஒற்றுமைக்காக அதிகரித்துக் கொண்டுவரும் போராட்டத்தோடு இணைக்க வேண்டும். இந்த இரண்டையும் பிரிக்க முடியாது. இவை இரண்டும் பிரிந்து போனதெனில், உங்களது முயற்சிகள் அனைத்தும் வீணாகிப் போய்விடும்."

தொழிலாளி வர்க்கப் போராட்டங்களில் கம்யூனிஸ்டுகளின் பங்கேற்பு தொழிற்சங்கங்களின் கண்ணோட்டத்தை விரிவுபடுத்தியதோடு, சமூகப் பிரச்சனைகளை அவை கையிலெடுக்கவும் செய்தன. கம்யூனிஸ்டுகளின் முயற்சிகளின் விளைவாகவே தலித்-தலித் அல்லாத தொழிலாளர்கள், முஸ்லீம்கள் – இந்துக்கள் ஆகியோர் தங்களது சாதி-மத வேறுபாடுகளை எல்லாம் மறந்துவிட்டு தங்களது உரிமைகளுக்காக ஒன்றுபட்டுப் போராடினர். இத்தகைய போராட்டங்களின் மூலமாகவே தலித்துகள் பலரும் ஊக்கம் பெற்று கம்யூனிஸ்ட் இயக்கத்தில் இணைந்தனர்.

பெண் தொழிலாளர்களின் உரிமைகளுக்காகவும் கம்யூனிஸ்டுகள் குரல் கொடுத்தனர். அவர்களது சமத்துவத்திற்கு ஆதரவாக நின்றனர். மீரட் சதிவழக்கில் குற்றம் சாட்டப்பட்ட கம்யூனிஸ்டுகள் நீதிமன்றத்தின் முன் வைத்த பொது அறிக்கையில் அவர்கள் கீழ்க்கண்டவாறு தெளிவாகக் குறிப்பிட்டிருந்தனர்: "பெண்களை அடிமைப்படுத்துவது; சுரண்டுவது என்பது அடிமைப்படுத்தல் – சுரண்டுவது ஆகியவற்றில் ஒரு அம்சம் மட்டுமே... வர்க்க அடிப்படையில்தான் இதற்குத் தீர்வு காணப்பட வேண்டுமே தவிர, பாலின அடிப்படையில் அல்ல...." ஒரே வேலைக்கு ஒரே

மாதிரியான ஊதியம், நான்கு மாதங்களுக்கு முழு ஊதியத்துடன் மகப்பேறு கால விடுப்பு, வேலை செய்யும் இடங்களில் குழந்தைக் காப்பக ஏற்பாடுகள், பாலூட்டும் தாய்மார்களுக்கு வேலை நேரம் குறைக்கப்படுதல் ஆகிய கோரிக்கைகளை முதன்முதலில் முன்னெடுத்தவர்கள் கம்யூனிஸ்டுகளே.

கட்டாய ஒப்பந்தத் தொழிலாளர் முறை, இடைத்தரகர்கள் மூலமாக தொழிலாளர்களை வேலைக்கு சேர்ப்பது போன்றவை முற்றிலுமாக ஒழிக்கப்பட வேண்டும் என்று கம்யூனிஸ்ட் கட்சி கோரியது. தொழிற்சங்கங்களின் கட்டுப்பாட்டில், அவற்றின் மேற்பார்வையின்கீழ் செயல்படும் தொழிலாளர் பரிமாற்ற மையங்கள் மூலமாகவே தொழிலாளர்களை வேலைக்கு எடுப்பது, வேலையிலிருந்து தொழிலாளர்களை நீக்குவது ஆகிய செயல்முறைகள் நடைபெற வேண்டும் என்றும் அது கோரியது. 'செயலுக்கான மேடையின் நகல் திட்டம்' (1931) வெளியிடப்பட்ட காலத்திலிருந்தே "உழைப்பாளி மக்களுக்கு பேசுவதற்கும், மனசாட்சிப்படி நடந்து கொள்வதற்கும், பிரசுரங்களை வெளியிடுவதற்கும், கூட்டங்கள் நடத்துவதற்கும், வேலைநிறுத்தங்களை மேற்கொள்வதற்கும், சங்கங்களை உருவாக்கிக் கொள்வதற்குமான உரிமைகள் தரப்பட வேண்டும் என்றும், (தொழில்தகராறுகள் சட்டம், மறியல் செய்வதற்கான தடையுத்தரவு, புரட்சிகர தொழிலாளர்களை ஊரைவிட்டு விலக்கி வைக்கும் கட்டுப்பாட்டு ஆணைகள், அச்சகங்கள் குறித்த சட்டங்கள் போன்ற) மக்கள் விரோத, தொழிலாளர் விரோத சட்டங்கள் அனைத்தும் நீக்கப்பட வேண்டும்" என்றும் கம்யூனிஸ்ட் கட்சி தொடர்ந்து குரலெழுப்பி வந்தது.

தொழிலாளி வர்க்கப் போராட்டங்களின் நெருக்கடிக்கு அடிபணிந்து இந்தக் கோரிக்கைகள் பலவற்றையும் 1930களிலிருந்தே காங்கிரஸ் கட்சி தனது தேர்தல் அறிக்கைகளில் சேர்த்துக் கொள்ள வேண்டிய கட்டாயத்திற்கு ஆளானது. தேர்தலில் வெற்றி பெற்றபிறகு, அது எப்போதுமே தொழிலாளி வர்க்கத்திற்கு துரோகம் செய்து வந்தது மட்டுமின்றி, காவல்துறை, ஆட்சி நிர்வாகக் கருவிகளை பயன்படுத்தி இத்தகைய போராட்டங்களை நசுக்கவும் கூட அக்கட்சி முயற்சித்தது.

காங்கிரஸ் கட்சியின் இத்தகைய வர்க்கரீதியான அணுகுமுறையின் விளைவாக, நாடு விடுதலை பெற்று பல தசாப்தங்களுக்குப் பின்னரும் கூட இந்தக் கோரிக்கைகள் நிறைவேற்றப்படாமலேயே தொடர்ந்து நீடித்து வந்தன. காங்கிரஸ் கட்சி, அதைத் தொடர்ந்து

நாட்டுப் பிரிவினையின்போது

ஆட்சிக்கு வந்த பாஜக தலைமையிலான அரசாங்கங்கள் தொழிலாளர்கள் எதிர்கொண்டு வந்த பிரச்சனைகளை தீர்ப்பதற்கான நடவடிக்கைகளை எடுப்பதற்குப் பதிலாக, புதிய தாராளமய பொருளாதாரக் கொள்கைகளை அமலாக்கியதன் மூலம் அவற்றை மேலும் மோசமானதாக ஆக்கியுள்ளன. ஆறு ஆண்டுகளுக்கு முன்னால் பாஜக அரசாங்கம் தோன்றியதைத் தொடர்ந்து இதுவரை கண்டிராத வகையில் தொழிலாளி வர்க்கத்தின்மீதான தாக்குதல்கள் மேலும் தீவிரமாகியுள்ளன.

முதலாளித்துவ வர்க்கத்தின் லாபத்தை அதிகரிப்பதற்காக தொழிலாளி வர்க்கத்தின்மீதும், அவர்கள் கடுமையான போராட்டங்களுக்குப் பிறகு ஈட்டியிருந்த உரிமைகளின் மீதும் மோடி அரசு இதுவரை கண்டிராத வகையில் தாக்குதல் தொடுத்து வருகிறது. தொழிலாளி வர்க்க இயக்கத்தை பலவீனப்படுத்தவும், தொழிற்சங்கங்கள் உருவாக்கப்படுவதைத் தடுக்கவும், வேலைநிறுத்தம் செய்வதற்கான உரிமையை அவர்களுக்கு மறுக்கவும், தற்போதுள்ள தொழிலாளர் நலச் சட்டங்களை அது மாற்றி அமைத்துள்ளது. புதிய தாராளமய சீர்திருத்தங்களின் மையக்கருத்து இவ்வகையில் கொரோனா பெருந்தொற்றுக் காலத்தில் எதேச்சாதிகாரமான வகையில் உந்தித் தள்ளப்பட்டுள்ளது.

தொழிலாளி வர்க்கத்திடையே அதிகபட்ச ஒற்றுமையை

வளர்த்தெடுப்பதன் மூலமே ஆளும் வர்க்கங்களின் தாக்குதலை முறியடிக்க முடியும் என்பதை தொழிலாளி வர்க்க இயக்கத்தின் அனுபவம் நமக்குக் கற்றுத் தருகிறது. மதம், சாதி ஆகியவற்றின் அடிப்படையில் அவர்களை பிளவுபடுத்த முயற்சிப்பதன் மூலம் தொழிலாளி வர்க்கத்தின் ஒற்றுமையை தடம்புரளச் செய்ய தங்களால் ஆன அனைத்தையும் ஆளும் வர்க்கங்கள் செய்து வருகின்றன. அதேநேரத்தில் இந்தப் பிளவுவாத அரசியலை எதிர்த்து நின்று தொழிலாளி வர்க்கத்தை ஒன்றுபடுத்தும் கடமையை கம்யூனிஸ்டுகள் ஏற்றுக் கொண்டுள்ளனர். ஆளும் வர்க்கங்களின் தாக்குதலுக்கு எதிராக ஒன்றுபட்டுப் போராட பல்வேறு தொழிற்சங்க கூட்டு ஒருங்கிணைப்புக் குழுக்கள் உருவாக்கப்பட்டுள்ளன.

1964ஆம் ஆண்டில் நிறைவேற்றப்பட்டு, பின்னர் 2000ஆம் ஆண்டில் மேம்படுத்தப்பட்ட மார்க்சிஸ்ட் கம்யூனிஸ்ட் கட்சியின் திட்டம், தொழிலாளி வர்க்கம் மற்றும் விவசாயிகளின் வலுவான கூட்டணியின் மூலமே நமது சமூகத்தினை புரட்சிகரமான வகையில் மாற்றி அமைக்க முடியும் என்று குறிப்பிடுகிறது. தொழிலாளி வர்க்கத்தின், அதன் அரசியல் கட்சியான மார்க்சிஸ்ட் கம்யூனிஸ்ட் கட்சியின் தலைமையின் முக்கியத்துவத்தை மேலும் விளக்கிக் கூறும்போது கட்சித் திட்டம் இவ்வாறு குறிப்பிடுகிறது: "நவீன சமூகத்தில் தொழிலாளி வர்க்கத்தைத் தவிர வேறெந்த வர்க்கமும் வரலாற்று ரீதியாக இந்தப் பங்கினை வகிக்க முடியாது. நமது காலப்பகுதியில் பெற்ற அனுபவம் முழுவதுமே இந்த உண்மையைத்தான் மிகத் தெளிவாக எடுத்துக் காட்டுகிறது."

பெரும் எண்ணிக்கையிலான தொழிலாளர்கள் இன்று வீதிக்கு வந்து நாட்டின் விடுதலைக்கு முந்தைய நாட்களை நினைவுகூரும் வகையிலான கோரிக்கைகளை முன்வைத்து போராட்டங்களில் ஈடுபடும்போது, விவசாயிகளும் கூட தங்களின் மீது தொடுக்கப்படும் தொடர்ச்சியான தாக்குதல்களை எதிர்த்து நிற்கும்போது, இந்தப் போராட்டங்களை மேலும் வலுப்படுத்தி, அவற்றை சரியான திசைவழியில் திசைதிருப்பும் கடமை மீண்டும் கம்யூனிஸ்டுகளிடமே வந்து சேர்ந்துள்ளது. கூர்மைப்படுத்தப்பட்ட வர்க்க உணர்வோடு வர்க்கப் போராட்டங்களை மேலும் விரிவுபடுத்துவதே நம் முன்னால் உள்ள ஒரே பாதையாகும்.

இந்திய கம்யூனிசத்தின் நூறாண்டுகள்

பேரா. பிரபாத் பட்நாயக்

முதலாளித்துவ, விவசாய வர்க்கங்களின் பல்வேறு பிரிவுகளுடன் பாட்டாளி வர்க்கத்தின் உறவுகள், அதனோடு கூடவே இதர அரசியல் சக்திகளுடனான கம்யூனிஸ்ட் கட்சியின் நடைமுறைத் தந்திரம் ஆகியவற்றின் அடிப்படையில், தற்போதைய சூழ்நிலை குறித்த தத்துவார்த்தரீதியிலான ஆய்வே, கட்சியின் செயல்பாட்டிற்கு மையமாக அமைகிறது. இந்தியாவில் கம்யூனிசக் கொள்கை நீடித்து வந்துள்ள கடந்த நூறாண்டுகளில் இந்தச் செயல்பாடு எவ்வாறு இருந்தது என்பது குறித்த ஓர் ஆய்வு மிகுந்த படிப்பினை தரும் ஒன்றாக இருக்கும். எனினும் அத்தகையதோர் ஆய்வு இங்கு எனது வரம்பிற்கு அப்பாற்பட்டது. எனவே இந்த நீண்ட நெடிய வரலாற்றின் ஒரு சில கட்டங்களில் மட்டுமே நான் கவனம் செலுத்தவிருக்கிறேன்.

“காலனியச் சுரண்டலானது விவசாயிகளை ஓட்டாண்டிகளாக உருவாக்கியிருக்கிறதே தவிர அவர்களை பாட்டாளிகளாக மாற்றுவதில்லை” என்பது போன்ற, மிகுந்த மதிப்பிற்குரிய கருத்தாக்கங்களை முன்வைத்த கம்யூனிஸ்ட் அகிலத்தின் ஆறாவது காங்கிரஸ் (1928) காலனிய பிரச்சனை குறித்த ஆய்வினை மேற்கொண்டது. கம்யூனிஸ்ட் கட்சியின் செயல்பாட்டிற்கான ஒரு நிலைபாட்டையும் அது முன்வைத்தது. அடிப்படையிலேயே அந்த நிலைபாடு குழுவாதத் தன்மை கொண்டதாக இருந்தது. மூன்றாவது காலப்பகுதி என அடிக்கடி குறிப்பிடப்படும் ஆறாவது காங்கிரஸிற்குப் பிந்தைய காலப்பகுதி இத்தகைய குழுவாதத்தோடு நெருங்கிய தொடர்புடையதாகவே இருந்தது.

1935ஆம் ஆண்டில் நடைபெற்ற அகிலத்தின் ஏழாவது காங்கிரஸில்தான் இந்தக் குழுவாதம் திருத்தப்பட்டு ஐக்கிய முன்னணிகளை உருவாக்க வேண்டியதன் அவசியம் வலியுறுத்தப்பட்டது. ஜெர்மனியின் எர்னெஸ்ட் தால்மன், இத்தாலியின் அண்டோனியோ கிராம்ஷி போன்ற பலரையும் பலி கொண்ட பாசிஸத்திற்கு எதிரான போராட்டத்திற்கு மத்தியில்தான் இந்த ஏழாவது காங்கிரஸ் நடைபெற்றது என்பதும் இங்கு குறிப்பிடத்தக்கது. தத்-ப்ராட்லி ஆய்வுக் குறிப்பின் மூலம், இந்த ஏழாவது காங்கிரஸின் முடிவு, இந்தியப் பின்னணிக்கு ஏற்றவகையில் மாற்றியமைக்கப்பட்டது. இந்த ஆய்வுக் குறிப்பு ஏகாதிபத்திய எதிர்ப்பின் அடிப்படையில் மக்களின்

ஐக்கிய முன்னணி ஒன்றை உருவாக்க வேண்டும் என்று அறைகூவல் விடுத்தது.

இத்தகைய முன்னணிக்கான பொருளாதார திட்டம் என்பது வேலைநிறுத்தம் செய்வதற்கான உரிமை, ஊதியத்தைக் குறைப்பதையும் தொழிலாளர்களை வேலையிலிருந்து நீக்குவதையும் தடை செய்வது, போதுமான அளவிற்குக் குறைந்தபட்ச ஊதியம், எட்டுமணிநேர வேலை, நிலக் குத்தகைகளில் 50 சதவீதக் குறைப்பு, ஏகாதிபத்தியவாதிகள், உள்ளூர் சிற்றரசர்கள், ஜமீன்தார்கள், கந்துவட்டிக்காரர்களுக்குத் தரவேண்டிய கடன்களுக்காக விவசாயிகளிடமிருந்து நிலத்தைப் பறித்துக் கொள்வதைத் தடை செய்வது ஆகியவற்றை உள்ளடக்கியதாக இருந்தது.

இத்தகைய புரிதலின் விளைவாக கம்யூனிஸ்டுகள் காங்கிரஸின் மறைமுக உறுப்பினர்களாக இருந்ததோடு, காங்கிரஸ் சோஷலிஸ்ட் கட்சியுடன் இணைந்து செயல்படுபவர்களாகவும் இருந்தனர். (இந்த விஷயத்தில் இந்தியாவின் நிலை தென் ஆப்ரிக்காவில் நிலவிய சூழ்நிலையில் இருந்து மாறுபட்டதாக இருந்தது. அங்கு தென் ஆப்ரிக்க கம்யூனிஸ்ட் கட்சி, ஆப்ரிக்க தேசிய காங்கிரஸ் ஆகிய இரண்டு அமைப்புகளிலுமே ஒருவர் இரட்டை உறுப்பினர்களாக நீடிக்க வாய்ப்புகள் இருந்தன).

சோவியத் யூனியன் மீது ஜெர்மனி தாக்குதல் தொடுக்கத் தொடங்கியதை அடுத்து இந்தக் கட்டம் முடிவுக்கு வந்தது. இந்தத் தாக்குதலின் விளைவாக இரண்டாம் உலகப் பெரும்போரின் அடிப்படைத் தன்மை மாறிவிட்டது என்ற கம்யூனிஸ்ட் கட்சியின் புரிதல், முன்னோடியான காங்கிரஸ்காரர்கள் பலரிடையேயும் ஆதரவு உணர்வை ஏற்படுத்தியபோதிலும், காங்கிரஸ் சோஷலிஸ்ட் கட்சி, காங்கிரஸ் ஆகிய இரு கட்சிகளுமே அதிகாரபூர்வமாக அந்த நிலைபாட்டை மறுதலித்ததோடு, அதே நேரத்தில் வெள்ளையனே வெளியேறு இயக்கத்தைத் தொடங்கின. (இந்த இயக்கத்தில் காங்கிரஸில் உறுப்பினர்களாக இருந்த கம்யூனிஸ்டுகள் பலரும் சிறையில் நீண்டநாட்கள் அடைக்கப்பட்டனர்.)

விடுதலையைத் தொடர்ந்து புதிய அரசின் தன்மை குறித்தும் முதலாளி வர்க்கத்தினர் உடனான உறவு குறித்துமான கேள்வி முன்னுக்கு வந்தது. இது தீவிரமான உட்கட்சி விவாதத்திற்குக் காரணமானதோடு, இறுதியில் கட்சியின் பிளவுக்கும் வழிவகுத்தது. மார்க்சிஸ்ட் கம்யூனிஸ்ட் கட்சியின் திட்டத்தில் பொறிக்கப்பட்டது போல, கட்சியின் தத்துவார்த்த நிலைபாடு என்பது புரட்சிக்கு

முந்தைய நாட்களில் ரஷ்ய சமூக ஜனநாயக தொழிலாளர் கட்சிக்குள் நடைபெற்று வந்த விவாதங்களில் லெனின் மேற்கொண்ட நிலைபாட்டில் இருந்தே பெறப்பட்டதாகும். 20ஆம் நூற்றாண்டில் மூன்றாவது உலக புரட்சிகர திட்டங்கள் அனைத்திலும் ஏதோவொரு வகையில் இந்த நிலைபாடே அடிக்கோடிட்டுக் காட்டப்பட்டு வந்துள்ளது.

லெனினின் வாதம் இவ்வாறாகத்தான் இருந்தது: வரலாற்றுக் களத்தில் முதலாளிகள் தாமதமாக எழுகின்ற நாடுகளில் நிலப்பிரபுத்துவ ஜனநாயகப் புரட்சியை முழுமையாக நிறைவேற்றுவதற்கான திறமை அற்றவர்களாகவே அவர்கள் இருக்கின்றனர். ஏனெனில் நிலப்பிரபுத்துவ உடைமையின் மீதான தாக்குதல் முதலாளித்துவ உடைமையின் மீதான தாக்குதலாகவும் மாறிவிடக் கூடும் என்ற அச்சமே இதற்குக் காரணமாகும். இதன் விளைவாக, விவசாயிகளின் ஜனநாயகரீதியான ஆசைகளை அவர்களால் நிறைவேற்ற முடிவதில்லை. விவசாயிகளுடன் இணைந்த வகையில் தொழிலாளி வர்க்கத்தின் தலைமையில் நடைபெறும் ஒரு புரட்சியினால் மட்டுமே இந்த ஜனநாயகப் புரட்சியை முடிவுக்குக் கொண்டுவர முடியும்.

நிலப்பிரபுத்துவ சொத்துடைமையை உடைத்தெறிவதன் மூலமும், நிலப்பிரபுத்துவத்திற்கு இதுவரை கிடைத்து வந்த தனிச்சலுகைகளை பறிப்பதன் மூலமும், நிலத்தை மறுபங்கீடு செய்வதன் மூலமும் இந்தப் புரட்சி முழுமை பெறுகிறது. இது பொருளாதார வளர்ச்சியை பின்னுக்கு இழுத்துச் செல்வதற்குப் பதிலாக, நிலச்சீர்திருத்தங்களின் மூலமாகவும் விவசாயத்தின் வளர்ச்சியை மேலும் தீவிரப்படுத்துவதன் மூலமாகவும் உள்நாட்டுச் சந்தையின் அளவை விரிவுபடுத்தி அதை மேலும் விரிவடைந்த ஒன்றாக மாற்றுகிறது.

நாட்டின் விடுதலைக்குப் பிறகு இந்திய அரசு தீவிரமான நில மறுபங்கீட்டிற்கான முயற்சியை கைவிட்டுவிட்டு, அதற்குப் பதிலாக, தங்களுக்குச் சொந்தமான நிலங்களை தாங்களே நேரிடையாகப் பயிரிடாமல் இருக்கும் நிலவுடைமையாளர்களிடமிருந்து பெருமளவில் நிலத்தைக் கைப்பற்றி வைத்துள்ள மேல்தட்டு விவசாயிகளோடு இணைந்து தாங்களாகவே சொந்தமாகப் பயிரிடக்கூடிய நில முதலாளிகளாக அவர்கள் மாறுவதற்கு, நிலப்பிரபுத்துவ பிரிவைச் சேர்ந்த நிலப்பிரபுக்களுக்கு அரசு ஊக்கமளித்து வந்ததானது முதலாளிகள் நிலப்பிரபுக்களுடன் ஒரு கூட்டணியை ஏற்படுத்திக் கொள்கின்றனர்

என்பதன் பிரதிபலிப்பே ஆகும். பெருமுதலாளிகளின் தலைமையின்கீழ் நிலப்பிரபுக்களையும் நில முதலாளிகளையும் கொண்ட கிராமப்புறத்தையும் உள்ளடக்கிய முதலாளித்துவ வளர்ச்சியைப் பின்பற்றி வருகின்ற ஒரு முதலாளித்துவ- நிலப்பிரபுத்துவ அரசாக இந்திய அரசு உள்ள நிலையில், பாட்டாளி வர்க்கத்தின் கடமை பெருமளவிலான விவசாயிகளோடு கூட்டணியை வளர்த்துக் கொண்டு, ஜனநாயகப் புரட்சியை முன்னெடுத்துச் சென்று, இறுதியில் சோஷலிசத்தை நோக்கி நகரும் வகையில் ஒரு மாற்று அரசினைக் கொண்டு இந்த அரசை மாற்றுவதே ஆகும். இங்குள்ள முதலாளிகள் ஒப்பீட்டளவில் ஏகாதிபத்தியத்தோடு சேராமல் தன்னாட்சியுடன் ஒரு முதலாளித்துவ வளர்ச்சிப் பாதையை மேற்கொள்ள வேண்டும் என்ற நோக்கத்தைக் கொண்டவர்களாகவே உள்ளனர். கட்சி சுட்டிக் காட்டியதைப் போல அவர்கள் அந்நிய நிதி மூலதனத்துடன் இணைந்து செயல்படுவதும் அதிகரித்துக் கொண்டே வருகிறது.

அரசின் தன்மை குறித்த இந்த ஆய்வில் இரண்டு அம்சங்கள் நமது கவனத்திற்கு உரியவை. முதலாவதாக, முதலாளித்துவ வளர்ச்சிக்கான முனைப்பு மேற்கொள்ளப்படும் அதேநேரத்தில், இந்த முயற்சியானது ஏகாதிபத்தியத்தின் வரம்பிற்குக் கீழிருந்து மேற்கொள்ளப்படவில்லை என்பதை அது அங்கீகரித்தது. முதலாளிகள் எந்தவகையிலும் ஏகாதிபத்தியத்திற்கு அடிபணிந்தவர்களாக இருக்கவில்லை. மூலதனத்திற்கு எதிராக பொதுத்துறையைப் பயன்படுத்துவது; சோவியத் யூனியனின் உதவியுடன் காலனியாதிக்கப் பொருளாதாரத்தில் இருந்து விடுபடுவது; நாட்டின் இயற்கை ஆதாரவளங்களின் மீது அதற்கிருந்த கட்டுப்பாட்டு உரிமையை மூலதனத்திடமிருந்து மீட்டெடுப்பது; வெளிநாட்டுக் கொள்கையில் அணிசேராக் கொள்கையை பின்பற்றுவது ஆகிய இவையனைத்தும் வெளிப்படையாகத் தெரிந்த அறிகுறிகள் ஆகும். வேறுவார்த்தைகளில் கூறுவதெனில், உள்நாட்டிற்குள் முதலாளித்துவத்தை வளர்த்தெடுப்பது என்பதற்கு நாட்டின் விடுதலைக்குப் பிறகு உருவான அரசு உலக முதலாளித்துவ முகாமோடு சேர்கிறது என்று பொருளல்ல.

இரண்டாவதாக, பிரபுத்துவ முதலாளித்துவம் உள்ளிட்டு முதலாளித்துவ- நிலப்பிரபுத்துவ சொத்துரிமையை பாதுகாத்து, முதலாளித்துவத்தை இந்த அரசு தேர்ந்தெடுக்கிறது என்ற வகையில் அதன் வர்க்கத்தன்மை வெளிப்பட்டபோதிலும்,

முதலாளித்துவ-நிலப்பிரபுத்துவ நலன்களுக்காக மட்டுமே அது செயல்படவில்லை. அனைத்து வர்க்கங்களுக்கும் மேலாக இருப்பதாக அது தோற்றம் அளித்ததோடு, அவ்வப்போது தொழிலாளர்கள்- விவசாயிகள் ஆகியோருக்கு ஆதரவாகவும் அது தலையிட்டது. நிலப்பிரபுக்கள் புராதன மூலதன சேகரிப்பிற்கென முதலாளித்துவ வகைப்பட்ட விவசாயத்தை மேற்கொள்ள குத்தகைதாரர்களை வெளியேற்றி நிலத்தை மீட்டெடுக்கும் முயற்சியை அது மேற்பார்வை செய்து கொண்டிருந்தது. அதேநேரத்தில் நகர்ப்புற பெருமுதலாளிகள் விவசாயிகளின் விவசாயத்தையோ அல்லது கைவினைஞர்களின் உற்பத்தியையோ கைப்பற்றி வழக்கமான வகையில் புராதன சேகரிப்பை மேற்கொள்ள முடியாத வகையில் அது அவர்களை தடுத்து நிறுத்திக் கொண்டிருந்தது. அதற்கு மாறாக, மொத்த துணி உற்பத்தியில் குறிப்பிட்டதோர் அளவிற்கான துணி கைத்தறி துறையின் மூலமே உற்பத்தி செய்யப்பட வேண்டும் என்று ஒதுக்கீடு செய்தது மட்டுமின்றி, கட்டுப்படியான விலையில் விவசாய உற்பத்திப் பொருட்களை வாங்குமாறு விவசாய சந்தைகளிலும் அது தலையிட்டது. எனினும், இந்தத் தலையீட்டின் விளைவாக முதலாளித்துவ வகைப்பட்ட விவசாயிகள்தான் பயனடைந்தனர் என்பதும் குறிப்பிடத்தக்கது. அதேபோன்று உலகச் சந்தையில் ஏற்படும் ஏற்ற இறக்கங்களில் இருந்து பாதுகாப்பு, மானிய விலையில் இடுபொருட்கள், சலுகை முறையில் நிறுவனரீதியான கடன் வசதி, விவசாயத்தில் புதிய செயல்முறைகள், புதிய விதை வகைகள் போன்ற விவசாயத் துறைக்கு ஆதரவான பல்வேறு நடவடிக்கைகளும் அரசின் விரிவாக்க சேவை மையங்களின் மூலம் மேற்கொள்ளப்பட்டன. இவற்றால் கிடைக்கப்பெறும் பயன்களில் பெரும்பகுதி கிராமப் புறங்களில் உருவாகிக்கொண்டு வந்த முதலாளித்துவ வர்க்கத்தினரையே சென்றடைந்த போதிலும், பெரும் எண்ணிக்கையிலான இதர வகை விவசாயிகளும் ஓரளவிற்குப் பயன் அடைந்தனர் என்பதும் உண்மையாகும்.

இவ்வகையில் அரசு பின்பற்றி வந்த முதலாளித்துவ வளர்ச்சி தனித்துவமான ஒன்றாகவும் இருந்தது. நாட்டிற்கு உள்ளேயிருந்து உருவான முதலாளித்துவ வளர்ச்சியாக அது இருந்ததே தவிர, ஏகாதிபத்தியத்தின் வாழ்த்துக்களுடன் அது நடைபெறவில்லை. ஏகாதிபத்தியத்துடனான ஒத்துழைப்பு அதிகரித்து வந்தபோதிலும், அதுவும் கூட பெரு முதலாளித்துவத்தின் வலுவைக் குறைத்த

வகையில்தான் இருந்தது. இத்தகைய விசித்திரமான தன்மையின் காரணமாக, சமூகத்திற்குள், அதாவது காலனியாட்சிக்கு எதிரான போராட்டத்தின்போது ஒன்றிணைந்து ஏகாதிபத்தியத்தை எதிர்த்துப் போராடிய வர்க்கங்களுக்கு இடையே, அது எவ்வித இடைவெளியையும் ஏற்படுத்தவில்லை. வேறுவகையாகச் சொல்வதெனில், காலனியாட்சிக்கு எதிரான போராட்டத்தின்போது வழங்கப்பட்ட பல்வேறு உறுதிமொழிகளையும், அதாவது உழுபவர்களுக்கு நிலம் போன்றவை, முதலாளித்துவ வர்க்கம் நிறைவேற்ற மறுத்துவிட்ட போதிலும், முதலாளித்துவ வளர்ச்சிக்கான அனைத்து நடவடிக்கைகளையும் அரசே தன் கைகளில் எடுத்துக் கொண்டு செயல்படுத்தி வந்த ஆட்சிமுறை நீடித்திருந்த காலம் வரையில் காலனியாட்சிக்கு எதிரான போராட்டத்திற்கு அது முற்றிலுமாக துரோகம் இழைக்கவில்லை. எனவேதான், இந்த ஆட்சிக்கு எதிரணியில் கட்சி தன்னை நிலைநிறுத்திக் கொண்டிருந்த போதிலும், வங்கிகளின் தேசியமயமாக்கல், பொதுத்துறை வளர்ச்சி, பெரு முதலாளித்துவத்திடமிருந்து இயற்கை வளங்களின் மீதான அதன் கட்டுப்பாட்டை மீட்டெடுக்க பொதுத்துறையைப் பயன்படுத்துவது, அந்நிய செலாவணி கட்டுப்பாட்டுச் சட்டம் போன்ற அரசின் பல்வேறு நடவடிக்கைகளையும் அது ஆதரித்து வந்தது.

இவ்வாறு வளர்க்கப்பட்டு வந்த முதலாளித்துவத்தின் இந்த தனித்துவமான தன்மை அது தலைமை தாங்கி வந்த ‘இடைக்கால ஆட்சி’யே தவிர, அது ஒரு முதலாளித்துவ-நிலப்பிரபுத்துவ அரசு அல்ல என்றே பலரையும் தவறாக நினைக்க வைத்தது; எனினும் இந்தத் தவறே அதன் தனித்துவமான தன்மைக்கான சான்றாகும். இந்த வளர்ச்சி குறைந்தபட்சமாக நான்கு காரணங்களால் நீடித்து நிற்க முடியாது. முதலாவதாக, இத்தகைய வளர்ச்சிப் போக்கு ஏற்படக் காரணமாக இருந்த சோவியத் யூனியன் சிதறுண்டு போனது; இரண்டாவதாக, முதலாளிகளும் நிலப்பிரபுக்களும் செயல்படுத்தி வந்த பிரம்மாண்டமான அளவிலான வரி ஏய்ப்பின் விளைவாக விடுதலைக்குப் பிந்தைய அரசு மிகக் கடுமையான நிதிநெருக்கடியை எதிர்கொள்ள வேண்டியிருந்தது; மூன்றாவதாக, குறிப்பாக எழுபதுகளில் ஏற்பட்ட ‘எண்ணெய் மூலமான அதிர்ச்சி’களுக்குப் பிறகு, முன்னேறிய முதலாளித்துவ நாடுகளின் வங்கிகளில் நிதி மூலதனத்தின் மிகப்பெரும் அடுக்குகள் உருவாயின; (ஓரளவிற்கு நிதி மூலதனத்தினாலேயே தூண்டிவிடப்பட்ட) ப்ரெட்டென் வுட்ஸ் அமைப்புகளை (உலக

வங்கி, சர்வதேச நாணய நிதியம் (ஐஎம்எஃப்), உலக வர்த்தக அமைப்பு போன்றவை) தூக்கியெறிந்த பிறகு உலகமெங்கும் பல்கிப் பெருகியிருந்த நிதி நெருக்கடியை தங்களுக்குச் சாதகமாகப் பயன்படுத்திக் கொண்டு இந்தியா போன்ற நாடுகளுக்கு நிதி மூலதனம் வலுக்கட்டாயமாக கடனைத் தள்ளி விடுகிறது. நான்காவதாக, காலனியாதிக்க காலத்தை ஒப்பிடுகையில், ஏழைகளுக்கு ஆதரவான பல சாதனைகளை நிகழ்த்தியபோதிலும், முதலாளித்துவ வளர்ச்சிக்கான அனைத்து நடவடிக்கைகளையும் அரசே தன் கைகளில் எடுத்துக் கொண்டு செயல்படுத்தி வந்த ஆட்சிமுறையினால் ஏழைகளின் ஆதரவை அணிதிரட்ட முடியவில்லை.

அரசின் முழுக்கட்டுப்பாட்டில் முதலாளித்துவ வளர்ச்சியை முன்வைக்கும் ஆட்சியில் உருவெடுத்த தனித்துவமான முதலாளித்துவத்திலிருந்து முற்றிலும் வேறுபட்ட வகையில், இப்போது உலகம் முழுவதிலும் பரவியுள்ள நிதிமூலதனத்தின் நிழலின்கீழ் தோன்றிய புதியதாராளமய ஆட்சியானது மிகுந்த மரபுவழிப்பட்ட வகையில் முதலாளித்துவத்தைப் பின்பற்றுவதற்கு உதாரணமாக அமைகிறது. புதிய தாராளமயக் கொள்கைகளின்கீழ் செயல்படும் அரசானது ஆளும் வர்க்கங்களின், அதிலும் குறிப்பாக உலகளாவிய நிதி மூலதனத்துடன் மிக நெருக்கமான உறவு கொண்டுள்ள பெரு நிறுவன- நிதிசார்ந்த தன்னலக் குழுவின் நலன்களையே (இல்லையெனில் மூலதனம் நாட்டைவிட்டு வெளியேறி விடும் என்ற அச்சத்தில்) முன்வைப்பதோடு, உலகளாவிய நிதி மூலதனத்துடன் நேரடியாகத் தன்னை இணைத்துக் கொண்டும் செயல்படுகிறது. இதன் விளைவாக இப்போது இட்டு நிரப்ப முடியாத ஓர் இடைவெளி நாட்டிற்குள் உருவாகியுள்ளது. ஏகாதிபத்தியத்திடமிருந்து தனித்து நின்று ஓரளவிற்குச் சுயேச்சையான அமைப்பாக இருக்க வேண்டும் என்ற தனது நோக்கத்தை அது கைவிட்டுவிட்ட நிலையில் பெரு மூலதனத்தோடு பெருமுதலாளிகள் வர்க்கம் தன்னை மேலும் நெருக்கமாக்கிக் கொண்டுள்ளது.

புதிய தாராளமய ஆட்சியானது இதுவரை சிறு-குறு உற்பத்தித் தொழில்களுக்கும் சாதாரண விவசாயிகளுக்கும் அளித்து வந்த ஆதரவை பெருமளவிற்கு நிறுத்தியதன் மூலம் இந்தப் பிரிவினரை மேலும் வலுவற்றவர்களாகச் செய்துள்ளது. கிராமப்புற பொருளாதாரத்திற்கு உள்ளாக அல்லாமல் (அதாவது நிலப்பிரபுக்கள் குத்தகைதாரர்களை நிலத்திலிருந்து வெளியேற்றுவது என்பதாக

இல்லாமல்) வெளியில் இருந்து விவசாயப் பொருட்களுக்கான வர்த்தகம், பெரும் மூலதனம் ஆகியவற்றின் மூலம் புராதன மூலதன சேகரிப்பு என்ற செயல்முறை சாதாரண விவசாயிகளின் விவசாயத்தின்மீது தாக்குதல் தொடுத்தது. அதைப் போன்றே சிறு-குறு உற்பத்தித் துறையின்மீது புராதன மூலதன சேகரிப்பு முறை தாக்குதல் தொடுக்கவும் புதிய தாராளமயக் கொள்கைகளைப் பின்பற்றி வரும் அரசு வசதிகளை ஏற்படுத்திக் கொடுத்தது. பணமதிப்பு இழப்பு நடவடிக்கை, ஜிஎஸ்டி நடைமுறைக்கு மாறுதல் ஆகியவற்றை இதற்கு உதாரணங்களாகச் சொல்லலாம். இத்துறையில் உற்பத்தியாகும் பொருட்களுக்கு இதுவரை அளிக்கப்பட்டு வந்த முன்னுரிமை கைவிடப்பட்டது. இவ்வாறு தங்கள் தொழில்களிலிருந்து வெளியேற்றப்பட்ட விவசாயிகளும், சிறு உற்பத்தியாளர்களும் வேலைதேடி நகரங்களுக்கு இடம் பெயர்ந்தனர். இதற்கு முன்பு இருந்த லைசென்ஸ் முறையின் மூலம் நாட்டின் பொருளாதாரத்தில் தொழில்நுட்பரீதியான, கட்டமைப்புரீதியான மாற்றங்களின் மீது இதுவரை நிலவி வந்த கட்டுப்பாடுகள் அனைத்தும் கைவிடப்பட்டதன் விளைவாக வேலையின்மை அதிகரித்து வந்தது. இவ்வகையில் விவசாயிகள், விவசாயத் தொழிலாளர்கள், சிறு உற்பத்தியாளர்கள், அணிதிரட்டப்பட்ட தொழிலாளர்கள் ஆகிய பிரிவினரின் எதிர்காலம் தவிர்க்கமுடியாத வகையில் பிணைக்கப்பட்ட ஒன்றாக மாறியது. இந்த எதிர்காலம் பெருமளவிற்கு மோசமானதாகவும் மாறியது. பொருளாதாரரீதியான ஏற்றத்தாழ்வினை மிகப் பிரம்மாண்டமான அளவிற்கு அது விரிவுபடுத்தியது மட்டுமின்றி, வறுமையினையும் மேலும் தீவிரமானதாக ஆக்கியது.

அதேநேரத்தில் புதிய தாராளமயக் கொள்கையானது இந்தியப் பொருளாதாரத்தின் பல செயல்பாடுகளில், குறிப்பாக சேவைத்துறையில் (தகவல்தொழில்நுட்பம் தொடர்பான சேவைகள்) மாற்றத்தை ஏற்படுத்தியது. இது இயற்கையாகவே பொருளாதாரத்தில் ஒட்டுமொத்த உற்பத்தியின் வளர்ச்சி விகிதத்தை அதிகரித்தது. இந்த நிலைமையானது கீழ்க்கண்ட வாதத்தின் அடிப்படையில் கட்சிக்கு முன்னால் புதியதொரு சவாலை கொண்டுவந்து நிறுத்தியது.

உற்பத்தி சக்திகளின் வளர்ச்சிக்கு ஒரு தடைக்கல்லாக உற்பத்தி உறவுகள் மாறும்போது உற்பத்தி வகையானது வரலாற்றுரீதியாக பயனற்ற ஒன்றாக மாறிவிடுவது பற்றி ‘அரசியல் பொருளாதார விமர்சனத்திற்கான ஒரு பங்களிப்பு’ என்ற தனது நூலுக்கான

முன்னுரையில் மார்க்ஸ் கூறியிருப்பார். இதிலிருந்து பெரும்பாலான நேரங்களில் எடுக்கக்கூடிய முடிவு என்னவெனில், உற்பத்தி சக்திகள் எவ்வளவு காலத்திற்குத் தொடர்ந்து வளர்ந்துகொண்டு வருகிறதோ, அந்தக் காலம் முழுவதிலும் உற்பத்தி வகையானது தொடர்ந்து முற்போக்கானதாகவே நீடிக்கிறது என்பதே ஆகும். உற்பத்தி சக்திகளின் வளர்ச்சி குறித்து அனைவருக்கும் நன்கு தெரிந்த அட்டவணை என்பது ஒட்டுமொத்த உள்நாட்டு உற்பத்தியின் வளர்ச்சி விகிதமே ஆகும். இதனைத் தொடர்ந்து வருவது என்னவெனில், இந்த வளர்ச்சி என்பது எவ்வளவு காலத்திற்கு துரிதமான ஒன்றாக நீடிக்கிறதோ, அப்போது அசமத்துவம், சுரண்டல்தன்மை என்ற பெயரால் அந்த ஆட்சியை எதிர்த்து நிற்பது வரலாற்றுரீதியாகத் தேவையற்ற ஒன்று என்ற முடிபாகும். இந்த வாதத்தின்படி பார்த்தால், புதிய தாராளமய உலகமயமாக்கலை கம்யூனிஸ்டுகள் எதிர்க்கக் கூடாது. மாறாக, விமர்சனத்தினூடாகவேனும் அதை ஏற்றுக் கொள்வதில் மற்ற அரசியல் சக்திகளுடன் அவர்களும் சேர்ந்து கொள்ள வேண்டியது அவசியம்.

எனினும் முறையாக ஆராய்ந்து பார்த்தால் இந்த வாதம் நிலைத்து நிற்காது. புரட்சிக்கு முன்பாக, ரஷ்யா இதுவரை கண்டிராத வகையில் பொருளாதார வளர்ச்சியை, அதிலும் குறிப்பாக தொழில்துறை ரீதியான வளர்ச்சியைக் கண்டு வந்தது என்பதையும், ஒட்டு மொத்தத்தில் முன்னேறிய முதலாளித்துவ உலகம் முழுவதுமே நீடித்ததொரு ஏற்றத்தை அந்த நேரத்தில் கண்டு வந்தது என்பதையும் பொருளாதார வரலாற்று ஆசிரியர்கள் ஒப்புக் கொண்டுள்ளனர். அப்படியிருந்தபோதிலும் கூட அந்த நாட்களில் இருந்த முதலாளித்துவத்தை ‘இறக்கும் தருவாயில்’ உள்ளது என்று அழைப்பதற்கு லெனின் தயங்கவே இல்லை. சுருக்கமாகச் சொல்வதெனில், ஒட்டுமொத்த உள்நாட்டு உற்பத்தி வளர்ச்சியை, உற்பத்தி வகையில் வரலாற்றுரீதியான நிலையைக் குறிக்கும் அளவாக எடுத்துக் கொள்வது, பொருட்களின் மீது காரணமற்ற ஈர்ப்பு கொள்வது போன்ற வகைப்பட்ட ஒன்றே ஆகும். ‘உறவுகளின்’ உலகத்தோடு தொடர்புடைய ஒன்றை ‘பொருட்களின்’ உலகத்தில் தேடிக் கண்டுபிடிக்க அது முயல்கிறது.

மற்ற அரசியல் சக்திகள் புதிய தாராளமய உலகமயமாக்கலை ஏற்றுக் கொண்டிருந்த அதேநேரத்தில் கட்சி உறுதியாக அதை எதிர்த்து நின்றது. மற்ற நாடுகளில் உள்ள இடதுசாரி அமைப்புகள் பலவும் வெளிப்படையாகவோ அல்லது மறைமுகமாகவோ

தொழிலாளர் அணிதிரட்டல்

செய்ததைப் போல, இந்தக் கொள்கைகளை முன்னேற்றத்திற்கான ஓர் அறிகுறி என்பதாக ஏற்றுக் கொள்ளாமல், மற்ற இடதுசாரி அரசியல் சக்திகளோடு கூடவே புதிய தாராளமய உலகமயமாக்கலினால் பாதிப்பிற்கு ஆளாகியுள்ள தொழிலாளர்களோடும் விவசாயிகளோடும் கட்சி இணைந்து நிற்கிறது.

இத்தகைய போக்கு நடைமுறைப் பிரச்சனைகளையும் கொண்டு வந்தது. அரசின் முழுக் கட்டுப்பாட்டின்கீழ் முதலாளித்துவ வளர்ச்சியை நிலைநிறுத்தும் ஆட்சியின்கீழ் கம்யூனிஸ்டுகளை மற்றவர்களிடமிருந்து வேறுபடுத்திக் காட்டிய விஷயம் நிலச்சீர்திருத்தம் ஆகும். ஒரு கம்யூனிஸ்ட் அரசாங்கம் ஆட்சியில் அமரும்போது அதனுடைய கடமை மிகத் தெளிவான ஒன்றாக இருந்தது. அதாவது நிலச்சீர்திருத்தத்தை அமல்படுத்துவது. குறிப்பிட்ட அளவிற்கு நிலச்சீர்திருத்த நடவடிக்கைகள் முழுமைபெற்ற பிறகு மேற்கொள்ளப்பட வேண்டிய அடுத்த கடமை என்ன என்பது தெளிவாக இருக்கவில்லை. தொழில்மயமாக்கலை மேற்கொள்ள வேண்டிய தேவை ஏற்படும்போது அதை எந்தவடிவத்தில் மேற்கொள்வது? எந்த

வகையில் அதை நடைமுறைப்படுத்த வேண்டும்? என்பதுபோன்ற விஷயங்களில் தெளிவு இருக்கவில்லை. புதிய தாராளமய கொள்கை செயல்படுத்தப்பட்டு வரும் சூழலில் (கம்யூனிஸ்டுகள் ஆட்சிப் பொறுப்பில் இருக்கின்ற) மாநில அரசுகள் இதுபற்றி எந்தவொரு கருத்தையும் முன்வைக்க இயலாத சூழ்நிலையில்தான் உள்ளன. எனவே இத்தகையதொரு ஆட்சிச் சூழலுக்குள் கம்யூனிஸ்டுகளின் தலைமையிலான மாநில அரசுகள் இத்தகைய தொழில்மயமாக்கலை தங்களது மாநிலங்களில் நடைமுறைப்படுத்திவரும் மற்ற மாநில அரசுகளைப் போலவே நடந்துகொள்ள வேண்டிய கட்டாயத்திற்கு ஆளாகின்றன. அதனால் ஏற்படும் பாதிப்புகளையும் அவை எதிர்கொள்ள நேரிடுகிறது. மேலும் அதிகமான அளவில் சிந்திக்க வேண்டிய, சோதனைகளை மேற்கொள்ள வேண்டிய ஒரு விஷயமாகவும் இது அமைகிறது.

எனினும் புதிய தாராளமய உலகமயமாக்கல் இப்போது ஒரு முட்டுச் சந்தில் வந்து நின்றுள்ளது. இதற்கான ஓர் அறிகுறிதான் இறக்கும் தறுவாயில் இருக்கும் புதிய தாராளமய முதலாளித்துவத்தை நிலைத்து நிற்கச் செய்வதற்காக அடக்குமுறை, ‘மற்றவரை’ எதிரியாகச் சித்தரித்து கவனத்தைத் திருப்புவது போன்ற பல்வேறு முறைகளையும் கையாண்டு உலகின் பல்வேறு பகுதிகளிலும் எதேச்சாதிகார/பாசிஸ ஆட்சிகள் பெருகிக் கொண்டு வருவதாகும். இந்தச் சூழ்நிலையை வெற்றிகொள்வதுதான் தனது நூறாவது ஆண்டில் இந்திய கம்யூனிஸ்ட் இயக்கத்தின் முன்னால் உள்ள புதிய சவால் ஆகும்.

இந்திய அறிவியலில் இடதுசாரிகளின் சொல்லப்படாத கதை

பிரபிர் புர்காயஸ்தா

பொதுவாகவே இந்திய அறிவியலின் கதையானது (ஜவகர்லால்) நேரு மற்றும் இந்தியா தொழில்மயமாவதற்கு உதவி செய்ய உருவாக்கப்பட்ட அறிவியல் நிறுவனங்களைப் பற்றியே கவனம் செலுத்துவதாக இருந்துவந்துள்ளது. எனினும் இந்தக் கதை முழுமை பெறாத ஒன்றே. ஏனெனில் மேக்நாட் சஹா, சாஹிப் சிங் சோகே, சையத் ஹுசைன் ஜஹீர் போன்ற இந்தியாவைச் சேர்ந்த இடதுசாரி விஞ்ஞானிகளின் பங்களிப்புகளை அது கணக்கில் எடுத்துக் கொள்வதில்லை. அதைப் போன்றே சர்வதேச விஞ்ஞானிகளும் இடதுசாரிகளுமான ஜே.டி. பெர்னால், ஜே.பி. எஸ். ஹல்தானே ஆகியோரும் இந்தக் கதையின் மையத்தில் இடம்பெறத் தக்கவர்கள் ஆவர்.

அறிவியல் கண்ணோட்டத்துடன்–நேரு இதை அறிவியல்பூர்வமான உணர்வு என்று குறிப்பிட்டார் – அறிவியல், தொழில்நுட்பம், பொருளாதாரம் ஆகியவை குறித்த திட்டத்துடன், அரசு குறிப்பிடத்தக்கதொரு பங்கினை வகிக்கும் வகையில் இணைப்பதன் மூலமே நவீனமான ஒரு நாட்டை உருவாக்க முடியும் என்ற அறிவியல் குறித்த தொலைநோக்கில்தான் இந்தியாவில் அறிவியல் நிலைகொண்டுள்ளது. இந்தக் கருத்தோட்டம் இன்று பரவலாக பொதுவாக ஒப்புக்கொண்ட ஒன்றாக இருந்தபோதிலும், இரண்டாம் உலகப் பெரும்போருக்கு முன்பு, அறிவியல் குறித்தும் திட்டமிடலை மேற்கொள்ள முடியும் என்ற கருத்து, அறிவியல் உலகத்தில் முற்றிலும் அனைவராலும் ஒப்புக்கொள்ளப்பட்ட கருத்திற்கு மாறானது என்றே கருதப்பட்டு வந்தது. 1917ஆம் ஆண்டு நிகழ்ந்த ரஷ்யாவின் அக்டோபர் புரட்சியும், அறிவியலை முழுமையாகப் பயன்படுத்திக் கொள்வதற்கென அதன் திட்டமிடப்பட்ட தொழில்வளர்ச்சியும், மற்றும் நவீனமானதொரு நாட்டை உருவாக்குவது என்பதும், அறிவியல் உலகில் ஏற்கனவே நிலைபெற்றிருந்த ஒழுங்கமைவிற்கு முற்றிலும் ஏற்புடையதாகவே இருக்கவில்லை. 1931ஆம் ஆண்டில் அறிவியலின் சர்வதேச வரலாறு குறித்த ஒரு மாநாடு லண்டனில் நடைபெற்றபோது புக்காரின் தலைமையில் இந்த மாநாட்டில் பங்கேற்ற சோவியத் குழுவினர் சமூகத்தில் அறிவியல் குறித்த மாறுபட்ட பார்வை எத்தகையதாக இருக்கும் என்பதை கோடிட்டுக் காட்டினர். அப்போது இளம் விஞ்ஞானிகளாக இருந்த ஜே.டி. பெர்னால், ஜே.பி.எஸ். ஹல்தானே, ஜோசப் நீதாம், லான்செலாட் ஹாக்பென்

போன்ற அறிவுக் கூர்மைமிக்க குழுவினர் சோவியத் குழுவினர் முன்வைத்த ஆய்வுக் கட்டுரைகளால் பெரிதும் ஊக்கம் பெற்றனர். இதுவே பெர்னாலின் புகழ்பெற்ற படைப்பான அறிவியலின் சமூகச் செயல்பாடு என்ற நூலை அவர் எழுதவும், அறிவியல் மற்றும் சமூகத்திற்கான இயக்கம் ஒன்றை உருவாக்கவும், விஞ்ஞானிகளை அறிவியல்திறன்மிக்க தொழிலாளர்கள் என்ற வகையில் அவர்களை ஒன்றுதிரட்டவும் வழிவகுத்தது.

இரண்டாம் உலகப்பெரும்போர் முடிவுற்ற பிறகு, இந்த அறிவியல் இயக்கமானது அறிவியல் திறன்மிக்க தொழிலாளர்களின் உலகக் கூட்டமைப்பு உருவாக வழிவகுத்தது. மேலும் இந்த அமைப்பு அமைதிக்கான உலகளாவிய அமைப்பான, அமைதிக்கான உலகக் கவுன்சிலின் ஓர் அங்கமாகவும் மாறியது. இதைத் தொடர்ந்து, பெர்னால், ஹல்தானே ஆகிய இருவரும் இந்திய அறிவியல் உலகத்துடன் மிக நெருங்கிய தொடர்புகளை ஏற்படுத்தியிருந்தனர். அதேநேரத்தில், தனது சீன சகாக்களுடன் சேர்ந்து (ஜோசப்) நீதாம் சீனாவில் அறிவியல் மற்றும் நாகரீகம் குறித்த வரலாறு என்ற 16 தொகுதிகளை உள்ளடக்கிய ஒரு பெரும்படைப்பினை உருவாக்கும் மிகப்பெரும் பணியில் ஈடுபட்டு வந்தார். இந்த மூவருமே கிரேட் பிரிட்டன் கம்யூனிஸ்ட் கட்சியின் உறுப்பினர்களாக இருந்தவர்கள்.

1930களில் கல்கத்தாவில் மேக்நாட் சஹாவுடன் சேர்ந்த இளம் விஞ்ஞானிகளின் குழு ஒன்று இதேபோன்று அறிவியல் குறித்தும், திட்டமிடல் குறித்தும், சோவியத் யூனியனில் மேற்கொள்ளப்பட்டு வரும் சோஷலிச பரிசோதனை குறித்தும் ஆழமாக விவாதித்து வந்தனர். நேதாஜி சுபாஷ் சந்திர போஸ் இந்திய தேசிய காங்கிரஸின் தலைவராகப் பொறுப்பேற்றபோது திட்டக்குழு ஒன்றை உருவாக்குமாறு மேக்நாட் சஹா அவருக்கு ஆலோசனை வழங்கினார். போஸ் உருவாக்கிய திட்டக்குழு நேருவின் தலைமையில் செயல்பட்டது.

இந்தியாவின் தொழில்மயமாக்கல், அறிவியல், தொழில்நுட்ப நிறுவனங்களை வளர்த்தெடுப்பது ஆகியவற்றுக்கான திட்டத்தின் முன்வடிவை இந்தக் குழு உருவாக்கியது. இந்தியா விடுதலை பெற்ற பிறகு இதுவே திட்டக் கமிஷன் என்பதாக உருப்பெற்றது. இந்தியாவின் அறிவியல், தொழில்நுட்பக் கட்டமைப்பினை விரிவுபடுத்துவதற்கான அடித்தளத்தையும் அது உருவாக்கியது. மத்திய அறிவியல் மற்றும் தொழில் ஆராய்ச்சி நிறுவனத்தின் (சி எஸ் ஐ ஆர்) பரிசோதனைக் கூடங்கள், அணுசக்தி, விண்வெளி ஆராய்ச்சி, ஐஐடிகள் உள்ளிட்ட உயர்கல்வி நிறுவனங்கள்

ஆகியவை சுயச்சார்புமிக்க இந்தியாவிற்கான திட்டமிடலையும் அறிவியலின் முக்கியத்துவத்தையும் முன்வைத்த இந்த தொலைநோக்கின் விளைவே ஆகும்.

இந்தியா தொழில்மயமாக வேண்டுமெனில், பொருளாதாரத்தில் அரசு தீவிரமாகப் பங்கேற்பது மட்டுமின்றி, அத்தகையதொரு பாதைக்கு உதவி புரியும் வகையில் அறிவியல் நிறுவனங்களை வளர்த்தெடுக்க வேண்டியதும் அவசியம் என்பதை நேரு நன்கு உணர்ந்திருந்தார். இத்தகைய அறிவியல் நிறுவனங்களை வளர்த்தெடுக்கும் தனது முயற்சியின் ஒரு பகுதியாக, ஜே.டி. பெர்னாலை இந்தியா வருமாறு நேரு பல முறை வேண்டுகோள் விடுத்தார். மற்றொரு பிரிட்டிஷ் விஞ்ஞானியான ஜே.பி.எஸ். ஹல்தானே, இந்தியாவிலேயே வந்து தங்கியதோடு, இந்தியக் குடியுரிமையையும் பெற்றுக் கொண்டார். இந்திய அறிவியல் துறையில் அவர் செயல்பட்ட போதிலும், இந்திய அறிவியல் துறையில் வேர்பிடித்திருந்த அதிகாரவர்க்கப் போக்குடன் ஹல்தானே போட்டிபோட முடியவில்லை. இதைக் கருத்தில் கொண்டே அவர் ஒரு முறை நேருவிடம் கூறினார்: “மத்திய அறிவியல் மற்றும் தொழில் ஆராய்ச்சி நிறுவனத்தின் பெயரை சுயேச்சையான ஆராய்ச்சியை நசுக்கும் மையம் என்று பெயர் மாற்றி விடுங்கள்!” (எஸ்.இர்ஃபான் ஹபீப், விடுதலைப் போராட்டத்தின் பாரம்பரியம்: நேருவின் அறிவியல் மற்றும் கலாச்சார தொலைநோக்கு, சோஷியல் சயண்டிஸ்ட், மார்ச்-ஏப்ரல், 2016)

இந்தியாவில் இருந்த மேக்நாட் சஹா, ஹுசைன் ஜாஹீர், சாஹேப் சிங் சோகே போன்ற பல முன்னோடி விஞ்ஞானிகள் இந்திய அறிவியலுக்கு அடித்தளமிட்டவர்கள் என்பது மட்டுமின்றி, இந்திய கம்யூனிஸ்ட் கட்சியுடன் நெருக்கமாக இருந்தவர்களும் ஆவர். அமெரிக்காவில் மெக்கார்த்தி காலம் என்று அவப்பெயர் பெற்ற காலத்தில் மிகவும் பிரபலமான சொற்றொடராக இருந்த “உடன் செல்பவர்கள்” (அதாவது கம்யூனிஸ்ட்/சோஷலிஸ்டுகளுடன் நெருக்கமான தொடர்புடையவர்கள் என்ற பொருளில்) என்று அழைக்கப்பட்ட அமெரிக்காவின் புகழ்பெற்ற அறிஞர்களின் பட்டியலில் இவர்களும் சேர்க்கப்பட்டிருந்தனர் என்பதும் குறிப்பிடத்தக்கது. ஹோமி பாபாவுடன் இணைந்து மேக்நாட் சஹா நாட்டில் அணுஇயற்பியலுக்கான அடித்தளத்தை உருவாக்கினார். அதேபோன்று மத்திய அறிவியல் மற்றும் தொழில் ஆராய்ச்சி நிறுவனத்தின் தலைமை இயக்குநர் என்ற வகையில் ஹுசைன் ஜாஹிர் அந்த நிறுவனத்தை பெருமளவிற்கு வளர்த்தெடுத்தார்.

ஹாப்கின் நிறுவனத்தின் முதல் இந்திய இயக்குநராக சோகே 1932ஆம் ஆண்டில் நியமிக்கப்பட்டார். பிரிட்டிஷ் இந்திய ராணுவத்தில் ஒரு கர்னல் ஆக அவர் பணியாற்றி வந்த போதிலும் இந்திய தேசிய காங்கிரஸின் திட்டக் குழுவின் சுகாதாரப் பிரிவிற்கும் அவர் தலைமை தாங்கினார். நாடு விடுதலை பெற்றபிறகு சுயச்சார்பை நோக்கி இந்தியா நடைபோடும் பயணத்தைத் தொடங்கிவைத்த இண்டியன் ட்ரக்ஸ் அண்ட் ஃபார்மசூடிகல்ஸ் லிமிடெட் (ஐடிபிஎல்), ஹிந்துஸ்தான் ஆண்டிபயாடிக்ஸ் லிமிடெட் (எச்ஏஎல்) ஆகிய இரண்டு பொதுத்துறை நிறுவனங்களுக்கும் சோகே அடித்தளமிட்டார். அமைதிக்கான உலக கவுன்சிலின் ஓர் அங்கமாக இருந்த அமைதிக்கான அகில இந்திய கவுன்சிலின் தலைவராகவும், பின்னர் இந்தியாவின் அறிவியல்திறன்மிக்க தொழிலாளர்களுக்கான கழகத்தின் தலைவராகவும் சோகே செயல்பட்டார். அறிவியல் திறன்மிக்க தொழிலாளர்களின் உலகக் கூட்டமைப்பின் ஓர் அங்கமாக இருந்த இந்த அமைப்பின் முதல் தலைவராக 1947இல் ஜவகர்லால் நேரு செயல்பட்டார் என்பதும் குறிப்பிடத்தக்கது.

கொரியாவிலும் சீனாவிலும் கிருமிகளைக் கொண்டு தாக்குதல் நடத்தியது குறித்து விசாரணையை மேற்கொண்ட ஜோசப் நீதாம் தலைமையிலான சர்வதேச அறிவியல் ஆணையம் 1952ஆம் ஆண்டு வழங்கிய தனது அறிக்கையில், யுத்தக் குற்றங்களை புரிந்துள்ளதாக அமெரிக்காவின் மீது குற்றம் சாட்டியது. முதலில் இந்த ஆணையத்தில் சேர்ந்து கொள்ள சோகே ஒப்புக் கொண்டிருந்த போதிலும், அவ்வாறு சேர வேண்டாம் என இந்திய அரசு அவரைக் கேட்டுக் கொண்டதை அடுத்து சோகே இந்த ஆணையத்தில் இணையவில்லை. கொரிய-சீன மக்களுக்கு எதிராக உயிரி ஆயுதங்களை பயன்படுத்தி தாக்குதல் நடத்தியதை அமெரிக்கா நீண்ட நாட்களாக மறுத்தே வந்தது. எனினும் நீதாம் ஆணையம் விவரித்திருந்த பல சம்பவங்களை அமெரிக்க ஆவணங்கள் இப்போது உறுதிப்படுத்தியுள்ளன. இப்போது பொதுவெளியில் வந்துள்ள, அமெரிக்காவிற்கு மேலும் அவப்பெயரை உண்டாக்குகின்ற, ஆவணப்படுத்தப்பட்ட தகவல் ஜப்பானின் 731வது படைப்பிரிவு உயிரி ஆயுதங்களைக் கொண்டு சீனா மற்றும் நேசநாட்டுப்படைகளைச் சேர்ந்த யுத்தக் கைதிகளின் மீது பரிசோதனை நிகழ்த்தியது; இதில் 3,000 பேர் இறந்தனர் என்பதாகும். இந்தப் பிரிவின் தலைவர்கள் இதுகுறித்த தங்களது 'ஆய்வு' தகவல்கள் முழுவதையும் தங்களிடம் கொடுத்து விட்டால் யுத்தக் குற்றங்களுக்கு எதிராக அவர்களுக்கு முழுப்பாதுகாப்பு

அளிக்கப்படும் என்று அமெரிக்கா உறுதி அளித்ததும் இப்போது வெளிச்சத்திற்கு வந்துள்ளது. ஜப்பானியர்களின் இந்த ‘ஆய்வு’தான் அமெரிக்காவின் ஃபோர்ட் டெட்ரிக்கில் உயிரி ஆயுதங்களுக்கான ஆராய்ச்சி மையம் உருவாகக் காரணமாக இருந்துள்ளது.

நாட்டின் விடுதலைக்குப் பின்பு இந்தியாவின் அறிவியல் கட்டமைப்பில் இடதுசாரிகளின் பங்களிப்பு என்பது அறிவியல் மற்றும் ஆராய்ச்சி நிறுவனங்களை விரிவுபடுத்துவதோடு நின்றுவிடவில்லை. மாறாக, நாட்டின் சுயச்சார்பிற்காகவும் அவர்கள் போராட வேண்டியிருந்தது. ஆழமாக வேரூன்றியிருந்த பன்னாட்டு நிறுவனங்களின் நலன்கள், காலனிய காலத்துப் புத்தியோடு இருந்த விஞ்ஞானிகள், அரசியல் தலைவர்கள் ஆகியோருக்கு எதிராக கடும்போராட்டம் நடத்தாமல் இவை நிகழ்ந்துவிடவில்லை. இந்தப் போராட்டம் இன்றும் தொடர்கிறது.

இடதுசாரிகளின் இந்த மிகப்பெரிய கதையையும் இந்திய அறிவியலுக்கும் தொழில்நுட்பத்திற்கும் அவர்கள் அளித்துள்ள பங்களிப்புகளையும் இந்த ஒரே ஒரு கட்டுரைக்குள் அடக்கிவிடுவது சாத்தியமல்ல. இந்தக் கதையின் ஒரு சில குறிப்பிட்ட அம்சங்களை எடுத்துக் கூறும் வகையில் அறிவியலின் ஒரே ஒரு பிரிவை மட்டுமே – அதாவது இந்தியாவின் மருந்து உற்பத்தித் தொழிலை மட்டுமே – இங்கு எடுத்துக் கொள்கிறேன். அவற்றில் ஒன்று அறிவியல் நிறுவனங்களை உருவாக்குவதில் இடதுசாரிகள் வகித்த பங்கு; சுயச்சார்பிற்கான பெரும் போராட்டத்திற்குள் அவற்றை ஒருங்கிணைத்தது; அறிவியல் கண்ணோட்டத்தை வளர்த்தெடுத்தது. மற்றொன்று, அறிவியலை முன்னெடுத்துச் செல்வதில் அவர்களது பங்களிப்பு. சமீபத்தில் அமித் சென்குப்தா எழுதிய கட்டுரைகளும், அவருக்காக எழுதப்பட்ட கட்டுரைகளும் அடங்கிய நூலை லெஃப்ட் வேர்ட் பதிப்பகம் “சுகாதாரத் துறையில் அரசியல் பயணங்கள்” என்ற தலைப்பில் வெளியிட்டுள்ளது. அந்த நூல் மேலும் அதிகமான விவரங்களுடன் இந்தக் கதையை விவரிக்கிறது.

பிரிட்டிஷார் நாட்டை விட்டு வெளியேறியபோது, இந்தியாவில் மருந்து உற்பத்தித் தொழில் முற்றிலுமாக பிரிட்டிஷ் மூலதனத்தின் கைகளில் இருந்தது. பிரிட்டனில் செயல்திறன் மிக்க மருந்துக்கான மூலப் பொருட்கள் உற்பத்தி செய்யப்பட்டு, இந்தியாவில் விற்பனைக்காக ஒழுங்கமைவு செய்யப்பட்டு வந்தது. இந்தியாவில் மிகச்சிறிய இந்திய மருந்து உற்பத்தி நிறுவனங்கள் இருந்தபோதிலும், அறிவியல் பூர்வமான ஆராய்ச்சிப் பின்னணி இல்லாத, பிரிட்டிஷ் காலத்திய இந்திய காப்புரிமை சட்டம் பன்னாட்டு நிறுவனங்களுக்கு வழங்கியிருந்த சட்டபூர்வமான ஏகபோகத்தை எவ்வாறு

பேரா. மேக்நாட் சஹா

எதிர்த்துப் போராடுவது என்பதை அறியாதவையாகவே அந்த நிறுவனங்கள் இருந்தன.

இது இருவழிப்பட்ட போராட்டம் ஆகும். ஒன்று, இந்திய மக்களின் நலன்களுக்கு சேவை செய்யும் வகையில் காப்புரிமை சட்டங்களை மாற்றுவதற்கான போராட்டம்; மற்றொன்று, உள்நாட்டில் உள்ள மருந்து உற்பத்தித் தொழிலுக்குத் தேவையான அறிவியல் பூர்வமான கட்டமைப்பு மற்றும் தொழில்நுட்ப அறிவு ஆகியவற்றை வளர்த்தெடுப்பதாகும். காப்புரிமைக்கான போராட்டம் பற்றியும், அதில் இடதுசாரிகளின் பங்கு குறித்தும், நாம் ஏற்கனவே எழுதியுள்ளோம். எனவே, அவர்களின் அறிவியல்ரீதியான பங்களிப்பு பற்றி மட்டும் இங்கு விவரிப்போம்.

ஹாப்கின் நிறுவனத்தின் முதல் இந்திய இயக்குநராக நியமிக்கப்பட்ட சாஹிப் சிங் சோகே குடிசைத் தொழிலைப் போல தடுப்பூசிகளை உற்பத்தி செய்யும் ஒரு நிறுவனமாக இருந்த அதை முற்றிலும் நவீனமானதொரு தொழிற்சாலையாக மாற்றியமைத்தார். சோகேயின் தலைமையிலான முக்கிய குழுதான் பின்னர் தட்டுத் தடுமாறிக் கொண்டிருந்த இந்திய மருந்துத் தொழிலில் சோவியத் யூனியன் மற்றும் உலக சுகாதார நிறுவனம் ஆகியவற்றின் உதவியுடன் எச் ஏ எல் மற்றும் ஐடிபிஎல் ஆகிய பொதுத்துறை நிறுவனங்களை உருவாக்குவதற்கான திறனை வழங்கியது. ஹுசைன் ஜாகீரின் தலைமையின் கீழ் உருவாக்கப்பட்ட மத்திய அறிவியல் மற்றும் தொழில் ஆராய்ச்சிக்கான நிறுவனத்தின் கட்டமைப்பு, லக்னோவில் மத்திய மருந்து ஆராய்ச்சி நிறுவனத்தின் தலைவரான நித்யானந்த், பூனேயில் இருந்த தேசிய கெமிக்கல்

பரிசோதனை மையம் ஆகியவையே இந்திய சந்தையில் உலகளாவிய பன்னாட்டு நிறுவனங்களின் உடும்புப்பிடியை உடைத்தெறிய இந்திய மருந்துத் தொழிலுக்கு உதவினர் என்பதும் இங்கு குறிப்பிடத்தக்கது. இறுதியாக, ஹைதராபாதில் உள்ள செண்ட்டர் ஃபார் செல்லுலார்அண்ட் மோலிக்யூலர் பயாலஜி நிறுவனத்தின் தலைவராக இருந்து செயல்பட்ட பி.எம். பார்கவாவின் தலைமைதான் மருந்துத் துறையில் உயிரியல் புரட்சிக்கான வலுவான அடித்தளத்தை வழங்கியது. இன்று இனம் சார்ந்த மருந்துகள், தடுப்பூசிகள் ஆகியவற்றில் உலகிலேயே மிகப்பெரும் உற்பத்தி நாடாக இந்தியா உருவெடுத்துள்ளது. (கொரோனா வைரஸிற்கு எதிரான தடுப்பூசிகளை உலகின் வளர்ச்சி பெற்ற நாடுகளுக்கும் சப்ளை செய்யும் நாடாக இன்று இந்தியா உருப்பெற்றுள்ளதைக் கொண்டே இதன் முக்கியத்துவத்தை நம்மால் உணர்ந்து கொள்ள முடியும். (மொ-ர்))

மேலே குறிப்பிட்ட இந்திய விஞ்ஞானிகள் அமைத்த அடித்தளமே இதற்குக் காரணமாகும்.

பழமையை கேள்விகேட்க விரும்பாத, புராதன புனித நூல்களுக்கும் தற்போதைய சமூக ஒழுங்கிற்கும் முழுமையாக அடிபணிவதையே விரும்புகின்ற, பரம்பரை வழிப்பட்ட, சாதி அடிப்படையிலான, பிராம்மணிய ஒழுங்கமைவின் மேலாதிக்கத்தையே நாம் இன்று எதிர்கொண்டு வருகிறோம். விமர்சனபூர்வமான சிந்தனை, கேள்வி கேட்பது ஆகியவை, அது பழைய காலனிய எஜமானர்களாக இருந்தாலும் சரி, அல்லது இன்று ஆட்சியில் அமர்ந்துள்ள அரசியல் கட்சியாக இருந்தாலும் சரி, அது தேசவிரோதமாகவே பார்க்கப்படுகிறது. அறிவியலும், விமர்சனபூர்வமான நியாயமும் வெகுஜன இயக்கத்தோடு இணைக்கப்பட வேண்டும். இதுதான் மக்கள் அறிவியல் இயக்கத்தின் கதையாகும். இன்றைய நியாயமற்ற, வெறுப்பு நிறைந்த, பிரிவினைவாத, சமூக சக்திகளின் சூழலில் அறிவியலும் நியாயமும் தான் போராட்டத்திற்கான ஆயுதங்கள். விடுபட்ட மற்றவற்றைப் போலவே, இந்தக் கதையையும் மற்றொரு தருணத்தில் நாம் காணலாம்.

★★★

www.ingramcontent.com/pod-product-compliance
Ingram Content Group UK Ltd.
Pitfield, Milton Keynes, MK11 3LW, UK
UKHW042138021026
15589UKWH00003B/908

9 789391 262525